हिंदुस्थानच्या सिंहासनासाठी मुघल राजपुत्रांमध्ये (शहाजहानची मुले) झालेल्या युद्धाबद्दलचे हे पुस्तक आहे. झटपट वाचायला चांगले पुस्तक आहे. औरंगजेबच्या आयुष्याबद्दल जास्त माहिती सांगितली गेली असती तर ही कादंबरी आणखी चांगली वाटली असती.

— **विवेक चव्हाण,** १२ डिसेंबर २०१६

औरंगजेब सत्तारूढ होण्यासंदर्भातल्या घटनांवर सखोल दृष्टिक्षेप.

— **व्रश,** १२ जानेवारी २०१७

या कादंबरीमध्ये त्या काळातले गुंतागुंतीचे राजकारण, दगाबाज मुघल आणि वासना, वारुणी आणि अफूच्या नशेमध्ये मश्गूल असलेल्या व्यक्तींचे सुस्पष्ट रेखन आहे. तसेच शिकारीच्या नावाखाली निष्पाप माणसांना आणि मुक्या प्राण्यांनादेखील सोसाव्या लागणाऱ्या जीवघेण्या छळाचे वर्णनदेखील आहे.

— **प्रियांका,** ५ डिसेंबर २०१७

अतिशय चांगले लेखन... थोडक्यात... चटपटीत आणि चतुर कथाकथन... इतिहासाबद्दल कुतूहल असणाऱ्यांना शेवटपर्यंत गुंतवून ठेवणारी कादंबरी.

— **रुद्र आर. उपाध्याय,** १२ डिसेंबर २०१६

एक अत्यंत प्रभावी भाषेत लिहिलेली कादंबरी, सहज-सुलभ वाचनानंद देणारी कथा. सत्ताकारणाच्या जीवघेण्या स्पर्धेसह मुघल कालखंडाचे अतिशय चांगले चित्रण या कथानकातून उलगडते.

— **गीतांजली,** ११ फेब्रुवारी २०१६

भाषा साधी आणि ओघवती आहे; परंतु कथानकामध्ये वस्तुस्थितीला खूप जास्त प्रमाणात काल्पनिक मसाल्याची जोड दिली आहे. कदाचित एखाद्या मंचीय नाटकाच्या स्वरूपात लिहिलेल्या या कादंबरीऐवजी ऐतिहासिक घटनांबद्दल मार्गदर्शक ठरणारे पुस्तक वाचायला मिळावे, अशी माझी अपेक्षा अनाठायी असावी. तथापि, ही झटपट वाचण्यासाठी चांगली कादंबरी असून, औरंगजेबाची सत्ता काबीज करण्याची मोहीम कशी साकार झाली असावी, याचे सर्वसाधारण चित्र यातून वाचकासमोर मांडले गेले आहे, ही यातली जमेची बाजू आहे.

— **अनामिक,** ५ ऑगस्ट २०१६

सतराव्या शतकाच्या मध्यकाळात मुघल साम्राज्यात घडलेल्या सत्तेच्या सारिपाटाची ही कहाणी. श्रीनिवास राव अडिगे यांनी लिहिलेल्या 'द मुघल हाय नून' या मूळ इंग्लिश कादंबरीचा अनुवाद उदय भिडे यांनी केला आहे. सम्राट शहाजहान आजारी पडल्यानंतर दारा शुको, शुजा, औरंगजेब आणि मुराद ही मुलं सत्ता हस्तगत करण्यासाठी आपसांत झुंजतात. या काळात झालेली कारस्थानं, घडामोडी आणि औरंगजेबाचा सत्तेपर्यंतचा प्रवास ही कादंबरी मांडते. एखाद्या चित्रपटासारखी उलगडत जाणारी ही कादंबरी गुंतवून ठेवते.

— **दैनिक सकाळ २-९-२०१८**

'The Mughal High Noon' या इंग्रजी पुस्तकाचा अनुवाद

मुघल सत्तेचा सारिपाट

औरंगजेबाचे सत्तारोहण

लेखक

श्रीनिवास राव अडिगे

अनुवाद

उदय भिडे

मेहता पब्लिशिंग हाऊस

Please contact us at **Mehta Publishing House,** Pune 411030.
© +91 020-24476924 / 24460313 / Mob. No. 9545000513
Email : production@mehtapublishinghouse.com
Website : www.mehtapublishinghouse.com

- *या पुस्तकातील लेखकाची मते, घटना, वर्णने ही त्या लेखकाची असून त्याच्याशी प्रकाशक सहमत असतीलच असे नाही.*

THE MUGHAL HIGH NOON by SRINIVAS RAO ADIGE

First Published in English by Rupa Publications India Pvt. Ltd.
Translated into Marathi Language by Uday Bhide

मुघल सत्तेचा सारिपाट / अनुवादित कादंबरी

अनुवाद : उदय भिडे

Email : author@mehtapublishinghouse.com

मराठी अनुवादाचे व प्रकाशनाचे हक्क मेहता पब्लिशिंग हाऊस, पुणे.

प्रकाशक : सुनील अनिल मेहता, मेहता पब्लिशिंग हाऊस,
१९४१, सदाशिव पेठ, माडीवाले कॉलनी, पुणे – ४११०३०.

मुद्रक : ट्रिनिटी अ‍ॅकॅडमी फॉर कॉर्पोरेट ट्रेनिंग लिमिटेड

मुखपृष्ठ : चंद्रमोहन कुलकर्णी

प्रथमावृत्ती : जुलै, २०१८

किंमत : ₹ २२०

P Book ISBN 9789353170189
E Book ISBN 9789353170219
E Books available on : amazonkindle Apple Books Google Play Books

---

आन्द्रे आणि उर्शिला यांस

एक

पावसाळा अर्ध्यावर आला होता. दुपारपासून वाहत असलेला हलकासा वारा आता पडला होता आणि आता झाडाचे पानदेखील हलत नव्हते. मुघल साम्राज्याची राजधानी असलेल्या दिल्ली शहरावर काळे ढग जमा झाले होते. मुघल सम्राट शहाजहान यांचे तख़्त प्रस्थापित असलेल्या, त्यांच्या साम्राज्याचा सकल केंद्रबिंदूच म्हणावा अशा, किला-ए-मुआल्ला किंवा साम्राज्याचा मानबिंदूच समजल्या जाणाऱ्या लाल किल्ल्याच्या विशाल वालुकाश्म-भिंतींच्या पलीकडे, शहराच्या पूर्व बाजूने, हिमालयातून येणाऱ्या वितळलेल्या बर्फाच्या पाण्यामुळे आणि पावसामुळे यमुना नदी दुथडी भरून वाहत होती. संध्याकाळ झाली होती आणि किल्ल्याच्या आतल्या जागेतच सुंदर रीतीने सजवलेल्या जागा आणि इमारतींच्या सभोवती फुलवलेल्या रमणीय बागांमधील फुलांच्या दरवळणाऱ्या सुगंधाच्या जोडीने पुढे पुढे जात दीप प्रज्वलन करणारे सेवक, मशाली आणि दिवे पेटवून किल्ल्याच्या आतला सर्व भाग प्रकाशमान करण्याचे आपले नेहमीचे काम करत होते. किल्ल्याच्या उत्तर भागात असलेल्या एका आलिशान दालनामध्ये कुटुंबात आणि राजदरबारामध्ये मानाचे अव्वल स्थान असलेल्या जहाँआरा बेगमसमोर, म्हणजे आपल्या थोरल्या बहिणीसमोर शहेनशहांचा सर्वांत थोरला पुत्र, आणि साम्राज्याचा संभाव्य वारसदार समजण्यात येत असलेला युवराज दारा शुकोह बसला होता. जणू भिंतीलाही कान असावेत अशी भीती वाटत असल्यामुळे, ते दोघेही अगदी कुजबुजल्या आवाजात बोलत होते.

"त्या म्हाताऱ्या खोकडाला काहीही कळत नाही," जहाँआरा बेगम वैतागल्या सुरात म्हणाली.

दारा शुकोहला एकदम धक्काच बसला असावा असे दिसले. तो म्हणाला, "तू असं कसं म्हणतेस? हकीम अल्लाउद्दीन मिर्झा यांच्याकडे पन्नास वर्षांच्या अनुभवाचे पाठबळ आहे; शिवाय, आपल्या आजोबांच्या काळापासून ते आपल्या शाही कुटुंबावर उपचार करत आहेत."

शहेनशहांना आजाराचा पहिला दौरा पडला त्यानंतरचा हा दहावा दिवस होता. शहेनशहांच्या प्रकृतीला उतार पडावा म्हणून हकीम स्वतः आणि त्यांचे सहकारी प्रयत्नांची शर्थ करत होते; पण त्यांना फारसे यश येत नव्हते. शहेनशहांचे शरीर उपचारांना काहीच प्रतिसाद देत नव्हते. उलट, त्यांची प्रकृती आणखीनच खालावली होती. त्यांच्या पायांवर सूज आली होती, घसा आणि जीभ कोरडी पडली होती आणि संपूर्ण शरीर तापाने फणफणले होते. गेल्या चार दिवसांत अन्नाचा एकदेखील घास शहेनशहांच्या घशाखाली उतरला नव्हता आणि ते आपल्या ख़्वाबगाहमध्ये शून्यमनस्क अवस्थेत, अधूनमधून होणाऱ्या वेदनांनी कण्हत शय्येवर पडले होते.

"फक्त एक वर्षाच्या अनुभवाला पन्नासनं गुणलं म्हणजे पन्नास वर्षांचा अनुभव गाठीशी आला असं होत नाही." कपाळावर आठ्यांचे जाळे विणत जहाँआरा फणकारली. "दहा दिवसांपूर्वी आजाराचा पहिला दौरा पडला, तेव्हा आजारी पडले त्याच्या आदल्या रात्री खाल्लेल्या ज़ाफ़रानी पुलावात घातलेल्या वर्खामुळे आदरणीय अब्बा हुजुरांचे पोट बिघडले असे सांगितले गेले. दुसऱ्यांदा आजारी पडले, तेव्हा मूत्रदाहाचे कारण सांगितले गेले आणि आता अलीकडे जो आजाराचा दौरा पडला, तेव्हा आंत्रदाहामुळे ढाळ लागल्याचे कारण सांगितले गेले. पण अब्बा हुजुरांना जे वारंवार गंभीर स्वरूपाचे दौरे पडत आहेत, त्यावरून हकीमसाहेबांचे उपचार कुचकामी ठरत आहेत, हे स्पष्ट आहे."

"परंतु उपचारांच्या परिणामकारकतेबद्दल शंका घ्यायची आपण जरा घाईच करतो आहोत असं नाही का वाटत? तसं पाहिलं तर या औषधांचा परिणाम होताना दिसायला जरा वेळच लागतो. हकीमसाहेबांनी नुकतीच दूषित रक्ताचा निचरा करण्याच्या उपचारांना सुरुवात केली आहे. शिवाय, अब्बा हुजुरांच्या दंडावर हजरत निझामुद्दीन औलिया यांच्या दर्ग्यातून आणलेला तावीजदेखील नुकताच बांधला आहे." आपल्या व्यक्तिमत्त्वाचा दबदबा राखून असणाऱ्या बहिणीसमोर नेहमीच अवघडल्यासारखा असणारा दारा, जरा चाचरतच बोलला. तसंही, शहेनशहांच्या इतर तीन बेगमा असूनदेखील मुमताज़ महलच्या, म्हणजे त्यांच्या अम्मीच्या, मृत्यूनंतर जहाँआरानेच राजदरबारातील मानाच्या प्रथम स्थानाची सर्व सूत्रे आपल्या हाती घेतली होती.

"घाईच करतो आहोत असं म्हणालास ना तू? पहिल्यांदा आजाराचा दौरा पडला त्या दिवशी सकाळी दरबारात झालेल्या पर्शियन राजदूताच्या अधिकृती समारंभानंतर, इतक्या दिवसांत पुन्हा दरबार भरलाच नाही; इतकेच नाही, तर गेल्या चार दिवसांत त्यांचा आजार इतका बळावला आहे की शय्येवरून उठून अन्नाचा घासदेखील खायला त्यांना अशक्य झाले आहे. दरम्यान दरबाराचे सगळे कामकाज विस्कळीत झाले आहे. अनेक बाजार बंद झाले आहेत, कायदा-सुव्यवस्था राहील की

नाही, या शंकेमुळे दुकाने बंदच ठेवली गेली आहेत, आणि फक्त शहरातच नाही, तर शहराबाहेरदेखील नाना अफवांचं पेव फुटलं आहे. सम्राट आता हयात नाहीत, या अफवेचादेखील त्यात समावेश आहे.''

''या खुदा! अशा अफवा पसरवणाऱ्या सगळ्यांच्या जिभा आम्ही जातीनं हासडून टाकू,'' असे त्वेषाने म्हणताना दाराचा हात साहजिकपणे त्याच्या तलवारीच्या मुठीकडे गेला. ''खरं म्हणजे अशा अफवा पसरू नयेत म्हणूनच आम्ही शहेनशहांची भेट घेण्यावर बंधने घातली आहेत, अगदी मोजक्याच विश्वासू अधिकाऱ्यांना भेटता यावे, अशी मर्यादा घातली आहे आणि त्याचबरोबर दरबारात असलेल्या आमच्या इतर भावांच्या हस्तकांवरदेखील पाळत ठेवायची व्यवस्था केली आहे.''

यावर जहाँआरा ताबडतोब काहीच बोलली नाही. सत्ता काबीज करण्यासाठी शहेनशहांच्या चारही मुलांमध्ये चालू असलेल्या रस्सीखेचीचे दोघांच्याही मनावर प्रचंड दडपण होते.

''कदाचित या मर्यादा घातल्यामुळेच जास्त अफवा फैलावन असाव्यात. थोड्या जास्त प्रमाणात दरबारी लोकांना शहेनशहांची भेट घेऊ दिली गेली, तर सम्राट आजारी आहेत यात काही संशय नसला, तरी ते खरोखरच जिवंत आहेत हेदेखील लोकांना नीटसे कळेल. यावर तुलाच विचार करायला हवा. परंतु आम्ही इथे एका वेगळ्याच कारणाने आलो आहोत,'' जहाँआरा म्हणाली. पण दाराशी बोलत असताना, त्याचे रुंद कपाळ; बुद्धीची चमक असलेले डोळे; सरळ, लांब नाक; रुंद जिवणी; पण त्याच्या जोडीला दाढीने काहीशी झाकली गेली असली, तरी स्वभावातील निश्चयीपणाच्या अभावाची आणि विचारातील गोंधळामुळे निर्णयक्षमता नसण्याची लक्षणे जरा स्पष्टपणेच दाखवणारी हनुवटी; या दाराच्या व्यक्तिमत्त्वविशेषांकडे तिचे फारसे लक्षही नव्हते.

''काय कारणानं आली आहेस मग?''

''आम्हाला असं वाटतं की आता आपण फक्त हकीमजींच्या उपचारांवर अवलंबून राहणं उपयोगाचं नाही, दुसऱ्या एखाद्या तज्ज्ञाचा सल्ला घ्यायला हवाय.''

या नुसत्या सूचनेनेदेखील दारा दचकला. ''आपण हकीम शौकत अज़ीज़ यांना विचारू शकतो,'' तो म्हणाला. जहाँआराच्या सूचनेने त्याला फारसे बरे वाटले नव्हते, पण त्याला तिची सूचना बेधडकपणे नाकारायची पण नव्हती; कारण शहेनशहांबरोबर तिची असलेली जवळीक त्याला चांगलीच माहीत होती, आणि सूचना नाकारली तर तिचा उपमर्द होईल याची भीतीपण त्याला वाटत होती. ''त्यांचा हकिमीचा व्यवसाय अगदी जोरात चालतोय. अर्थात, मिर्झासाहेबांना हे आवडणार नाही. हे हकीम लोक कसे असतात हे तुला चांगलेच माहीत आहे.''

''मिर्झासाहेबांच्या आवडीनावडीची पर्वा करण्याचं आम्हाला काहीच कारण

नाही. आपले लाडके अब्बा हुजूर या आजारातून सहजपणे आणि संपूर्णपणे बरे कसे होतील या गोष्टीवर आपण लक्ष केंद्रित करायला हवं आहे. दूषित रक्ताचा निचरा करण्याच्या चालवलेल्या उपचारामुळे सम्राटसाहेबांची तबियत जास्तच खालावेल असं आम्हाला वाटतं. शौकतसाहेब नाही, आम्ही दुसऱ्याच कुणाचा तरी विचार करत आहोत.''

''कोणाचा विचार आहे तुझ्या मनामध्ये?''

''आम्ही सांगूच तुला,'' कुजबुजल्या सुरात जहाँआरा म्हणाली. आजूबाजूला एक चोरटी नजर टाकत ती पुढे म्हणाली, ''कलंबरच्या ठाकूर भूर सिंहांची नात, कुंवराणी गायत्री ही आमच्या खास दासींपैकी आहे. अब्बा हुजुरांसारखीच आजाराची लक्षणे तिच्या आजोबांच्या बाबतीतही दिसत होती आणि कुण्या एकाच्या औषधोपचारांनी त्यांचा आजार संपूर्णपणे बरा झाला, असं तिनंच आम्हाला सांगितलं.''

''असं असेल तर मग कोण आहे ती व्यक्ती? आपण त्यांना ताबडतोब पाचारण करू या,'' उतावीळ होत दारा म्हणाला.

''ते हिंदू - ब्राह्मण पंडित आहेत, त्यांचे नाव रवी कुमार वैद्य आहे.''

''एक वैद्य?'' भयचकित झालेल्या दाराच्या तोंडून शब्द बाहेर पडले. ''एक नास्तिक? तू काय बोलते आहेस तुला कळतंय का? शहनशहांवर एका हिंदू माणसाकडून उपचार करून घ्यावे असा विचार तरी तुझ्या मनात कसा आला? याचे राजकीय परिणाम काय होतील याचा तू विचार केला आहेस का? आपण त्यांचा सल्ला घ्यायचं ठरवलं आणि खुदा ना करो, पण यदाकदाचित काही विचित्र घटना घडली, तर सर्वच्या सर्व उलेमा आणि दरबारी मंडळी आपल्याविरुद्ध बंड करतील. दरबारातल्या आपल्या शत्रूंनाच याचा अतिशय आनंद होईल. शिवाय, आमच्या भावांचादेखील विचार करायलाच हवा; कारण गुजरात परगण्याचा कारभार पाहात असलेला मुराद स्वत:मध्येच मश्गूल असला आणि काही गडबड करण्याची शक्यता कमी असली आणि बंगालमध्ये बसलेला शुजा खूपच दूर असला, तरी दख्खनकडे असलेल्या औरंगज़ेबाचीच आम्हाला सर्वात जास्त भीती वाटते. कोणत्याही परिस्थितीचा आपल्या फायद्यासाठी उपयोग करून घेण्याकरिता तो आकाश-पाताळ एक करेल यात शंका नाही.'' बोलता बोलता थोडेसे थांबून, डोळे बारीक करत तो पुढे म्हणाला, ''आणि ही जी कुणी कुंवराणी आहे, तिला आपल्या अब्बा हुजुरांच्या आजाराच्या लक्षणांविषयी कसे कळले? सर्व प्रकारच्या खबरदारीनंतर, आम्हाला तर असं वाटत होतं की हे अत्यंत काटेकोरपणे राखलं गेलेलं गुपित आहे.''

''माझ्या लाडक्या भाऊराया,'' जहाँआरा त्याची कीव करत म्हणाली, ''महालामध्ये काय चालतं याची तुला फारच थोडी कल्पना असते. सलीमगडचा किल्ला इथून ज्या खिडकीतून दिसू शकतो त्या खिडकीच्या जाळीला असतील त्यापेक्षा जास्त

भोकं इथल्या भिंतींना आहेत. पण ते काहीही असलं तरी त्याकडे लक्ष द्यायला आपल्याकडे वेळ नाही. कोणतीही चूक झाली, तर त्यावर आपल्या भावांच्या होणाऱ्या प्रतिक्रिया कशा असतील हा धोका आहेच, परंतु आपल्या अब्बा हुजुरांची सध्याची अवस्था पाहाता तो धोका पत्करणेच इष्ट ठरेल. असा नाहीतर तसा, कोणता तरी निर्णय घ्यावाच लागेल आणि तोदेखील ताबडतोब घ्यावा लागेल.''

अजूनही साशंक असलेल्या दाराने विचारले, ''तुला त्या वैद्याबद्दल काय माहिती आहे?''

''आम्ही सांगितलं ना तुला, त्याचं नाव रवी कुमार आहे. ते मूळचे कुठले आहेत हे सांगणं कठीण आहे, पण त्यांचं मूळ दक्षिणेकडे अगदी दूर, जिथे दोन सागरांचा संगम होतो तिकडे आहे आणि आपल्या भावाच्या राजधानीच्या शहरापासून, म्हणजे औरंगाबादपासून पूर्ण एक महिन्याची मजल मारावी लागेल तिथे पोहोचण्यासाठी. आम्हाला ही माहिती गायत्रीकडूनच मिळाली. आणखी चौकशीनंतर आम्हाला असं कळलं आहे की वर्षातला बराचसा काळ ते हिमालयामध्ये उग्र तप करण्यासाठी आणि दुर्मीळ औषधी वनस्पती व मुळ्या मिळवण्यासाठी व्यतीत करतात. त्यानंतर, ते खालच्या पठारी भागात व्याधीग्रस्त लोकांवर उपचार करण्यासाठी येतात. गेल्या महिन्याभरापासून ते अश्रफी बाजारातल्या भाई लखपती सेठ यांच्याकडे राहत आहेत आणि तेथे त्यांच्याकडून उपचार करून घेण्यासाठी रुग्णांची रीघ लागलेली असते. गायत्रीनं आम्हाला सांगितलं की चालणं किंवा घोड्यावरूनदेखील आणणं शक्य नसल्यामुळे, आपल्या अब्बा हुजुरांइतक्याच वयाच्या असलेल्या तिच्या आजोबांना त्यांनी उपचारासाठी पार कलंबरपासून दिल्लीपर्यंत पालखीत घालून आणलं होतं. परंतु या वैद्यामुळे अवघ्या काही दिवसांतच ते स्वतःच्या पायांनी चालूदेखील लागले. त्यांच्या औषधांचा गुण चमत्कारी आहे. असंही म्हणतात की उंचीनं जेमतेम तुझ्या खांद्यापर्यंतच असलेल्या या माणसाचे डोळे अत्यंत विलक्षण आहेत, जणूकाही समोरच्या माणसाच्या आरपार जात थेट आत्म्यालाच निरखून पाहू शकतील असे तीक्ष्ण आहेत. आयुष्यातला बराच काळ हिंदुस्थानात घालवला असल्यामुळे ते फारसी आणि हिंदुस्थानी भाषा चांगली बोलू शकतात.''

''आम्ही लखपती शेठना ओळखतो. मागल्या वेळेला त्यांच्याजवळ असलेली रत्ने, जवाहीर वगैरे पेश करण्यासाठी त्यांना राजमहालामध्ये बोलावण्यात आले होते, तेव्हा आम्ही ही हिऱ्याची अंगठी त्यांच्याकडून विकत घेतली होती; परंतु या वैद्य महाशयांबद्दल आम्ही कधीच काही ऐकलं नव्हतं.''

''कारण तशी वेळच कधी आली नव्हती. असो, पण त्यांचा सल्ला घेण्याबद्दल तू काय ठरवतो आहेस?''

''इतक्या महत्त्वाच्या गोष्टीबद्दल मला तडकाफडकी निर्णय घेता येईल, अशी

अपेक्षा ठेवू नकोस. या निर्णयाचा संपूर्ण साम्राज्याच्या भवितव्यावर थेट परिणाम होऊ शकतो, हे लक्षात घे.''

''हो, पण निर्णय घेण्यात दिरंगाई करण्याचे दुष्परिणामदेखील तितकेच घातक असतील, हे पण लक्षात ठेव. काहीही असलं तरी, तुला निर्णय घेण्यासाठी थोडा वेळ हवा असल्यास तो तुला मिळेलच, परंतु निर्णय कधी घ्यायचा याबद्दल अनिश्चिततेची तलवार टांगती ठेवू नकोस. उद्या सकाळी जेव्हा तू राजमहालात येशील, तेव्हा आपणा दोघांना यावर निर्णय घ्यावाच लागेल. चला, आता आपल्याला परत जायला हवे; न जाणो कदाचित, अब्बा हुजुरांची तबियत आणखी बिघडलेली असू शकते.''

दाराने टाळी वाजवून इशारा करताच एक प्रतिहारी पुढे झाला. ''जहाँआरा बेगम साहिबा राजमहालाकडे प्रस्थान करत आहेत. त्यांच्या सेवकांना आणि संरक्षक दलाला तय्यार राहायला सांग आणि त्यांचा मेणा मागवून घे. तसेच, राजमहालाच्या मार्गावर तैनात असलेल्या सैनिकांना सावधान व्हायला सांग.''

लवून कुर्निसात करून, दिलेल्या आज्ञांची अंमलबजावणी करण्यासाठी प्रतिहारी निघून गेला. दारा आणि जहाँआरा जागेवरून उठले. जहाँआराच्या सेविका तिला घेऊन जाण्यासाठी पुढे आल्या. उंच शरीरयष्टी, सडपातळ बांधा, खानदानी सौंदर्य, भावदर्शी डोळे आणि निग्रही हनुवटीसह मुघल वंशाचे ठळक वैशिष्ट्य समजला जाणारा रुबाबदार चेहरा असलेल्या आपल्या बहिणीकडे दारा कौतुकाने पाहत राहिला. त्या जिवावरच बेतलेल्या भयंकर आगीच्या कचाट्यातून जीव वाचून तिची सुटका झाली असली, तरी तिच्या पेटलेल्या दुपट्ट्यामुळे झालेल्या भाजण्याच्या जखमांमुळे तिच्या चेहऱ्याची नितळ त्वचा आता सुरकुतल्यासारखी आणि खरबरीत झाली होती, ही दुर्दैवाची गोष्ट होती. तिने निकाह न करण्याचा आणि आपले उरलेले आयुष्य अब्बा हुजुरांची सेवा करण्यातच घालवण्याचा निर्णय घेतला होता.

''उद्या भेटू याच आपण,'' मंदसे हसत जहाँआरा म्हणाली, आणि मागे वळून आपल्या सेविकांसमवेत दालनातून बाहेर पडली.

जहाँआराच्या सूचनेवर दारा रात्रभर विचार करत राहिला. न जाणो, कुठेतरी काहीतरी चुकले आणि शहेनशहांची तबियत जास्तच बिघडली किंवा त्यापेक्षाही वाईट म्हणजे, ते चक्क मृत्यू पावले तर? त्याचा सगळा दोष त्याच्यावरच येणार, नाही का? उपचारासंबंधीचा दुसऱ्या तज्ज्ञाचा सल्ला, एखाद्या इस्लामधाऱ्याकडून घेतला गेला तर ते काही तितके वाईट ठरणार नाही. पण एका काफीर माणसाचा सल्ला घेणे... एका नास्तिकाचा? संपूर्ण साम्राज्यात मोठी खळबळ माजेल. हिंदूंबरोबरचा त्याचा सलोखा, उपनिषदांचा फारसी भाषेत करून घ्यायला सांगितलेला अनुवाद, आणि इस्लाम व हिंदू धर्मातली साम्यस्थळे शोधण्याच्या त्याच्या प्रयत्नांमुळे

अनेक जण त्याच्यावर धर्मभ्रष्टतेचा आरोप करत असत, हे दाराला माहीत होते. इतकेच नाही, तर एरवी न्यायबुद्धीने वागणाऱ्या आणि साहित्य, कलांची कदर करणाऱ्या शहेनशहांनीदेखील त्याच्या असल्या उचापतींकडे अनेकदा प्रश्नार्थक नजरेनेच पाहिले होते. आत्तापर्यंत, इस्लाम धर्मात सांगितल्याप्रमाणेच ज्ञान संपादन करण्याची ओढ असल्यामुळे आणि त्या प्रेरणेनेच असे काम करत आलो आहे, असे सांगून त्याने निभावून नेले होते. पण आत्ताची गोष्ट पूर्णतः वेगळी होती. एका नास्तिकाला शहेनशहांच्या शरीराला नुसता स्पर्श करू देणे, हीदेखील एक वाईट गोष्ट होती. वर एका काफीर माणसाच्या उपचारांचा काही उपयोग झाला नाही आणि शहेनशहांचे निधन झाले, तर त्याचे परिणाम फारच गंभीर होणार होते. सगळ्या विद्वान लोकांच्या संघटना, सगळे महान सरदार, त्याचे स्वतःचे भाऊ आणि त्याची दुसरी बहीण रोशनआरा हे सगळे त्याच्या विरोधात उभे ठाकतील, हे स्पष्ट होते. आणि जशी दिवसामागून खात्रीने रात्र येतेच, तितक्याच खात्रीने शहाजहानसाहेबांचा, पर्यायाने तख़्ताचा, संभाव्य वारसदार म्हणून तो अगदीच अयोग्य असल्याचे घोषित केले जाईल. किंवा कदाचित त्याच्यावर आपल्याच पित्याचा वध केल्याचा आरोपही केला जाईल.

हे सगळे असले, तरी दुसरा काही पर्याय तरी होता का ? हकीम अल्लाउद्दीन मिर्झांच्या उपचारांनी काहीच गुण येत नाही, असे जहाँआरा सांगत होती, ते खरोखरच एक निखळ सत्य नव्हते का? आणि हकीम शौकत अज़ीज़साहेबांचे उपचारदेखील बहुतांशी त्यांच्या उपचार पद्धतीसारखेच नसतील का? शेवटी त्या दोघांनीही एकाच युनानी औषधोपचार पद्धतीचा अभ्यास केला आहे, नाही का ? एकीकडे शहेनशहांची प्रकृती तासातासागणीक खालावत चालली असताना, हे असे उपचारच यापुढेसुद्धा करत राहिले, तर शहेनशहा या आजारातून वाचण्याची कितपत शक्यता होती? जर हा वैद्य उपचारांद्वारा खरोखरच चमत्कारी गुण दाखवण्यासाठी मशहूर असेल, तर त्याच्या उपचाराचा एक प्रयत्न करून पाहायला काय हरकत आहे? त्याच्या उपचारांना शहेनशहा प्रतिसाद देत नसतील, तर आपण हकीम महाशयांना पुन्हा पाचारण करू शकतो. आणि शहेनशहा पूर्णपणे बरे झाले तर त्याचे श्रेय सर्वस्वी आपलेच असेल. असे झाले तर त्यामुळे आपण शहेनशहांच्या तख्ताचे अगदी योग्य वारसदार असण्याला पुष्टी तर मिळेलच, पण त्याचबरोबर आपल्या सला-मशवऱ्याचा आदर केला जाईल आणि भविष्यातल्या आपल्या न्याय-निवाड्याबाबतदेखील विश्वासपात्रता वाढेल.

या आणि अशा अनेक विचारांची आवर्तने मनात फेर धरत असताना, त्या अस्वस्थतेतच दाराला झोप लागली.

पहाटे पहाटेच दारा आपल्या दालनातून बाहेर पडला आणि आपल्याबरोबर एका

खासगी सेवकाला घेऊन लाल किल्ल्यातील शहेनशहांच्या महालाकडे निघाला. वाटेतली बरीचशी प्रांगणे आणि दालने पार करत, तो जेव्हा दीवान-ए-आमपाशी पोहोचला, तेव्हा त्याने आपल्या सेवकाला थांबायला सांगितले. मग त्याने सुंदर नक्षीकामाने शोभिवंत केलेल्या दोन दारांपलीकडे जात, शहेनशहांच्या महालातच असलेल्या त्यांच्या खासगी दालनाच्या दिशेने जाणाऱ्या लांबवर पसरलेल्या मार्गिकेमध्ये प्रवेश केला.

शहाजहान हुजुरांच्या ख़्वाबगाहमध्ये प्रवेश करून त्यांच्याजवळ गेल्यावर अब्बा हुजूर झोपले असून, त्यांना धाप लागली असल्याचे त्याला दिसले. त्यांचा चेहरा घामाने डंवरलेला होता आणि खपाटीला गेलेले गाल, शुष्क, भेगाळेलेले ओठ यामुळे ओढग्रस्त दिसत होता. अधूनमधून ते कण्हत होते. जहाँआरा त्यांच्या पायांजवळ बसून त्यांचे पाय चेपत होती. तिच्या मनातल्या साऱ्या चिंता तिच्या चेहऱ्यावर कोरल्या गेल्या होत्या. डोक्याकडील बाजूला, पलंगाच्या पाठीमागे दोन बाजूंना उभे राहून दोन प्रतिहारी आलटून पालटून शहेनशहांना वारा घालत होते.

''आम्हाला एकांत हवाय,'' दाराने फर्मावले. त्याबरोबर प्रतिहारी मागे सरकत अदृश्य झाले.

''कसे आहेत अब्बा हुजूर आता?'' दाराने हलकेच विचारले.

''काल संध्याकाळपासून त्यांच्या प्रकृतीमध्ये काहीच सुधारणा नाही. आपल्याबरोबर राजमहालातल्या लोकांवर औषधोपचार करणाऱ्या आणखी दोन हकिमांना घेऊन हकीमसाहेब थोड्या वेळापूर्वीच आले होते. आता थोडा पारा मिसळून तयार केलेला कसला तरी काढा द्यायचा, असं त्यांनी ठरवलं आहे. त्यामुळे शरीरातील धातूंचे संतुलन प्रस्थापित होईल, असं त्यांचं म्हणणं आहे. ते काढ्यासाठी लागणाऱ्या गोष्टी आणायला गेले आहेत, आणि लवकरच ते परत येतील.'' पाण्याने अर्धा भरलेला एक सोन्याचा पेला घेऊन जहाँआराने शहनशहांच्या ओठांना लावला. ते पाणी पिण्यासाठी कसलाच प्रयत्न करत नाहीत असे पाहून, तिने आपली तर्जनी त्या पाण्यात बुडवली आणि तेच बोट शहनशहांच्या ओठांवर फिरवून ते ओले केले.

''आम्ही काल संध्याकाळी जे सुचवलं होतं त्यावर काय विचार केला आहेस तू?'' तिने विचारले.

खोलीच्या एका कोपऱ्यात आपल्याबरोबर यावे असे सांगण्यासाठी दाराने तिला खूण केली. जहाँआरा उठली आणि त्याच्या पाठोपाठ तिकडे गेली.

''आपण इतर कोणाशी तरी सला-मशवरा करायला हवा, असं तुला नाही वाटत? आणि रोशनआराचं काय? ती परत येईपर्यंत आपण थांबू शकतो.''

बहिणीचे नाव कानावर पडताक्षणीच जहाँआराचा चेहरा आक्रसला. दोघी बहिणींमध्ये विळ्या-भोपळ्याइतकंच सख्य होतं, कारण दोघीही शहेनशहासाहेबांची

मर्जी संपादन करण्याचा प्रयत्न करत होत्या आणि आतापर्यंत तरी जहाँआराचीच सरशी झालेली होती. दाराला पाठिंबा न देणाऱ्या दरबारी मंडळींच्या गोटाशी जवळीक असल्याची वदंता असलेली रोशनआरा, दिल्लीतल्या कडक उन्हाळ्यापासून सुटका म्हणून काश्मीरला गेली होती. तिथे तिला शहेनशहांच्या प्रकृतिअस्वास्थ्याविषयी कळले होते. आणि म्हणून ती तातडीने दिल्लीला परत येत होती; पण तिला प्रत्यक्षात पोहोचायला थोडा अवकाश होता.

"आपल्याकडे या सगळ्या गोष्टी करायला आता पुरेसा वेळ नाही. निर्णय आजच घ्यायला हवा आहे, अगदी सूर्य डोक्यावर यायच्या आत. उशिरात उशिरा म्हणजे सूर्य मावळायच्या आत घ्यायला हवा आहे."

"आणि त्या अकबराबादी बेगमसाहिबांचं काय? कमीत कमी त्यांना तरी विचारावंच लागेल ना?" इतका प्रचंड महत्त्वाचा निर्णय घेण्याची जबाबदारी आपल्या एकट्यावर पडू नये, याचा आटोकाट प्रयत्न करत दाराने विचारले. ती शहेनशहासाहेबांची सगळ्यात मोठी बेगम होती, आणि तिच्याकडून कदाचित काही मदत होऊ शकली असती.

"तिची स्वतःचीच अवस्था किती वाईट आहे हे तुला माहीत आहे. तिला तर उजेड आणि अंधार यांतला फरक तरी सांगता येईल की नाही याची आम्हाला शंका वाटते. तिला सल्ला विचारणे म्हणजे बुडत्याचा पाय आणखी खोलात घालण्यासारखे आहे." जहाँआराने उत्तर दिले.

"मग निदान काही अनुभवी दरबारी मंडळी किंवा सरदारांचा तरी सल्ला घ्यावा का?"

जहाँआरा आता जरा त्रासल्यासारखी दिसली. "काय विचारणार आहेस तू त्यांना? शहेनशहांवर एका हिंदूला उपचार करू द्यावेत का? आणि त्यावर ते काय म्हणतील असं तुला वाटतं?" ती कठोर स्वरात कुजबुजली.

शहेनशहांच्या कण्हण्याचा आवाज आला. दाराजवळ पुन्हा बोलायला येण्यापूर्वी जहाँआरा पटकन शहेनशहांच्या जवळ गेली, पाण्याचा हलकासा हात त्यांच्या ओठावरून फिरवला आणि थोडा वेळ त्यांचे पाय चेपले. "त्या काय त्या काढ्यासाठी लागणाऱ्या गोष्टी घेऊन हकीम महाशय कधी परतणार आहेत कुणास ठाऊक! तर आम्ही काय म्हणत होतो, काय उत्तर मिळणार आहे तुला त्यांच्याकडून? काही जण होकार देतीलही, पण बहुतांश लोक मान्यता देणार नाहीत. दरम्यान ही गोष्ट अख्ख्या दरबाराला कळेल आणि काही क्षणांतच शहेनशहांवर एका हिंदू माणसाकरवी उपचार केले जात आहेत ही वार्ता संपूर्ण साम्राज्यभर पसरेल. आणि खुदा-ना-खास्ता काही अघटित घडलंच, तर औरंगज़ेबासारखे आपले बंधू अशा घटनेचं काय करतील याचा काय नेम? आपणच शहेनशहांवर विषप्रयोग केला, आणि तोदेखील एका हिंदूकरवी केला, असंही ते म्हणतील. तसं झालं, तर आपल्याला तोंड

लपवायलादेखील या पृथ्वीतलावर जागा उरणार नाही. तेव्हा कुणाचाही सल्ला वगैरे नको, हा निर्णय फक्त आपण दोघांनीच घ्यायचा आहे.''

''त्याचीच तर आम्हाला भीती वाटते आहे. आपण दोघांनीच एवढा मोठा निर्णय घ्यायचा, आणि काही अघटित घडल्यास त्याचे परिणाम भोगायला आपणच तयार राहायचं याची.''

''आम्ही काल संध्याकाळीच तुला सांगितलं होतं की ही जोखीम आपल्याला घ्यायलाच हवी; परंतु आपल्या आदरणीय अब्बा हुजुरांची तबियत तासा-तासाला खालावत जाताना नुसतं बघत बसण्यापेक्षा, ते कितीतरी बरं आहे. पण काहीही चूक होणार नाही, अशी आमची खात्री आहे.''

''तुला इतकी खात्री कशी काय वाटते ? या कोण त्या गायत्रीला आपल्या हितशत्रूंनी तयार केलं असेल आणि आपल्याला एखाद्या सापळ्यात अडकवण्यासाठी ती मुद्दाम आपल्याला ही माहिती देत नसेल कशावरून? आमचा कोणताही भाऊ याचा सूत्रधार असू शकतो. तसं तर तिच्या आजोबांना हा कोण तो वैद्य, त्यानं खडखडीत बरं केलं वगैरेची कहाणी तुला सांगण्यासाठी रोशनआरानंदेखील तिला तयार केलेलं असू शकतं, आणि आपल्यावर आळ येऊ नये म्हणून हे सगळं घडत असताना स्वतः दिल्लीपासून दूर राहण्याची खबरदारी घेतलेली असू शकते.''

पुन्हा एकदा शहेनशहांच्या कण्हण्याचा आवाज आला, म्हणून जहाँआरा त्यांच्याजवळ गेली आणि त्यांच्या जवळच ठेवलेल्या पाण्याच्या घड्याळाकडे पाहून एका बाटलीतले हिरवट निळ्या रंगाचे औषध सोन्याच्या पेल्यात ओतले. मग आपली बोटे त्यात बुडवली आणि त्या द्रवाने शहेनशहांचे ओठ ओले केले. ''हा हकीम म्हणजे अगदी मुंगीच्या पावलानं रांगणारा प्राणी आहे. कधी येणार हा परत?'' तिने वैतागल्या सुरात दाराला विचारले.

''त्यांना जाऊन बराच वेळ झाला असला तर आता ते परतीच्या वाटेवरच असतील,'' तिची सांत्वना केल्यासारख्या सुरात दारा म्हणाला.

''तुझे संशय निराधार आहेत असं आम्हाला वाटतं. गायत्री खरं बोलते आहे आणि यात कोणताही सापळा नाही याची आम्हाला खात्री आहे.'' जहाँआरा उत्तरली. ''ती ठाकूर यांची नात, म्हणजेच ज्यांच्यासाठी त्यांचा शब्द म्हणजेच त्यांचा करार असतो, अशा राजपुतांमधल्या राठोड घराण्यातली आहे. तिच्यावर विश्वास ठेवू नये असं कोणतंच कारण आपल्याकडे नाही. काहीही असलं तरी ती आपल्याला खोटी माहिती का देईल? याउप्पर खात्री करून घेण्यासाठी आम्ही तिला तिच्या दिवंगत वडिलांची शपथ घ्यायला लावली. शिवाय, तिचं असं एक गुपित आम्हाला माहीत आहे, आणि ते तिच्या आजोबांना कळलं तर त्यांच्या हातून तिला मृत्युदंडच मिळेल असा दमदेखील भरला आहे.''

"हा काय प्रकार आहे?" उत्सुकता जागी झालेल्या दाराने विचारले.

"त्याच्याशी तुला काय करायचंय?" जहाँआरा फणकारली. मग आपल्या भावाच्या चेहऱ्यावर उठलेले शंकांचे मोहोळ पाहून जरा नरमाईच्या सुरात म्हणाली, "आपल्या धर्माच्या एका तरुण सरदाराचा यात संबंध आहे. ती पूर्णपणे आमच्या ताब्यात आहे आणि ती सांगते आहे ते खरे आहे इतकं तुमच्यासाठी पुरेसं आहे. दरम्यान काल राजमहालात परत आल्यानंतर आम्ही आमच्या माणसांकडे या वैद्याची आणखी चौकशी केली आणि त्याच्या उपचार करण्याच्या चमत्कारी शक्तीविषयी सगळ्यांनीच प्रशंसेचे उद्गार काढले."

"पण एक हिंदू!" आपली नाखुषी व्यक्त करत दारा म्हणाला. "शहेनशहांच्या खासगी दालनामध्ये एक हिंदू प्रवेश करतोय, आणि वर तो शहेनशहांच्या शरीराला स्पर्शदेखील करतोय, ही कल्पनासुद्धा तुला पटते का?" जहाँआराबरोबरच्या वाक्युद्धात आपली हार होत असल्याच्या जाणिवेने दारा म्हणाला.

"श्शशशऽऽऽऽऽऽऽऽऽऽऽऽ!" जहाँआरा कुजबुजली. "तुला काय मेलेल्यांनादेखील जागं करायचं आहे का? तो हिंदू वगैरे आहे याबद्दल बोलायचं तर एक लक्षात घे की हकिमांची औषधं कुचकामी ठरत आहेत आणि शहेनशहांचा जीव आपल्या डोळ्यांदेखत क्षीण होत चाललाय. आपल्याही रक्तात हिंदू रक्ताचा काही अंश आहे, आणि आम्हाला झालेल्या भाजल्याच्या जखमांवर उपचार करणाऱ्यांपैकी कमीत कमी एकतरी हिंदू होता. आजारपण आणि वेदनांना धर्म माहीत नसतो, आणि आणीबाणीच्या परिस्थितीत आणीबाणीचेच उपाय करावे लागतात. अशा पद्धतीनं काम करत राहिलो, तर शहेनशहा लवकरच शेवटचा श्वास घेतील आणि मग आपले भाऊ आपापला वारसाहक्क प्रस्थापित करण्यास उभे ठाकतील. शहेनशहांना लवकरात लवकर बरं वाटावं यासाठी आपल्या अधिकारात जे करणं शक्य आहे ते सर्व काही आपल्याला करायलाच हवं आहे. शहेनशहांच्या कल्याणाचा विचार आमच्याइतकाच तुमच्याही मनात आहे हे आम्हाला माहीत आहे, आणि म्हणूनच आम्ही हे तुम्हाला सुचवलं आहे." बोलता बोलता उठून जहाँआराने दाराचे खांदे धरले आणि थेट नजर भिडवत म्हणाली, "शहेनशहांचा सर्वांत मोठा मुलगा म्हणून हा निर्णय आता तुलाच घ्यायचा आहे. तुझी साथ देण्याबाबत आम्हालादेखील मर्यादा आहेत."

ती बोलत असतानाच बाहेर मार्गिकेमध्ये पावलांचा आवाज आला. "हकीम अल्लाउद्दीन मिर्झा प्रवेश करण्याची परवानगी मागत आहेत." प्रतिहारीने आत येऊन घोषणा केली.

"आम्ही पडद्यामागे जाऊन थांबतो आहोत," विरुद्ध दिशेला कक्षाबाहेर जात जहाँआरा म्हणाली.

होकारार्थी मान हलवत दारा म्हणाला, ''हकीमसाहेबांना इथे पेश करा.''

हकीम अल्लाउद्दीन मिर्झा म्हणजे एक आता नाजूक झालेल्या बांधणीचे पुरातन व्यक्तिमत्त्व होते. त्यांचे डोळे पिचपिचे होते आणि अस्ताव्यस्त दाढी दोन्ही गालांवरून पार त्यांच्या कमरेपर्यंत पोहोचली होती. पायघोळ अंगरखा घातलेले हकीमसाहेब एका हातात सुरई आणि दुसऱ्या हातात एक छोटी डबी घेऊन पुढे झाले तेव्हा एखाद्या हाडांच्या सापळ्याच्या असाव्यात अशा त्यांच्या हाताच्या बोटांकडे साहजिकपणे लक्ष जात होते. त्यांच्या साथीला त्यांचा एक सहायकदेखील आला होता. राजपुत्र दारा शुकोहच्या समोर आल्यावर लवून कुर्निसात करून मग ते शहेनशहांच्या शय्येजवळ गेले.

''हकीमसाहेब, शहेनशहासाहेब अतितापामुळे जवळपास भ्रमिष्ट झाले आहेत,'' दारा म्हणाला. ''थोड्या वेळापूर्वी जहाँआरा बेगम इथं होत्या, त्या तर म्हणाल्या की काल रात्रीपासून खाविंदांच्या प्रकृतीमध्ये काहीही सुधारणा नाही. उलट, त्यांची प्रकृती जास्तच खराब झाली आहे. उपचार सुरू करून आता बरेच दिवस झाले आहेत. तुमचे प्रयत्न योग्य दिशेनं चालले आहेत, अशी तुम्हाला खात्री आहे ना?''

''आजारपणाच्या बाबतीत आपल्याला कुठल्याच गोष्टीची खात्री बाळगता येत नाही, राजेसाहेब!'' तिरसटल्या सुरात हकीम म्हणाले. ''उपचारशास्त्र असं शिकवतं की शरीरातल्या धातूंचं असंतुलन हे सर्व प्रकारच्या आजारांचं मूळ कारण असतं आणि त्यात दुरुस्ती करून ते संतुलन पुन्हा साध्य करणं, एवढंच आपल्या हातात असतं. ज़ाफ़रानी पुलावात घातलेल्या वर्खामुळे सबसे पहले हे संतुलन बिघडलं, त्यामुळे मूत्रदाह होऊ लागला, त्यात आंत्रदाहामुळे ढाळ सुरू झाल्यानं गुंतागुंत वाढली; आणि यापूर्वी दिलेल्या औषधांचा काहीच परिणाम दिसेना, म्हणूनच आता आम्ही पुदिना, इलायची आणि बडीशेपेचा रस आणि त्यात थोडासा पारा मिसळून तो काढा शहेनशहा साहेबांना देणार आहोत. हे औषध अशा प्रकारच्या आजारावर अत्यंत गुणकारी समजलं जातं.''

''परंतु त्यांना आजाराचा पहिला दौरा पडला त्यानंतरचा आजचा अकरावा दिवस आहे!'' उद्वेगाने दारा म्हणाला. ''संतुलन बिघडण्याचं कारण काहीही असलं तरी ते पुन्हा पूर्वपदावर आणण्यासाठी अकरा दिवस पुरेसे आहेत. शहेनशहांची अवस्था तुम्ही पाहताच आहात. सुधारण्याऐवजी दिवसेंदिवस ती जास्तच खराब होत चालली आहे. तुमची आतापर्यंतची औषधं कुचकामी ठरली आहेत, तेव्हा आता हे पारा वगैरेचं जे काही मिश्रण तुम्ही म्हणताय, त्याचा परिणाम होईल आणि प्रकृतीला उतार पडेल, याची तरी तुम्ही कितपत खात्री देऊ शकता?''

हकीमसाहेबांनी सरळ उत्तर देणे टाळले. ''याशिवाय, हजरत निझामुद्दीन

औलियांच्या दर्ग्यातून पवित्र करून आणलेला एक तावीजदेखील मी खाविंदांच्या दंडावर बांधण्यासाठी आणला आहे. खाविंदांच्या शरीरातले पित्त शोषून घेण्यासाठी एक अत्यंत निर्दोष असा पांढरा हिरा विकत घेऊन खाविंदांच्या उजव्या हातात ठेवला, तर जास्त चांगला परिणाम होईल. तोपर्यंत मी हे मिश्रण खाविंदांना पाजतो.''

सुरईतून आणलेले मिश्रण एका छोट्या कपात ओतून घेत, हकीमसाहेबांनी त्या छोट्या पेटीतली कुपी काढून त्यातला पारा त्यात मिसळला, मिश्रण चांगले ढवळले आणि त्यातले एक चमचाभर मिश्रण त्यांनी शहेनशहांच्या ओठाशी धरले. शहेनशहांची दातखीळ बसली असावी असे दिसत होते, म्हणून हकीमसाहेबांनी चमच्याच्या मदतीने हलक्या हातांनी दातखीळ उघडण्याचा आणि मिश्रण पाजण्याचा प्रयत्न केला, पण बहुतेक सारे मिश्रण खाविंदांच्या तोंडात जाण्याऐवजी त्यांच्या दाढीवरच ओघळले.

''हे औषध दर तासा-तासानं द्यायचं आहे,'' हकीमसाहेब म्हणाले. ''आता हा तावीज बांधतो,'' असे म्हणून तोंडाने काही प्रार्थनेचे शब्द पुटपुटत त्यांनी शहेनशहांच्या दंडावर एक तावीज बांधला. ''राजेसाहेब, मी दोन तासांनी परत येईन. हा माझा सहायक! याला मी विशेष लक्ष देऊन प्रशिक्षित केलं आहे आणि त्याच्या कौशल्याची मी हमी देतो. तो इथं बाहेरच थांबेल. दरम्यान पांढरा हिरा मात्र मागवून घ्या. मी परत येईपर्यंत खाविंदांच्या प्रकृतीत सुधारणा होईल, अशी मला आशा वाटते.'' असं म्हणून तो वृद्ध गृहस्थ सावकाश पावले टाकत निघून गेला.

हकीमसाहेब आणि त्यांचा सहायक कक्षातून बाहेर गेल्यानंतर जहाँआरा पडद्यामागून बाहेर आली, शहेनशहांच्या बाजूच्या आपल्या जागेवर बसली आणि आपल्या दुपट्ट्याने अब्बा हुजुरांच्या कपाळावर जमा झालेले घर्मबिंदू टिपू लागली.

''कळलं ना आम्ही काय म्हणतोय ते? तो तुझ्यात काही विश्वास जागा करू शकतोय का? हे नवे औषधोपचार कितपत प्रभावी ठरतील, या तुझ्या प्रश्नाला सरळ उत्तर द्यायचं त्यानं टाळलं.''

''परंतु दोन तासांमध्ये थोडीतरी सुधारणा होईल, अशी आशा तर त्यांनी व्यक्त केली आहे ना!'' तिच्याजवळ उभा राहत दारा म्हणाला.

''मूर्खपणा आहे हा! हा माणूस स्वतःच एक चालतं फिरतं मढं आहे. या नव्या मिश्रणाचे दोन-चार घोट जरी पोटात गेले तरी आपल्या अब्बा हुजुरांच्या शरीरात जी काही थोडीफार धुगधुगी आहे तीदेखील नष्ट होईल.''

''मग काय करायचं म्हणतेस?''

''आम्ही जे काल संध्याकाळपासून सांगतो आहोत तेच. त्या वैद्याला बोलवा. त्याला पारखून घ्या. शहेनशहांवर उपचार करण्याचे काम त्याच्यावर सोपवण्याबाबत

तुम्हाला आश्वस्त वाटतंय का ते पाहा.''

''हे सगळं हकीमसाहेब आणि इतरांना कळलं तर?''

''कुणाला कधीच काहीही कळण्याची गरजच नाही. हकीमसाहेबांनी स्वतःच सांगितलंय की शहेनशहांच्या हातामध्ये एक निर्दोष पांढरा हिरा ठेवायला हवा. तुझ्याजवळ असलेल्या एक-दोन पांढऱ्या हिऱ्यांसारखाच आणखी एक हिरा तुला खरेदी करायचा आहे, असं सांगून त्या लखपती शेठला बोलावून घे. तो आला की तुझ्या नोकरचाकरांमधील अत्यवस्थ झालेल्या, कुठंही हलवणं अशक्य झालेल्या हिंदू माणसावर उपचार करण्यासाठी त्याच्याकडे राहत असलेल्या त्या वैद्यबुवांनादेखील सोबत घेऊन यायला सांग. आणि हे सर्व तू किल्ल्यातल्या तुझ्या दालनातच बसून कर. ते वैद्यबुवा आले की त्यांना इथं कसं आणायचं त्याची आपण काहीतरी व्यवस्था करू.''

''पण या वैद्याकडून उपचार करून घेण्यास शहेनशहा साहेबांनीच नकार दिला तर?''

''शहेनशहांची अवस्था लक्षात घेता, ते कुणाला ओळखतदेखील नाहीयेत, तर कोण माणूस कोणत्या धर्माचं पालन करतोय हे ओळखणं तर लांबच राहिलं. अचूक रोगनिदान आणि मग त्यावरचं अचूक औषध मिळवलंच पाहिजे. बाकीचं सर्व आम्ही स्वतः करू. वैद्यबुवांनी शहेनशहांना फक्त एकदा, किंवा फार फार तर दोनदा नीट तपासायला हवं.''

''इथं वावरणाऱ्या सगळ्या पहारेकऱ्यांच्या, सेवकांच्या, अधिकाऱ्यांच्या आणि प्रतिहाऱ्यांच्या नजरा चुकवून तू त्यांना कसं काय इथवर आणणार आहेस?''

''ते तू आमच्यावर सोड. एकदा ते किल्ल्यात प्रवेश करून तुझ्या दालनामध्ये पोहोचले, की त्यांना या शयनकक्षापर्यंत कुणालाही कळू न देता आणण्याचं काम माझं.''

''पण इतकं झाल्यावरदेखील, त्या वैद्यांनीच शहेनशहांवर उपचार करण्यास नकार दिला तर? अपयश आलं, तर गर्दन छाटली जाण्याचीदेखील शक्यता असलेल्या या भानगडीत आपली मान स्वतःहून अडकवायला तो का तयार होईल?''

''युनानी पद्धतीचे उपचार करणाऱ्यांप्रमाणेच, कोणत्याही आजारी माणसावर उपचार करायला नकार द्यायचा नाही, असा नियम तेदेखील पाळतात, असं आम्हाला सांगितलं गेलं आहे, आणि हे वैद्यबुवादेखील तो नियम तोडणार नाहीत. शिवाय, इतरांचे उपचार कुचकामी ठरले असताना, प्रत्यक्ष हिंदुस्थानच्या शहेनशहांवर उपचार करायची संधी मिळणं, ही त्यांच्यासाठी आयुष्यात एकदाच मिळणारी संधी आणि व्यावसायिकदृष्ट्या आव्हानदेखील असेल. त्याचा विक्षिप्तपणा प्रसिद्ध असला,

तरीही हे आव्हान नाकारताना आपल्या बुद्धिकौशल्याचा आपणच अपमान करत आहोत, असंच त्याची सदसद्विवेकबुद्धी त्याला बजावत राहील.''

यावर दारा काहीच बोलला नाही. थोडा पुढे झुकून जहाँआराच्या तणावग्रस्त चेहऱ्याकडे पाहत राहिला. कक्षामध्ये निःशब्द शांतता होती. फक्त मोठ्या कष्टांनीच होत असलेल्या शहेनशहांच्या श्वासोच्छ्वासाचा आवाज त्या शांततेचा काहीसा भंग करत होता.

''ठीक तर मग,'' शेवटी दारा पुटपुटला. ''ही तुझी योजना कितपत यशस्वी होईल याची आम्हाला खात्री नसली, तरी दोन अटींवर आम्ही ही जोखीम पत्करायला तयार आहोत. पहिलं म्हणजे, या वैद्यबुवांना शहेनशहांच्या जवळपास फिरकूदेखील देण्यापूर्वी आम्ही त्यांना भेटू आणि ते हे काम करू शकतील असा आम्हाला विश्वास वाटला तरच पुढे पाऊल टाकू. दुसरं म्हणजे, जर एखाद-दोन दिवसांत वैद्यबुवांच्या उपचारांनी काहीच सुधारणा दिसून आली नाही, तर हकीमसाहेबांना अन्य कुणा युनानी उपचारकाचा सल्ला घ्यायची गरज असल्यास, त्यासह हकीमसाहेबांनी चालवलेले उपचार पुन्हा चालू करू. अर्थात, ही गोष्ट आपल्या दोघांमध्येच राहील; तसेच, या वैद्यांच्या उपचारांनी शहेनशहांची प्रकृती खरोखरच सुधारली तरीदेखील ती हकीमसाहेबांच्या उपचारांमुळे सुधारली असंच जाहीर केलं जाईल. मान्य आहे ना?''

''हो,'' दारा शुकोहकडे पाहत मंदसे स्मित करत जहाँआरा म्हणाली. आणि पुढे हलक्याशा सुरात म्हणाली, ''आम्हाला त्या आगीमुळे भाजलं होतं, तेव्हा राजदरबाराचं सर्व कामकाज सांभाळूनदेखील रात्र रात्र जागून अब्बा हुजुरांनी आमच्या जखमांना स्वतःच्या हातांनी मलमपट्टी केली होती, ते आम्हाला कायमचं याद आहे. ही त्यांच्या प्रेमाची अगदी अल्पशी परतफेड आहे.''

''ठीक आहे. आता आपण असं करू या. सूर्यास्तापूर्वीच आम्हाला येऊन भेटण्यासाठी त्या वैद्यबुवांना घेऊन आमच्या दालनात यावं, असा निरोप आम्ही लखपती शेठना पाठवतो. वैद्य दालनात दाखल झाले की 'अल्ला-हु-अकबर' हे शब्द असलेला एक संदेश आम्ही तुम्हाला पाठवू. त्यानंतर त्या वैद्यबुवांना कोणाच्याही नजरेला पडू न देता, आमच्या दालनापासून या शयनकक्षापर्यंत घेऊन येण्याची जबाबदारी तुमची, म्हणजे मग ते शहनशहांना तपासतील. त्यानंतर, तुम्हाला त्यांना पुन्हा माझ्या दालनापर्यंत आणून सोडण्याची व्यवस्था करावी लागेल आणि त्यानंतर त्यांना लखपती शेठच्या घरापर्यंत पोहोचवण्याची व्यवस्था आम्ही करू. अगदी तिन्हीसांज होत असताना तपासणीची व्यवस्था करता येईल. तपासणी केली जात असताना आपल्यापैकी कुणीतरी एक किंवा खरंतर दोघांनी, येथे हजर राहणं अत्यावश्यक आहे.''

‘‘ठीक आहे, आम्ही तुमच्या संदेशाची वाट पाहतो,’’ जहाँआरा म्हणाली.

शहेनशहासाहेबांच्या प्रकृतीमध्ये कोणताही बदल होताना दिसला, तर ताबडतोब आपल्याला ख़बर देण्याची प्रतिहारी आणि हकीमसाहेबांच्या सहायकाला सूचना देऊन दारा किल्ल्यातच असलेल्या आपल्या दालनाकडे गेला. तिथे पोहोचल्यानंतर त्याने लखपती शेठना निरोप पाठवला.

गोलगोमटा चेहरा आणि हसऱ्या डोळ्यांचा, गोल गरगरीत शरीरयष्टीचा तो जवाहिऱ्या लवकरच दारासमोर हजर झाला.

‘‘राजेसाहेब, आपल्या दर्शनाचा सन्मान देऊन आपण कशासाठी मला उपकृत केलं आहे?’’ त्याने कुर्निसात करत विचारले.

‘‘ओहो! शेठजी, तुम्ही आलातसुद्धा! आपले शहेनशहासाहेब आजारी आहेत, हे तुम्हाला माहीतच आहे; आणि त्यांची प्रकृती सुधारण्यात मदत व्हावी म्हणून त्यांच्यावर उपचार करणाऱ्या हकीमसाहेबांनी शहेनशहांच्या मुठीत एक निर्दोष पांढरा हिरा ठेवावा असा सल्ला दिला आहे.’’

‘‘राजेसाहेबांना हवा आहे, तसाच हिरा माझ्याकडे आहे याची मला खात्री आहे. तुम्हाला एकदा नजरेखालून घालता येण्यासाठी तो मागवून घेऊ का?’’

‘‘हो, अगदी लगेच मागवा. आम्हाला असंही कळलंय की एक सुप्रसिद्ध वैद्य सध्या तुमच्याकडे राहत आहेत. आमच्या ग्रंथालयात उपनिषदांचे फारसीमध्ये भाषांतर करणाऱ्या एका पंडित महाशयांची तबियत अचानक बिघडली आहे, त्यांना आचके येत आहेत आणि त्यांना कुठे हलवताही येत नाही. तुमच्याकडचे वैद्यबुवा इथे येऊन त्यांना एकदा पाहतील का? त्यांना या तसदीबद्दल योग्य तो मोबदला दिला जाईल, हे वेगळं सांगण्याची आवश्यकता नाही.’’

लखपती शेठ थोडेसे सावध होत म्हणाले, ‘‘राजेसाहेब, वैद्यबुवा पैशासाठी रुग्णांवर उपचार करतच नाहीत. यातना सोसणाऱ्यांबद्दलच्या अपार कणवेमुळे ते उपचार करतात. तरीदेखील, ते इथं येऊन उपचार न करण्याचे मला काहीच कारण दिसत नाही. अर्थात, मला त्यांनाच विचारावं लागेल याबाबत.’’

‘‘उत्तम! तर मग जाऊन तो हिरा ताबडतोब घेऊन या आणि त्रास होणार नसेल, तर त्या वैद्यजींनादेखील बरोबर घेऊन या.’’

दारा शुकोहने टाळी वाजवताच एक प्रतिहारी येऊन उभा राहिला. ‘‘शेठजींना त्यांच्या घरापर्यंत नेण्याची व्यवस्था करा. ते जेव्हा परत येतील तेव्हा ते आणि त्यांच्याबरोबर जे कोणी असेल त्यांना आम्ही इथे येण्याची परवानगी दिली असल्याचे प्रवेशद्वारावरच्या पहारेकऱ्यांना कळवा.’’

प्रतिहारीने लवून कुर्निसात केल्यावर शेठजी त्याच्या मागोमाग चालत किल्ल्याबाहेर पडले.

सूर्य अस्ताचलाला टेकला होता, आणि दारा शुकोहच्या मनात शंका-कुशंकांचे मोहोळ उठले होते. इतक्यात शेठजी आले असल्याची ख़बर त्यांना देण्यात आली. गोल गरगरीत शरीराने घरंगळत चालल्यासारखे येत असलेल्या शेठजींबरोबर आणखी एक माणूस होता. ''जवळच्याच एका गावातल्या रुग्णांवर उपचार करण्यासाठी वैद्यजी गेले होते आणि अगदी थोड्याच वेळापूर्वी ते परत आले. मी त्यांना माझ्या बरोबरच घेऊन आलोय आणि तो हिरादेखील सोबत आणला आहे.''

दाराने एकदा त्या जवाहिऱ्याकडे पाहिले, पण त्या दुसऱ्या माणसाने त्याचे लक्ष लगेचच वेधून घेतले होते. तो खूपच बुटका होता; सडपातळ पण काटक होता. त्याची कांती पिकल्या गव्हासारखी सतेज होती, आणि एकंदरीतच त्याचे शरीर उत्तम आरोग्य आणि भरपूर ऊर्जा राखून असल्याचे दाखवत होते. रुंद खांद्यावर बेतशीर आकारबद्ध डोकं, त्यावर हिमाच्छादित शिखराचा आभास निर्माण करणारे बारीक ठेवणीचे केस हे तर होतेच; पण त्याचे प्रखर तेज असलेले डोळे हे त्याच्या व्यक्तिमत्त्वाचे प्रमुख आकर्षण होते. राखाडी रंगाच्या डोळ्यांतल्या बटबटीत मोठ्या बुबुळांनी रोखलेली नजर अतिशय स्थिर अशी होती. त्याने अगदी साधा, पण विलक्षण स्वच्छ पांढरा पोशाख घातला होता आणि त्याच्या पायात लाकडाच्या खडावा होत्या.

''वैद्यजी, तुमचे स्वागत आहे,'' शेठजी आणि वैद्यबुवा, दोघांनाही आपल्या बाजूलाच असलेल्या एका दिवाणावर बसायला सांगत दारा म्हणाला आणि स्वतः त्यांच्या समोरच बसला. ''आम्ही आपल्याबद्दल बरंच काही ऐकलं आहे. आपल्याला इथं येताना काही त्रास तर झाला नाही ना?''

''ज्यांच्या तेजानं जगाच्या चारही दिशा उजळून निघतात, अशा युवराज दारासाहेबांनी आमची आठवण काढावी हा आमचा बहुमान आहे.'' वैद्यजी अत्यंत नम्रतेने आणि बऱ्यापैकी चांगल्या फारसी भाषेत बोलले.

दारा हसत हसत म्हणाला, ''तुम्ही फारसी खूपच चांगलं बोलता. काही क्षणांतच आम्ही तुमच्याशी बोलणार आहोत.'' असं म्हणून शेठजींकडे वळत तो पुढे म्हणाला, ''चला शेठजी, बघू तो हिरा.''

लखपती शेठनी एक बटवा काढला आणि त्यातून एक मोठा पांढराशुभ्र चमकदार हिरा काढला. हिरा आपल्या हातावर घेत दारा गवाक्षापाशी गेला. मावळत्या सूर्याच्या मंद होत चाललेल्या प्रकाशाचे किरण हिऱ्यावर पडतील अशा बेताने हिरा धरून अगदी निरखून पाहू लागला. ''अच्छा, हा अगदी हवा होता तसाच हिरा आहे. काय किंमत आहे याची?''

''नव्वद हजार सोन्याच्या मोहोरा, राजेसाहेब.''

दारा दालनाच्या एका कोपऱ्यात असलेल्या शिसवी कपाटाकडे गेला. त्याने

एक मखमली थैली काढून ती उघडली. ''या थैलीमध्ये साधारण एक लाख मोहोरा आहेत. या तुमच्यासाठी.'' मग थोडे हसत पुढे म्हणाला, ''कृपया, बाजूच्या खोलीत जाऊन ते नीट मोजून घ्या. नव्वद हजारांपेक्षा कमी असतील, तर आम्हाला सांगा. जास्त असतील, तर यापुढे आणखी काही खरेदी करू त्याच्या किमतीबरोबर वळते करून घ्या.''

शेठजी आनंदाने थैली घेऊन बाजूच्या खोलीत गेले.

मग दारा वैद्यबुवांकडे वळला. ''उपनिषदांचे भाषांतर करणाऱ्या एका पंडिताला ....'' दाराने असं बोलायला सुरुवात केली होती, इतक्यात वैद्यबुवांनी थांबण्याचा इशारा करत हात वर केला. दारा बोलता बोलता थांबला. वैद्यबुवांनी दाराच्या नजरेला अगदी स्थिर नजर भिडवली.

''केवळ तुमच्या एका पंडिताला तपासण्यासाठी तुम्ही मला इथं निश्चितच बोलावलेलं नाही, राजेसाहेब,'' वैद्यबुवा म्हणाले.

दारा अवाक् झाला आणि आश्चर्यचकित होत त्यांच्याकडे पाहत राहिला. मग भानावर येत पुटपुटला, ''खरं सांगायचं तर नाहीच.'' मग एक निःश्वास टाकत म्हणाला, ''पण तुम्ही हे कसं ओळखलंत?''

वैद्यबुवांनी काहीच उत्तर दिलं नाही, पण ते हसत हसत, एकटक नजरेने दाराकडे पाहत राहिले.

''शहेनशहा साहेबांना तपासायचं आहे.'' शेवटी दाराच्या तोंडून शब्द फुटले. ''गेले अकरा दिवस ते अतिशय आजारी आहेत, दर तासा-तासागणीक त्यांची प्रकृती खालावते आहे. राजमहालासाठी नेमलेल्या मुख्य हकीम अल्लाउद्दीन मिर्झासाहेबांच्या मार्गदर्शनानुसार काम करणारे हकीम, त्यांच्यावर उपचार करत आहेत. मूत्रदाह आणि भरीला आंत्रदाहाच्या त्रासाची गुंतागुंत झाल्याचे त्यांनी निदान केले आहे. शहेनशहांना ओटीपोटात तीव्र वेदना होत आहेत, हाता-पायांवर सूज आली आहे, आणि त्यांचा घसा सुकलेलाच राहत आहे. ते तापानं फणफणलेले आहेत आणि त्यांच्या पोटात गेल्या चार दिवसांत अन्नाचा एक कणही गेलेला नाही. अकरा दिवसांपूर्वी पहिला दौरा पडला होता, तेव्हा त्यांना एक रेचक दिलं गेलं. त्यानं त्यांना थोडं बरं वाटलं. पण त्यानंतर तीन दिवसांनी त्यांना दुसरा दौरा पडला आणि लगेच तिसराही दौरा पडला. तेव्हापासून ते अंथरुणातून उठू शकलेले नाहीत. आज सकाळी जेव्हा आम्ही त्यांना पाहिलं, तेव्हा ते तापामुळे भ्रमिष्टासारखे झालेले दिसत होते. त्यांच्या या आजाराचं मूळ कारण ज़ाफ़रानी पुलावाला लावलेला वर्ख असल्याचं हकिमांनी सुरुवातीला सांगितलं होतं. तो त्यांनी पहिल्यांदा त्रास झाला त्याच्या आदल्या रात्री खाल्ला होता, आणि त्यामध्ये काहीतरी बाधक पदार्थ होते, म्हणून मग त्यांनी अनेक औषधांचा प्रयोग करायला सुरुवात केली. मग त्यांनी दूषित रक्त

शोषून काढण्याचा उपाय करून पाहिला, पण त्याचाही काही उपयोग झाला नाही. आता ते पारा घालून बनवलेल्या कसल्या तरी औषधाचा प्रयोग करत आहेत. पण याचादेखील काही उपयोग होईल की नाही याबद्दल आम्हाला शंका आहे. तेव्हा तुम्ही एकदा त्यांना तपासावं, अशी आम्ही विनंती करतो.''

''परंतु हकीम साहेबांना त्यांच्या कामामध्ये दुसऱ्या माणसानं, आणि तेदेखील दुसऱ्या धर्माच्या माणसानं ढवळाढवळ केलेली चालेल का? आम्ही वैद्यकशास्त्राच्या दोन वेगवेगळ्या शाखांचे पुरस्कर्ते असलो, तरी आमचे काही सामाईक नीतिनियम आहेतच. आपल्याला हे माहीत आहे.''

''त्यांना हे कधी कळण्याची आवश्यकताच नाही.'' दारा तोंडातल्या तोंडात पुटपुटला.

''म्हणजे मी या किल्ल्यामधल्या मार्गिका, वाटिकांमधून वाट काढत शहेनशहांपर्यंत पोहोचायचं, त्यांना गुपचूप तपासायचं, नंतर त्यांना औषधपाणी देऊन त्यांची प्रकृती सुधारणेच्या मार्गावर आणायची आणि हे सगळं हकीमसाहेब किंवा अन्य कुणालाही कळू न देता करायचं, असं म्हणताय का आपण?'' खुशीने हसता हसता, वैद्यबुवांनी अगदी लहान मुलाप्रमाणे टाळ्या वाजवल्या. मग अचानक गंभीर होत ते म्हणाले, ''पण जर शहेनशहासाहेबांनी माझ्याकडून उपचार करून घ्यायला नकार दिला, किंवा मी त्यांना बरं करू शकलो नाही, तर?''

''पहिल्या गोष्टीबद्दल सांगायचं तर, शहनशहांना सध्या तरी शुद्ध नसतेच आणि ते कुणाला ओळखूही शकत नाहीयेत. आणि दुसऱ्या गोष्टीबद्दल बोलायचं तर, समजा तुम्हाला अपयश आलं तर आम्ही पुन्हा पूर्वीच्या उपचारांकडे वळू.''

थोडा वेळ विचार करून मग वैद्यबुवा म्हणाले, ''असं असं. ठीक तर मग. तपासतो मी त्यांना.''

''म्हणजे तुम्हाला हे मान्य आहे, असं समजायचं ना?''

''मला काही पर्याय आहे का?'' हसत हसतच वैद्यबुवा म्हणाले.

''हे उत्तम झालं. आता तुमच्यासाठी शहेनशहांना तपासण्याची व्यवस्था होईपर्यंत तुम्ही इथेच स्वस्थपणे बसा.'' असे म्हणून दारा पटकन उठला आणि बाजूच्या कक्षात गेला. चर्मपत्राचा एक तुकडा घेऊन त्यावर त्याने 'सब कुछ ठीकठाक है, अल्ला-हु-अकबर!' असे लिहिले, ते मोहोरबंद केले, आणि इशारावजा टाळी वाजवली. लगेच एक प्रतिहारी पुढे झाला. ''हे पत्र जहाँआरा बेगमसाहिबांना दे. त्या त्यांच्या दालनात असतील. जर हे पुढच्या पाव कलाकात त्यांच्या हाती पडलं नाही, तर आम्ही स्वतः तुमची उंची डोक्याकडून कमी करू.''

पत्र हाती पडताक्षणी प्रतिहारी वाऱ्यासारखा पळाला. दारा पुन्हा वैद्यबुवा बसले होते तिथे आला आणि म्हणाला, ''थोडासा वेळ लागेल तयारी व्हायला.'' आता तो

जगातल्या सर्वांत संपन्न साम्राज्याचा वारसदार नव्हता, तर तो आपले अब्बाजान या सगळ्यातून वाचतील की नाही या काळजीने काळीज कुरतडले जात असलेला केवळ एक मुलगा होता.

काहीतरी संभाषण छेडावे या उद्देशाने दाराने विचारले, "आपण केव्हापासून रुग्णांवर उपचार करता आहात?"

"गेली अठ्ठावन्न वर्षं. मी आता शहात्तर वर्षांचा आहे. वयाच्या दहाव्या वर्षी माझ्या गुरूंनी मला योग आणि आयुर्वेदाची दीक्षा दिली. नंतरची आठ वर्षं मी फक्त त्यांचं निरीक्षण केलं, अंगमेहनतीची कामं केली. त्यानंतर, सुरुवात म्हणून त्यांनी मला स्वतंत्रपणे, पण अर्थातच त्यांच्या देखरेखीखाली अगदी साध्या साध्या आजारानं त्रस्त असलेल्या रुग्णांवर उपचार करण्याची परवानगी दिली."

"यमुनेच्या काठा-काठानं पहाटेच्या वेळी घोड्यावरून रपेट मारताना आम्ही तपस्वी मंडळींना अद्‌भुत आणि सुंदर योगासनं करताना पाहिलं आहे, तसंच, अलाहाबाद येथे कुंभमेळ्याच्या वेळीदेखील पाहिलं आहे. आपलं शरीर ते विलक्षण लवचीकपणे कसंही वळवू शकतात. कधीकधी इथे राजमहालाच्या भिंतीलगतदेखील, काही पैसे मिळतील या आशेनं काही लोक असे योगासनांचे प्रकार करून दाखवत असतात."

वैद्यबुवा हसले. म्हणाले, "ते लोक करून दाखवतात ती त्यामानानं फार सोपी आसनं असतात. त्यांपैकी बहुतेक जण भोंदू आणि ढोंगी असतात. योग हा शब्द मूळ संस्कृत शब्द 'युक्त' पासून तयार झाला आहे. त्याचा अर्थ मीलन – परमात्म्याबरोबरचं मीलन असा आहे. देवाची अनुभूती घेण्यासाठी शरीर निरोगी असणं आवश्यक आहे. तुमची पाठ सारखी दुखत असेल, तर तुम्हाला देवाकडे लक्ष केंद्रित करणं जवळपास अशक्यच होतं, खरं ना? हे शारीरिक आकृतिबंध, अथवा आम्ही ज्याला 'आसनं' म्हणतो, ते देवत्वाचा शोध घेण्याच्या तुमच्या प्रयत्नांपासून क्षुल्लक कारणांनीदेखील तुमचं लक्ष विचलित होऊ नये म्हणून तुमचं शरीर आरोग्यसंपन्न, रोगमुक्त राखण्यासाठी करावयाचे उपाय असतात."

"आणि आयुर्वेद म्हणजे?"

"तेदेखील काही वेगळं नाही. आयुर्वेद या शब्दाचा अर्थच 'जीवनाचे शास्त्र' असा आहे. रोगाचा प्रतिबंध आणि उपचार हा त्यांतला फक्त एक भाग आहे. या शास्त्राचा आवाका त्यापेक्षा कितीतरी जास्त असून, माणसाचं वय वाढणं, यालाच एक आजार समजून त्यावर उपचार करण्याद्वारा आयुष्याची कालमर्यादा वाढवण्याचा विचार या शास्त्रात केलेला आहे. या सगळ्या शिस्तबद्ध ज्ञानशाखांमध्ये ज्ञानाचा समुद्र उपलब्ध आहे, आणि आयुष्याची इतकी वर्षं झाली तरी मी अजूनही या समुद्राच्या किनाऱ्यावरच आहे, असं मला वाटतं."

“अद्‌भुत आहे हे सगळं!” दारा म्हणाला.

इतक्यात जाळीदार पडद्यामागे काहीतरी हालचाल झाली आणि कुणीतरी हलकेच खाकरल्यासारखा आवाज आला.

“आम्ही आलोच हं क्षणभरात,” असे म्हणून दारा जाळीदार पडद्याच्या मागे गेला. तिथे त्याची वाट पाहत एक प्रतिहारी उभा होता.

“काय आहे?”

“जहाँआरा बेगम आतल्या प्रांगणात आपली वाट पाहत आहेत, राजेसाहेब,” प्रतिहारी म्हणाला.

वैद्यबुवांकडे परत येत दारा म्हणाला, “तुम्ही इथेच बसून राहा, आम्ही लगेच परत येतो.”

मग दारा खाली प्रांगणामध्ये गेला. जहाँआरा बेगम बुरखा घालून तिथे उभी होती.

“काय वाटतं तुला त्यांच्याबद्दल?” तिने उत्सुकतेने विचारले.

“अत्यंत विलक्षण व्यक्तिमत्त्व आहे! शहेनशहांचा आजार बरा करू शकेल असं कुणी असेल, तर तो हाच माणूस आहे. आता त्यांना शहेनशहांच्या शयनकक्षापर्यंत कसं घेऊन जायचं?”

“ते आत्ता कुठे आहेत?”

“आमच्या दालनात बसले आहेत.”

“आम्ही त्यांच्यासाठीही एक बुरखा आणला आहे. आम्ही त्यांना तो घालायला सांगतो आणि मग गुपचूपपणे त्यांना शहेनशहांच्या कक्षाकडे घेऊन जातो. याला त्यांची काही हरकत असेल असं वाटत नाही ना तुला?”

“नाही. उलट, शहेनशहा साहेबांना असं गुप्तपणे तपासायला जाण्याच्या कल्पनेनंच त्यांना हसू आलं.”

“तो फिरंगी मानुस्सी, आणि त्याच्याही आधी तो कोण तो .. .. हां टॅव्हर्नीर, त्यांना गुपचूपपणे थेट ज़नानख़ान्यापर्यंत नेता आलं होतं, तर या वैद्यबुवांना बुरखा घालून शहेनशहांच्या कक्षापर्यंत नेण्यात आम्हाला काहीच अडचण येणार नाही,” जहाँआरा म्हणाली.

ते दोघेही मग दाराच्या दालनात शिरले आणि वैद्यबुवा बसले होते, त्या कक्षात पोहोचले.

“तुम्हाला वाट पाहात बसावं लागलं याबद्दल खेद वाटतो वैद्यजी,” दारा म्हणाला. “तुम्हाला शहेनशहांच्या कक्षापर्यंत कुणाच्याही नजरेला न पडता घेऊन जाण्यासाठी आम्हाला काहीतरी युक्ती करावी लागणार आहे. हा बुरखा घालण्याला तुमची काही हरकत नाही ना? अगदी थोड्या वेळापुरता घालावा लागणार आहे तो.”

“अजिबात नाही. त्यायोगे मला कमीत कमी एकातरी दैवी गुणाचा लाभ झालेला असेल. म्हणजे मी अख्खं जग पाहू शकेन; पण जग मात्र मला पाहू शकणार नाही.”

बुरखा घालून आणि आपल्या खडावा काढून ठेवल्यावर, वैद्यबुवा त्या दोघांच्या मागोमाग अंधारलेल्या आणि कमी वर्दळीच्या मार्गिकांमधून आणि प्रांगणांमधून शहेनशहांच्या कक्षाकडे जात होते, तेव्हा राजमहालात सर्वदूर दीप प्रज्वलित केले जात होते. शहाजहान शय्येवर पडले होते. त्यांची जरादेखील हालचाल नव्हती आणि त्या दिवसभरामध्ये त्यांची प्रकृती आणखीनच खालावलेली दिसत होती. त्यांचा ताप वाढला होता, आणि प्रत्येक श्वास घेताना त्यांच्या तोंडातून कानशीने घासल्यासारखा आवाज येत होता.

“तख़लीया!” दाराने आज्ञा केली. त्या सरशी शयनकक्षाच्या एका कोपऱ्यात उभे असलेले, शहेनशहांची सेवा करणारे प्रतिहारी आणि हकीम साहेबांचा सहायक तिथून अदृश्य झाले.

वैद्यबुवांनी बुरखा काढला आणि ते शहेनशहांच्या डोक्यापाशी शय्येजवळ जाऊन उभे राहिले. मग त्यांनी एक दिवा घेतला आणि शहेनशहांचा चेहरा त्या दिव्याच्या उजेडात अगदी जवळून निरखून पाहिला. चेहऱ्याचा फिका पडलेला रंग तपासला, कानशीने घासल्यासारखा येत असलेला श्वासाचा आवाज लक्षपूर्वक ऐकला आणि कोरडे पडलेले ओठदेखील पाहिले. मग खालच्या पापण्या खाली ओढून लालसरपणा वगैरे काही आहे का ते पाहिले आणि बसलेली दातखीळ सोडवून शहेनशहांचा घसा तपासला. त्यानंतर, त्यांनी नाडीपरीक्षा केली आणि शहेनशहांचा कुर्ता थोडा सैल करून त्यांच्या छातीवर ठोकल्यासारखे केले, आपल्या मजबूत, गोलसर बोटांनी पोटावर आणि ओटीपोटावर ठिकठिकाणी दाब देऊन आत काय परिस्थिती असावी याचा अंदाज घेतला. यानंतर, त्यांनी शहेनशहांचे हात आणि पायदेखील तपासले, विशेषतः, नखांचा रंग पाहिला आणि कातडीचा रंगदेखील तपासला. शांतपणे आणि आत्मविश्वासाने चाललेले वैद्यबुवांचे काम दाराच्या नजरेने बरोबर टिपले.

आपले तपासणीचे काम पूर्ण झाल्यावर वैद्यबुवांनी त्या भावा-बहिणीच्या जोडीला कक्षाच्या एका कोपऱ्यात नेले. “त्यांची अवस्था खरंच गंभीर आहे, पण ते यातून बाहेर पडतील,” ते म्हणाले. “परत गेल्यावर मी दोन आयुर्वेदिक औषधे पाठवीन. ती कशी द्यायची ते प्रमाण त्या शिशीवरच दाखवलेले असेल आणि ती आज रात्रीपासून सुरुवात करून पुढे दिवसातून चार वेळा द्यायची असतील. आधी मोठ्या शिशीतले औषध संपवायचे असून, मग छोट्या शिशीतले द्यायचे आहे. उद्या संध्याकाळ व्हायच्या आतच त्यांच्या प्रकृतीमध्ये सुधारणा दिसणे अपेक्षित आहे,

आणि नंतर आठवड्याभरात ते अगदी खडखडीत बरे व्हायच्या मार्गाला लागलेले असतील. थोडा अशक्तपणा राहील त्यांच्या अंगात, आणि त्यांना साधारण पंधरा दिवस तरी हलके अन्नच देणे आवश्यक आहे. त्यामध्ये प्रामुख्याने, भाज्या आणि फळांचा समावेश असावा. त्यानंतर, ते त्यांचा नेहमीचा आहार घेऊ शकतात. पण मसालेदार मांसाहारासारखा पचनास जड आहार शक्यतो टाळावा. इतर औषधे ताबडतोब बंद करावीत. त्यांना पुन्हा तपासायची गरज आहे, असे मला वाटत नाही, पण तुम्हाला तशी गरज भासली, तर मी कुठे सापडेन ते तुम्हाला माहीतच आहे. मी दिल्लीमध्ये आणखी पंचेचाळीस दिवस राहणार आहे.''

थोडासा ओशाळल्यासारखा होत दारा म्हणाला, ''अर्थातच आजची ही भेट पूर्णपणे गुप्त राहील, याची काळजी घ्यावी.''

दयार्द्र नजरेने दोघांकडे पाहत वैद्यबुवा म्हणाले, ''काही काळजी करू नका. या भेटीबद्दल मी कुणालाही काहीही सांगणार नाही. हिंदुस्थानच्या शहेनशहांवर एका काफिराने उपचार केल्याची गोष्ट समजली, तर सरदार-दरकदार आणि उलेमा मंडळी अत्यंत प्रक्षुब्ध होतील याची मला कल्पना आहे. मी एका म्लेंच्छाला, मग तो प्रत्यक्ष शहेनशहा असला तरी, नुसता स्पर्शदेखील केल्याचं समजलं, तर माझ्या स्वतःच्या माणसांपैकी काही जण माझ्याकडे प्रश्नार्थक नजरेनं पाहायला लागतील. संकुचित आणि प्रतिगामी वृत्ती बाळगणं, हा कोणत्याही एका समाजाचा एकाधिकार कधीच नव्हता.''

छोट्या चणीच्या, पण अत्यंत आत्मविश्वासपूर्ण सकारात्मकतेच्या जोडीला तर्कशुद्ध विचारांचे वैद्यबुवांच्या व्यक्तिमत्त्वात पडलेले प्रतिबिंब पाहून, दारा आणि जहाँआराला अगदी हायसे वाटले.

''तुमचे आभार कसे मानायचे तेच कळत नाही, वैद्यजी!'' दारा म्हणाला. ''सोने-चांदी, जड-जवाहिर, जमीनजुमला किंवा काही गावांचा शेतसारा तुमच्या नावे करून दिला तर तुम्ही तो स्वीकाराल का?''

''माझे आभार मानण्यात फार घाई होते आहे, असे मला वाटते. आधी शहेनशहा आजारातून बरे तर होऊ देत. त्यानंतर, तुम्हाला जर माझे आभार मानायचेच असतील तर जात, धर्म, पंथ असा भेदभाव न करता जे लोक युद्धामध्ये मारले गेले आहेत त्यांच्या निराधार मुलांसाठी एक अनाथाश्रम उघडून दिल्यास मला सगळ्यात जास्त आनंद होईल. श्रीक्षेत्र प्रयाग येथे ज्यांचे दर्शन घेण्याचे भाग्य मला तरुण वयात मिळाले होते, ते तुमचे महान पूर्वज, शहेनशहा अक़बर यांनी नेहमीच पुरस्कृत केलेल्या आदर्श तत्त्वांचे संस्कार त्या मुलांवर तेथे घडवले जातील.''

दोन

दिल्लीच्या दर्यागंज भागातल्या आपल्या महालात मीर नसरुल्लाह खान विचारमग्न अवस्थेत येरझाऱ्या घालत होते. एक अत्यंत महत्त्वाचा निर्णय घेण्याचे दडपण त्यांच्या मनात दाटले होते.

शहेनशहांच्या दरबारातला तो एक पंचहजारी मनसबदार तर होताच, पण त्याचबरोबर शहेनशहांच्या सर्वांत धाकट्या मुलाचा, म्हणजे गुजरात परगण्याचा कारभार पाहाणाऱ्या राजपुत्र मुराद याचा सर्वोत्तम गुप्तहेर होता. राजधानीमध्ये पेव फुटलेल्या अफवांच्या गदारोळातून सावधपणे छडा लावून, शहेनशहांच्या प्रकृतीची खरी परिस्थिती आपल्याला तनख़्वाह देणाऱ्याला लगोलग सांगणे ही त्याच्यावर सोपवलेली सध्याची कामगिरी होती. शहेनशहांची भेट घेण्याबाबत युवराज दाराने फर्मावलेल्या पाबंदीमुळे आणि शहेनशहा साहेबांच्या प्रकृतीबद्दल त्याने मान्यता दिलेल्या स्वरूपाच्या आणि सौम्य स्वरूपाच्या बातम्याच त्याच्या इतर भावांच्या परगण्यांपर्यंत पोहोचाव्यात यासाठी त्याने केलेल्या व्यवस्थेमुळे तर अफवांना जास्तच जोर चढला होता. राजपुत्र शुजा, राजपुत्र औरंगज़ेब आणि राजपुत्र मुराद यांच्या दिल्ली दरबारात असलेल्या अधिकृत प्रतिनिधींवर सख़्त नजर ठेवली जात होती, त्यांना येणारी पत्रे गुप्तपणे उघडून वाचली जात होती, हे सर्व त्याला माहीत होते. त्यांची पत्रे घेऊन जाणाऱ्या जासुदांना दारा शुकोहच्या फिरत्या पथकातील लोक नेहमीच अडवत असत. त्यांच्यापैकी काही जणांना तर ठार मारण्यात आले होते. त्याला तनख़्वाह देणाऱ्याचा, खरी माहिती मिळवण्याचा हा मार्ग तर बंद होता. त्यामुळे बिनचूक माहिती मिळवण्याची भली मोठी जबाबदारी मीरच्या खांद्यावर होती. त्याच्या कामातल्या साध्याशा चुकीमुळेदेखील मुरादला तख़्त गमवावे लागण्याची शक्यता होती, पण मीरला तर त्याचा जीवच गमवावा लागणार होता.

शहेनशहांना तपासण्यासाठी दोन दिवसांपूर्वी एका हिंदू वैद्याला गुपचूपपणे नेण्यात आले होते. त्यांच्या उपचारांमुळे शहेनशहांची प्रकृती सुधारत होती, आणि

एका पंधरवड्यात ते पूर्णपणे बरे होण्याची अपेक्षा केली जात होती, या चंदाने (मीरने पैसे देऊन दाराच्या सेवेत ठेवलेल्या प्रतिहारीने) दुपारी आणलेल्या बातमीवर कितपत विश्वास ठेवायचा, याचा निर्णय त्याला घ्यायचा होता.

"तो माणूस हिंदूच होता, हे तू इतक्या खात्रीनं कसं काय सांगू शकतोस?" मीरने त्या प्रतिहारीला तिसऱ्यांदा तोच प्रश्न विचारला.

"महाराजसाहेब, मी सांगितलं ना, तसे ते लखपती शेठ ज्वाहिरे राजपुत्र दारा यांना रत्ने-माणके पेश करण्यासाठी नेहमीच येत असतात." गालातल्या गालात हसत चंदा पुटपुटला.

"बरं मग?"

"राजपुत्रसाहेबांनी त्यांना एक निर्दोष पांढरा हिरा आणून दाखवायला सांगितला आणि त्याचबरोबर आपल्या ग्रंथालयात काम करणाऱ्या एका पंडिताची अचानक बिघडलेली प्रकृती तपासण्याच्या बहाण्याने शेठसाहेबांकडे वस्तीला राहून रुग्णांवर औषधोपचार करणाऱ्या एका वैद्यालादेखील बरोबर घेऊन यायला सांगितले. मग ते शेठ एका हिंदू माणसाला बरोबर घेऊन आले, त्या माणसाचा वेष आणि त्याने कपाळावर लावलेला टिळा वगैरेमुळे तो हिंदू होता हे स्पष्ट होतं."

"त्या वैद्याचं नाव काय आहे?"

"मला अचानक दुसरीकडे बोलावण्यात आलं, त्यामुळे त्याचं नाव काही मला ऐकू आलं नाही. पण नंतर जेव्हा मी जाळीच्या पडद्यामागून जात होतो तेव्हा हकीमसाहेबांच्या औषधानं काही गुण येत नाही, तेव्हा तुम्ही एकदा शहेनशहांना तपासा आणि योग्य ते उपचार सुचवा, असं राजपुत्र दारा त्या वैद्यांना सांगताना आणि वैद्यबुवांनी ते मान्य करताना मी ऐकलं."

"ते वैद्यबुवा कसे दिसतात ते मला नीट सांग."

"ते तसे बुटकेसेच आहेत. महाराजसाहेबांच्या फारतर खांद्याएवढेच ते उंच असतील. पांढरे केस, तीक्ष्ण डोळे, स्वच्छ पांढरे धोतर आणि पायात लाकडी खडावा घालणारे, फारसी भाषा बऱ्यापैकी बोलणारे, पण त्यांच्या त्या बोलण्याला वेगळ्याच कुठल्यातरी प्रदेशातला लहेज़ा असलेले, असे आहेत."

"मग नंतर काय झालं?"

"किल्ल्याच्या आतल्या भागातच असलेल्या राजपुत्र दारा यांच्या दालनाम्ध्ये जहाँआरा बेगम आल्या. त्यांनी येताना एक जास्तीचा बुरखा आणला होता. त्यांनी त्या वैद्याला तो बुरखा घालायला लावला आणि त्याला कमी वर्दळीच्या मार्गिकांमधून शहेनशह साहेबांच्या शयनगृहापर्यंत घेऊन जायचं, असं ते आपसात काहीतरी बोलत होते."

"त्यांनी त्यांच्या खडावा पण घातल्या होत्या का?"

"नाही, महाराजसाहेब. त्यांनी त्यांच्या खडावा आमच्या राजपुत्रसाहेबांच्या कक्षामध्येच काढून ठेवल्या होत्या. मी एकटाच तिथे होतो, म्हणून मी त्या पायात अडकवायचा प्रयत्न केला. पण त्या खूपच लहान होत्या आणि त्रासदायक वाटत होत्या." प्रतिहारी खिदळला.

प्रतिहारीच्या लाडिक बोलण्याचा मीरसाहेबांना उबग यायला लागला होता. तरीही आणखी माहिती मिळवण्यासाठी त्यांनी संभाषण पुढे चालू ठेवलं. कारण फार मोठ्या गोष्टी पणाला लागल्या होत्या.

"त्यानंतर काय झालं?"

"साधारण अर्ध्या कलाकानंतर आमचे राजपुत्र दारा आणि तो वैद्य, राजपुत्रांच्या कक्षात परत आले. आमच्या बेगमसाहिबा शहेनशहांजवळच थांबल्या. त्या वैद्यानं त्यानंतर बुरखा काढला आणि आमच्या राजपुत्र दारासाहेबांनी तो जवळच असलेल्या एका पेटीत ठेवला."

"त्या वेळी तू कुठे होतास?"

"मी त्या वेळी जाळीच्या पडद्यापलीकडे झाडांना पाणी घालत होतो, महाराजसाहेब."

"सगळा वेळ तू जाळीच्या पडद्याआडच घालवलास का?"

"आमच्यासारखे मामुली नौकर लोक जर अशा जागी नसते तर यासारख्या मौल्यवान ख़बरी तुमच्यासारख्या महाराजसाहेबांना कोणी पुरवल्या असत्या?"

"हं ऽऽऽऽऽऽऽऽऽ ...... मग पुढे काय घडलं?"

"वैद्यजी जेव्हा पुन्हा त्यांच्या नेहमीच्या वेषात दिसायला लागले तेव्हा दारा महाराजांच्या ग्रंथालयात काम करणाऱ्या एका पंडिताला त्याची प्रकृती तपासण्याच्या बहाण्यानं तिथे आणण्यात आलं. पण वैद्यबुवांच्या तेथील उपस्थितीचं ते तर वरवरचं कारण होतं, कारण त्या पंडिताला अगदी माफकसा पित्ताचा त्रास होत होता. मग त्या वैद्यानं काही औषधं घ्यायला सांगितल्यानंतर, त्याला तेथून किल्ल्याबाहेर नेलं गेलं."

"म्हणजे ते वैद्य प्रत्यक्षात शहेनशहांच्या कक्षात प्रवेश करताना किंवा त्यांना औषधं देत असताना तू स्वतः पाहिलं नाहीस तर?"

"नाही महाराजसाहेब. किल्ला परिसरातल्या महाराज दारा यांच्या दालनातच सेवा पुरवण्याच्या मर्यादा मला पाळाव्याच लागतात."

"मग त्या वैद्याच्या उपचारांमुळे शहेनशहांची तबियत सुधारायला लागली आहे, असं कशाच्या आधारे तू म्हणतोस?"

"मी फक्त दोन आणि दोन यांची बेरीज करतोय. एका वैद्याला आमचे युवराज दारा आणि बेगम जहाँआरा यांच्याकडे आणलं जातं. तो वैद्य, शहेनशहासाहेबांना तपासायचं कबूल करतो. आमचे युवराज आणि बेगमसाहिबा त्यांना शहेनशहांच्या

कमऱ्यात घेऊन जाणार आहोत, असं म्हणतात. मग एक जास्तीचा बुरखा आणण्यात येतो. मग ते अर्ध्या कलाकासाठी जातात, तेव्हा ते आपल्या खडावा मागेच ठेवतात. कालपासून शहेनशहासाहेबांची तबियत सुधारायला लागली आहे, असं समजतं. या सगळ्याचा तोच अर्थ निघतो ना!''

''हं ऽऽऽऽऽऽऽ ..... हे तू आणखी कोणाला सांगितलं आहेस का?''

''नाही, महाराजसाहेब. मी थेट तुमच्याकडेच आलो.''

''ते तू फार चांगलं केलंस.''

त्याच्या अंगावर फेकलेली थैली पट्कन झेलून प्रतिहारीने ती उघडली, त्यात भरलेल्या सोन्याच्या मोहोरांकडे समाधानाने पाहिले आणि मग मान वर करून पुन्हा मीरकडे पाहिले.

''याबद्दल कुणाशीही काहीही बोलायचं नाही, कळलं? यातला एक शब्द जरी बाहेर कुठे कळला, तर तू नरकात गेलास तरी मी तुझा पाठलाग करत येईन. आधीच तुला एक गोष्ट नाही आहे .. ..'' असं म्हणताना मीरने प्रतिहारीच्या कमरेखाली कटाक्ष टाकला आणि म्हणाला, ''तेव्हा काळजी घे, नाहीतर तुला तुझी मानही गमवावी लागेल.''

काही न बोलता मुजरा करून प्रतिहारी निघून गेला. प्रतिहारीने दिलेल्या बातमीवर मीर विचार करत राहिला. खरी असेल का ती? शहेनशहांची तबियत खरोखरच सुधारायला लागली असेल का? आज सकाळी शाही गवाक्षामध्ये येऊन जनतेला दर्शन देणारी व्यक्ती म्हणजे खरोखरच स्वतः शहेनशहा होते की अनेक लोक म्हणत होते त्याप्रमाणे, दाराने कोणा दुसऱ्यालाच शहेनशहा बनवून उभे केले होते? जिथे साम्राज्यातले अतिशय प्रसिद्ध हकीम अपयशी ठरत होते तिथे एका वैद्याला यश मिळणे शक्य होते का? जगातल्या सगळ्यात अभेद्य अशी सुरक्षा व्यवस्था असलेल्या लाल किल्ल्यातील कक्षामध्ये एक काफीर करू शकेल का? या प्रश्नांच्या उत्तरांनी संपूर्ण साम्राज्याची पाळेमुळेच हादरून जातील! पहिल्या अपत्याला वारसाहक्क मिळावा या कायद्याच्या पालनापेक्षा मुघलांमध्ये त्याचा भंग करण्याचीच परंपरा पाळली जात होती, हे सगळ्या जगाला माहीत होते. तख़्त – या – तख़्ता (राजसिंहासन तरी, नाहीतर फाशीसाठी उभे राहण्याची फळी तरी) हाच इथला शिरस्ता होता. शहेनशहासाहेब खरोखरच पैगंबरवासी झाले असतील, तर ही बातमी ताबडतोब कळवण्यामुळे युवराज मुराद यांना निधी जमा करणे, सैन्य एकजूट करणे आणि दिल्लीवर हल्लाबोल करण्यासाठी अतिशय मोलाचा ठरणारा वेळ मिळेल. तसे नसेल, आणि शहेनशहांची प्रकृती सुधारत असेल, तर असे काही करणे म्हणजे बगावत ठरेल आणि त्याचे परिणाम महाभयंकर असतील. त्यामुळे मुरादला कळवण्यासाठी गुप्त खलिता तयार करण्याआधी, मीरला सगळ्या घटनांचे

व माहितीचे काळजीपूर्वक, वास्तववादी विश्लेषण करणे आवश्यक होते. एखादा जरी चुकीचा शब्द गेला तरी दिल्लीच्या गल्लोगल्ली दबा धरून असलेले मुरादचे पेशेवर मारेकरी, राजपुत्राची दिशाभूल केली म्हणून मीरचा जीव घ्यायला तयारच होते. मुघलांच्या जगात दुसरी संधी नावाची गोष्टच अस्तित्वात नव्हती.

कोणताही धोका पत्करायचा नाही असे म्हणत, त्या वैद्याच्या खरेपणाविषयी स्वतःच छानबीन करायची, असे त्याने ठरवले.

मग उजाडण्यापूर्वीच मीर थोडे वेषांतर करून घराबाहेर पडला. आपल्या नेहमीच्या कपड्यांना झाकेल असा एखाद्या सर्वसामान्य मुघल सैनिकाचा असावा तसला अंगरखा त्याने घातला होता आणि त्यावरदेखील खांद्यावरून एक शाल लपेटून घेतली होती. जामा मशिदीच्या मुख्य बाजूला बगल देत देत, सरतेशेवटी तो अश्रफी बाजारातल्या जवाहिऱ्यांच्या भागात पोहोचला.

लखपती शेठच्या हवेलीकडे जाणाऱ्या चिंचोळ्या गल्लीत मीर शिरला, तेव्हा त्याला काही वयस्कर आणि आजारी माणसांच्या घोळक्याला, रस्त्यावर उघडणाऱ्या एका दारातून आत-बाहेर नेले-आणले जात असल्याचे दिसले. दाराजवळ जाऊन डोकावून पाहिल्यावर त्याला असे दिसले की पलीकडे अंगण होते आणि त्या अंगणात, एका पांढऱ्याशुभ्र केसांच्या लहानखुऱ्या माणसाकडून औषधोपचार मिळण्यासाठी आपल्याला कधी बोलावले जाईल याची वाट पाहत अनेक माणसे बसलेली दिसली. अंगणाभोवती रिंगणासारख्या असलेल्या सज्जामधल्या एका खांबामागे कुणाचेही लक्ष वेधले जाणार नाही याची काळजी घेत तो उभा राहिला, आणि आपल्याकडे आलेल्या रुग्णांबरोबर तो वैद्य कसा वागतो–बोलतो याचे बराच वेळ निरीक्षण करता करता त्याच्या आजूबाजूच्या लोकांमध्ये चाललेल्या संभाषणांकडेही कान देत राहिला.

"तुला काय होतंय? तुमचे हकीम लोक तुला बरं करू शकत नाहीत का?"

अचानक प्रश्न आलेल्या उजव्या बाजूकडे मीरने मान वळवली. त्याला सज्जातल्या फरशीवर एक मळकट धोतर नेसलेला, वयोवृद्ध, शुष्क कातडी आणि गाठाळ हाता-पायांचा माणूस, एक मजबूत काठी हातात धरून बसलेला दिसला.

"मला काही झालेलं नाही," शाल ओढल्यामुळे चेहरा स्पष्ट दिसत नसलेल्या नसरुल्लाने दबल्या आवाजातच उत्तर दिले आणि पुढे म्हणाला, "एका रावतसिंह नावाच्या इसमाला शोधत मी इथे आलोय. बाल्खच्या मोहिमेत आम्ही एकत्र होतो, आणि या वैद्यांना भेटून हिवतापावर औषध घेण्यासाठी आज सकाळी इथे येणार असल्याचा निरोप त्यानं मला पाठवला होता. इतक्या वर्षांनंतर त्याला भेटता येत असेल, तर ही चांगली संधी आहे असं मला वाटलं म्हणून मी इथं आलोय."

"आत्ताचा तासाभराचा वेळ वैद्यजींनी गोरगरिबांसाठी राखून ठेवलेला असतो," म्हातारा म्हणाला, "एकंदरीत पाहता, तुम्ही काही गरीब दिसत नाही आणि हा जो

कोणी रावतसिंह आहे, तो तुमचा मित्र आहे म्हणता, म्हणजे तोदेखील गरीब नसेलच, कारण सारख्या चालीढालीच्या माणसांमध्येच मैत्री होत असते. अर्थात, त्याचे दिवस फिरलेले असू शकतात. नाहीतरी भविष्यात काय वाढून ठेवलंय कोण सांगू शकतो? कालचा राजपुत्र आज भुकेकंगाल झालेला असू शकतो.''

''तुमचं म्हणणं अगदी बरोबर आहे, ताऊ.''

जेवढे आवश्यक होते, तेवढे पाहून झाले होते. मग सज्जातल्या गर्दीतून नसरुल्लाह अलगदपणे दूर झाला. एका फारशा वर्दळ नसलेल्या गल्लीत पोहोचल्यावर, त्याने सामान्य सैनिकाचा डगला काढला, शाल काढली आणि आपल्या घराकडे परतला. मग हलकेसे जेवण घेतल्यावर, आपल्याला कोणीही त्रास देऊ नये अशी सेवकांना सूचना देऊन त्याने आपले कलमदान घेतले आणि आपल्या बारीकशा, हडकुळ्या हातांनी मुरादला पाठवायचा खलिता लिहायला घेतला.

राजेसाहेब,

शहेनशहांची तबियत बिघडली त्या दिवसापासून मी त्यांच्या प्रकृतीविषयी आपणास ख़बर पाठवत राहिलो आहे. हररोज अधिकच कडक होत चाललेल्या मुघल साम्राज्याच्या गस्ती पथकांच्या नजरा चुकवून, मी वेळोवेळी ख़बर घेऊन पाठवलेले किती हस्तक अहमदाबादला तुमच्यापर्यंत पोहोचू शकले आहेत याची मला खात्री देता येत नाही.

माझ्या यापूर्वी आपणांस पाठवलेल्या खलित्यांद्वारा शहेनशहांच्या अत्यंत विश्वासातल्या गोटातल्या लोकांकडून मिळवलेल्या संशयातीतरीत्या खऱ्या माहितीच्या आधारे, अगदी हाताच्या बोटांवर मोजता येतील इतक्या मोजक्याच लोकांव्यतिरिक्त बाकी सर्वांना शहेनशहांना व्यक्तिशः भेटण्यास मज्जाव करण्यात आला असला, आणि परगण्यांच्या राज्यकर्त्यांच्या अधिकृत प्रतिनिधींवर कडी नजर ठेवली जात असली, तरीदेखील- आणि अधिकृत माहितीपत्रकांमधून प्रत्यक्ष परिस्थितीशी विपरीत अशी कोणत्याही स्वरूपाची बातमी प्रसारित केली जात असली तरी, शहेनशहांची तबियत हळूहळू जास्तच ख़राब होत चालली असल्याचे मी आपल्याला कळवले होते. शहेनशहासाहेब पैगंबरवासी झाले असल्याच्या अफवांना ऊत आला होता आणि त्यामुळे बाजारात प्रचंड खळबळ माजली होती; दुकाने बंद केली गेली होती; इतकेच नाही, तर काही प्रमाणात लुटालूटही झाली होती, हे खरेच आहे.

आता, एका अत्यंत विश्वासू खबऱ्याद्वारा मला असे समजले आहे की तीन दिवसांपूर्वी, राजपुत्र दारा आणि जहाँआरा बेगम यांच्या पुढाकारानुसार सध्या दिल्लीमध्ये राहत असलेल्या एका हिंदू वैद्याकरवी प्रत्यक्ष शहेनशहांच्या तब्येतीची तपासणी करण्यात आली आणि त्यांच्या औषधोपचारांमुळे शहेनशहांची तबियत

वेगाने सुधारत आहे. युवराज दारा यांनी, शहेनशहांसारख्या दिसणाऱ्या दुसऱ्याच कुणा माणसाला शहेनशहां म्हणून लोकांसमोर उभे केले होते, असे म्हणणारे शंकेखोर लोक काहीही म्हणत असले तरी, काल सकाळी शाही गवाक्षामध्ये उभे राहून जनतेला प्रत्यक्ष शहेनशहांनीच दर्शन दिले, असेच म्हटले जात आहे.

माझे स्वतःचे निरीक्षण असे आहे की, ज्यांना बुरखा घालायला लावून गुपचूपपणे शहेनशहांच्या कक्षात नेण्यात आले होते त्या वैद्याच्या उपचारांनी, शहेनशहांची तबियत खरोखरच सुधारत आहे. आणि काल सकाळी शाही गवाक्षात उभी राहिलेली व्यक्ती म्हणजे दुसरी कुणी नसून, स्वतः शहेनशहाच होते. ज्या उपचारकौशल्याबद्दल त्या वैद्यबुवांची ख्याती आहे, त्याची खातरजमा करण्यासाठी मी स्वतः जातीने ते रुग्णांवर कसे उपचार करतात त्याची पाहणी केली आहे.

चणीने अगदी बुटक्या, पांढऱ्याशुभ्र केसांच्या व तीक्ष्ण डोळ्यांच्या या वैद्याकडे पाहताक्षणी त्यांच्या व्यक्तिमत्त्वातून जो आत्मविश्वास आणि अधिकार आपल्याला जाणवतो, तसा मी फारच थोड्या लोकांमध्ये पाहिला आहे. रोगनिदानकलेमध्ये ते अत्यंत पारंगत आहेत अणि ते रुग्णाची अगदी सफाईदारपणे आणि संपूर्ण तपासणी करतात. आज सकाळी त्यांच्याकडे उपचार करून घ्यायला आलेल्या बहुतेक सर्वच रुग्णांनी त्यांचे रोगनिदान कधीच चुकत नाही आणि त्यांच्या उपचारांनी हमखास गुण येतो, असेच सांगितले. आणि याची खातरजमा मी इतर सूत्रांकडूनदेखील करून घेतली आहे.

शहेनशहांची तबियत पुन्हा खालावते आहे असं काही समजलं, तर तसा संदेश मी आपल्याकडे तुरंत पाठवीनच.

आपला अत्यंत आज्ञाधारक असलेला
आणि तसाच राहू इच्छिणारा सेवक

दस्तख़त करून शाई सुकण्यासाठी त्यावर थोडी वाळू शिंपडल्यावर, त्याने त्या खलित्याची पुंगळी करून शेळीच्या आतड्यापासून बनवलेल्या एका नळीमध्ये घातली. मग त्या नळीचे तोंड मेणाने बंद केले आणि त्यावर आपल्या अंगठीची मुद्रा उमटवली. यामुळे, त्याच्या संदेशवाहकाला जर कुठे कोंडीत पकडले गेले असते तर त्याला ती नळी सरळ सरळ गिळून टाकता आली असती. त्यामुळे फार तर त्याला काही काळ अपचनाचा त्रास झाला असता.

एवढे झाल्यावर त्याने कादिर हुसेन या आपल्या अत्यंत विश्वासू हस्तकाला आपल्या खासगी कक्षात बोलावले. कादिर हा एक अजस्त्र देहाचा, चेहऱ्यावर देवीचे वण आणि अंगावर अनेक युद्धांतल्या झटापटींच्या खुणा असलेला घोडेस्वार होता.

त्याचे डोळे अगदी मिचमिचे होते आणि मोठ्या, बटबटीत नाकाखाली जाडसर ओठांचे तोंड होते. तलवारीच्या वाराने झालेल्या जखमेचा एक व्रण त्याच्या डाव्या गालावर चऱ्यासारखा कोरलेला होता. स्वतः मीर जरी चांगला उंचापुरा होता तरी हा कादिर त्याच्यासमोर पहाडासारखाच वाटत होता.

''मालिक, तुम्ही मला बोलावलंत?''

''हो, कादिर. तुझ्यासाठी माझ्याकडे कदाचित ज्यावर संपूर्ण मुघल साम्राज्याचे भवितव्य अवलंबून असेल अशी एक कामगिरी आहे. आत्ताच्या आत्ता निघून तू तातडीने अहमदाबादला जावंस आणि हा संदेश राजपुत्र मुराद यांना पोहोचता करावास, असं मला वाटतं. राजपुत्रांना म्हणजे फक्त राजपुत्रांनाच संदेश द्यायचा, कळलं?'' असं म्हणून तो खलिता त्यांनी हुसेनला दिला. त्याने त्याकडे एकदा पाहिले आणि आपल्या अंगरख्याच्या आतल्या खिशात ठेवून दिला. ''तुझ्यासाठी सगळ्यात जास्त चपळ आणि तल्लख घोडे द्यायचा निरोप आम्ही तबेल्याकडे पाठवत आहोत, आणि जेव्हा वाळवंट पार करायची वेळ असेल तेव्हा तू उत्तन उंटच निवड. खर्चाची फिकीर करू नकोस. एकच लक्षात ठेव, हा संदेश, शक्य तितक्या कमी वेळात राजपुत्र मुराद यांना मिळायलाच हवा. आपले महान शहेनशहां अकबर यांनी जवळपास शंभर वर्षांपूर्वी आग्रा ते अहमदाबादची मजल ३,००० घोडेस्वारांसकट अकरा दिवसांत मारली होती. मग तू तर ती त्यापेक्षाही अगदी कमी दिवसात मारू शकशील.''

''कामगिरी होऊन जाईल, महाराज,'' तो घोडेस्वार शांतपणे अणि एवढेच बोलला.

''झकास! म्हणूनच तर मी तुझी निवड केली या कामासाठी. तुला आणखी कोणाला मदतीसाठी घ्यायचं असलं तरी घे, पण हा संदेश आपल्या राजपुत्रापर्यंत पोहोचलाच पाहिजे, एवढे लक्षात ठेव.''

''महाराज, मी इम्तियाझ अहमद आणि मुनव्वर जमील या दोघांना माझ्याबरोबर घेऊन जातोय. मी एकटाच जाऊ शकलो असतो, पण वाटेत एकापेक्षा जास्त गस्ती पथके आडवी येण्याची शक्यता आहे, तेव्हा ते दोघे संगती असले तर बरे होईल. आपण त्या दोघांनाही ओळखता. ते दोघेही अगदी विश्वासपात्र तर आहेतच, शिवाय, ते कोणत्याही कठीण परिस्थितीचा सामना करू शकतात.''

''तुम्ही कोणत्या मार्गाने जाल?''

''आम्ही काही अंतर उत्तरेकडे जाऊन शहेनशाही गस्ती पथकांना गुंगारा देऊ, मग दुप्पट वेगानं मजल मारत अजमेरला जाऊ. तिथून पुढे जलोर, सिरोही, देसा, पाटण आणि सरतेशेवटी अहमदाबादला पोहोचू. या मार्गानं मी यापूर्वीही दोनदा मजल मारली आहे.'

"हंऽऽऽऽऽऽ ...... कोणता योग्य वाटतो तो रस्ता निवड. कधी निघू शकशील तू ?"

"सूरज डूबते डूबते."

नसरुल्लाह खानला स्पष्ट विचार, थेट उत्तरे देणे, अमानुष ताकद, आणि वेगवान कृतीबरोबरच वेगाने विचार करण्याची क्षमता हेच कादिरचे गुण आवडत असत. याच गुणांमुळे तो अतिशय अनमोल ठरत होता.

"आणि पैशांचं काय?"

कादिर काहीच बोलला नाही. "हे बघ, या एवढ्या घे आत्ता." एका कपाटातून काही सोन्याच्या मोहोरा काढून, एका थैलीत ठेवून कादिरच्या हातात ठेवत मीर म्हणाला. "आणखी लागले, तर सिरोही येथे शेठ महेश्वर दास यांच्या पेढीवर ही हुंडी वटवून पैसे घे." असं म्हणून मीरने एका चर्मपत्रावर काही ओळी खरडल्या, खाली दस्तख़त करून कादिरला दिले. "ते शेठ माझे बरेच देणे लागतात. शहराच्या वेशीपाशी तुला अडवून विचारलंच, तर मोठ्या प्रमाणात अफरातफरी झाल्याच्या बातम्या माझ्यापर्यंत पोहोचल्या आहेत आणि त्यामुळे मी तुला, पानिपत येथे माझी जी जहागीर आहे, तिथल्या मुनीमजींना शेतसारा, भाडेवसुली इत्यादीच्या हिशोबाच्या साऱ्या कीर्द-खतावण्यांसह घेऊन यायला सांगितलंय असं सांग. त्यानंतरच्या प्रदेशातून जाताना कुणी विचारलं, तर माझ्या घोडदळासाठी काठेवाडी घोडे खरीदण्यासाठी जात आहेस, असं सांग. तसं लिहिलेलं हे अधिकारपत्र तुझ्याजवळ ठेव."

आणखी एका चर्मपत्रावर मीरने काही ओळी लिहिल्या, त्याची घडी केली, ते मोहोरबंद केले आणि मग ते पत्र कादिरच्या हातात ठेवले. "आता लगोलग नीघ. अल्ला तुझ्या पाठीशी आहेच. ही कामगिरी फत्ते केलीस, तर तू आणि तुझ्या सहकाऱ्यांना मोठं इनाम मिळेल हेदेखील लक्षात ठेव." असे म्हणत मीर उठला आणि त्या महाकाय सैनिकाजवळ, म्हणजेच कादिरजवळ जाऊन खांद्यावर हात ठेवून आणि नजरेला नजर भिडवून म्हणाला, "खुदा हाफ़िज़!"

कादिरने लवून मुजरा केला, गर्रकन टाचेवर वळला आणि निघून गेला. त्याला मीरच्या हवेलीच्या ओसरीमध्ये इतर काही लोकांबरोबर फासे खेळत बसलेले अहमद आणि जमील दिसले. त्यांना बाजूला घेऊन हलक्या स्वरात सांगितले, "सूरज डूबते डूबते आपल्याला अहमदाबादकडे कूच करायचं आहे. राजपुत्र मुराद यांना एक अत्यंत महत्त्वाचा खलिता आपल्याला द्यायचा आहे. हा प्रवास अर्थातच वाऱ्याच्या वेगाने करायचा आहे, रात्र असो वा दिवस, दौड मारायची आहे. म्हणजे आपल्याला पाच किंवा फार तर सहा दिवसांत अहमदाबादला पोहोचता येईल, तेव्हा अगदी अत्यावश्यक अशाच गोष्टी, हत्यारे वगैरे बरोबर घ्या. आणि ठरल्या वेळेपूर्वीच हवेलीच्या तबेल्यापाशी मला भेटा. कुणी विचारलं

तर सांगा की आपण महाराजसाहेबांच्या पानिपतजवळच्या जहागिरीच्या मुनीमजींना महसुलाच्या कीर्द-खतावण्यांसह आणायला चाललो आहोत. आपल्याला साधारण दोन आठवडे लागतील परतायला.''

बरोबर सूर्यास्ताच्या वेळेला अहमद आणि जमील तबेल्याजवळ पोहोचले, तर त्यांना कादिर तिथे अगोदरच पोहोचून त्यांची उतावीळपणे वाट पाहत असलेला दिसला. त्यांनी जाडसर अंगरखे आणि गुडघ्यापर्यंत पोहोचणाऱ्या चोळणावजा विजारी घातल्या होत्या. पायात घोडेस्वारी करताना उपयुक्त अशी जुती घातली होती आणि कमरेला बांधलेल्या शेल्यामध्ये एक खंजीर अडकवलेला दिसत होता. डोक्यावर बांधलेल्या फेट्याच्या खाली एक हलके, पण पोलादी शिरस्त्राण होते. प्रत्येकाकडे एक तलवार, एक पिस्तूल आणि पाणघोड्याच्या जाड कातडीपासून बनवलेली एक ढाल होती; तर कादिरने एक धनुष्य आणि पाठीवर बाणांनी भरलेला भाता घेतला होता, तसेच इतर दोघांनी भालेदेखील घेतले होते.

घोडे आणि खोगिरे वगैरे सामग्री ताब्यात घेण्याचे सोपस्कार पूर्ण केल्यावर, त्यांनी आपापली खोगिरे घोड्यांच्या पाठीवर कसून बांधली आणि दिल्लीच्या गजबजलेल्या रस्त्यांवरून वाट काढत शहराबाहेर पडले. त्यांच्या पाठीमागे, जामा मशिदीच्या प्रचंड घुमटाआड सूर्य खाली खाली जात असताना, ते शहराच्या अगदी उत्तरेकडे असलेल्या प्रवेशद्वारापाशी, म्हणजेच काश्मीर द्वारापाशी पोहोचले.

''कुठे निघाला आहात तुम्ही?'' भालदारांनी भाले सरसावून त्यांची वाट अडवल्यावर द्वारावरच्या मुख्य रखवालदाराने विचारले.

''आम्ही नसरुल्ला खानसाहेबांची माणसे आहोत.'' कादिरने उत्तर दिले. ''आमच्या मालकांची पानिपतजवळ जहागीर आहे; तिथल्या मुनीमजींना भाडे-पावत्यांसह घेऊन येण्यासाठी त्यांनी आम्हाला पाठवले आहे, कारण काही मोठ्या स्वरूपाची अफरातफर झाल्याची त्यांना भीती वाटते आहे. तुम्हाला त्यांनी आम्हाला दिलेले तशा स्वरूपाचे अधिकारपत्र पाहायचे आहे का?''

''काही आवश्यकता नाही,'' रखवालदार म्हणाला. ''तुम्ही खरोखरच अशा पापकर्माचा खात्मा करण्यासाठी जाता आहात तर जा बापडे, पण तुमच्या एकंदर अवताराकडे पाहून मात्र तुम्ही नुसतं एखाद्या मुनिमाला पकडून आणण्याऐवजी, युद्धावरच निघाला आहात असं वाटतं आहे.''

''कोणावर कोणता प्रसंग कधी गुदरेल, काही सांगता येत नाही या दिवसांत,'' कादिर बेफिकीरपणे म्हणाला. ''मागल्या आठवड्यातच इथून अगदी अर्ध्या कोसावरच, माझ्या एका ओळखीच्या माणसाचा खून झाला. आणि हा मुनीमजी आपल्या अस्तनीमध्ये काय काय लपवून बसला असेल कोण जाणे.''

''हो, तेही बरोबरच आहे. हे दिवसच जरा अंदाधुंदीचे आहेत खरे,'' एका

मजुराला इशारा करत रखवालदार म्हणाल्यासरशी प्रवेशद्वाराची कवाडे करकरत उघडली.

पाच दिवसांनंतरच्या एका संध्याकाळी, अहमदाबादच्या किल्ल्याच्या प्रवेशद्वारावर बसलेल्या टेहळणी पथकातल्या सैनिकांना एक महाकाय घोडेस्वार आणि त्याचा लहानखुरा गोलमटोल साथीदार अगदी गलितगात्र अवस्थेत प्रवेशद्वारासमोरच उंटांवरच्या खोगिरावरून घरंगळल्यासारखे जमिनीवर पडताना दिसले. कादिर हुसेन आणि मुनव्वर जमील होते ते. येथपर्यंत येता येता दीसाच्या नवाबाच्या माणसांनी त्यांची वाट अडवल्यावर त्यांच्याबरोबर जी चकमक उडाली, त्यात सुऱ्याच्या वारामुळे झालेल्या गंभीर दुखापतीतून सावरणारा त्यांचा तिसरा साथीदार इम्तियाझ अहमद मागेच राहिला होता.

"आम्ही दिल्लीचे मीर नसरुल्लाह खान यांची माणसे आहोत आणि आम्ही राजपुत्र मुराद यांच्यासाठी एक अत्यंत महत्त्वाचा खासगी संदेश आणला आहे." सुरक्षित असल्याची आतापर्यंत असंख्य वेळा बोटांनी चाचपून खात्री केलेले, अंगरख्याखाली मोठ्या हिकमतीने लपवून ठेवलेले खलित्याचे नळकांडे, पुन्हा एकदा चाचपून बघत प्रवेशद्वारावरच्या रखवालदाराला कादिरने घोगऱ्या आवाजात कसेबसे ओरडून सांगितले. मग त्यांना आत येऊ देण्यासाठी त्या शहराची अजस्र प्रवेशद्वारे हळूहळू उघडली.

तीन

सभोवताली सर्व बाजूंना खांबांच्या रांगा असलेला आणि राजपुत्र मुरादच्या अहमदाबादमधील महालात मध्यभागी असलेला तो प्रशस्त दिवाणखाना, चारी बाजूंना विविध ठिकाणी लावलेल्या आणि भिंतीतील कोनाड्यांमध्येदेखील लावलेल्या दिव्यांच्या मंद प्रकाशात न्हाऊन निघाला होता. छताला आणि खांबांवर लावलेल्या छोट्या छोट्या आरशांमध्ये, तिथे चालू असलेल्या मैफलीची तितकीच आकर्षक प्रतिबिंबे निर्माण होत होती. दिवाणखान्यात एका बाजूला पांढऱ्या शुभ्र चादरी घातलेल्या गाद्यांवर बंद गळ्याचे लांब कुर्ते, चुडीदार पायजामे, मखमली रंगीत जाकिटे आणि नक्षीदार टोप्या असा पारंपरिक पोशाख केलेले गायक-वादक बसले होते. त्यामध्ये एक तबलावादक, एक सतारवादक, एक पखवाज वाजवणारा आणि एक पेटी वाजवणारा होता आणि त्यांच्या मधोमध एक भडक रंगरंगोटी केलेली हिरवी रेशमी साडी नेसलेली स्थूल दिसणारी गायिका बसली होती.

राजपुत्र मुराद, एका दिवाणावर आपले पाय मुडपून घेऊन एका लोडावर रेलून बसला होता. त्याची शरीरयष्टी मजबूत होती, आणि तो फक्त ३३ वर्षांचाच असला, तरी त्याच्या ऐषोआरामी जीवनशैलीमुळे त्यापेक्षा जास्त वयस्कर दिसत होता. दिवाणावर त्याच्या जवळच एक मद्याने भरलेली कमानदार चोच असलेली सुरई, मद्य पिण्याचा रत्नजडित चषक आणि एका सोन्याच्या पेटीमध्ये अलग अलग कप्प्यांमध्ये खायची पाने, काथ, चुना, सुपारी आणि अफू भरून ठेवलेली होती. पायाजवळ एक थुंकदान ठेवलेले होते.

दिवाणखान्यात इतरत्र सगळीकडे असलेल्या तक्क्या–लोडांना टेकून, मुरादचे दरबारी आणि यार-दोस्त आरामशीरपणे बसलेले होते.

गायिका रागदारीवर आधारित ख़्याल पेश करत होती आणि दिवाणखान्याच्या मध्यवर्ती जागेत, कथ्थक नर्तकीचा पारंपरिक वेश परिधान केलेली प्रसिद्ध नर्तिका शकीला बाई आपल्या नृत्याचा अंतिम चरण पेश करत होती.

मुरादने आपल्या गळ्यातला जाडसर मोत्यांचा हार काढला आणि हातात झुलवत ठेवत हपापल्या नजरेने नर्तकीला खुणावत म्हणाला, ''शकीला, हे घे तुझे इनाम.'' नर्तकी लाजत लाजत पुढे झाली आणि मुरादजवळ आली. तिच्याकडे पाहताना हळूहळू मुरादच्या वासना उद्दीपित होऊ लागल्या. ती आणखी जवळ आल्यावर तिचे पुष्ट, गर्विष्ठ, मलमलच्या कुर्त्याआड तटाटणारे उरोज आणि तिच्या कपाळावर चमकत असलेले घामाचे थेंब मुरादच्या नजरेत भरले. तिने लावलेले अत्तर आणि तिच्या घामाचा संमिश्र सुगंध मुरादला अगदी बेधुंद करणारा वाटला. मग त्याने तिला आपल्या जवळ ओढले आणि तो मोत्यांचा हार तिच्या भरदार उरोजांच्या मधल्या पोकळीत ढकलला. मुरादच्या मिठीतून स्वतःला नाजूकपणे सोडवून घेत एक सफाईदार गिरकी घेऊन, नर्तिका तिथे बसलेल्या इतर दरबारी लोकांच्याही पलीकडे निघून गेली.

दिवाणखान्याच्या मध्यवर्ती भागात पोहोचल्यावर हात डोक्यावर जुळवून एक नृत्यमुद्रा धारण करून, वाद्यवृंदाने पुढील नृत्यासाठी तार छेडण्याची वाट पाहत ती उभी राहिली. मग वादन सुरू झाल्यावर सुरुवातीला एका पायाचा चवडा आणि मग टाच टेकवत, मग दुसऱ्या पायाने तसेच करत, एकदा या आणि एकदा त्या पायाने पदन्यास करत तिने नाचायला सुरुवात केली. नृत्याचे पदन्यास करता करता शकीलाने मुरादकडे कटाक्ष टाकला, तेव्हा मुळातच चंचल स्वभावाच्या असलेल्या मुरादचे लक्ष नृत्यावरून उडाले असल्याचे दिसले. खुशमस्कऱ्याने पुढे केलेल्या थुकदाणीमध्ये त्याने जरासे खाकरून पिंक टाकली. मग लगेच त्याने टाळी वाजवून इशारा केला.

टाळीचा आवाज ऐकल्याबरोबर, दिवाणखान्यात असलेल्या सगळ्यांनाच मैफल संपली असल्याचे कळले. पुन्हा एक सफाईदार गिरकी घेत आणि लवून मुजरा करत शकीला दिवाणखान्याच्या मध्यवर्ती भागातून बाजूला जात, खांबांच्या रांगांच्या आड दिसेनाशी झाली. तसेच, सर्व वादकदेखील आपापली वाद्ये उचलून घेत लगबगीने चालते झाले आणि ती गायिकादेखील त्यांच्या मागोमाग बाहेर गेली. सारे यार-दोस्त, खुशमस्करेदेखील एक-एक करत उठले आणि निघून गेले. त्यांच्यातला शेवटचा माणूस जात असताना, आपल्या मालकाला आता काय हवं आहे याची जाणीव झालेला मुरादच्या मर्जीतला प्रतिहारी, बुलंद, खांबांच्या रांगेमधल्याच एका खांबाआडून पुढे आला. त्याने सलाम केला, पण त्याला असे दिसले की मुरादची नजर नशेने जडावली आहे आणि तो आपल्यातच मश्गूल आहे.

''मालिक, काही हवं आहे का?''

''एका बाईला तयार करून पाठवा. मागल्या आठवड्यात आम्ही शिकारीला जाताना आमच्याबरोबर घेऊन गेलो होतो, तिलाच पाठवा.''

"माहज़बीन का, मालिक?"

"हो, तीच तीच. म्हणजे तेच तिचं नाव असलं, तर तिलाच. आम्हाला सगळ्या जणींची नावं लक्षात राहावी अशी तर तुझी अपेक्षा नाही ना? ती छानशी उंच बांध्याची आणि घाऱ्या डोळ्यांची आहे ना, तिलाच पाठव."

कुर्निसात करून बुलंद त्याच्या मालकांनी दिलेल्या आज्ञेनुसार तयारी करण्यासाठी बाहेर गेला. बुलंदला खरंतर आनंदाच्या उकळ्या फुटत होत्या, पण शाही लोकांच्या मनोरंजनासाठी ठेवलेल्या रखेल्यांच्या राजवाड्यातल्याच एका भागात असलेल्या खवासपुऱ्याकडे जाताना, तो आनंद आपल्या चेहऱ्यावर दिसणार नाही याची काळजी घेत तो निघाला. त्याच्या मनातली योजना त्याच्या अपेक्षेपेक्षा फारच लवकर फळाला येणार असे दिसत होते.

गुजरात परगण्याची आर्थिक घडी नीट बसवण्यासाठी आणि बेताल आयुष्य जगणाऱ्या मुराद बक्षला योग्य ती समज देण्यासाठी, शहेनशहांच्या दिल्ली दरबारातून खासकरून पाठवण्यात आलेल्या अली नकी नावाच्या मंत्र्याबरोबर त्याचा गेल्या एक ते दीड वर्षापासून अगदी मरणांतिक झगडा चालला होता. अतिशय कडक शिस्तीच्या आणि भ्रष्टाचाराला अजिबात थारा न देणाऱ्या नकीची स्वतःची अशी काही ठाम तत्त्वे होती, आणि आपण शहेनशहांच्या हुकमाचे ताबेदार आहोत, याची त्याला स्पष्ट जाणीव होती. त्यामुळे त्याने मुरादच्या अवतीभवती घुटमळणाऱ्या खुशमस्कऱ्यांची आणि लतकोडग्यांची गच्छंती केली होती आणि त्या प्रयत्नात काही महत्त्वाच्या गुणी मानकऱ्यांचा दुरावादेखील पदरी घेतला होता. तर बुलंदचा डोळा, मुरादने खऱ्या किमतीपेक्षा अगदी नगण्य किमतीत त्याच्या नावे करून देण्याचे आश्वासन दिलेल्या राजकोट सुभ्यातल्या एका अतिशय मोक्याच्या ठिकाणच्या आणि मौल्यवान जमिनीच्या तुकड्यावर होता. पण नकीने तसे करण्यास विरोध केला होता आणि थेट शहेनशहांच्या विश्वासातल्या असलेल्या आपल्या मंत्र्याने दिलेला सल्ला उघड उघड धुडकावण्यास मुराद कचरत होता. याचप्रमाणे पाटणचा फौजदार असलेल्या अबदुल खेशगीनेदेखील आपल्या उन्मत्त वागण्याने आणि उधळपट्टीमुळे नकीसाहेबांची नाराजी ओढवून घेतली होती. आणि मग, योग्य ती संधी मिळताच नकीचा खात्मा करायचा घाट बुलंद आणि खेशगी यांनी घातला होता. शहेनशहा मरणासन्न अवस्थेत असल्याच्या अफवा अहमदाबादमध्ये फैलावू लागल्या, तेव्हा त्यांच्यासाठी अशी संधी आयतीच चालून आली. दुर्दैवाने शहेनशहांचे निधन झालेच, तर दाराने मुघल रीतिरिवाजाप्रमाणे थोरल्या मुलाला तख़्ताचा वारसा हक्क देण्याच्या तत्त्वाला घट्ट धरून राहावे, अशी विनंती करणारे खोटे पत्र अली नकीच्या सही-शिक्क्यासहित या कारस्थानी द्वयीने तयार केले आणि ते मुरादच्या हातात पडावे अशी व्यवस्था केली. त्याबरोबर हा भोळसट माणूस बिथरला. भरीला शहेनशहांची तबियत कोणातरी

वैद्याच्या औषधाने सुधारत असल्याच्या मीरने दोन दिवसांपूर्वी कादिर हुसेनच्या हाती पाठवलेल्या संदेशामुळे आगीत तेल पडले.

"बुलंद, तुझ्या मते याचा काय अर्थ होतो?" मुरादने तो संदेश बुलंदच्या तोंडापुढे नाचवत विचारले होते.

"एकदम भद्दा मज़ाक लगता है मालिक । असं घडणं केवळ अशक्य आहे! एकीकडे शहेनशहांची तबियत सुधारण्याच्या मार्गावर आहे असं सांगून, त्या वार्तेच्या गुंगीत सामान्य लोकांना मश्गूल ठेवायचं आणि त्याच वेळी एका वैद्याला त्यांच्या बरे होण्याचे श्रेय देऊन दरबारातल्या हिंदू मानकऱ्यांचा पाठिंबा मिळवायचा; आणि त्याचबरोबर दिल्लीवरची आपली पकड मजबूत करायच्या राजपुत्र दारा यांनी अगदी तपशीलवार आखलेल्या योजनेचा हा भाग असावा हे स्पष्ट आहे. दुसरं, मी एक फालतू सेवक असलो, तरी मला असंही वाटतं की मीरसाहेब हे दुटप्पीपणा करत आहेत आणि ते राजपुत्र दारांच्या हातातलं एक प्यादं बनले आहेत. नवाब नकी साहेबदेखील या महाकारस्थानात सहभागी झाले आहेत, हे स्पष्टच दिसतंय. नाहीतर शहेनशहा साहेबांच्या अत्यवस्थ प्रकृतीची पूर्ण कल्पना असूनदेखील त्यांनी राजपुत्र दारा यांनी ते तुमच्या हाती योगायोगानं पडलेलं पत्र लिहिलंच नसतं." तो कपटी प्रतिहारी म्हणाला होता.

"हं ऽऽऽऽऽऽऽ.......मलादेखील असंच वाटायला लागलंय आता."

नकीविरुद्ध चालवायच्या तोफेमध्ये आता पुरेशी दारू ठासून झाली होती आणि वात पेटवायचेच काय ते बाकी राहिले होते, हे बुलंदला चांगलेच कळले. आणि हे काम त्याच्यासाठी माहज़बीन करणार होती.

राजवाड्यातल्या अगणित मार्गिका ओलांडत, बुलंद खवासपुऱ्यात पोहोचला. या खवासपुऱ्यामध्ये पडदे आणि झालरींनी एकमेकांपासून वेगळे केलेले रंगमहाल आणि त्यापुढील अंगणे होती आणि त्यामध्ये मुरादच्या गुलाम असलेल्या मुली आणि रखेल्या राहत होत्या. नुकत्याच कुठेतरी टाकलेल्या धाडीमध्ये पकडून आणलेल्या, नुकत्याच तारुण्यात पदार्पण करत असलेल्या कोवळ्या वयाच्या, भित्र्या, निरागस मुलींपासून ते वेगवेगळ्या प्रदेशातून आणलेल्या, आणि किल्ल्याच्या अजस्र भिंतीआड मुरादची शय्या सजवण्याचे भाग्य बहुधा एखाद्याच रात्रीपुरते मिळालेल्या, तशी संधी पुन्हा कधी मिळेल की नाही अशा साशंकतेतच दिवस कंठत असलेल्या शंभरपेक्षाही जास्त जणी तिथे होत्या. सगळ्याच जणी, त्यांच्या सौंदर्यामुळे आणि आकर्षक दिसण्यामुळे निवडल्या गेल्या होत्या आणि आपले सौंदर्य सतत इतरांपेक्षा खुलून दिसावे याची काळजी घेत, कदाचित मुरादची शय्यासोबत करण्याची संधी आज आपल्यालाच मिळेल अशी आशा करत आणि तोपर्यंतचा वाट पाहण्याचा वेळ घालवण्यासाठी फासे खेळत आणि गप्पा मारत बसल्या होत्या.

मुरादचा लाडका प्रतिहारी असल्यामुळे, आज रात्री आपल्या मालकाची शय्यासोबत कुणी करावी याची निवड करण्याचा अधिकार त्याच्या हाती होता आणि त्यामुळेच या मुलींवर त्याची प्रचंड हुकमत चालत होती. जर अशा शय्यासोबतीनंतर एखादीला दिवस गेले असते आणि नशीब चांगलं असल्यामुळे मुलगा जन्माला आला असता तर त्याच्या आईसाठी तर एखाद्या खजिन्याचे दारच उघडण्यासारखे होते. ते मूल जरी बेकायदा गणलं गेलं असतं, तरीदेखील त्याच्या आईच्य प्रतिष्ठेमध्ये वाढ होऊन तिला जमीनजुमला, ख़िताब, संपत्ती, अधिकारात बढती आणि आणखी बरंच काही मिळत जाणं शक्य होतं. त्याउप्पर ते मूल जर दैवी गुण आणि बलवत्तर नशीब घेऊन जन्मलं असेल, तर ते मुघल साम्राज्यात एखाद्या मानाच्या पदावर विराजमान होणंदेखील शक्य होतं, किंवा एखाद्या सैन्यदळाचा प्रमुखदेखील होणं शक्य होतं. नशीब आणि धाडस असेल, तर अशा मुलाला एखादं राज्य मिळवणंदेखील शक्य होतं आणि त्याच्या आईला राजमातेचा दर्जा मिळणंदेखील शक्य होतं. आणि दुसरीकडे शय्यासोबतीची संधी मिळण्याची निष्फळ वाट पाहता पाहता, त्यांच्यापेक्षा तरुण आणि देखण्या मुलींनी त्यांची जागा घेऊन, त्या तशाच विस्मृतीत जाणंदेखील शक्य होतं. आणि म्हणूनच केवळ एका रात्रीपुरती तरी मुरादची शय्यासोबत करायला मिळावी, म्हणून या गुलाम मुलींनी त्याची खुशामत करणं, मनधरणी करणं, त्याला लाडीगोडी लावणं, हे अगदी स्वाभाविकच होतं. कानावर पडणाऱ्या गोष्टींवर विश्वास ठेवायचा, तर या गुलाम मुलींपैकी काही अतिशय रूपवान मुलींनी राजपुत्र मुरादबरोबर केवळ एक रात्र घालवण्याची संधी मिळवण्याच्या बदल्यात, प्रत्यक्षात संभोगसुख घेणं त्याला शक्य नसलं तरी, त्याव्यतिरिक्तचं सर्व सुख कुठल्या तरी एकांताच्या कोपऱ्यात बुलंदला दिलं होतं, अशी वदंता होती.

बुलंदने ज़नानख़ान्यात पाय टाकल्याबरोबर, मुली आपापल्या जागेवरून उठल्या आणि बुलंदचे लक्ष आपल्याकडे वेधण्यासाठी त्याच्याभोवती गर्दी करून उभ्या राहिल्या. पापण्यांची फडफड करत एकीने विचारलं, ''कशी दिसतेय मी आज?'' आणि हलकेच पायावर एक गिरकी घेतली. ''अगदी नेहमी दिसते ना तशीच कुरूप दिसतेय,'' असं म्हणत तिला बाजूला ढकलत दुसरी एक छाती काढत पुढे झाली. ''म्हणून तर तिला फक्त अर्ध्या तासातच परत पाठवलं होतं. मला घेऊन चल बुलंद, मी राजपुत्रसाहेबांना आयुष्यात कधी मिळालं नसेल असं सुख देईन, हे माझं वचन आहे. आत्तापर्यंत कधीच अनुभवायला मिळालं नसेल, अशा सुखाच्या अत्युच्च शिखरांवर मी त्यांना घेऊन जाईन.''

''तिला नको, मलाच ने.'' बुलंदभोवती गलका करत उभ्या असलेल्या मुलीच्या मागे उभी असलेली आणखी एक मुलगी त्याचे लक्ष वेधण्यासाठी टाळ्या वाजवत आणि उड्या मारत म्हणाली. तिच्या प्रत्येक उडीबरोबर, मादक सुगंधाचे लोटच्या

लोट हवेत पसरत होते.

दुसरी एक उंच, कमनीय बांध्याची फिकट हिरव्या रंगाचा गरारा आणि त्याच रंगाची चोळी आणि गोलसर गोरा गोरा हात दागदागिन्यांनी मढवलेली म्हणाली, ‘‘बुलंद, आज रात्रीसाठी तू माझीच निवड करशील असं तू मला आश्वासन दिलं होतंस.’’

‘‘मुलींनो, आज ते शक्य नाही.’’ त्या मुलींच्या गराड्यातून वाट काढत, ज़नानख़ान्याच्या आणखी आतल्या भागात जाता जाता बुलंद त्या मुलींना म्हणाला, ‘‘आपण कुणीही कुठेच जाणार नाही आज आणि आपल्याला पुढेही अशा संधी मिळतील. तरी पण बिल्कीस, तुझी निवड व्हावी असं तुला वाटत असेल, तर अंगावरचे दागदागिने जरा कमी कर असं माझं तुला सांगणं आहे. राजेसाहेबांना त्यांच्या आणि मुलीच्या शरीरामध्ये दुसऱ्या कशाचाही अडथळा आलेला चालत नाही, हे तुला चांगलं माहीत आहे.’’ सर्वांच्या देखत असा पाणउतारा केल्यामुळे बिल्कीस एकदम मुसमुसून रडायला लागली आणि चिडून तिने हातातल्या बांगड्या आणि अंगठ्या ओरबाडून फेकून दिल्या.

बिल्कीसची एक मैत्रीण द्वेषाने फुत्कारली, ‘‘तो बहुतेक ती अवदसा आहे ना, माहज़बीन, तिलाच नेणार असेल! खरंच, त्या रांडेमध्ये राजेसाहेबांना असं काय दिसतं, काही कळत नाही. एकतर ती अगदी बर्फासारखी थंड दिसते, आणि दुसरं म्हणजे तिचे ते गर्द हिरवे डोळे आहेत ना, त्याची मला तर बाई फार भीतीच वाटते.’’

कानावर येत होते, तरीदेखील बुलंदने ते ऐकूनदेखील न ऐकल्यासारखं केले. तसेही पाहता, मन गुंतवण्यासारखे दुसरे काहीच काम नसलेल्या या रखेल्यांनी कायमच एकमेकींचा द्वेष करत आणि उणीदुणी काढत केलेली शेरेबाजी ऐकण्याची त्याला अगदी सवय झाली होती. तसेच पुढे जात आणखी काही कक्ष ओलांडल्यावर, त्याला ती दूरवर दिसली. ती एका कारंजाभोवती असलेल्या बुटक्याशा कट्ट्यावर चांदण्यांच्या प्रकाशात बहारदार रंगांच्या खड्यांनी सजवलेल्या फरशीवरच्या नितळ पाण्यात सुळ्ळऽऽकन इकडून तिकडे जाणाऱ्या सोनेरी रंगाच्या माशांकडे एकटक पाहत आणि आपले हात हलकेच पाण्यावर फिरवत बसली होती.

‘‘ओहो ! माहज़बीन, तू इथे आहेस तर!’’ तो म्हणाला.

तिच्या नावाचा पुकारा कानावर पडताक्षणी ती सतरा वर्षांची नवयौवना चटपटीतपणे उभी राहिली. ती एक सर्केशियन सुंदरी होती. तिला सुरनकोटच्या फौजदाराने एका धाडीमध्ये पकडले होते आणि आपल्या मालकाच्या पायी वाहिलेल्या आपल्या निष्ठेचे प्रतीक म्हणून, मुरादकडे पाठवून दिलं होते. माहज़बीनची अंगकांती दुधाळ होती. काळेभोर चमकदार केस, लांब तर इतके की ते नीट पसरून ती त्यावर बसू शकली असती. नाजूक, कमानदार भुवयांखालच्या तिच्या विशाल घाऱ्या डोळ्यांतून

ती जगाकडे स्थिर नजरेने पाहत असे. ती हसली की तिच्या पीचच्या फळासारख्या गुलाबी गालांवर दोन गोडशा खळ्या पडत आणि माणकासारख्या लालचुटुक ओठांमागे मोत्यासारख्या दंतपंक्ती झळाळलेल्या दिसत. तिच्या चेहऱ्याच्या सौंदर्याची प्रमाणबद्धता तिच्या शरीरावरदेखील पसरली होती; उभार वक्षस्थळांकडून निघालेली कमनीय रेघ खाली उतरत, दोन्ही हातांनी सहज कवेत घेता येईल अशा कमरेत परिवर्तित झाली होती आणि पुढे प्रमाणबद्ध नितंबांमध्ये विस्तार पावली होती. पांढऱ्या शुभ्र मलमलच्या पायजम्यातले तिचे पायसुद्धा लांब आणि प्रमाणबद्ध होते.

"काय म्हणता, बुलंद?" माहज़बीनचा आवाज मुलायम आणि नादमधुर होता.

"चल मुली. राजेसाहेबांनी खास तुलाच यायला सांगितलंय. आणि हा तर एक दुर्मीळ असा बहुमानच आहे. फक्त दहा दिवसांच्या आत, पुन्हा त्याच मुलीला त्यांनी बोलावल्याची गोष्ट यापूर्वी एकदाच झाल्याचं मला आठवतं. आपल्याला आता घाई करायला हवी आहे. त्यांना ताटकळत राहायला आवडत नाही, तुला माहीतच आहे. एक गोष्ट छानच आहे, तुला सौंदर्यप्रसाधनं वापरावीच लागत नाहीत इतकी तू जात्याच सुंदर आहेस."

असं म्हणून तिच्या दंडाला धरून तो तिला तिच्या खोलीत घेऊन गेला तिथे दोन गुलाम मुलींनी तिला कपडे उतरवायला मदत केली. मग ती बाजूच्या हमाममध्ये शिरली. तिथे तिला गुलाबपाण्याने न्हाऊ घालण्यात आले.

माहज़बीनला असं न्हाऊ-माखू घालून तयार केले जात असताना, हमामातच एका तिवईवर बसून पाहताना बुलंदला हिच्याइतकी सुंदर मुलगी यापूर्वी आपण कधीच पाहिली नसल्याचं लक्षात आलं. ती फक्त सुंदरच नव्हती, तर तिच्याकडे तल्लख बुद्धीदेखील होती, हे बुलंदच्या नजरेस आले होते. म्हणूनच त्याने अगदी काळजीपूर्वक तिला तयार केले होते. तिच्या श्वासाला नेहमीच मधुर सुगंध यावा यासाठी त्याने तिच्या आहाराकडे विशेष लक्ष पुरवले होते. इतकेच नाही, तर अगदी कोणत्याही परिस्थितीत तिच्याकडून विचित्र वास पसरतोय असे होऊ नये, याची खातरजमा करण्यासाठी तो स्वतः रात्री तिच्याजवळ दीर्घ काळ झोपलादेखील होता. तिच्या चेहऱ्यावरची लव आणि अंगावरचे केस काढलेले होते आणि तिची कातडी मृदु-मुलायम आणि तजेलदार बनवण्यासाठी वेगवेगळी दुर्मीळ तेले आणि मलमे लावून तिला मालिश केले गेले होते. बुलंदने तिचे चालचलन आणि वागणूक याकडेदेखील लक्ष पुरवले होते. मुरादला खायचे पान तयार करून कसे द्यायचे, सुरईतून चषकामध्ये मद्य कसे ओतून द्यायचे यांसारख्या नेहमीच्या कामांबरोबरच त्याला आपल्यामध्ये कसं गुंतवून ठेवायचे, नम्रपणे, आदब राखून कसे संभाषण करायचे, या गोष्टीदेखील त्याने तिला शिकवल्या होत्या. मुरादचे मनोरंजन करायला इतर तरबेज गायिका होत्या, तरीदेखील माहज़बीनला हिंदुस्तानी संगीताची तालीम

देण्याची व्यवस्था केली होती. आणि सगळ्यात महत्त्वाचे म्हणजे, आपल्या स्त्रीत्वाची जाणीव राहील याची काळजी घेता घेतादेखील मुरादला भरपूर सुख मिळेल आणि तिच्याशी पुन्हा पुन्हा संग करण्याची त्याला आस लागून राहील, अशा पद्धतीची आपल्या सौंदर्याची मोहिनी त्याच्यावर कशी टाकायची, हेदेखील बुलंदने तिला शिकवले होते.

माहज़बीन पूर्णपणे तयार झाली आहे अशी खात्री पटल्यावर तो तिला मुरादसमोर पेश करण्याची संधी शोधत थांबला होता. आणि ती संधी राजपुत्राने वाकानेरला सिंहाची शिकार करण्याचा आठवड्याभराचा बेत आखला, तेव्हा मिळाली. अशा वेळी राजपुत्र बहुतेक वेळा दोन किंवा तीन रखेल्यांना सोबत घेऊन जात असे, पण बुलंदने त्या वेळी फक्त माहज़बीनला घेऊन जायची गळ घातली होती आणि त्यात त्याला यश आले होते. वाकानेरहून परतल्यावर आपले कौमार्य भंग पावत असताना किती वेदना झाल्या, ते माहज़बीनने सांगितले होते. पण तिने तिला शिकवलेल्या सगळ्या गोष्टींचा उत्तम उपयोग केला होता आणि लवकरच तिच्याशिवाय मुरादचे पानही हलेनासे झाले होते. त्याने तिच्यावर किमती तोहफ्यांचा वर्षाव केला होता आणि शिकारीच्या शेवटच्या दिवशी तर त्याने तिला आपली दुय्यम स्तराची बेगम बनवण्याचेदेखील आश्वासन दिले होते.

या सगळ्याला बुलंदने फारसे महत्त्व दिले नव्हते, पण मुराद माहज़बीनला पुन्हा शय्यासोबत करायला बोलावेल याची त्याला खात्री होती. आणि तसे त्याने बोलावले की बुलंद तिच्या मदतीने अली नकीचा काटा काढणार होता. अनेक दिवशी दुपारची कडक उन्हे नरम होत होत मावळतीला जाईपर्यंतच्या वेळेमध्ये मुरादबरोबर कसे गोड गोड बोलायचे, बोलता बोलता संभाषणाची गाडी ज़नानखान्यामध्ये चर्चा होत असलेल्या अफवांकडे कशी वळवायची, आणि त्या बोलण्यातूनच गुजरातचा खरा राजा मुराद नसून, प्रत्यक्षात सगळे कारभार अली नकीच्या आज्ञेनुसार चालत आहेत हे मुरादच्या मनात कसे ठसवायचे, याची चांगलीच पट्टी बुलंदने तिला पढवली होती. मुरादच्या आढ्यताखोरपणाची आणि ज्वालामुखीप्रमाणे होणाऱ्या रागाच्या उद्रेकाची बुलंदला पूर्ण कल्पना होती, आणि अली नकीच्या विरोधात आत्तापर्यंत उभ्या केलेल्या इतर गोष्टींच्या जोडीला या गोष्टी आल्या की मुरादच्या हातून त्या मंत्र्याविरुद्ध काहीतरी भयंकर कारवाई केली जाण्यासाठी तेवढे पुरेसे होते, हेदेखील बुलंदला ठाऊक होते.

माहज़बीन हमाममधून बाहेर आल्याबरोबर तिच्या सर्वांगावर एक हलकासा सुगंधी द्रव फवारला गेला. फवारताना कानाच्या पाळ्यांमागची जागा आणि तिच्या मांड्यामधली जागा अशा मोक्याच्या जागांकडे विशेष लक्ष पुरवले गेले. बुलंदने तिच्यासाठी शुद्ध रेशमी कापडाची, पांढरी शुभ्र लांब हाताची, तिची पाठ आकर्षकरीत्या

उघडीच ठेवणारी चोळी! आणि गरारा असा जो पोशाख निवडला होता त्यातून तिची कांती अधिकच खुलून दिसत होती आणि टापटीप दिसण्याबरोबरच तिच्या कमनीय बांध्याला उठाव देणारी बाकदार वळणे, पाहणाऱ्याच्या काळजाचा ठाव घेतील याची पुरेपूर व्यवस्था झाली होती. गळ्यात काळ्या रिबिनीने बांधलेला एक हिरेजडित गळाबंद हार एवढा एकच दागिना तिच्या अंगावर होता. सफेद ओढणीच्या खाली मोकळे सोडलेले तिचे लांबसडक केस तिच्या नितंबावर हेलकावे खात होते.

मुरादच्या शयनगृहापर्यंत जाताना वाटेतच घाम येऊ नये म्हणून तिला रत्नांनी मढवलेल्या एका सोनेरी बग्गीत बसवण्यात आले; मग दोन गुलाम मुलींनी ती छोटीशी बग्गी तिकडे वाट पाहत बसलेल्या मुरादच्या दालनाकडे ओढत नेली; बुलंद तेव्हा त्यांच्या बाजूबाजूने चालत होता.

"मी तुला जे सांगितलं होतं ते सगळं लक्षात ठेव. अल्लाची कृपा तुझ्यावर राहीलच मुली," मुरादच्या दालनाजवळ पोहोचत असताना बुलंद तिच्या कानात कुजबुजला. दरम्यान त्याच्या सांगण्यावरून मुरादला दिवाणखान्याच्या बाजूलाच असलेल्या एका अधिक एकांताची व्यवस्था असणाऱ्या कक्षामध्ये नेण्यात आले होते.

कक्षात प्रवेश करून बुलंदने घोषणा केली, "माहज़बीन आली आहे, मालिक, आणि आपल्या सहवासाचा आनंद मिळण्याची अपेक्षा करते आहे."

एक पाय अद्यापही दिवाणाखालीच टांगता राहिलेल्या अवस्थेत, मुराद दिवाणावर अस्ताव्यस्त पसरला होता. त्याचे डोळे बंद होते आणि श्वास जड झाला होता. जवळच मद्याची सुरई रिकामी पडली होती, चषक उलथापालथा झाला होता आणि पानाच्या डबीतली अफूदेखील जवळपास संपलीच होती. बुलंदच्या आवाजाने मुराद चाळवला गेला. त्याने हातानेच इशारा करून बुलंदला जायला सांगितले. माहज़बीनला कक्षात दाखल करून बुलंद निघून गेला. उठून बसण्याचा प्रयत्न करणाऱ्या मुरादसमोर ती आदबशीरपणे उभी राहिली. त्याने एक-दोनदा डोळ्यांची उघडझाप केली, गदगदा डोके हलवून नशा झटकण्याचा प्रयत्न केला, पण काही उपयोग होत नाही असे वाटून त्याने पुन्हा धाड्कन तक्क्यावर लोटून देत डोळे मिटले.

माहज़बीनला प्रश्न पडला होता. बुलंदच्या उपकारांची परतफेड म्हणून नाही, तरी तिच्या स्वतःच्या भवितव्यासाठी तरी तिला शक्य तितक्या लवकरात लवकर मुरादचा गर्भ आपल्या उदरात घेणे महत्त्वाचे होते; पण त्यासाठी राजेसाहेबांना डोके बथ्थड करणाऱ्या या नशेच्या गुंगीतून बाहेर काढणे आवश्यक होते.

"उठा, उठा महाराज!" दिवाणाच्या एका बाजूला बसून मुरादचे डोके आपल्या मांडीवर ठेवून हातांनी कुरवाळत माहज़बीन म्हणाली. मुरादने थोडीशी हालचाल केली. क्षणभर पापण्या किलकिल्या करून त्याने पाहिले, पण पुन्हा डोळे मिटून

घेतले आणि आपले मस्तक हळूच तिच्या मांडीत सरकवलं.

त्याचे डोके अलगद तक्क्यावर ठेवत ती उठली आणि बाहेर मार्गिकेमध्ये आली. तिथे असलेल्या गुलाम मुलीला बोलावून म्हणाली, ''जा, लवकर थोडं पाणी घेऊन ये, राजेसाहेबांची तबियत जरा नासाज आहे.''

ती मुलगी पाणी आणायला धावतच गेली. माहज़बीन पुन्हा खोलीत परतली. मुराद अद्यापही नशेच्या गुंगीतच होता. माहज़बीन मुरादच्या बाजूला बसून आपल्या ओढणीने त्याच्या कपाळावर, चेहऱ्यावर आलेला घाम पुसायला लागली. तोपर्यंत ती गुलाम मुलगी पाण्याने भरलेला वाडगा घेऊन आली. तिचे नजरेनेच आभार मानून, माहज़बीनने मुरादचे डोके पुन्हा मांडीवर घेतले आणि आपल्या ओढणीचे एक टोक पाण्यात भिजवून त्या ओल्या टोकाने मुरादचा चेहरा हलकेच पुसायला लागली.

हळूहळू मुराद शुद्धीवर येऊन हालचाल करू लागला. ''अहाहा ऽऽऽ ...... बरं वाटतंय,'' तो पुटपुटला, ''आम्हाला असंच पडून राहावंसं वाटतंय. हे तू काय करते आहेस ते चालू ठेव.''

दूर कुठेतरी वाजत असलेल्या चांदीच्या घंटेसारखा वाटणारा माहज़बीनच्या हसण्याचा अवचितच उमटलेला आवाज त्याच्या कानी आला. त्यासरशी डोळे उघडून पाहता पाहता, त्याचे डोळे माहज़बीनच्या शांत घाऱ्या डोळ्यांत गुंतले आणि तिच्या सुंदर चेहऱ्यावर स्थिर झाले. ''साहिब, मला क्षमा करा. मला तुम्हाला त्रास द्यावा लागतोय. पण काय करू, माझा पाय अगदी बधिर झालाय.''

तोपर्यंत मुराद अगदी पूर्णपणे शुद्धीवर आला होता. जराशा कष्टांनीच तो दिवाणावर उठून बसला, आणि नशेने लालभडक झालेल्या डोळ्यांत आपल्या सोबतीला असलेल्या सुंदरीचे अनुपम सौंदर्य साठवण्यासाठी तो एकटक तिच्याकडे पाहण्याचा प्रयत्न करू लागला.

''सुंदरी, तुझं नाव काय आहे? '' बराच वेळ तिला निरखून पाहिल्यानंतर त्याने विचारले.

''माहज़बीन, साहिब.'' अगदी कुजबुजल्यासारख्या स्वरात तिने उत्तर दिले.

''हां, बरोबर. आठवलं आम्हाला. आम्ही सिंहाच्या शिकारीसाठी जाताना तुला आमच्याबरोबर घेऊन कुठेसं गेलो होतो, काय त्या जागेचं नाव बर ? वाका ..... असंच काहीतरी आहे वाटतं.''

''वाकानेर, साहिब.''

''बरोबर, वाकानेर. झकास शिकारी मिळाल्या होत्या तेव्हा. तीन सिंह मिळाले होते. शिवाय, आमच्या सोबतीला तू होतीस. आत्तादेखील 'त्या घाऱ्या डोळ्यांच्या सुंदरीला पाठवून दे 'असं आम्ही बुलंदला सांगितलं होतं, कारण तुझे हे डोळेच तुझी

ओळख आहेत आमच्यासाठी. पाण्यासारख्या, अथांग हिरव्याशार डोळ्यांची सुंदरी, म्हणजेच तू.'' ओघळणारी गालफडं सावरत हसण्याचा प्रयत्न करत तो म्हणाला, '' काय तुझं नाव म्हणालीस तू?''

माहज़बीनने पुन्हा एकदा आपले नाव सांगितले.

''तुझ्या चेहऱ्याला अगदी साजेसंच नाव आहे तुझं. ये, इथे आमच्याजवळ बस. घाबरू नकोस, ये.'' त्याने असे म्हटल्यावर आपले पाय गुडघ्यात मुडपून घेत, एका हाताने ओढणीचे ओले टोक पिळून त्यातले पाणी काढून टाकल्यावर दिवाणावर अगदी कडेला लाजत लाजत अदबशीरपणे बसताना होणाऱ्या तिच्या कमनीय देहाच्या प्रत्येक हालचालीकडे तो अनिमिष नेत्रांनी पाहत राहिला.

मग धसमुसळेपणाने तिला तक्क्यावर लोटत, त्याने तिच्या ओठांवर आपले तापलेले ओठ टेकले.

सततच्या नशेबाजपणामुळे त्याच्या तोंडाला येणाऱ्या उग्र वासामुळे सुरुवातीला ती जरा बिचकल्यासारखी झाली खरी, पण ही काही असले नखरे करण्याची वेळ नाही, असे तिच्या लगेचच लक्षात आले. पुन्हा एकदा मुरादचे ओठ तिच्या ओठांवर आक्रमण करू लागले, तेव्हा तिने आपले ओठ थोडेसे विलग केल्यामुळे तर तो जास्तच उद्दीपित झाला. मग आपल्या दोन्ही हातांची बोटे तिच्या डोक्याच्या मागे एकमेकांत गुंफून घेत आपल्याकडे ओढत त्याने तिचे तोंड आपल्या तोंडावर जोरात दाबले आणि तिच्यावर चुंबनांचा वर्षाव केला. त्याच्या भावनांचा लाव्हा उसळायला लागल्यावर तो जास्तच आक्रमक झाला आणि 'माहज़बीन, माहज़बीन' असे तिच्या ओठावरचे आपले ओठ न काढताच पुटपुटत राहिला.

माहज़बीनदेखील एक सुदृढ शरीराची स्त्री होती आणि तिच्याही कामवासना आता जाग्या व्हायला लागल्या होत्या. ''मला जवळ घ्या, आणखी जवळ!'' असे म्हणत मुरादचे डोके आपल्या वक्षस्थळावर ओढताना ती म्हणाली, ''मला आता अगदी राहवत नाही!''

कसाही असला, तरी रतिक्रीडेच्या बाबतीत मुराद जास्त अनुभवी होता. एक संपूर्ण आठवडाभर वाकानेरला बरोबर असली, तरी माहज़बीन रतिक्रीडेबाबत खूपच अननुभवी होती आणि आपलं शरीर रतिसुखाच्या कोणत्या आणि किती किती अनुपम लहरी निर्माण करू शकतं, याची तिला काहीच कल्पना नव्हती. पण म्हणूनच त्याला काही घाई नव्हती आणि त्याला ही रतिक्रीडा शक्य तितका जास्त काळ लांबवायची होती, पण तरीही लवकरच त्याच्या आदिम वासनांनी त्याच्या विचार-बुद्धीचा ताबा घेतला आणि मग ती आपल्या शरीरसुखाच्या अत्युच्च बिंदूवर पोहोचत असताना त्यानेदेखील स्वर्गसुखाचा अनुभव घेत आपले स्वत्व तिच्यात ओतले.

पहाट होण्यापूर्वी ती सुंदर मुलगीच आधी जागी झाली. क्षणभरातच ती भानावर आली आणि मग काल रात्रीच्या रतिक्रीडेदरम्यान काय काय घडले ते आठवताना तिला हसू फुटले. मग बुलंदने आपल्याला काय काम सांगितले होते, ते तिला आठवले. पण तो विषय राजपुत्र साहेबांपुढे काढायचा कसा?

मुरादची झोप चाळवत आहे असे तिला दिसले. तो तिच्याकडे वळला आणि त्याने तिला आपल्याकडे ओढले. ''ही रात्र फार फार आनंदाची होती. तू तर आमच्या हृदयाची सम्राज्ञीच आहेस. खरंच, तुझ्याइतकं दुसऱ्या कुणीही आम्हाला सुख दिलेलं नाही. काय हवं ते माग, आणि ते तुला मिळेलच याची खात्री बाळग.''

''काहीही, साहिब?''

''हो, काहीही. अर्थातच ते काही, खरोखरच देण्यासारखं असेल तर.''

''साहिब, एक गोष्ट आहे अशी. म्हणजे माझा जन्मच तुम्हाला सुख देण्यासाठी आहे आणि त्या बदल्यात तुम्ही मला देऊ शकाल अशी एक गोष्ट आहे आणि ती पूर्णपणे तुमच्या अधिकारात आहे, तसेच ती अगदी वाजिबदेखील आहे.''

''आत्ताच्या आत्ता ती तुला मिळेल. काय आहे तुझं मागणं?''

''साहिब, फक्त माझ्याकरिता, तुम्ही गुजरात पुन्हा ताब्यात घ्या.''

''गुजरात पुन्हा ताब्यात घ्या? सुंदरी, तू कोड्यात बोलते आहेस. जे आमच्याजवळ आहेच, त्याचा आम्ही पुन्हा ताबा घ्यायचा म्हणतेस हे कसं? आणि केवळ तुझ्यासाठी आम्ही गुजरात पुन्हा ताब्यात घ्यावा असं तू म्हणतेस, त्याचा अर्थ काय?'' गोंधळलेल्या मुरादने विचारले. आणि पुढे म्हणाला, ''तू हिरे-माणके, सोने-चांदी, घोडे, उंट, गुलाम मुली भेट म्हणून मागितल्यास, तर आम्ही समजू शकतो; पण गुजरातचा ताबा?''

''साहिब, तुम्ही सांगताय त्या, तुम्ही ज्याचे मालिक होऊ शकता त्याच्या तुलनेत अगदी मामुली गोष्टी आहेत, पण त्यासाठी तुम्ही तुमच्या सुभ्यावर संपूर्ण हुकमत मिळवायला हवी.''

''कोण म्हणतं आमची संपूर्ण हुकमत चालत नाही? ज़नानखान्यामध्ये या कसल्या वायफळ गोष्टी चर्चिल्या जात आहेत? या असल्या गोष्टी तुमच्या मनात कोण भरवतं आहे? सांग आम्हाला, आम्ही त्याची आत्ताच्या आत्ता जिवंतपणीच चामडी लोळवतो.'' इथपर्यंत मुरादच्या तळपायाची आग मस्तकात गेली होती आणि दिवाणावर बसून तो नुसता धुमसत होता.

''साहिब, मी ज़नानखान्यातली एक नाचीज़ औरत आहे आणि माझ्यापेक्षा वरिष्ठ असलेल्या अनेक जणी तिथे आहेत. त्यातही मी अगदी अलीकडेच इथे आलेली आहे. पण सर्वसाधारणपणे सगळेच असं बोलताना ऐकायला मिळतं की बोलण्यापुरता गुजरातवर तुमचा, म्हणजे एका राजपुत्राचा, अंमल आहे. असं

म्हटलं, तरी प्रत्यक्षात मात्र तुम्ही राज्य करत नाही. प्रत्यक्षात तर राजे अली नकी यांचे हुकमाने राज्यकारभार चालतो आणि ते तर शहेनशहा साहेबांचे येथे लावलेले कानच आहेत. आम्ही खरोखरच अगदी मामुली माणसे आहोत साहिब, आणि मोठ्या दरबारी लोकांच्या राजकारणातलं आम्हाला काहीही कळत नाही. पण अशी बोलणी मी ज़नानखान्यात ऐकली आहेत, आणि साहिब, तुम्ही माझ्यावर खूपच मेहेरबानी केलेली आहे, त्यामुळे ही गोष्ट तुमच्यासमोर बोलायचं मी धाडस केलं आहे.''

असं बोलत माहज़बीन मुरादला अलगद बिलगली; पण आता तिच्या शारीरिक आकर्षणाचा त्याला विसर पडला होता. आपल्याबद्दल ज़नानखान्यात आणखी काय काय बोललं जातंय हे समजून घेण्याची त्याला गरज वाटायला लागली होती. आणि क्षणाक्षणाला त्याच्या रागाचा पारा वर चढत होता. *तो हरामख़ोर अली नकी,* त्याच्या *मनात आलं, 'नेहमी आमच्या वाटेत आडवा येतो, आणि त्यांच्या म्हणण्याप्रमाणे झालं नाही, तर शहेनशहांना ख़बर देईन अशा धमक्या देतो. आजवर कितीतरी वेळा आमच्या पसंतीच्या लोकांना बक्षिसी द्यायचे आमचे प्रस्ताव त्याने कोणत्या ना कोणत्या तरी क्षुल्लक कारणाचे निमित्त करून हाणून पाडले आहेत आणि जेव्हा जेव्हा आम्ही हट्ट धरला, तेव्हा प्रत्येक वेळी, त्याला कधीच मान्यता मिळणार नाही याची पूर्ण खात्री असल्यामुळे, शहेनशहा साहेबांची निःसंदिग्ध परवानगी घ्यावी लागेल असेच सांगितलेले आहे. म्हणजे आम्ही, मुराद, या गुजरात सुभ्याचे सुभेदार, आणि जगातल्या सर्वांत सामर्थ्यशाली शहेनशहांचे पुत्र नाही असे म्हणायचे का? आणि असलो, तरी एक मामुली दरबारी, राज्याच्या पैशावर काम करणारा पगारी कामकरी, आम्हाला जे काही करावेसे वाटते ते दर वेळी उधळून लावतो? इतके की, कित्येकदा तर आम्हाला एखाद्या शाळकरी मुलापेक्षाही वाईट वागवले गेले आहे. आणि आता या गोष्टी ज़नानखान्यातदेखील चर्चेचा विषय होत आहेत ही गोष्ट जास्तच झोंबणारी होती; आणि ज़नानखान्यात जर ही परिस्थिती असेल तर भर बाजारातली परिस्थिती कशी असेल? आमचा हुकूम आमच्या नाकाच्या लांबीपुढेदेखील चालत नाही, असे म्हणत लोक आमच्या पाठीमागे आमचा मज़ाक उडवत असतील. आणि या सगळ्यावर कडी म्हणजे, तिकडे शहेनशहा अत्यवस्थपणे आजारी असताना, कदाचित मृत्युशय्येवरच असताना, हा जख़्खड म्हातारा त्या अधर्मी दाराबरोबर संगनमत करतोय. या अल्ला, आपल्या अंगात रुतून बसलेल्या या काट्याला कायमचे दूर करण्याचा काहीतरी उपाय आता करायलाच हवाय. आणि शहेनशहा मरणासन्न अवस्थेत असतानाची आत्ताची वेळच या कामासाठी अगदी योग्य वेळ आहे.'*

मुरादच्या मनात आता संतापाच्या लालभडक ज्वाळा उसळत होत्या. त्याने

टाळी वाजवून इशारा केला, त्यासरशी एक गुलाम मुलगी डोळे चोळत दाखल झाली. ''बुलंदला आमच्यासमोर ताबडतोब हजर करा. पुढच्या पाव कलाकात तो इथे पोहोचलेला नसेल, तर तुम्ही दोघेही आजचा सूर्यास्त पाहायला जिवंत असणार नाही.'' बुलंदला शोधून ताबडतोब मुरादसमोर हजर करण्यासाठी ती गुलाम मुलगी घाईघाईने निघाली. मग माहज़बीनकडे वळत मुराद म्हणाला, ''चल, झटपट कपडे घालून तयार हो. शाही खानदानातले छोटे सरकार राज्य कसे करतात ते तुला आता पाहायला मिळेल.''

थोड्याच वेळात बुलंद मुरादच्या कक्षामध्ये येऊन दाखल झाला होता. ''तुम्ही मला बोलावलंत, सरकार?''

''हो. अली नकीने आमच्या भावाला, दाराला लिहिलेला तो खलिता कुठे आहे?''

''माझ्याजवळच आहे, सरकार.'' असे म्हणत बुलंदने आपल्या अंगरख्यामध्ये इकडेतिकडे शोधल्यासारखे करून तो खलिता काढून दिला. मुराद तो कोणत्याही क्षणी मागू शकतो याची पूर्ण कल्पना असल्यामुळे, तो खलिता बुलंद सदैव आपल्या अंगावरच वागवत असे. अगदी आदबशीरपणाचा आव आणत त्याने तो मुरादच्या हातात दिला. त्याने आत्तापर्यंत असंख्य वेळा वाचला होता, तरी पुन्हा एकदा त्याची नजर त्यातल्या शब्दांवरून झराझरा फिरली. पुढे काय करायचं याचा निर्णय झाला होता. ''अली नकीला आमच्यासमोर ताबडतोब हजर राहायला सांगा, आणि येत नसेल, तर त्याला इथे खेचत घेऊन या. आम्ही या बाजूच्या बागेमध्ये बसलो आहोत.'' त्याने घेतलेला गंभीर निर्णय त्याच्या चेहऱ्यावर स्पष्ट दिसत होता.

माहज़बीनदेखील नकळत मुरादच्या पाठोपाठ बागेमध्ये जायला निघाली तेव्हा मुरादने तिला थांबवले, म्हणाला, ''नको, सुंदरी. जेव्हा एक सुभेदार एका उच्चस्तरीय अधिकारी व्यक्तीबरोबर दरबारी कामकाज करत असतो, तेव्हा त्यांना एकांत हवा असतो.''

''हो, खरंच की. मैं पगली इतना भी नहीं सोच सकी। मी तुमच्या कामकाजामध्ये दख़लअंदाजी करण्याचे स्वातंत्र्य घेऊ शकते, असा विचार केल्याबद्दल मला क्षमा करा,'' ती म्हणाली. मुराद त्या मंत्रिमहोदयांची सणसणीत कानउघाडणी करणार असेल, अशी तिने स्वतःची समजूत करून घेतली. त्याने जाता जाता बागेच्या प्रवेशद्वारापाशी पहाऱ्याला उभ्या असलेल्या सैनिकाच्या हातातला भाला घेतल्याचं तिला दिसले नाही.

मुरादने ताबडतोब हजर व्हायला सांगितल्याचा निरोप घेऊन बुलंदने पाठवलेली माणसं अली नकीच्या घरी पोहोचली, तेव्हा अहमदाबाद शहरावर पहाटेचा सूर्यप्रकाश पसरत होता. निरोप ऐकवला गेला तेव्हा तो उंच, बारीक अंगकाठीचा, खांद्यावर

रुळणारे पांढरेशुभ्र केस, तशाच रंगाच्या घनदाट भुवया आणि दाढी राखलेला मंत्री, पवित्र कुराणाचे पठण करत होता. प्रार्थना करून झाल्यावर त्याने आपला दरबारी पोशाख घातला आणि तत्काळ मुरादच्या समक्ष हजर होण्यासाठी निघाला. पोहोचला तेव्हा त्याला बागेमध्ये एका आसनावर दोन्ही पाय वर घेऊन, चुरगाळलेला कुर्ता आणि पायजमा, केस अस्ताव्यस्त पिंजारलेले अशा अवस्थेतला मुराद डाव्या हातामध्ये भाला घेऊन बसलेला दिसला.

"ओहो! नकीसाहेब, तुमचे स्वागत आहे!" मुरादने तिरकस, छद्मीपणाने बोलत सुरुवात केली. "अगदी पहाटे पहाटेच तुमचं दर्शन झाल्यानं फार बरं वाटतंय. आम्हाला तर असं समजलं होतं की तुम्ही दुपार झाल्याशिवाय उठतच नाही."

"हुजूर, आपले सेवक आपण बोलावल्याचे सांगत माझ्याकडे आले म्हणून मी इथे आलोय. आणि दुपार झाल्याशिवाय मी झोपेतून उठत नसल्याबाबत सांगायचं, तर ज्यानं कुणी सरकारांना असं सांगितलं असेल तो धडधडीत खोटं बोलतोय. कारण कडाक्याची थंडी असो किंवा भयंकर उन्हाळा असो, पहाट होण्यापूर्वीच मी जपमाळ घेऊन प्रार्थनेला बसलेला असतो आणि त्यानंतर ताबडतोब मी कामकाजाचो कागदपत्रं पाहायला सुरुवात करतो. बरं ते राहू दे, माझा दिनक्रम कसा असतो याची चौकशी करायला निश्चितच आपण मला इथे अशा अवेळी बोलावलेलं नाही, खरं ना ?"

"खरंच सांगतो, आम्ही त्यासाठीच बोलावलं आहे. खरं म्हणजे, आम्ही कधी कुणा एखाद्या निष्ठावंताची कदर करायची इच्छा करतो किंवा चांगल्या कामासाठी एखाद्याला बक्षिसी द्यायचं ठरवतो, तेव्हा प्रत्येक वेळी तुम्ही ज्या कल्पक हरकती घेऊन आमचे प्रयत्न हाणून पाडता, त्या सगळ्या गोष्टी तुम्हाला दिवसा सुचतात की रात्री हे जाणून घ्यायची आम्हाला प्रचंड उत्सुकता आहे." मुरादच्या रागीट आवाजात आता धमकावणीही जाणवत होती.

"जिथे खरोखरच स्वामीनिष्ठेनं काम केल्याचं दिसून आलं, आणि ते कामही चांगल्या पद्धतीनं केलेलं दिसलं, त्या प्रत्येक गोष्टीला मी जोरदार पाठिंबा दिला आहे, हे हुजूरसाहेबांना माहीत आहे. मी माझ्या अधिकाराच्या कक्षेबाहेर जाऊनदेखील अशा गोष्टींची हुजूरसाहेबांकडे वेळोवेळी शिफारस केली आहे."

"म्हणजे कामामध्ये दाखवलेली निष्ठा, आणि चांगलं काम म्हणजे काय याचे तुम्हीच काय ते उत्तम पारखी आहात, असं म्हणताय का तुम्ही?"

"हुजूर, मी असं कधीच म्हटलं नाही. पण कुणाच्या अगदी प्राथमिक, निव्वळ शारीरिक स्वरूपाच्या गरजा भागवण्याचं काम करणाऱ्या आणि आपल्या व्यक्तिगत फायद्यासाठी सतत कुणाची दिशाभूल करत असणाऱ्या कुणा एका प्रतिहारीच्या कामात निष्ठा दिसते, असं म्हणता येणार नाही; आणि आपल्या अखत्यारीतल्या

भूप्रदेशात अत्यंत भीषण दुष्काळ पडला असताना, आणि आपल्या आधिपत्याखाली असलेली माणसे किडा-मुंगीसारखी उपासमारीनं मरत असताना आपला आणखी एक महाल उभारण्यासाठी भाडेकराराखाली असलेल्या कुळांकडून एखादा फौजदार जबरदस्तीनं भाडेपट्टी वसूल करत असेल, तर तो काही चांगलं काम करत नाही, हे एखादं लहान पोरदेखील सांगू शकेल.'' मंत्रिमहोदयांच्या बोलण्याचा रोख स्पष्टपणे बुलंद आणि मुरादच्या मर्जीतील खेशगी नावाच्या एका फौजदाराकडे होता आणि त्यांनी अगदी तोलूनमापून, शब्दांचा योग्य परिणाम होण्यासाठी पुरेसा वेळ देत उच्चारलेल्या प्रत्येक शब्दाने मुरादच्या तोंडावर एक एक चपराक ओढली जात असल्याचे स्पष्टच दिसत होते.

''सबूर, सबूर, अली नकी,'' संताप अनावर झाल्याने घशातून कशाबशा फुटत असलेल्या आवाजात मुराद म्हणाला. ''तुम्हाला प्रत्यक्ष शहेनशहांनी इथं पाठवलं असलं, तरी तुम्ही आत्ता शहेनशहांच्या पुत्रासमोर उभे आहात, हे विसरू नका.'' हे बोलता बोलता त्याची हातातल्या भाल्यावरची पकड त्वेषाने आवळली गेली.

''सरकारांनी मला त्याचं कधीच विस्मरण होऊ दिलेलं नाही,'' तो मंत्री मवाळपणे म्हणाला. ''मात्र हुजूरसाहेबांनी आता मला क्षमा करावी. काही तातडीची कामे करावयाची आहेत आणि काही अर्थपूर्ण मसलत करायची इच्छा झाली तर आपण मला बोलावू शकता,'' असं म्हणून नकी टाचेवर गर्रकन् वळला आणि निघाला.

''ठहरिये! आमचं बोलणं अद्याप संपलेलं नसताना मला सरळ सरळ पाठ दाखवून निघून जाण्याचं धाडस तुम्ही काय म्हणून करता? तुम्ही कुणासमोर उभे आहात याची तुम्हाला जाणीवही नाही का?''

मंत्रिमहोदय जागीच थबकले, मागे वळले आणि कणवभऱ्या नजरेने मुरादकडे पाहत म्हणाले, ''मी मगाशीच म्हणालो हुजूर की मला क्षणभरदेखील ते विसरण्याची परवानगीच मिळालेली नाही. आता दिवसाच्या या वेळेला माझ्याकडून आपल्याला काय हवं आहे ते सरकारांनी मला सांगितलं तर फार बरं होईल; अन्यथा, इतर बरीच कामं खोळंबलेली आहेत, तेव्हा आता मला कृपया ती कामे करण्यासाठी जाण्याची परवानगी द्यावी. सरकारांनी नंतर दिवसभरात आपल्या सवडीनुसार मला बोलवावे.''

मुराद आपल्या मंत्र्याबरोबर बोलण्यासाठी बागेत गेला असताना इकडे माहज़बीनने दिवाणावरच कलंडून थोडी झोप घेण्याचा प्रयत्न केला होता. रात्री उपभोगलेल्या रतिसुखाच्या सुखद वेदना तिच्या अंगांगावर खुणा जागवत होत्या आणि त्या सुखाच्या ग्लानीमध्ये स्वतःला झोकून देत असताना मुराद आपल्यावर आरुढ होत असतानाचेच विचार तिच्या मनात घोळत होते. अचानक दचकल्यासारखे होऊन जागी झाल्यावर तिला बुलंद, बाहेर बागेत घडणारे सगळे काही जिथून दिसते, त्या

जागी जाळीच्या पडद्याला नाक भिडवून बाहेर बघत असलेला दिसला.

"काय चाललंय तिथे?" तिने विचारले.

"काही नाही गं," बागेमध्ये घडत असलेल्या घटनांवरची आपली नजर जराही विचलित न होऊ देता बुलंद म्हणाला. "सरकारांनी अली नकीला बोलावणं पाठवलं होतं, आणि त्यांची चांगल्याच कडक शब्दांत कानउघाडणी होते आहे असं दिसतंय. त्या मूर्ख म्हाताऱ्याला अशीच अद्दल घडली पाहिजे." बुलंदच्या बोलण्यातला विजयी सूर माहज़बीनपासून लपून राहणे शक्यच नव्हते.

दिवाणावरून उठून ती बुलंदच्या जवळ येऊन उभी राहिली आणि शहेन्शहांचा मुलगा आणि ते वृद्ध मंत्रिमहोदय यांच्यामध्ये चाललेल्या वादावादीकडे पाहू लागली. त्या दोघांच्यात काय बोलाचाली होत आहे हे ऐकू येण्याच्या अंतरापेक्षा ते खूप लांब होते, तरीदेखील अली नकी गर्रकन् वळले आणि जाऊ लागले, पाय वर घेऊन बसलेला मुराद नीट सरसावून बसला आणि अली नकी पुन्हा मुरादकडे वळले, हे सर्व तिला दिसले.

"त्या वृद्ध माणसाची मला काळजी वाटते," जाळीच्या पडद्याला डोळे भिडवून पाहता पाहता ती बुलंदला म्हणाली. "सरकारांची भाल्यावरची पकड कशी त्वेषाने घट्ट झाली ते तू पाहिलेस का? आपण काहीतरी करायला हवं, नाही का?" आपण ज्याला पूर्वी कधी पाहिलेही नव्हते, आणि आता पाहिला तर तो आपल्या आजोबांपेक्षाही वृद्ध असावा अशा माणसाला अशा परिस्थितीचा सामना करावा लागण्यास आपण कारणीभूत आहोत, या अपराधी भावनेने तिच्या मनातली त्यांच्याबद्दलची काळजी तिच्या स्वरात उतरली होती.

"शशऽऽऽऽऽ मुली ...., यात आपण काहीही करू शकत नाही," जाळीच्या पडद्याला अजूनही नाक भिडवून बाहेर पाहत असलेला बुलंद म्हणाला. "शहेनशहा साहेबांचे पुत्र आणि त्यांचे मंत्रिमहोदय यांच्या दरम्यान चाललेल्या गोष्टीमध्ये आपण कशी काय दख़लअंदाजी करू शकतो? तसंदेखील काही होणार तर नाहीच. सरकार तर बरेच दमलेले दिसत आहेत. रात्रभर त्यांना जागं ठेवलंस ना तू? किती वेळा केलंत तुम्ही?" असं बोलता बोलता त्याने तिच्या कमरेवर हात फिरवत तिला जवळ ओढले आणि डोळे मिचकावत तिचा मऊशार स्तन हलकेच दाबला.

माहज़बीनने बुलंदचा हात बाजूला सारला आणि बाहेर बागेत काय घडतंय ते पाहायला लागली. तिच्या मनात एक अनामिक भीती दाटली होती.

मुराद उतावीळ झालेला दिसत होता. "नाही. तुम्ही आत्ता इथे आलाच आहात, तर आत्ताच याचा फैसला करून टाकू. तुमच्या कायद्याच्या भाषेत विश्वासघाताची सजा काय आहे जरा सांगता?"

"अर्थातच मृत्युदंड आहे, हुजूर!" मंत्रिमहोदय उत्तरले.

''तुमची खात्री आहे? उत्तर देण्यापूर्वी नीट विचार करा.''

''हो. अगदी निःसंशय. विश्वासघात हा मृत्युदंडास पात्र गुन्हा आहे असंच आपल्या कायद्याच्या परिभाषेत सांगितलेलं आहे. कारण यामुळे आपल्या सामाजिक जडणघडणीच्या पायालाच हादरे बसतात. त्यामुळे राज्यावर बाहेरून आक्रमण होण्याच्या शक्यतेला तर आपण बळी पडतोच, पण त्याचबरोबर राज्यांतर्गत बंडाळीलादेखील आमंत्रण दिलं जातं.''

''तर मग या आमचे बंधू दारा यांना लिहिलेल्या तुमच्या खलित्याबद्दल तुम्हाला काय सांगता येईल?'' अंगरख्यात लपवलेला खलिता एका झटक्यात काढून नकीच्या तोंडावर फेकत मुराद गरजला. ''शहेनशहांचे निधन झाले असण्याची अद्याप कसलीही खातरजमा झालेली नाही, आणि इथे आम्ही काय बघतोय, तर तुम्हाला आमची सेवा करण्याची आणि आम्हाला इथे गुजरातमध्ये चांगला सल्ला देण्याची आज्ञा केलेली असूनही तुम्ही अगोदरपासूनच तुमच्या निष्ठा आमच्या भावाच्या चरणी वाहायला निघाला आहात. हा विश्वासघात नाही?''

क्षणभर ते अनुभवी मंत्रिमहोदयदेखील हबकले. हा नशेबाज मूर्ख कशाबद्दल बरळतोय? कसला खलिता? त्याने आपल्या पायापाशी पडलेले खलित्याचे भेंडोळे उचलले आणि वाचायला सुरुवात केली. त्याच्या चिंताक्रांत चेहऱ्यावर हळूहळू विजयाचे हास्य उमलले. ''माझ्या सहीची कुणी नक्कल करू पाहत असेल, तर ती करताना त्याने बरीच काळजी घ्यायला हवी होती. माझी सही असल्याचे भासवले आहे, त्या सहीमधल्या नकी या नावातलं 'न' हे अक्षर पाहा. जिथे त्या अक्षरामधलं वळण आहे, त्या वळणाच्या वरच्या बाजूला नुक्ता दिलेला असायला हवा होता; पण इथं तो वळणाच्या जवळजवळ मध्यावरच दिलेला दिसतोय. ही नक्कल आहे हे अगदी स्पष्ट आहे, आणि ती फारच वाईट आहे. माझ्या वळणदार अक्षराची खुद्द शहेनशहांनी तारीफ केली आहे आणि मी इतक्या गचाळ अक्षरात काही लिहीन असं तर तुम्हालादेखील वाटत नाही, खरं ना?''

''आणि आमचा ज्याच्यावर विश्वास होता त्या माणसाकरवी शहेनशहांची प्रकृती एका हिंदू वैद्याच्या उपचारांमुळे सुधारत असल्याच्या अगदी हास्यास्पद गोष्टी आमच्या मनात भरवल्या जाण्याबद्दल काय म्हणणं आहे तुमचं? या असल्या धादांत खोट्या गोष्टी फैलावण्याशी, तेदेखील ज्याला त्या धर्माच्या लोकांबद्दल सहानुभूती वाटते हे जगजाहीर आहे, त्या दाराच्या सांगण्यावरून फैलावण्याशी तुमचा संबंध आहे, हो की नाही?''

''तुम्ही काय बोलताय मला काहीही कळत नाहीये.'' त्रासलेल्या नकीने उत्तर दिले. ''शहेनशहा आजारी आहेत हे सगळ्या जगाला माहीत आहे आणि ते उपचार करून घेत असणार हेदेखील साहजिकच आहे, पण एका हिंदू वैद्याकडून? का?

राजमहालातल्या सगळ्यांची काळजी घेणारे सगळे हकीम थकले?''

''ते तुम्हीच सांगा मला. तख़्तावर वारसा हक्क प्रस्थापित करण्याच्या लढाईत दरबारातल्या हिंदू सरदार-मनसबदारांचा पाठिंबा मिळवण्यासाठी आमचे बडे मियाँ दारासाहेब यांनी केलेले आणि ज्यामध्ये तुम्हीदेखील सक्रियपणे शामिल आहात ते हे कारस्थान तर नाही?''

तो वयोवृद्ध मंत्री हातातल्या काठीवर थोडा भार टाकून ताठ उभा राहिला आणि त्याने आसनावर बसलेल्या मुरादकडे अगदी स्थिर नजरेने पाहिले. मग त्याचा खणखणीत आवाज गुंजला. ''थोडं स्पष्टच बोलायची परवानगी द्यावी हुजूर. गेली चाळीस वर्षं या साम्राज्याची मी इमाने इतबारे सेवा केली आहे. पश्चिमेकडील हिमाच्छादित कंदाहारपासून ते बंगालच्या जंगलांपर्यंत, जिथे कुठे मला पाठवण्यात आलं तिथे तिथे माझ्या सेवेचं कौतुकच झालं आहे. माझ्या जाण्यामुळे सगळ्यात जास्त आनंद फक्त गुन्हेगार, बदमाश आणि खुशमस्कऱ्यांनाच होतो. या परगण्यामध्ये माजलेला गोंधळ आणि दुर्व्यवस्था निस्तरण्यासाठीच मला खुद्द शहेनशहांनी येथे पाठवलं होतं, आणि शहेनशहांचा एक कर्तव्यनिष्ठ सेवक म्हणून मी त्या आज्ञेचं पालन केलं. हुजूर, आपल्या वैयक्तिक फायद्यासाठी या परगण्यातील साधनसंपत्तीचे पुरेपूर शोषण करत असलेल्या अत्यंत नीच प्रवृत्तीच्या बदमाशांच्या, खुशमस्कऱ्यांच्या, तसेच, अगदी गुन्हेगारी प्रवृत्तीच्या माणसांच्या गराड्यात आपण सापडले असल्याचं मला इथे आल्यावर दिसलं. अशा लोकांच्या बाबतीत आपण अतिशय सावध राहावं असा सल्ला देण्याचा मी अनेक वेळा प्रयत्न केला; परंतु तुमचे खरे शत्रू कोण हे ओळखण्याऐवजी आणि माझ्यावर विश्वास ठेवण्याऐवजी त्यांच्यावरच विसंबून राहण्याचा मार्ग तुम्ही पत्करलात. आणि जे तुमच्या अजूनही लक्षात आलेलं नाही, अशा त्यांनी रचलेल्या कारस्थानाला बळी पडून आता एका ढळढळीत खोट्या, नकली खलित्याच्या आधारे माझ्यावर विश्वासघाताचा आरोप केला जातोय. याशिवाय, शहेनशहा अद्याप जिवंत असतानाच्या परिस्थितीतच कोणत्या तरी एका गटाला वारसा हक्कानं तख़्ताचा ताबा मिळवण्याच्या लढाईत यश मिळण्यास मदत व्हावी म्हणून खोट्या बातम्या पसरवण्यात माझा हात असल्याचाही माझ्यावर आरोप केला जातोय. हुजूर, खरोखर असा विचार करणं हा विश्वासघातच आहे आणि माझा त्यात कोणत्याही प्रकारे सहभाग असणार नाही.''

भावनातिरेक असह्य झाल्यामुळे तो वृद्ध गृहस्थ थरथरत होता, आणि शेवटची काही वाक्ये त्याने आपल्या हातातील काठी मुरादकडे रोखून धरतच पूर्ण केली. जाळीच्या पडद्याआड उभे राहून बागेत घडत असलेले हे महानाट्य पाहताना माहज़बीनचा भीतीने थरकाप उडाला. अली नकीने हातातली काठी मुरादकडे रोखली आणि संतापाने बेभान झालेला मुराद ताड्कन आसनावरून उठला. हे सगळे

पाहिल्याबरोबर आता काहीतरी भयंकर प्रकार घडणार आहे हे तिला कळून चुकले. मुरादची भाल्यावरची पकड घट्ट झाली आणि त्याने तो भाला मंत्र्याकडे रोखला. ''या अल्ला, ते आता त्या वृद्ध माणसाला ठार करणार,'' असे म्हणून ती रडायला लागली. मग अचानक काही सुचल्यासारखी जाळीच्या पडद्यापासून झपाट्याने दूर झाली आणि तिने त्या वृद्धाच्या मदतीला धावण्याचा प्रयत्न केला. पण बुलंद तिच्यापेक्षा फारच चपळ होता. ती बागेकडे जाण्यासाठी वळल्याबरोबर तोदेखील तिच्याकडे वळला आणि तिच्या कमरेभोवती हात घालून तिला आपल्याकडे खेचून घेत तिचं डोके आपल्या खांद्यावर दाबून ठेवले आणि तिचे डोळे आपल्या हाताने झाकले.

''असल्या भानगडींमध्ये आपण ढवळाढवळ करायची नसते मुली,'' तो तिला समजावत म्हणाला.

त्याला मुराद संतापातिरेकाने ओरडल्याचा आवाज ऐकू आला. ''पाजी माणसा, मीठ आमच्या सुभेदारीतलं खातोस आणि वर आमचाच विश्वासघात करतोस काय?'' मुरादने हातातला भाला त्वेषाने अली नकीच्या पोटात खुपसल्याचे पाहताना बुलंदचे डोळे विजयोन्मादाने चमकले. तो भाला अली नकीच्या पोटातून आरपार गेला. असह्य वेदनेची एक किंकाळी फोडून तो खाली कोसळला. त्याच क्षणी माहज़बीन आपल्या मिठीतच बेशुद्ध होऊन खाली पडत असल्याची जाणीव बुलंदला झाली.

मुरादने टाळी वाजवून इशारा केला. बागेच्या दूरच्या कोपऱ्यातून घडत असलेले सारे काही पाहत असलेले काही माळी आणि त्यांचे मदतनीस भेदरलेल्या अवस्थेतच कसेबसे पुढे झाले. ''हे मढं इथून ताबडतोब हलवा.'' डोळे आणि तोंड सताड उघडे असलेल्या अवस्थेत पडलेल्या मंत्र्याच्या प्रेताकडे आपल्या पायानेच निर्देश करत मुरादने हुकूम केला. ''त्याच्या रक्ताने आमच्या शाही बागेतली हिरवळ डागाळणार नाही याची खबरदारी घ्या.''

चार

दूर पूर्वेकडे, परगण्याच्या राजधानीच्या म्हणजे ढाक्याच्या पूर्वेकडे काही दिवसांची मजल मारल्यावर येणाऱ्या जंगलामध्ये शहेनशहांचा दुसरा मुलगा राजपुत्र शुजा शुकोह एका मोठ्या शिकारीमध्ये गुंतला होता. जवळजवळ एका आठवड्यापासून शेकडो हाकारे शिकारीच्या सावजांना हाकलत हाकलत शिकारीसाठी योग्य अशा एका विशिष्ट ठिकाणी आणण्यासाठी रिंगण धरून ते वर्तुळ सतत लहान करत हाकारे काढत होते. डोंगरउतारावर साल आणि शिसवी लाकडाच्या झाडांचे घनदाट जंगल आणि माणसाएवढ्या उंचीचे गवत असलेल्या डोंगरांच्या खालच्या भागातल्या उथळ दरीतील काहीशा वाडग्यासारख्या दिसणाऱ्या मोकळ्या जागेत शुजा आणि त्याच्या समवेत आलेले अनेक दरबारी-मानकरी आत्ता भर दुपारी हत्तीवर बसून, हाकारे त्यांच्या दिशेने सावजांना कधी आणत आहेत याची वाट पाहत थांबले होते.

सर्वांत मोठ्या हत्तीवर उंचापुरा, तगड्या देहयष्टीचा, बारीक डोळे, दाढी-मिशांनी चेहरेपट्टी जेमतेम झाकली जाईल अशा चेहऱ्यावर मध्य आशियाई वंशाच्या ठळक खुणा असलेला शुजा बसला होता. त्याने त्याच्या बाजूला बसलेल्या झैन-उल-अबीदीन या त्याच्या चौदा वर्षे वयाच्या, शिडशिडीत बांध्याच्या, देखण्या, तरुण मुलाला त्याच्या पहिल्यावहिल्या वाघाच्या शिकारीसाठी बरोबर घेतले होते. त्यांच्या पाठीमागे मुख्य शिकारी तुघरील मियाँ आणि ठासणीच्या बंदुकांमध्ये बार भरून देणारे दोघे जण शिकारीसाठी आवश्यक असलेली वेगवेगळी हत्यारे घेऊन बसले होते, तर हत्तीवर पुढल्या बाजूला त्याचा माहूत बसला होता. शुजाच्या दोन्ही बाजूला अर्धवर्तुळाकार रचना करून आणि हत्तींमध्ये काही अंतर राखून, मुख्य वजीर, वकील आणि दारूगोळा खात्याचा प्रमुख अधिकारी यांसह शुजाच्या दरबारातले बरेचसे दरबारी-मानकरी आपापल्या हत्तीवर बसले होते.

"जनावरं कधी येणार?" वाट पाहून कंटाळलेल्या झैनने विचारले. त्याच्या नितळ कपाळावर जमा झालेले घामाचे थेंब गालावरून खाली ओघळायला लागले

होते. शुजाने आपल्या अस्तनीतून एक रुमाल काढला आणि हलक्या हाताने मुलाच्या चेहऱ्यावरचा घाम पुसला. सूर्याचे प्रखर किरण आग ओकत होते आणि हौद्यावर बांधलेल्या सुंदर गोंडेवाल्या छत्रीमुळे सूर्याच्या प्रखर किरणांपासून अगदी किरकोळ संरक्षण होत होते.

"आणखी थोडाच वेळ थांबावं लागेल हं," शुजा म्हणाला. "हे हाकारे असतात ना त्यांना खूप काम करावं लागतं. त्यांच्या पुढे असलेल्या सगळ्या पक्षी-प्राण्यांना हाकलत इकडे घेऊन येण्याचं काम त्यांना करावं लागतं आणि तसं करत करत आपल्यापर्यंत पोहोचायला अजून थोडा वेळ लागेल त्यांना."

"मगर पिछले दो कलाक से हम यहाँ बैठे हैं, पण एक साधी कोंबडीदेखील आमच्या नजरेला पडलेली नाही," मुलगा तक्रारीच्या सुरात म्हणाला. "असंच जर चालू राहिलं तर आपल्या बाजूला एखादं तरी सावज येईल की नाही याची शंका वाटते."

"काळजी करू नकोस. या भागात सावजं भरपूर असतात आणि बंगालच्या पांढऱ्या वाघाची पहिली शिकार करण्याचा मान तुला नक्कीच मिळेल," शुजा म्हणाला.

"किती मजा येईल ना तेव्हा." मियांदाद चीत्कारला. "मग त्या वाघाची कातडी सोलून काढू, त्यात भुसा भरून पुन्हा तयार केलेला वाघ तुमच्या खासगी दालनामध्ये उभा करून ठेवू."

शुजा मनापासून हसला. त्याचे या मुलावर खास प्रेम होते आणि त्याच्यामध्ये त्याला आपलेच गुणविशेष दिसत होते. कधी भावी काळाची स्वप्ने पाहायची संधी असेल तर आपल्यानंतर झैनच या पातशाहीचा अधिपती होईल, असे चित्र त्याच्या डोळ्यांसमोर असे. शेवटी शहेनशहांचे आता कितीसे दिवस उरले होते? ते अतिशय गंभीररीत्या आजारी होते अशा बातम्या तर मिळतच होत्या. त्यांचे निधन झाल्यावर पातशाही शुजाची, फक्त शुजाची होईल. नाहीतरी राजदंड धारण करण्याच्या दृष्टीने दारा फारच कमजोर होता, आणि मुरादला तर साम्राज्यात कुठे काय चाललेय याची गंधवार्तादेखील नव्हती. हां, आता औरंगज़ेब काहीतरी अडथळा निर्माण करणे शक्य होते; परंतु त्याला निष्प्रभ करून टाकण्याचे उपायदेखील निश्चितच होते. शेवटी काही झाले तरी शुजा बंगालचा सुभेदार, हा मुघल साम्राज्यातल्या सगळ्यात श्रीमंत परगण्याचा सुभेदार तर होताच ना? औरंगज़ेबाला पाठिंबा देण्याचा विचार करणाऱ्या सगळ्यांना खरेदी करण्यासाठी या परगण्यातले सोने पुरेसे होते. मग अशा लोकांना सरळ सरळ निवृत्त व्हायला सांगणे किंवा कदाचित हजच्या यात्रेला जाण्यास उद्युक्त करणे शक्य होते. सत्तेची सगळी सूत्रे आपल्या हातात घेण्यापूर्वी अकबर बादशहानीदेखील बैराम खानाला अशाच तीर्थयात्रेला पाठवले नव्हते का? खरेतर, आपल्या तिन्ही

भावांना या तीर्थयात्रेला जाण्यासाठी प्रवृत्त केले जाऊ शकते. आणि त्या प्रवासादरम्यान अनेक गोष्टी घडू शकतात. तोपर्यंत मात्र आपण शांत राहून वाट पाहायला हवी.

"मला पक्षी दिसायला लागले आहेत हुजूर," शिकारीसाठी वाट पाहत बसलेल्यांच्या दिशेनेच येत असलेल्या रानटी बगळ्यांच्या थव्याकडे बोट दाखवत तुघरिल मियाँ म्हणाला.

"हो, बरोबर आहे, तुघरिल," उन्हाची तिरीप चुकवण्यासाठी डोळ्यांवर हात धरत आकाशाकडे पाहताना शुजा म्हणाला. "अजून हाकाऱ्यांचे आवाज ऐकू येत नसले तरी ते फार दूर असणार नाहीत. जनावरांना, खासकरून मोठ्या आणि चपळ जनावरांना आपल्यासमोर पोहोचायला किती वेळ लागेल असं तुला वाटतं?"

"अंदाजा आधा कलाक लगेगा हुजूर." तुघरिल उत्तरला. तुघरिल हा चेहऱ्यावर असंख्य सुरकुत्या असलेला, एकच डोळा असलेला आणि नाक जवळपास नसावेच असे दिसणारा अनुभवी शिकारी होता. अगदी पोरसवदा वयाचा असताना अकबराच्या अखेरच्या काळातल्या शिकारींपैकी त्याने भाग घेतलेल्या एका शिकारीदरम्यान एका वाघाने त्याच्यावर हल्ला केला होता. चमत्कारच म्हणावा अशा प्रकारे तो त्यातून बचावला होता, आणि जनावरांचा माग काढण्याच्या त्याच्या वादातीत कौशल्यासाठी शुजाने त्याला आपल्या साथीला घेण्यापूर्वी त्याने जहांगीर आणि त्यानंतर शहाजहान बादशहांचीदेखील सेवा केली होती.

"सगळ्या चापाच्या बंदुका सज्ज आहेत ना? आणि आमची लाडकी जाँबाज, ती पण घेतली आहे ना बरोबर?" शुजा म्हणाला.

"होय हुजूर. सगळ्या बंदुका तय्यार आहेत आणि ही जाँबाज इथे आहे." तुघरिलने हौद्याच्या एका कोपऱ्यात हारीने सज्ज करून ठेवलेल्या बंदुकांमधील एका सुंदर बांधणीच्या तोड्याच्या बंदुकीकडे इशारा करत उत्तर दिले.

"ती आमच्या या नवाबज़ादेसाहेबांना द्या. ती हातात असली म्हणजे आपली पहिली वाघाची शिकार करण्यामध्ये त्यांना कोणतीच अडचण येणार नाही. मुलाने ती बंदूक उचलली, खांद्याला दस्ता लावला आणि हवेत उडणाऱ्या गोष्टीवर नेम धरावा तशी ती हवेत फिरवली आणि शेवटी एका दूरच्या झाडाच्या बुंध्यावर नेम धरत स्थिर केली. समाधान वाटल्याने त्याने बंदूक तुघरिलकडे परत दिली.

"झकास!" शुजा आनंदाने उद्गारला. "तुला तर ते हत्यार सराईतपणे हाताळता येतंय. आज एक चांगला शिकारी म्हणून तुझं बारसं होऊनच जाईल."

पक्ष्यांचे थवे आता जास्त वेळ हवेत उडताना दिसत होते. खाली जंगलामध्ये काहीतरी गडबड चालू असल्याचेच ते लक्षण होते. पक्ष्यांचा अस्वस्थपणा आता हत्तींनादेखील जाणवू लागला होता. शुजाचे प्रमुख वजीर बिस्मिल्ला खान ज्या हत्तीवर आपल्या जय्यत तयारीतल्या बंदुका सांभाळणाऱ्या सेवकांसह बसले होते,

तो शुजाच्या हत्तीच्या पुढे असलेला हत्ती अचानक वळला आणि त्याचा पार्श्वभाग शुजा बसला होता त्या हत्तीच्या कुशीवर आदळला. बंदुका सज्ज ठेवायचे काम करणारा एक सेवक इतर बंदुकांच्या जोडीला जाँबाज बंदूकदेखील नीट ठेवत होता, तो त्या धक्क्याने हौद्याच्या हस्तिदंती खुंटावर ढकलला गेला, आणि त्याचे नाक त्या खुंटावर आपटले. नाकाचे हाड चुरडले गेल्याच्या आवाजाबरोबरच वेदना असह्य झाल्यामुळे आपले रक्ताळलेले नाक दाबून धरता धरता त्या सेवकाच्या तोंडून किंकाळी फुटली.

''मूर्ख माणसा,'' त्या दुर्दैवी माणसाकडे रागाने पाहात शुजा ओरडला, ''तू आमच्या शिकारीच्या खेळाचा विचका करणार आहेस काय? याला ताबडतोब आपला पडाव आहे तिकडे परत पाठवा. याला कुणा मूर्खाने आणलं? तुघरिल, तू आणलंस का?''

''नाही हुजूर. मला दोष देऊ नका. झालं असं की बंदुका सज्ज करणारा आपला नेहमीचा सेवक अचानक आजारी पडला आणि इतर शिकारी लोकांनी सांगितलं की हा विश्वासू नोकर आहे, म्हणून .....'' मरणच ओढवल्याच्या भीतीने थरथरणारा तुघरिल पुटपुटला. मग दुसऱ्या एका सेवकाच्या मदतीने त्या जखमी सेवकाला हौद्यातून बाहेर काढलं आणि हत्तीच्या मागच्या बाजूकडून खाली उतरवलं. तिथून तो पडावाकडे धावत गेला.

मोकळ्या जागेत उभ्या असलेल्या सुमारे डझनभर हत्तींमध्ये आता काहीतरी लवकरच घडणार असल्याची चाहूल लागलेली दिसत होती. जमिनीवर होत असलेल्या कोलाहलामुळे आपले निवासाचे स्थान सोडून निघालेल्या असंख्य पक्ष्यांच्या ठिपक्यांनी आकाश भरून गेले होते आणि हाकाऱ्यांनी दरीच्या सर्व बाजूंकडून आवळत आणलेल्या रिंगणामुळे आणि त्यांच्या दणदणाटामुळे भेदरून पळणाऱ्या श्वापदांना जंगलाच्या मध्यवर्ती भागात शिकार साधण्यासाठी बसलेल्या लोकांच्या दिशेने येण्याशिवाय दुसरा पर्यायच उरला नव्हता.

तुघरिलने अचानक कान टवकारले. ''हाकारे आता जवळ आले आहेत हुजूर,'' तो हलक्या आवाजात म्हणाला. ''मला फटाक्यांचे आवाज ऐकू येत आहेत.'' जवळ येत असलेल्या आवाजावर त्याने आपले लक्ष केंद्रित केले. ''हाकाऱ्यांची सगळ्यात पुढची फळी आपल्यापासून एक कोसापेक्षा जास्त लांब नाही. अगदी लवकरच आपल्याला काही जनावरे जंगलाचा आडोसा सोडून बाहेर पडताना दिसतील.''

''ही गोष्ट आपल्या दोन्ही बाजूच्या लोकांना कळवा आणि त्यांना सावध राहायला सांगा,'' शुजा म्हणाला.

पुढे पुढे येत असलेल्या हाकाऱ्यांचा आवाज आता मोठा वाटू लागला होता. हाकाऱ्यांचा एकत्रित आवाज एखाद्या गर्जनेसारखा येत होता व त्याच्या साथीला

बडवल्या जाणाऱ्या ढोलांचा तालबद्ध आवाजही ऐकू येत होता; झांजा, ताटे, भांडी बडवल्याचा आणि त्यात सूर मिसळलेला हाकाऱ्यांच्या ओरडण्याचा 'हो, हो, हो, हो, डर्रर्र, हा, हा,......'' असा आवाजदेखील ऐकू येऊ लागला होता.

जंगलाचा आडोसा सोडून बाहेर येणारे पहिले जनावर म्हणजे एक आकर्षक नीलगाय होती. माणूसभर उंच गवतातून तिने आधी आपले डोके बाहेर काढले आणि नाकाने श्वास घेत वातावरणात धोका जाणवतोय का याचा अंदाज घेतला. शिकारी लोकांची जागा वाऱ्याच्या विरुद्ध दिशेला असल्यामुळे तिला त्यांचा वास आला नाही. दरम्यान तिच्या मागून येणाऱ्या प्राण्यांचा रेटा वाढत होता. भीती वाटण्यासारखे काही नाही असं वाटून ती नीलगाय पुढे झाली.

आपल्याला आणि आपला मुलगा झैन याला फक्त वाघाचीच शिकार करायची असल्याचे शुजाने सगळ्यांना आधीच सांगून ठेवले होते. त्यामुळे तो आणि त्याचा मुलगा वाघाची वाट पाहत असताना शिकारीची सुरुवात करण्याचा मान प्रमुख वजीर बिस्मिल्ला खान यांना दिला गेला. नीलगाय गवतातून बाहेर आल्याबरोबर शुजा ओरडला, ''हे जनावर तुमचं, बिस्मिल्लासाहेब!''

बिस्मिल्ला त्याच्या हौद्यात उभा राहिला. हनुवटीखाली बंदुकीचा दस्ता दाबून धरत त्याने नेम धरला आणि गोळी झाडली; पण ती नीलगाय अतिशय चपळ होती. उन्हाच्या प्रकाशात बंदुकीची नळी चमकताना तिने पाहिले होते. त्यामुळे बिस्मिल्ला गोळी झाडत होता तेव्हाच ती झपाट्याने वळली आणि बंदुकीची गोळी तिच्या मागच्या पायावर लागली. पण साम्राज्यातला एक अत्यंत तरबेज निशाणेबाज म्हणून तुघरिल उगाचच प्रसिद्ध झालेला नव्हता. हनुवटीखाली दस्ता टेकवून आपल्या हातातली बंदूक सज्ज ठेवून शुजाच्या पाठीमागे उभा असलेला तुघरिल अशा परिस्थितीसाठी तयारच होता. ते जखमी जनावर पुन्हा उंच गवताचा आडोसा घेण्यासाठी लंगडत लंगडत मागे वळल्याबरोबर तुघरिलने जी गोळी झाडली ती त्या नीलगायीची कवटी भेदूनच गेली.

''शाब्बास, तुघरिल!'' शुजा चीत्कारला. तिकडे बिस्मिल्लाच्या दोन सेवकांनी हातात बंदुका घेऊनच हत्तीच्या कुशीच्या बाजूने उडी मारली आणि ते त्या प्राणघातक जखमा झालेल्या जनावराकडे धावले. त्यांच्यापैकी एकाने आपल्याजवळचा सुरा काढला आणि सफाईदारपणे त्या नीलगायीच्या मानेवर फिरवला. त्याबरोबर तिथे एक आ वासल्यासारखी जखम दिसू लागली आणि त्यातून भळाभळा रक्त वाहू लागले. ती नीलगाय मरणांतिक आचके देत असतानाच त्या दोन बंदुकधाऱ्यांनी तिचे मागचे पाय धरले आणि तिला जमिनीवरून फरफटत नेत शिकारीसाठी मोकळ्या ठेवायच्या जागेपासून दूर नेऊन टाकले.

शिकाऱ्यांच्या दिशेने हाकारून आणल्या जात असलेल्या प्राण्यांची संख्या

हळूहळू वाढू लागली. हाकाऱ्यांपासून लांब जाण्याचा प्रयत्न करणारी सांबरे, नीलगायी, हरणे, ठिपके असलेली पिंगट रंगाची हरणे, गवे आणि रानडुकरे आता न थांबता झुंडीने पुढे येत होती आणि शिकारी मंडळींच्या पुढ्यात ओतली जात होती. लवकरच हाकाऱ्यांचा आवाज एका घनगंभीर गर्जनेसारखा येऊ लागला. त्यांनीच वाजवलेल्या फटाक्यांचा दणकेदार आवाज त्याला छेद देत होता आणि या सगळ्या गदारोळातच कुठल्यातरी प्राण्याची मरणांतिक किंकाळी ऐकू येत होती. खुल्या जागेत येऊन दाखल होत असलेल्या जनावरांची संख्या वाढायला लागली तसे हत्तीवर बसलेले काही मानकरी त्यांच्या बंदुका आणि तीरकमठे बाजूला ठेवून, तलवारी आणि भाल्यांनी शिकार साधण्याचे आपले कौशल्य आजमावण्यासाठी हत्तीवरून खाली उतरले. इकडून तिकडे फिरणाऱ्या, अचानक बाजूला किंवा मागे वळणाऱ्या हत्तींच्या अवतीभवती शिकाऱ्यांनी धरलेले पोलादी रिंगण तोडून पळण्याचा निष्फळ प्रयत्न करणाऱ्या, पण शेवटी शिकाऱ्यांच्या वाराला बळी पडणाऱ्या नाना प्रकारच्या जनावरांच्या प्रेतांमुळे तो वाडग्यासारखा मोकळा परिसर म्हणजे एक मोठे शवागार बनले.

खालच्या झुडपांमधून अचानक एखादे वजनदार जनावर येत असल्याचा आवाज ऐकू आला. 'हुजूर, तयार राहा. हा नक्की वाघच आहे.'' तुघरिल कुजबुजला.

''तयार आहेस ना, झैन?'' शुजाने घोगऱ्या, दबलेल्या आवाजात विचारले. मुलाने होकारार्थी मान हलवली. बार भरलेली जाँबाज बंदूक त्याच्या हातात देण्यात आली होती आणि गाला-खांद्याला अगदी चिकटून धरलेल्या त्या बंदुकीची नळी हौद्याच्या कठड्यावर टेकवून स्थिर ठेवून वाघ आता गवतातून कधी बाहेर येतो याची झैन वाट पाहत होता.

तुघरिलचा अंदाज अचूक होता. एका महाकाय वाघाने गवतातून आपले तोंड सावधपणे बाहेर काढले, तेव्हा आपल्या सुटकेची वाट कोणती असावी याबद्दल तो जरा गोंधळात पडलेला दिसला.

दरम्यान वाघ आपल्या अगदी जवळ आला असल्याची जाणीव हत्तींना झाली होती. शुजाच्या उजवीकडे जवळच असलेल्या हत्तीला वाघाच्या अस्तित्वाची जास्तच भीती वाटली, तो अस्वस्थ झाला आणि त्याच्या अस्वस्थतेची लागण आणखी एक -दोन हत्तींनाही झाली. शुजाचा हत्तीदेखील अस्वस्थपणे जमिनीवर पाय घासू लागला, आणि सोंड उंचावून चीत्कार करताना त्याला एका जागी स्थिर उभे राहणे अशक्य असल्याचे दिसू लागले. ''त्या हत्तीला अजिबात हलू देऊ नका!'' हत्तीच्या हलण्यामुळे झैनचा नेम चुकेल या भीतीने शुजाने आज्ञा केली. पण त्याच सुमाराला हत्तींच्या मधल्या जागेतून पळायला वाट शोधणाऱ्या दोन-चार रानडुकरांमुळे हत्ती जास्तच बिथरले. पाठीमागे हाकाऱ्यांचा कोलाहल, त्यांच्या अगदी जवळच असलेल्या

वाघाच्या अस्तित्वाची जाणीव अशा दुहेरी धोक्याची जाणीव असलेल्या डुकरांनी गवताचा सुरक्षित आडोसा सोडून देत एकाच वेळी जमिनीवरूनच शिकार करण्याचा प्रयत्न करणाऱ्यांच्या अध्येमध्ये सापडणाऱ्या मोकळ्या जागांमधून वेडेवाकडे धावत आणि दुसरीकडे शुजाच्या आणि त्याच्या उजव्या बाजूला असलेल्या हत्तीच्या मधून वाट काढत सुरक्षित जागी जाण्याचा प्रयत्न केला. आपल्या पायाजवळ आलेले जनावर म्हणजे वाघच आहे, अशी समजूत झालेल्या शुजाच्या हत्तीने एक पाय उचलून वाघापासून दूर होण्यासाठी एका बाजूला सरकण्याचा प्रयत्न केला आणि त्याच वेळी हीच संधी आहे असे वाटलेल्या वाघाने निसटायचा प्रयत्न केला. हत्तींच्या मध्ये असलेल्या मोकळ्या जागेतून पळण्यासाठी वाघाने पुढे झेप घेतली. त्याच वेळी झैनने गोळी झाडली. पण हत्तीच्या अस्वस्थ हालचालींमुळे त्याचा नेम चुकला. जमिनीवर उतरलेल्या एक-दोन शिकाऱ्यांनी त्यांच्या पुढून झपाट्याने जाणाऱ्या वाघाला त्यांच्या हातातल्या तलवारींनी भोसकण्याचा निष्फळ प्रयत्न केला. उलट, त्या प्रयत्नांत त्यांनाच वाघाच्या पंजाच्या फटकाऱ्यांनी जबर जखमी व्हावे लागले; आणि त्या जबरदस्त ताकदीच्या जनावराने त्याला हवी असलेली मोकळी जागा शोधून दुसऱ्या बाजूच्या उंच गवताचा आडोसा घेतला.

हत्तीला एका जागी स्थिर ठेवण्यात अपयशी ठरलेल्या हतबल माहुताकडे पाहत संतापातिरेकाने शुजा ओरडला, "अरे, रांडेच्या! कुण्या गाढवाने तुला माहूत केलं? आता आम्ही तुला असा धडा शिकवतो जो तू जन्मात विसरणार नाहीस. याला खाली फेका आणि बांधून ठेवा."

"मालिक, मज गरिबावर रहम करा," माहूत रडत भेकत म्हणाला. "माझ्यावर दया करा. माझ्या बायको-मुलांचं कसं होईल हो?"

"मूर्ख! नालायक! तुझ्यासारखी माणसंच नव्या मूर्खांना जन्माला घालत असतात!"

असे म्हणून शुजाने त्या माहुताला निर्दयपणे जमिनीवर ढकलून दिले. बंदुकीचा बार भरणारे दोघे झर्रकन् खाली उतरले, त्यांनी त्या माहुताचे हात-पाय बांधले आणि शुजाच्या पुढच्या हुकमासाठी त्याच्याकडे पाहू लागले. शुजाने एका झटक्यातच हौद्यात मागे पडलेली बंदूक उचलली, माहुताच्या कमरेवर नेम धरला आणि गोळी झाडली. गोळी माहुताचे माकडहाड फोडत बाहेर पडली. प्रचंड वेदनांनी विव्हळत माहूत खाली पडला, त्याला आता कसलीच हालचाल करता येत नव्हती. इतक्यात एक रानरेडा हत्तींच्या जवळ पोहोचला. माहूत त्याच्या अगदी वाटेतच पडलेला होता. मग त्या उधळलेल्या प्राण्याच्या टापांखाली चिरडल्या गेलेल्या आणि तीक्ष्ण शिंगांनी घोसाळल्या जाणाऱ्या माहुताच्या भीषण किंकाळ्या तो रानरेडा कुणाच्या तरी अचूक नेम धरून टाकलेल्या बारामुळे कोसळून त्या माहुताच्या शरीराच्या अवशेषांमध्येच निश्चेष्ट पडेपर्यंत भोवतालच्या जंगलात दूरवर ऐकू येत राहिल्या.

आयुष्यात भरपूर क्रौर्य पाहिलेल्या तुघरिललादेखील त्या निष्पाप माहुताचे छिन्न-विच्छिन्न झालेले आणि त्या रानरेड्याकडून तुडवले गेलेले शरीर पाहून घृणा वाटली, पण एक शब्ददेखील बोलायचे धाडस त्याच्यात नव्हते.

''आता याच्यापेक्षा चांगला माहूत घेऊन ये,'' शुजा तुघरिलला म्हणाला.

घडत गेलेले सगळे झैन शांतपणे पाहत होता. त्याच्या मानात भर घालणारा बंगालचा शाही वाघ मारण्याचा प्रयत्न असा उधळला गेल्याच्या रागाचा सगळा कडवटपणा एकवटून तो निश्चेष्ट पडलेल्या माहुतावर थुंकला.

मुद्दाम ज्याची शिकार करण्याचा घाट घातला होता, त्या वाघाची शिकार गमावल्यामुळे शुजाचे शिकारीचे आकर्षणदेखील लगेच ओसरले. त्यामुळे त्याने शिकारीचा खेळ संपल्याचे तडकाफडकी जाहीर केले आणि मग सूर्य अस्ताला जात असताना ती शाही हत्तींची मिरवणूक त्यांच्याबरोबरचे शिकारी आणि इतर लवाजम्यासह आणि नोकरचाकरांसह पडावाकडे परतली.

आपल्या तंबूमध्ये झैनसह बसलेला शुजा मद्याचा आस्वाद घेत आराम करत असताना एक सेवक तंबूच्या दारापाशी आला आणि त्याने तुघरिल भेटायला येण्याची परवानगी मागत असल्याचे सांगितले.

''बहुत अच्छा, पाठव त्यांना आत.'' शुजाने सांगितले. लगबगीने शुजासमोर येऊन उभ्या राहिलेल्या तुघरिलला आपली उत्सुकता लपवता येत नव्हती.

''हुजूर, इथल्या भागात राहणाऱ्या गावकऱ्यांनी मला असं सांगितलं की इथून जवळच एक पाणथळ जागा आहे; तिथं जंगली जनावरं नेहमीच पाणी पिण्यासाठी येत असतात आणि आपण जर तिथे मचाण बांधलं तर आज रात्रीच आपल्याला एखाद्या वाघाची शिकार मिळू शकते यात मला शंका वाटत नाही. नवाबज़ादेसाहेबांची रात्री जागण्याची तयारी असेल तर त्यांना आज एक वाघ मारायची संधी नक्की मिळेल, अशी मी खात्री देतो,'' तुघरिल म्हणाला.

''हो, हो, आम्हाला ते फारच आवडेल,'' झैन उत्साहाने म्हणाला.

''अतिशय चांगली कल्पना! लगेच मचाण बांधायला सांगा. आज रात्री वाघाची वाट पाहत आम्ही बसून राहू. दुपारच्या शिकारीत काय काय हाती लागलं?''

''बारा नीलगायी, दोन रानरेडे, सदतीस सांबरं, आठ रानडुकरं, एक्केचाळीस पांढऱ्या ठिपक्यांची हरणं आणि इतर अनेक लहान प्राणी मिळाले.''

''तो वाघ आपल्या तावडीतून सुटला, हे मात्र वाईट झालं. त्या माहुताचं हत्तीवरचं नियंत्रण सुटलं नसतं तर झैन, आतापर्यंत आम्ही तुम्हाला शेरखान हा ख़िताब बहाल केला असता. तरी पण अजूनही उशीर झालेला नाही. तुघरिल म्हणतोय ते खरं ठरलं, तर हा ख़िताब उद्याचा सूर्य उगवण्यापूर्वीच तुमचा झालेला असेल.'' असे बोलून तुघरिलकडे वळत शुजा म्हणाला, ''वाघ येईलच याची

खातरजमा करण्यासाठी आमिष म्हणून काहीतरी बांधून ठेवू या का?''

''पाणवठ्याजवळ आमिष बांधायचं म्हणता हुजूर?'' असं बोलताना तुघरिल मनात दाटलेली शंका लपवू शकला नाही.

''भूक किंवा तहान. अनादि काळापासून प्राण्यांना कोणत्या प्रेरणांनी बांधून ठेवलं आहे? यांपैकी एका किंवा दुसऱ्या किंवा कदाचित दोन्ही.''

''ठीक आहे हुजूर.'' शुजाबरोबर वाद घालणे धोक्याचे ठरू शकते हे माहीत असलेल्या तुघरिलने ताबडतोब होकार भरला.

''आणि आमिष म्हणजे बोकड किंवा म्हैस असले फालतू काहीतरी नको बरं, आमिष मानवीच असायला हवं.''

''मानवी आमिष हुजूर? पण आपल्यापैकी कुणाचा नेम चुकला तर?'' तुघरिल या कल्पनेतल्या धोक्यामुळे सावध झाला होता.

''बस्स, मानवी आमिष असायला हवं हे आम्ही ठरवलं आहे, तेव्हा ते तसंच असायला हवं. ज्याला आमिष म्हणून वापरायचं आहे त्याला काय चाललंय ते कळू नये म्हणून एक लहान मूलच आणा आणि त्याला झोपेचं औषध देऊन ठेवा. तर तुघरिल, जवळपासच्या गावातून एक लहान मूल घेऊन येण्यासाठी कुणाला तरी पाठव. मुलाच्या कुटुंबीयांना योग्य मोबदला दिला जाईल, असं सांग.''

शाही तंबूमध्ये दस्तरख़्वान पसरले होते. तिथे बसून शुजा आणि झैन यांनी मद्याबरोबर बिर्याणी आणि तितर पक्ष्याच्या मांसाचा रस्सा यांचा आस्वाद घेतला. त्यांचं जेवण होत आलं होतं, तेवढ्यात तंबूपासून थोड्याच अंतरावर कुणा स्त्रीच्या रडण्या-भेकण्याचा आवाज ऐकू येऊ लागला. काही क्षणांतच तंबूचा पडदा सरकवल्याचा आवाज झाला आणि एक सेवक पडद्याबाहेर मान खाली घालून उभा असल्याचे दिसले.

''आम्ही ते लहान मूल आणलं आहे हुजूर, पण त्याच्या आई-बापाची समजूत घालता येत नाही आणि त्या मुलाऐवजी त्यांनाच आमिष म्हणून वापरा अशी ते सरकारांना विनंती करत आहेत.''

शुजा तंबूतून बाहेर आला. एक तरुण स्त्री धाय मोकलून रडताना त्याला दिसली. तिचे अश्रू तिच्या गालांवरून घळाघळा वाहत होते. दुःखातिरेकाने ती आपला ऊर बडवत होती, लुगडे अस्ताव्यस्त झाले होते, मोकळे झालेले केस तिच्या चेहऱ्यावर वेडेवाकडे पसरले होते. तिच्यासोबत एक तरुण होता. तिचा नवराच होता तो आणि तोदेखील तिच्याइतकाच धास्तावलेला दिसत होता.

''त्याच्याऐवजी मला आमिष म्हणून वापरा मालिक,'' शुजाच्या सेवकांपैकी एका सेवकाच्या कडेवरच झोपी गेलेल्या आपल्या मुलाकडे हात दाखवत ती स्त्री रडत-भेकत म्हणाली. ''त्या निष्पाप बाळानं तुम्हासारख्या महान माणसाला कसं बरं

नाराज केलं असेल? शिवाय, त्या लहानग्यापेक्षा माझं मांसच त्या वाघाला जास्त चविष्ट वाटेल बघा. त्या लहानग्यावर दया करा.''

त्या मुलाच्या बापानेदेखील आपल्यापरीने वेगवेगळे पर्याय सुचवण्याचा प्रयत्न केला, पण त्याचा काहीही उपयोग झाला नाही. ''बाई, तू शांत राहा,'' शुजा तिरसटपणे म्हणाला. ''तुझ्या मुलाला काहीही होणार नाही. आजवर सावजावरचा आमचा नेम चुकला असे कधीही घडलेले नाही, आणि या तुघरिलने आतापर्यंत शंभरपेक्षा जास्त वाघ मारले आहेत. आम्ही तुला जुबान देतो की तुझ्या मुलाला जरादेखील इजा होणार नाही. आता तू हे घे.'' असे म्हणून शुजाने कमरेला खोचलेली सोन्याच्या मोहोरांची पिशवी काढली. ती पिशवी त्याने त्या स्त्रीकडे फेकली. तिने ती उघडली. तिने उभ्या आयुष्यात पाहिल्या नसतील इतक्या मोहोरा त्या पिशवीत होत्या. तिने ती पिशवी हातात घट्ट पकडली. हुंदके देत देत म्हणाली, ''हुजूर, तुम्ही काळजी घ्याल ना? तुम्ही त्याला सुखरूपपणे पुन्हा आम्हाला परत कराल ना हुजूर?''

''हो, हो. पण आता तू जा. तुझे मूल तुला उद्या सकाळी सहीसलामत परत केले जाईल,'' शुजा म्हणाला.

बाकीचे सेवक त्या स्त्रीला आणि तिच्या नवऱ्याला तेथून घेऊन गेले तेव्हा ते मूल एका सेवकाच्या खांद्यावरच होते.

पाणवठ्याची जागा पूर्णपणे नजरेच्या टप्प्यात राहील अशा पद्धतीने एका विशाल सिंहल वृक्षावर झटपट एक मचाण बांधण्यात आले. सगळी तयारी झाल्यावर तिथवरचे अंतर पार करण्यासाठी घोडे आणले गेले आणि तुघरिलने रस्ता दाखवण्यासाठी आघाडी घेतली. त्याच्या मागे भालेकरी आणि सरतेशेवटी शुजा आणि झैन निघाले. पाठच्या बाजूने संरक्षणासाठी काही सैनिक होते, त्यांच्यापैकी एकाने ते अफूच्या गुंगीमध्ये गाढ झोपलेले मूलही घेतले होते. शुजा, झैन आणि तुघरिल मचाणावर स्थिरस्थावर होत होते, तोपर्यंत अंगावर एका करगोट्याशिवाय काहीही नसलेल्या त्या मुलाला पाणवठ्याच्या काठाजवळच्या एका छोट्याशा खळग्यात ठेवले गेले.

आणि ते तिघेही वाघ कधी येतोय याची वाट पाहत बसले.

ती चांदणी रात्र होती, चंद्रप्रकाशात पाणवठ्यातले पाणी चांदीसारखे चमकत होते. सगळीकडे निःस्तब्ध शांतता पसरली होती, मधूनच एखाद्या बेडकाच्या डराव डराव आवाजाने तिचा भंग होत होता. रातकिड्यांच्या किर्र-किर्र आवाजाची त्यात भर पडत होती. खाली गवतामध्ये काजवे नाचत नाचत एकमेकांचा पाठलाग करत असल्यासारखे इकडेतिकडे उडताना आणि हवेत प्रकाशरेषांच्या चित्रविचित्र आकृत्या काढताना दिसत होते. इतक्यात कोणत्या तरी प्राण्याचा कर्कश्श आवाज ऐकू

आला. पाणवठ्याच्या किनाऱ्याने असलेल्या दाट झुडपांमधून अतिशय सावधपणे, दबकत दबकत एक वाघ पुढे आला आणि त्याने नाकाने हवा हुंगत आणि नजर चौफेर फिरवत परिस्थितीचा अंदाज घेतला. त्याच्या समोरच्या दिशेलाच असलेल्या त्या लहान मुलाचा वास त्याला कळत होता. खाली पाहत असलेल्या शुजाला वाघाचे डोके झुडपामधून बाहेर येताना दिसले. कसलाही आवाज होऊ न देता, बोटाने खूण करून त्याने झैनला खालच्या दिशेला पाहायला सांगितले.

दोघांनीही एकाच वेळी आपल्या बंदुका सरसावल्या आणि खांद्याला लावल्या. झैनने हलकेच आपल्या बंदुकीचा खटका मागे ओढला. तेवढ्याशा आवाजानेदेखील वाघ सावध झाला आणि लगेच मागे सरकून झुडपाआड गेला. पण थोड्याच वेळात भूक आणि तहान या आदिम भावनांनी त्याला पुढे सरकण्यास भाग पाडले. तो पुन्हा झुडपाबाहेर पडला, पण या वेळी तो वेगळ्या दिशेने बाहेर आला. आता तो शुजा आणि झैनच्या थेट समोरच्या बाजूला होता. शुजानेदेखील आपली बंदूक एव्हाना सज्ज केली होती आणि ते दोघे आता संधीची वाट पाहत होते.

आपली जाडसर पंजे असलेली पावले दबकत दबकत पुढे टाकत, नाकाने एक-दोनदा हवा हुंगल्यासारखे करून अंदाज घेत वाघ त्या लहानग्याच्या दिशेने पुढे सरकला. त्या तान्हुल्यापासून अवघ्या दहा पावलांवर आल्यानंतर एका झेपेतच त्याच्यावर झडप घालण्यासाठी वाघ पवित्रा घेत असतानाच झैनने गोळी झाडली, पण ती वाघाच्या कानाला चाटून गेली. त्याच वेळी शुजानेदेखील गोळी झाडली, ती वाघाच्या बरोबर दोन डोळ्यांच्या मधोमध लागली. एक प्रचंड डरकाळी फोडून तो वाघ पाठीवर पडला, त्याचे चारही पाय थोडा वेळ विचित्रसे हवेत झाडले गेले आणि मग तो अगदी निश्चेष्ट पडला.

सर्वांत आधी तुघरिलच मचाणावरून खाली उतरला. अगदी सावधपणे वाघाजवळ जात तो खरोखरच मेला असल्याची त्याने खातरजमा केली. मग वर मचाणाकडे पाहत म्हणाला, ''अचूक नेम हुजूर. शिकारीमध्ये घालवलेल्या इतक्या वर्षांमध्ये मी पाहिलेल्या मोठ्या वाघांपैकी हा एक वाघ आहे.''

''पण ही शिकार तर नवाबज़ादेसाहेबांनी केली आहे,'' आयुष्यातली पहिलीच वाघाची शिकार करण्याचा आनंद चेहऱ्यावर ओसंडून जात असलेल्या झैनच्या पाठीवर शाबासकीची थाप देत शुजा उदारपणे म्हणाला. मग दोघे मचाणावरून खाली आले आणि त्या वाघाचे मोजमाप चालले होते ते पाहत उभे राहिले.

''ते पोर त्याच्या आईबापाकडे परत द्या आणि त्यांना हे पण द्या.'' हातातल्या दोन अंगठ्या ओढून काढून सैनिकाकडे देत शुजाने आज्ञा केली.

तोपर्यंत आजूबाजूच्या गावातल्या लोकांना घाईघाईने जमा करण्यात आले. एका मजबूत काठीला त्या मेलेल्या वाघाला डोके खाली लटकलेल्या अवस्थेत

बांधण्यात आले आणि डझनभर माणसे वाघाला उचलून शुजाच्या पडावाच्या दिशेने घेऊन गेली. शुजा आपल्या तंबूपाशी पोहोचत असतानाच पहारेकऱ्यांचा प्रमुख महबूब आलम धावतच पुढे आला आणि त्याने लगबगीने कुर्निसात केला.

''मुख्य वजीर आणि अन्य काही मानकऱ्यांना ताबडतोब आपली भेट हवी आहे हुजूर. तो धापा टाकतच बोलला.

''आत्ता? उद्यापर्यंत थांबता येणार नाही का?''

''ही अगदी तातडीची गोष्ट आहे असं ते म्हणत आहेत.''

''ठीक आहे, पाठवा त्यांना.''

''शहेनशहासाहेब पैगंबरवासी झाले असल्याच्या जोरदार अफवा राजधानी दिल्लीमध्ये वेगाने पसरत आहेत.'' एखाद्या थडग्यातून कुणीतरी बोलले असावे अशा घुसमटलेल्या, गंभीर आवाजात बिस्मिल्लाखानने घोषणा केली.

पाच

"**क्या**? तुम्हें पक्का यकीन है?" औरंगज़ेब प्रचंड अविश्वास वाटल्याने उद्‌गारला. शहेनशहांचा ३९ वर्षांचा तिसरा मुलगा आणि दक्षिण प्रांताचा सुभेदार असलेला औरंगज़ेब हा मध्यम उंचीचा, सडसडीत पण काटक, लांबटगोल चेहऱ्याचा, दाट काळ्याभोर दाढीमध्ये लपवली गेल्यासारखी निश्चयी, टोकदार हनुवटी असणारा होता. त्याचे ओठ अगदी पातळ होते आणि त्याच्या स्वभावातली निष्ठुरता स्पष्टपणे जाणवून देत होते. पण अकस्मात थंड झालेल्या लाव्हा रसाच्या खडकासारखे असलेले त्याचे काळेभोर भेदक डोळे, समोरच्याला एका नजरेत आरपार पाहू शकतील असे होते.

"कोणताही संशय घ्यायला जागाच नाही हुजूर," शुजाच्या दरबारातला त्याचा गुप्तहेर खुदा बक्ष म्हणाला. तो बुटका पण सशक्त आणि खुल्या स्वभावाचा माणूस होता.

घोडेस्वारांची एक छोटीशी तुकडी घेऊन घोडे जितक्या वेगाने त्यांना पोहोचवू शकतील तितक्या वेगाने आणि वाटेतले सगळे अडथळे हिमतीने पार करत, खुदा बक्ष फक्त एका आठवड्यात ढाका ते औरंगज़ेबाची राजधानी, औरंगाबाद येथे तातडीने हजर झाला होता. औरंगाबादला पोहोचताक्षणीच त्याने औरंगज़ेबाची भेट घ्यायची परवानगी मागितली होती आणि आता मध्यरात्र उलटून गेल्यावरही ते दोघे खलबत करत बसले होते.

"राजपुत्र शुजाने स्वतःलाच शहेनशहा म्हणून घोषित केलं आहे हुजूर. त्यानं मशिदींमध्ये आपल्या नावाचा खुतबादेखील वाचून घेतला आहे आणि आपली बिरुदं दाखवणारी नाणीदेखील व्यवहारात दाखल केली आहेत." प्रवासाने मलिन झालेल्या अंगरख्याच्या आतल्या खिशातून खुदा बक्षने मूठभर सोन्याच्या मोहोरा काढल्या आणि औरंगज़ेबाने पुढे केलेल्या हातावर ठेवल्या. मेणबत्त्यांच्या मंद प्रकाशात औरंगज़ेबाने त्यांच्याकडे निरखून पाहिले. त्याचा माणूस सांगत होता ते बरोबरच

होते. त्या मोहोरा नव्याने टांकसाळीत पाडल्या गेल्या होत्या आणि शुजाने स्वतःलाच चिकटवलेली बिरुदे दाखवत होत्या.

"पण शहनशहांची प्रकृती आता सुधारत आहे आणि ते थोडा वेळ शाही गवाक्षात येऊन जनतेला दर्शनदेखील देऊ लागले आहेत, हे त्याला माहीत नव्हतं का?"

"एकतर त्याला खरोखरच कल्पना नसावी किंवा तो कल्पना नसल्याचं नाटक करत असणार. तो नाटक करत असण्याची शक्यताच जास्त वाटते. शहेनशहांची तबियत अतिशय ख़राब झाली असल्याच्या अफवा गेले काही आठवडे बंगालमध्ये चांगल्याच फैलावल्या आहेत, हेदेखील खरंच आहे. मला असं कळलंय की, साधारण बारा दिवसांपूर्वी एक शिकार मोहीम संपवता संपवता काही मानकऱ्यांनी शहेनशहासाहेब मोठ्या आजारपणाला बळी पडले असल्याची जोरात चर्चा चालू असल्याचं शुजाला सांगितलं आहे. ही बाब सामान्य सेवकांच्या हाती तुमच्यापर्यंत पोहोचवणे मला बरे वाटले नाही म्हणून मी स्वतःच ही बातमी घेऊन आलो आहे."

"ते तुम्ही योग्यच केलंत. दूतांवर भरोसा ठेवण्याऐवजी इतकी महत्त्वाची बातमी आम्हाला प्रत्यक्ष भेटून सांगण्यासाठी तुम्ही स्वतः हा खडतर प्रवास करून इथे येण्याचा निर्णय घेतलात, ते अगदी योग्यच केलंत. अर्थातच आमचे बंधूदेखील त्यांच्या या......काय ते, ... हां .... सत्ताग्रहणाची बातमी आमच्यापर्यंत पोहोचवण्यासाठी त्यांचे प्रतिनिधी पाठवतील, यात शंकाच नाही." औरंगज़ेबाला मनात जाचणारी बोच बोलताना लपवता आलीच नाही. "पण तुम्ही इतक्या जलदीने ही बातमी आमच्यापर्यंत घेऊन आलात, त्यामुळे आम्हाला आमच्या योजना आखायला अत्यंत मोलाचा असा वेळ मिळणार आहे. तुम्हाला याचे भरपूर बक्षीस मिळेल. तुमची जमीनदारी कुठे आहे?"

"राजशाहीमध्ये हुजूर."

"म्हणजे राजमहालाच्या पूर्वेकडे, बरोबर?"

खुदा बक्षने होकारार्थी मान हलवली.

"अच्छा, पण तो भाग बंगाल परगण्यात येतो आणि त्यात काही भर घालणं वा बदल करणं आमच्या अधिकारात येत नाही. निदान आत्ता तरी नाही. आणि तुम्हाला दक्षिणेकडे जहागीर दिली तर तिची व्यवस्था पाहणे तुम्हालाच कठीण पडेल, तेव्हा तुम्ही आत्ता एवढ्यावरच समाधान माना."

औरंगजेबाने औरंगाबादच्या कोशागाराला उद्देशून खुदा बक्षला ५०,००० सोन्याच्या मोहोरा देण्याचे आज्ञापत्र लिहिले, त्यावर स्वाक्षरी केली आणि त्यावर आपली मोहोरदेखील उमटवली.

"मी आपला आभारी आहे हुजूर. आपण अतिशय उदार अंतःकरणाचे आहात," खुदा बक्ष म्हणाला.

"हे तसं खूप काही मिळालं असं समजू नका. औरंगज़ेबाच्या विश्वासाला जे पात्र ठरतात, त्यांना शाबासकी कशी द्यायची ते औरंगज़ेबाला चांगलं कळतं. इथे तुमची काही राहायची व्यवस्था आहे का?"

"होय हुजूर. माझा एक खास दोस्त मेहताब बाग़मध्ये राहतो. येथे असेपर्यंत मी त्याच्या घरीच राहणार आहे. तसेच, येथे आलोच आहे तर माझी दूतसेवा दोन्ही बाजूंनी जास्त बळकट करण्याचे काम मी करणार आहे."

"बहुत अच्छा! रात्र असो वा दिवस, तुम्ही कोणत्याही वेळी आम्हाला भेटू शकता हे तुम्हाला माहीत आहे. तुमचा दूत संदेश घेऊन आल्याबरोबर दिवसाची कुठलीही वेळ असली तरी तत्काळ आमच्यासमोर घेऊन यावे, कारण कितीही क्षुल्लक वाटणारी गोष्ट असली तरी बंगालमध्ये सध्या काय घडामोडी होत आहेत त्या आम्हाला ताबडतोब कळणं अत्यंत महत्त्वाचं आहे."

"जो हुकूम हुजूर." असे म्हणून कुर्निसात करून खुदा बक्ष निघून गेला.

खुदा बक्ष गेल्यानंतर औरंगज़ेब आपल्या रुक्ष सजावटीच्या खोलीमध्ये विचारमग्न अवस्थेत येरझाऱ्या घालू लागला. त्याच्या डोक्यात विचारांचं काहूर उठलं होतं. 'वडील आजारातून बरे होत असतानादेखील स्वतःला शहेनशहा म्हणून घोषित करण्याची घोडचूक शुजा कशी काय करत होता?' असा औरंगज़ेबाने विचार केला. शहेनशहांच्या दरबारात घडणाऱ्या प्रत्येक गोष्टीची तंतोतंत खबर त्याचे गुप्तहेर त्याला देत होते. शहेनशहांची तब्येत सुरुवातीला खूपच खालावत गेली होती आणि नंतर एका वैद्याच्या औषधोपचारांमुळे ती सुधारायला लागली होती, हे सगळे त्याला कळवले गेले होते. औरंगज़ेबाला हिंदूंविषयी वाटणारा तिरस्कार जगजाहीर होता, तरीही रोगनिदान आणि उपचारांच्या बाबतीत काही वैद्यांकडे अद्‌भुत कौशल्ये होती, हे त्याला माहीत होते. शहेनशहांची प्रकृती आता सुधारत होती यात शंका घ्यायला वाव नव्हता आणि अशा परिस्थितीत कुणी स्वतःला शहेनशहा म्हणून घोषित करणे म्हणजे सरळ सरळ बंड करण्यासारखेच होते. वारसाहक्काचा नियमदेखील शुजाला अनुकूल नव्हता.

सत्तेच्या या खेळामध्ये आपले पत्ते इतक्या लवकर खेळावेत, असे शुजाला का बरे वाटले असेल... औरंगज़ेबाला आश्चर्य वाटत राहिले. शुजाला बुद्धी नव्हती असे नाही, आणि गरज पडली तर युद्धासारखं धाडस करायची कुवतदेखील त्याच्याकडे होती. परंतु बंगालच्या दमट, कुबट हवामानातले दीर्घकाळचे वास्तव्य आणि जोडीला सतत कशाचा ना कशाचा तरी उपभोग घेण्याच्या त्याच्या लालसेमुळे त्याची परिस्थितीचा अंदाज घेण्याची क्षमता आणि विचारांचा गुंता सोडवून स्पष्ट विचार करण्याची क्षमता या दोन्हीवर भुरा चढला होता. बंगाल परगण्यावर संतुष्ट नसल्यामुळे आता त्याला अखखे साम्राज्यच खेळायला हवे होते. शुजाच्या मननौजी

वागण्याबद्दलच्या चित्रविचित्र कहाण्या आठवून औरंगज़ेबाच्या अंगावर काटा आला. *आणि हा असा माणूस संपूर्ण साम्राज्यावर आपली अधिसत्ता प्रस्थापित करू पाहत होता! या खुदा! काय वाट्टेल ते झाले तरी अशा माणसाची सावलीदेखील आम्ही शहेनशाही तख़्तावर पडू देणार नाही.*

आणि शुजाने त्याची पहिली चाल खेळलीच होती, तेव्हा त्याचे स्वतःचे धोरण काय असणार होते? शहेनशहांचे आजारपण ही निखळ वस्तुस्थिती होती आणि त्यांची प्रकृती आता सुधारत आहे या बातमीतदेखील तथ्य होते. आजारपणाचे कारण काय असावे बरे? विषप्रयोग असेल का? दरबारातल्या कुणीतरी किंवा कदाचित दारानेच शहेनशहांना विष द्यायचा प्रयत्न तर केला नसेल? अगदीच अशक्यप्राय आहे ते, औरंगज़ेबाला वाटले. शेवटी दाराच्या मनात असा विचार येण्याचं कारणच काय? दारा कायमच तर शहेनशहांचा लाडका नव्हता का आणि आजारपणातून उठण्याची चिन्हं धूसर होत होती, त्या काळात खुद्द शहेनशहांनीच साम्राज्याच्या प्रमुख अधिकाऱ्यांना दाराच आपला उत्तराधिकारी असल्याचे संकेत दिले नव्हते का? इतकेच नाही, तर जेव्हा आजार बरा व्हायला लागला तेव्हा त्यांनी आपल्या या सगळ्यात मोठ्या मुलावर बढत्या आणि बक्षिसांची ख़ैरात केली नव्हती का? पण मग जहाँआरा आणि रोशनआरा यांचं काय? ती शक्यता फारच कमी होती. जहाँआराचे आपल्या वडिलांवर अतिशय प्रेम होते, तर रोशनआरादेखील तिच्या परीने तिच्या वडिलांवर प्रेमच करत होती. मग दरबारी मानकऱ्यांपैकी कुणी? हीदेखील जवळपास अशक्य गोष्ट होती, कारण शहाजहान शिस्तीला कडक असले तरी ते लोकांना आवडत होते आणि आता तर त्यांच्या वयोमानाकडे पाहून लोक त्यांना पित्याचा मान देत होते. तेव्हा त्यांचे आजारपण ही केवळ दैवाची करणी होती आणि त्यानंतरचे त्यांचे आजारातून बरे होणे, ही कदाचित त्या वैद्याची कृपा असावी.

आता शुजाने स्वतःला शहेनशहा घोषित केलेच होते, त्यामुळे आता तख़्ताच्या वारसाहक्कासाठीची लढाई सुरू झाली होती यात काहीच संशय नव्हता. आणि ही लढाई निर्णायकच असेल हेदेखील औरंगज़ेबाला चांगलेच कळत होते. दिल्ली आणि आग्रा ही दोन्ही अमाप संपत्तीची केंद्रे असल्यामुळे, जो तख़्त काबीज करेल त्याला ती भेटस्वरूप मिळणार होती. आणि शुजाला अख्ख्या हिंदुस्थानवर राज्य करायचे होते, त्यामुळे मुघल साम्राज्याची ही दोन केंद्रे हस्तगत करण्यासाठी त्याला आज ना उद्या गंगेचे खोरे पार करायला यावेच लागणार होते. शहेनशहांच्या शाही फौजा पूर्णपणे दाराच्या आज्ञेने चालणार, हे औरंगज़ेबाला माहीत होते आणि शुजाला इतर दोन भावांशी संगनमत करायची संधी मिळू नये म्हणून दाराचे धोरण त्याच्याशी शक्य तितक्या पूर्वेकडेच लढाई करायचे असेल, असा औरंगज़ेबाने विचार केला. एक सेनाधिपती म्हणून शुजाबद्दल किंवा त्याच्या तैनातीला असलेल्या फौजांबद्दल

औरंगज़ेबाचे काही फारसे चांगले मत नव्हते आणि शाही फौजा त्यांना चिरडून टाकतील याबद्दल त्याला शंका नव्हती. पण त्याच्या मते या सगळ्यापेक्षाही बारीक लक्ष ठेवण्यासारखी गोष्ट अशी होती की, अशा प्रकारच्या मोहिमेसाठी शाही फौजांची बरीचशी ताकद पूर्वेकडे लावावी लागणार होती, परिणामी केंद्रीय भागातली लष्करी ताकद कमजोर होणार होती; कदाचित इतकी कमजोर की कठोर निश्चयाने केलेल्या हल्ल्यांसमोर त्यांचा कायमस्वरूपी निकाल लागणे शक्य होते.

असा हल्ला यशस्वी होण्याची खातरजमा करण्यासाठी मुरादबरोबर हातमिळवणी करणे आवश्यक होते. दोघांच्या फौजांच्या एकजूट ताकदीने दिल्ली काबीज करणे शक्य होते, पण मुराद गळाला लागेल का? आपल्यापेक्षा सहा वर्षांनी लहान असलेल्या आपल्या या भावाचा विचार औरंगज़ेबाच्या डोक्यात घोळू लागला. मुरादचा उतावळा स्वभाव, कुठल्याही कामात सातत्य नसणे, भावनांचा अतिरेकी उद्रेक होणे, प्रचंड रागीटपणा आणि सगळ्यावर कडी म्हणजे त्याची अय्याश वृत्ती, या सगळ्यामुळे हातमिळवणीसाठी त्याच्यावर भरवसा ठेवता येणे अशक्य होते. पण त्याच वेळी तो सिंहासारखा शूर होता. मुराददेखील संपूर्ण मुघल साम्राज्याचा अधिपती होण्याची स्वप्ने पाहत होता, हे औरंगज़ेबाला चांगलेच माहीत होते. जर आपल्यासाठी मुरादबरोबर हातमिळवणी करणे महत्त्वाचे असेल, तर मुरादसाठी तर ते सगळ्यात महत्त्वाचे असणार होते, हेदेखील औरंगज़ेबाला सनजत होते. दोघांच्या परगण्यांच्या सीमा एकमेकींना भिडलेल्याच असल्यामुळे औरंगजेबाबरोबर काही ना काहीतरी तडजोड केल्याशिवाय मुरादला गुजरात सोडून बाहेर पडताच येणार नव्हते. *अगदी नक्की, औरंगज़ेबाने विचार केला. अशा हातमिळवणीसाठी मुराद नक्कीच उत्सुक असेल, परंतु या बाबतीत पहिले पाऊल त्यालाच टाकू द्यावे, हे बरे. मी-औरंगज़ेबाने, या बाबतीत पहिले पाऊल टाकले तर माझी बाजू कमजोर आहे, असाच मुराद त्याचा अर्थ लावेल. तर मग ती वेळ येईपर्यंत फक्त योग्य संधीची वाट पाहत थांबून कुठे काय घडतेय त्यावर लक्ष ठेवायचे काम करायचे.*

तांबडे फुटले तेव्हा औरंगज़ेबाच्या फेऱ्या थांबल्या. दिवाणावर बसून त्याने उघड्या खिडकीतून बाहेर पाहिले, तर औरंगाबाद किल्ल्याच्या तटबंदीच्या भिंती, त्यातील बंदुकींच्या माऱ्याच्या झरोक्यांसह हळूहळू प्रकाशात येत होत्या. आणखी एखाद्या तासाभरात दिवसाचा रगाडा सुरू होणार होता– राजकीय स्वरूपाचे दस्तावेज हातावेगळे करणे, कार्यवाहीची आज्ञापत्रे काढणे, हजेरीपट पाहणे, महसुली उत्पन्नावर लक्ष ठेवणे, वेगवेगळ्या विषयांवर तज्ज्ञांबरोबर चर्चा करणे, सेना अधिकारी आणि वरिष्ठ अधिकाऱ्यांची गाठभेट घेणे आणि आणखी काय काय वाढून ठेवले होते दिवसभरात, अल्ला जाने! हे सगळे कधी संपणार तरी होते की नाही? *'सावर स्वतःला,' औरंगज़ेब मनाशीच म्हणाला. तो राजा होण्यासाठीच जन्माला आला*

होता आणि कठोर मेहनत हीच किंमत त्यासाठी मोजावी लागणार होती.

इतर काही लोकांप्रमाणे आपल्याला वाटेल तेव्हा आणि वाटेल तेवढीच झोप घेण्याची कला औरंगज़ेबाने साध्य केली होती. आत्तादेखील त्याने डोळे मिटले, दिवाणावर हात-पाय लांब करून सैल केले आणि त्याला एका क्षणात गाढ झोप लागली. बरोबर अर्ध्या तासाने तो एकदम ताजातवाना होऊन उठला. आपली नित्यनेमाची कामे झटपट उरकली आणि प्रार्थना करून झाल्यावर तो त्याला भेटायला आलेल्या दिवसातल्या पहिल्या माणसाला भेटायला सज्ज झाला.

"हुजूर, मीर जुमला आपली भेट घेऊ इच्छितात," गणवेषधारी सेवकाने सांगितले.

"ज्यांना भेटावंसं वाटत होतं तेच आले आहेत, वा!" औरंगज़ेब हसत हसत म्हणाला, "घेऊन या त्यांना आत."

एक धाडसी पर्शियन असलेल्या मीर जुमला यांनी आयुष्याची सुरुवात एक व्यापारी म्हणून केली व नंतर त्यांनी गोवळकोंडा येथे स्थानांतर केले. येथे माणसे हाताळण्याच्या त्यांच्या कौशल्यामुळे आणि कारस्थाने करून ती चोख पार पाडण्याच्या चतुराईमुळे ते त्या वेळचे अधिपती कुतुब शाह यांच्या नजरेत भरले. अल्पशा काळातच ते राज्याचे प्रथम मंत्री बनले; पण तेवढ्यावरच ते समाधानी नव्हते आणि त्यांच्या धगधगत्या महत्त्वाकांक्षेने आणि व्यवस्थापकीय कौशल्याच्या क्षमतेने त्यांना दक्षिणेमध्येच स्वतःचे असे अर्धमुक्त राज्य स्थापन करण्यास प्रेरित केले होते. गोवळकोंडा मुघलांच्या हाती पडल्यावर मीर जुमला यांनी दळ बदलले आणि त्यांनी मुघल साम्राज्याला आपल्या निष्ठा अर्पण केल्या. एक उच्च पदावरील मंत्री म्हणून शहाजहानने नियुक्ती केल्यानंतर, त्यांना औरंगज़ेबाचे मुख्य सल्लागार म्हणून दक्षिणेकडे पाठवण्यात आले होते. परंतु मीर जुमला यांचे आपल्या भावाबरोबर चांगलेच सख्य आहे हे दाराला माहीत होते आणि आता सत्ता दाराच्या हातात होती, त्यामुळे मीर जुमला साहेबांचे दिल्ली दरबारातले वजन जरा कमी झाले होते.

"ओहो, जहे-नसीब मीरसाहेब," मीरसाहेबांना अगत्याने घेऊन येण्यासाठी स्वतः पुढे होत औरंगज़ेब म्हणाला, "तुम्ही अगदी योग्य वेळी आला आहात. आम्ही तुमचीच याद करत होतो."

"आपल्या यादमध्ये राहण्याचं भाग्य मला कशामुळे मिळत आहे?" उंच, गोल गरगरीत शरीराच्या, तशाच पण शरीराच्या मानाने फारच लहान डोके असलेल्या आणि अस्वस्थ, भिरभिरी नजर असणाऱ्या मीर जुमलांनी त्यांच्या अतिशय गोड आणि ऐकताना रेशमाच्या कापडावरून तेलाचा थेंब घरंगळत जावा इतक्या मुलायम आवाजात हसत हसतच विचारलं.

"आमचे बंधू शुजा यांनी स्वतःला शहेनशहा म्हणून घोषित केलं आहे, असं

आम्हाला अत्यंत खात्रीलायक सूत्रांकडून समजलं आहे.''

''काय? पण शहेनशहा तर अजून जिवंत आहेत. या संदर्भात मीदेखील हुजुरांना एक बातमी देऊ इच्छितो. राजपुत्र शुजा यांनी शहेनशहासाहेब अद्याप जिवंत असतानाच कशाच्या आधारे स्वतःला शहेनशहा म्हणून घोषित केलं आहे आणि तेदेखील ते सर्वांत मोठे पुत्र नसताना?''

''शहनशहासाहेब त्यांच्या आजारपणाला बळी पडले असल्याच्या अफवांबद्दल त्याच्या जवळच्या मानकऱ्यांनी त्याला सांगितलं असावं असं दिसतंय आणि तसंही पडत्या फळाच्या आज्ञेसारखं त्यांच्या सांगण्यावर विश्वास दाखवायचा असं ठरवून त्यानं गेल्या आठवड्याच्या सुरुवातीलाच साम्राज्याची सूत्रं हाती घेतल्याचा दावा केला आहे. आणि ही आनंदाची बातमी सगळीकडे ताबडतोब पसरवण्यासाठी आतापर्यंत त्याचे दूत सर्वदूर गेलेदेखील असतील. कसंही असलं तरी केवळ सर्वांत मोठा मुलगा नसल्यामुळे कोणत्याही मुघल राजपुत्राला तख़्तावर आपला हक्क प्रस्थापित करण्यापासून कोणीही कधीही रोखू शकलेलं नाही.'' औरंगज़ेब म्लानपणे हसला. ''असो! तुम्ही काय बातमी आणली आहेत?''

''दिल्ली दरबारात माझं प्रतिनिधित्व करणाऱ्या माझ्या मुलाला, मोहम्मद अमीनला दरबारात येण्यास बंदी घातली गेली आहे. त्यानं मला एका जलदगती दूताबरोबर पाठवलेल्या सांकेतिक भाषेतल्या संदेशात असं कळवलं आहे की, पेरेन्धा किल्ला काबीज केल्यावर ताबडतोब मला दिल्लीला बोलावलं असल्याचा आदेश राजपुत्र दारानं शहेनशहांच्या वतीनं तुम्हाला पाठवला आहे. मी त्या आदेशाचं पालन करून दिल्लीला जायचं नाकारलं, तर हुजूर, तुम्ही मला गिरफ्तार करून साखळ्यांनी बांधून दिल्लीला पाठवावं, असंही त्यात म्हटलं आहे. आणि हा खलिता आता कोणत्याही क्षणी हुजुरांच्या हाती पडण्याची शक्यता आहे.''

''तुम्हाला गिरफ्तार करायचं? आमच्या बंधुराजांचं डोकं फिरलं आहे काय?'' दोघेही हसायला लागले. मग औरंगज़ेब म्हणाला, ''मज़ाक छोडिये, पण पेरेन्धा किल्ला ताब्यात घेणं थोडं लांबवतच ठेवा. नंतर जर आमच्या भावानं तुम्हाला दिल्लीला परत पाठवण्याचा, प्रसंगी अटक करून पाठवण्याचा आग्रहच धरला तर आम्ही त्यांच्या आज्ञेचं पालन केलं आहे आणि तुम्ही आमच्या कैदेत आहात, असा खलिता आम्ही त्यांना पाठवू.''

थोडा वेळ विचार केल्यावर औरंगज़ेब म्हणाला, ''आम्हाला असं दिसतंय की आमच्या भावानं- शुजानं, जो शहेनशहांच्या तख़्ताचा दावा केलाय, त्यानं संपूर्ण हिंदुस्थानच्या राजकीय परिस्थितीतच उलथापालथ झाली आहे. यादवी युद्ध आता अटळ आहे आणि आत्ता नाही तरी लवकरच शुजा आपल्या फौजा दिल्ली आणि आग्र्याच्या दिशेनं वळवेल. राजधानीवरचा धोका टळावा आणि शहेनशाहीचे वर्चस्वदेखील

अबाधित राहावे, म्हणून दारा शक्य तितक्या लवकर आणि शक्य तितक्या पूर्वेकडच्या भागातच शुजाला पराभूत करण्याचा प्रयत्न करेल.''

बराच वेळ शांततेत गेल्यानंतर मीर जुमलांनी विचारले, ''या किंवा त्या भावाच्या मदतीला जाण्याचा हुजूर विचार करत आहेत काय?''

मीरच्या डोळ्याला डोळा भिडवून बराच वेळ स्थिर नजरेने पाहिल्यानंतर औरंगजेब म्हणाला, ''नाही. आधी आमच्या सुभ्यातलीच व्यवस्था अगदी चोख करण्याचे आणि आधी जिंकून आणलेल्या प्रदेशांच्या महसुलाची नीट व्यवस्था लावायचे काम करायचे असल्यामुळे, बाहेरच्या काही गोष्टींमध्ये हात घालायचा विचार करायलाही आम्हाला वेळ नाही. शहनशहांची तबियत चांगली असावी आणि त्यांना त्यांची राजनैतिक कामे त्यांच्या इच्छेनुसार करायचे स्वातंत्र्य असावे, एवढीच आमची शुद्ध भावना आणि परवरदिगारच्या चरणी प्रार्थना आहे. अर्थातच ते तसं आहे याची खातरजमा करण्यासाठी आणि शहेनशहासाहेब आमचे बंधू दारा यांच्या कैदेत नाहीत याचीही खातरजमा करण्यासाठी आम्ही कदाचित.....अगदी नजीकच्या काळातच, म्हणजे त्यांचे आपसातले तंटे-बखेडे दारा आणि शुजा यांनी सोडवल्यावर शहेनशहांच्या भेटीला जाऊ.''

''हुजूर, आपण .... काय बरं .... हां .....भेटीला....जेव्हा कधी जायचं ठरवाल तेव्हा तुमच्याबरोबर राजपुत्र मुराददेखील असतील तर बरं होईल. त्यांनाही शहेनशहा साहेबांना भेटायची इच्छा असेल अशी मला खात्री वाटते आणि कोणत्याही परिस्थितीत त्यांच्यासाठी तर हुजुरांची साथ सर्वांत महत्त्वाचीच असेल.''

''आम्हीदेखील तसाच विचार करत आहोत, पण या बाबतीत त्यांनी पुढाकार घ्यायला हवा, असं आम्हाला वाटतं. पण त्यांचं मन राज्यकारभाराकडे वळवणं फार कठीण आहे.''

''आपल्याच मंत्र्याचा खून करण्याची बात असते, तेव्हा मात्र त्यांचं मन अगदी पूर्णपणे त्यावरच केंद्रित होऊ शकतं असं दिसतंय,'' मीर शुष्कपणे म्हणाला. ''नुकताच एके दिवशी त्यांनी वृद्ध अली नकीच्या पोटात भाला खुपसला, असं मला कळलंय. आणि सध्या तरी त्यांचं सारं लक्ष आणि ताकद सुरनकोट येथून त्यांना भेट म्हणून पाठवलेल्या एका मुलीवर केंद्रित झालं आहे. ती मुलगी अतिशय सुंदर आहे असं मला सांगण्यात आलंय.''

''कंदाहारमध्ये ज्यांना नेमलं होतं, तेच अली नकी तर नव्हेत ना हे?'' औरंगज़ेबाने विचारले. त्याच्या मनात मात्र राग खदखदत होता. त्याच्या गुप्तहेरांच्या कामगिरीबद्दल त्याला अतिशय अभिमान होता, पण या अशा प्रकारच्या बातम्या मुरादच्या दरबारात ठेवलेल्या त्याच्या माणसाकडून, अर्शद रशीदकडून न मिळता मीर जुमलासारख्या माणसाकडून मिळाव्यात, याचे त्याला वैषम्य वाटत होते.

म्हणजे रशीदला बदलण्याची वेळ आली होती का? यावर जरा सवडीने नीट विचार करायला हवा आहे, असे त्याने स्वतःलाच बजावले.

"हो, तेच. अत्यंत प्रामाणिक, पण स्वतःची ठाम मते असलेले आणि म्हणूनच उद्धट असलेले. तरी पण तेवढ्याकरिता त्यांना हे असं मरण येणं हे काही योग्य वाटत नाही." मीर जुमलांनी उत्तर दिले.

"नाही, योग्य नाहीच झालेलं हे. त्यांनी आमच्याबरोबरदेखील काही काळ काम केलं होतं आणि पहिलं पाऊल टाकलं जावं यासाठी काय करता येईल ते मला सुचलं आहे."

"कसं करायचं?"

"त्याची माणसं सतत दिल्ली ते अहमदाबाददरम्यान फेऱ्या मारत असतात. असं एक पत्र तयार करायचं की ते राजपुत्र दारा यांनी राजपुत्र शुजा यांना लिहिलं आहे असं वाटेल. त्यात राजपुत्र दारा यांनी राजपुत्र शुजा यांना, राजपुत्र मुराद आणि तुमच्याविरुद्ध हातमिळवणी करण्याचा प्रस्ताव केला आहे असं दिसावं आणि ते पत्र त्या फेऱ्या मारणाऱ्या दूतांच्या हातात पडावं, अशी व्यवस्था करावी. असं पत्र राजपुत्र मुराद यांच्या हाती पडल्याबरोबर, ते तुमच्याशी हातमिळवणी करण्यासाठी अगदी धावतच येतील, अशी मला खात्री वाटते."

"पण राजपुत्र शुजाने तर स्वतःला शहेनशहां घोषित करून टाकलंय, त्यामुळे आमचे भाऊ मुराद यांना यात काहीतरी लबाडी आहे असा संशय तर येणार नाही ना?"

"राजपुत्र शुजाने स्वतःला शहेनशहा घोषित केल्याची बातमी अद्याप साम्राज्यामध्ये सर्वदूर पसरलेली नाही. आपण हे जे पत्र तयार करायचं म्हणतोय, त्याची तारीख ही घोषणेची घटना झाल्याच्या काही दिवस आधीची ठेवणे शक्य आहे आणि एक जलदगती घोडेस्वार ते पत्र दिल्लीपर्यंत घेऊन जाऊ शकतो. तिथे तो घोडेस्वारच राजपुत्र मुरादच्या लोकांच्या हाती सापडण्याची व्यवस्था होऊ शकते. मुरादला काही संशय येईल असं मला वाटत नाही आणि अली नकी यांच्या क्रूर हत्येनंतर त्यांच्या दरबारी मानकऱ्यांनी तर काही बोलायचासुद्धा धसका घेतलाय."

औरंगज़ेब मीर जुमलाकडे अगदी एकटक नजर रोखून पाहत म्हणाला, "इकडे तुम्हाला 'दक्षिणेचा चतुर कोल्हा' म्हणतात यात काहीच आश्चर्य नाही." आणि पुढे म्हणाला, "आणि पुढे होऊ घातलेल्या हिंदुस्थानच्या तख़्तासाठीच्या युद्धामध्ये तुम्ही आमच्या बाजूने लढलात तर त्याबद्दल काय मिळावं, अशी तुमची अपेक्षा आहे?"

"मी तर माझी निष्ठा हुजुरांच्या चरणी केव्हाच अर्पण केली आहे. हुजुरांना तख़्तावर बसलेलं पाहायला मिळावं हीच माझी परवरदिगाराकडे प्रार्थना आहे आणि ती भाग्यशाली घटना घडेल तेव्हाच मी माझ्या बक्षिसाची मागणी आपल्यासमोर

करेन.'' मंदस्मित करत उठता उठता मीरने उत्तर दिले. औरंगज़ेबदेखील आपल्या आसनावरून उठला आणि त्याला दरवाजापर्यंत सोडण्यासाठी निघाला. दरवाजापाशी पोहोचल्यावर त्याने मीर जुमलाचे दोन्ही खांदे धरले व त्याला आपल्याकडे वळवून त्याच्या डोळ्यांत थेट पाहत म्हणाला, ''इन्शाल्लाह! तो दिवस अगदी लवकरच येवो!'' हे बोलताना औरंगज़ेबाचे डोळे वेगळीच चमक दाखवत होते.

मीर जुमला गेल्यानंतर औरंगज़ेबाने त्या दिवसातल्या सर्व मसलती रद्द केल्या आणि जोपर्यंत तो सांगत नाही तोपर्यंत कारभाऱ्यांनी कामकाजाचे दस्तावेज आपल्याकडे पाठवू नयेत, अशा सूचना दिल्या. मीर जुमलाने सुचवलेला उपाय प्रत्यक्षात उतरवण्याची बिनचूक योजना करण्यासाठी त्याला वेळ हवा होता. काही वेळ विचार केल्यावर त्याने कालच दिल्लीहून शहेनशहाच्या तब्येतीबद्दलची बातमी घेऊन आलेल्या आणि एक-दोन दिवसांतच दिल्लीला परत जाणार असलेल्या आपल्या अत्यंत विश्वासातल्या दूताला, अल्लाउद्दीन खानला बोलावणे धाडले. हा एक सडपातळ पण काटक शरीराचा आणि कल्पक बुद्धीचा दूत होता.

''कुणाच्याही हस्ताक्षराची सही सही नक्कल करू शकेल असा दिल्लीमध्ये कोण माणूस आहे?'' कमऱ्यामध्ये दाखल करण्यात आल्यानंतर औरंगज़ेबाने त्याला विचारले.

''एक इंदर मोहन माथुर नावाचा माणूस आहे हुजूर. चर्मपत्रं, ताम्रपत्रं इत्यादी गोष्टी विकण्याचं त्याचं एक दुकान आहे; तसंच, तो जमीनजुमल्याचे दस्तावेज आणि अन्य प्रकारच्या दस्तावेजांसाठी लागणारा कागददेखील विकतो. काही शुल्क घेऊन तो दस्तावेजामध्ये घालावयाच्या मजकुराची नोंददेखील करून देतो. त्याचं हस्ताक्षर इतकं सुंदर आहे की तो इस्लामधर्मी नाही ही गोष्ट लोक मानायलाच तयार नसतात. फारसी लिपी लिहिण्याच्या कलेवर प्रभुत्व मिळवता मिळवता, त्यानं लोकांच्या स्वाक्षऱ्यांची हुबेहूब नक्कल करायची कलादेखील आत्मसात केली. माझ्यावर विश्वास ठेवा हुजूर, जर कधी त्यानं हुजुरांच्या स्वाक्षरीची नक्कल केली, आणि ते आपणास पाहायला मिळालं, तर आपल्यालादेखील स्वतःची अस्सल दस्तख़त कोणती आणि नकली कोणती, हे ओळखणं फार अवघड जाईल.''

''बहुत बढिया. असाच माणूस हवा होता आम्हाला. आता आणखी एक गोष्ट. दिल्लीमध्ये असताना आमचे बंधू दारा नेहमी व्यवहारात जे वापरतात ते लेखनसाहित्य, म्हणजे ते वापरतात तसले कोरे कागद वगैरे आणि त्यांचे शिक्के हस्तगत करता येतील काय? शिक्के अगदी थोड्या वेळापुरतेच हवे आहेत.''

काही क्षण विचार करून अल्लाउद्दीन खानने उत्तर दिले, ''हुजूर, हे काम काही फार कठीण नाही. माझ्या एका जिवलग मित्राच्या नात्यातला एक माणूस राजपुत्र दारा यांच्या महत्त्वाच्या दस्तावेजांची दप्तरे सांभाळण्याचे काम करतो आणि त्याला

हे काम सहजच जमेल. अर्थातच तो या कामाचा मोबदला मागेल.''

''तो काय मागेल ते त्याला दे. आता काय करायचं आहे ते सांगतो. आमचे बंधू दारा यांनी राजपुत्र शुजा यांना लिहिलेल्या आम्ही आणि आमचे दुसरे बंधू मुराद यांच्याविरुद्ध संगनमत करण्याचा प्रस्ताव करणाऱ्या पत्राचा मजकूर आता आम्ही सांगतो. हा मजकूर तू स्वतः मलमलच्या कापडाच्या तुकड्यावर लिहून काढायचा आहे आणि तो तुकडा या लहानशा बटव्यामध्ये ठेवायचा आहे.'' असं म्हणून औरंगज़ेबाने एक मलमलचा तुकडा आणि एक रेशमाच्या कापडाचा बटवा त्याला दिला. ''उद्या दिवस उजाडता उजाडता तू दिल्लीला जायचं आणि तिथे पोहोचल्यावर हे पत्र राजपुत्र दारा नेहमीच्या पत्रव्यवहारासाठी वापरतात तसल्या कागदावर जसंच्या तसं उतरवून घ्यायचं. त्या पत्रावर त्या माथुरकरवी दाराच्या स्वाक्षरीची हुबेहूब नक्कल करून घ्यायची आणि त्याचे शिक्केदेखील लावायचे. शाही दप्तरखान्यातून निघाला असावा असे दिसणाऱ्या एखाद्या दूताच्या हाती हे पत्र दिल्लीहून बंगालकडे जात आहे, असे भासवायचे आणि दिल्लीजवळच कुठेतरी ते मुरादच्या माणसांच्या हाती पडेल अशी व्यवस्था करायची. आता दिल्लीला जात असतानाच तुला अडवण्यात आलं, तर चुकीच्या माणसांच्या हाती पडण्यापूर्वीच ते नष्ट करून टाकायचं.''

''होय, हुकमाची तामिलियत होईल हुजूर.''

''छान. आता जास्तीची काळजी म्हणून हे पत्र तू इथेच बसून सांकेतिक भाषेत लिहून काढायचं आहेस. दिल्लीला पोहोचल्यावर त्याचं फारसीमध्ये रूपांतर करायचं. तुला मसनवी संकेत भाषा माहीत आहे, बरोबर?''

अल्लाउद्दीनने होकारार्थी मान हलवली.

लिपीकरण सोपे, पण त्याचे विश्लेषण करून खरा संदेश समजणे अवघड असलेल्या या सांकेतिक भाषेतला संदेश ती लिहिण्या-वाचण्यामध्ये पारंगत असलेल्या माणसांव्यतिरिक्त इतर कुणालाही समजणे अवघडच होते. आपल्या अत्यंत विश्वासातल्या हस्तकांबरोबर संवाद साधण्यासाठी औरंगज़ेबाने स्वतःच ती तयार केली होती आणि सर्व विश्वासू हस्तकांना त्या भाषेचे प्रशिक्षण देण्यात आले होते.

''आता इथे बस; तो कागद, दौत आणि टाक घे. आम्ही पत्राचा मजकूर नेहमीच्या भाषेत सांगतो, तो कागदावर लिहून काढ आणि मग तो त्या मलमलच्या कापडावर सांकेतिक भाषेत रूपांतरित कर.''

अल्लाउद्दीनला लिहिण्यासाठी योग्य अशी बैठक मारून बसलेले पहिल्यानंतर औरंगज़ेबाने मजकूर सांगायला सुरुवात केली.

हमारे दिल अज़ीज़ और मशहूर भाईसाहब,

सर्वप्रथम आपल्याला शुभेच्छा! सर्वशक्तिमान अल्लाच्या मेहेरबानीने तुमची तबियत उत्तम असेल आणि तुम्ही आनंदात असाल, तसेच तुमच्या साक्षेपी

अधिपत्याखाली काम करणारी माणसे इस्लामची प्रतिष्ठा वाढवण्याच्या आणि साम्राज्याची भरभराट करण्याच्या कामात भरपूर यश संपादन करत असतील, असा आमचा विश्वास आहे.

आपले आदरणीय अब्बाज़ान मागील काही आठवडे बरेच आजारी होते, हे तुम्हाला माहीत आहेच आणि आमचे दूत त्यांच्या प्रकृतीबद्दलची माहिती वेळोवेळी तुमच्यापर्यंत पोहोचवत आहेतच. सर्वशक्तिमान अल्लाची आपल्यावर मेहेरनजर आहे आणि म्हणून शहनशहांची तबियत आता चांगली आहे आणि पूर्णपणे सुधारण्याच्या मार्गावर आहे, अशी आनंदाची बातमी तुम्हाला कळवताना आम्हाला अतिशय आनंद होत आहे. ज्या तीव्र तापानं त्यांना ग्रासलं होतं, तो आता नाहीसा झाला आहे. त्यांच्या हाता-पायांना आलेली सूज आणि वेदना खूपच कमी झाल्या आहेत, त्यांच्या शरीरात पुन्हा ताकद येते आहे आणि गेले काही दिवस ते नियमितपणे शाही गवाक्षात येऊन जनतेला दर्शन देण्याचा आनंददेखील घेऊ लागले आहेत.

परंतु ही आनंदाची बातमी तुमच्यापर्यंत पोहोचवीत असतानाच त्यामध्ये थोडीशी दःखाची छटादेखील मिसळली आहे, ती म्हणजे आपल्या आदरणीय अब्बाज़ानच्या आजारपणाची बातमी ऐकू आल्याबरोबरच आपल्या अनिर्बंध वागणाऱ्या भावांनी बळजबरीने तख़्त काबीज करण्याचे आपले मनसुबे जाहीर केले आहेत. इकडे शहेनशहांची प्रकृती चांगल्या प्रकारे सुधारत आहे आणि ते आपली राजकीय कर्तव्ये पुन्हा पार पाडू लागले आहेत, अशी वस्तुस्थिती असताना केलेला हा गुन्हा, हो गुन्हाच, दुसरे काही नाही, अत्यंत निंदनीय आहे.

प्यारे भाई! आपल्या शहेनशहांना दीर्घायुष्य लाभावे आणि आपल्या साम्राज्याप्रती लोकांच्या मनात असलेली निष्ठा आणि शांतिपूर्ण जीवन अबाधित राहावे, यापेक्षा दुसरे काहीही आम्हाला प्रिय नाही, कारण ते इस्लामचे पथदर्शी दीपस्तंभच आहेत आणि त्यांच्या छत्रछायेखाली हिंदुस्थानची मुले-लेकरे शांततेने आणि समभावाने नांदत आहेत. हाच विचार पुढे नेऊन आम्हाला असे म्हणावेसे वाटते की, आपल्याच रक्तबांधवांच्या विकृत महत्त्वाकांक्षेपायी आणि कारस्थानांमुळे आपल्या साम्राज्यात बेदिली आणि यादवी माजल्यास आमच्यासाठी त्यापेक्षा मोठी दुःखाची गोष्ट नसेल. साम्राज्यात नांदणाऱ्या शांततेचा आणि स्थैर्याचा भंग करण्याचे असे प्रयत्न निर्दयपणे चिरडून टाकले पाहिजेत आणि आपण दोघांनी मिळून एक जबरदस्त संरक्षक फळी उभी केली, तरच त्यांचा पराभव करता येईल आणि या साम्राज्यातील शांततेचा भंग करण्याचा कोणताही प्रयत्न खपवून घेतला जाणार नाही, हे आपल्या सशक्त एकजुटीद्वारा जगाला दाखवता येईल.

या प्रस्तावावरील आपल्या प्रतिसादाची आम्ही वाट पाहत आहोत आणि आपली यास तत्त्वतः मान्यता असेल, तर उर्वरित तपशील आपण निश्चित करू शकतो.

बोलता बोलता औरंगज़ेब थोडा थांबला. भविष्यात मुघल साम्राज्याच्या दारा आणि शुजामध्ये करावयाच्या विभाजनाबद्दल पत्रात काही लिहावं का? कारण मुरादसारख्या बुद्धू माणसाच्यादेखील हे लक्षात आले असते की, दारा स्वतःलाच वादातीतपणे तख़्ताचा वारस समजत असताना, तो असे विभाजन वगैरे सूचित करणारच नाही आणि तसे पत्रात दिसले तर उलट त्याचा संशय जागा होईल. त्यामुळे औरंगज़ेबाने तसे काहीही न लिहिण्याचा विचार पक्का केला. मुरादला आपल्याबरोबर हातमिळवणी करण्यासाठी उद्युक्त करणे, एवढाच या पत्राचा हेतू होता आणि पत्रामध्ये जेवढे लिहिले होते, तेवढे साध्य करण्यासाठी ते पुरेसे होते.

औरंगज़ेब पुढे सांगू लागला, "पत्राच्या शेवटी असं लिही, 'आमच्या हृदयात आपल्याप्रती असलेल्या सद्भावना आणि बंधुभावासह,' तळाशी राजपुत्र दारा यांची स्वाक्षरी आणि शिक्कामोर्तब असणे अत्यावश्यक आहे."

"होय हुजूर." अल्लाउद्दीनने उत्तर दिले.

औरंगज़ेबाने लिहिलेल्या मजकुरावरून एकदा नजर फिरवली. सर्व काही टीक होते. "छान, आता हा मजकूर मलमलच्या कापडावर लिहिण्यापूर्वी माझ्या समोरच एका कागदावर सांकेतिक भाषेमध्ये लिहून काढ. तोपर्यंत मी रोजच्या कामकाजाकडे जरा लक्ष देतो."

अल्लाउद्दीन ते पत्र सांकेतिक भाषेत कागदावर उतरवण्याचे कष्टप्रद काम करत होता, तोपर्यंत औरंगज़ेबाने दरबारी कामकाजातली रोजच्या रोज दखल घेण्याजोगी कागदपत्रे हातावेगळी केली. काही वेळानंतर अल्लाउद्दीन रुमीची मसनवी बाजूला ठेवत असलेला पाहून त्याने विचारले, "झालं का सांकेतिक भाषेत लिहून?"

"जी हुजूर." अल्लाउद्दीनने उत्तर दिले.

"बघू दे एकदा," अल्लाउद्दीनच्या हातातून कागद घेत तो म्हणाला. मग त्याने मसनवीतली काही पाने संदर्भाकरिता उघडली आणि सांकेतिक भाषेत लिहिलेला मजकूर बरोबर असल्याची खातरजमा केली. सर्व काही बरोबर होते. मजकूर सांकेतिक भाषेत लिहिणे हे मोठे जिकिरीचे काम होते, आणि आता दुपार टळून गेली होती. "ठीक आहे, सगळं काही जागच्या जागी आहे." अल्लाउद्दीनला कागद परत करताना त्याने शेरा मारला. "आता हे सांकेतिक भाषेतलं पत्र त्या मलमलच्या तुकड्यावर उतरवून काढ."

मलमलचे कापड चांगले ताणून सपाट केल्यावर अगदी अणकुचीदार टोकाच्या शिशाने दुर्बिणीतूनच पाहावे लागेल इतक्या बारीक अक्षरात तो सांकेतिक भाषेतला

सगळा मजकूर लिहून काढण्याचे काम पूर्ण करायला अल्लाउद्दीनला आणखी दोन तास लागले. दरम्यान आपल्या नेहमीच्या धडाक्यानुसार आणि सगळ्या मुघल युवराजांपैकी फक्त तोच करू शकेल अशा विद्युतवेगाने औरंगज़ेबाने रोजची कामे हातावेगळी केली.

"काम झालं आहे, हुजूर," बराच वेळ बसून अवघडलेले हात-पाय ताणून उठत अल्लाउद्दीन म्हणाला आणि त्याने तो मलमलचा तुकडा औरंगज़ेबाला दिला. त्याने त्यातला मजकूर कागदावर लिहिलेल्या मजकुराशी पडताळून पाहिला आणि कागदाचे बारीक बारीक तुकडे केल्यानंतर तो मलमलचा तुकडा परत अल्लाउद्दीनच्या हाती दिला. अल्लाउद्दीनने तो तुकडा बटव्यात ठेवला आणि तो बटवा आपल्या अंगरख्याच्या आतल्या खिशात ठेवला.

"आता पुन्हा सांगतो. तू उद्या सूर्य उगवत असतानाच दिल्लीकडे निघायचं आहेस, आणि सर्व काही ठीक झालं तर अठरा दिवसांच्या आतच तू दिल्लीला पोहोचशील. मग त्या माथुरची गाठ घे, सांकेतिक भाषेतलं पत्र व्यवहाराच्या भाषेत परिवर्तित करून घे आणि मग शाही कागदावर लिहून काढून त्यावर राजपुत्र दारा यांची स्वाक्षरी आणि शिक्कामोर्तब करवून घे. त्यानंतर ते पत्र लवकरात लवकर मुरादच्या माणसांच्या हातात पडेल अशी व्यवस्था कर. दिल्लीला पोहोचल्यानंतर शाही लेखनसामग्री मिळवणं, शिक्का मिळवणं आणि ते पत्र शाही व्यवहारातल्या कागदावर लिहून काढणं वगैरे कामांसाठी तीन ते पाच दिवस लागतील असं गृहीत धरलं, तर ते पत्र मुरादच्या माणसांच्या हातात पडण्याची व्यवस्था करणं तुला आजपासून एकविसाव्या ते पंचविसाव्या दिवसांदरम्यान शक्य होईल, अशी अपेक्षा आहे. त्यांच्या हाती ते पडलं रे पडलं की ते अहमदाबादकडे धाव घेतील यात शंका नाही; म्हणजे ते अकरा दिवसांच्या आत अहमदाबादला पोहोचतील. आणि अहमदाबादहून इथे लवकरात लवकर पोहोचायला साधारण चार दिवस लागतात, म्हणजेच आजपासून छत्तीस ते अडतीस दिवसांदरम्यान राजपुत्र मुराद यांच्याकडून त्यावर प्रतिक्रिया उमटेल, अशी आम्ही अपेक्षा करतो. त्यांना आम्ही ओळखतो; त्यांची प्रतिक्रिया अगदी तत्काळ असेल आणि आमच्या अंदाजापेक्षा जास्त वेळ आम्हाला वाट पाहावी लागणार नाही, हे निश्चित."

"मीदेखील हाच अंदाज बांधला आहे, हुजूर."

"आता तुला जे काही करायला सांगितलं आहे त्याबद्दल तुला कोणत्याही प्रकारच्या काही शंका आहेत का? असतील तर तसं मोकळेपणानं विचार आणि काम स्पष्टपणे समजून घे, म्हणजे मग कशाबद्दलच संदेह किंवा गोंधळ उरणार नाही. जर तो मलमलचा तुकडा चुकीच्या माणसांच्या हाती पडण्याची शक्यता निर्माण झाली, तर तो ताबडतोब नष्ट करून टाकायचा आहे, हे तुला वेगळं

बजावायची गरज नाही.''

''माझं काम मला नीट कळलं आहे, हुजूर. उद्या दिवस उजाडताक्षणीच मी निघेन आणि प्रत्येक गोष्ट आपल्या इच्छेनुसार घडवून आणीन.''

''तुझ्याकडे पैसे वगैरे आहेत ना?''

''दिल्लीला पोहोचेपर्यंत पुरतील इतके आहेत. मग तिथल्या कार्यालयातून घ्यावे लागतील.''

''त्याची व्यवस्था करू. इथे एक शेठ बिहारीमल म्हणून आहेत त्यांना लिहिलेले एक पत्र तू बरोबर घेऊन जा. बिहारीमल दिल्लीच्या चांदणी चौकात व्यापारी पेढी असलेल्या शेठ गिरिराजमलच्या नावे काढलेली एक हुंडी देईल. ती हुंडी मिळाली की शेठ गिरिराजमल तुला पैसे देईल. एक लाख मोहोरा पुरेशा होतील का?''

''पुरून उरतील हुजूर.''

औरंगज़ेबाने औरंगाबादमधील एका पेढीच्या मालकाला त्याच्या दिल्लीतल्या चुलत भावाच्या नावे हुंडी काढण्याचा आणि ते पैसे शासकीय तिजोरीतून घेण्याचा आदेश देणाऱ्या चार ओळी एका कागदावर लिहिल्या. मग ते पत्र अल्लाउद्दीनच्या हातात देण्यापूर्वी त्यावर दस्तख़त केले. वितळलेल्या लाखेने ते पत्र मोहोरबंद केले आणि त्यावर आपल्या अंगठीची मुद्रा उमटवली.

''सुरक्षेचा उपाय म्हणून तुझ्याबरोबर आणखी किती माणसे असणार आहेत?'' औरंगज़ेबाने विचारले.

''जेवढे मी येताना बरोबर आणले होत तेवढेच, म्हणजे पाच हुजूर.''

''हे कमी नाही का वाटत तुला? कारण अंतर तर जवळपास चारशे कोसांचं आहे आणि वाट अगदी बिकट आहे.''

''जास्त लोक घेतले तर त्यामुळे मला पोहोचायला उशीरच होईल हुजूर. शिवाय, मोठ्या गटाकडे लोकांचे पटकन लक्ष वेधले जाईल. व्यापाऱ्यांचा एक तांडा उद्याच उत्तरेकडे निघतोय. मी आणि माझे साथीदार काही काळ तरी त्यांच्याबरोबरच प्रवास करू. हे व्यापारी लोक सशस्त्र संरक्षक दलांसह वाटचाल करतात, त्यामुळे त्यांच्याबरोबर असेपर्यंत आम्हालाही आपोआपच संरक्षण मिळेल.''

''तुला जे योग्य वाटतंय ते कर; आमच्या दृष्टीनं ते ठीकच आहे. आमचा या कामामागचा हेतू साध्य व्हावा, एवढीच आमची इच्छा आहे.''

''तसंच होईल हुजूर. एक छोटीशी गोष्ट विचारायची आहे, हुजूर. त्या माथुरने आपल्याला हवी आहे तशी हुबेहूब नक्कल करून दिली की नंतर तो त्याबद्दल लोकांमध्ये फुशारक्या मारण्याची शक्यता आहे. असं होऊ नये म्हणून मी काय करावं अशी हुजूरांची इच्छा आहे?''

''कत्ल कर दो।'' औरंगज़ेब शांतपणे म्हणाला.

सहा

हातातले पत्र नाचवत मुराद म्हणाला, ''किती खोटारडा, धोकेबाज, बुतपरस्त माणूस आहे हा!''

मुरादच्या खासगी दालनात तो आणि बुलंद दोघेच बोलत बसले होते. ते नक्कल केलेले पत्र दिल्लीजवळच मुरादच्या माणसांच्या हाती लागले होते आणि त्यांनी जराही उशीर न करता ते अहमदाबादला पोहोचवले होते. पत्रातला मजकूर वाचल्यावर मुरादच्या रागाचा स्फोट झाला. ''जे वारशानं आमच्या हक्काचं आहे, ते आम्हाला मिळू न देण्यासाठी शुजाबरोबर संगनमत करायला बघतो काय? तो जन्मात विसरू शकणार नाही असा धडा त्याला शिकवला जाईल. फक्त शहेनशहांचा लाडका आहे आणि नशीब म्हणून सर्वांत थोरला मुलगा आहे, म्हणजे तो सर्वार्थानं शहेनशहांचा वारस ठरत नाही. आम्ही मुघल, फक्त 'तख़्त-या-तख़्ता' हेच तत्त्व पाळणारे आहोत. हे असंच आमच्या वाडवडिलांच्या काळात होत होतं आणि ते आजही तसंच होत राहील. काहीही असलं, तरी संपूर्ण साम्राज्य एकसंध राखण्याची कुवत आमचे बंधू दारा यांच्यामध्ये नाही. तसा विचार केला, तर आमचे इतर दोन भाऊदेखील त्या बाबतीत कुचकामी आहेत.''

''श्शऽऽऽऽ हुजूर, कृपा करून इतक्या उघडपणे तुमच्या भावना व्यक्त करू नका. याद रखिये, दीवारों को भी कान होते है, आणि इथे निव्वळ विनोद म्हणून बोलली गेलेली गोष्टदेखील पार दिल्लीच्या राजवाड्यांपर्यंत पोहोचू शकते.''

''ते तिथे काय विचार करत आहेत याची आम्ही फिकीर करतो असं तुला वाटतं? बुलंद, तुला माहीतच आहे की दारा शहेनशहासाहेबांवर हळूहळू विषप्रयोग करतोय. शाही गवाक्षात जनतेच्या दर्शनाला उभा केला जाणारा माणूस हा शहेनशहांसारखा दिसणारा दुसरा कुणीतरी आहे. म्हणून तर शहेनशहा आजारी पडल्यापासून दरबार भरलेलाच नाही आणि त्यांची भेट घेण्यावर तर थेट मनाईच आहे. तिकडे काय चाललंय हे आम्हाला कळत नाही असं समजू नको.''

"पण तुमच्या दिल्लीतील विश्वासू हस्तकाचं, मीर नसरुल्ला खानचं काय? त्यानं आणलेल्या बातमीकडे दुर्लक्ष करून तर चालणार नाहीच." आतापर्यंत बुलंदला त्या बातमीमध्ये खरंच काही तथ्य आहे, असं वाटायला लागलं होतं.

"आम्ही आतापर्यंत यापेक्षा जास्त मोठी वायफळ गोष्ट कधीच ऐकली नाही. या मीरला आमचे बंधू दारा यांनी विकत घेतलं असेल अशी शक्यता तूच आम्हाला सांगितली नव्हतीस का? एखाद्या हिंदू माणसानं शहेनशहांच्या अत्यंत खासगी कक्षात प्रवेश केला असेल, त्यांना स्पर्श केला असेल अशी कल्पना तरी तुला सहन होते आहे का? 'बुटकं शरीर','आरपार पाहणारे डोळे' या सगळ्या अति ताणलेल्या कपोलकल्पित भाकडकथा आहेत. बाष्कळ बडबड आहे. पुढल्या वेळी समोर दिसेल तेव्हा या मीरचा हिशोबदेखील आम्ही मिटवून टाकणार आहोत. शहेनशहासाहेब खरोखर जिवंत आहेत आणि बरे आहेत हे आम्ही स्वतःच्या डोळ्यांनी पाहिल्यानंतरच आम्हाला समाधान वाटेल. तोपर्यंत तरी एकतर ते आता हयात नाहीत किंवा कायमस्वरूपाने अकार्यक्षम झाले आहेत, असे मानून आम्ही पुढे जाणार आहोत. पण पुन्हा एकदा या पत्राबद्दल बोलायचं तर आमच्या या भावाकडे- त्याला आमचा भाऊ म्हणायचीदेखील आम्हाला शरम वाटते आहे- आमच्याविरुद्ध शुजाबरोबर हातमिळवणी करण्याचं धाडस आलं तरी कुठून आणि त्यांना कुणीच या बाबतीत आव्हान देणार नाही असं तरी कसं वाटलं?"

"हे पत्र खोटं, बनावट असण्याचीदेखील शक्यता आहे हुजूर. आपण आपल्या विश्वासातल्या दिल्लीतल्या माणसांकडून याची स्वतंत्रपणे आणि गुप्तपणे शहानिशा करून घेतली तर ते जास्त बरं होईल, नाही का?"

"नकली पत्र? बुलंद, तुला काय वेड लागलंय का? मला कधीकधी असं वाटायला लागतं की तुझ्या नपुंसकपणाचा तुझ्या बुद्धीवरदेखील परिणाम झालाय. कोणाला कशासाठी असं नकली पत्र तयार करावंसं वाटेल, आणि मुळात असं पत्र तयार करू शकणारा कुणी आहे का तरी अस्तित्वात? शाही व्यवहारात वापरल्या जाणाऱ्या कागदावर असतं, तसलं कागद उत्पादकाचं विशिष्ट चिन्ह या कागदावरदेखील आहे ते तुला दिसत नाही का? केवळ शाही दप्तरखान्यात वापरली जाण्याची परवानगी असलेली शाईच हे पत्र लिहिण्यासाठी वापरली आहे. शिवाय, त्यावर दाराची स्वाक्षरी आहे आणि शाही शिक्कामोर्तबदेखील आहे की नाही?"

"हुजूर, कदाचित या हातमिळवणीमुळे तो अजिंक्य होईल अशी भावना सगळ्या जगभर निर्माण व्हावी म्हणून हे बनावट पत्र स्वतः शुजानेच तयार केलेलं असू शकतं. हुजूर हे तर जाणतातच की राजपुत्र शुजा यांनी स्वतःला शहेनशहा म्हणून घोषित केल्याची चर्चा शहरभर होत आहे, आणि असा हातमिळवणीचा प्रस्ताव राजपुत्र दारा यांच्याकडून येण्यामुळे दिल्लीच्या ताकदीनं बंगालच्या संपत्तीशी

हातमिळवणी केली असल्याचा समज लोकांच्या मनात दृढ होईल. तुम्ही विनासायास त्यांच्या बाजूस मिळावे यासाठी हे बनावट पत्र राजपुत्र औरंगज़ेबांच्या सांगण्यावरूनदेखील तयार केलेलं असू शकतं.''

''असल्या बाजारगप्पांवर आम्हाला विश्वास ठेवता येत नाही. शुजानं स्वतःला शहेनशहा म्हणून घोषित केलं आहे, यावर विश्वास ठेवायला आम्ही तयार नाही. तो इतका भोगासक्त माणूस आहे की त्याच्याकडून असं धाडसी कृत्य होणार नाही आणि सुभेदार म्हणून बंगालमध्ये घालवलेल्या प्रदीर्घ काळामुळे त्याचं जास्तच खच्चीकरण झालं आहे. त्याच्यासारखा माणूस शहनशहांविरुद्ध बंड करण्याचा विचार तरी करू शकेल का? नाही, बंड करणारे लोक वेगळ्याच मुशीतून घडतात. तेव्हा ती गोष्ट तू डोक्यातून काढून टाक. आता दुसरा भाऊ औरंगज़ेबाबद्दल बोलायचं, तर त्याच्याकडे इच्छाशक्ती आहे आणि धाडसदेखील आहे. पण त्याला असं बनावट पत्र तयार करून काय मिळणार आहे? आम्हा चार भावांपैकी, आम्ही दोघं एकमेकांना जरा जास्त जवळचे आहोत आणि आता आमचे सुभेदेखील एकमेकांच्या लगतच आहेत. त्यामुळे आम्ही वेळोवेळी एकमेकांचा सल्ला घेतच असतो. तो असं बनावट पत्र का तयार करेल? त्याला आमच्याबरोबर हातमिळवणी करायची असेल तर तो उघडपणे येऊन आम्हाला तसं विचारू शकतो, नाही का?''

बुलंद त्याच्याकडे कीवभऱ्या नजरेने पाहत राहिला. त्याचे लालभडक डोळे, भावनातिरेकाने फुललेल्या नाकपुड्या, स्वभावात मुळातच नसलेला ठामपणा दाखवणारी हनुवटी... सारे त्याने पुन्हा एकदा लक्षपूर्वक पाहिले. 'अरे मूर्ख माणसा!..' त्याच्या मनात विचार उमटला- 'स्वैराचाराच्या अंधारात बुडालेल्या मूर्खा! तू इथे दारू आणि अफू पिऊन तर्र होतो आहेस आणि जी काही थोडीफार जागृत अवस्था असते तो वेळ कुमारिकांच्या ढेंगांमध्ये घालवतो आहेस, तेव्हा तुझे शत्रू हिंदुस्थानचे आधिपत्य हस्तगत करण्याच्या लढाईमध्ये तुझ्या पायाखालची जमीनच कमकुवत करण्याचे हर तऱ्हेचे प्रयत्न करत आहेत. हे पत्र नक्कीच बनावट आहे आणि हे नक्कल करण्याचे काम औरंगज़ेबाच्या सांगण्यावरून केलेले असावे, याची बुलंदला खात्री वाटायला लागली होती. औरंगाबादमध्येच बसून त्याने हे कसे काय घडवून आणले असावे, याची त्याला काही कल्पना करता येत नव्हती. पण औरंगज़ेबाच्या कौशल्याची छाप त्यावर स्पष्ट दिसत होती.

एका सेवकाच्या आगमनामुळे त्यांच्या एकांताचा भंग झाला.

''हुजूर, दिल्लीहून एक शाही दूत आला आहे. त्याच्याकडे शहेनशहा साहेबांचा एक तातडीचा संदेश आहे आणि त्याला तत्काळ आपली भेट हवी आहे.''

मुराद सावरून ताठ बसला आणि त्याने प्रश्नार्थक नजरेने बुलंदकडे पाहिले. त्याने फक्त खांदे उडवले. ''ठीक आहे, पाठव त्याला आत,'' मुराद म्हणाला.

दूत आत आला आणि त्याने मुजरा केला. त्याचे कपडे प्रवासामुळे बरेच मळले होते आणि लांबच्या प्रवासाचा शीण त्याच्या चेहऱ्यावर दिसत होता.

"काय आहे?" मुरादने विचारले.

काहीही न बोलता दूताने आपल्या अंगरख्याच्या आतल्या खिशातून एक पत्र काढले. बुलंदने ते एका तबकामध्ये घेतले आणि मुरादसमोर धरले.

"उघड ते आणि वाच," त्या दूताला जायला सांगितल्यावर मुरादने बुलंदलाच सांगितले.

"चांगली बातमी नाही हुजूर," घाईघाईने पत्रावरून नजर फिरवत बुलंद म्हणाला. "पत्रात असं म्हटलं आहे की राजे शुजा यांनी स्वतःला सम्राट घोषित केलं आहे. त्यांच्या फौजांनी बंगालच्या सीमा ओलांडल्या आहेत आणि त्या दिल्लीकडे वेगाने कूच करत आहेत. या त्यांच्या कृत्यामुळे त्यांनी स्वतःलाच इस्लामी सभ्यतेच्या मर्यादेबाहेर केलं आहे, आणि आता त्यांना बंडखोर समजण्यात येऊन निर्दयपणे चिरडण्यात येईल. प्राप्त परिस्थितीचा सामना करण्यासाठी राज्यकारभाराबाबत काही बदल करणे आवश्यक झाले आहे. त्यातील एक बदल म्हणजे, हुजुरांचा तबादला बेरारच्या सुभेदारपदावर करण्यात आला असून, इथे तुमच्या जागेवर कुणा दुसऱ्या मानकऱ्याला नेमण्यात येत आहे."

"हरामखोर!" संतापाने लालबुंद झालेला मुराद आपल्या आसनावरून उठत दात-ओठ खात दबक्या आवाजात बोलला. "हे नक्कीच आमचे बंधू दारा यांचं काम आहे. आधी तो आमच्याविरुद्ध शुजाबरोबर कारस्थान करतो आणि आता औरंगज़ेब आणि आमच्यामध्ये तेढ घालू पाहतोय. आम्हाला त्याची चाल स्पष्ट कळते आहे. आम्ही या आज्ञेचं पालन केलं तर आम्ही औरंगज़ेबाबरोबर वाकड्यात शिरल्यासारखं होईल, कारण त्यांच्या सुभेदारीच्या सीमेला लागूनच जात असलेल्या बेरारच्या सीमा अद्याप स्पष्टपणे आरेखित केलेल्या नाहीत; शिवाय, गुजरातच्या तुलनेत बेरार म्हणजे एक टीचभर राज्य आहे. दुसरीकडे, आम्ही आज्ञेचं पालन केलं नाही तर आमचे बंधू शुजा यांच्याप्रमाणे आम्हालादेखील बंडखोर ठरवलं जाईल. आम्ही काय केलं पाहिजे असं तुला वाटतं?"

"हुजूर, मी एक क्षुद्र प्रतिहारी आहे आणि या इतक्या वरच्या स्तरावरच्या राजकारणाबाबत सल्ला देण्याचं धाडस माझ्यात नाही. मी एवढंच सांगेन की पुढे पाऊल टाकण्यापूर्वी, त्याच्या परिणामांचा पूर्ण विचार केल्याशिवाय कोणतंही पाऊल टाकणं धोक्याचं ठरेल."

"जे अगदी स्पष्टच आहे तेच तू सांगतो आहेस, बुलंद," मुराद तुच्छतेने म्हणाला. "आम्ही काय करायला हवं याबद्दल तुझ्या मनातले तुझे विचार स्पष्ट नसतील तर त्या शंका-कुशंकांचा आमच्यावर काही परिणाम होणार नाही. आम्ही

बेरारला जाण्याचा प्रश्नच उद्‌भवत नाही. आमचे बंधू शुजा यांच्याप्रमाणेच आम्हीदेखील, शक्य झालं तर औरंगज़ेबाबरोबर संगनमत करून आणि गरज असेल तर त्याच्याविना दिल्लीकडे कूच करू. आम्ही असं का करत आहोत याचं स्पष्टीकरण म्हणून आम्ही असं सांगू की आमची अशी समजूत आहे की शहनशहासाहेब असहायपणे दाराच्या कैदेत खितपत पडले आहेत. त्यांच्यात स्वतंत्रपणे निर्णय घेण्याची क्षमता उरलेली नाही आणि आम्ही त्या प्रायश्चितही न करणाऱ्या बुतपरस्ताच्या तावडीतून त्यांची सुटका करण्यासाठी आलो आहोत.''

''हुजूर, औरंगज़ेब मात्र तुमच्या शरीरात एखाद्या काट्यासारखा रुतून राहील,'' बुलंद म्हणाला.

''आम्ही त्याचादेखील विचार केला आहे. एकदा दारा आणि शुजा यांचे तख़्त काबीज करण्यासाठीचे आव्हान संपले, की आम्ही औरंगज़ेबाबरोबर काहीतरी समझौता करू. बंगालचा सुभेदार म्हणून तो चांगला ठरेल, असं आम्हाला वाटतं. आतापर्यंत त्याने वायव्येकडे आणि दक्षिणेकडील भागात साम्राज्याची सेवा केली आहे. आता जरा त्याला बंगालमधल्या डासांची जात कळू दे. तिकडच्या बायका- त्यांचे सौंदर्य, लांबसडक केस आणि नाजूक कांतीबद्दल प्रसिद्ध आहेत. आता त्याला त्यात काही रुची नाही हे दुर्दैव आहे.'' मुरादचे गडगडाटी हास्य त्या खोलीत घुमले. ''तसं नाही, खरं तर बंगाल हा साम्राज्यातला सर्वांत श्रीमंत सुभा आहे आणि तो मिळाल्यामुळे त्याच्या अनिर्बंध महत्त्वाकांक्षांचंदेखील समाधान होईल. अर्थातच त्यानं जर काही आगळीक करायचा प्रयत्न केला, तर ......,'' असं म्हणत मुरादने तेथे एका नक्षीदार लाकडी म्यानात ठेवलेल्या तलवारीच्या मुठीवर त्वेषाने हात टाकला. तो इतक्या जोरात होता की म्यानातून बाहेर खेचली जाण्यापूर्वी त्या तलवारीचे टोक म्यान फोडून बाहेर आले आणि मगच ते मागे खेचले जाऊन तलवार बाहेर आली.

''कळतंय ना आम्ही काय म्हणतोय ते, बुलंद?''

''हो कळलं, हुजूर.''

''आता असं कर, उद्या दुपारी इमाम-उल-मुल्क इम्तियाझ बेग, मंत्री पीर मोहम्मद, सेनापती किझ्लबक्ष खान, दारूगोळा खात्याचे मुखिया बुघरा खान आणि घोडदळाचे मुखिया शाहबाज खान यांच्याबरोबर भेट आयोजित कर. उद्या येताना त्यांनी आत्ताच्या घडीला उपलब्ध असलेली सैन्यबळाची संख्या, ते कुठे कसे तैनात आहे याचा तपशील, पैशाअडक्याचा तपशील आणि यासारख्या इतर महत्त्वाच्या गोष्टींची इत्थंभूत माहिती घेऊन यायला हवी. तसेच, आम्ही घेत असलेल्या ठोस कृतीच्या निर्णयाबद्दलची त्यांची मतेही आम्हाला जाणून घ्यायची आहेत.''

दुसऱ्या दिवशी ठरलेल्या वेळी ते सगळे अधिकारी मुरादच्या समोर हजर झाले.

विचारला जाणे शक्य असलेला सर्व तपशील असलेली कागदपत्रे घेऊन त्या अधिकाऱ्यांचे सहायक बाजूच्याच एका छोट्या खोलीत थांबले. बुलंद आपली उपस्थिती कुणाला जाणवू न देता तिथेच घुटमळत राहिला.

"तुम्हा सर्वांना इथे कशासाठी बोलावलं आहे ते तुम्हाला माहीतच आहे." मुरादने सुरुवात केली. "मागील काही काळ शहनशहासाहेब गंभीरपणे आजारी आहेत हे तुम्हाला माहीत आहे. गेला आठवडा ते दहा दिवसांपर्यंत त्यांच्या तब्येतीची ख़बरबात आम्हाला आमचे बंधू दारा यांचेकडून नियमितपणे येणाऱ्या पत्रांमधून मिळत होती; पण अचानक अशी पत्रे येणे बंद झाले आहे. आम्हाला भीती एवढीच वाटते की, एकतर शहेनशहांचे निधन झाले असावे किंवा ते आमचे विश्वासघातकी बंधू दारा यांच्या कैदेत खितपत पडले असावेत आणि त्यामुळे आपली राजकीय कर्तव्ये करण्यास असमर्थ असावेत. परंतु शहेनशहांना केवळ कैदेत ठेवण्याने समाधान न झाल्यामुळे– आणि आमची खात्री आहे की दारा शहेनशहांवर हळूहळू विषप्रयोग करत आहेत– त्यांनी आमचे दुसरे भाऊ शुजा यांच्यासमोर आमच्याविरुद्ध हातमिळवणी करण्याचा प्रस्ताव ठेवला आहे. तसेच, ते आमचे बंधू औरंगज़ेब आणि आमच्यामध्ये वितुष्ट आणण्याचा प्रयत्नदेखील करत आहेत. हाच हेतू मनात बाळगून त्यांनी शहेनशहांच्या नावाने आमचा तबादला बेरारला करणारा आदेश काढला आहे, आणि तो पाळण्याची आमची अजिबात इच्छा नाही. इतकंच नाही, तर आम्हाला अशी खबर मिळाली आहे की आमचा भाऊ शुजा यानं स्वतःला शहेनशहा म्हणून घोषित केलं आहे आणि तो दिल्लीकडे निघाला आहे. आम्ही वेळीच हालचाल केली नाही, तर आम्हाला ही संधी गमवावी लागेल."

"हुजूरांच्या मनात नक्की काय चाललं आहे?" इम्तियाज़ बेगने विचारले.

ही भेट कशासाठी आहे याची पूर्ण कल्पना बुलंदने त्यांना दिली होती. येथे येण्यापूर्वी त्या वरिष्ठ अधिकाऱ्यांनी या बाबतीत आपसात चर्चा केली होती आणि त्यांनी मुरादला कसलेही अविचारी कृत्य करण्यापासून परावृत्त करण्याचा निर्णय घेतला होता. यासाठी प्रयत्न करणे हे आपले कर्तव्यच आहे, असे शाहबाज खान सोडून इतर सर्व वरिष्ठ अधिकाऱ्यांना अजूनही वाटत होतं. आणि इम्तियाज़ बेग तिथे उपस्थित असलेल्यांमध्ये सर्वांत जास्त अनुभवी होता आणि मुराद त्याचे अनुभवाचे बोल ऐकण्याची शक्यता जास्त होती, म्हणून त्यांनी आपली बाजू मांडण्यासाठी त्यालाच निवडलं होतं.

"का, बुलंदनं तुम्हाला सांगितलं नाही का? जमलं तर आमचे बंधू औरंगज़ेब यांच्याशी हातमिळवणी करून आणि अगदीच अत्यावश्यक ठरलं तर त्यांच्या मदतीशिवायदेखील, दिल्लीवर चाल करण्याचा आमचा मनसुबा आहे. आमची अशी समजूत आहे की बादशहासाहेब आता या जगात नाहीत, किंवा ते इतके

अशक्त झाले असावेत आणि दारा के शिकंजे में इतके जखडले गेले आहेत की, त्यांना साम्राज्याच्या भल्यासाठीचे निर्णय घेणे अशक्यप्राय झाले आहे. त्यामुळे त्यांना दाराच्या तावडीतून सोडवणं, हे आमचं परमपवित्र कर्तव्य ठरतं. आपसातच युद्ध करून दारा आणि शुजा इतके दुर्बल झाले असतील की, दिल्लीवर कब्जा मिळवणे तुलनेनं फार सोपं ठरेल.''

''हुजूर,'' आपल्या मालकांचं मन पाऱ्याप्रमाणे चंचल आहे हे माहीत असल्यामुळे त्याची काय प्रतिक्रिया होईल याबद्दल साशंक असलेल्या इम्तियाझ बेगने सावधपणे बोलायला सुरुवात केली. ''बुलंदनं या भेटीचं प्रयोजन आम्हाला सांगितलं होतं आणि माझे साथी मनुष्यबळ आणि साधनसामग्री यासंबंधीची आपल्याला हवी असलेली माहिती तुमच्यासमोर ठेवतीलच, पण इथे येण्यापूर्वी आम्ही या विषयावर आपसात चर्च केली आणि काही वस्तुनिष्ठ बाबी आपल्यासमोर मांडणं, हे आमचं कर्तव्य आहे असं आम्हाला वाटलं.''

''आणि काय आहेत त्या 'वस्तुनिष्ठ' बाबी?'' मुरादने तिरसटपणे विचारले.

''हुजूर, शहेनशहासाहेब जिवंत आहेत आणि मिळणाऱ्या बातम्यांप्रमाणे त्यांची तबियत दिवसेंदिवस सुधारते आहे. दिल्लीवर चाल करून जाण्याचा कोणताही प्रयत्न म्हणजे केवळ साम्राज्याविरुद्ध उघड उघड केलेले बंडच ठरणार नाही, तर त्यामुळे आपल्या माता-पित्यांचा आदर करावा आणि त्यांना गरज असल्यास त्यांच्या मदतीला जावं, असा सर्व इस्लाम धर्माचं पालन करणाऱ्यांसाठी असलेला जो धर्माचा नियम आहे, त्याचादेखील भंग होईल. आणि इथे तर हुजुरांकडून या दोन्ही गोष्टी घडतील.''

''आमच्या आजोबांनी त्यांच्या वडिलांच्या, म्हणजे बादशहा अकबरांच्या विरुद्ध काय केलं? आणि आमच्या स्वतःच्या वडिलांनी त्यांच्या वडिलांच्या, म्हणजे बादशहा जहांगीर यांच्या विरुद्ध काय केलं? तुम्ही हे जे नियम वगैरे सांगताय, ते तेव्हा कुठे होते? नाही जनाब इम्तियाझ, असल्या गोष्टींचा आमच्यावर काहीही प्रभाव पडणार नाही. इतकंच नाही, तर शहेनशहांची तबियत सुधारत आहे असं म्हणणं हा खोटेपणा आहे. आम्ही मगाशीच म्हणालो त्याप्रमाणे, शहेनशहा एकतर आता आपल्यात नाहीतच किंवा असले तरी त्यांची अवस्था इतकी गंभीर आहे की ते आपली राजकीय कर्तव्यं पार पाडण्यास असमर्थ आहेत आणि ते निव्वळ दाराच्या हातातलं खेळणं बनून राहिले आहेत. शहेनशहा साहेबांनी या जगाचा लवकर निरोप घ्यावा, म्हणजे तो सरळ सरळ तख़्ताचा कब्जा करू शकेल यासाठी दारा हर तऱ्हेचे प्रयत्न करत आहे, याबद्दल आम्हाला कोणतीच शंका नाही. आणि तसं घडलं, तर तो दिवस साम्राज्यासाठी अतिशय दुःखद दिवस असेल. खरोखरच जर तो धर्मभ्रष्ट, बुतपरस्त, सम्राट बनला तर त्यामुळे आपला धर्म, आपली संस्कृती, आपली

जीवनशैलीदेखील महासंकटात लोटली जाईल. तसंच आम्ही आधीच म्हटल्याप्रमाणे, शहेनशहा खरोखरच जिवंत आहेत ना, त्यांची तबियत चांगली आहे ना, याची शहानिशा करण्यासाठी आणि दाराने बेकायदा ठेवलेल्या कोठडीतून त्यांची सुटका करण्याच्या हेतूनं आम्ही दिल्लीला जात आहोत, असेच आम्ही जगाला सांगू. असं केल्यामुळे आम्ही त्यांच्या मदतीलाच जात आहोत, असं होणार नाही का?'' स्वतःच्याच मुत्सद्दीपणावर खूश होत मुराद हसला.

''ठीक आहे हुजूर, परंतु असा निर्णय घेण्यामध्ये काय धोका आहे हे माझ्यासारख्या ७९ वर्षं वयाच्या माणसानं आपल्या लक्षात आणून दिलं नव्हतं, असं कुणी म्हणू नये एवढंच माझं म्हणणं आहे. आणि आता कृपा करून मला रजा द्या.''

काही क्षण त्या दालनामध्ये भयाण शांतता होती. मुरादने अली नकीच्या बाबतीत काय केलं होतं त्याची तिथे उपस्थित असलेल्या सगळ्यांनाच आठवण झाली आणि नकळत त्यांच्या नजरा जमिनीकडे वळल्या. इम्तियाझची पण तीच गत होणार की काय, अशी भीती त्यांच्या मनात दाटली. मुरादच्या चेहऱ्यावर एकदम कठोर भाव उमटले आणि तो इम्तियाझला ठोसा लगावणार असे वाटायला लागले. पण महत्प्रयासाने त्याने स्वतःला सावरले. रागाचा भर ओसरला.

''तुम्ही जाऊ शकता,'' मुराद थंडपणे म्हणाला.

मुजरा करून इम्तियाझ निघून गेला.

''आणखी काही वेगळा विचार मांडायचा आहे?'' तिरकस टोमणेबाज सुरात मुरादने विचारले. त्याचे जरब देणारे डोळे उपस्थित असलेल्यांवरून फिरत होते. कुणीही काही बोलले तर नाहीच, पण कुणी आपली मानदेखील वर केली नाही. डोळे जमिनीकडेच ठेवून ते स्तब्धपणे उभे राहिले. किडे आहेत हे! मुराद मनातल्या मनात बोलला. त्याच्यासमोर हे सगळे यःकश्चित क्षुद्र किडेच आहेत नाहीतर काय! आज तो गुजरातचा सुभेदार आहे! आणि उद्या तो हिंदुस्थानचा शहेनशहा होणार आहे आणि हे!

''फार छान. आता सैन्याची काय स्थिती आहे कुणी सांगता?''

प्रत्येकाने एक-एक करत आपल्या दिमतीला असलेल्या सैन्यबळाची स्थिती व ताकद मुरादसमोर मांडली. सैन्यबळ व साधनसामग्री कशी, कुठे तैनात आहे ते सांगितल. आणखी कशाची गरज आहे, विशेषतः, हत्यारांची गरज कशी आहे तेदेखील सांगितले. त्या सगळ्याची नोंद घेतली गेली.

चर्चा संपण्याच्या दिशेला झुकत असताना पीर मोहम्मद म्हणाला, ''हुजुरांकरिता एक सूचना करावीशी वाटते.''

''पराभूताच्या मानसिकतेतून येत नसेल तर कोणत्याही सूचनेचे स्वागतच होईल,'' मुराद म्हणाला.

“हुजूर, अशी मोहीम म्हणजे फार खर्चीक काम होणार आहे. युद्धासाठी लागणारी साधनसामग्री आहे त्या स्थितीत पुरेशी वाटत असली, तरी अशी मोहीम दीर्घ काळ आणि तीदेखील आपल्या परगण्याच्या प्रदेशापासून दूरच्या भागात चालू राहिली तर आपली आर्थिक स्थिती सुधारण्याचे उपाय तत्काळ केल्याशिवाय आपल्याला ही मोहीम पुढे चालवता येणार नाही. माझं असं म्हणणं आहे की सुरतमध्ये असलेली शाही टांकसाळ आणि खजिना तत्काळ कब्जात घेतला जावा आणि या मोहिमेला आर्थिक पाठबळ देण्यासाठी तेथील व्यापाऱ्यांवर जबरदस्ती केली जावी.”

“अतिशय उत्तम कल्पना!” मुरादचे डोळे आनंदाने चमकले. नाहीतरी आपल्याला आपले तनखे तिथूनच तर मिळत असतात. म्हणजे, आम्ही आमचे तनखे घेण्यासाठीच तिथे गेलो होतो, पण तिथल्या किल्लेदाराने दाराच्या सांगण्यावरून तनखे नाकारले, किल्ल्याचे दरवाजे आमच्या तोंडावर आपटले आणि आमच्यावर गोळीबारही केला त्यामुळे स्वतःच्या रक्षणासाठी आम्हाला काहीतरी करणे भागच होते. शाहबाज, धाडीमधले सामान लादण्यासाठी तांडा आणि इतर आवश्यक गोष्टी घेऊन तुम्ही सुरतेकडे लवकरात लवकर कधीपर्यंत निघू शकता? खरं म्हणजे, एक घोडदळाचा प्रमुख या नात्यानं हे तुमचं काम नाही; पण तुम्ही कोणतंही अवघड काम करून दाखवता असा तुमचा लौकिक आहे, म्हणून आम्ही तुम्हाला हे काम सांगतोय.”

शाहबाजची छाती गर्वाने फुलली. “हुजूर, आजपासून चार दिवसांत मी लुटीचं सामान लादायचा तांडा घेऊन निघू शकतो.” त्याने उत्तर दिले. “मला सुरतला पोहोचायला आणखी तीन आठवडे लागतील. तीन बाजूंनी समुद्रानं वेढलेला असल्यानं आणि जमिनीवरच्या बाजूला असलेल्या सज्ज तोफा आणि फिरते हत्यारी असल्यानं सुरतचा किल्ला जिंकणं थोडं अवघड असेल. तिथल्या बहुतेक सर्व व्यापाऱ्यांची धनदौलत, पैसाअडका सुरक्षिततेच्या दृष्टीनं किल्ल्यामध्येच साठवून ठेवलेला आहे. असं असलं तरी सुरतला पोहोचल्यापासून दोन ते तीन आठवड्यांतच किल्ला माझ्या पायाशी लोळण घेत असेल, असा मला विश्वास वाटतो.”

“झकास! त्या शहराला वेढा घालण्यासाठी तुम्हाला पाहिजे तेवढे सैनिक आणि तोफा घेऊन जा. आम्हाला त्या शहरातलं प्रत्येक चलनी नाणं हवं आहे हे लक्षात ठेवा. त्या लठ्ठंभरती, गाद्यागिरद्यांवर लोळणाऱ्या व्यापाऱ्यांना कोणतीही दयामाया दाखवू नका. गरीब शेतकऱ्यांचं रक्त पिऊन त्या व्यापाऱ्यांची चरबी जास्त वाढली आहे; त्यांना दया दाखवायची गरजच नाही. आम्ही आमच्या या उत्तरेकडच्या मोहिमेची तारीख मुकर्रर करतो आहोत. आजपासून साधारण तीन महिन्यांनंतरची तारीख धरू म्हणजे सगळी जय्यत तयारी करायला पुरेसा वेळ मिळेल. या मोहिमेच्या चाललेल्या तयारीचा आम्ही जातीनं वेळोवेळी आढावा घेऊ. त्याचबरोबर,

आम्ही औरंगज़ेबाबरोबर बोलणी करायला सुरुवात करू; पण तो आमच्या बाजूला आला नाही तरीदेखील आपण आपल्या उद्दिष्टापासून हटायचं नाही. ही सगळी तयारी आणि आजच्या चर्चेमध्ये झालेला विचारविनिमय आमची सूचना मिळेपर्यंत अत्यंत गुप्त राखला जावा, हे वेगळं सांगायची गरज नसावी. आता अजूनही कुणाला काही शंका आहेत का?''

अधिकाऱ्यांनी एकमेकांकडे पाहिलं आणि थोड्या वेळानं सावकाशपणे माना हलवल्या आणि एक-एक करत ते सर्व जण दालनाबाहेर निघून गेले.

सुरतची संपत्ती लादलेल्या उंटांचा पहिला तांडा अहमदाबादला पोहोचत असल्याचे आणि नंतर आणखीही उंट येत असल्याचे कळल्यावर मुरादच्या आनंदाला पारावार राहिला नाही. आपली अवघडलेली आर्थिक स्थिती आता खूपच सुधारेल याचा त्याला अंदाज आला. त्यामुळे इतके दिवस करायचं ठरवलं होतं ते करण्याची हीच वेळ आहे, असं तो समजून गेला.

पीर मोहम्मदला पाचारण करून तो म्हणाला, ''आमचे बंधू शुजा यांची दिल्लीच्या दिशेनं होत असलेली आगेकूच थांबेलसं वाटत नाही आणि स्वतःलाच शहेनशहा घोषित केल्यामुळे अनेक स्थानिक मुखिये त्याच्या दलामध्ये सामील होत आहेत. त्यानं आमच्या हातून संधी हिसकावू नये आणि आमच्या न्याय्य मागण्या फोल ठरू नयेत, म्हणून दिल्लीकडे कूच करण्यात आपण आणखी वेळ लावणं योग्य नाही. आपण शेवटच्या भेटीत कूच करायची तारीख तेव्हापासून तीन महिन्यांनंतरची ठरवली होती. पण शुजाच्या दिल्लीच्या दिशेनं होत असलेल्या प्रगतीकडे पाहता, आम्हाला ती तारीख अलीकडे आणावी असं वाटतं. या ऐतिहासिक मोहिमेसंदर्भात दिल्लीकडे कूच करण्यास आमच्यासाठी योग्य असा दिवस आणि वेळ सांगण्यासाठी आपल्या दरबारी ज्योतिष्यांना आमच्या समोर हजर करा.''

दुसऱ्याच दिवशी तिन्ही दरबारी ज्योतिषी मुरादसमोर थरथरतच उभे होते. ''तुम्हाला इथे कशासाठी बोलावलं आहे याची तुम्हाला कल्पना आहेच.'' मुरादनं थेट मुद्द्यालाच हात घातला. ''आमच्या धर्माच्या शत्रूंपासून हे साम्राज्य मुक्त व्हावं, तसंच कुण्या धर्मभ्रष्टाच्या हाती साम्राज्याची सत्ता एकवटलेली राहू नये, म्हणून एका धर्मबाह्य वर्तन करणाऱ्याच्या- धर्मभ्रष्टाच्या तावडीतून आपल्या शहेनशहांची सुटका करण्याचा आम्ही दृढ निश्चय केला आहे. आता तुम्ही आपसात चर्चा करा आणि या उदात्त हेतूच्या मोहिमेचा आग़ाज़ करण्यासाठीची शकुनाची तारीख आणि वेळ आम्हाला सांगा. तुम्ही जी तारीख व वेळ सांगाल त्यावर तुमचं एकमत असेल याची खातरजमा करा. निरर्थक चर्चा आणि खेचाताणीमध्ये आम्हाला वेळ वाया घालवायचा नाही. कोणत्याही दोन भविष्यवेत्त्यांचं कधीच एकमत होत नाही, असं आम्ही ऐकलं आहे. त्यावर आमच्याकडे एक अक्सीर इलाज़ आहे त्याची दखल न

घेण्याची जोखीम तुम्ही घेऊ शकता.'' असं म्हणून मुरादने त्याची तलवार म्यानातून उपसली आणि जवळच असलेल्या एका सुरईवर तलवारीने वार केला. त्यासरशी ती सुरई नक्षीदार लाकूडकाम असलेल्या जमिनीवरून गडगडत गेली आणि सुरईतले सर्व काही दालनभर उधळले गेले.

या असल्या लहरी मालकापासून हजारो कोस दूर असावे असे त्या गर्भगळित झालेल्या तिन्ही वयस्कर माणसांना वाटले. शेवटी, त्यांच्यातल्या सगळ्यात वयोवृद्ध असलेल्या मियाँ अली झाकीने बोलण्यासाठी धीर एकवटला. भीतीने थरथरणाऱ्या आवाजात तो म्हणाला, ''आपणासारख्या आदरणीय व्यक्तीसमोर उपस्थित राहण्याचे पाचारण कोणत्या हेतूने केले आहे याची कल्पना आम्हाला पीर साहेबांनी दिली होती आणि त्यावर चर्चा करण्याची संधीदेखील आम्हाला मिळाली. हुजुरांच्या बाबतीत त्यांच्या राशीवर मंगळाचे प्राबल्य आहे. त्यामुळे हुजुरांसाठी या ऐतिहासिक मोहिमेचा आग़ाज़ करण्यासाठी आजपासून बरोबर अकरा दिवसांनी सूर्योदयानंतर अर्ध्या कलाकाची वेळ अत्यंत शुभकारक असल्याचं आमची पंचांगं सांगत आहेत. ग्रहांची अशी उत्तम युती पुढे दीर्घ काळपर्यंत बघायला मिळणार नाही.''

मुरादने एकाकडून दुसऱ्याकडे आलटून पालटून पाहिले आणि 'कुणी यापेक्षा वेगळं काही बोलण्याचा प्रयत्न तर करून पाहा, मग बघतो त्याच्याकडे' अशी धमकी अध्याहृत असलेल्या सुरात विचारले, ''काय, तुम्हा सर्वांचं यावर एकमत आहे ना?'' नजरा खालीच वळवून उभे राहिलेल्या तिघांनी नुसत्याच माना हलवल्या.

''ठीक तर मग,'' मुराद म्हणाला.

त्यावर पीर मोहम्मद आपल्या सुरात पराकोटीचे आर्जव आणत म्हणाला, ''हुजूर, या महामोहिमेमध्ये यश मिळवण्यासाठी ज्या पद्धतीनं आणि ज्या प्रकारची तयारी करावी लागणार आहे त्यासाठी अकरा दिवस फार कमी पडणार आहेत. हुजुरांनी मान्यता दिली तर आजपासून अकरा दिवसांनी मुहूर्ताचे म्हणून काही औपचारिक करायचे असेल तर ते करू या म्हणजे ग्रह-ताऱ्यांची अनुकूल साथ लाभेल. शिवाय, हुजुरांच्या उदात्त हेतूबद्दल शंकाही घेतली जाणार नाही. आपल्या हेतूची जाहीर वाच्यता सर्व तयारी पूर्ण झाल्यावर करता येईल आणि तोपर्यंत सुरतेची सारी संपत्ती आपल्यापर्यंत पोहोचललेलीदेखील असेल.''

हा सल्ला खरोखरच व्यावहारिक होता हे मुरादला पटले. त्यामुळे त्याने लगेच होकार दिला. मुक्रर केलेल्या शुभ दिवशी आणि वेळेवर, अधिक मानाचे अधिकारपद आणि बक्षिसे देण्याची अव्वाच्या सव्वा आश्वासने दिलेल्या निवडक दरबारी अधिकाऱ्यांच्या उपस्थितीत, मुरादने दिल्लीवर काढणार असलेल्या आपल्या मोहिमेची घोषणा केली. अशा महामोहिमेची तयारी करणारी यंत्रणा वेगाने कामाला लागली आणि आता कधी प्रत्यक्ष कूच करायचे ती तारीख ठरवण्याचे काम बाकी राहिले.

सात

"**कि**ती मूर्ख आहे हा!" 'शहेनशहा साहेबांची सुटका करण्यासाठी' असे बारसे केलेली दिल्लीवरची मोहीम सुरू करायची घोषणा करणारे मुरादचे पत्र हातात घेऊन संतापाने लाल लाल झालेला औरंगज़ेब म्हणाला. कुणालाही संशय वाटेल असे काहीही करू नको. खरंतर कसलीही जुळवाजुळव करूच नको. प्रसंग पाहून वाग. शुजाने उघड बंड पुकारले असण्याच्या परिस्थितीत दाराला शांत राहायचा सल्ला देणारी आणि आपली तख़्ताप्रती अढळ निष्ठा असल्याची शाश्वती दाखवणारी पत्रे लिही, असं त्याला बजावलं असूनदेखील त्यानं हा अनर्थ केला आहे. औरंगज़ेबाची नजर त्या पत्रातील महत्त्वाच्या वाक्यांवरून सरसर फिरली ..... 'आपले प्रिय अब्बाजान दाराच्या कैदेत आहेत. ....आपला भाऊ शुजाबरोबर हातमिळवणी करून आपला हक्क हिरावून घेण्याची त्याची खेळी .... शुजा दिल्लीकडे निघाला आहे आणि आपल्याला हालचाल करायला उशीरच झालेला आहे .... मी कूच करायला सज्ज आहे ....आपण पुढच्या योजना जोडीने आखू शकतो.... परंतु त्यापूर्वी आपल्या भागीदारीचे स्वरूप निश्चित करणे जरुरी आहे....."

हातातले पत्र फेकून देत औरंगज़ेबाने दोन्ही हात उद्वेगाने आपल्या चेहऱ्यावरून फिरवले. आतापर्यंत त्याच्या योजनेप्रमाणे सर्व काही छान घडत होते. दाराचे नकली पत्र मुरादच्या हाती पडल्यानंतर लगेचच, औरंगज़ेबाला आपल्या लहान भावाचे दाराच्या विश्वासघातकीपणाची निंदा करणारे पत्र मिळाले होते. औरंगज़ेबाने अगदी सावधपणे, पण त्याचबरोबर आपला मोठा भाऊ दाराबद्दल आपल्यासारखाच विचार करतोय असा विचार करायला प्रोत्साहन देणाऱ्या शब्दांत मुरादला त्या पत्राचे उत्तर दिले होते. त्यानंतर लवकरच प्रत्येकी बारा-बारा मैल अंतरावर सज्ज ठेवलेल्या दोन्ही बाजूच्या संदेशवाहकांच्या साखळीकरवी या भावांदरम्यान बरीच पत्रोपत्री झाली होती.

पुढे जे काही करायचे ते एकमेकांबरोबर ताळमेळ राखूनच करायचे आणि

एकमेकांचा सल्ला घेतल्याशिवाय कोणतीही हालचाल करायची नाही, असं दोघांमध्ये ठरलं होतं तरीदेखील शाही फौजांची ख़फा मर्जी ओढवू नये म्हणून औरंगज़ेब मुरादला सतत सबुरीने घ्यायचा सल्ला देत होता. शहेनशहा जिवंत नाहीत याची संपूर्ण खातरजमा झाल्याशिवाय, कोणतीही उघडपणे दिसणारी कृती न करण्याचा सल्ला औरंगज़ेबाने त्याला दिला होता. परंतु उतावीळ स्वभावाच्या मुरादला काही न करता बसून राहणे म्हणजे शिक्षाच होती आणि त्यामुळेच त्याने हा आततायीपणा केला होता.

औरंगज़ेबाने टाळी वाजवून इशारा केला. त्याबरोबर एक सेवक पुढे आला आणि त्याने कुर्निसात केला.

"आम्हाला मीर जुमला आणि नवाब इकबाल मोहम्मद खान यांच्याबरोबर ताबडतोब चर्चा करायची आहे. तसेच, सचिव काबिल खान यांनादेखील उपस्थित राहायला सांगा," औरंगज़ेबाने सेवकाला सांगितले. हे सगळे अधिकारी औरंगज़ेबाला जवळचे होते त्यांची काबिलियत आणि त्याच्याप्रती असलेली दृढ निष्ठा पाहून त्याने त्यांना उच्च पदे बहाल केली होती. आणि त्याला स्वतःच्याच कल्पना व्यवहाराच्या कसोटीवर घासून पाहायची गरज वाटली तर त्या कल्पनांबाबत तो याच लोकांबरोबर विचारविनिमय करत असे.

सर्व जण औरंगज़ेबापुढे येऊन हजर झाल्यावर औरंगज़ेबाने बोलायला सुरुवात केली, "आमचे बंधू मुराद यांनी दिल्लीवरील मोहिमेचे नेतृत्व करण्याचा निर्णय घेतला आहे, हे तुम्हाला माहीत आहे का?"

"हे कधी घडलं, हुजूर? खरंतर राजे शुजा यांनी स्वतःला शहेनशहा म्हणून घोषित केल्यानंतर, हे आज नाहीतर उद्या घडेलच असा माझा अंदाज होता. पण ते इतक्या लवकर घडेल असं नव्हतं वाटलं," मीर जुमला म्हणाला.

"चार दिवस झाले. एका दूतानं अहमदाबादहून नुकतंच एक पत्र आणून दिलं आहे. त्याचा हेतू जाहीर करण्याचा औपचारिक कार्यक्रम फारसा गाजावाजा न करताच करण्यात आला, असं दिसतंय आणि सार्वजनिक घोषणा नंतर केली जाईल. पण त्यानं त्याचा मनसुबा स्पष्ट केला आहे. इतके दिवस आम्ही घाईघाईनं कोणतीही कृती करू नकोस असाच सल्ला त्याला देत होतो, पण त्याचा काही उपयोग झालेला दिसत नाही. शहनशहासाहेब खरोखरच पैगंबरवासी झाले आहेत का याची शहानिशा न करताच त्यानं हे पाऊल उचललं आहे. आपण या परिस्थितीत काय करायला हवं असं तुम्हाला वाटतं? अर्थात, तख़्ताच्या विरोधात वाटेल असं कोणतंही कृत्य आपण केलेलं नाही. त्यामुळे आपण संशयाच्या भोवऱ्यात सापडलेलो नाही; पण बंधू मुराद यांच्याबरोबरची आमची जवळीक सर्वांना ज्ञात आहे. आमच्या सुभेदारीतल्या अनेक वरिष्ठ अधिकाऱ्यांना दिल्लीला परत बोलावण्यात आलं आहे

आणि आमचे बंधू दारा यांनी स्वतः निवडलेल्या अधिकाऱ्यांची नेमणूक, माळवा आणि गुजरात प्रांतात होत आहे, हे आम्हाला कळलं आहे. मुराद किंवा शुजादेखील नाही, तर फक्त आम्हीच दाराच्या सम्राटपद मिळवण्याच्या महत्त्वाकांक्षेच्या पूर्ततेच्या मार्गातला खरा अडसर आहोत, हे आमचे बंधू दारा ओळखून आहेत आणि आमची बाजू कमकुवत करण्यासाठी आणि आम्ही आमच्या भावाबरोबर कोणत्याही प्रकारे संगनमत करण्यास प्रतिबंध व्हावा म्हणूनच ते या चाली खेळत आहेत, हेदेखील आम्हाला समजते.''

सर्व अधिकारी आपापल्या विचारात गढले असल्यामुळे तेथे काही काळ निःशब्द शांतता होती. मग मीर जुमला यांनी बोलायची परवानगी मागितली. औरंगज़ेबानं मानेनंच होकार दर्शवला.

''हुज़ूर, काही लोकविलक्षण माणसांच्या आयुष्यामध्ये काही क्षण असे येतात, की त्या क्षणांचा सदुपयोग केला तर इतिहास बदलण्यास मदत होते. आणि असाच क्षण आता आपल्या हाती आला आहे. शहेनशहा साहेबांची प्रकृती जरी आता सुधारत असली तरी ते वृद्ध झाले आहेत आणि त्यांचे आयुष्य मोजक्याच दिवसांचे उरले आहे, यात काहीच शंका नाही. ते गेल्यानंतर साम्राज्याची धुरा वाहायला सशक्त हातांची गरज असेल आणि तसे हात फक्त हुजूरच पुरवू शकतात. मी हे केवळ तोंडदेखली स्तुती करायची म्हणून बोलत नाही, तर जे निखळ सत्य आहे ते फक्त बोलून दाखवतो आहे. एकंदर परिस्थिती पाहता मला असं दिसतंय की, पूर्वेकडून होत असलेल्या आक्रमणामुळे शाही फौजांचे सारं लक्ष तिकडे वळलं आहे. त्यात भर म्हणजे आता त्यांना नैर्ऋत्येकडूनदेखील धोका निर्माण झाला आहे. जर शाही फौजांनी शुजाला पूर्वेतच पराभूत केलं आणि त्या वेळेवर मागे फिरल्या तर एकेकटे किंवा संगनमतानं, कसेही लढणार असलात तरीही त्यांना राजे मुराद आणि हुजुरांवर आक्रमण करणे सोपे जाईल. त्याचप्रमाणे, जर राजे शुजा यांचा विजय झाला आणि त्यांनी दिल्ली ताब्यात घेतली तर त्यांची ताकद वाढेल आणि ते राजे मुराद आणि आपल्यावर हल्ला करतील. मग तुम्ही एकमेकांच्या साथीने उभे आहात का एकेकटे, याने त्यांना काहीच फरक पडणार नाही. जो कोणी दिल्ली हस्तगत करेल तो हुजुरांना एकटं पाडायचा जोरदार प्रयत्न करेल, कारण फक्त तुम्हीच त्यांच्या शाही तख़्तावर विराजमान होण्याच्या महत्त्वाकांक्षेचा सगळ्यात मोठा धोका आहात. दाराकडून शुजाला लिहिलेल्या त्या पत्राची युक्ती फळाला आली असल्यामुळे आणि अपेक्षेप्रमाणे राजे मुराद आपल्याशी हातमिळवणी करू पाहत असल्यामुळे आपण ही संधी सोडू नये आणि त्यांच्याबरोबर रीतसर समझौता वगैरे करून त्यांच्या साथीनं राजपुत्र दारा आणि राजपुत्र शुजा, दोघंही आपापलं सैन्यबळ खच्ची करणाऱ्या युद्धातून पुरते सावरण्यापूर्वीच आपली उत्तरेकडची मोहीम उघडावी.''

“हे सगळं होत असतानाच, आम्हीदेखील स्वतःला शहेनशहा घोषित करावं का?” मिस्कीलसे हसत औरंगज़ेब म्हणाला.

“या खुदा! हुज़ूर!!” बळेच चक्कर आल्यासारखे डोळे फिरवत मीर जुमला उद्गारला, “असं व्हायला लागलं, तर हिंदुस्थानकडे राजमुकुटांची वानवा होईल! हुज़ूर, दिल्ली आणि आग्रा आपल्या पायाशी लोळण घेतील; त्यानंतर या सगळ्यासाठी आपल्याकडे भरपूर वेळ असेल.”

औरंगज़ेबानं इतर दोघांकडे पाहिलं. त्यांनी मान हलवून सहमती दर्शवली. त्यानंतर नवाब इकबाल मोहम्मद खान यांनी बोलण्याची परवानगी मागितली. ते सडपातळ बांध्याचे, काहीसे सुस्त वाटणारे, पण कुशाग्र बुद्धीचे गृहस्थ होते. “मीर साहेबांनी आत्ता जे काही सांगितलं, त्याला जोड म्हणून मला असं सांगायचं आहे की आपण ही उत्तरेकडची मोहीम हाती घेण्यापूर्वी आपल्याला विजापूर आणि गोवळकोंड्याबाबतदेखील काही समझौता करणं आवश्यक आहे.”

“या विजापूरकरांबरोबर आम्ही फारच नरमाईने वागत आहोत,” औरंगज़ेब कडवटपणे म्हणाला. “त्यांचा पराभव झाल्यावर आम्ही त्यांना चांगलं पिळून काढून कोरडं चिपाड करून टाकू शकलो असतो, पण त्यांनी द्यायच्या असलेल्या दीड कोटी मोहोरांच्या खंडणीचा तिसरा हिस्सा खुद्द शहेनशहांनीच त्यांना परत केला. शिवाय, या किनाऱ्यापासून त्या बाजूच्या किनाऱ्यापर्यंतचा भूप्रदेश आमच्या मालकीचा झाला असता; पण शहेनशहांची सध्याची अवस्था पाहता, तहाच्या कलमांची म्हणावी तितकी कठोर अंमलबजावणी होणार नाही, हे त्यांना माहीत आहे. इतकंच काय, पेरेन्धा किल्ला अजूनपर्यंत आमच्या हवाली केला गेलेला नाही. त्याच्या आधीच ते पुन्हा डोकं वर काढू पाहत आहेत.”

“खरं आहे हुज़ूर, पण आपल्याला हिंदुस्थानची गर्भश्रीमंत पठारे साद घालत असताना या टीचभर टेकड्यांवर जास्त ताकद वाया घालवायची गरज नाही. मी विजापूरकरांबरोबर समझौता करायचं म्हणतोय, ते आपण उत्तरेकडे निघालो असताना आपल्याला या बाजूकडून काही धोका होऊ नये, अशा अर्थानं म्हणतोय.”

“आणि गोवळकोंड्याचं काय?”

“हुज़ुरांना माहीतच आहे, की पराभव झाला असला तरीदेखील शांतता अबाधित राखण्यासाठीच्या तहातील कलमांनुसार आपल्या ताब्यात द्यायचा असलेला भूभाग देण्यास कुत्ब शाह काचकूच करतोय. या बाबतीत तो मुद्दाम चालढकल करतोय. हे सुचवताना मलादेखील कससंच होतंय. पण उत्तरेकडील गोष्टी स्थिरस्थावर होईपर्यंत या बाबीकडे सोयीस्करपणे काणाडोळा करून त्या आहेत तशाच राहू द्याव्यात, असं मला सांगावंसं वाटतं. आता ही गोष्ट आपल्या मीरसाहेबांना काही फारशी रुचणार नाही, कारण दख्खनबद्दल त्यांना जरा जास्तच आपुलकी आहे हे

सर्वांनाच माहीत आहे आणि ताबा घ्यावा असंच त्यांना वाटत असणार. पण आपल्याला त्याच्याकडून काही गडबड निर्माण व्हायला नकोय. त्यामुळे तहाच्या कलमांच्या अंमलबजावणीसाठी या घडीला कुत्ब शाहवर दबाव टाकणं, कदाचित योग्य ठरणार नाही. एकदा उत्तर ताब्यात आलं की हे छोटे प्रश्न आपण कधीही निकालात काढू शकतो.'' नवाबांनी उत्तर दिले.

औरंगज़ेबाने मीरला नजरेनेच प्रश्न केला.

मनातली खळबळ चेहऱ्यावर दिसू न देण्याचा प्रयत्न करत मीर म्हणाला, ''नवाबसाहेब म्हणत आहेत त्याप्रमाणे उत्तरेकडची मोहीम सुरू करण्यापूर्वी आपल्या दक्षिणेकडच्या सीमा सुरक्षित करायला हव्याच आहेत. बाकी, सगळ्या गोष्टींबाबतचा निर्णय माझ्या मते हुजुरांच्या हाती आहे.''

''हुजूर, उत्तरेच्या मोहिमेला गती देण्यापूर्वी आणखी एका मुखियाबरोबर सलोखा करण्याची गरज आहे, असं मला वाटतं. मी शिवा भोसले, जे शिवाजी या नावानं लोकांमध्ये प्रसिद्ध आहेत, त्यांच्याबद्दल बोलतोय हुजूर.'' नवाबसाहेब सहजपणे बोलावं अशा सुरात बोलले.

''हो, तो एक अत्यंत धाडसी आणि कल्पक बुद्धिमत्तेचा तरुण आहे. त्यांच्या संदेशाला उत्तर म्हणून त्यांची समजूत घालणारा एक संदेश आम्ही त्यांच्याकडे पाठवणार आहोत. पण आमचं स्पष्ट मत आहे की त्याच्यावर करडी नजर ठेवायला हवी. बरं, तुम्ही अगदी मोलाचा सल्ला दिला आहे. आणि तुम्ही दिलेल्या सूचनांचा काळजीपूर्वक विचार करून आम्ही पुढे काय करायचं ते ठरवू.''

औरंगज़ेबाचे सल्लागार कुर्निसात करून निघून गेले. गडबड-घाईगर्दीने कधीच निर्णय न घेण्याची सवय लावून घेतलेल्या औरंगज़ेबानं, त्यांनी दिलेल्या सल्ल्यावर बराच वेळ विचार केला. बराच वेळ विचार केल्यावर दारावर पूर्वेकडून आक्रमणाचे संकट असताना आपण मुरादबरोबर संधी करून हिंदुस्थानकडे कूच करण्याची योग्य वेळ झालेली आहे, असा निष्कर्ष काढणे त्याला भाग पडले. तसेच, मुरादने उतावळेपणाने केलेल्या दिल्लीकडे कूच करण्याच्या घोषणेचा फायदादेखील घेता येईल, आणि आपल्यालादेखील असे म्हणता येईल की एखाद्या कर्तव्यतत्पर मुलाप्रमाणे, तोदेखील गंभीर आजारपणातून बरे होत असलेल्या वडिलांप्रती आपल्या सद्भावना व्यक्त करण्यासाठी दिल्लीला निघाला आहे. आणि तो मुरादबरोबर राहिल्यामुळे मुरादच्या उतावीळ स्वभावावर नियंत्रण ठेवण्यात मदतदेखील होईल. त्याच्या पाठीमागे असलेल्या सेनेबद्दल सांगायचं तर, मुलाची वडिलांशी भेट होऊ नये अशी इच्छा बाळगणाऱ्यांकडून त्यांचा मार्ग अडवला जाऊ नये याची खातरजमा करण्यासाठी त्या सेना आहेत, असं म्हणता येईल.

आपल्या भागीदारीच्या करारातली कलमे काय असतील या मुरादच्या प्रश्नाला

उत्तर म्हणून औरंगज़ेबाने सहजपणे लिहिले ''माझ्या मनात तुझ्याबद्दलचे प्रेम आणि आपुलकी दिवसेंदिवस वाढत आहे ...... आणि त्या दुष्ट बुतपरस्ताला एकदा उलथून टाकलं ...... की मी माझं वचन पाळीन आणि आपसातील चर्चेनंतर आपण साम्राज्यातील भूभागांचं एक न्याय्य आणि समसमान पद्धतीचं वाटप करू......''

औरंगज़ेबानं विजापूरच्या आदिलशहाला आणि गोवळकोंड्याच्या कुत्ब शाहलादेखील सलोख्याची पत्रे लिहिली.

दरम्यान औरंगज़ेबाने उत्तरेकडच्या मोहिमेची तयारी युद्धपातळीवर सुरू केली होती. कोणतीही गोष्ट योगायोगावर विसंबून ठेवली नव्हती. हिंदुस्थान आणि दक्षिणेकडील कोणत्याही बातमीचा बाहेर कुठेही बोभाटा होऊ नये म्हणून प्रांतामधली पारंपरिक सीमारेषा म्हणून ओळखल्या जाणाऱ्या नर्मदेतून वाहतूक करणाऱ्या बोटी ताब्यात घेतल्या गेल्या. मोठ्या प्रमाणावर सैन्यभरती सुरू झाली. दारूगोळा तयार करण्यासाठी लागणाऱ्या शिशाची, गंधकाची आणि सोरामिठाची जोरदार खरेदी सुरू झाली. पर्शियन लोकांनी पश्चिमेकडून काही भांडणे काढावीत यासाठी प्रयत्न करण्यात येऊ लागले. तसेच पूर्वेकडे असलेल्या शुजाबरोबरदेखील काही सहकार्य मिळवता येईल काय ते चाचपून पाहाण्यासाठी पत्रव्यवहार सुरू करण्यात आला.

गुप्तता राखण्याचे पुरेपूर प्रयत्न केले जात होते. तरीदेखील जोरदार तयारी चालू असल्याच्या सुरुवातीला अगदी दूर कुठेतरी चालू असलेल्या चक्री वादळाच्या आवाजासारख्या ऐकू येणाऱ्या बातम्या नंतर हळूहळू जोर पकडू लागल्या आणि त्यांना अफवांचे खतपाणी मिळाल्यामुळे लवकरच त्या साम्राज्याच्या राजधानीमध्ये धडकू लागल्या. हिवाळा सुरू होत असताना एका संध्याकाळी गेल्या काही दिवसांत प्राप्त झालेले अहवाल आणि पत्रं गंभीरपणे पाहत राजपुत्र दारा बसला होता. हवामान बदलासाठी दिल्लीहून इथे आग्र्याला आलेले शहेनशहा आग्रा किल्ल्यातल्या आपल्या दालनात त्याच्या समोरच बसून गवाक्षातून दिसणाऱ्या यमुना नदीकडे पाहत होते. ''आमचे बंधू मुराद आणि औरंगज़ेब यांचे शहेनशहांची अवज्ञा करण्याचे धाडस, फक्त आमचे दुसरे बंधू शुजा यांच्या धाडसाच्या तुलनेतच कमी प्रतीचे ठरत आहे,'' दारा म्हणाला. ''शहेनशहांची तबियत आता चांगली असून, तुम्ही आजारावर मात केली आहे आणि त्यांनी त्यांचे परगणे सोडून तुम्हाला पाहण्यासाठी येण्याची गरज नाही, असं तुम्ही स्वतः त्यांना कळवलं असूनदेखील, इथे येऊन त्यांना तुमच्याबद्दल वाटणारं प्रेम आणि आदर तुमच्या समक्ष व्यक्त केल्याशिवाय ते स्वस्थ बसणार नाहीत, असं सांगणारी पत्रामागून पत्रं ते लिहीत आहेत. तुमच्याबद्दलचं प्रेम आणि आदर, हां! खरोखरच काय मजेची गोष्ट आहे! हिंदुस्थानवर आक्रमण करण्याच्या परिपूर्ण योजनेव्यतिरिक्त दुसरं काहीही ते करत नाही आहेत, आणि तेदेखील आम्ही अद्याप शुजाचा हिशोब चुकता केलेला नसताना!''

"आमची ही मुलं आज्ञाधारकता आणि कर्तव्यपालनाच्या तत्त्वांचं पालन का करत नाहीत?" शहाजहान कुरकुरला. "आम्ही त्यांना आतापर्यंत भरपूर काही दिलं आहेच की नाही? अशा कृतघ्न मुलांना आम्ही काय म्हणून जन्म दिला? तुम्ही आमचे ज्येष्ठ पुत्र असल्यामुळे आम्ही तुम्हाला आमचा वारस म्हणून निवडलं आहे हे माहीत असूनदेखील तख़्त मिळवण्यासाठी ते या गोष्टी करत आहेत. फक्त औरंगज़ेबच आमचा थोडा आदर करतोय, असं दिसतंय."

"औरंगज़ेब?" दारा हसला. "त्याच्यापासूनच तर आपल्याला सगळ्यात जास्त धोका आहे. शहेनशहांबद्दलच्या काळजीनं त्याची पत्रं ओथंबलेली असतात, पण तोच मुरादला सल्ले देतोय आणि कदाचित तोच शुजाबरोबरदेखील कारस्थानं रचतोय, यात काहीच संशय नाही."

"आता काय करायचं ठरवलं आहेस तू?"

"सुलेमान त्याच्या सैन्यासह बनारसजवळ पोहोचतो आहे. आणि शुजानं माघार घेतली नाही तर आणखी काही आठवड्यांत तिथेच युद्ध होईल. आपल्या दिमतीला असलेल्या सैनिकांपैकी उत्तम सैनिक आपण निवडले आहेत आणि सुलेमानबरोबर आपण आपले दोन उत्तम सेनापतीदेखील पाठवले आहेत. शुजाचा बीमोड करण्यासाठी तेवढे पुरेसे आहेत."

"दक्षिणेकडची काय व्यवस्था आहे?"

"मुरादला जबरदस्तीने हटवण्यासाठी आम्ही मिर्झा कासिम खान यांना सैन्यासह गुजरातमध्ये पाठवणार आहोत. तसेच, साम्राज्याप्रतीच्या त्यांच्या निष्ठेविषयी शंका वाटत असल्यामुळे माळव्यात शाईस्ता खानाच्या जागी मारवाडच्या राजा जसवंतसिंह यांना पाठवण्याचा आमचा विचार आहे. या दोन्ही सेना राजा जसवंतसिंहाच्या आधिपत्याखाली आपसात सहकार्य करून मुराद आणि औरंगज़ेब या दोघांची ताकद एकत्र येण्यास प्रतिबंध करण्याचे काम करतील."

"राजा जसवंत? रणांगणावरील त्यांच्या शौर्याबद्दल आमच्या मनात संदेह नाही आणि त्यांचे नेतृत्वगुणदेखील सर्वांच्या परिचयाचे आहेत, तरीही ... मिर्झा साहेबांकडे दोन्ही सेनांचे नेतृत्व सोपवले तर ते उचित ठरणार नाही का?"

शहेनशहांना काय म्हणायचं आहे ते दाराच्या ताबडतोब ध्यानात आलं. "हुजूर, ज्या लढाईमध्ये प्रत्यक्ष जहाँपनाहांच्या मुलांच्या विरुद्ध तलवार चालवावी लागणार आहे त्या लढाईचे नेतृत्व एका राजपुताच्या हाती देण्याच्या निर्णयाइतकं दुसऱ्या कशानं हे साम्राज्य हिंदू वा मुस्लिम दोघांनाही समान न्याय देतं असं दाखवता येईल? शिवाय, यामुळे या लढवय्या जमातीच्या निष्ठा साम्राज्याच्या विस्तारासाठी कायम स्वरूपानं बांधून ठेवल्या जातील."

शहाजहान थोडा वेळ काहीच बोलले नाहीत. अचानक शहारा आला म्हणून

त्यांनी आपली शाल थंडीपासून बचाव म्हणून अंगाभोवती जरा घट्ट लपेटून घेतली. ‘‘होय, पटतंय आम्हाला.’’ बऱ्याच वेळानं ते बोलले. ‘‘परंतु एका गोष्टीचं आम्हाला तुमच्याकडून वचन हवंय.’’

‘‘आपण जे म्हणाल ते करू हुजूर. तुमची इच्छा हीच आमच्यासाठी आज्ञा आहे.’’ दाराने उत्तर दिले.

‘‘दारा, काहीही झालं तरी तुमच्या भावांचं रक्त सांडू नये. शुजा, मुराद आणि औरंगज़ेबाचीदेखील भयानक दिशाभूल केली गेली आहे, पण आपणा सर्वांच्या शरीरात एकच रक्त खेळतं आहे आणि एका भावानं आपल्याच दुसऱ्या भावाचं रक्त सांडावं, हे आम्हाला सहन होणार नाही. तुम्ही सगळे आमच्या परमप्रिय मुमताझची मुले आहात. अरेरे ! आज ती जर इथं असती तर तिनं आपल्या मुलांना किती चांगला सल्ला दिला असता! भाऊबंदकीच्या या युद्धातून कुणाचा फायदा होणार आहे? फक्त शत्रूंचा. संपूर्ण हिंदुस्थानात वणवा पेटायला फक्त एक ठिणगी पुरेशी आहे. सुलेमान, जसवंतसिंह आणि त्या अन्य दोन सेनापतींना सांगा की त्यांची युद्धनीती संपूर्णपणे संरक्षण करण्याची असावी, हा आमचा हुकूम आहे. तुमचे भाऊ माघार घेत आहेत असं दिसलं की ते युद्ध थांबवतील, कळलं?’’

‘‘पण तसं केलं तर आमच्या सेनाधिकाऱ्यांचे हात बांधल्यासारखे होईल,’’ दारा त्रासल्या सुरात म्हणाला. ‘‘मुराद, आणि कदाचित शुजालादेखील त्यांच्या सुभ्यामध्ये माघारी जायला सांगता येऊ शकेल, पण औरंगज़ेबाला नाही. आम्हाला हे सांगायला अजिबात आवडत नाही, पण त्याच्या हातात कदाचित तुम्हीदेखील सुरक्षित असणार नाही. आपली शाही सेनेची ताकद विभागली जावी म्हणून औरंगज़ेबानं पर्शियाच्या शहाला, त्यांच्या म्हणजे आपल्या साम्राज्याच्या पश्चिम बाजूनं कुरापती काढण्याची विनंती केली असल्याचे सांगण्यासाठी काल-परवा आमच्याकडे पर्शियाचे राजदूत शिराझी आले होते. आपला काही फायदा होईल अशी त्याची धारणा असेल तर आपल्या घरगुती भांडणात परदेशी लोकांचा हस्तक्षेप करून घ्यायलादेखील तो मागेपुढे पाहणार नाही.’’

‘‘या खुदा! दारा, त्याच्याबद्दल तुला असं बोलवतं तरी कसं? त्या पर्शियन राजदूताचा काहीतरी गैरसमज झाला असेल.’’

‘‘आम्ही खरं तेच बोलतो आहोत हुजूर. औरंगज़ेबाची महत्त्वाकांक्षा म्हणजे न शमणारी भूक आहे आणि मुरादच्या पदराआड राहून कडाक्याचा वार करण्यासाठी तो स्वतः सज्ज होत आहे. बघा, आमचे बोल खरे ठरतील आणि हिंदुस्थानवर हुकमत गाजवण्याच्या आपल्या महत्त्वाकांक्षेच्या पूर्तीसाठी वेळ आली की मुरादचा बळीदेखील द्यायला आणि तख़्तापर्यंत पोहोचण्यासाठी आपल्या प्रेतांवर पाय देऊन जायलादेखील तो मागे हटणार नाही. हुजूर, या परिस्थितीचा योग्य प्रकारे सामना

करण्यासाठी आपल्या सेनाधिकाऱ्यांना त्यांचे रणकौशल्य वापरण्याची मोकळीक द्यावी, अशी कळकळीची विनंती मी आपणास करतो.''

''मोकळीक ठीक आहे, पण तुमच्याच भावांचं रक्त सांडणार असेल तर तशी मोकळीक असूच शकत नाही. कोणत्याही परिस्थितीत ते होऊ नये. शुजाला त्याच्या बंगाल प्रांतात परत जायला सांगितलं जावं. तसंच मुराद आणि औरंगज़ेबालादेखील त्यांचा त्यांचा प्रांत सोडू नये असं सांगितलं जावं. त्यांनी आज्ञेचं पालन केलं नाही तर बळाचा वापर करून त्यांना पळवून लावलं जावं. पण ज्या क्षणी ते माघार घेत असल्याची चिन्हं दाखवू लागतील, त्या क्षणापासून आपल्या सैन्यानं विराम घ्यावा. तसं वचनच तुम्ही मला द्या, दारा.'' असं बोलत शहाजहाननी दाराचे दोन्ही खांदे घट्ट पकडले आणि त्याच्या डोळ्याला डोळा भिडवून, जणूकाही तसे वचन ते आत्ताच्या आत्ता लिहून घेणार आहेत इतक्या कठोर नजरेने पाहिले.

बराच वेळ दारा शांत बसून राहिला. पुढे होऊ पाहत असलेलं युद्ध म्हणजे वारसाहक्क प्रस्थापित करण्याबाबतचं निर्णायक युद्ध असणार, हे त्याला कळत होतं. आणि तरीदेखील त्याचे अब्बाजान राजघराण्याचं रक्त सांडू नये याची खातरजमा करण्याची त्याला गळ घालत होते. सरतेशेवटी बापाबद्दलचं प्रेम आणि आदर यांनी त्याच्या नैसर्गिक प्रेरणांवर विजय मिळवला. ''ठीक आहे हुजूर. आम्ही आमच्या सेनाधिकाऱ्यांना तशा सूचना देतो, पण आपण फार मोठी चूक करत आहोत असं अजूनही आमचं मत आहे.''

शहाजहान उल्हसित होत म्हणाला, ''नाही दारा, सगळं काही ठीक होईल. आम्ही आमच्या मुलांना ओळखतो. शिवाय, माणसं आणि घडामोडी उघड्या पुस्तकासारख्या वाचता आल्याशिवायच आम्ही गेली तीस वर्षं या साम्राज्याचं आधिपत्य करत आहोत, असं तर तुम्हाला वाटत नाही ना? मुराद आणि औरंगज़ेब जेव्हा शाही सेनेची ताकद पाहतील, तेव्हा ते माघार घेतील आणि शुजादेखील मागे हटेल, असा आम्हाला विश्वास वाटतो. परिस्थिती आटोक्यात आली की मग कुणालाच नाराज केलं जाणार नाही, असा काहीतरी उपाय आपण करू.''

वडिलांच्या दालनातून जात असताना आपण जे वचन देऊन बसले आहोत ते आपल्यासाठी महाघातकी ठरणार आहे आणि त्याचे परिणाम आपल्या अखेरच्या दिवसापर्यंत आपल्याला सतावत राहातील, असं दाराचं अंतर्मन त्याला बजावत होतं.

औरंगज़ेब आणि मुराददरम्यानच्या संपर्काचे माध्यम असलेल्या शाईस्ता खानाला माळव्याच्या राजपदावरून काढणे, मुरादची एकसारखी येत असलेली गळेपडू आणि जास्त उशीर न करता तत्काळ कृती करण्याची आर्जवे करणारी पत्रे आणि त्याच्या स्वतःच्या समर्थकांमध्ये वाढत चाललेला अस्वस्थपणा यामुळे आणखी उशीर केला

तर त्यांच्या निष्ठा आपल्यापासून भरकटतील या भीतीने, आपली हुकमाची पाने खेळण्याची वेळ झपाट्याने जवळ येत चालली आहे याची औरंगज़ेबाला खात्री वाटायला लागली.

संपूर्ण हिंदुस्थान हिवाळ्याच्या गारठ्यामध्ये लपेटले जात असताना औरंगज़ेब मात्र दर दिवशी साम्राज्याच्या राजधानीतल्या घडामोडींच्या काय बातम्या मिळत आहेत, हे पाहण्यासाठी क्षितिजाकडे डोळे लावून बसत असे. कधी एखाद्या दिवशी कुणा असंतुष्ट मानकऱ्याकडून त्याला असं कळत असे की, शहेनशहांची तबियत अचानक बिघडली आहे. आणि तो हिंदुस्थानच्या भावी सम्राटाकडे, म्हणजे दख्खनच्या सुभेदाराकडे आपली निष्ठा रुजू करायला आला आहे. तर त्यानंतर कधीतरी एक-दोन दिवसांनी शहेनशहासाहेब आता खडखडीतपणे बरे झाले आहेत आणि आपली नित्यनैमित्तिक कामे करू लागले आहेत, असं त्याच्या राजधानीतील गुप्तहेराने पाठवलेल्या आधीच्या तारखेच्या गुप्त संदेशातून त्याला कळत असे. या सगळ्या गोंधळ माजवणाऱ्या गोष्टींचा त्याने काय अर्थ लावायला हवा होता?

आपले प्रतिस्पर्धी जोपर्यंत काही हालचाल करत नाहीत तोपर्यंत स्वस्थ बसून सावधपणे पुढे घडणाऱ्या गोष्टी पाहण्याचा औरंगज़ेबाने निर्णय घेतला. त्याला फार काळ वाट पाहावी लागली नाही. जलदगती दूतांच्या साखळीद्वारा लवकरच असा संदेश प्राप्त झाला की, प्रथम राजा जसवंतसिंह आणि त्यानंतर काही दिवसांनी मिर्झा कासिम खान यांनी त्यांच्या सैन्यासह आग्रा सोडलं असून, ते मुराद आणि औरंगज़ेबाचा मोर्चा उत्तरेकडे अग्रेसर होण्यापूर्वीच उत्तरेकडील रस्ता अडवून धरण्यासाठी उज्जैनच्या दिशेने निघाले आहेत. आता फासे खेळले गेले होते.

आठ

उत्तरेकडच्या पठारावरून वाहणाऱ्या हिवाळ्यातल्या थंडगार बोचऱ्या वाऱ्यांचा जोर काहीसा ओसरलेला असतो. सगळीकडे नवी पालवी, फुले बहरत असतात, धरती हिरवा साज लेवून सजलेली असते आणि सगळी जमीन भाजून, करपून टाकणारे सूर्यकिरण पृथ्वीवर आणणारा उन्हाळा यायला बरेच दिवस असतात. असे दिवस होते, तेव्हा औरंगज़ेबाने आपल्या जुन्या, जाणत्या, युद्धकुशल अशा ३०,००० सैनिकांच्या दळासह औरंगाबादमधून बाहेर पाऊल टाकले. त्याने काही दिवसांपूर्वीच आपला सगळ्यात मोठा मुलगा मोहम्मद सुलतान याच्याबरोबर आघाडीची तुकडी पुढे बुऱ्हाणपूरला पाठवली होती आणि आता एकदाचे औरंगज़ेबाला समाधान वाटत होते. सगळ्या शंका-कुशंका, मनाची घालमेल आता बाजूला पडली होती आणि आपल्या निर्णयामुळे जे काही निष्पन्न होईल त्याला सामोरं जायला तो सज्ज होता. खबरदारीचा उपाय म्हणून त्याने अद्याप सम्राटपदाचा पवित्रा घेतला नव्हता आणि अजून तरी तो एखाद्या कर्तव्यदक्ष मुलासारखा आपल्या वडिलांप्रती आपला आदरभाव व्यक्त करण्यासाठी निघाला आहे, असे भासवत होता. पण त्यावर कुणाचाही विश्वास बसणे अशक्यच होते. औरंगज़ेबानेदेखील या सत्तेच्या खेळामध्ये पाऊल टाकले होते आणि मुघल साम्राज्याची धुरा आता सगळ्यात जास्त बलदंड आणि हाती धारदार तलवार असणाऱ्या व्यक्तीकडेच जाणार, हे सगळ्या जगाला कळून चुकले होते. *खरंच, माझ्याकडे दुसरा कोणता पर्याय होता? औरंगज़ेबाने स्वतःलाच विचारले. साम्राज्य हस्तगत करण्याची संधी समोर असताना तिकडे दक्षिणेकडे कूपमंडूक बनून बसणे म्हणजे आज नाही तर उद्या आपला सर्वनाश करून घेणेच होते. दक्षिणेकडच्या कुठल्या तरी नगण्य कोपऱ्यात मरण भोगण्यापेक्षा एकदाच काय ती खेळी करावी हेच बरे. मग फासे आपल्या बाजूने पडले तर हिंदुस्थानचे सिंहासन मिळेल.*

बुऱ्हाणपूरला पोहोचल्यावर एक पंधरवडा तिथेच पडाव टाकला गेला आणि आक्रमणाच्या पुढील टप्प्यामधील कारवाईची आखणी करण्यात आली. पडाव

बुऱ्हाणपूरमध्येच असताना, एका रात्री बऱ्याच उशिरा आपल्या तंबूमध्ये पहुडलेल्या औरंगज़ेबाला बाहेर काहीतरी गडबड ऐकू आली. तंबूची कनात बाजूला करून हातात तलवार घेऊनच तो बाहेर आला.

"काय गडबड आहे?" त्याने मशालीच्या प्रकाशात उभ्या असलेल्या पहारेकऱ्यांपैकी एकाला विचारलं.

"एक दूत आहे हुजूर. तो पूर्वेकडून आलाय आणि आपली भेट घेऊ इच्छितो."

"त्याला ताबडतोब आमच्यासमोर घेऊन या."

"होय हुजूर."

काही मिनिटांतच अगदी अर्धमेल्या अवस्थेत असलेल्या, डगमगती पावले टाकणाऱ्या एका दूताला औरंगज़ेबाच्या तंबूत आणले गेले. त्याच्या अंगावरचे कपडे रक्ताने माखलेले होते आणि शरीरावर अनेक रक्ताळलेल्या जखमा होत्या. शुजाच्या दरबारात असलेल्या मुबारक बेग नावाच्या औरंगज़ेबाच्या विश्वासू हस्तकाने त्याला पाठवले होते.

"त्याला थोडी विश्रांती घेऊ द्या," त्या माणसाला कसाबसा आसनावर बसताना पाहून औरंगज़ेब म्हणाला आणि मग स्वतःच्या हाताने त्याने त्या माणसाला मद्याचा एक चषक भरून प्यायला दिला. थोडा जिवात जीव आल्यावर, श्वासावर नियंत्रण मिळवत, काहीसे धापा टाकतच त्याने खबर दिली, "बनारसहून आलोय हुजूर. माझे ... शुजा .... सुलेमान शुकोहकडून पराभव .... सैन्य विखुरले.... पळाले."

"परवरदिगारा, काय हे! भल्या माणसा, जरा शांत हो आणि मला कळेल अशा भाषेत जे घडलं ते सगळं नीट क्रमवार सांग. थोडी आणखी विश्रांती हवी असेल तर घे आणि मग अगदी सुरुवातीपासून जे आणि जसं घडलं ते तसं सांग."

त्या माणसाने नम्रपणे मान हलवली. काही वेळ गेल्यावर आणि स्वतःला पूर्ण सावरल्यानंतर तो बोलू लागला. "मी बनारसहून आलोय हुजूर. मी कुठेही न थांबता आणि वाटेत सहा ठिकाणी घोडे बदलून थेट दौड करून पोहोचलोय. राजे शुजा यांचा राजे सुलेमान शुकोह यांच्या नेतृत्वाखाली लढणाऱ्या शाही सैन्याने दणदणीत पराभव केला आहे आणि त्यांचे सैन्य विखरून पळून गेले आहे. पराभव इतका जबरदस्त होता की शुजासाहेब जेमतेम जिवानिशी वाचले. आणि मी इकडे येत असताना ऐकलं की सुलेमाननं त्यांचा पाटण्याच्या पूर्वेपर्यंत पाठलाग केला."

"मुबारक बेग यांनी तुझ्याकडे काही लेखी संदेश दिला नाही का?"

"नाही हुजूर. एकतर ते शुजाच्या फौजांच्या मागे काही अंतरावर होते, पण इतका हलकल्लोळ माजला होता की कलम घेऊन काही लिहिण्याइतका वेळच नव्हता. शिवाय, मी शाही सेनेच्या सीमा ओलांडताना पकडला गेलो तर लेखी संदेश आपल्याला अडचणीत आणणारा पुरावा ठरेल, अशी भीती त्यांना वाटत होती. मी

जे पाहिलं आणि ऐकलं ते तोंडी आणि फक्त तुम्हालाच सांगायची आज्ञा त्यांनी मला केली होती. आणि मी अचूक कथन करेन यावर त्यांचा विश्वास होता.''

''ठीक तर मग. सांग, तू काय काय पाहिलंस आणि ऐकलंस?''

''शुजाचे सैन्य बनारसच्या ईशान्येला साधारण दोन कोस अंतरावर गंगेच्या उत्तरी किनाऱ्यावर तंबू टाकून पसरले होते. साधारण दोन आठवडे वेगवेगळ्या ठिकाणी किरकोळ चकमकी होत होत्या. पण त्यादरम्यान सुलेमाननं शुजाची लष्करी ताकद कशी आणि कुठे तैनात केली गेली आहे याची टेहळणी केली तेव्हा त्याच्या लक्षात आलं की, त्या सैन्यात शिस्तीचा अभाव आहे; गस्त तर घातलीच जात नाही. इतकंच नाही, तर त्यांच्या सैन्याची आघाडीची फळीदेखील सुस्तावलेली आहे. मग नऊ दिवसांपूर्वी भल्या पहाटे, आपल्या सैन्याची पुनर्रचना करतो आहोत असे भासवून शाही फौजा संपूर्ण ताकदीनं शुजाच्या सैन्यावर कोसळल्या. शुजाच्या काही पाठीराख्यांनी त्याला एका हत्तीवर बसवलं आणि युद्धाच्या धुमश्चक्रीतून बाहेर काढलं. पण त्याचे बहुतेक सेनापती पळाले आणि सैनिकांचे काही छोटे गट तेवढे प्रतिकार करत राहिले. शुजाच्या सेनेचा, म्हणजे जी काही उरली होती, तेवढ्या सेनेचा सुलेमाननं पूर्वेकडे बऱ्याच अंतरापर्यंत पाठलाग केला.''

औरंगज़ेबाचे डोळे आनंदाने चमकले. हे त्याच्या योजनेसाठी फारच चांगलं होतं. शाही फौजांचा बराच मोठा हिस्सा आणि त्याबरोबर अनेक काबिल सेनापतीदेखील पूर्वेकडे गुंतले असण्याने, साम्राज्याच्या हृदयस्थानाचे संरक्षण करण्याची दाराची क्षमता तेवढ्या प्रमाणात कमजोर असणार होती.

त्या रात्री औरंगज़ेब सारखा या कुशीवरून त्या कुशीवर वळत होता. या प्रसंगी वेळ ही सगळ्यात महत्त्वाची गोष्ट होती आणि सुलेमान आणि त्याच्या फौजा परतण्यापूर्वीच जिथे निर्णायक लढाई करायची होती, त्या दिल्ली-आग्रा या आसावर आपण पोहोचलो, तर बऱ्याच गोष्टी आपल्या बाजूला झुकतील, हे त्याला स्पष्ट दिसू लागले. त्यामुळे आता एक क्षणदेखील वाया घालवून चालणार नव्हते.

दुसऱ्या दिवशी सकाळीच औरंगज़ेबाने आपल्या वरिष्ठ सेनाधिकाऱ्यांना पाचारण केले.

''राजपुत्र शुजाला शाही फौजांनी बनारसजवळ शिकस्त दिली आहे आणि तो पूर्वेकडे माघार घेत आहे.'' औरंगज़ेबाने सुरुवात केली. ''राजपुत्र सुलेमान त्याचा पाठलाग करत आहे. आणि त्या तरुण मुलाला त्याचे सैन्य, सेनापती आणि तोफखाना यासह आग्र्याला परत पोहोचायला कमीत कमी आठ आठवडे लागतील. त्यामुळे तो परत येण्यापूर्वीच आपण आग्र्याला पोहोचणे अत्यंत गरजेचे आहे. त्यात राजपुत्र दाराने आमच्या तिथल्या उपस्थितीला आव्हान दिले तरी त्याला राजपुत्र सुलेमानच्या फौजांचे पाठबळ मिळणार नाही. आपण आपल्या माणसांना लवकरात

लवकर कधी कूच करायला लावू शकतो?'' दारूगोळा खात्याचा प्रमुख खान-उझ-झमानकडे वळत त्याने विचारले.

''कमीत कमी दहा दिवस हुजूर.'' त्या बुटक्याशा, सुदृढ आणि उत्साहाने फुरफुरणाऱ्या अधिकाऱ्याने उत्तर दिले. ''तोफा वाहून नेणाऱ्या बहुतेक गाड्यांची चाकं औरंगाबादपासून इथवर येता येता आसातून निखळली आहेत, ती पुन्हा बसवायला हवी आहेत. आपल्याकडे तोफगोळ्यांचादेखील तुटवडा आहे, ते इथेच भट्टीमध्ये तयार केले जात आहेत. शिवाय, तोफा खेचून नेण्यासाठी पुरेसे हत्तीदेखील नाहीत, म्हणून आम्ही बैल मागवले आहेत. पण इथल्या भागातले बैल इतक्या लहान चणीचे आहेत की त्यांचा खरेतर लांबच्या पल्ल्यावर तोफा खेचून नेण्यासाठी काहीच उपयोग नाही.''

औरंगज़ेबाने तोच प्रश्न इतर सेनाधिकाऱ्यांनादेखील विचारला आणि आपले शिलेदार व सैन्याच्या तुकड्यांना कूच करायला लावण्यासाठी जवळपास तेवढाच वेळ द्यावा, अशी सगळ्यांनी विनंती केली.

''आजपासून पाचव्या दिवशी पहाटे आपण कूच करत आहोत.''

''मगर हुजूर ......'' खान-उझ-झमानने मध्ये बोलायचा प्रयत्न केला.

''थांबा, खानसाहेब,'' औरंगज़ेब नम्रपणे पण ठाम स्वरात पुटपुटला. ''तुम्ही तुमचा तोफखाना दिलेल्या वेळेमध्ये सज्ज करून कूच कराल यावर आमचा पूर्ण भरवसा आहे. आणि हीच गोष्ट तुम्हा सगळ्यांच्या बाबतीतही तितकीच खरी आहे.'' असं बोलून त्याने प्रश्नार्थक नजरेने एका सेनाधिकाऱ्याकडून दुसऱ्याकडे आळीपाळीने पाहिले. त्याच्या तिखट नजरेला नजर देणे अशक्य होऊन त्यांनी आपले डोळे जमिनीकडे वळवले.

''एक लक्षात ठेवा, आपली वाट अडवायचा त्यांनी प्रयत्न केलाच, तर शाही फौजांची कुमक त्यांच्यापर्यंत पोहोचू न देण्यात यश मिळवण्यासाठी जितक्या लवकर आपण आग्रा गाठू तितकं ते सोपं होईल.''

पाच दिवसांनंतर ती मोठी सेना चालायला लागली होती आणि उत्तरेकडे सावकाश मार्गक्रमणा करत होती. मागची बाजू सुरक्षित करण्यासाठी औरंगज़ेबाने आपले सासरे शाह नवाझ खान यांना मागे थांबून तीन दिवसांनंतर निघण्याची सूचना दिली होती. पण मांडव्याला पोहोचत असताना त्याला एक अस्वस्थ करणारी बातमी कळली.

''बुऱ्हाणपूरहून नुकताच एक दूत आला आहे हुजूर,'' भेटण्याची परवानगी घेऊन आत आलेला नवाब इकबाल मोहम्मद खान म्हणाला. ''राजे शाह नवाझ खान मुद्दामच बुऱ्हाणपूरमध्ये वेळ घालवत आहेत आणि कूच करायला नकार देत आहेत. आपली ही मोहीम म्हणजे सरळ सरळ बंडच आहे असं ते म्हणत आहेत आणि ते

त्यामध्ये सहभागी होणार नाहीत, असंही म्हणत आहेत, असा संदेश त्यानं आणला आहे.''

''काय?'' भीतियुक्त आश्चर्याने औरंगज़ेब ओरडला. ''माझा यावर विश्वासच बसत नाही. त्या बुतपरस्ताच्या शिकंजातून आम्ही आमच्या अब्बाजानना सोडवावं, असंच ते आत्तापर्यंत म्हणत होते. आता अचानक त्यांच्या मानसिकतेमध्ये एवढा टोकाचा बदल कशामुळे झाला असावा?''

''ते तुम्ही आग्र्याकडे मोर्चा वळवल्यामुळे झालं आहे, यात काहीच शंका नाही हुजूर,'' तो दूत शुष्कपणे म्हणाला. ''सत्याचा सामना करायची वेळ समोर येऊन ठाकली की भल्याभल्यांची कशी भंबेरी उडते, त्याचं हे जितंजागतं उदाहरण आहे.''

''आता काय बरं करावं? यांच्या अशा वागण्यामुळे इतरांनादेखील मोहीम सोडून पळ काढण्याची इच्छा होईल. पण त्याचबरोबर, ते आमचे श्वशुर आहेत आणि साम्राज्याचे एक आघाडीचे सरदार आहेत हेदेखील आम्हाला विसरता येत नाही.''

''मला असं वाटतं की खान साहेबांना बुऱ्हाणपूरमध्येच आरामशीरपणे नजरकैदेत ठेवता येईल हुजूर,'' नवाब म्हणाले. ''ही मोहीम होईपर्यंत त्यांना त्यांच्याच महालात बंदिवान ठेवायचं. त्यांना ज्या सेवा सवलती मिळत आहेत त्या त्यांना तशाच उपभोगता येतील, पण त्यांच्या हालचालींवर मर्यादा येतील आणि अर्थातच बाहेरच्या लोकांबरोबरच्या त्यांच्या भेटीगाठींवरही बंधनं घालावी लागतील.''

''आणि ही जी तुम्ही म्हणताय ती ...... काय ती .. हां .. नजरकैद, ती कशी काय अमलात आणायची म्हणताय तुम्ही?''

''हे नाजूक प्रकरण हाताळण्याची जबाबदारी राजपुत्र मोहम्मद सुलतान यांच्यावर सोपवावी, असं सुचवावंसं वाटतं. खान साहेबांचे ते लाडके आहेत. ते हुजुरांच्या मोहिमेला पाठिंबा देत असल्याची बातमी दारा साहेबांना मिळाल्यामुळे, त्यांनी पैसे देऊन पाठवलेल्या मारेकऱ्यांकडून खानसाहेबांच्या जिवाला धोका असल्याची विश्वासनीय स्वरूपाची खबर मिळाल्यामुळे थोडे दिवस त्यांना त्यांच्या महालाबाहेर पडता येणार नाही, असं राजपुत्रानं खानसाहेबांना सांगावं लागेल. खानसाहेब आकांडतांडव करतील यात संशय नाही आणि त्यांची सुटका करण्यासाठी तुम्हाला संदेश पाठवू पाहतील. त्या विनंतीला राजपुत्र मोहम्मद उदार मनाने मान्यता देऊ शकतात. पण असा संदेश तुमच्यापर्यंत पोहोचलाच नाही, तर संदेश आणणारे वाटेतल्या घनदाट जंगलामधून येताना रस्ता चुकले असं स्पष्टीकरण तर खचितच देता येईल. शेवटी जेव्हा एखाद्या दूताला तुमच्यापर्यंत पोहोचण्याची संधी मिळेल, तोपर्यंत आपली मोहीम खुदाच्या मेहेरबानीनं यशस्वी झालेली असेल, आणि मग खान साहेबांच्या जहागिरीमध्ये भरभक्कम वाढ करून आणि गरज असली तर थोडी मुआफी वगैरे मागून त्यांची

सन्मानानं सुटका करता येईल.''

औरंगज़ेबाने या सल्ल्यावर थोडा वेळ विचार केला. मग प्राप्त परिस्थितीवर मात करण्याचा हा उत्तम उपाय असल्याचे त्याला पटले.

नवाब निघून गेल्यानंतर औरंगज़ेबाने आपला मुलगा मोहम्मद सुलतान याला बोलावणे धाडले. त्याच्याकडे पाहिल्यावर औरंगज़ेबाला आपण स्वतःच वीस वर्षांनी तरुण असताना कसे होतो, त्याची आठवण येत असे.

''शाह नवाझ खान साहेबांनी आपल्या आग्र्यावरील मोहिमेमध्ये सहभागी होण्यास नकार दिला आहे.'' औरंगज़ेबाने सुरुवात केली. ''आम्ही आमच्या अब्बाजानविरुद्ध बंड करत आहोत असं त्यांना वाटतं. आमच्या अब्बाजानची त्या धर्मभ्रष्टाच्या तावडीतून सुटका करण्यासाठी खरंतर तेच आम्हाला प्रोत्साहित करत होते; त्यामुळे आता त्यांचं हे वागणं आम्हाला अगदी विचित्रच वाटतंय हे आम्हाला कबूल करायलाच हवं आहे,'' आपल्या मुलाच्या मनात शाह नवाझ खानांबद्दल कितपत सहानुभूती आहे याचा अंदाज घेण्यासाठी आपल्या मुलाच्या चेहऱ्यावर लक्ष केंद्रित करत औरंगज़ेब म्हणाला. वडिलांचे बोलणे ऐकत असताना मोहम्मद सुलतानचा चेहरा अगदी निर्विकार होता.

''तुम्हाला ताबडतोब बुऱ्हाणपूरला जायचं आहे.'' औरंगज़ेब पुढे सांगत गेला. ''तिथे पोहोचल्यानंतर या मोहिमेमध्ये सहभागी होण्यासाठी तुम्ही त्यांची मनधरणी करा आणि त्यांना बरोबर घेऊनच या. तसं होत नसेल तर आपल्या योजना अन्य कुणाला त्यांच्याद्वारा कळू नयेत म्हणून त्यांना सुरक्षात्मक कैदेत घ्या. त्यांना त्यांच्या महालातच बंदिवान करून ठेवा. तिथे त्यांना त्यांच्या नेहमीच्या सोयी-सवलतींचा उपभोग घेता येईल, पण त्यांना महाल सोडून बाहेर जाण्याची परवानगी असणार नाही. तसेच कोणत्याही बाहेरच्या व्यक्तीबरोबर संपर्क करण्याची त्यांना मुभा नाही. त्यांचे संदेश, त्यांना ते कुणालाही पाठवायचे असले तरी, हे सर्वप्रथम थेट आमच्याकडे पाठवा. तुमची मनधरणी सफल झाली नाही तर शाह नवाझ खानसाहेबांच्या महालाभोवती तैनात करावयाच्या पहाऱ्यांविषयी काय करायचे याच्या आम्ही देत आहोत त्या सूचना बुऱ्हाणपूरमधील शिबंदीचे प्रमुख मुअझ्झम खान यांना द्या. सूचना मुअझ्झम खान यांना दिल्यानंतर त्यांची योग्य प्रकारे अंमलबजावणी होत असल्याची खातरजमा तुम्ही जातीने करून घ्या. अजून दिवस-उजेड बाकी आहे तोवरच निघा. बरोबर चांगले सक्षम सैन्यदळ घ्या.''

''जी हुजूर.'' असं म्हणून राजपुत्र मोहम्मदने लवून कुर्निसात केला आणि तो निघून गेला.

काही काळ शांतपणे विचार करण्यात गेल्यावर औरंगज़ेबाने टाळी वाजवून इशारा केल्यावर एक हुजऱ्या उपस्थित झाला. ''इमरान बक्ष साहेबांना ताबडतोब इथे

येण्याचा संदेश द्या.'' थोड्याच वेळात एका शिडशिडीत बांध्याच्या, सावध नजरेच्या माणसाला कक्षात दाखल करण्यात आलं. हा औरंगज़ेबाच्या विश्वासातल्या हेरांपैकी एक होता.

''आमच्या आदरणीय अब्बाजानसाहेबांची आमचे धर्मभ्रष्ट बंधू दारा यांच्या तावडीतून सुटका करण्याच्या या मोहिमेमध्ये आमच्या श्वशुरांनी सामील व्हावं यासाठी त्यांची मनधरणी करायच्या मोहिमेवर आम्ही राजपुत्र मोहम्मद यांना पाठवलं आहे आणि जर मनधरणी कामयाब झाली नाही तर आमच्या योजनेची बातमी त्यांच्याकरवी अन्य कुणालाही कळू नये म्हणून शाह साहेबांना सुरक्षात्मक कैदेत घ्यावे, असे सांगितले आहे. आमच्या सूचनांचे तंतोतंत पालन केले जात असल्याची तुम्ही खातरजमा करा. तसेच राजपुत्र मोहम्मद आमच्या श्वशुरांबरोबर परस्परच संगनमत करण्यात काही हशील असावे असे तर मानत नाहीत ना, यावरदेखील करडी नजर ठेवा. सर्वांत जलदगतीने धावणारे घोडे घ्या आणि राजपुत्र पोहोचण्यापूर्वीच तुम्ही बुऱ्हाणपूरला पोहोचा. जे काही पाहाल, ऐकाल ते मला प्रत्यक्ष भेटून सांगा. आणि ताबडतोब निघा.''

मुजरा करून इमरान निघून गेला.

मुरादने गुजरातमधून माळव्याकडे कूच करायला सुरुवात केल्याची आणि त्यानंतरच्या त्याच्या प्रगतीची वार्ता आग्र्याहून कूच केल्यानंतर जस्वंतसिंहाला वेळोवेळी मिळत होती. जराही विश्रांती घेऊ न देता उज्जैनला पोहोचल्यावर त्याने सैन्याला थांबण्याची आज्ञा दिली. मुरादची उत्तर दिशेने होत असलेली आगेकूच थांबवायची असेल तर ती याच भागात कुठेतरी थांबवणे इष्ट आहे, हे त्याला माहीत होते.

उज्जैनला पोहोचल्यानंतरच्या तिसऱ्या दिवशी संध्याकाळी त्याचे लष्करप्रमुख अस्करन खान यांना त्याच्या शामियान्यामध्ये हजर होण्यास सांगण्यात आले. ''काय खबरबात आणली आहे अस्करन?'' जसवंतने विचारले.

''मुरादच्या सैन्यामध्ये आणखी दोन दळे सामील झाली आहेत; त्यामुळे आता त्याच्याकडे एकूण दहा हजार सैनिकांची शिबंदी झाली आहे.''

जसवंत मोठ्याने हसला. ''दहा हजार! आमच्या सैन्यबळाच्या तुलनेने हे फारच कमी आहे. आमच्या विशाल सेनेकडे नुसतं पाहूनदेखील त्याला भीतीनं पळता भुई थोडी होईल आणि थेट शहेनशहांच्या विरुद्ध आपली बाजारबुणग्यांची सेना उभी करण्याचं वेडं साहस केल्याचा पश्चात्ताप होईल.''

''तसं असलं तरी मला काही हे पसंत पडलेलं नाही, राजेसाहेब'' सेनाप्रमुख म्हणाले. ''आपण इकडे राजपुत्र मुराद यांच्या हालचालींवर बारकाईने लक्ष ठेवून आहोत, पण राजपुत्र औरंगज़ेबांचं काय चाललंय याबद्दल काहीच बातमी कळत नाही. एकट्या राजपुत्र मुराद यांचा बीमोड करणं सोपं असेलही, पण मुरादच्या

आक्रमणाबरोबर ताळमेळ राखून राजपुत्र औरंगज़ेबानंदेखील एकाच वेळी हल्लाबोल करायचा घाट घातला असेल आणि त्याबरहुकूम ते एकत्र आले तर त्यांना थांबवणं अतिशय अवघड होईल. राजपुत्र मुराद कितीही उतावळ्या स्वभावाचे असले तरी आपली पूर्वेकडील बाजू पूर्णपणे असुरक्षित असण्याच्या परिस्थितीत औरंगज़ेबाकडून मदत मिळण्याची शाश्वती असल्याशिवाय, संपूर्ण साम्राज्याचा आगडोंब अंगावर घेण्याइतके ते नक्कीच मूर्ख नाहीत.''

''राजपुत्र औरंगज़ेब?'' जसवंत तुच्छतादर्शक सुरात म्हणाला. ''तो बहुतेक आत्ता औरंगाबादमध्ये डोईवर घालायच्या टोप्या विणत बसला असेल. तोदेखील उत्तरेकडे निघालेला असता तर आपल्याला आत्तापर्यंत खबर मिळालीच असती. त्यासाठीच तर आपले हेर सगळीकडे पेरलेले नाहीत का? शिवाय, नर्मदा नदीतून वाहतूक करणाऱ्या प्रत्येक बोटीवर आपण करडी नजर ठेवलेली आहे, नाही का?''

''हो राजेसाहेब, पण तरीदेखील हे दोघे भाऊ एकमेकांत संगनमत करून काहीतरी करू पाहत आहेत आणि आपल्या अपेक्षेपेक्षा खूपच लवकर, आपल्याला जबरदस्त विरोधाला सामोरे जावे लागणार आहे, असं माझं अंतर्मन मला सांगतंय.''

''अस्करन, तुम्ही उगाचच काळजी करताय. औरंगज़ेबानं उत्तरेकडे निघायचा बेत केला असला तरीदेखील तो अद्याप शेकडो कोस दूर असेल त्यामुळे सध्या तरी आपल्यासमोर या गरम डोक्याच्या तरुणाशिवाय कोणी नाही, आणि आपले सैन्य पाहिल्याबरोबर तो माघार घेण्याचा निर्णय घेईल, असंच दिसतं.''

इतक्यात जसवंतसिंहाच्या शामियान्यामध्ये एक हुजऱ्या हजर झाला आणि म्हणाला, ''राजेसाहेब, एक ब्राह्मण पंडित आपली भेट घेऊ इच्छितात.''

''ब्राह्मण पंडित?'' अस्करन खान मुजरा करून जात असताना जसवंतसिंह आश्चर्याने म्हणाला. ''इथे? या वेळी? बरं, पाठव त्यांना आत.''

हुजऱ्या थोड्या वेळापुरताच बाहेर गेला आणि परत येताना एका उंच, प्रभावी व्यक्तिमत्त्वाच्या, कपाळावर भस्माचे तीन आडवे पट्टे धारण केलेल्या शुभ्र धोतर नेसलेल्या माणसाला घेऊन आला.

''महाराज, तुमचं स्वागत आहे,'' नम्रपणे लवून अभिवादन करून मसनदीवर बसण्याचा आग्रह करत जसवंत म्हणाला. ''आपणासारख्या महानुभावांची भेट घडण्याचं अहोभाग्य आम्हाला कोणत्या पुण्याईमुळे मिळत आहे? इथपर्यंत येण्याची तसदी घेण्याऐवजी आपण आम्हाला बोलावलं असतंत तर तुम्हाला असे कष्ट पडू नयेत म्हणून आम्हीच आपल्या समक्ष हजर झालो असतो. तथापि, तुमचा आश्रम कुठे आहे, महाराज? आपणासारख्या महानुभावांचा आश्रम आसपासच्या भागात असल्याविषयी आमच्या माणसांनी आम्हाला काहीच सांगितलं नाही.''

''मी कोठून आलो हे फारसं महत्त्वाचं नाही, पण मला जे सांगायचं आहे ते

अतिशय महत्त्वाचं आहे. या मुघलांच्या भांडणामध्ये तुम्ही कशाला पडता? त्यांच्याशी आपल्याला काय देणंघेणं आहे? ज्या गोष्टीमध्ये आपलं काही हित नाही अशा गोष्टीसाठी इतकी मोठी सेना घेऊन इतक्या लांबून तुम्ही कशासाठी इथे आला आहात? बादशहा शहाजहान असोत किंवा त्यांचा मुलगा दारा असो, किंवा तसं पाहिलं तर त्यांचा दुसरा कोणताही मुलगा असो, त्याचा आपल्याला काय फायदा?''

''महाराज, आम्ही शहेनशहा साहेबांचं मीठ खातो. त्यांनी आमच्यावर ठेवलेल्या विश्वासाला तडा जाईल असं कोणतंही कृत्य आम्ही करू तरी कसं शकतो?''

''व्यर्थ आहे ते सगळं. हे म्लेच्छ लोक आपल्याला फक्त तोफेच्या तोंडी देण्यासाठी वापरतात. शहेनशहा साहेबांचा जय झाला किंवा त्यांच्या मुलांपैकी कुणाही एका मुलाने तख़्त काबीज केलं तरी त्यामुळे आपल्या माणसांच्या अवस्थेमध्ये काहीही सुधारणा होईल असं तुम्हाला वाटतं का? केवळ आपण दुसऱ्या धर्माचे आहोत म्हणून ते आपल्याला लुळंपांगळं करून टाकण्याइतके कर आपल्यावर लादतात आणि आपल्याला धुळीला मिळवतात. हो, कधी काळी राज्यकारभारातली उच्च पदे आपल्या धर्माच्या लोकांसाठीदेखील खुली होती. परंतु आता तेदेखील बदललं आहे. शिवाय, आपल्याला ते कधीच त्यांच्या बरोबरीचं मानणार नाहीत हे निश्चित. जे आपलं नाही, त्या उद्दिष्टासाठी आपलं रक्त सांडण्यात काय हशील?''

जसवंतसिंहाची मनःस्थिती द्विधा झाली. तो एक राजपूत होता, आणि दिलेल्या वचनाचा भंग करणे हे कोणाही राजपुतासाठी मरणापेक्षाही जास्त क्लेशदायी होते. मुघल साम्राज्याप्रती वाहिलेल्या आपल्या निष्ठेबद्दल त्याला आत्तापर्यंत कधीच प्रश्न पडला नव्हता; पण या ब्राह्मणाच्या बोलण्याने मात्र त्याच्या मनात संदेह दाटायला लागला होता. एका अर्थाने तो जे काही सांगत होता, ते म्हणजे विश्वासघातच होता आणि मुघल साम्राज्यात यापेक्षा कितीतरी क्षुल्लक कारणांसाठी लोकांना फाशी दिले गेले होते. तो या ब्राह्मणाला आपल्या छावणीबाहेर अक्षरशः फेकून देऊ शकत होता, पण मोठ्या संख्येने हिंदू असलेल्या त्याच्या सैनिकांना ते रुचले नसते. पण ते राहू दे जरा बाजूला, याला इथे कुणी पाठवले असेल? हा मुरादचा माणूस तर नसेल?

बराच वेळ विचार करून जसवंत म्हणाला, ''याबाबत विचार करायला आम्हाला थोडा वेळ द्या.'' मग भेटीचे प्रयोजन संपल्याचे दर्शवत आसनावरून उठत पुढे म्हणाला, ''आम्हाला आमच्या सेनापतींबरोबर विचारविनिमय करावा लागेल. आम्ही अशी अचानक मागे फिरण्याची आज्ञा दिली तर कदाचित इथे छावणीतच आमच्याविरुद्ध बंड होईल.''

''माझ्या बोलण्यावर नीट विचार करा.'' अनुमती घेऊन निघण्यापूर्वी तो ब्राह्मण उत्तरला.

त्या रात्री उरलेला सर्व वेळ जसवंतसिंह त्या ब्राह्मणाबरोबर झालेल्या विचित्र

संभाषणावर विचार करत राहिला. या तख़्त मिळवण्याच्या वा सांभाळण्याच्या जिवाच्या आकांताने चाललेल्या धडपडीचे, त्याच्या माणसांसाठी काहीच महत्त्व नव्हते का? ज्याच्यावर शहेनशहा आणि राजपुत्र दारा यांनी इतका विश्वास ठेवला होता, तो जसवंत स्वतः मागे फिरून आपले अंग काढून घेऊ शकत होता का? की यामागे काहीतरी दुष्ट कारस्थान शिजत आहे? दरबारात आपले बरेच वैरी आहेत हे त्याला चांगलेच ठाऊक होते. त्याची इतकी मानहानी व्हावी की त्याला यापुढे कधीही दरबारातल्या उच्च पदाचा मान मिळू नये; इतकेच नाही, तर त्याच्या जमातीच्या कोणालाच असा मान मिळू नये, अशी परिस्थिती निर्माण करण्यासाठी त्याची परीक्षा पाहण्याचा हा डाव तर नसेल ना? आपल्याला एखाद्या प्याद्यासारखे वापरून राजपुत्र दाराच एखादी गहिरी चाल तर खेळत नसेल ना? बिछान्यावर अस्वस्थपणे तळमळत पडला असताना कितीही उलटसुलट विचार केला तरी या कोड्यांची उत्तरे त्याला काही केल्या सापडली नाहीत.

दुसऱ्या दिवशी जसवंतसिंहाची पूजा संपण्याच्या सुमाराला अस्करन आणि अस्करनचा सहायक अधिकारी दानिश खान यांनी त्याच्या तंबूमध्ये येऊन तत्काळ भेट घेण्याची परवानगी मागितली. मुरादच्या गस्ती पथकांना गुंगारा देत रात्रभर कुठेही न थांबता दौड मारून आलेल्या एका टेहळणीस्वाराला त्यांनी त्यांच्याबरोबर आणलं होतं. भरधाव धावल्यामुळे अजूनही तोंडाला फेस येत असलेला त्याचा घोडा तिथे थोड्याच अंतरावर असलेल्या एका झाडाखाली उभा होता. त्या माणसाला धड उभंदेखील राहता येत नव्हतं. पण त्याने धापा टाकतच जे काही सांगितले, त्याने जसवंतसिंहाच्या चेहऱ्यावर कठोर भाव उमटले.

"हे असं घडलं याबद्दल तुला पक्की खात्री आहे?" जसवंतने विचारले.

"राजेसाहेब, तुम्ही आत्ता माझ्यासमोर उभे आहात ही गोष्ट जितकी सत्य आहे तितकेच मी स्वतः जे पाहिले ते सत्य आहे. कचरौड गावाजवळ मुराद साहेबांचे सैन्य दक्षिणेकडे वळले आणि मी ही वार्ता कळवण्यासाठी इकडे यायला निघालो त्या वेळी ते राजपुत्र औरंगज़ेबाच्या तळापासून जेमतेम दहा कोस अंतरावर होते." श्वासावर नियंत्रण मिळवलेल्या टेहळणीस्वाराने उत्तर दिले.

"त्या राजपुत्र मुराद यांच्या खासगी दिमतीला असलेल्या आघाडीच्या तुकड्यांपैकी तर नव्हत्या ना?" आपल्याला आता जे काही ऐकायला मिळणार आहे ते खरं असू नये अशी वेडी आशा करत जसवंतसिंहाने विचारले.

त्या टेहळणीस्वाराचे सुकलेले ओठ स्मितहास्य करत विलग झाले. "राजेसाहेब, छावण्या प्रचंड मोठ्या जागेत पसरलेल्या आहेत. आघाडीच्या तुकड्या एवढं मोठं अंतर पार करू शकणार नाहीत, हेदेखील आहेच. पण महत्त्वाचं असं की ती औरंगज़ेबांची सेना आहे याची मला खात्री आहे. दस्तुरखुद्द औरंगज़ेब तिथे आहेतच.

शिवाय, त्यांच्याबरोबरचे सैन्य ३०,००० पेक्षा कमी नाही.''

''पण हे कसं शक्य आहे?'' तो टेहळणीस्वार जे काही सांगत होता त्यावर अजूनही विश्वास ठेवायला धजावत नसलेल्या जसवंतसिंहाने विचारले. ''नर्मदेतून वाहतूक करणाऱ्या बोटींच्या प्रत्येक फेरीवर करडी नजर असताना इतक्या मोठ्या सेनेसह तो नर्मदा कशी पार करू शकेल?''

''नर्मदेच्या प्रवाहात जिथे पाणी फार खोल नाही अशा प्रवाहाच्या ४० कोस वरच्या दिशेला असलेल्या आणि पहारे नसलेल्या जागी राजपुत्र औरंगज़ेब साहेबांनी नदी पार केली. आगेकूच करण्यास उशीर होऊ नये आणि मागच्या बाजूने संरक्षण देत त्यांना गाठावे म्हणून त्यांनी काही अवजड तोफा मागेच ठेवल्या. मग त्यांचे आपसात ठरले होते त्यानुसार, कचरौड या पूर्वनिश्चित केलेल्या भेटीच्या जागी पोहोचण्यासाठी नदीच्या उत्तर बाजूकडील किनाऱ्यावरून राजपुत्र मुरादना भेटण्यासाठी ते पुढे जात राहिले, असं हा माणूस मला सांगत होता.'' अस्करन म्हणाला.

टेहळणीस्वाराने होकारार्थी मान हलवली.

''तुम्ही सांगत होतात ते योग्यच होतं अस्करन,'' हताश स्वरात जसवंत म्हणाला. ''आपण फार फार आत्मसंतुष्ट राहिलो हेच खरे आहे. आमच्यासमोर युद्धकलेमध्ये अगदीच नवशिक्या असणाऱ्याच्या साथीला युद्धकलेत अर्धे कच्चे असलेल्या तशाच सैनिकांचा जमाव दिसेल, अशा विचारात आम्ही मश्गूल होतो. पण आता तर आमच्यासमोर अनेक युद्धांचा अनुभव गाठीशी असलेल्या रणधुरंधरांना बरोबर घेतलेला एक हुशार कोल्हा आहे आणि त्यांची एकत्रित ताकद आपल्यापेक्षा कितीतरी जास्त आहे. पण अजूनही सारं काही संपलेलं नाही. दोन्ही राजपुत्रांना समंजसपणे माघार घ्यायला सांगण्यात आम्हाला यश येत नसेल तर लढाईची तारीख, वेळ आणि जागा मात्र आम्ही निवडू तीच असेल. ते आमच्यापासून किती दिवसांच्या दौडीच्या अंतरावर आहेत?''

''साधारण चार दिवसांच्या राजेसाहेब.''

''ठीक आहे. लढाईची तयारी करण्यासाठी तेवढा वेळ आम्हाला पुरेसा आहे. तथापि, प्रत्यक्ष झटापटींना सुरुवात करण्याची उचित वेळ मात्र ज्योतिषी सांगतील तीच असेल. दरम्यान खुद्द शहेनशहा हुजूर आणि राजपुत्र दारा यांच्या इच्छेनुसार, राजपुत्र मुराद आणि राजपुत्र औरंगज़ेब यांनी साम्राज्याच्या अजस्र ताकदीला आव्हान देण्याचे दुःसाहस करू नये आणि आपापल्या प्रांतांमध्ये परत जावे, अशा आशयाची औपचारिक पत्रे आम्ही पाठवत आहोत. त्यानंतर मात्र अनिवार्य अशा युद्धासाठी योग्य असे स्थळ पारखून ठेवण्याचे काम आम्ही करणार आहोत.''

दोन्ही राजपुत्रांना माघार घेण्यास भाग पाडण्याच्या आपल्या प्रयत्नांबाबत खरे-खोटे करण्याची वेळ आली तर आपल्या बाजूने साक्ष द्यायला बरे, म्हणून अस्करन

आणि दानिशच्या उपस्थितीतच एका लेखनिकाला पत्र उतरवून काढण्यासाठी बोलावल्यावर, पत्रात लिहायच्या मजकुराबद्दल जसवंत थोडा वेळ विचार करत थांबला. मग धीर एकवटून मजकूर सांगावयास सुरुवात केली.

हुजूर,

आपल्या अमूल्य वेळाचा थोडा अपव्यय करण्याबद्दल हा नम्र सेवक सर्वप्रथम आपली क्षमा मागत आहे. परंतु महामहीम शहेनशहा साहेबांच्या हुकमाची तामिली करत असताना, शहेनशहांची मर्जी आणि कृपादृष्टी यापुढेही आपल्यावर कायम राहावी यास्तव आपल्याच भावांचे रक्त सांडण्यास कारणीभूत ठरणारा हा झगडा तत्काळ थांबवावा आणि आपापल्या प्रांतामध्ये माघारी जावे, अशी विनंती आपणास करणे, या नम्र सेवकास भाग पडत आहे. या शाही आज्ञेबरोबरच हा नम्र सेवक स्वतःच्या व्यक्तिगत स्वरूपाच्या काही याचिका आपणासमोर मांडू इच्छितो. या निष्ठावंत सेवकाने गेली पस्तीस वर्षे या प्रसिद्ध तैमूर घराण्याची सेवा केली आहे आणि त्याच्या यशकीर्तिवर्धनासाठी हेरतच्या बर्फाळ प्रदेशापासून बंगालच्या अतिउष्ण जंगलांपर्यंत युद्धे केली आहेत. तेव्हा कृपा करून आता आयुष्याच्या संध्यासमयाला त्याच राजघराण्यातील रक्ताच्या राजपुत्रांविरुद्ध तलवार उचलायला लावण्याचे दुर्भाग्य त्याच्यावर लादू नका. उलटपक्षी, तैमूर घराण्याच्या तेजाने अवघी पृथ्वी झळाळून उठेल आणि कीर्तिवैभवापुढे सूर्य-चंद्राचे तेजदेखील फिके पडेल अशी सेवा करण्याची संधी या सेवकाला आयुष्याच्या अंतापर्यंत मिळत राहावी, अशी विनंती हा नम्र सेवक आपणास करत आहे.

''हे दोन संदेश घेऊन, वाऱ्याच्या वेगाने दौडत औरंगज़ेब आणि मुराद यांच्या छावणीत जा आणि संदेश फक्त त्यांच्याच हातात पडेल याची खात्री करा. ही कामगिरी यशस्वीरीत्या पार पाडलीत तर आम्ही तुम्हाला बारा गावचा महसूल इनाम म्हणून बहाल करू; पण अयशस्वी ठरलात तर मात्र तुमची खैर नाही.'' ती संदेशाची भेंडोळी अगदी सारख्याच दिसणाऱ्या दोन चामडी नळकांड्यांमध्ये घालून, आपल्या सगळ्यात निडर आणि तेज घोडेस्वाराच्या हाती देत जसवंत म्हणाला.

''मी आपल्या विश्वासाला तडा जाऊ देणार नाही राजेसाहेब,'' आपल्या अबलख घोड्यावर सफाईदारपणे मांड ठोकतानाच टाचा घोड्याच्या कुशीत हलकेच टोचून झपाट्याने दौड करण्याची आज्ञा देत तो घोडेस्वार म्हणाला.

''अस्करन, तुम्हाला काय वाटतं? या स्पर्धेतून औरंगज़ेब आणि मुराद मागे हटतील?''

''ते हटले, तर माझा संशय जास्तच बळावेल,'' सेनाप्रमुख म्हणाले. ''त्यांनी आता फार पुढेपर्यंत मजल मारली आहे. त्यांना मागे फिरणे शक्य नाही. तोंडदेखलं

असलं तरी आपल्या अब्बाजानच्या आजारपणाविषयी कळल्यामुळे त्यांच्या भेटीसाठी उत्तरेला येत असल्याचं कारण औरंगज़ेबानं पुढे केलं आहे, हे विसरता येणार नाही आणि कोणता कर्तव्यदक्ष मुलगा असं करणार नाही, नाही का!''

''वडिलांच्या भेटीसाठी, हं,'' जसवंतने तिरकस शेरा मारला. ''नुसतं भेटण्यासाठी, आणि तेही ३०,००० ची फौज घेऊन? त्याचा डोळा हिंदुस्थानच्या साम्राज्यावर आहे आणि तो अंतस्थ हेतू कुणाला समजू नये म्हणून ही लोकांच्या डोळ्यांत धूळ फेकण्याची खेळी तो करत आहे. माझा संदेश आज संध्याकाळपर्यंत त्याच्याकडे पोहोचल्यावर त्यातला मजकूर वाचल्यावर आणि आपल्या जबरदस्त ताकदीच्या सैन्याकडे पाहिल्यावर कदाचित तो आपल्या निर्णयाचा पुनर्विचार करेल. ते काहीही असलं तरी आपण वाइटातल्या वाईट गोष्टीचा सामना करण्यास सज्ज राहू या आणि त्याची उत्तरेकडे होत असलेली आगेकूच थांबवण्यासाठी सगळ्यात उत्तम जागा कोणती, याचा विचार करू या.''

नंतर त्या सकाळीच अस्करन, दानिश, राजा रायसिंह सिसोदिया, इफ्तिकार खान, मुकुंदसिंह हाडा आणि शाही सैन्याच्या आघाडीचे नेतृत्व करणार असलेल्या अन्य काही दळप्रमुखांबरोबर राजे जसवंत उज्जैनमधून बाहेर पडले. हिंदुस्थानच्या पठारावर शेवटी उघड्यावर येण्यासाठी ज्या रस्त्याने औरंगज़ेब आणि मुरादला यावेच लागणार होते, त्या दक्षिणेकडून येणाऱ्या रस्त्याकडे जसवंतसिंह वळला. उज्जैनपासून काही अंतर दक्षिणेकडे गेल्यावर, शहराला अन्नधान्य पुरवणाऱ्या शेतजमिनींऐवजी ओबडधोबड, खड्ड्या-डबक्यांची, एका बाजूला दलदलीची आणि दुसऱ्या बाजूला कोरड्या पडलेल्या ओढ्याची जमीन दिसू लागते. आणखी दक्षिणेकडे दूर अंतरावर, छोट्या छोट्या टेकड्यांमधून लपतछपत जाणारी नर्मदा पश्चिमेकडे वाहते आणि ती औरंगज़ेब आणि मुराद यांनी अगोदरच पार केली आहे. जसवंतसिंहाला हा भूभाग फारसा पसंत पडला नव्हता, तरीही दोन बंडखोर राजपुत्रांना परतवून लावण्याची हीच एक संधी होती आणि जर इथे त्यांना थांबवता आलं नाही, तर मुघल साम्राज्याच्या थेट हृदयावरच आघात करण्याचा त्यांचा प्रयत्न रोखणं, केवळ अशक्य होतं, हेही जसवंतसिंहाला समजत होतं.

लढण्यास योग्य अशा भूभागाची पाहणी करणारा जसवंतसिंहाबरोबरच हा जत्था, धारमत नावाच्या एका लहानशा गावाजवळ थांबला.

''काय वाटतं तुम्हाला या जागेबद्दल?'' कोणाही एकाला उद्देशून असे न बोलता, प्रकट चिंतन करावे तशा सुरात जसवंतसिंह बोलला. कधी बोलायचं आणि कधी गप्प राहायचं याचं चांगलंच भान त्या दरबारी मानकऱ्यांना आणि सेनादल-प्रमुखांना होतं. पण कोणत्याही लढाईची सुरुवात ही तोफांच्या भडिमाराने होत असते त्यानंतर प्रचंड मोठ्या संख्येने घोडदळ आक्रमण करते वगैरे ठरावीक साचेबद्ध

पद्धतीने चालणाऱ्या युद्ध-नियोजनाच्या गोष्टी माहीत असलेल्या, तरुण वयाच्या, उत्साहाने फुरफुरणाऱ्या दानिशला बोलल्याशिवाय राहवलं नाही.

"राजे, लढाईमध्ये शत्रूसैन्याला विखरून टाकून परास्त करण्यासाठी ही जागा योग्य नाही. इथे पुढच्या बाजूला अगदी चिंचोळा भाग आहे, तसेच तो उंचसखलदेखील आहे, त्यात चर पडले आहेत, खड्डे आणि खळगेदेखील आहेत. हातघाईची लढाई होत असताना घोडदळाला मुसंडी मारण्यासाठी पुरेशी जागा मिळणार नाही; त्यामुळे घोडदळ निष्प्रभ ठरेल."

"तू जे सांगतो आहेस त्यात काहीच तथ्य नाही असे नाही, तरुण माणसा! पण आपल्याकडे दुसरा कोणता पर्याय आहे? औरंगज़ेब आणि मुराद अगोदरच एकमेकांना मिळाले आहेत आणि उत्तरेकडे आगेकूच करत आहेत; नव्हे, फक्त चार दिवसांच्या अंतरावर आहेत. जर आपण त्यांना इथेच थोपवून पाठीमागे नर्मदेपार लोटलं नाही तर एकदा ते उज्जैन ओलांडून गेले की त्यांना थांबवण्याची संधी आपल्याला कुठे मिळणार तरी आहे का? अर्थातच बंडखोरांनादेखील आपल्यासमोर असलेल्या आव्हानांना सामोरे जावेच लागणार आहे. सुबह-ए-तिरुतच्या मोहिमेत आम्ही शाही सेनेचं नेतृत्व केलं होतं, तेव्हादेखील अशाच प्रकारच्या भूभागातल्या आव्हानांना आपल्याला सामोरं जावं लागलं नव्हतं काय? तिथेदेखील एका बाजूला गंगेचं पात्र आणि दुसऱ्या बाजूला दलदलीचा प्रदेश होता आणि तरीही आपण ती मोहीम यशस्वी केली होती."

"होय राजेसाहेब," त्यांना थांबवत अस्करन बोलला. "पण तेव्हा शहेनशहांचे शत्रू, म्हणजे लढाईचे अर्धवट प्रशिक्षण घेतलेल्या निव्वळ बाजारबुणग्यांच्या सेनेचे नेतृत्व करणारा एक अफूच्या नशेत पार बुडालेला सेनाप्रमुख होता. इथे माघार घेणे ज्याला माहीतच नाही, अशा एका अत्यंत हुशार सेनाधिपतीबरोबर लढायचं आहे. शिवाय, त्याच्यापाशी फिरंग्यांचे साहाय्य असलेलं जबरदस्त तोफखानादळ आहे, ते उत्कृष्ट नेमबाज आहेत. त्यामुळे ते आपल्या घोडदळावर अगदी सहजपणे हल्ला करू शकतील. आपल्याला त्यांच्या तोफखान्याच्या भडिमाराला बगल देऊन दोन वेगवेगळ्या अंगांनी त्यांच्यावर हल्ला करणं सोपं जावं यासाठी यापेक्षा जास्त मोकळी जागा शोधणे आवश्यक आहे असं माझं ठाम मत आहे."

"पण कुठे अस्करन? अशी जागा कुठे आहे हे तुम्हीच सांगा आम्हाला. बंडखोरांना हिंदुस्थानमध्ये आतपर्यंत घुसू द्यायचं आणि मग उज्जैनच्या उत्तरेकडे त्यांच्याशी दोन हात करायचे? तसं केलं, तर त्यांना त्यांच्या प्रांतभागांपर्यंत मागे ढकलत नेण्याची कितपत शाश्वती देता येईल? एक लक्षात घ्या, की शक्य तितका कमी रक्तपात होईल याची खातरजमा करून त्यांना आल्या वाटेने माघारी जायला लावण्याची कामगिरी माझ्यावर सोपवण्यात आली आहे. आणि ते हिंदुस्थानमध्ये

जितक्या आतपर्यंत घुसतील, तितकं हे काम अवघड होऊन बसणार आहे. नाही अस्करन, आपण त्यांचा पुढे जाण्याचा मार्ग इथेच रोखला पाहिजे. आमची खात्री आहे, की ते कोणताही आततायीपणा करणार नाहीत, पण त्यांनी तसं करायचं ठरवलंच, तर राठोड आणि हाडा यांच्या घोडदळांच्या तुफानी धडकांसमोर त्यांचा टिकाव लागणार नाही आणि त्या दख्खनी लोकांच्या मनात भीतीने इतकी धडकी भरेल, की ते थेट घराकडे धाव घेतील. तोफखान्याचं म्हणाल, तर किल्ले नष्ट करण्यासाठी आणि भिंती पाडण्यासाठी चांगला असतो तो, पण जेव्हा हातघाईची लढाई करण्याची गोष्ट असते तेव्हा एखाद्या राजपुताच्या हातात असलेल्या भाल्याच्या टोकासमोर किंवा तलवारीच्या तेज धारेसमोर जगातलं कुठलंही सैन्य टिकाव धरू शकत नाही.'' आपल्या राजाच्या तोंडून बाहेर पडणारे शब्द ऐकून राजा रायसिंह सिसोदिया अणि मुकुंदसिंह हाडा यांचे ऊर अभिमानाने भरून आले आणि त्यांच्या चेहऱ्यावर हास्य विलसू लागले.

जसवंत पुढे बोलत राहिला- ''कसंही झालं तरी आपण आणखी दक्षिणेकडे जायला लागलो की आपल्या घोडदळाच्या दृष्टीने भूप्रदेश आणखीनच वाईट होऊ लागतो आहे, हे तुम्हाला दिसतेच आहे. शिवाय, ज्या अडचणींना आपल्याला तोंड द्यावं लागतंय, त्याच अडचणींना शत्रूलाही तोंड द्यावं लागणार आहे. प्राप्त परिस्थितीचा आपण जास्तीत जास्त चांगला उपयोग करून घेतला पाहिजे, आणि परिस्थिती आपल्यासाठी फायदेशीर करून घेण्यासाठी मुख्य युद्धभूमीच्या दोन्ही बाजूंना आपण खंदक खणू आणि त्यात पाणी भरू, म्हणजे मग शत्रू आपल्यावर बाजूने हल्ला करू शकणार नाही. त्याच वेळी आपले घोडदळ आक्रमण करत त्यांना बाजूच्या दलदलीकडे रेटत नेईल, उघड्यावर असलेल्या मुख्य युद्धभूमीवर येण्यासाठी त्यांना त्या दलदलीच्या बाजूनंच जावं लागेल,'' काही अंतरावर असलेल्या दलदलीच्या भागाकडे बोट दाखवत जसवंतसिंह म्हणाला. ''याचबरोबर इथे येण्यापूर्वी आम्ही आमच्या पंडितांचा सल्ला घेतला. ते ज्योतिषीदेखील आहेत. आजपासून चौथ्या दिवशी सूर्योदयाच्या वेळेला शाही सैन्यानं आक्रमण केलं तर त्यांचा जय होईल, असा अंदाज त्यांनी वर्तवला आहे. यामुळे दुसरं असं झालं आहे की, औरंगज़ेब आणि मुराद यांनी उत्तरेकडे जोर करायचे ठरवलेच असेल तर, इथे आपल्या सैन्याची रचना अनुकूल स्वरूपात करण्यासाठी आपल्याला पुरेसा वेळ मिळेल.'' आपल्या सेनाधिकाऱ्यांना आणि दलप्रमुखांना एकटक नजरेने बांधून ठेवत जसवंतसिंह पुढे म्हणाला, ''आता तातडीनं युद्धसामग्रीच्या गाड्या इथे आणा आणि नेहमीच्या पद्धतीनं सैन्याच्या वेगवेगळ्या विभागांची रचना करा, म्हणजे आजपासून तिसऱ्या दिवशी संध्याकाळ व्हायच्या आतच आपण युद्धासाठी सज्ज होऊन बसू. एक क्षणही आता वाया घालवून चालणार नाही.''

नऊ

जसवंतसिंहाचा संदेश औरंगज़ेबाला मिळाला तेव्हा त्याच्या चेहऱ्यावर विजयाचं मंद हास्य फुललं. ''चांगलेच सापडले आहेत ते आपल्या कचाट्यात,'' आपल्या अंतस्थ गोटातील एक सल्लागार असलेल्या महाबत खानाला औरंगज़ेब शांतपणे म्हणाला. ''कुणीकडे झुकावं याबद्दल साशंक असलेला जसवंतसिंह, द्विधा मनःस्थितीत आहे, हे उघड आहे. तो शूर आहे, पण त्याला स्पष्ट निर्णय घेता येत नाही आणि त्यानंच त्याचा घात होणार आहे.''

औरंगज़ेबाने आपल्या शत्रूला बरोबर जोखले होते, कारण जसवंतसिंह खरोखरच द्विधा मनःस्थितीत होता. एका बाजूला, त्याने आग्रा सोडलं तेव्हा कमीत कमी रक्तपात करून दोन्ही राजपुत्रांना त्यांच्या त्यांच्या प्रांतामध्ये माघारी धाडण्याची खुद्द शहेनशहांनी सोपवलेली कामगिरी होती. तर दुसऱ्या बाजूला, दक्षिणेकडून निर्माण झालेल्या आव्हानाचा कायमचा बीमोड करण्याचे दाराने दिलेले स्पष्ट संकेत होते. आणि या सगळ्यात भरीला त्या ब्राह्मणाने येऊन त्याच्या मनात संशयाचे बीज पेरले होते. आता त्याने काय बरे करावे?

लेखनिकाला बोलावून घेत औरंगज़ेबाने पत्रास उत्तर दिले-

महाराजासाहेब,

गंभीररीत्या आजारी असलेल्या हिंदुस्थानच्या शहेनशहांची, आमच्या अब्बाजानसाहेबांची वास्त-पुस्त करून एक कर्तव्यतत्पर पुत्र म्हणून त्यांच्याप्रती आमच्या मनात असलेला आदरभाव व्यक्त करण्याची संधी आपण आमच्यावर मनाई लादून आम्हाला नाकारत आहात का? पितृप्रेमापोटीची कर्तव्ये पार पाडण्याचा राठोडांच्या रक्तात भिनलेला राजपूत रिवाज अद्याप मेलेला नसावा, असे आम्हाला खात्रीने वाटते. मुघल साम्राज्याच्या कवेत अधिकाधिक भूप्रदेश आणण्यासाठी आणि साम्राज्याची एकजूट वाढवण्यासाठी तुम्ही केलेल्या योगदानाची

आणि तैमूरच्या घराण्याविरुद्ध तलवार न उचलण्याची तुमची इच्छा यांची दखल आम्ही घेतली आहे. या तुम्ही व्यक्त केलेल्या भावनांमुळेच आमच्या हृदयात तुमच्या भावनांना प्रतिसाद देण्याची ऊर्मी दाटून आली आहे; आणि तुमची तशी मनापासून इच्छा असेल, तर कोणताही लवाजमा बरोबर न घेता तुम्ही नजाबत खान यांना भेटावे. ते तुम्हाला आमचे पुत्र मोहम्मद सुलतान यांचेपाशी नेतील आणि मग ते तुम्हाला आमच्याकडे क्षमा मागण्यासाठी घेऊन येतील. म्हणजे मग, आजवर तुम्ही ज्या निष्ठेने तैमूर घराण्याची सेवा करत आला आहात ती तुम्हाला तशीच पुढील काळातदेखील करता येईल.''

हा संदेश जसवंतसिंहाला नक्कीच वेड लावेल असा विचार येऊन औरंगज़ेबाच्या मनात आनंदाच्या उकळ्या फुटत होत्या. राजपुतांच्या मानमर्यादांच्या संकल्पनांना डिवचल्यामुळे आता अनिवार्य असलेली लढाई करताना त्याच्या हातून अनेक चुका होतील हे स्पष्ट होते. औरंगज़ेबाचा हा अंदाज अगदी अचूक होता. औरंगज़ेबचा संदेश घेऊन गेलेल्या घोडेस्वाराने जेव्हा तो संदेश राठोडांच्या सेनाप्रमुखाच्या, म्हणजेच जसवंतसिंहाच्या हातात दिला, तेव्हा त्यातील उपकारकर्त्याची भाषा त्याला असह्य झाली. तो स्वतः हिंदुस्थानच्या शहेनशहांच्या शाही फौजांचा सेनापती असा दुसऱ्या कुणा व्यक्तीच्या, ती व्यक्ती भले त्याच खानदानी रक्ताची असली तरी जिने साक्षात शाही तख़्ताविरुद्धच बंड केले आहे अशा व्यक्तीच्या, पायाशी लोळण घेणे शक्य तरी होते का?

चौथ्या दिवसाची पहाट उजाडली आणि दोन्ही सेना परस्परांविरुद्ध युद्धासाठी उभ्या ठाकल्या, तेव्हादेखील पत्राद्वारा झालेल्या अपमानाचा संताप जसवंतसिंहाच्या मनात खदखदत होता. दोन्ही सैन्यांनी रणनीतीच्या पारंपरिक पद्धतीनुसार अग्रभागी तोफखानादळ, त्यांच्या मागे जय्यत तयारीमध्ये बिनीच्या सरदारांच्या तुकड्या, त्यांच्या दोन्ही बाजूंनी अश्वदळे, त्यांच्या मागे काही अंतर राखून दुसरी झपाट्याने आक्रमण करणाऱ्या घोडदळांची तुकडी व त्यानंतर निकाली धडक मारू शकणाऱ्या जबर ताकदीच्या घोडदळाची फळी, अशी रचना केलेली होती. गरज पडली तर आघाडीच्या फळीच्या किंवा दोन्ही बाजूंच्या घोडदळांच्या मदतीला जाऊ शकतील अशा स्थितीत आघाडीच्या फळीच्या मागे काही अंतरावर राखीव दल उभे होते; आणि त्यांच्या मागे संपूर्ण युद्ध क्षेत्रावर लक्ष ठेवता यावे, यासाठी सेनेच्या रचनेच्या मध्यभागी असलेल्या हत्तीवर स्वतः सेनापती विराजमान झालेले होते. त्यांच्या पाठीमागे सैन्याच्या पिछाडीचे रक्षण करणारे सैनिक आणि या सगळ्यामध्ये पायदळातले तोड्याच्या बंदुका चालवणारे, तलवारबहाद्दर, भालाईत आणि तीर-कमान चालवणारे सैनिक जागोजागी विखुरलेले होते.

आदल्या रात्री मधून मधून पावसाच्या सरी पडत होत्या, त्यामुळे त्या उंचसखल रणभूमीवरच्या खड्ड्या-डबक्यांमध्येदेखील पाणी भरले होते. पण जसवंतसिंहाला त्याची काही काळजी वाटत नव्हती. तो आपल्या अजस्त्र सैन्याच्या मध्यभागी हत्तीवर बसला होता. त्याच्या चेहऱ्यावर शौर्यतेज झळकत होते आणि उजव्या बाजूने राजा रायसिंह सिसोदिया आणि डावी बाजू सांभाळायला नवाब इफ्तिकार खान नेतृत्व करत असल्यामुळे आपले डावपेच आपल्याला यश मिळवून देतील, असा त्याला विश्वास होता. औरंगज़ेबदेखील त्याच्यासारखाच हत्तीवर आरूढ झाला होता. त्याची उजवी बाजू मुराद सांभाळत होता आणि औरंगज़ेबाचा लहान मुलगा मोहम्मद आझम डाव्या बाजूचे नेतृत्व करत होता. आघाडीच्या फळीचे नेतृत्व त्याचा मोठा मुलगा मोहम्मद सुलतान करत होता. पंडिताने सांगितलेली शुभमुहूर्ताची घटिका भरल्याबरोबर जसवंतसिंहाने पुढे सरकू पाहत असलेल्या शत्रुपक्षावर तोफखान्याचा भडिमार आणि अग्निबाणांचा वर्षाव करण्यास सुरुवात केली आणि अपेक्षेप्रमाणे लवकरच त्याला प्रत्युत्तरही मिळू लागले. दोन्ही बाजूंमधले अंतर कमी होऊ लागले. दोन्हीकडच्या तोफा आणि बंदुका एकमेकांवर आग ओकू लागल्या. दरम्यान दोन्ही पक्षांची डाव्या-उजव्या बाजूची घोडदळे रणक्षेत्रातल्या मध्यवर्ती भागातल्या चिंचोळ्या भागात लढण्यास योग्य जागा बळकावू लागली. शाही फौजेतले घोडदळ योग्य जागी पोहोचल्यावर जसवंतसिंहाने त्यांना पुढे धडक मारून औरंगज़ेबाच्या सैन्यावर दोन्ही बाजूंनी हल्ला करायची आज्ञा केली.

सकाळच्या सूर्यप्रकाशात झळाळणारे भाले आणि तळपत्या तलवारी घेतलेले शाही घोडदळ सुरुवातीला दुडक्या चालीने, मग जरा सहजपणे दौडत, आणि शेवटी चौखूर उधळत निघाले, तेव्हाच बंडखोरांच्या तोफखान्याने केलेल्या अचूक माऱ्याने शाही घोडदळाच्या पुढे सरकणाऱ्या फळीत खिंडारे पडली. पण कसलेल्या घोडदळाने त्वरित आपले घोडेस्वार एकत्र केले आणि ते एखाद्या उसळत्या लाटेसारखे धडाक्याने पुढे सरकले.

त्यांच्या पहिल्या भडिमाराने शाही घोडदळाची पहिली लाट काहीशी विस्कळीत झाली असली, तरी आता शाही दलातले घोडेस्वार शत्रूचा मारा चुकवत तोफखान्यावरच तुटून पडायला लागले असतानाच ''घोडदळाला अंगावर घ्यायला सज्ज व्हा!'' हे शब्द औरंगज़ेबाच्या सेनेच्या अग्रभागी असलेल्या तोफखान्याच्या प्रमुखांच्या कानात घुसले. शाही सैन्याची ही पहिली धडक फारच जबरदस्त होती. तलवारी चमकल्या, भाले खुपसले गेले आणि तोफांचा पहिला बार उडवून झाल्यानंतर दुसरा भरायच्या गडबडीत असलेले अनेक तोपची सपासप कापले जाऊन रक्ताच्या थारोळ्यात पडले. काही ठासणीच्या बंदुका खटका अडकल्याने निकामी झाल्या आणि बंदुकांमध्ये भरायच्या जवळच ठेवलेल्या दारूला आग लावण्यात आली. त्यामुळे त्या भल्या

सकाळच्या हवेमध्ये प्रचंड मोठे धुराचे लोटच्या लोट उठू लागून आभाळापर्यंत पोहोचू लागले. बचावलेले बंदूकधारी जीव वाचवण्यासाठी बंदुका टाकून देऊन पलायन करू लागले. त्यासरशी तोफखान्याच्या रांगा विस्कळीत करून मुसंडी मारलेल्या घोडदळाने आपला मोर्चा प्रत्यक्ष आघाडी सांभाळणाऱ्या दळांकडे वळवला. दरम्यान त्यांच्या मागे असलेले घोडेस्वारदेखील पुढे सरसावले आणि आघाडीच्या दळांवर हल्ले करू लागले. त्यानंतर झालेल्या हातघाईच्या लढाईत बंदूकधारी शिपायांना एकत्र आणून पुन्हा लढायला प्रोत्साहित करण्याचे निकराचे प्रयत्न करत असलेल्या औरंगज़ेबाच्या तोफखाना प्रमुखाला- मुर्शीद कुली खानला, तलवारीच्या एका जीवघेण्या वाराखाली आपले प्राण गमवावे लागले. आता पूर्णतः विस्कळीत झालेल्या तोफखान्याच्या रांगांमधून शाही घोडदळाची लाटच्या लाट त्यांच्याबरोबरच झपाट्याने पुढे निघालेल्या पायदळातील सैनिकांच्या साथीने औरंगज़ेबाच्या आघाडीच्या दळावर झेपावली. औरंगज़ेबाच्या आघाडीच्या दळांचा सेनाप्रमुख असलेला झुल्फिकार खान आपल्या हत्तीवरून खाली उतरला आणि त्याने शाही घोडदळातील एका स्वारावर तलवारीचा जबरदस्त वार केला. पण एका अचूक भालाफेकीने लवकरच त्याचा बळी घेतला.

आपली सरशी होत असल्याच्या वासाने उन्माद चढलेल्या शाही फौजा बिनीच्या सैनिकांच्या फळीवर वारंवार आघात करू लागल्या; बंडखोरांच्या सैन्याची पांगापांग करण्याचा आणि त्याद्वारा एकूण युद्धाचीच समाप्ती करण्याचा प्रयत्न करू लागल्या. औरंगज़ेबाच्या दृष्टीने पाहता परिस्थिती हाताबाहेर जाऊ लागली होती. एका बाजूला मुराद, इफ्तिकार खानाचे सातत्याने होणारे हल्ले अतुलनीय शौर्याने परतवण्याचा प्रयत्न करत होता आणि दुसरीकडे मोहम्मद सुलतान बिनीच्या सैनिकांची एकजूट टिकवून धरण्याचा प्रयत्न करत होता. परंतु त्याच वेळी तोफा-बंदुकांचे रक्षण करायला किंवा त्या चालवायलादेखील कोणीच नव्हते. त्यामुळे आणखी खोलवर मुसंडी मारण्याच्या तयारीत असलेल्या शाही फौजांना त्याचे सैन्य रोखू शकत नव्हते. दरम्यान त्याची बिनीच्या सैनिकांची आघाडीची फळी शाही फौजांच्या एकामागून एक येत असलेल्या लाटांच्या माऱ्याखाली मान मुडपून मोडण्याच्या बेतात होती. आघाडीची फळी शाही फौजांच्या माऱ्याखाली मोडली जात असल्याचे पाहून औरंगज़ेबाने आपल्या अतिरिक्त राखीव दळाला त्यांच्या मदतीला पुढे धाडले. पण या चालीचादेखील फारसा उपयोग होत नाही असे दिसल्यावर तो स्वतःच त्याच्यासाठी जिवावर उदार होऊन स्वामीनिष्ठपणे लढणाऱ्या खासगीतल्या सैन्यासह पुढे सरसावला. थोडा वेळ आघाडी काहीशी स्थिर करण्यात त्याला यश आले; पण ते जास्त वेळ टिकले नाही आणि त्याची आघाडी शाही फौजांच्या दबावाखाली वाकत असल्याचे दिसू लागले. आघाडीची फळी नेस्तनाबूत झाली असती तर शाही

फौजांना औरंगज़ेबाच्या सैन्याच्या केंद्रभागी पोहोचण्यासाठी काही क्षणच पुरेसे ठरले असते आणि त्यामुळे आपल्या सैन्याला वाचवण्यासाठी तो काहीही करू शकला नसता, हे औरंगज़ेबाला माहीत होते.

हा आपला अंत आहे का? लढाईची धुमश्चक्री पूर्ण भरात असताना औरंगज़ेबाच्या मनात विचार आला. आपल्या सर्व योजना आणि कष्टांचं शेवटी हेच फलित मिळणार होतं का ? मुघल साम्राज्याशी टक्कर घेण्याचं दुःसाहस केल्याबद्दल आता मुरादला आणि मला आपलं शेपूट आपल्याच पायात घालून स्वतःचा जीव वाचवण्यासाठी माघारी पळत सुटावं लागणार आहे का?

शाही फौजांच्या घणाघाती हल्ल्यांमुळे बंडखोरांचे सैन्य प्रत्येक इंच न् इंच आपल्या रक्ताने भिजवत मागे हटत होते, तेव्हा आता फक्त काहीतरी चमत्कारच आपल्याला वाचवू शकेल, असे औरंगज़ेबाला वाटू लागले.

बरोबर त्याच वेळेला शाही घोडदळाच्या जबरदस्त हल्ल्यामुळे पळून गेलेले काही तोपची आणि बंदूकधारी सैनिक आपापल्या तोफा-बंदुकांपाशी परत आले. ते पाहताक्षणी औरंगज़ेबाच्या सेनाधिकाऱ्यांपैकी एक अत्यंत उत्साही सेना अधिकारी, सैफ शिकन खान, आपल्या घोड्यावरून उडी मारूनच खाली उतरला. धावत जाऊन त्याच्या जवळच पोहोचत असलेल्या एका तोपचीची गचांडी धरली आणि त्याला जवळच एका ठिकाणी तोपची पळून गेल्याने मोकळी पडलेली तोफ, तोफगोळे आणि तोफेत भरायच्या दारूची पोती होती तिथे खेचतच घेऊन गेला.

"पळून जाता काय, रांडेच्यानो?" जणूकाही आता त्याची गर्दन मारणार अशा आविर्भावात दात-ओठ खात, तलवार परजत खान त्या तोपचीवर डाफरला. मग त्याच त्वेषाने त्या तोपचीचे नाक तोफेच्या दारूच्या पोत्यामध्ये दाबून धरले आणि जबरदस्ती करत तीच दारू तोफेच्या नळीमध्ये ओतायला लावली. हा सगळा प्रकार पाहून तोफा चालवणाऱ्यांपैकी तिथे उरलेले सैनिकही धीर एकवटून जमा झाले, तोफेचा बार भरला गेला आणि तोफा पुन्हा धडाडू लागल्या.

दरम्यान युद्धक्षेत्र आता आपल्याच ताब्यात आहे अशी भावना झालेल्या शाही फौजांनी आपली बिनीच्या सैनिकांची आघाडीची फळी, त्यामागची राखीव दलाची फळी आणि त्यांना पाठबळ देत असलेले सैन्याच्या केंद्रस्थानी जसवंतसिंहाच्या नेतृत्वाखाली असलेले दळ असे सर्व काही पुढे सरकवले होते. परंतु तोपर्यंत पुन्हा नव्याने धडाडू लागलेल्या तोफांच्या सुरुवातीला बाचकत-बिचकत, पण नंतर सातत्याने आणि अचूक नेम धरून केलेल्या भडिमारामुळे शाही फौजांची पुढे सरकणारी लाट थोपवली गेली. इतकेच नाही, तर दबून शेवटी मागे सरकू लागली. मुळातच उंचसखल असलेल्या भूभागावर जागोजागी खड्डे आणि डबकी तर होतीच, पण त्याच्या जोडीला मरून पडलेल्यांची आणि मरणप्राय अवस्थेत असलेल्या

सैनिकांची शरीरे इतस्ततः पसरलेली होती. त्यामुळे निर्णायक तडाखा देण्यासाठी मागे राखून ठेवलेल्या जबर ताकदीच्या घोडदळांना झपाट्याने पुढे जाण्यात अडथळे निर्माण झाले. तोफांच्या माऱ्यातून आणि गोळ्यांच्या दणक्यातून उडालेल्या तीक्ष्ण तुकड्यांच्या माऱ्यातूनही जे बचावले आणि पुढे येऊ शकले, ते ठासणीच्या बंदुकांच्या टप्प्यात अनायासेच पोहोचले. मग औरंगज़ेबाने आपल्या आघाडीच्या फळीची ज्यांच्या साहाय्याने मजबूत बांधणी केली होती त्या बंदूकधाऱ्यांनी आणि तीर-कमानवाल्या सैनिकांनी त्यांना पटापट टिपले. युद्धभूमीच्या दोन्ही बाजूंनी खंदक खणून त्यात पाणी भरण्याचा जसवंतसिंहाचा प्रयत्न त्याच्याच अंगलट आला आणि शाही फौजांना योजनाबद्ध हालचाली करण्यास वावच राहिला नाही. इथे युद्ध न करण्याचा तरुण दानिशने दिलेला सल्ला दुर्दैवाने खरा ठरू लागला.

शाही फौजेमधील घणाघाती धडक मारणारे घोडदळ सुरुवातीलाच मिळालेल्या मोकळ्या वाटेमुळे वरवंटा गडगडत जावा तसे थेट बंडखोरांच्या आघाडीच्या फळीत आरपार घुसले होते. पण त्यामुळेच आता त्यांच्या परतीचा मार्ग बंद झाला होता आणि त्यांना कुणाचीच मदत मिळणे अशक्य होते; कारण औरंगज़ेबाची माणसे त्यांना सगळ्या बाजूंनी घेरून त्यांच्यावर तुटून पडत होती.

आता लढाईचा भर जसवंतसिंहाच्या सेनेच्या विरोधात जायला लागला होता.

केंद्रभागी असलेल्या सैन्यासह औरंगज़ेब आणखी पुढे सरकला, आणि शाही फौजांकडून कोणती तरी घोडचूक घडेल आणि आपल्याला संधी मिळेल असे मनाशी म्हणत वाट पाहत थांबला.

"आत्ता! या क्षणी! आक्रमण करा!" त्याच्या मध्यवर्ती सेनादळांच्या दोन्ही बाजू सांभाळणाऱ्या शेख मीर आणि सैफ शिकन खान या दोन सेनाधिकाऱ्यांना औरंगज़ेबाने आज्ञा केली. त्यांनी माघार घ्यायची वाट बंद झालेल्या शाही अघाडीच्या तुकड्यांवर इतका जबरदस्त हल्ला चढवला की थोड्याच वेळात ती रणभूमी ज्या राजपूत वीरांच्या रक्ताने अक्षरशः भिजली, त्यामध्ये केवळ चारच दिवसांपूर्वी जसवंतसिंहाच्या साथीला आलेल्या मुकुंदसिंह हाडाचे रक्तदेखील होते.

आघाडीच्या सैन्यदळांचे आक्रमण थोपवले गेले, आणि पूर्णपणे निष्प्रभ केले गेल्याचे पाहिल्यावर आणि लढाईचे पर्यवसान तुरळक झोंबाझोंबीपुरतेच उरल्याचे पाहिल्यावर शाही फौजेतील सैनिकांचे अवसान हळूहळू गळायला लागले. शाही फौजांच्या उद्दिष्टाला चिकटून राहण्याचे फारसे काही कारणच उरले नसल्यामुळे, जसवंतसिंहाच्या उजव्या बाजूने परिघावर राहून लढणाऱ्या राजपूत मुखियांपैकी काही जणांनी उडालेल्या रणधुमाळीचा फायदा घेऊन हलकेच लढाईतून काढता पाय घेतला आणि आपल्या अनुयायांसह घरी परतण्याचा विचार केला; तर आत्तापर्यंत प्रत्यक्ष लढाईत सहभागदेखील न घेता लांबूनच काय चाललेय, कोणत्या बाजूची

सरशी होतेय याचा अंदाज घेत बसलेल्या कासिम खानाने बंडखोरांची सेना आपल्याच दिशेने चाल करून येत असल्याचे पाहून शाही सेनेपासून फारकत घेत सरळ विरोधकांच्या बाजूलाच जायचा विचार केला. दरम्यान जसवंतसिंहाच्या नेतृत्वाखाली लढणाऱ्या आणि राठोड वंशाच्या दोन हजार कसलेल्या योद्ध्यांचे संरक्षक कवच लाभलेल्या मध्यवर्ती दळाने काही मुघल वंशाच्या सैनिकांच्या तुकड्यांच्या साथीने अजूनही आपण विजयश्री खेचून आणू शकतो, या वेड्या आशेने आपला लढा सुरूच ठेवला होता. परंतु मुरादच्या सैन्याने खड्ड्या-डबक्यांमधून वाट काढत त्याची डावी बाजू कापून काढली आणि मग त्यांनी जसवंतसिंहावर धाड घातली.

"सारं काही संपलंय आता महाराजासाहेब," ज्या हातात तलवार धरायची तो हात कोपरापासून कापला गेलेला आणि तोंडावर, मानेवर, अंगावर अनेक प्राणांतिक जखमा झाल्या असल्या तरीही जगण्याची जिद्द बाळगून जसवंतसिंहाच्या हत्तीपर्यंत दौडत आलेला एक बुंदेला वीर बोलला. "आमच्या बाजूची .... वाताहत .... झाली. शत्रूने .... आमच्या पलटणी .... उद्ध्वस्त .... केल्या," प्राण देहाला सोडून जात असताना एक पाय रिकिबीतच अडकलेल्या अवस्थेत लटकल्यासारखा कोसळण्यापूर्वी कसाबसा श्वास घेत त्याने सांगितले.

औरंगज़ेबाच्या तोफांनी समोरची बाजू उद्ध्वस्त करण्याचा लावलेला सपाटा, उजव्या बाजूचे सैन्य परागंदा झालेले आणि आता भरीला डाव्या बाजूला मुरादच्या सैन्याने केलेली दाणादाण पाहून जसवंतसिंहाला सत्याला सामोरे जाण्याचा क्षण समोर ठाकलेला दिसू लागला. बंडखोर सैन्याचा त्याने अतुलनीय धैर्याने सामना केला होता. दोन प्राणांतिक वार झेलल्यानंतरदेखील त्याने आपल्या सैन्याला माथी शांत ठेवून लढण्यास प्रोत्साहन दिले होते आणि त्यांना योग्य त्या चाली करण्यासाठी मार्गदर्शन केले होते; परंतु आता परिस्थिती हाताबाहेर चालली होती. शत्रूला शरण जाणे आणि प्राणांची भीक मागणे, ही जन्मभरासाठी नामुष्कीची गोष्ट होती. त्यापेक्षा त्याची वीरगाथा भाट-चारणांच्या गाण्यांमधून पुढच्या पिढ्यांना सांगितली जाऊन तो इतिहासात अजरामर होईल त्या राजपूत परंपरेनुसार, राठोड वंशाच्या उरल्यासुरल्या योद्ध्यांचे नेतृत्व करून शत्रूवर तुटून पडताना पत्करलेले सच्च्या राजपूत योद्ध्यांचे मरण अधिक श्रेयस्कर होते.

"राजपूत आपल्या वचनाला किती पक्का असतो ते आपण दाखवून दिले आहे," आपल्या हत्तीवरून उतरून घोड्यावर स्वार होत आक्रमणाचे नेतृत्व करण्यास सज्ज होता होता युद्धाच्या खणाखणीच्या आवाजाच्या वर आवाज चढवून आपल्या सैनिकांना म्हणाला. "आणि एक राजपूत युद्धामध्ये मरण पत्करण्यासदेखील तयार असतो हेदेखील आता जगाला दिसून येईल, कारण एका राजपुतासाठी आपल्या मानाच्या आणि तत्त्वांच्या रक्षणासाठी शत्रूवर आक्रमण करणे आणि प्रसंगी प्राणत्याग

करणे यापेक्षा दुसरी कोणती गोष्ट जास्त अभिमानाची असू शकते? सैन्याच्या रचनेमधल्या उरलेल्या सेनाधिकाऱ्यांना आक्रमणासाठी सज्ज व्हायला सांगा,''असे म्हणत जसवंतसिंहाने घोड्याच्या रिकिबीत पाय ठेवून घोड्यावर मांड ठोकण्याचा प्रयत्न केला, पण जखमांमुळे आलेला अशक्तपणा आणि प्रचंड थकवा यामुळे तो पाठीमागे कोसळला. गोवर्धन आणि महेश दास हे त्याचे सेवक जवळच उभे होते. ते लगेच मदतीला धावले आणि त्यांनी त्याला उचलून बसते केले, तसेच त्याच्या सुकलेल्या ओठांवर पाण्याचा हात फिरवला व त्याला पाणी पाजले.

''नाही महाराज, आम्ही तुम्हाला तुमचं मौल्यवान आयुष्य असं वाया घालवू देणार नाही. ही लढाई हरलो असलो तरी सगळं युद्ध काही आपण हरलेलो नाही,'' गोवर्धन म्हणाला. ''साम्राज्याला यापुढेदेखील तुमच्या सेवेची गरज लागणार आहे आणि बंडखोरांविरुद्ध लढण्यासाठी नव्या सेना उभारता येतीलच.''

''नाही गोवर्धन, मला खाल्ल्या मिठाला जागलंच पाहिजे आणि माझ्या जातीचा मानदेखील राखलाच पाहिजे,'' तोंडातून रक्त बाहेर येत असतानादेखील धडपडत उभे राहून घोड्यावर आरूढ होण्याचा प्रयत्न करताना जसवंतसिंह म्हणाला.

''महेश दासजी, अशा प्रकारे आपलं आयुष्य निष्कारणी खर्ची घालण्याचा प्रयत्न महाराजसाहेबांनी करू नये यासाठी तुम्ही पण त्यांची मनधरणी करा ना,'' गोवर्धन कळवळून विनंती करत म्हणाला.

जोरजोरात होकारार्थी मान हलवत महेश दास म्हणाला, ''राजेसाहेब, या सगळ्याची दुसरी बाजूदेखील तुम्ही पाहायला हवी. आपापल्या व्यक्तिगत फायद्यासाठी एकमेकांचा खून करायला निघालेल्या मुघल राजपुत्रांमध्ये चाललेलं हे युद्ध आहे. त्यापैकी या काय किंवा त्या काय, कोणत्याही राजपुत्राने नंतर राज्य करायला घेतलं तरी त्यात आपल्या लोकांचा काय फायदा आहे ? या राजपुत्रांपैकी एकही दुसऱ्यापेक्षा चांगला नसताना आणि हा त्यांच्यातील घरेलू वादाचा मामला असताना त्यामध्ये प्रत्यक्ष सूर्यदेवापासून आपली वंशोत्पत्ती असल्याचा अभिमान बाळगणाऱ्या राठोड वंशाच्या राजाने आपलं नाक का खुपसावं?''

''परंतु शाही फौजांचा सरसेनापती म्हणून .....,'' आपलं मत स्पष्ट करत जसवंतसिंह म्हणाला.

युद्धाची धुमश्चक्री त्यांच्या सभोवती चालली असतानादेखील जसवंत आता दोलायमान मनस्थितीत असल्याचे जाणून गोवर्धन आणि महेश दास या दोघांनी आपले म्हणणे जसवंतच्या मनावर बिंबवण्याचा प्रयत्न केला.

''आम्ही तेच म्हणतो आहोत राजेसाहेब,'' गोवर्धन म्हणाला. 'कोणत्या तरी यःकश्चित दख्खनी भाल्याच्या टोकावर आपलं आयुष्य बेवारशासारखं खोचून उधळून टाकण्यापेक्षा, एक सरसेनापती म्हणून कितीतरी मोठी जबाबदारी तुमच्या खांद्यावर

आहे. तुम्ही पुढच्या काळात यापेक्षाही ताज्या दमाची फौज उभी करू शकाल आणि या बंडखोरांना पराभवाचे कडू जहर पाजायच्या अनेक संधीदेखील तुम्हाला मिळतील. शिवाय, महेश दासजी म्हणत आहेत ते खरेच आहे. हा झगडा मुघलांचा आपसातला आहे आणि त्याचा आपल्या लोकांशी काहीही संबंध नाही.''

आजूबाजूला युद्धाचं कुंड पेटलेलं पाहाताना जसवंतसिंहाला त्या ब्राह्मणाचे शब्द आठवले. हे खरोखरच त्याचं भांडण होतं का? त्याने ही लढाई जिंकली असली तरी युद्ध हरलेले नाही असे गोवर्धन आणि महेश दास म्हणत होते त्यात तथ्य नव्हते का? राजधानीपर्यंत पोहोचण्याआधी, त्यांना पार कराव्याच लागणार आहेत अशा शेकडो जागी या बंडखोरांना थांबवणे शक्यच नव्हते का? शिवाय, त्याच्या जातिवंशाच्या योद्ध्याचं आणि जोधपूरच्या पवित्र भूमीचं काय? जर त्यांच्या सीमेवर आक्रमण झालं तर त्यांना त्याचा सल्ला आवश्यक असेल त्याचं काय? शेवटी त्याने नाइलाजानेच आक्रमणाचे नेतृत्व करण्याचा विचार सोडला आणि आपल्या जातिवंशातल्या उरलेल्या जखमी सैनिकांसह स्वतःलादेखील युद्धभूमीपासून दूर घेऊन जाण्यास अनुमती दिली.

शस्त्रांचा खणखणाट आणि वाद्यांच्या गोंगाटाने निर्माण झालेला कोलाहल यातदेखील औरंगज़ेब आपल्या हत्तीवरून विरुद्ध पक्षाच्या सरसेनापतीच्या हालचालींवर बारीक लक्ष ठेवून होता. त्याच्या संरक्षणासाठी त्याच्या खासगी दळातले सैनिक त्याच्या हत्तीभोवती संरक्षक कवच करून राहिले होते आणि शत्रुपक्षातल्या एकाही घोडेस्वाराला त्याच्यावर वार करण्याइतपत जवळ येऊ देत नव्हते. त्याला जसवंतसिंह आपल्या महाकाय हत्तीवरून खाली उतरल्याचे आणि आपल्या घोड्याजवळ कसाबसा पोहोचत असल्याचे दिसले. मग त्याला जमिनीवरच विश्रांती घेण्यासाठी बसवून त्याच्या जमातीतले योद्धे त्याच्याभोवती कडे धरून उभे राहिलेलेदेखील त्याने पाहिले. आता त्याची सरशी झाली होती का? खोगिरावर कशाबशा सावरून बसलेल्या सरसेनापती जसवंतसिंहाला तो खाली पडू नये म्हणून धरून ठेवत काही विश्वासू सैनिक युद्धभूमीपासून दूर नेऊ लागले. ते दृश्य पाहून मात्र औरंगज़ेबाला आणखी वेगळी खात्री करून घेण्याची गरज वाटली नाही. एक भलामोठा सुटकेचा निःश्वास त्याच्या तोंडून निसटला.

हातातली तलवार सगळ्यांना दिसेल अशा पद्धतीने हवेत उंचावून हलवत तो मोठ्याने ओरडला, ''अल्ला मेहेरबान झालाय. हिंदुस्थानचा रस्ता आता खुला झालाय.''

दहा

प्रचंड उकाड्याची अमावस्येची ती रात्र शांत, निःशब्द होती. आग्रा किल्ल्याच्या आगाशीवर दारा आणि वेगवेगळ्या धर्मश्रद्धांच्या तत्त्वविवेचनातील विद्वान लोक रेशीमवस्त्राने आच्छादलेल्या तक्क्यांवर रेलून बसलेले होते. सेवक त्यांना पंख्याने वारा घालत होते आणि ते सर्व जण तख़्ताच्या संभाव्य वारसाच्या आवडीच्या कामात – चर्चा, वादविवादाद्वारा सर्व धर्मांच्या शिकवणींमध्ये असणारी समानता शोधण्याच्या कामात– दंग झालेले होते. इतक्यात आगाशीच्या दुसऱ्या टोकाकडे काहीतरी गडबड झाली. एक सेवक धावतच तिकडे गेला आणि लवकरच दारा आणि इतर जण बसले होते तिथे परत आला.

''महाराजा जसवंतसिंहांकडून एक दूत आला आहे हुजूर. प्रत्यक्ष युवराज दारा शुकोह यांच्याच हाती देण्यासाठी त्यानं एक अत्यंत महत्त्वाचा संदेश आणला आहे असं तो म्हणतोय.''

''त्याला इथेच घेऊन या.'' नक्कीच त्याने काहीतरी चांगली बातमी आणली असेल- दाराने विचार केला.

सेवकाने त्या दूताला राजमहालाच्या पहारेकऱ्यांपैकी हातात मशाली घेतलेल्या काही पहारेकऱ्यांच्या मदतीने युवराज दारासाहेबांसमोर आणून हजर केले. आपल्या जागोजागी फाटलेल्या, धुळीने माखलेल्या आणि कुठेही न थांबता लांबची दौड मारून आल्याच्या खुणा अंगावर जागोजागी दाखवत असलेल्या अंगरख्याच्या आतल्या खिशातून एक बारीकसे नळकांडे काढत असताना त्या दूताला दोन्ही बाजूंनी आधार देऊन उभे करावे लागत होते. त्या नळकांड्याचे झाकण उघडून दाराने त्यात घट्ट गुंडाळी करून ठेवलेले चर्मपत्र बाहेर काढले. मशालीच्या प्रकाशात त्याचे डोळे जसजसे त्यातल्या मजकुरावरून पुढे सरकत गेले तसतशी त्याच्या चेहऱ्यावर दिसणाऱ्या आनंदाची बातमी ऐकण्याच्या उत्सुकतेची जागा भीतीने घेतली.

''आम्हाला एकांत हवा आहे.'' त्याने कठोर स्वरात आज्ञा केली.

दाराच्या चेहऱ्यावरचे गंभीर भाव पाहून तिथे जमलेले सर्व जण उठले आणि तोंडातून शब्दही न काढता तेथून निघून गेले; मग तिथे फक्त सेवक, तो दूत आणि राजमहालाचे पहारेकरी उरले. तोपर्यंत दाराने तो संदेश पुन्हा एकदा अगदी सावकाशपणे वाचला. आठ दिवसांपूर्वी लढण्यात आलेल्या लढाईनंतर लगेचच हा संदेश देण्यात आला होता. आणि तो घेऊन हा दूत वाटेत फक्त घोडे बदलण्यापुरता थांबत तडक इथवर आला होता.

"औरंगज़ेबाने ३०,००० सैनिकांसह नर्मदा पार केली .... मुरादच्या १०,००० सैनिकांची आणि त्यांची भेट झाली .... शाही फौजांचा उज्जैन जवळच्या धारमत येथे पराभव झाला ..... इफ्तिकार खान यांच्यासह शाही फौजेतील अनेक उच्च पदावरील अधिकारी, तसेच राजपूत सरदार कापले गेले .... शाही फौजेची साधनसामग्री तोफा, दारूगोळ्यांसह आणि तंबू, सामान लादायची जनावरे आणि युद्धासाठी लागणारा पैसाअडका सगळं काही बंडखोरांच्या हाती पडलं......आता ते दोन्ही राजपुत्र आग्र्यावर स्वारी करण्यापूर्वी चंबळ नदी ओलांडण्यासाठी उत्तर दिशेला धोलपूर गावाकडे निघाले आहेत....."

"तू युद्धात भाग घेतला होतास, होय ना?" दाराने विचारले.

त्या दूताने मूकपणे मान हलवली.

"तुला जे काही दिसलं ते सगळं आम्हाला सांग." दाराने आर्जवी सुरात सांगितले. आणि एक मोढा घेऊन त्या घोडेस्वाराचे बोलणे ऐकण्यासाठी त्याच्यासमोरच बसला.

सुरुवातीला घशात आवंढे अडकायला लागल्यामुळे त्या दूताला नीट बोलता येत नाहीसे दिसल्यावर दारा त्याला शांत करत म्हणाला, "नीट श्वास घे. स्वतःला सावर, नीट विचार करून घडलं ते सगळं आम्हाला व्यवस्थितपणे सांग. नाव काय तुझं?"

"बहादुरसिंह," आतापर्यंत श्वासात श्वास येऊन चित्त थाऱ्यावर आलेला तो स्वार म्हणाला. मग शत्रुपक्षाने केलेल्या अगदी सुरुवातीच्या तोफांच्या भडिमारापासून ते औरंगज़ेबाच्या सैनिकांनी शाही फौजांच्या उडवलेल्या धूळधाणीपर्यंत त्याला जे काही दिसले, ऐकू आले ते सर्व त्याने छोट्या छोट्या वाक्यांमध्ये, संयमित आवाजात कथन केले.

दारा ते सगळे शांतपणे ऐकत गेला. मात्र सविस्तर माहिती समजण्यासाठी अधूनमधून त्याने काही सूचक प्रश्न विचारले. त्याच्या मनात एक प्रश्न सारखा डोके वर काढत होता. जसवंतसिंहाने पाहिजे तितक्या ताकदीने प्रतिकार केला होता, का त्याने लवकरच रणांगणातून पळायचा विचार केला होता? या प्रश्नाचं उत्तर त्याला मिळायलाच हवे होते, कारण या युद्धात शाही फौजांचे नेतृत्व नवाब कासीम खान

यांनी करावे अशी इच्छा खुद्द शहेनशहांनीच व्यक्त केली होती ते त्याला आठवत होते.

"आणि महाराजसाहेबांचं काय झालं?" दाराने हलकेच प्रश्न केला.

त्या स्वाराने दाराच्या डोळ्याला डोळा भिडवून पाहिले आणि तो छाती पुढे काढून ताठ उभा राहिला. मग अगदी तोलून मापून बोलत त्याने सांगितले, "ज्या अतुलनीय शौर्यासाठी आमची जमात प्रसिद्ध आहे त्याच शौर्याने ते शेवटपर्यंत लढले. जीवघेणे वार झाले असतानादेखील शत्रूवर चालून जाणाऱ्या सैन्याचे नेतृत्व करण्यासाठी ते सज्ज होत होते, पण खूप रक्त वाहून गेलेले असल्यामुळे त्यांना भोवळ आली. त्यानंतरदेखील त्यांनी त्यांचा जीव निष्कारणी गमावू नये यासाठी त्यांची मनधरणी करणे अतिशय अवघड झाले होते."

"आणि नवाब कासिम खानांचं काय? त्यांनी नक्कीच चांगले भक्कन संरक्षण केले असेल ना?" दाराने विचारले. कासिम खानाला तीन जबरदस्त ताकदीची सैन्यदळे उभारण्यासाठी शाही खजिन्यातून पैसे देण्यात आले होते. आणि औरंगज़ेब आणि मुराद यांनी त्यांच्या सुभ्याच्या सीमा ओलांडून बाहेर यायचा नुसता प्रयत्न जरी केला तरी तो त्या दोघांना चुटकीसरशी त्यांच्या प्रांतात माघारी जायला भाग तरी पाडेल, नाहीतर त्यांची मुंडकी उडवून शाही तख़्ताच्या उद्याच्या वारसदाराच्या पायाशी टाकेल, अशी फुशारकी त्याने दारासमोर मारली होती.

तो प्रामाणिक सैनिक काही न बोलता गप्प उभा राहिला.

"टाळाटाळ करू नकोस आणि आम्हाला सांग. जे काही आहे ते स्पष्टपणे सांग," दारा उतावीळ होत म्हणाला.

"हुजूर, मी एक सामान्य माणूस आहे. नवाबसाहेबांसारख्या मातब्बर माणसाबद्दल मी काही बोलू तरी कसा शकेन? पण हुजूर, देवाशपथ खरं सांगतो, महाराजासाहेबांनी त्यांना शत्रूला त्यांच्या बाजूला गुंतवून ठेवण्याच्या वारंवार सूचना देऊनदेखील त्यांनी त्यांचे सैन्य लढाईपासून अलिप्त ठेवले आणि शत्रूची सेना जेव्हा चाल करून येताना दिसली तेव्हा तर ते त्यांच्या सैन्याच्या सगळ्या तुकड्या घेऊन पळूनच गेले."

मनातला तिरस्कार दाराच्या चेहऱ्यावर स्पष्ट दिसू लागला. भित्रटपणा आणि विश्वासघाताचा काही अंतच नव्हता काय? त्याच्या डोक्यात आता विचारांचं चक्री वादळ सुरू झाले होते, कारण आता अनेक गोष्टी तातडीने करणे आवश्यक होते. शांतपणे विचार करण्यासाठी त्याने मनावर ताबा मिळवण्याचा प्रयत्न केला. चंबळ नदी पार करू न देता औरंगज़ेबाला तिकडेच रोखण्यासाठी एका नव्या सैन्याची उभारणी, रसद, युद्धसामग्री या गोष्टींची जुळवाजुळव करून त्यांना ताबडतोब धोलपूरकडे पाठवावे लागणार होते. चंबळच्या किनाऱ्यांवरच्या चौकी-पहाऱ्यांची मजबुती करावी लागणार होती, तसेच खुद्द आग्र्यामध्ये पुरेशी राखीव सेना तैनात

करावी लागणार होती. शुजाचा निष्कारण पाठलाग करत बसलेल्या सुलेमानला पाठलाग सोडायला लावून आग्र्याकडे त्वरेने परत यायला सांगायला हवे होते.

"या माणसाकडे नीट लक्ष पुरवा आणि त्याला कशाचीही कमतरता भासणार नाही याची खात्री करा." घोडेस्वाराकडे अंगुलीनिर्देश करत दाराने एका सेवकाला आज्ञा केली. आणखी एकाला बोलावून म्हणाला, "उद्या दिवस उजाडताक्षणी आम्हाला सल्लामसलत करायची आह, असा निरोप प्रमुख शाही खजिनदार अस्कर खान आणि खलीलुल्लाह खान, तसेच सेनाधिकारी फिरुझ जंग, सय्यिद बाहिर हुसैन, ज़फर खान, फख़र खान, छत्रसाल सिंह हाडा, दिलेर बेग आणि रुस्तम नूर यांना द्या."

दुसऱ्या दिवशी ठरलेल्या वेळी ते सर्व मातब्बर मानकरी दाराच्या खासगी मसनदीच्या दालनात हजर झाले.

दाराने सुरुवात केली, "आम्ही तुम्हाला यासाठी बोलावलं आहे की, आमचे भाऊ औरंगज़ेब आणि मुराद यांनी नर्मदा पार केल्यानंतर महाराजा जसवंतसिंहाच्या नेतृत्वाखाली लढणाऱ्या आपल्या सेनेला आठ दिवसांपूर्वी उज्जैनजवळ पराभूत केलं आहे असं आम्हाला कळलं आहे. आता ते आपल्यावर इथे आग्र्यात हल्ला करण्यासाठी चंबळ नदी पार करण्याची योजना करत आहेत आणि त्यासाठी उत्तर दिशेला धोलपूरकडे कूच करत आहेत. त्यांना धोलपूर येथे चंबळ नदी पार करू न देण्याचा शहेनशहासाहेबांचा ठाम निर्णय आहे, कारण त्या ठिकाणानंतर त्यांना रोखण्यासाठी आपल्या फायद्याचा ठरेल असा नैसर्गिक अडथळ्याचा भूभागच नाही. आपण त्यांना तिथे थोपवू शकलो नाही तर आग्र्याच्या प्रवेशद्वारापाशीच त्यांच्याशी लढण्याची आपल्यावर पाळी येईल. तुमच्या प्रत्येकाच्या पदरी आत्ता या घडीला किती सैनिक आहेत त्यांची संख्या आणि तुमचे सैन्य पूर्ण क्षमतेसह सिद्ध करण्यासाठी आणखी काय आवश्यक आहे याचा मला तुम्ही प्रत्येक जण तपशील द्या. स्वतःचा घोडा आणि हत्यार घेऊन या मोहिमेत सामील होणाऱ्या सैनिकाला एक सोन्याची मोहोर आणि पायदळातील सैनिकाला पाच चांदीच्या मोहोरा मिळतील. शाही दारूगोळा खात्याकडून चापाच्या बंदुका आणि इतर हत्यारे पुरवली जातील." दाराने नवाब ज़फर खानाकडे पाहिले, त्याने सहमतीदर्शक मान हलवली. "युद्धासाठी तयार असलेल्या हत्ती आणि उंटांची तसेच मध्यम पल्ल्याच्या बंदुका, तोफा आणि गोळे या सगळ्यांची मोजदाद करावी लागेल."

हे सगळे बोलणे गडबडीने आणि शब्दामागून शब्द एकमेकांत गुंतत दाराच्या तोंडातून बाहेर पडत होते, तेव्हा अफगाण सय्यिदांच्या तुकड्यांचे प्रमुख आणि शाही सेनेमधले सगळ्यात काबिल सेनापती या तख़्ताच्या संभाव्य वारसदाराकडे एकटक नजरेने पाहत होते. ठाम निर्णय घेण्याची क्षमता नसल्याने, बोलताना थरथरणारी

हनुवटी आणि ओठ, तलवारीच्या मुठीवर घट्ट पकड घेण्यापेक्षा पुस्तकाची पाने उलटण्याची सवय राहिलेले जाड मांसल पंजे असे काही त्यांच्या अनुभवी नजरेने लगेच टिपले. हा असा राजपुत्र त्याच्यापेक्षा अतिशय हट्टी आणि कठोर काळजाच्या धाकट्या भावाबरोबर युद्ध करण्याचा विचार करत होता काय?

त्याने मनातले काही बाहेर न दाखवता गप्पच राहायचा शहाणा विचार केला, पण सेनेतला एक वरिष्ठ सेनाधिकारी ज़फर खान याने त्याचा मुद्दा मांडला, "असं पाहा की, हा एक कौटुंबिक मामला आहे. त्यामुळे राजपुत्र औरंगज़ेब आणि राजपुत्र मुराद यांना सरळ सरळ शहेनशहासाहेबांसमोर हजर राहायला परवानगी देणंच इष्ट ठरणार नाही का? तसं झालं, तर शहेनशहासाहेब आपल्या व्यक्तिमत्त्वाच्या प्रभावानंच त्यांची कानउघाडणी करतील. मग राजघराण्याचं रक्त जरादेखील सांडणार नाही आणि ते दोघं आपसूकच आपापल्या प्रांतात परतही जातील."

दाराच्या चेहऱ्यावर कुत्सित भाव दिसू लागला. तो म्हणाला, "आम्ही तुम्हाला पराभूतपणाच्या गप्पा मारायला इथे बोलावलेलं नाही. काय खानसाहेब, तुमच्या या पृथ्वीवरच्या इतक्या वर्षांच्या वास्तव्यानंतर तुमची मती भ्रष्ट तर झाली नाही ना, की हा असला बाष्कळ सल्ला देण्याला निव्वळ तुमचा घाबरटपणा कारणीभूत आहे? औरंगज़ेब आणि मुराद यांना शहेनशहांसमोर फक्त एकाच प्रकारे पेश केलं जाऊ शकतं आणि ते म्हणजे त्यांच्या गळ्यात साखळ्या अडकवून. आता शाही फौजांचं दर्शन होताक्षणीच त्यांनी आपापल्या सुभ्यांमध्ये परत जाण्याचा विचार केला तर गोष्ट वेगळी आणि त्यासाठी हे जवान छत्रसाल हाडादेखील पुरेसे आहेत."

काही काळ दालनात अतीव शांतता होती. दुसऱ्या कुणी इतका उघड उघड अपमान केला असता तर नवाबांची तलवार म्यानातून बाहेर पडलीच असती. पण हे होत होते राजघराण्याचे रक्त असलेल्या राजपुत्राकडून. तो शाही तख़्ताचा संभाव्य वारसदेखील होता. आणि शहेनशहांप्रती अर्पण केलेली निष्ठा ज़फर खानाचा हात मागे खेचत होती. त्यामुळे तो काहीच बोलला नाही आणि चर्चा संपल्याचे समजून तिथे जमलेले सर्व जण एक-एक करून बाहेर पडू लागले, तेव्हा प्रत्येक जण त्यांच्या नजरेला नजर देणे टाळत होता.

पुढचे काही दिवस अतिशय घाईगडबडीचे गेले. जुन्या तोफा दुरुस्त केल्या गेल्या, त्यांना वाहून नेणाऱ्या गाड्यांना तेलपाणी, वंगण करण्यात आले आणि नव्या तोफांचे नाळे घडवले गेले, बंदुका दुरुस्त केल्या गेल्या. तोफांमध्ये घालायचे गोळे, बत्ती आणि ठासणीची दारू यांचा साठा वाढवण्यात आला; हत्ती, उंट आणि घोडे मोहिमेसाठी सज्ज केले गेले; नवे सैनिक भरती केले गेले, त्यांना युद्धसामग्री पुरवण्यात आली आणि युद्धाचे प्रशिक्षणदेखील देण्यात आले; मोहीम अपेक्षेपेक्षा लांबली तर रसदीचा तुटवडा पडू नये म्हणून नागरी अन्नपुरवठ्यावर नियंत्रण बसवले

गेले; आणि पुढे होऊ घातलेल्या हिंदुस्थानच्या सिंहासनप्राप्तीच्या झगड्याच्या अनुषंगाने कराव्या लागतील, अशा शेकडो गोष्टी युद्धपातळीवर करण्यात आल्या.

बंडखोरांच्या सेनांना धोलपूरला पोहोचायला कमीत कमी पाच आठवडे लागतील असा अंदाज बांधला गेला होता. त्यानुसार शाही सेनेतील आघाडीच्या तुकड्या ताबडतोब धोलपूरकडे निघतील आणि चंबळ नदी ओलांडण्यासाठी उपयुक्त ठरणाऱ्या बोटींच्या फेऱ्या, नदी ओलांडण्याची ठिकाणे ताब्यात घेतील. जिथे जिथे चंबळ नदीचा प्रवाह उथळ असेल, त्या सर्व नदी ओलांडण्याच्या वाटा बंद करता येतील अशा योग्य जागी तोफखाना उभा करतील, तर औरंगज़ेबाच्या सेनेची आगेकूच रोखून त्यांना माघारी धाडण्यासाठी दारा स्वतः सैन्याचा मुख्य दस्ता घेऊन आघाडीच्या तुकड्यांमागून दहा दिवसांनी धोलपूरला पोहोचेल, अशी योजना होती.

दरम्यान त्या अतिउकाड्याच्या लांबच लांब रात्रींमध्ये पिता आणि पुत्रामध्ये दीर्घ काळ वादावादी होत राहिली. आपली चारही मुले आपल्यासमोर फक्त एकदा जरी बसली आणि आपसातले वाद सामोपचाराने मिटवण्याचा प्रयत्न केला, तर सर्व काही ठीक होऊ शकते, असा शहाजहानला अजूनही विश्वास वाटत होता.

''भावांकडून भावांची हत्या घडवणारा हा झगडा असाच पुढे चालत राहिला तर तैमूरच्या या महान वंशावर लवकरच अवकळा येईल, याची आम्हाला खात्री वाटायला लागली आहे,'' शहेनशहा दाराला म्हणाले. ''आम्हाला ज्यांचा सल्ला घेणे महत्त्वाचे वाटते अशा अनेक दरबारी मानकऱ्यांबरोबर आम्ही विचारविमर्श केला आणि त्या सगळ्यांनादेखील असंच वाटतंय की औरंगज़ेब आणि मुराद इथे आले आणि त्यांनी आम्हाला पाहिलं म्हणजे आम्ही आता पूर्ण बरे झालो आहोत आणि आम्हाला कोणत्याही दबावाखाली राहावं लागत नाहीये याची त्यांना खात्री पटेल आणि ते निमूटपणे आपापल्या प्रांताकडे परत जातील.''

''पण ते तर त्यांचं वरकरणी दाखवायचं कारण आहे.'' गवाक्षाबाहेर पाहत दाराने शेरा मारला. ''ते असं म्हणत आहेत की एक मुलगा म्हणून आपल्या आजारी पित्याप्रतीच्या कर्तव्यपूर्तीसाठी ते तुम्हाला भेटायला येत आहेत; परंतु तसे येताना औरंगज़ेब पाठीशी तीस हजारांची अनुभवी सरदारांची फौज घेऊन येतो आणि मुराद त्याची पाठराखण करतो. व्वा, काय सौहार्दपूर्ण भेट आहे, नाही का?''

''मी तुम्हाला कसं समजावू हुजूर? हा सगळा पितृप्रेमाचा खेळ म्हणजे निव्वळ वरवरची रंगरंगोटी आहे. तुम्ही जिवंत असूनदेखील औरंगज़ेबाला हिंदुस्थानचं साम्राज्य बळकावायचं आहे. त्याच्यापेक्षा काहीही कमी मिळण्याने त्याचं समाधान होणारच नाही आणि आपली महत्त्वाकांक्षा पूर्ण करण्यासाठी तो काय वाट्टेल ते करायलादेखील मागेपुढे पाहणार नाही. त्याला खरोखरच जर तुम्हाला भेटायचं होतं तर एवढी मोठी फौज घेऊन येण्याऐवजी, काही मोजक्या मानकऱ्यांना बरोबर घेऊन तुमच्या भेटीला

येऊ शकला असता.''

''कदाचित तुम्ही त्याची वाट अडवाल अशी त्याला काळजी वाटली असेल, किंवा त्याच्या उत्तरेकडे येण्याच्या वाटेवरचे काही राजे त्याला अडथळे निर्माण करतील, अशी शंका वाटली असेल. त्या भागातल्या काही राज्यांना आपण अजून वठणीवर आणू शकलेलो नाही, हे ध्यानात असू द्या.''

''तरीही तीस हजारांची फौज हुजूर! केवळ युद्धातच वापरले जाणारे हत्ती, तोफा, घोडदळ, पायदळ... सगळेच. शिवाय, जोडीला मुराद आणि त्याची सेना. या सगळ्याचा एकच अर्थ होतो– युद्ध! आता त्यांना युद्ध हवंच असेल तर ते त्यांना मिळेलच. आमच्या लहानपणापासून आम्ही पाहतोय, औरंगज़ेबाचा स्वभाव अप्पलपोटेपणाचा आहे. दुसऱ्याकडे असलेले सगळेच त्याला हवे असते आणि एकदा ते मिळाले की तो ते दुसऱ्या कुणालाही देण्यास तयार नसतो. त्याने आणि मुरादने मिळून आमच्या एका फौजेला पराभूत केलं आहे; परंतु केवळ त्याला हवंच आहे म्हणून हिंदुस्थानच्या साम्राज्याचं हे बक्षीस त्याच्या हाती पडणार नाही. हुजूर, हिंदुस्थानच्या तख़्तावर कोणी बसायचं हे ठरवण्याच्या तुमच्या हक्काचं मी जिवात जीव असेपर्यंत रक्षण करेन. हे साम्राज्य औरंगज़ेबाला मिळावं अशी तुमची इच्छा असेल किंवा काही वेगळी योजना करण्याची तुमची इच्छा असेल, तर तुमचा हा नम्र पुत्र त्याचा आनंदानं स्वीकार करेल; परंतु मी कुणालाही ते तलवारीच्या धाकानं हडप करू देणार नाही.''

शाही सेनेतल्या आघाडीच्या फौजा धोलपूरच्या दिशेने कूच करण्याचा दिवस लवकरच उजाडला. ''चंबळ नदी पार करण्याचे धोलपूरच्या आसपासच्या भागातले सर्व मार्ग आणि होड्या, मचवे ताब्यात घ्यायचे लक्षात ठेवा. तसेच, नदी पार करण्याचा कोणताही प्रयत्न हाणून पाडता येईल अशा प्रकारे आपल्या तोफांची रचना करा,'' दारा म्हणाला. आघाडीच्या तुकड्यांचा सेनापती असलेल्या फख़र खानाला सावधानतेचा इशारा देत तो म्हणाला, ''धोलपूरजवळच्या नदीभागात रात्रंदिवस जागता पहारा ठेवा. कोणीही संशयित इसम दिसला तर त्याला ताबडतोब अटक करून आम्ही तिथे पोहोचून त्याचे काय करायचे, याचा निर्णय घेईपर्यंत कैदेत ठेवा. नियमितपणे तुमच्या प्रगतीची माहिती आम्हाला कळवत राहा. सगळ्यात महत्त्वाचं म्हणजे, धारमत येथे जे घडलं त्याची पुनरावृत्ती होऊ देऊ नका. दक्षिणेकडच्या कोणत्याही मोहिमेसंदर्भात दरबारी ज्योतिष्यांनी सांगितलेल्या शुभघडीला, म्हणजे आजपासून बरोबर दहा दिवसांनी सूर्योदयानंतर एका तासाने सैन्याच्या मुख्य दस्त्यासह आम्ही इथून प्रस्थान करू.''

''आपल्या हुकमांची तंतोतंत तामिली होईल हुजूर.'' फख़र खानाने उत्तर दिले. ''आपला हा नम्र सेवक साम्राज्याला अपयश देणार नाही,'' असे म्हणून त्याने

दाराला लवून कुर्निसात केला, एका झेपेतच घोड्यावर आरूढ झाला आणि घोड्याच्या कुशीत टाचा रोवून त्याला दौडण्याची आज्ञा करून आघाडीच्या तुकड्यांच्या अग्रभागी गेला. रणदुंदुभी गर्जत असताना आणि निशाणे वाऱ्यावर लहरत असताना ती शाही सेना आग्र्याहून निघाली आणि धोलपूरच्या दिशेने चालू लागली.

दारा स्वतः धोलपूरला जाण्यासाठी निघणार होता, त्याच्या आदल्या रात्री पौर्णिमेचा चंद्र आग्र्यावर आपली शीतल किरणे बरसत होता. आपल्या लाडक्या नादिरा बेगमबरोबर मंचकावर पहुडलेल्या दाराने तिला प्रेमाने जवळ घेतले. ''पंचवीस-एक वर्षापूर्वी आपला निकाह झाला तेव्हा दिसायचीस त्यापेक्षाही आता तू जास्त सुंदर दिसते आहेस,'' तिच्याकडे कौतुकभरल्या नजरेने पाहत, आता काहीशी रुपेरी छटा दिसू लागलेल्या केसांच्या तिच्या कपाळावर रुळणाऱ्या लडिवाळ बटेशी खेळत तो म्हणाला.

''तारीफों के पूल बांधना तो कोई आपसे ही सीखे।'' ती त्याच्या कानात कुजबुजली. ''तुम्ही नुसतं विचारायची खोटी आहे आणि त्यांच्यापैकी कुणीही तुमच्या अधीन होतील अशा माझ्यापेक्षा कितीतरी तरुण आणि आकर्षक मुली माझ्या दास्यांमध्ये आहेत, तरीदेखील तुम्हाला माझ्यासारख्या वय झालेल्या स्त्रीमध्ये सौंदर्य दिसते हे नवल आहे.''

''नाही राणी, मला तू आणि फक्त तूच सर्वांत प्रिय आहेस. आणि माझ्या अखेरच्या दिवसापर्यंत तू मला प्रियच राहशील.''

''शशऽऽऽऽ....असे अखेरच्या दिवसासारखे अशुभ शब्द उच्चारूदेखील नका. हिंदुस्थानचा सम्राट होण्याचं भाग्य तुमच्या नशिबात लिहिलेलं आहे आणि आपली मुलंदेखील आकाशात चंद्र-तारे असेपर्यंत येथे अधिराज्य करतील,'' ती अगदी कोमल स्वरात म्हणाली. मग त्याचे तोंड आपल्याकडे वळवून त्याच्या नजरेमध्ये नजर मिसळत ती म्हणाली, ''तुमच्या भावांबरोबर लढाई करताना तुम्ही काळजी घ्याल, घ्याल ना? आणि सिफ़ीरच्या जिवाला काही धोका होणार नाही याकडेही लक्ष द्याल ना? अल्लाची कृपा आहे त्यामुळे तुमचे बंधू शुजा यांच्याविरुद्धच्या लढाईत सुलेमानच्या प्रयत्नांवर विजयाचा लखलखता मुकुट चढला आहे. पण सिफ़ीरची आत्तापर्यंत कोणत्याही मोठ्या युद्धामध्ये परीक्षा घेतली गेलेली नाही म्हणून आम्हाला त्याची काळजी वाटते. दरबारात चर्चा होणाऱ्या गोष्टींकडे कान केला तर मुराद सिंहाप्रमाणे शूर आहे, पण युद्धातल्या डावपेचांबद्दल त्याला फारसं काही कळत नाही असं दिसतं. पण औरंगज़ेबाकडे मात्र लक्ष ठेवायला हवं, कारण तो अतिशय कपटी, धूर्त आणि डावपेचात तरबेज आहे. त्यानं एकदा ठरवलं की त्याला हवी असलेली गोष्ट मिळवण्यासाठी तो कोणत्याही थराला जाऊ शकतो.''

दारा मनापासून हसत म्हणाला, ''तुम्ही काही काळजी करू नका प्रिय बेगमजी.

आपल्या विशाल शाही सेनेच्या नुसत्या दर्शनानंच त्या भोंदू मूर्खाची भीतीने गाळण उडेल आणि शेपूट पायात घालून तो माघारी पळत सुटेल. आणि खरोखरच जर लढाई करावी लागली तर सारा खेळ काही तासांतच संपेल. फौजेची डावी बाजू सिफ़ीर सांभाळणार आहे आणि काही हातघाईची वेळ आलीच तर आपला हा शेर शौर्य गाजवूनच बाहेर पडेल. शेवटी तो आपलाच मुलगा आहे.''

''तुमचं बोलणं खरं ठरावं एवढंच आमचं परवरदिगाराकडे मागणं आहे.'' कसल्या तरी अदृष्टाची काजळी मनावर धरू लागल्याने साशंक होत ती पुटपुटली. आकाशात पौर्णिमेचा चंद्र असूनदेखील तिच्या मनःपटलावर जी काळोखी पसरू पाहत होती ती झटकून टाकण्यासाठी तिने विचारले, ''आपल्या निकाहानंतरच्या पंचवीस वर्षांमध्ये तुम्ही आम्हाला दिलेल्या सगळ्या भेटवस्तूंपैकी आम्हाला सगळ्यात जास्त कोणती गोष्ट आवडते, तुम्हाला माहीत आहे का मेरे हुजूर?''

''कोणती?'' त्याने विचारले.

ती उठली आणि जवळच असलेल्या एका पेटाऱ्यामध्ये थोडीशी शोधाशोध करून तिने एक हस्तलिखित पुस्तक काढले. ''हे पाहा,'' असे म्हणून तिने पुस्तकाचे पहिले मुखपृष्ठ उलटले. पहिल्याच पानावर असलेल्या अर्पणपत्रिकेवर जे लिहिले होते ते दारा वाचू लागला, ''हे पुस्तक शहेनशहा शहाजहान यांचे सुपुत्र राजपुत्र दारा यांनी त्यांच्या सगळ्यात जवळच्या आणि सर्वांत प्रिय अशा जीवनसाथीला, नादिरा बेगम यांना भेट म्हणून अर्पण केले आहे.''

''म्हणजे तुम्ही हे इतकी वर्षं जपून ठेवलं आहे?'' त्याने आनंदाश्चर्याने विचारले.

तिनेही आनंदाने मान डोलवली. ''ज्या पुस्तकामध्ये आमच्या महाराजांचं वळणदार उर्दू लिपीमध्ये लिहिलेलं मोत्यासारखं दाणेदार हस्ताक्षर आहे, त्या पुस्तकापुढे हिरे आणि मोत्यांची काय किंमत?''

''खरंच, आम्हाला तुमच्यासारखी बेगम मिळाली हे आम्ही आमचं भाग्य समजतो,'' दिवस उजाडण्याची वाट पाहत ते दोघे एकमेकांच्या बाहुपाशात विसावले असताना तो म्हणाला.

पूर्व दिशेकडून सूर्य आपल्या कोवळ्या किरणांनी झाडांच्या शेंड्याकडील कोवळ्या पालवीला स्पर्श करायला लागण्याच्या बरेच आधी आपली निशाणे झळकवणारी दाराची सेना रणदुंदुभी, नगारे आणि तुताऱ्यांच्या रणकर्कश्श आवाजात आग्रा किल्ल्याच्या महाद्वारातून बाहेर पडली आणि धोलपूरच्या दिशेने निघाली.

अकरा

"अतर्क्य! अशक्य!! आमचा या गोष्टीवर विश्वासच बसत नाही." संताप अनावर झालेला दारा ओरडला, तेव्हा अत्यंत खजील झालेला फख़र खान आणि इतर सेनाधिकारी फुली मारल्यासारखे हातावर हात ठेवून आणि नजरेला नजर देण्याचे धैर्य नसल्यामुळे माना खाली घालून त्याच्यासमोर उभे होते. "नदी पार करण्यासाठी वापरल्या जाणाऱ्या या ठिकाणच्या आणि नदीच्या दोन्ही बाजूंवर दहा कोसपर्यंतच्या टापूतल्या सर्व प्रकारच्या होड्यांच्या फेऱ्यांवर पहारे बसवावेत आणि आमच्या भावांपैकी कोणीही चंबळ पार करण्याचा प्रयत्न येथे केला, तर तो आम्ही येथे येऊन सर्व सूत्रे आमच्या हातात घेईपर्यंत तरी हाणून पाडावा, असे स्पष्ट आदेश आम्ही तुम्हाला दिले होते खानसाहेब. आमच्या हुकमांची अंमलबजावणी का झाली नाही? शाही आदेशांचे पालन न करण्याची सजा काय असते हे तुम्हाला माहीत नाही काय?"

"हुजूर, तुमच्या हुकमांची शब्दशः तामील करण्यात आली होती." फख़र खानाच्या भीतीने सुकलेल्या ओठांमधून कसेबसे शब्द बाहेर पडले. "आपली सेना इथे पोहोचल्याबरोबर आम्ही सर्व होड्या ताब्यात घेतल्या आणि तुमच्या आदेशानुसार दोन्ही बाजूला दहा कोसांपर्यंतच्या टापूमध्ये जिथे जिथे नदी पार करता येण्यासारख्या जागा होत्या, त्या जागांवर अचूक मारा करण्यासाठी योग्य जागी तोफा सज्ज करून ठेवल्या. पायदळ आणि घोडेस्वार सैनिकांची चोवीस तास गस्त चालू केली, शत्रूच्या हालचालींवर नजर ठेवण्यासाठी व त्याची खबर देण्यासाठी गुप्तहेर पाठवण्यात आले. इतकी चोख व्यवस्था ठेवली की एखादा उंदीरदेखील त्यातून वाट काढून जाऊ शकणार नाही आणि याच्या खरेपणाबद्दल माझे सेनाधिकारी शपथदेखील घेतील."

"पण मग त्यांनी चंबळ पार कशी केली?" उपरोधिक सुरात दाराने सवाल केला. "त्यांना काय पंख फुटले? की त्यांचे हत्ती, उंट, घोडदळ, मोठमोठ्या तोफा,

हजारोंच्या संख्येत असलेले सैनिक हे सगळं मर्त्य माणसांच्या नजरेसही न पडू देता कोण्या स्वर्गातल्या देवदूतानं इकडून तिकडे नेलं?''

फख़र खानाने टोमण्याकडे दुर्लक्ष केले आणि म्हणाला, ''हुज़ूर, शत्रू धोलपूरच्या जवळपास फिरकलादेखील नाही. त्यांनी धोलपूर बाजूलाच टाकलं आणि ते ग्वाल्हेरच्या रस्त्याने कूच करून गेले. आत्ताच्या दिवसांत जिथे जवळजवळ पाणी नसतेच अशा धोलपूरपासून अनेक कोस दूर, पूर्वेकडे असलेल्या एका जागेची माहिती त्या परगण्यातल्या एका जमीनदाराने घसघशीत बक्षीस मिळण्याच्या आश्वासनामुळे त्यांना दिली. मग शत्रूने जबरदस्तीने कूच करायला लावून सैन्यासह ती जागा गाठली आणि आधी आघाडीच्या तुकड्या आणि त्यामागोमाग बहुतांश तोफखानादळ नदीपार गेले आणि लगेचच बाकीची सैन्यदळेही नदीपार झाली.''

''या गोष्टीचा आम्ही अगदी तळापर्यंत ठाव घेणार आहोत,'' दारा गंभीर स्वरात म्हणाला. ''आणि आमच्या भावांना कोणताही अडथळा न येता नदी पार करण्याबाबत आपल्यापैकी कुणी आमच्याशी दगलबाजी केली असल्याचा बारीकसा जरी सुगावा आम्हाला लागला, तर त्या व्यक्तीला याची किंमत आपलं डोकं कापून देऊनच चुकवावी लागेल. आता निर्माण झालेल्या अभूतपूर्व परिस्थितीचा सामना करण्यासाठी आम्हाला आमच्या सर्वांत वरिष्ठ, अनुभवी सेनाधिकाऱ्यांबरोबर चर्चा करायची आहे आणि युद्धासंबंधात यापुढे करावयाच्या डावपेचांबद्दल सल्ला घ्यावयाचा आहे. तेव्हा इतर लोक इथून रजा घेऊ शकतात.''

त्यानंतर फक्त सर्वांत वरिष्ठ पदावरचे अर्धा डझन सेनाधिकारी राजपुत्र दाराच्या सामोरे उरल्यावर तो फिरुझ जंगकडे वळला आणि म्हणाला, ''तर मग नवाबसाहेब, पुन्हा त्वरेनं आग्र्याला परतण्याशिवाय आपल्यापुढे दुसरा पर्यायच शिल्लक राहिलेला नाही, होय ना?''

''नाही हुज़ूर,'' तो करारी योद्धा म्हणाला.

खरोखरच शाही सेनेची अवस्था आता अतिशय धोकादायक झाली होती. औरंगज़ेब आणि मुराद यांनी आपल्या शत्रुपक्षाला पूर्णपणे गुंगारा दिला होता आणि आता ते फक्त पाच दिवसांच्या अंतरावर असलेल्या मुघल साम्राज्याच्या राजधानीच्या दिशेने जोमाने कूच करत होते. आणि त्यांना थोपवण्यासाठी कोणताही फौजफाटा दृष्टिपथातदेखील नव्हता, कारण दारा आणि त्याचे सैन्य धोलपूरजवळ एकत्र येऊन बसले होते. औरंगज़ेबाला चंबळ नदी पार न करू देण्यासाठी केलेल्या सगळ्या योजना फोल ठरल्या होत्या. सुलेमान शुकोह आणि त्याच्याबरोबर असलेल्या शाही सेनेच्या तुकड्या तर अद्याप आग्र्यापासून तीन आठवड्यांची मजल मारावी लागेल इतक्या अंतरावर होत्या. त्यामुळे त्यांची काहीच मदत होण्यासारखी नव्हती. आता जेवढा गोळा करणे शक्य होते तेवढ्याच फौजफाट्यासह आग्रा शहराच्या प्रवेशद्वाराबाहेरच

औरंगज़ेबाचा मुकाबला करून त्याचा पराभव करावा लागणार होता.

शाही सेनेच्या छावण्या ताबडतोब उठवाव्यात आणि ज्या कोणत्या मार्गाने आणि पद्धतीने लवकरात लवकर आग्र्याला पोहोचणे शक्य असेल, त्या मार्गाने आग्र्याचे रक्षण करण्यासाठी तातडीने परतावे, असा निर्णय घेतला गेला. हा निर्णय त्वरित कार्यान्वितही करण्यात आला. चंबळ नदीच्या काठावर मोक्याच्या जागी सज्ज ठेवलेल्या तोफा तेथून काढल्या गेल्या; बचावासाठी खोदलेले खंदक फोडले गेले; उभारलेले तंबू, शामियाने खाली पाडण्यात आले; हत्ती, घोडे, उंटं आणि खेचरं जुंपली गेली आणि त्यांच्यावर सामान लादले गेले. अत्यंत आवश्यक झालेली विश्रांती मिळेल अशा आशेवर असलेल्या सैनिकांना तातडीने परतीच्या प्रवासाचे आदेश देण्यात आले; आणि मग ती विशाल सेना आळोखेपिळोखे देत उठली आणि ज्या मार्गाने आली होती त्याच मार्गावर परतीची पावले टाकू लागली.

आग्र्याला पोहोचण्यासाठी दारा आता उतावीळ झाला होता. नदीकिनाऱ्यावर भक्कम पाया तयार करून सज्ज करून ठेवलेल्या अनेक तोफा तिथेच सोडून द्याव्या लागल्या आणि उत्तर भारतातल्या ऐन भरात असलेल्या उन्हाळ्याच्या दिवसांतल्या प्रचंड उष्म्यात पाण्याचा टिपूसही नसलेल्या प्रदेशातून कराव्या लागलेल्या पायपिटीचा विपरीत परिणाम सैन्यावर होत राहिला. तरीदेखील धोलपूरहून निघाल्यानंतरच्या पाचव्या दिवशी नैर्ऋत्येकडून आग्र्याकडे परतणाऱ्या शाही फौजेच्या आघाडीच्या टेहळणी पथकाला एखादे मृगजळ दिसावे तसा ताजमहालाचा संगमरवरी घुमट दूरवर दिसू लागला.

दरम्यान औरंगज़ेबही काही स्वस्थ बसलेला नव्हता. मुरादच्या सेनेबरोबर हातमिळवणी केलेल्या औरंगज़ेबाच्या फौजांनी ग्वाल्हेरजवळ चंबळ नदी पार केल्यानंतर त्याच्या अट्टाहासापुढे झुकत उत्तरेकडे जोरदार कूच केले आणि दाराची सेना नैर्ऋत्येकडून आग्र्याकडे पोहोचत होती त्याच सुमारास आग्र्याच्या पूर्वेकडे असलेल्या जमुना नदीचा किनारा गाठला.

पूर्वेकडे निघालेला प्रवाह आग्र्याच्या किल्ल्याला वळसा घालून साधारण चार कोस पुढे आल्यावर पुन्हा सरळ वहायला लागण्यापूर्वी यमुना नदी एक मोठे बाकदार वळण घेत उत्तरेकडे वाहते. वळणापासून काही कोस दक्षिणेकडे सामुगड नावाचे गाव आहे. आणखी दक्षिणेकडे आणि त्या जागेपासून पूर्वेकडे एक लांबच लांब सपाट भाग आहे. तिथली बाभळीची काटेरी झुडपं हेच काय ते त्याचं वैशिष्ट्य सांगता येईल.

''हीच जागा त्यांच्याशी दोन हात करण्यासाठी योग्य आहे,'' आपली स्थिती युद्धाच्या दृष्टीने मजबूत करण्यासाठी त्या सपाट जागेची पाहणी करण्यासाठी फिरुझ जंगबरोबर आलेला असताना राजपूत घोडदळाचा प्रमुख छत्रसाल हाडा

म्हणाला. संख्येनं आपण त्यांच्यापेक्षा फारच वरचढ आहोत. आणि धारमतच्या तुलनेत ही जमीन चांगली घट्ट, टणक आहे आणि इथे हालचाली करायला भरपूर जागा आहे. बंडखोरांची सेना दिसताक्षणी आपले घोडदळ त्यांच्यावर दोन्ही बाजूंनी एकामागून एक लाटेसारख्या धडका देत हल्ला करेल, त्यांच्या बिनीच्या सैनिकांच्या तुकड्यांना बाकीच्या सेनेपासून एकटं पाडेल आणि मग जिथे औरंगज़ेब निश्चितच असेल त्या फौजेच्या मध्यवर्ती भागाकडे आपला मोर्चा वळवेल. एकदा त्याच्या जवळ पोहोचलो की थोड्याच वेळात युद्ध संपलेलंच असेल.''

''आम्ही सहमत आहोत,'' सेनेबरोबर घाईघाईने पुढे जाता जाता दारा म्हणाला. त्याच्या डाव्या बाजूला असलेल्या आग्र्याच्या किल्ल्याला वळसा घालून गेल्यावर, जिथून त्या सपाट जागेचा जवळपास संपूर्ण परिसर नजरेच्या टप्प्यात राहील, अशा त्या जागेच्या परिघावर असलेल्या मोक्याच्या ठिकाणी दाराने आपला पडाव टाकला. त्या रात्री दाराच्या सैन्याने त्या सपाट मैदानावर पेटवलेल्या शेकोट्या आकाशातल्या असंख्य चांदण्यांसारख्या चमचमत होत्या.

ओसरणाऱ्या रात्रीने अंग भाजून काढणाऱ्या दिवसाला जागा करून दिली आणि टेहेळणी पथकातल्या स्वारांनी औरंगज़ेबाची सेना जवळ येत असल्याची बातमी आणली, त्यासरशी अंगावर पोलादी जाळीची झूल पांघरलेल्या, बरच्या आणि तलवारी पोटावर दोन्ही बाजूला बांधलेल्या एका महाकाय हत्तीवर बसलेल्या दाराने आपल्या सेनेला पुढच्या बाजूला अभेद्य कवचासारखी रचना करून पूर्ण ताकदीनिशी आक्रमण करायची आज्ञा दिली, तेव्हा त्याच्या छातीवरचे चिलखत सूर्याच्या किरणांमुळे चकाकत होते.

शाही सेनेचा अग्रणी ध्वज आणि त्यातल्या विविध शूर योद्ध्यांच्या तुकड्यांची निशाणे आणि शाही सैन्याची संख्या नुसती समोर ठाकलेली दिसली तरी या दख्खनी बाजारबुणग्यांच्या सेनेची भंबेरी उडेल आणि ते पायात शेपूट घालून पळत सुटतील, असा प्रचंड विश्वास असल्यामुळे शाही सेनेच्या उत्साहाला उधाण आले होते.

दोन्ही सेना युद्ध छेडण्याच्या तयारीत समोरासमोर उभ्या राहिल्या खऱ्या, पण दाराने अचानक आक्रमण थांबवण्याची सगळ्यांनाच गोंधळात टाकणारी आज्ञा केली. त्या आज्ञेमुळे त्याच्या सर्व सेनाधिकाऱ्यांना आश्चर्य तर वाटलेच, पण त्यांच्या मनात भीतीदेखील दाटून आली. ''थांबायचं? आत्ता?'' छत्रसालसिंह हाडाच्या मनात प्रश्न उमटला आणि तो तडक घोड्याला टाच मारून दौडतच राजपुत्र दाराच्या जवळ आला.

''हुजूर, आता ही थांबायची वेळ नाही. आक्रमण सुरू करायचे हुकूम द्या. युद्धभूमीवर पोहोचण्यासाठी शत्रू रात्रभर न थांबता मजल मारून आला आहे आणि पूर्णपणे थकलेला आहे. त्यांच्या काही तुकड्या तर अजून पोहोचलेल्यादेखील

नाहीत. आक्रमण करण्यासाठी यापेक्षा चांगली वेळ दुसरी असूच शकत नाही. सुरुवातीला आपल्या तोफांना त्यांची नांगी मोडू द्या, मग मी माझं घोडदळ त्यांच्या अंगावर घालतो. एका तासाभरातच आपण युद्ध जिंकलेलं असेल. हुजूर, कृपा करून आणखी उशीर करू नका. वाया जाणारा प्रत्येक क्षण आपल्यासाठी नवी आव्हाने उभी करेल.''

जवळच उभ्या असलेल्या दिलेर खानाने आणि सय्यिद बहिरनेदेखील त्याला दुजोरा दिला. ''राजपूत मुखिया जे सांगत आहेत ते अगदी खरे आहे हुजूर. आपण ही संधी दवडली तर अशी दुसरी संधी पुन्हा कदाचित मिळणार नाही. शत्रूचे हात-पाय आत्ता थकलेले आहेत आणि युद्ध करण्याचा त्यांचा उत्साहदेखील ढेपाळलेला आहे. एकच जबरदस्त दणका दिला की आपण युद्ध जिंकलेले असेल.''

''आम्हाला तुमचा सल्ला नेहमीच मोलाचा वाटतो. पण युद्धामध्ये आम्ही भाऊ-भाऊ एकमेकांना सामोरे आलोच तर आम्ही पहिला वार करणार नाही असं आग्र्याहून निघण्यापूर्वी आम्ही शहेनशहांना वचन दिलं आहे. आता त्यानं पहिल्यांदा चाल केली तर मात्र आम्ही पूर्ण ताकदीनिशी त्याला प्रत्युत्तर देऊ. परंतु आम्हाला अजूनही असं वाटतं की शाही सेनेचा नुसता ध्वज जरी त्यांनी पाहिला तर त्यांचं डोकं ताळ्यावर येईल ......''

सगळे सेनाधिकारी एकत्र येऊन दाराबरोबर चर्चा करत होते तिथे दौडत आलेला फिरुझ जंग म्हणाला, ''हुजूर, आपण फार मोलाचा वेळ वाया घालवतो आहोत. टाळाटाळ करण्याची ही वेळ नाही. तुमचा शत्रू तुमच्या समोर उभा आहे. त्याचा उद्देश स्पष्ट आहे. माघार घ्यायची तर त्याची अजिबात इच्छा दिसत नाही आणि जात्या प्रत्येक क्षणाबरोबर त्याच्या सैन्याची ताकद वाढत आहे. आपण जर आत्ताच काही केलं नाही तर हुजूर, आपल्या हातून राजदंड नक्कीच हिसकावून घेतला जाईल.''

''औरंगज़ेबाच्या मनात नक्की काय आहे ते नीट कळेपर्यंत आपण जरा वाट पाहू या. मात्र तोपर्यंत तुम्ही आपापल्या सैनिकांच्या फळ्या मजबूत करून सज्ज राहा,'' ना धड इकडे ना धड तिकडे अशी दुटप्पी भूमिका घेत दारा म्हणाला.

आपल्या नेत्याने दिलेल्या या अजब आज्ञेमुळे गोंधळात पडलेले ते सेनाधिकारी आपापल्या जागी जाऊन थांबले. पण अनेकांनी नेत्याचा हा निर्णय भेकडपणाचाच ठरवला आणि मग शाही सैन्यामध्ये बखेडा माजू लागला. एरवीदेखील शाही सेनेमध्ये वरवर दिसणाऱ्या एकजुटीच्या पापुद्र्याखाली शाही सेनेतल्या वेगवेगळ्या दळांमध्ये आपसातले हेवेदावे आणि सहकार्य न करण्याची भावना प्रबळ होतीच, त्यात आता या दुटप्पी वागणुकीमुळे आपसातला संशय जास्तच बळावला. दाराने थेट औरंगज़ेबाबरोबरच तर गुप्तपणे काही साटेलोटे केले नव्हते ना... दाराने सगळे

काही सरळ सरळ देऊनच टाकायचे तर ठरवले नव्हते ना... अशा असंख्य वावड्या सैन्यामध्ये मूळ धरू लागल्या. त्यामुळे तर त्यांची लढण्याची खुमखुमीच खच्ची केल्यासारखे झाले. दिवस पुढे सरकू लागला आणि सूर्य दाराच्या सैन्यावर जराही उसंत न घेता आग ओकू लागला तसतसा त्यांच्या त्रासात भर म्हणून त्यांच्यावर उष्ण झळांचा मारा होऊ लागला. जड जड चिलखते घालून आपापल्या जागी तापत्या उन्हात पुढच्या आज्ञेची वाट पाहत नुसतेच उभे राहावे लागलेल्या सैनिकांपैकी अनेक जण प्रचंड उष्म्यामुळे एक पाऊलदेखील पुढे टाकता न येण्याइतका शक्तिपात होऊन घेरी येऊन कोसळले.

राजपुत्र दाराने आक्रमणाचा निर्णय घेण्यात कुचराई केल्यामुळे मिळालेल्या वेळेचा सदुपयोग करत औरंगज़ेबाने आपली सेना युद्धभूमीवर एकत्र आणली. दाराने आपल्या सैन्याला थांबण्यास सांगितले आहे हे कळल्यावर त्याने मनातल्या मनात अल्लाची प्रार्थना केली, आपल्या हत्तीवरून खाली येत उडी मारूनच आपल्या घोड्यावर स्वार झाला आणि आदर्श सेनाधिकारी असणे म्हणजे काय असते याचं जितजागते उदाहरण तोफदळातल्या सैनिकांसमोर ठेवत सेनेच्या पिछाडीला चिखलाच्या खड्ड्यात रुतलेल्या एका तोफेचे चाक वर काढण्यासाठी स्वतः खांदा लावून जोर देत असलेल्या तोफखाना प्रमुख सैफ शिकन खानाजवळ पोहोचला. "शाब्बास नवाबसाहेब!" औरंगज़ेब आनंदाने ओरडला. तुमच्यासारखे सेनाधिकारी असतील तर आपला पराभव अशक्य आहे! तुमच्या तोफांची आजच्यापेक्षा जास्त गरज कधीच भासली नव्हती. युद्धांच्या इतिहासामध्ये तोफखान्याच्या कामगिरीचा आणखी एक महाअध्याय तुमच्या तोफदळावर आज लिहिला जावा. मुघल साम्राज्याचे भविष्य आता तुमच्या हाती आहे आणि ते सच्च्या धर्माला काळिमा फासणाऱ्या त्या धर्मभ्रष्टाच्या हाती पडू देऊ नका."

आग ओकणाऱ्या सूर्याची जराही पर्वा न करता अथकपणे आपल्या सैन्याच्या तुकड्यांमधून वर-खाली, मागेपुढे फेऱ्या मारत मारत औरंगज़ेबाने आपले सैन्य दुपार कलायला लागेपर्यंत मुख्य युद्धभूमीच्या रस्त्यांवर आणून उभे केले. शेवटी सूर्य अस्ताला गेला तेव्हा दिवसभरात जेव्हा शत्रूला पायाशी लोळण घ्यायला लावणे शक्य होते, तेव्हा काहीही न करता बावळटासारखे बसून राहावे लागलेली दाराची सेना छावणीत परतली. औरंगज़ेबाची सेना मात्र रात्रभर तिथेच उघड्यावर राहून उद्याच्या लढाईसाठी ताजेतवाने होण्यासाठी आवश्यक असलेली विश्रांती घेत राहिली. त्या रात्री आपल्या सर्व सेनाधिकाऱ्यांना उद्देशून बोलताना औरंगज़ेबाने प्रत्येकानेच आपले शौर्य उद्याच्या लढाईत प्रत्यक्षच दाखवून द्यावे, असे आवाहन केले.

"आपण फार लांबची मजल मारून इथवर आलो आहोत, आणि ते सगळे कष्ट निष्कारणीच नव्हते, हे उद्या आपल्याला दाखवून द्यायचे आहे. उद्या आपल्यापैकी

प्रत्येकाने शौर्य गाजवण्याचा दिवस आहे, हे प्रत्येक सैनिकाला कळवा. कठोरपणे आणि दृढ निश्चयाने तुम्ही शत्रूला इतके भयंकर तडाखे द्या, की अतुलनीय शौर्य दाखवत तुम्ही मारलेल्या प्रत्येक तडाख्याने नशिबाचे दरवाजे जोरजोरात खटखटावले गेले पाहिजेत.''

दुसऱ्या दिवशी पहाटेपूर्वीच दोन्ही सेना पुढे होऊ घातलेल्या लढाईसाठी सज्ज व्हायला लागल्या होत्या. प्रत्येक दळ लढाई करण्यासाठी आपापल्या जागी सज्ज होत होते आणि दिवस उजाडल्यानंतरच्या दोन तासांच्या आतच औरंगज़ेबाच्या सैन्यातल्या तुकड्या युद्धाच्या साऱ्या सामग्रीसह आक्रमण करण्यासाठी जय्यत तयार झाल्या. मुराद डाव्या बाजूचे नेतृत्व करत होता आणि दाराच्या फौजा ते आक्रमण अंगावर घेण्यासाठी तयार होत्या. रणभेरी गर्जत असताना आणि रणदुंदुभीच्या गजरात लहान आकाराच्या नगाऱ्यांचा आवाज मिसळत असताना भरीला रणकर्कशश तुताऱ्यांच्या साथीला हत्तींचे चीत्कार, घोड्यांचे खिंकाळणे, महाकाय तोफा हलवल्या जात असताना होणारा चाकांचा कचकच आवाज, असा सगळा प्रचंड गदारोळ साथीला घेऊन दोन्ही सेना दोन विरुद्ध दिशांनी युद्धभूमीकडे निघाल्या आणि सूर्य माथ्यावर येण्याच्या बऱ्याच आधी शाही सेनेला बंडखोरांच्या सेनेची निशाणे आणि पताका दिसायला लागल्या.

दोन्ही बाजूंमधले अंतर कमी होऊ लागले, तेव्हा कदाचित आपल्या तोफेचा पल्ला कुठपर्यंत पोहोचतोय याचा अंदाज घेण्यासाठी औरंगज़ेबाच्या तोफदळातल्या एका तोपचीने एक तोफगोळा उडवला. तो गोळा शाही सेनेच्या पुढे अगदी दूर अंतरावर पडल्याने शाही सेनेचे काहीच नुकसान झाले नाही, पण त्यामुळे दाराच्या मनात ज्या काही शंका कुशंका होत्या त्या लगेच दूर झाल्या. औरंगज़ेबाने तोफगोळा टाकून सुरुवात केली होती, त्यामुळे आता शहेनशहांना दिलेल्या वचनातून दारा मुक्त झाला होता. त्याचे युद्धाचे डावपेच सोपेच होते– आधी तोफांच्या माऱ्याने शत्रूच्या आघाडीच्या फौजांना नामोहरम करायचे, मग मध्यवर्ती दळावर घोडदळाचे एकामागून एक हल्ले चढवायचे आणि मग जिथे औरंगज़ेब निश्चितपणे असणार होता, त्या बंडखोर सेनेच्या केंद्रस्थानीच हल्ला करायचा. एकदा औरंगज़ेब मारला गेला किंवा कैद झाला की काही तासांतच हे बंड थंड पडणार होते.

पहिल्या तोफगोळ्याला प्रत्युत्तर देण्याची परवानगी मागत असलेल्या तोफखाना प्रमुखाकडे पाहत आपल्या हत्तीवरूनच दारा ओरडला, ''हो!'' त्याबरोबर सेनेच्या अग्रभागीच असलेल्या शाही सेनेच्या तोफखान्याकडून एकामागून एक तोफगोळे सोडले जाऊ लागले. तोफांच्या भडिमारातून उठलेल्या धुराच्या लोटांमधून पुढचे थोडे दिसू लागले, तरीदेखील शत्रूसेनेकडून प्रत्युत्तरादाखल काहीच हालचाल होत नसल्याचे किंवा अगदी अत्यल्प प्रतिसाद मिळाल्याचे पाहून आपण लढाई जवळपास

जिंकलीच आहे, शत्रू प्रचंड घाबरलेला आहे आणि काय उरलेसुरले बाजारबुणग्यांचे शत्रुसैन्य आहे त्याचा सफाया केला की काम फत्ते, असा दाराचा समज झाला. आपल्या तोफांचे गोळे अलीकडेच पडले आहेत आणि त्याने शत्रुसेनेचे फारच जुजबी नुकसान झाले आहे हे त्याच्या ध्यानातच आले नाही. औरंगज़ेब मात्र डोके शांत ठेवून शत्रुसेना तोफांच्या माऱ्याखाली येईपर्यंत आपला दारूगोळा राखून ठेवत होता.

आपल्या हाताने सफाईदारपणे इशारा करून दाराने शाही सेनेच्या डाव्या बाजूचे नेतृत्व करणाऱ्या रुस्तम खानाला आक्रमणाचे नेतृत्व करावयास सांगितले. त्यासरशी रुस्तम खानाच्या घोडदळातले घोडेस्वार हातामध्ये भाले पेलत आणि सूर्याच्या प्रकाशात चमचमणाऱ्या तलवारी परजत आरोळ्या ठोकत औरंगज़ेबाच्या सेनेच्या उजव्या बाजूवर तुटून पडले.

सैफ शिकन खान त्यांना शिंगावर घ्यायला तयारच होता. प्रत्येक तोफगोळ्याला तोफगोळ्यानेच प्रत्युत्तर देत साथीला मधेमधे पेरल्यासारख्या ठेवलेल्या पायदळातील सैनिकांनी केलेला बाणांचा वर्षाव, बंदुकांच्या गोळ्या आणि अचूक भालाफेकीमुळे आक्रमणाचा धडाका रोखला गेला. घोडेस्वारांच्या लाटांमागून लाटा येऊन औरंगज़ेबाच्या उजव्या बाजूवर धडकत होत्या, पण उजवी फळी तोडणे त्यांना शक्य झाले नाही. या प्रखर विरोधामुळे बावचळलेले घोडदळ मोहम्मद सुलतान नेतृत्व करत असलेल्या आणि जिथे स्वतः औरंगज़ेब होता त्या मध्यवर्ती भागाकडे वळले. आता हातघाईची लढाई सुरू झाली आणि मध्यवर्ती भागाची उजवी बाजू शाही सेनेतील सैनिकांच्या मोठ्या संख्येच्या दबावाखाली कच खाऊ लागली; परंतु त्याच वेळी आक्रमण मोडून काढण्यात तरबेज असलेल्या राखीव फौजा मदतीला धावल्या आणि रुस्तम खानच्या सैन्याची दाणादाण उडवली. त्यामुळे ते सिफ़ीर शुकोहच्या संरक्षणाखाली माघारी परतले.

ही काहीशी पीछेहाट होत असली तरी एकूणात पाहिले तर लढाई काही दारासाठी अगदीच वाईट ठरत नव्हती. त्याच्या उजव्या बाजूला असलेल्या खलीलुल्लाह खानाच्या उझबेकी तुकड्यांनी बाणांच्या वर्षावातदेखील आगेकूच चालू ठेवली होती, आणि ज्याला हाडवैरी मानले होते त्या दाराकडील बिनीच्या सैनिकांच्या तुकड्यांचे नेतृत्व करणाऱ्या छत्रसाल हाडाबरोबर झटापट करण्यासाठी औरंगज़ेबाची परवानगी न घेताच पुढे मुसंडी मारलेल्या औरंगज़ेबाच्या डाव्या फळीचे नेतृत्व करणाऱ्या मुरादला वाटेतच गाठले होते. आता औरंगज़ेबाचा तोफखाना आणि मुरादच्या फौजेच्या तुकड्या यामधून पुढे सरकायला वाट दिसू लागल्याबरोबर त्याचा फायदा घेण्यासाठी छत्रसाल हाडाच्या नेतृत्वाखालचे घोडदळ आणि इतर राजपूत सरदार जोरदार मुसंडी मारत पुढे गेले. बंडखोरांच्या तोफा आता त्यांच्या स्वतःच्या बाजूच्या सैनिकांचा मोठ्या प्रमाणात बळी घेतल्याशिवाय आपल्याला काहीही करू शकणार

नाहीत याची खात्री वाटल्यामुळे भाले, तलवारी आणि इतर विविध प्रकारच्या हत्यारांसह शस्त्रसज्ज असलेले आणि त्यागाचे प्रतीक असलेल्या भगव्या रंगाची वस्त्रे परिधान केलेले ते घोडेस्वार वाटेत आलेल्या शत्रुसैनिकांना कापत थेट मुरादच्या हत्तीपर्यंत पोहोचले.

''दारा शुकोहबरोबर तख़्तासाठी भांडण मांडतोस काय?'' मुरादच्या हत्तीच्या माहुताला हत्तीला गुडघ्यांवर बसायला लावायला भाग पाडून राजा रूपसिंहाने मुरादच्या दिशेने भाला फेकला. तो त्याच्या दंडावर निसटता वार करून गेला. इतर योद्ध्यांनीदेखील त्या उंच्यापुऱ्या हत्तीभोवती जमा होत बाणांचा इतका वर्षाव केला की मुरादचा हौदा म्हणजे सायाळीची पाठ असावी असे वाटू लागले. मुरादला तोंडावर तीन ठिकाणी जखमा झाल्या, पण ज्यासाठी तो नावाजला जात असे त्या अतुल धैर्याने तो लढत राहिला. त्याच्या हत्तीच्या पायांभोवतालच्या जमिनीवर चहूबाजूला भगव्या वस्त्रांमधल्या राजपूत योद्ध्यांच्या बरोबरीने त्याच्याही माणसांच्या प्रेतांचा खच पडला आणि मातीदेखील दोन्ही बाजूच्या योद्ध्यांच्या रक्ताने माखून गेली. मुरादच्या धनुष्यातून सुटलेल्या एका बाणाने राजा रूपसिंहाचा वेध घेतला तेव्हा त्याच्या फेट्यावर बांधलेली मोत्यांची माळ जराही ढळली नव्हती. परंतु दाराच्या सैन्यातल्या इतर तुकड्यांची कुमक मिळालेल्या राजपुतांनी आता आपला मोर्चा औरंगज़ेबाकडे वळवला होता.

मुरादला अडचणीत सापडलेले पाहून औरंगज़ेब आपल्या भावाच्या मदतीसाठी धावला होता आणि आता शाही फौजा औरंगज़ेबालाच भिडण्यासाठी कापाकापी करत पुढे येत होत्या. हत्तीने काहीही झाले तरी आपली जागा सोडू नये म्हणून लोखंडी साखळ्यांनी पाय बांधून ठेवलेल्या हत्तीवरच्या हौद्यामध्ये थंड डोक्याने आणि अविचलपणे बसलेला औरंगज़ेब त्याच्या व्यक्तिगत संरक्षणासाठी त्याच्याभोवती कडे करून लढणाऱ्या अनुभवी सरदारांचा आणि सैनिकांचा उत्साह द्विगुणित करत होता.

''खुदा है! खुदा है!'' त्याने आवाज दिला. ''हे आपलं दख्खन आहे, याच्यासाठी आपण जिंकू तरी, नाहीतर इथेच मरण पत्करू. पण माघार कदापिही घ्यायची नाही. जर आपण जिंकलो, आणि तसे आपण जिंकणारच आहोत तर अख्ख्या हिंदुस्थानची सारी दौलत आपल्या पायाशी असेल; पण जर मारले गेलो तरीदेखील स्वर्गामध्ये आपली डोकी आपल्या बाकदार तलवारींवर खोचलेलीच असतील!''

घणाघाती घावाचे घणाघाती घावानेच प्रत्युत्तर, वार केला त्यावर प्रतिवार अशा प्रकारे त्या दोन्ही सेनांमध्ये जे तुंबळ युद्ध झाले. त्यात क्रौर्याची परिसीमा गाठली गेली. आपल्या हत्तीवरून उतरून घोड्यावर स्वार झालेल्या छत्रसाल हाडाच्या नेतृत्वाखाली असलेल्या शाही फौजांनी औरंगज़ेबाच्या अगदी जवळ जाऊन मरणांतिक

घाव घालण्याचे वारंवार प्रयत्न केले, पण दर वेळी ते हाणून पाडले गेले. एका राजपूत सरदाराने घोड्यावरून उतरून वाटेत येईल त्याला कापत कापत आणि स्वतःही रक्तबंबाळ होत औरंगज़ेबाचा हत्ती गाठला आणि औरंगज़ेब हत्तीवरून एकदम धाडकन् खाली कोसळावा म्हणून हौद्याच्या दोऱ्याच कापण्याचा प्रयत्न केला. पण या अतिशय धाडसी कृतीचादेखील काही उपयोग झाला नाही, कारण एका जाडजूड संरक्षकाने त्याला ठार केले तेव्हा इतर काही जण त्याचे मुंडके उडवून त्याची विटंबना करायला लागले. पण खरंखुरं शौर्य काय असतं याची अचूक जाण असलेल्या औरंगज़ेबाने ते पाहिल्याबरोबर असं काहीही न करण्याची त्यांना ओरडूनच आज्ञा केली.

पूर्णपणे थकलेल्या, प्रचंड उष्म्याने कंठशोष झालेल्या औरंगज़ेबाच्या सभोवतीच्या संरक्षक कड्यावर वारंवार धडका मारूनदेखील ते रक्षकांचे कडे तुटण्याऐवजी आपल्याच सरदारांचे व सैनिकांचे प्राण गमवावे लागल्याने मोठीच हानी झालेल्या शाही सेनेतील छत्रसाल हाडासह अनेक राजपूत शूरवीर त्या दिवशी दुपारपर्यंत धारातीर्थी पडले होते आणि दाराच्या उजव्या फळीची आक्रमणे आता चांगलीच लटपटत होती. परंतु औरंगज़ेब मात्र अजूनही आपल्या हत्तीवर बसून आपल्या सैन्याला प्रोत्साहित करत होता आणि मुराददेखील तेच करत होता.

दरम्यान रुस्तम खानाच्या आक्रमणाला यश आले आहे अशी कल्पना करून घेतलेल्या दाराने आपली मध्यवर्ती जागा सोडली आणि शत्रुसेनेला डावीकडून घेरण्यासाठी निघाला. परंतु त्याला औरंगज़ेबाच्या तोफखान्याकडून झालेल्या अखंड भडिमाराला सामोरे जावे लागले आणि त्यामुळे त्याच्या कुमकीच्या फौजांची वाताहत झाली. तेवढ्यात शाही घोडदळ औरंगज़ेबाच्या हत्तीपर्यंत पोहोचल्याची आणि त्याभोवतालचे पोलादी कडे तोडण्याच्या प्रयत्नांत असल्याची खबर युद्धभूमीच्या दुसऱ्या टोकाकडून मिळाल्यावर औरंगज़ेबाला आता आपल्या बाजूनेदेखील कोंडीत गाठावे आणि लढाईचा शेवट करावा, या हेतूने दाराने आपला मोर्चा उजवीकडे वळवला. त्याच्या आक्रमणाचा आवेग इतका जास्त होता की काही काळ त्याचे सैन्य औरंगज़ेब आणि मोठ्या संख्येने संरक्षणासाठी पुढे धावून आलेल्या त्याच्या आघाडीच्या तुकड्यांच्या मध्यापर्यंत घुसले, इतके की औरंगज़ेबाच्या खासगी संरक्षक सैन्याची मोठ्या प्रमाणावर हानी झाली. दाराने जर त्या संधीचा फायदा घेतला असता आणि आपल्या अत्यंत तिरस्करणीय भावाला एक शेवटचा तडाखा मारला असता, कठोरपणे निर्णय घेऊन चाल केली असती, तर विजयमाला त्याच्याच गळ्यात पडती; पण तसे व्हायचे नव्हते. प्रचंड थकव्याने गलितगात्र झाल्यामुळे त्याने थांबण्याची आज्ञा केली. तो थांबला म्हणून काळ थांबला नाही आणि काळाबरोबर आलेली संधीदेखील हातातून निसटून गेली.

दाराच्या हातून आणखी एक वाईट गोष्ट घडलेली होती- ती म्हणजे त्याने आधी डावीकडे मग मागे वळून उजवीकडे अशा ज्या आपल्या सैन्याच्या हालचाली केल्या होत्या, त्यामुळे त्याच्या तुकड्यांनी एकतर युद्धभूमीच्या एका बाजूकडून दुसऱ्या बाजूकडे येताना त्याच्याच बाकीच्या सैन्याचा पुढचा भाग व्यापला होता, आणि त्याचबरोबर ते शत्रूच्या तोफांना प्रत्युत्तर द्यायला सज्ज असलेल्या आपल्याच तोफांच्या समोर आले होते. त्यामुळे आपलीच माणसे मारली जातील या भीतीने त्याच्या तोफा प्रत्युत्तर देऊ धजत नव्हत्या. शिवाय, आता औरंगज़ेबाच्या तोफगोळ्यांच्या तुफानी माऱ्यासमोर दाराची डावी बाजू सपशेल उघडी पडली होती. याहीपेक्षा महत्त्वाची गोष्ट अशी होती की, संपूर्ण युद्धभूमी नजरेच्या टप्प्यात घेऊन लढाईचा कल कोणत्या बाजूने झुकतोय याचा अंदाज घेण्याची आणि त्यानुसार आपल्या सैन्याचे आक्रमण नियंत्रित करण्याची सोयीस्कर जागा तो गमावून बसला होता. आपली चूक लक्षात येऊन त्याने तोफखान्याची मदत घ्यायचा प्रयत्न केला; पण आता त्याला उशीर झाला होता. तोफदळातल्या बहुतेकांनी एकतर तिथून पोबारा केला होता, नाहीतर ते आपल्याच छावण्यांमध्ये लुटालूट करण्यात गुंग होते. दाराच्या उरल्यासुरल्या सैन्याने माघार घ्यायला सुरुवात केली तेव्हा भाजून काढणारा सूर्य, प्रचंड उकाडा, चक्रगतीने उडणारी धूळ, एक थेंबभरदेखील पाणी मिळण्याची मारामार झाली होती आणि भरीला औरंगज़ेबाच्या अचूक मारा करणाऱ्या तोफा शक्य तितके नुकसान करतच होत्या. संध्यासमयाला सावल्या गडद होऊ लागल्या तोपर्यंत युद्धाचा अंत स्पष्ट दिसू लागला. डावी बाजू उद्ध्वस्त झालेली, उजवी बाजू चिरडली गेलेली, आघाडीच्या आणि मध्यवर्ती सेनेची वाताहत झालेली; असे असूनही दारा धैर्याने आपली बाजू सावरण्याचा प्रयत्न करत होता. त्याने हाती उरलेल्या आपल्या सैन्याच्या तुकड्यांची शक्य तितक्या चांगल्या प्रकारे पुनर्रचना केली आणि आता फार लांब नसलेल्या शेवटच्या टोळधाडीची वाट पाहत आपल्या सैनिकांना प्रोत्साहन देत राहिला. आघाडीच्या सेनेचा विस्तारलेला आवाका, धडाडणाऱ्या तोफा, आणि प्रतिकार झाला तरी अगदी थोडा किंवा बहुधा होणारच नाही अशा खात्रीसह पुढे झालेल्या औरंगज़ेबाने आपले आक्रमण थेट दाराकडेच केंद्रित केले. त्याच्या तोफांचे गोळे आणि अग्निबाण दारा व त्याच्या सरदारांच्या सैन्यामध्ये येऊन पडू लागले तेव्हा घोड्यावर आरूढ झालेला खलीलुल्लाह खान त्याच्याजवळ आला.

''आता तुम्ही हत्तीवरून खाली उतरा हुजूर आणि घोड्यावर स्वार व्हा,'' आजूबाजूला चाललेल्या रणकर्कश्श गोंगाटाच्या आवाजावर आपला आवाज चढवून खान म्हणाला. ''म्हणजे मग तुम्हाला आपल्या सैन्यामध्ये सहजपणे फिरता येईल आणि तुमचे सैन्यदेखील तुमच्या अवतीभवती राहून लढत राहील. नाहीतर शाही

फौजेचं या युद्धाचं प्रयोजनच नष्ट होईल.''

दाराने मूर्खपणा करत हा सल्ला मानला. आधीच सडकून मार खाल्लेल्या जीवघेण्या जखमांनिशी पण तरीही निकराने लढणाऱ्या, गात्र न् गात्र थकलेल्या, तहानेने व्याकूळ झालेल्या, जवळपास मृतवत् झालेल्या दाराच्या सैन्याने इकडेतिकडे पाहिले आणि त्यांना दारा बसला होता त्या हत्तीवरचा हौदा रिकामा दिसला. दुसऱ्या बाजूला औरंगज़ेब मात्र आपल्या हत्तीवर बसून आपल्या सैन्याला पुढे पुढे सरकण्यास प्रोत्साहन देत असल्याचे स्पष्टच दिसत होते. औरंगज़ेबाच्या बाजूला मुराददेखील त्याच्या हत्तीवर बसलेला दिसतच होता. पण दारा कुठे होता? शंका-कुशंका आणि भीतीने त्याच्या सैन्यात गोंधळ माजला. तो मारला गेला होता का? त्याने शहेनशहांची पाठराखण करायचे सोडून तर दिले नव्हते? शहेनशहांनी तख़्ताच्या वारसा हक्काच्या तत्त्वरक्षणासाठी हे युद्ध चालवले होते, त्या हक्काचा प्रमुख दावेदारच कुठे दिसत नसेल किंवा सरळ सरळ शत्रूच्या गोटातच सामील झाला असेल, तर त्या तत्त्वाच्या रक्षणासाठी आपण का लढत बसायचे आणि विनाकारण आपला जीव पणाला का लावायचा? प्रश्नांचे रूपांतर संशयात झाले आणि संशयाने घबराट निर्माण झाली. तसे पाहता, या सैन्याची एकजूट बांधून ठेवेल असे फारसे काही नव्हतेच आणि त्यातल्या अनेक तुकड्या युद्ध सोडून पळून जाण्याची संधी शोधत होत्या. त्यात दाराचा हौदा रिकामा झालेला पाहिल्यावर त्यांनी आणखी कशाचीही वाट पाहिली नाही. पराभवाचे रूपांतर संपूर्ण दाणादाण उडण्यात झाले आणि एखादा बर्फाचा गोळा धगधगत्या उन्हाळ्यात पट्कन वितळून जावा, तशी शाही सेना जागच्या जागी विरघळून गेली.

त्या रात्री अगदी उशिरा आग्रा किल्ल्याच्या प्रवेशद्वारापाशी लपतछपत येऊन किल्ल्यात प्रवेश करण्याचा प्रयत्न करू पाहणाऱ्या पूर्ण गलितगात्र अवस्थेतील, शरीर आणि मनाने पूर्ण खच्ची झालेल्या, काही हाताच्या बोटांवर मोजता येतील इतक्या लोकांना पहारेकऱ्यांनी हटकले. सामुगडच्या पठारावर झालेल्या दारुण पराभवानंतर तिथून पलायन केलेला मुघल साम्राज्याचा वारस म्हणून बळेच घोड्यावर बसवलेला दारा, त्याचा मुलगा सिफ़ीर आणि त्यांच्या अगदी विश्वासातले मोजकेच अनुयायी होते ते.

बारा

द्वारपालांनी आगमनाची वर्दी देण्यासाठी ललकारी दिल्यानंतर प्रवेश करत असलेल्या राजपुत्र मुरादकडे पाहत औरंगज़ेब म्हणाला, "स्वागत आहे, मान्यवर बंधूंचे स्वागत आहे!" आणि मसनदीवरून उठत भविष्यातील नियोजनासंबंधी चर्चा करण्यासाठी आमंत्रित केलेल्या आपल्या जाडजूड शरीरयष्टीच्या धाकट्या भावाला मिठी मारण्यासाठी दोन्ही हात फैलावून शामियान्यातल्या लाल गालिचावरून चालत शामियान्याच्या दाराकडे गेला. मुरादने शामियान्याच्या बाहेरच्या कक्षात प्रवेश केल्यानंतर त्याचे खासगी अंगरक्षक पाठीमागेच थांबले.

सामुगडची लढाई झाल्यानंतर आता तीन आठवड्यांपेक्षा जास्त काळ लोटला होता. दिल्लीसह आग्रा आता औरंगज़ेबाच्या ताब्यात होते आणि त्याचे ताज महालावर नजर खिळवून बसलेले वडील त्यांच्याच महालात नजरकैदेत होते. आपली बेगम, मुलगा सिफ़ीर आणि समर्पित वृत्तीने पाठराखण करणाऱ्या काही अनुयायांसह दाराने आपली सुटका करून घेत आधी आग्र्याहून दिल्ली, मग तिथून लाहोरकडे पळ काढला होता, तेव्हापासून धारमतच्या लढाईनंतर फितुरी करून नव्या उगवत्या ताऱ्याच्या बाजूचा झालेला नासिरी खान त्याचा पाठलाग करत होता आणि दाराला पकडून औरंगज़ेबाच्या पायाशी आणून टाकतो, अशी त्याने बढाई मारली होती. दूर पूर्वेकडे शुजा अजूनही मोहम्मद सुलेमानकडून झालेल्या पराभवाच्या जखमाच चाटत होता आणि नजरेसमोर जेवढा म्हणून टापू दिसत होता तेवढ्याचा तरी औरंगज़ेबच राजा आहे असे दिसत होते. आता त्याला खुपणारा एकच काटा होता, तो म्हणजे मुराद. मुराद मथुरेजवळ रूपनगरपाशी वाघाच्या शिकारीसाठी तळ ठोकणार होता आणि औरंगज़ेब स्वतः आग्र्याहून दिल्लीला जाणार होता. त्या दरम्यान त्यांच्या छावण्या एकमेकापासून अवघ्या काही कोसांवरच असणार होत्या, आणि तेव्हाच हा काटा दूर करण्याचा औरंगज़ेबाने घाट घातला होता.

औरंगज़ेबाचे डेरे एका मोठ्या आणि मोकळ्या सपाट जागेवर टाकलेले होते,

त्यांच्या भोवतीने एकाच्या आत दुसरे अशा वर्तुळाकार पद्धतीने मजबूत बांबूंच्या कुंपणाची रचना केली होती आणि त्यावर खासगीतल्या सैनिकांचे पहारे बसवलेले होते. शामियाना मोकळ्या जागेच्या मध्यभागी होता आणि त्याच्या सभोवती औरंगज़ेब आणि त्याच्या प्रमुख अधिकाऱ्यांचे तंबू होते. कोणालाही डोकवून बघता येऊ नये म्हणून शामियान्यात जाड कापडाचे पडदे लावलेले होते; परंतु त्याचा छताकडील थोडा भाग वरचे मोकळे आकाश दिसण्यासाठी उघडा ठेवलेला होता. शामियान्यातल्या जमिनीवर अत्यंत उंची गालिचे अंथरले होते आणि एका टोकाला काहीशा उंच जागी बैठकीची जागा- मसनद होती, त्यावर उत्तम रेशमी कापड घातलेले होते आणि आरामशीरपणे बसण्यासाठी सगळीकडे लोड, तक्के ठेवलेले होते. मसनदीसमोर एक बैठे मेज होते आणि शामियान्यात प्रवेश करण्याच्या दरवाजापाशी लावलेले झिरझिरीत पडदे काही तासांपूर्वीच सुरू झालेल्या वाऱ्याच्या हलक्याशा झुळकेबरोबर हेलकावे घेत होते.

"तर बंधू, तुमच्या मनात काय आहे?" शामियान्यात येऊन कमरेला बांधलेली तलवार बाजूला काढून ठेवल्यावर आणि आपला जाडजूड देह मसनदीवर स्थिरस्थावर करून आरामशीरपणे बसण्यासाठी एक लोड जवळ घेऊन बसल्याबरोबर मुरादने मुद्द्यालाच हात घातला. त्याच्या आवाजाला थोडी आक्रमकपणाची धार होती.

"त्यासाठी आपल्याकडे पुरेसा वेळ उरेल नंतर. आपल्यासमोर अख्खी संध्याकाळ आहे आता," औरंगज़ेब साळसूदपणे म्हणाला. "आधी सांगा, तुमच्या जखमा भरून आल्या आहेत ना? जरा पाहू दे आम्हाला," असे म्हणत त्याने एक दिवा उचलला आणि मुरादच्या तोंडाजवळ आणला. "हा तुमच्या गालावरचा घाव चांगलाच दुखत असेल, होय ना? चांगला भरून येतोय तो, पण तुमची इच्छा असेल तर आम्ही आमच्या खासगी हकीमजींना तुमच्याकडे पाठवतो, ते फार चांगले आहेत. खरं सांगायचं तर झुल्फिकार खानाच्या हकिमांनी त्यांच्या जखमांच्या बाबतीत तर आशाच सोडली होती, पण यांच्या उपचारांनी चमत्कारच झाला आहे."

"नको, ते काय थोडंसं खरचटल्यासारखं आहे." मुरादने उत्तर दिले.

"याला खरचटणं म्हणता तुम्ही? दुसरा कुणी असता तर अशा जखमा झाल्यावर त्याने शरणागती पत्करली असती किंवा युद्धातून पळ काढला असता. त्या राजपुताने .....काय बरं त्याचं नाव .... हां .... रूपसिंह, त्याने तुम्हावर फेकलेला तो भाला तुम्ही ज्या पद्धतीने चुकवलात आणि नंतर त्याच्या दोन डोळ्यांच्या मधोमध बाण मारून त्याला ठार केलंत, ती गोष्ट तर अख्ख्या सेनेमध्ये चर्चेचा विषय झाली आहे. आम्ही ते प्रत्यक्ष पाहू शकलो नाही, कारण आमच्यावर होत असलेली आक्रमणे आम्ही तेव्हा परतवत होतो. परंतु ज्यांनी ते पाहिलं त्यांनी, तुम्ही इतके जबर जखमी असतानादेखील तुम्हाला गराड्यात कोंडलेल्या सगळ्या

राजपुतांचा त्यांच्याशी दोन हात करून पाडाव करणं, ही खूपच धाडसाची बाब असल्याचंच सांगितलं. रूपसिंहाला एकाच बाणाने ठार करताना तुम्ही केलेल्या अचूक नेमबाजीचंदेखील सगळ्यांनी कौतुक केलं.''

हे बोलत असतानाच औरंगज़ेबाने टाळी वाजवून इशारा केला. त्यासरशी शामियान्याच्या दुसऱ्या टोकापाशी आलेल्या एका गुलामाने पडदे बाजूला करत आत पाऊल टाकले. औरंगज़ेबाने मान हलवून फक्त इशारा केला. इशारा समजल्याचे दाखवून मुजरा करून गुलाम दिसेनासा झाला.

''तुम्हीदेखील काही कमी शौर्य गाजवलं नाहीत,'' मुरादने उत्तरादाखल उदारपणे म्हटले. ''शिवाय, तुम्ही दिलदारपणाही दाखवलात. तुमच्याच हत्तीच्या हौद्याचे दोर कापायला आलेल्या वीराला तुम्ही मान दिलात. फार थोडेच जण असं करू शकतात.''

''अरे, त्यात काय मोठंसं . . . .'' विचारसुद्धा झटकून टाकावा असा आविर्भाव करत औरंगज़ेबाने उत्तर दिले. ''आपण तिमूर घराण्याचे वंशज आहोत. युद्ध कसं जिंकावं हे जसं आपल्याला कळतं तसंच शत्रुपक्षाकडून दाखवली गेलेली असली तरीही जे आपल्या मर्दुमकीनं आपलं वेगळेपण सिद्ध करतात, त्यांच्या मर्दुमकीचा मान राखणंदेखील आपल्याला बरोबर कळतं.''

इतक्यात पडदे विलग झाले आणि चार अतिशय सुंदर, तरुण मुली हातात मद्याच्या सुरया आणि लज्जतदार पदार्थ घेऊन आत आल्या आणि त्यांनी हातातल्या गोष्टी तिथे असलेल्या मेजावर ठेवल्या. प्रत्येकीने एक तंगसे जाकीट आणि त्याच्या आत फुलारलेला कमीज़ घातला होता. त्यातून त्यांच्या वक्षस्थळाचा उभार उठावदारपणे दिसत होता आणि खास जनान्यात वापरात असलेल्या तलम झिरझिरीत कापडाच्या तुमानींमधून त्यांच्या कमानदार शरीरांची वळणे लपणे केवळ अशक्य होते. त्यांनी पायामध्ये रुणझुण वाजणारे नाजूकसे पैंजण घातले होते आणि त्यांनी टाकलेल्या प्रत्येक पावलागणीक त्यांचा कर्णमधुर नाद कानात गुंजत होता. त्यांना पाहिल्याबरोबर मुरादचे डोळे चमकायला लागल्याचे औरंगज़ेबाच्या चाणाक्ष नजरेने बरोबर पकडले.

''भाऊराया, या पऱ्यांना तुम्ही कुठे लपवून ठेवलं होतं?'' मुरादने विचारले. ''आग्र्यामध्ये इतक्या आल्हाददायक सुंदऱ्या असतील याची आम्हाला कल्पनाच नव्हती, नाहीतर आम्ही यापूर्वीच .... आपलं ते .... इथे येण्याचा निर्णय खूप आधीच घेतला असता.''

औरंगज़ेब उत्तरादाखल फक्त हसला. ''ही युद्धात मिळालेली लूट आहे असं समजा,'' तो म्हणाला.

मुरादसाठी चषकामध्ये मद्य ओतण्यासाठी एक तरुणी खाली वाकली तेव्हा त्याला तिच्या पुष्ट उरोजांचे दर्शन झाले आणि तिने लावलेल्या अत्तराच्या सुगंधाने

तर त्याला वेडे केले. अगदी महत्प्रयासानेच त्याने स्वतःला आवर घातला, कारण तो त्याच्या मोठ्या भावासमोर होता. अर्थात, यातले काहीच औरंगज़ेबाच्या नजरेतून सुटले नाही.

"अहाहा! शिराझी वारुणी!" रत्नजडित चषकामध्ये ओतल्या जात असलेल्या नारिंगी मद्याकडे पाहत पाहत मुराद उद्गारला. "आम्ही दुरूनदेखील तिचा गंध ओळखू शकतो. आम्हाला फार आवडतं ते. गुजरातमध्ये आम्ही याचा सगळीकडे शोध घेतला, पण ते आम्हाला नाही मिळालं. तुम्हाला ते कुठे मिळालं? आणि हो, त्यात थोडे मोती चुरडून टाकले तर त्याची लज्जत आणखी वाढते."

"एका नव्या पर्शियन राजदूताची नेमणूक झाली होती तेव्हा त्यानं भेट म्हणून दिलं होतं हे. राजदरबार दिल्लीहून आग्र्याला हलवला गेला तेव्हा या सुरया इकडे आणल्या गेल्या आणि त्या उघडल्याच गेल्या नाहीत. तुम्हाला हे मद्य आवडतं हे माहीत असल्यामुळे आम्ही त्यातलं थोडं मागवून ठेवलं होतं आमच्याजवळ आणि हो, काही उत्तम प्रतीचे दख्खनी मोतीदेखील त्यात विरघळवले आहेत बरं का!"

"बंधुराज, तुम्ही सगळ्याच गोष्टींची किती काळजी घेता, नाही का?" भरलेला चषक एकाच घोटात संपवून लगेच दुसऱ्यांदा भरण्यासाठी पुढे करत मुराद म्हणाला. जवळच उभी असलेली एक मुलगी लगबगीने तो भरायला पुढे आली. राजकीय शिष्टाचार पाळायचे असतील तरच आणि तेदेखील नावापुरता मद्याला हात लावणाऱ्या औरंगज़ेबाने आपला चषक उचलून ओठांना लावला आणि मुरादचे लक्ष नाही असं पाहून जवळच ठेवलेल्या फुलझाडाच्या कुंडीमध्ये ओतून रिकामा केला.

"तर आता आपण पुढच्या व्यवस्थेबाबत काय ते ...." थोडासा सैलावून बसत मुरादने मुद्याचे बोलायला सुरुवात केली.

त्याचे बोलणे मध्येच थांबवत औरंगज़ेब म्हणाला, "बंधो, एवढी कशाची घाई लागली आहे? आपल्याकडे भरपूर वेळ आहे त्यासाठी. आणि आपण दोघेही कुठेच जाणार नाही आहोत. आमच्या मनात जशी व्यवस्था करायचा विचार आहे, ती तुम्हाला पूर्णपणे पसंत पडेल याची आम्ही तुम्हाला ग्वाही देतो. त्या जबरदस्त लढाईनंतर आत्ता तर आपल्याला एकमेकांबरोबर काही काळ आनंदात व्यतीत करायची संधी मिळाली आहे. त्या संधीचा आपण पुरेपूर उपभोग घेऊ या."

"अं ऽऽ .... ठीक आहे .... फक्त हे मद्य इतकं चांगलं आहे की तुम्ही कशा प्रकारची व्यवस्था करायचं ठरवता आहात, ते आम्हाला सांगण्यापूर्वीच.... आम्ही या मद्याच्या नशेत धुंद होऊन ....काही नीटसं न कळण्याच्या अवस्थेत जाऊ अशी आम्हाला भीती वाटते."

"आम्ही स्वप्नातसुद्धा तसं करणार नाही." औरंगज़ेब तोंडातल्या तोंडात दबक्या आवाजात पुटपुटला. मग विषयांतर करण्यासाठी मुरादला ऐकू जाईल अशा

आवाजात म्हणाला, ‘‘तुमच्या शिकारीच्या मोहिमेबद्दल आम्हाला काहीतरी सांगा ना.’’

‘‘सांगतो ना, दोन आठवड्यांमध्ये आम्ही तीन वाघ, एक चित्ता, एकोणीस नीलगायी, मोजता येणार नाहीत इतकी हरणं आणि इतर लहान प्राण्यांची शिकार केली. दोन दिवसांपूर्वी तर एका वाघाला खालच्या कुरणामधून हुसकून उघड्यावर यायला भाग पाडलं होतं. त्याने अचानक आम्ही बसलो होतो त्या हत्तीवरच झेप घेतली आणि तो झपाट्यानं आमच्या हौद्याजवळ पोहोचलादेखील. बंदूक हातात घ्यायलादेखील वेळ नव्हता, त्यामुळे त्याला तलवारीनंच मारणं भाग होतं. डरकाळी फोडणाऱ्या वाघाचा अकराळ-विकराळ जबडा जेमतेम चार फुटांवरून पाहायला मिळणं हा एक विलक्षण अनुभव होता. आम्ही त्याच्यावर इतक्या जोरात प्रहार केला की त्या एका फटक्यानंच त्याची कवटी दुभंगली. त्याची हत्तीच्या अंगात रुतलेली पंजांची पकड सैल झाली आणि एक मोठी गर्जना करून तो मागे कोसळला. मग खाली उतरून तो मेला असल्याची खात्री करण्यासाठी आम्ही त्याच्या जवळ जाऊन पाहिलं तेव्हा आमची तलवार त्या प्राण्याच्या मेंदूमध्ये रुतून बसलेली आम्हाला दिसली. त्यामुळे वाघालादेखील मेंदू असतो याचं आम्हाला ज्ञान झालं.’’ असं म्हणून मुराद आपल्याच विनोदावर खदखदून हसला.

‘‘होय, खरोखरच उत्कंठावर्धक अनुभव असणार तो,’’ मद्याचा चौथा प्याला संपवत असलेल्या, परंतु नशेच्या अमलाखाली जात असल्याचे कोणतेही चिन्ह दाखवत नसलेल्या मुरादकडे लक्षपूर्वक पाहत औरंगज़ेब म्हणाला. दारू पचवण्याच्या त्याच्या क्षमतेविषयी आख्यायिका सांगितल्या जातात यात काहीच नवल नाही, औरंगज़ेबाच्या मनात विचार आला.

‘‘आमचे दोन हाकारेदेखील मारले गेले.’’ मुराद पुढे सांगत राहिला. ‘‘झुडपांमध्ये काहीतरी खुसफुस झालेली ऐकू आल्यावर तिथे हरिण आहे असे वाटल्यामुळे आमच्या एका अधिकाऱ्याने गोळी झाडली, ती त्या हाकाऱ्याला लागून तो मेला. दुसऱ्या एकाला झाडाच्या फांदीवर लपून बसलेल्या चित्त्याने उडी टाकून लोळवलं. त्या बिचाऱ्याची मान एका फटकाऱ्यातच धडापासून वेगळी झाली आणि बाकीचे लोक त्याला उचलून घेऊन गेले तेव्हा त्याची अर्धीअधिक आतडी बाहेर लोंबकळत होती. यावरून एक आठवलं, देवीगडच्या राजानं शिकारीचं उत्तम प्रशिक्षण दिलेले काही चित्ते बाळगलेले आहेत.’’

‘‘काय सांगता!’’ बळेच आश्चर्य वाटल्यासारखे दाखवत औरंगज़ेब म्हणाला. ‘‘काय करतात ते?’’

‘‘ते त्या चित्त्यांना बंदिस्त पिंजऱ्यात घालून आणि त्यांच्या डोळ्यांना ढापणं लावून जंगलात घेऊन जातात. काळविटांचा कुरणात चरत असलेला कळप दिसला

की पिंजऱ्याचे दरवाजे वर उचलले जातात आणि ढापणं काढलं जातात. थोडा वेळ ते चित्ते वाऱ्याबरोबर येणाऱ्या वासाचा हुंगून अंदाज घेतात. ते काळविटांकडून त्यांच्याकडे येणाऱ्या वाऱ्याच्या दिशेला असल्यानं काळविटांना त्यांचा सुगावा लागत नाही, त्यामुळे आपल्यावर येत असलेल्या संकटाची त्यांना काहीच कल्पना नसते. लपतछपत त्यांच्या शक्य तितकं जवळ जाण्यासाठी गवताचं कुरण किंवा कसलेही दुसरे अडथळे असतील त्यांचा आडोसा घेत ते चित्ते लक्ष सावजावर पूर्णपणे एकाग्र करून पुढे पुढे जातात आणि ज्या क्षणी त्या काळविटांना त्यांचा सुगावा लागतो आणि ते पळायला लागतात, तेव्हा हे चित्ते त्यांचा पाठलाग करतात. कळपातल्या सगळ्यात कमजोर काळविटाला लक्ष्य करून ते चित्ते त्याला मारण्यासाठी पाठलाग करत असतात, ते दृश्य मोठं विलक्षण असतं. ते हरिण चित्त्याला चकवण्यासाठी धावता धावता अचानक उड्या मारून दिशा बदलतं, वेडंवाकडं धावतं; पण धावण्याची जागा अपुरी असली तर चित्त्यापुढे त्यांचा टिकाव लागत नाही. एका झेपेतच चित्ता हरणाच्या पोटात आपल्या पंज्याची नखं तरी खुपसतो, नाहीतर त्याच्या नरडीवर आपले तीक्ष्ण सुळे तरी रोवतो. मग ते हरिण प्राणांतिक धडपड करत तंगड्या झाडतं आणि दोन-चार वेळा थडथडल्यानंतर .... सारं काही संपलेलं असतं. चित्ते अगदी कुत्र्यासारखे माणसाळलेले असतात आणि ते पळून जायचा विचारदेखील करत नाहीत. एकदा त्यांनी हरिण मारलं की त्यांच्या डोळ्यांवर पुन्हा ढापणं लावली जातात आणि त्यांना पुन्हा पिंजऱ्यात घालून हरणाच्या आणखी एखाद्या शिकारीच्या ठिकाणी नेलं जातं.''

''अद्‌भुत!'' दारूचा पाचवा प्याला रिचवत असलेल्या मुरादच्या डोळ्यांवर त्याचा अंमल चढू लागल्याचे पाहता पाहता औरंगज़ेब पुटपुटला.

''आपले बंधू दारा यांची काही खबरबात?'' रिकामा झालेला प्याला पुन्हा एकदा भरून घेण्यासाठी पुढे करताना मुरादने विचारले. औरंगज़ेबाचे लक्ष नाही असे पाहून मुरादने अगदी अनवधानाने झालेले दिसावे अशा आविर्भावात गुलाम मुलीच्या हातावरून गोंजारल्यासारखा हात फिरवला. तिने आपला हात मागे घेण्याचा प्रयत्नदेखील केला नाही.

''शेवटची बातमी हाती आली तेव्हा तो लाहोरजवळ होता आणि तिथला किल्लेदार विद्रोही कृत्य करायला तयार होईल या आशेवर बसला होता. त्याच्या साथीला अगदी मोजकीच माणसे आहेत आणि बेगम आणि इतर बायका बरोबर असल्यामुळे त्याचा वेग मंदावलेला आहे. जो कोणी आपले दरवाजे दारासाठी उघडेल, त्याला त्याची किंमत आमच्या पायाशी स्वतःचे शीर अर्पण करूनच मोजावी लागेल, असे कडक हुकूम आम्ही दिले आहेत. तसंही नासिरी खान त्याचा समाचार घ्यायला पुरेसे आहेत. घ्या, आणखी एक प्याला घ्या.'' औरंगज़ेबाने गुलाम

मुलीला इशारा केला त्याबरोबर तिने मुरादचा रिकामा झालेला प्याला पुन्हा भरला. तोपर्यंत मुरादने दारूचा एक-एक प्याला एका घोटातच रिचवायला सुरुवात केली होती.

"दारा कसाऽऽऽआहे. ..... हे आम्हाला कद् .... कधी स्सऽऽऽ मजलंच नाही." मुराद बरळला. "त्याचं ते सगळ्या धर्मांमध्ये असलेली समानता शोधण्याचं खूळ म्हणजे निव्वळ मूर्खपणाच नाहीतर काय! प्रत्येक जण आपापल्या धर्माचे पालन करेल, असं आपण म्हणतो?"

"दारानं आपल्या सच्च्या धर्माचं पालन करणं सोडून दिलं आहे आणि तो मृगजळाचा पाठलाग करतोय, हे तर आम्हाला सहनही होत नाही," औरंगज़ेब त्वेषाने म्हणाला. "धर्मा-धर्मातली समानता काय! आपल्या समाजातल्या विद्वत् जनांचा आपल्या घराण्यावर असणारा विश्वास नष्ट व्हावा आणि परिणामी यादवी युद्ध होऊन आपल्या वाडवडिलांनी जिंकून घेतलेली ही जमीन सहजासहजी नास्तिकांच्या हाती पडावी, अशी त्याची इच्छा आहे काय? खुदाची मेहेरबानी असेलच, पण जोपर्यंत आमच्या जिवात जीव आहे तोपर्यंत तरी त्याच्या या साम्राज्याला अपायकारक ठरणाऱ्या तत्त्वांचा प्रसार करण्याची संधी आम्ही त्याला कधीच मिळू देणार नाही, आणि आपल्या वाडवडिलांनी जिंकून घेतलेल्या या धरतीचा आपण दारूल इस्लाम करून टाकू."

"बरोऽऽऽऽब्बर्ऽऽऽऽ बोललात बंधो. आपल्यासाठी पवित्र कुराणामध्ये असलेला अल्लाहचा शब्दच पुरेसा आहे आणि आपण दोघांनी मिळून जी या युद्धात जिंकून घेतली आहे आणि जिच्यावर आपण दोघंही जोडीनं राज्य करणार आहोत, ती जमीन इस्लामवर श्रद्धा असलेल्यांच्यासाठी अत्यंत मोलाची ठरेल याची खातरजमा करण्याचे प्रयत्न आपण केलेश्शऽऽऽ पाहिजेत."

औरंगज़ेबाच्या चेहऱ्यावर उपरोधिक हसू उमलले, पण तो काही बोलला मात्र नाही. आपण दोघे .... जोडीने राज्य करणार .... असं तुला वाटतंय, नाही का? तुला अजून बरंच काही पाहायला मिळायचंय.

या वेळेपर्यंत मुराद नशेने पूर्णपणे धुंद झाला होता. त्याने उभं राहायचा प्रयत्न केला, पण झोक जाऊन तो मागे परत मसनदीवर कोसळला तेव्हा त्याच्या हातातला प्याला जमिनीवर आपटला आणि त्यात असलेलं सगळं काही तिथल्या आलिशान गालिचावर सांडलं. औरंगज़ेबाकडे नशाधुंद डोळ्यांनी पाहत तो ओशाळवाणे हसला. "तुम्ही आम्हाला क्शऽऽऽऽ मा करायला हवी बंधू. आम्ही जरा जास्तच मदिरासेवन केलंय."

"फिकीर करू नका," औरंगज़ेब म्हणाला. "फारच मदिरापान झालं तर त्यावर उतारा म्हणून काही विशिष्ट मुळ्यांचा काढा घेतला की बरं वाटतं असं म्हणतात.

तसला काढा आम्ही खास मागवूनच ठेवला आहे. घ्या, एक घोट घ्या याचा.''

मेजावरच असलेल्या एका लहानशा बाटलीतला हिरवट रंगाचा द्रवपदार्थ कपात ओतून औरंगज़ेबाने मुरादपुढे धरला, मुरादने तो घेतला आणि एका घोटातच संपवला. पण त्याच्या अतिशय कडवट चवीने त्याचे तोंड कसनुसे झाले.

''हां, आता आम्हाला थोडं बरं वाटायला लागलंय,'' थोडा वेळ गेल्यावर मुराद म्हणाला. नशेने बधिर झालेले त्याचे डोके जरा ताळ्यावर आल्यासारखे वाटत होते, तेव्हा आधी बोलत होतो तोच मुद्दा पुढे रेटावा या उद्देशाने पुन्हा बोलण्याचा त्याने प्रयत्न केला. ''तर आपण काय बोलत होतो? हां, आपल्या भावांबद्दल. तर मग राजपदाची अभिलाषा असणाऱ्या आपल्या आणखी एका भावाचं काय करायचं म्हणता?''

''तो माणूस?'' आत्यंतिक तिरस्कार दर्शवत औरंगज़ेब उद्गारला. ''आम्हाला त्याच्याबद्दल ज्या गोष्टी ऐकायला मिळाल्या आहेत त्या ऐकल्या तर कुणाचीही मान शरमेनं झुकेल. असा माणूस ज्या दिवशी हिंदुस्थानवर राज्य करायला बसेल, तो दिवस इतिहासातला अत्यंत दुर्दैवी दिवस असेल. तसंही सुलेमानकडून पराभूत झाल्यानंतर त्यातून सावरायला त्याला बराच वेळ लागेल आणि तोपर्यंत आपणदेखील त्याचा निःपात करायला सज्ज झालेले असू.''

औरंगज़ेबाचे बोलणे ऐकून मुरादची छाती गर्वाने फुगली. आपल्या या मोठ्या भावाचा त्याला नेहमीच आदरयुक्त दरारा वाटत असे आणि तोच औरंगज़ेब 'आपण दोघे मिळून शुजाचा बंदोबस्त करू या'असे म्हणत होता. आपल्याबरोबर मुघल साम्राज्याची वाटणी करण्यासाठी आणि दोघांनीही आपसात सामंजस्य राखून राज्यकारभार करावा यासाठी औरंगज़ेब तयार असल्याचा आणखी कोणता पुरावा हवा होता? मद्याच्या नशेचा पुरेपूर अंमल चढल्यामुळे नजरेसारखेच विचारही धूसर झालेले असूनदेखील मुरादच्या मनात शंकेची पाल चुकचुकत होती. औरंगज़ेबाने आपल्याला दुय्यम दर्जाचा भागीदार करून घेतले आणि आपल्या गळ्यात सगळी किचकट आणि दुय्यम दर्जाची कामे अडकवून महत्त्वाचे निर्णय घेण्याचे काम स्वतःकडेच ठेवले तर? मग काय औरंगज़ेब स्वतःचे नाव इतिहासामध्ये अजरामर करत असताना आपण अख्खे आयुष्य त्याच्या शेपटासारखे फिरत राहायचे? औरंगज़ेबाच्या मनात नक्की काय होते, ते समजणे अतिशय महत्त्वाचे होते.

''शुजाचा मुकाबला आपण दोघांनी मिळून करायचा, असं आताच तुम्ही म्हणालात. म्हणजे नक्की काय करावं, असं तुमच्या मनात आहे?''

''मी जे बोललो तेच. आपण दोघांनी मिळून शुजाचा सामना करायचा.'' औरंगज़ेबाने उत्तर दिले.

''शुजाचा पराभव केल्यानंतर माझी भूमिका काय असेल?''

“तुमच्या भूमिकेबद्दल तुमची काय अपेक्षा आहे?” मृदू स्वरात औरंगज़ेबाने विचारले.

हीच मला मिळणारी संधी आहे, मुरादच्या मनात विचार आला. आत्ता ही संधी साधली नाही, तर अशी संधी पुन्हा कधीच मिळणार नाही. औरंग़जेबाने मला द्वार खुले करून दिले आहे आणि आपण त्याचा पूर्ण फायदा घेऊ शकतो. आग्रा किंवा दिल्लीमध्ये दुय्यम दर्जाचे पद सांभाळत बसण्यापेक्षा आपल्या स्वतंत्र राज्याचे राजे म्हणून विराजमान होणे कधीही श्रेयस्कर आहे. हिंदुस्थानचा सम्राट होणे, ही आपली खरीखुरी महत्त्वाकांक्षा आहेच; त्यासाठी योग्य संधीची वाट पाहत थांबणेच आत्ता तरी योग्य आहे. सध्या तरी आपण आणि औरंगज़ेबामध्ये साम्राज्याची दुभागणी करणे, हाच रास्त मार्ग वाटतो. नाही म्हटले तरी सामुगडच्या युद्धामध्ये निर्णायक विजय मिळवण्यासाठी त्याच्या सैन्याने केलेले जबरदस्त संरक्षणच तर कामी आले नव्हते का? त्यापेक्षाही महत्त्वाचे म्हणजे, औरंगज़ेबाने त्याच्या आमच्याबरोबरच्या पत्रव्यवहारातून विभाजन सूचित केले नव्हते का?

“आपण आपल्या हातमिळवणीसंदर्भात पत्रव्यवहार करत होतो त्यामध्ये तुम्हीच सुचवल्याप्रमाणे आपल्याला एकत्रितपणे साम्राज्याचा कारभार चालवण्यात अडचणी येण्याची शक्यता आहे.” मुराद उत्तरला. बघ! किती सोपं होतं हे, नाही का! मुरादने विचार केला.

“विभाजन.” त्या शब्दावर सांगोपांग चिंतन केल्याप्रमाणे औरंगज़ेब बोलला. हा शब्द ऐकल्याबरोबर औरंगज़ेबाच्या संतापाचा स्फोट होईल अशी काहीशी मुरादची अपेक्षा होती आणि तसे झाले तर पुढे होणाऱ्या वादावादीमध्ये आपल्या मागण्या लावून धरण्यासाठी त्याने मनातल्या मनात तयारीदेखील केली होती. परंतु इथे तर त्याचा मोठा भाऊ हा प्रस्ताव अगदीच नरमाईने स्वीकारत होता. “तर मग साम्राज्याची कशी विभागणी करावी असा तुमचा प्रस्ताव आहे?”

“तुम्हीच सूचित केल्यानुसार सर्वसाधारणपणे सिंधू नदीच्या पश्चिमेला असलेला सगळा भूप्रदेश माझ्या वाटणीचा असेल, बाकीचे सर्व काही तुमचे.” मुरादने उत्तर दिले.

“काही किरकोळ स्वरूपाच्या तडजोडी करता आल्या तर तुम्ही म्हणता आहात त्याप्रमाणे आपल्याला नक्की काहीतरी करता येईल असं आम्हाला वाटतं.”

“म्हणजे तुम्हाला मान्य आहे हे?” आश्चर्यचकित स्वरात मुराद उदगारला. त्याचा स्वतःच्या नशिबावर विश्वासच बसत नव्हता. साम्राज्यातला आपल्याला हवा असलेला हिस्सा मिळवण्यासाठी आपल्या मोठ्या भावाबरोबर प्रचंड लढा द्यावा लागेल, असे त्याला वाटत होते आणि त्यासाठी तो तयारही होताच, पण औरंगज़ेबाने तर त्याची मागणी कोणतीही हरकत न घेता मान्य केली होती. आपण आणखी

काहीतरी, कदाचित गुजरातदेखील मागायला हवे होते, असे आता त्याला वाटायला लागले. मग एक पुसटशी शंका त्याच्या मनात उमटू लागली. औरंगज़ेबाने फारच सहजपणे सगळे काही मान्य केले होते. तो दिला शब्द फिरवणार तर नाही? औरंगज़ेबाने जे काही मान्य केले आहे, त्यासाठी कोणी साक्षीदार उभे करून ठेवावे काय? पण ते नंतरदेखील करता येईल. आत्ता तरी जे काही मान्य केले गेले ते औरंगज़ेबाकडून लेखी स्वरूपात घेणे जास्त महत्त्वाचे होते. उद्या हा करारनामा रीतसरपणे तयार करून त्याच्यावर साक्षीदारांच्या स्वाक्षऱ्या घेता येऊ शकत होत्या.

"बंधुराज, आपण दोघेही जर यावर सहमत आहोत तर त्याला आपण लिखित रूप देऊ या, म्हणजे मग आपल्या दोघांपैकी कुणीही नंतर त्याचा इन्कार करणार नाही."

'अर्थातच तसेच होईल." असे म्हणून औरंगज़ेबाने टाळी वाजवून इशारा केला आणि आलेल्या सेवकाला एका लेखनिकाला घेऊन येण्यास फर्मावले. सेवक बाहेर गेला आणि थोड्याच वेळात एका लेखनिकाला सोबत घेऊन आला. ज्या गोष्टींना मान्यता होती त्या अटी; त्यात साम्राज्याचे विभाजन होईल, अफगाणिया, काश्मीर, पंजाब, सिंध आणि तत्ताचा भूभाग हे सर्व सुभे मुरादच्या वाट्याला आणि बाकीचा भाग औरंगज़ेबाच्या वाट्याला येईल हे सर्व औरंगज़ेबाने लेखनिकाला सांगितले. सांगितलेले सगळे लिहून झाल्यावर लेखनिकाने ते भेंडोळे औरंगज़ेबाच्या हातात दिले. त्यानंतर त्याने जे ऐकले आणि लिहिले ते दुसऱ्या कुणालाही सांगू नये म्हणून त्या लेखनिकाला हत्यारबंद शिपायाच्या पहाऱ्यात बाहेर नेऊन बसवून ठेवण्यात आले. नंतर, म्हणजे गरज पडली तर त्याला गुपचूपपणे आणि अपघात वाटावा असा मृत्यू दिला जावा आणि त्याच्या कुटुंबीयांना त्याच्या मृत्यूमुळे झालेल्या नुकसानीची भरपूर भरपाई दिली जावी, असे घडणे तसे साहजिकच होते. एवढे झाल्यावर औरंगज़ेबाने त्यावर लफ्फेदार दस्तख़त केले.

"या करारनाम्याचा वादातीतपणा सिद्ध होण्यासाठी याच्यावर साक्षीदार म्हणून दोन काझींची दस्तख़त घ्यावी, अशी तुमची इच्छा आहे का? त्याची व्यवस्थादेखील सहजपणे करता येईल," मुरादच्या हाती ती गुंडाळी देत औरंगज़ेब म्हणाला.

औरंगज़ेबाने पुढे केलेली लेखणी घेऊन स्वतःची दस्तख़त आपल्या मोठ्या भावाच्या म्हणजे औरंगज़ेबाच्या दस्तख़ताखाली करून ती गुंडाळी आपल्या अंगरख्याच्या आतल्या खिशात ठेवण्यापूर्वी मुराद म्हणाला, "ते काम आपण उद्या करू. हा ऐतिहासिक करारनामा अस्तित्वात आल्याचा क्षण आपण जरा नीट साजरा करू या. मुघल सल्तनत आता अत्यंत बहारीच्या कालखंडात प्रवेश करत आहे. तुम्ही पूर्वेकडे आणि आम्ही पश्चिमेकडे राज्य करणार आहोत. तुम्ही आपल्या साम्राज्याचा दक्षिणेकडे आणखी विस्तार करून त्याच्या सीमा दक्षिणेकडील समुद्राला जाऊन

भिडतील याकडे विशेष लक्ष द्यावे आणि आमच्यासाठी तर साम्राज्यविस्तार वाढवण्याच्या अमर्याद संधी आहेत – अगदी कोसळण्याच्याच बेतात असलेल्या इराणपासून सुरुवात करता येईल, .. मग बगदाद, ... खुफा.. ... दमास्कस आणि कदाचित एक दिवस .... कुणी सांगावं .... मक्का शरीफदेखील आपलं होईल!''

कोणताही विरोध मोडून काढत आपली विजयी घोडदौड चालू असल्याच्या दिवास्वप्नात वाहवत चाललेल्या मुरादने अभावितपणे आपल्या हातातला रिकामा प्याला हलवून इशारा केला, त्यासरशी गुलाम मुलींपैकी एक मुलगी तो भरण्यासाठी पुढे आली. ''या बंधुराजे, हा ऐतिहासिक क्षण आमच्याबरोबर साजरा करा,'' असे म्हणून त्याने आपला प्याला एका दमातच रिकामा केला आणि पुन्हा भरण्यासाठी पुढे केला.

मुराद ज्या स्थितीमध्ये असायला हवा होता त्या स्थितीमध्ये तो पोहोचलाय हे औरंगज़ेबाला समजत होते, पण अजूनही आपले सगळे पत्ते उघडे करायला अवकाश होता, हेदेखील त्याला चांगलेच कळत होते. आपली योजना कार्यान्वित करण्यापूर्वी या माणसाला दारूच्या नशेमध्ये पूर्णपणे बधिर करणेच जास्त चांगले होते. त्यामुळे त्याची बुद्धी पार निकामी होईपर्यंत ती जळजळती मदिरा औरंगज़ेब त्याला पाजत राहिला.

''तुम्ही.... आमश्या.... आमच्या....बरोऽऽबर पिणार नाही का?'' नजर औरंगज़ेबावर स्थिर राखण्याचा प्रयत्न करत, अडखळत अडखळत मुरादने विचारले.

''असं कसं, हे पाहा आम्हीदेखील तुमच्या बरोबरीनं प्याल्यावर प्याला रिचवत आहोत.'' असं म्हणून औरंगजेबाने आणखी एक प्याला फुलाच्या कुंडीत ओतला, पाहिलं तर ती कुंडी आता काठोकाठ भरली होती.

बरळल्यासारखं बोलत मुराद म्हणाला, ''तुम्हाला सांगतो, दारानं आम्हाला तुमच्याबद्दल भलतंच काहीतरी सांगितलं होतं. तुम्ही म्हणजे एक संकुचित स्वभावाचे, किरकिरे, कमालीचे धर्मांध, कपटी, धोकेबाज आणि आणखी बरेच काही असल्याचं लहानपणापासूनच दारानं आमच्या मनात भरवलं होतं. आपण तेव्हापासूनच एकमेकांची खरी ओळख करून घ्यायला हवी होती असं आता वाटतंय, कारण आम्हाला तुम्ही तसे अजिबातच वाटत नाही आहात. आम्ही आत्ता तुम्हाला भेटायला येताना आमच्या मागण्यांसाठी चांगलीच घासाघीस करावी लागेल असं वाटल्यामुळे त्या तयारीनंच आलो होतो आणि सगळं काही इतक्या सामंजस्यपूर्ण पद्धतीनं पार पडेल याची आम्हाला अजिबातच कल्पना नव्हती. तुमचे दुसरे भाऊ काहीही म्हणोत किंवा काहीही करोत, पण तुमचा हा भाऊ मात्र भल्या-बुऱ्या दिवसांत तुम्हाला साथ देईल. तशी आम्ही सर्व पवित्र गोष्टींना स्मरून शपथच घेतो.''

''त्याबद्दल आम्हाला कोणतीच शंका नाही.'' औरंगज़ेब पुटपुटला.

एवढे होईपर्यंत दारूच्या नशेत पूर्ण बुडालेला मुराद काहीबाही बरळायला लागला होता आणि त्याच्याकडे कीवभऱ्या नजरेने पाहता पाहताच आपली योजना कार्यान्वित करण्याची हीच योग्य वेळ असल्याचा निर्णय औरंगज़ेबाने घेतला. एका पूर्वनियोजित इशाऱ्यानुसार दोन मान्यवर सरदारांमध्ये निर्माण झालेल्या वादावर निवाडा करण्यासाठी त्याची तत्काळ उपस्थिती आवश्यक असल्याचे सांगत एक सहायक कनातीजवळ आला.

"आपण आम्हाला क्षमा करा. ही भानगड शक्य तितक्या लवकर मिटवतो आणि परत तुमच्याकडे येतो. तोपर्यंत हा शामियाना आणि डेरे तुमचेच आहेत असे समजा," औरंगज़ेब म्हणाला.

आता शामियान्यामध्ये फक्त मुराद होता आणि त्याला आणखी दारू भरून द्यायला त्या गुलाम मुलींपैकी सगळ्यात सुंदर असलेली मुलगी होती. बाकीच्या मुली अगोदरच गुपचूपपणे निघून गेल्या होत्या; आणि आपल्याला या मुलीसोबत एकांत मिळावा म्हणून औरंगज़ेबदेखील काहीतरी कारण काढून निघून गेला असावा असा मुरादने कयास केला.

"तुझं नाव काय आहे, सुंदरी?" मुरादने विचारले.

"आरजू हुजूर." तिच्या मुलायम, नादमधुर आवाजाने मुरादवर जणू मोहिनी घातली.

"तुझं वय काय आणि तू कुठल्या भागातून आली आहेस?" मुरादने विचारले.

"मला अजून अठरावं लागायचं आहे आणि माझा जन्म डोंगररांगांच्या पलीकडे काश्मीरमध्ये झालाय."

"अहाहा, तुझ्यासारखंच तुझं नावदेखील सुंदर आहे आणि तुझा जन्म जिथे झाला त्या काश्मीरच्या सफरचंदांसारखेच तुझे गाल आहेत आणि ओठ गुलाबाच्या कळीसारखे लालचुटुक आहेत. ये, इथे माझ्या जवळ येऊन बैस," असे म्हणत मुरादने तिला आपल्याजवळ खेचले. या अत्यंत सुंदर मुलीचा नेहमीसारखा धसमुसळेपणाने उपभोग घेणे बरे नव्हते. उलट, तिला हळुवारपणे हाताळून, फुलवून मगच तिचा आस्वाद घेतला तर जास्त मजा येणार होता. तिचा चेहरा हातात धरून हलकेच आपल्याकडे वळवत त्याने आपले ओठ अगदी अलगदपणे तिच्या कपाळावर टेकले आणि मग ते खाली सरकत तिच्या ओठांवर आले. त्या ओबडधोबड माणसाचा दारूचा भपकारा येणारा श्वास आता तिच्या नाका-तोंडावर घुटमळत होता आणि यापूर्वी कधीच पुरुषाच्या ओठांचा स्पर्श झालेला नसल्यामुळे त्या मुलीला अगदी ओकारी येत असल्यासारखेच वाटू लागले. पण तिला औरंगज़ेबाच्या प्रमुख प्रतिहारीने प्रशिक्षित केले होते, त्यामुळे आपल्या आई-वडिलांना औरंगज़ेबाच्या कैदेतून सोडवण्यासाठी अशा वेळी काय करायचे असते, ते तिला बरोबर माहीत होते. मग तिने आपल्या

भावनांना आवर घातला आणि तिच्या कंचुकीतल्या स्तनांचा उभार आणि तिच्या नाजुक कमरेची कमान चाचपडून पाहणाऱ्या मुरादच्या हातांना आपल्या शरीरावर मुक्त संचार करू दिला.

"सुभानल्लाह!" तिच्या डोळ्यात डोळे घालून पाहता पाहता मुराद चीत्कारला. "तिथे राहणारे सगळे लोक तुझ्यासारखेच सुंदर असतील, तर काश्मीर खोरे म्हणजे या धरतीवरचे नंदनवन आहे असे म्हणतात त्यात नवल ते काय!"

"तुम्ही अत्यंत उदार अंतःकरणाचे आहात हुजूर. तुम्ही इज़ाजत दिलीत तर कदाचित अगदी मोजक्याच मर्त्य मानवांना मिळालं असेल अशा अनन्य सुखाच्या प्रदेशात मी तुम्हाला घेऊन जाईन."

"हा ऽ हा ऽ हाऽऽऽ." मुराद जोरात हसला आणि म्हणाला, 'अजून अठरावंही लागलं नाही अशा मुलीकडे आम्हाला शिकवण्यासारखं काय आहे बरं?"

"आपले डोळे बंद करा हुजूर. आणि तुमचा हात माझ्या हातात द्या," ती म्हणाली.

मुरादने आपले डोळे बंद केले आणि आपला उजवा हात तिच्यापुढे केला. त्यासरशी त्या मुलीने पट्कन मसनदीखाली लपवलेली सोन्याची हातकडी काढली, चपळाईने हातकडीची एक कडी मुरादच्या मनगटावर चढवली आणि दुसरी कडी मसनदीच्या पायामध्ये अडकवून टाकली.

हे करता करता दुसरीकडे मुरादच्या अंगरख्याची बटणे सैल करून त्याच्या उघड्या अंगावरून हळुवार स्पर्श करत हात फिरवत राहिली. आता थोड्याच वेळात ही मोहक आणि मादक मुलगी पूर्णपणे आपली होईल अशा स्वप्नांच्या जगातले स्वर्गीय सुख घेत मुराद डोळे मिटून पडून राहिला.

तिचे अंगावर हळुवार फिरणारे हात थांबले आहेत आणि पुढे ती काहीच करत असल्याचे जाणवत नाही असे लक्षात आल्यावर तो म्हणाला, "आरजू, आता आम्ही डोळे उघडणार आहोत. ही हातकडी काढ म्हणजे आम्हाला तुला नीट समजून घेता येईल."

काहीच प्रतिसाद न मिळाल्यामुळे त्याने डोळे उघडले. आरजूचा कुठे मागमूसही नव्हता. तिच्याऐवजी औरंगज़ेब आणि त्याचे अनेक दरबारी मानकरी त्याच्या चारी बाजूला उभे राहून त्याच्या फाकलेल्या तंगड्या, अस्ताव्यस्त अवतार, उतरवलेले कपडे आणि मसनदीवर वेड्यावाकड्या पसरलेल्या अवस्थेकडे एकटक पाहत असल्याचे पाहून त्याला धक्काच बसला. त्याने धडपडत उठून उभं राहण्याचा प्रयत्न केला, पण हातकड्यांमुळे ते शक्य झालं नाही.

"आणि हा असा माणूस हिंदुस्थानच्या साम्राज्याचा अधिपती होऊ इच्छितो." अतिशय तुच्छतेने आणि उपरोधिक सुरात औरंगज़ेब उद्गारला. सगळे दरबारी

मानकरी गडगडाटी हास्य करत उभेच राहिले.

"बंधू, हे काय आहे? हा काय खेळ मांडलाय?" मुराद फुत्कारला. "हा खेळ असेल तर तो फार वेळ खेळला जातोय. ताबडतोब या हातकड्या काढायला लावा. तुम्हाला तुमच्या भावाचा असा जाहीर अपमान झालेला कसा काय चालतो? रक्षक, रक्षक, माझे अंगरक्षक कुठे आहेत?" असे म्हणताना चेव येऊन तो उठू लागला, पण पुन्हा खाली पडला.

औरंगज़ेबाने तो अस्तित्वातच नसल्यासारखे त्याच्याकडे दुर्लक्ष केले. पुन्हा आडव्या झालेल्या त्या राजपुत्राकडे तुच्छतेने पाहत असलेल्या नानकऱ्यांकडे पाहत त्याने विचारले, "एखाद्याला एका फालतू सतरा वर्षीय मुलीची लबाडीसुद्धा कळत नसेल, तर तो साम्राज्याचे आधिपत्य करण्यास लायक ठरेल काय?"

"निश्चितच नाही हुजूर." सगळे जण एका सुरात ओरडले.

मग मुरादकडे वळत औरंगज़ेब म्हणाला, "ऐकलंस ते काय म्हणत आहेत? आता तुझ्या अंगरक्षकांचं म्हणशील तर ते आता आमच्या कैदेत आहेत. घाबरू नकोस. त्यांची चांगली खातिरदारी केली जाईल."

"पण आपला करार ...." मुराद असंबद्ध बडबडला. "आपला करार ... आठवा .... आत्ता थोड्या वेळापूर्वीच आपण त्यावर दस्तख़त केले तो .... ते तुम्ही पूर्वेकडे आणि आम्ही पश्चिमेकडे राज्य करायचं असं लिहिलेला?" असं म्हणत त्याने आपल्या अंगरख्याच्या आतल्या खिशात हात घातला, पण तो तिथे नव्हताच. घाबरून त्याने आपल्या अंगावर सगळीकडे चाचपडून पाहिलं. "नाही आहे तो, नाही आहे तो!" आपल्याशीच बोलल्यासारखं पुटपुटत त्याने औरंगज़ेबाकडे पाहिलं. औरंगज़ेबाच्या चेहऱ्यावरची रेषही हलली नाही, कारण मुरादच्या अंगावरून हळुवारपणे हात फिरवायचे नाटक करता करता आरज़ूने तो करारनामा त्याच्या खिशातून काढला होता आणि शामियान्यातून पळून जाण्यापूर्वी औरंगज़ेबाच्या हवाली केला होता.

"करारनामा? कसला करारनामा? आम्ही तुमच्याबरोबर करारनामा करण्याइतक्या योग्य अवस्थेत तुम्ही आहात असं तुम्हाला वाटतं?" औरंगज़ेबाने विचारले.

"आपण आत्ताच तर दस्तख़त केले होते त्याच्यावर." मुराद किंचाळला. "तुम्ही एका लेखनिकाला बोलावलं होतं आणि करारनाम्यातल्या शर्ती लिहायला सांगितल्या होत्या, त्यानुसार ....."

औरंगज़ेबाने त्याचे बोलणे मध्येच तोडले आणि तुसडेपणाने म्हणाला, "काय मूर्खासारखं बोलतो आहेस! तुझं डोकं अफू आणि दारूमुळे पार ढगात गेलंय आणि हे करारनामा वगैरे जे काही बोलतो आहेस ना ते सगळे तुझे भास आहेत." मग पुन्हा दरबारी मानकऱ्यांकडे वळून औरंगज़ेब म्हणाला, "तुमच्यापैकी अनेक जणांना हे माहीतच आहे की या माणसाचे हात एका निष्पाप माणसाच्या रक्ताने माखले आहेत.

याच्या सुभ्याची आर्थिक घडी नीट बसवण्यासाठी आणि आमच्या या भावाला चांगला सल्ला देण्यासाठी अली नकी यांना दिवाण म्हणून अहमदाबादला पाठवलं होतं. तर आमच्या भावाने काय केलं? त्यांचा सल्ला मानण्याऐवजी, याने दिवसाढवळ्या आपला भाला काही लोकांच्या डोळ्यांदेखत त्यांच्या पोटात इतक्या जोरात खुपसला की ते तत्काळ गतप्राण झाले. सल्तनतीच्या एका उच्चपदस्थ अधिकाऱ्याचा स्वतःच्या हाताने खून! एका निष्पाप माणसाचे रक्त सांडणे म्हणजे मानवतेचाच वध करण्यासारखे असते, अशीच आपल्या धर्मशास्त्रांची आपल्याला शिकवण आहे, होय की नाही?''

यावर मसनदीभोवती जमलेल्या सर्वांनी माना डोलवल्या.

औरंगज़ेब पुढे सांगत राहिला, ''दहा दिवसांपूर्वीच अली नकी यांचा सर्वांत मोठा मुलगा आम्हाला भेटला आणि आपल्या धर्माच्या नियमांनुसार आपल्या वडिलांच्या सांडलेल्या रक्ताची किंमत म्हणून वडिलांच्या खुन्याचं रक्त मागितलं. योग्य न्याय केला गेला नाही अशी नोंद इतिहासात होऊ नये म्हणून इतक्या गंभीर आणि महत्त्वाच्या स्वरूपाच्या मुद्द्यावर काझींचं एक विधिवत् प्रस्थापित केलेलं न्यायासनच निर्णय घेऊ शकतं, असं आम्ही त्याला सांगितलं. म्हणून आम्ही या माणसाला लवकरात लवकर काझींच्या न्यायासनासमोर उभं करणार आहोत. तेच या माणसानं केलेल्या गंभीर गुन्ह्याबाबतचा त्यांचा निर्णय सुनावतील आणि तोपर्यंत हा माणूस आमच्या कैदेत राहील. आमच्या या कार्यवाहीला तुमची मान्यता मिळेल अशी आम्हाला आशा वाटते.''

तिथे उपस्थित असलेल्या सर्वांनी कुजबुजल्या स्वरात मान्यता दर्शवली. कुणीही विरोध करण्याचे धाडस केले नाही.

दिल्लीतील सलीमगड किल्ल्याचे किल्लेदार असलेल्या मोहसीन खानांना पाचारण करून औरंगज़ेब म्हणाला, ''खानसाहेब, ही आमचे बंधू मुराद नावाची जी व्यक्ती आहे तिला आम्ही सलीमगडमध्ये कैदेत ठेवण्यासाठी तुमच्या हवाली करत आहोत. तुमच्या कैदेत असताना त्यांना एक राजपुत्र म्हणून मिळणाऱ्या सोयी व सवलती मिळण्यास ते पात्र असतील; परंतु त्यांना किल्ल्याच्या आत असलेल्या त्यांच्या महालाच्या कक्षेमध्येच राहावे लागेल आणि त्यांना भेटू इच्छिणाऱ्या माणसाच्या भेटीसाठी व्यक्तिशः आमची परवानगी घ्यावी लागेल. कैदेत असताना जोडीदार म्हणून ते त्यांच्या पसंतीच्या व्यक्तीची निवड करू शकतील; परंतु अशा व्यक्तींची संख्या कोणत्याही परिस्थितीत.... अं .... दोनपेक्षा जास्त नसावी. आपल्या जिवानिशी यांची राखण करा.''

मोहसीन खानाने लवून मुजरा केला आणि हुकमाची अंमलबजावणी करण्यासाठी तो तडफेने पुढे सरसावला. कनातीबाहेरच उभी केलेली पहारेकऱ्यांची एक तुकडी

आत आली, मुरादचे पाय सोन्याच्या बेड्या घालून बांधले गेले आणि त्या बेड्यांची साखळी त्याच्या मनगटाभोवती बांधली गेली. पहारेकरी उचलून घेऊन जात असताना मुराद गरजला, ''तुला याची शंभर पटींनी किंमत मोजावी लागेल. आमच्या जिवंत जीव असेपर्यंत आम्ही याचा जरूर बदला घेऊ. तुझी यातून सहीसलामत सुटका होईल, अशा भ्रमात क्षणभरदेखील राहू नकोस.''

मुरादला ढकलत घेऊन जात असताना त्याच्याकडे एकदा नुसते बघण्याचीदेखील औरंगज़ेबाने तसदी घेतली नाही. तिथे गोळा झालेले दरबारी मानकरीदेखील एक-एक करत मुजरा करून चालते झाले. गेल्या काही तासांमध्ये जे काही घडलं त्याची शांत चित्ताने उजळणी करत औरंगज़ेब थोडा वेळ शामियान्यातील मसनदीवर बसला. मग मसनदीवरून उठून शामियान्याच्या दारापाशी गेला आणि पडदे बाजूला करून आकाशाकडे पाहिले. आकाशात पसरलेल्या रात्रीच्या गडद काळ्या शाईची जागा पहाटेच्या राखेने घेतली होती आणि दूर पूर्वेकडे सकाळच्या किरणांनी आकाशाचा रंग फिका पडत चालला होता. डेऱ्यातील तंबूंना हळूहळू जाग येत होती. होय, लखलखीत प्रकाशाच्या दिवसाची ती नांदी होती.

उपसंहार

त्या वृद्ध माणसाने तो औरंगाबादमध्ये असताना शय्या म्हणून वापरत असलेल्या गवताच्या चटईवर डोके टेकले. पाय लांब करून आपले यातनामय शरीर त्या शय्येवर पसरून दख्खनच्या रात्रीच्या अंधारात काय दिसतेय ते निरखून पाहता पाहता छातीवर रुळणाऱ्या अस्ताव्यस्त दाढीतून आपली बोटे फिरवत पडलेल्या हिंदुस्थानच्या बादशहाला, औरंगज़ेब आलमगीर याला झोप हुलकावणी देत होती. एके काळी कठोर काळजाचा आणि कडक शिस्तीचा म्हणून ओळखला जाणारा माणूस, ज्याच्याशी लढणे म्हणजे स्वतःचा नाश ओढवून घेणे, असे उझबेग लोक समजत असत, ज्याच्या कपाळावर चढलेल्या नापसंतीच्या एका आठीनेदेखील भल्याभल्यांची भंबेरी उडत असे, असा माणूस आता जणू हरवलाच होता. त्याच्या ठिकाणी दिसत होता उण्यापुऱ्या एकोणनव्वद वर्षांचे शारीरिक, मानसिक दौर्बल्यांचे, चिडखोरपणाचे ओझे खांद्यावर वागवणारा एक जर्जर, अशक्त वृद्ध; शेवटी तोदेखील एक मर्त्य मानवच होता.

गत काळातल्या अनेक रात्रींसारखीच त्या रात्रीदेखील भूतकाळातली भुते– त्या आठवणी, त्या असंख्य शंका-कुशंका, ते भयाण एकाकीपण– सारे काही पुन्हा एकदा त्याला भेडसावत त्याच्या शय्येभोवती पिंगा घालत होती. या यातनांपासून त्याला कधीच मुक्ती मिळणार नाही का? परंतु त्याच्या तावडीत सापडलेल्या कित्येकांच्या आयुष्याची त्याने जी वासलात लावली होती ती पाहिली तर त्याच्या यातना लेशमात्रदेखील कमी होण्याची अपेक्षा तरी कशी करावी? एखाद्या कॅलिडोस्कोपमधल्या काचेच्या तुकड्यांची एक नक्षी तयार होते, विस्कटते आणि नव्याने तयार होते, तसेच भूतकाळातल्या घटनांच्या तुकड्यांचे– त्यात तो स्वतः जसा आत्ता कणाकणाने झिजून मरत होता, तशाच प्रकारे आग्र्याच्या किल्ल्यात बंदिवान करून झिजत झिजत मरण्यासाठीच ठेवलेला त्याचा बाप होता; साखळदंडांनी बांधून दिल्लीला आणलेला आणि भिकाऱ्यासारखी

लक्तरे अंगावर चढवून धुळीने माखलेल्या हत्तीवरून दिल्लीभर वरात काढलेला आणि नंतर घाईघाईने हत्या केलेला दारा होता; मीर जुम्लाकडून पराभव झाल्यावर आराकानच्या जंगलात पळून गेलेला आणि तिथल्या स्थानिक राजाकडून झैन नावाच्या मुलासह ज्याचा खून झाला तो शुजा होता; मुघल साम्राज्याचे भवितव्य अधांतरी असताना जो सिंहाच्या काळजाने लढला आणि कालांतराने ज्याला जगातल्या सगळ्यात जुन्या डावपेचाने नामोहरम केले आणि ज्याला ग्वाल्हेरच्या अंधारकोठडीत प्राण सोडावे लागले तो अतिशय शूर पण मूर्ख मुराद होता; आणि बाळंतपणातच मरण आलेल्या त्या सर्केशियन गुलाम मुलीच्या पोटी जन्माला आलेला मुरादचा मुलगादेखील होता; - या सगळ्या तुकड्यांचे पुन्हा पुन्हा नवे आकृतिबंध तयार होऊन त्याच्या नजरेसमोर नाचत होते. त्या मुलाला त्याच्या वडिलांकडून धाडसीपणाचा आणि आईकडून घाऱ्या डोळ्यांचा वारसा मिळाला होता, तो औरंगज़ेबाच्या सेनेमध्ये लढला आणि गोवळकोंड्यावरील चढाईदरम्यान अतुलनीय शौर्याने लढताना तो पोरसवदा तरुण मारला गेला; आयुष्यात ज्या एकाच व्यक्तीवर खरे प्रेम केले ती त्याच्या लाडक्या मुलाची, मोहम्मद काम बक्षची आई- उदयपुरी महल, तीदेखील आता कबरीमध्ये चिरनिद्रा घेत होती; आणि असे इतरही असंख्य लोक होते.

लढलेल्या सगळ्या लढाया, तो रक्तपात, ती दगलबाजी, त्या सगळ्याबरोबर येणारी तप्तता, धूळ, दुष्काळ आणि रोगराई आणि या सगळ्यातून मार्ग काढत हे साम्राज्य ऐऱ्यागैऱ्याच्या हाती जाऊ नये, त्याचे रक्षण करावे आणि त्याच्या सीमांचा विस्तार करावा यासाठी केलेली सारी धडपड– या सगळ्याला तशी काय किंमत होती? की वीस वर्षं तळ ठोकून बसूनदेखील दक्षिणेकडच्या मराठ्यांचा बीमोड करणे शक्य होत नाही, साम्राज्यात इतरत्रदेखील बंड डोके वर काढतेच आहे; इतकेच काय, आपली स्वतःची मुलेदेखील आपल्या विरोधातच गेली आहेत; याचा विचार केला तर आपले आयुष्य पराकोटीचे अपयशीच नव्हे काय? आणि आता तो असा असहाय आणि मरणासन्न अवस्थेत असताना त्याने जे त्यांच्या बाबतीत आणि स्वतःच्या बापाच्या बाबतीत केले, तसेच ते आपल्या बाबतीत करतील का? आणि आपल्या राज्यकारभारामुळे जे लोक स्वतःच्याच दुःखाश्रूंच्या समुद्रात गुदमरून मेले, त्या लाखो लोकांचे काय? त्यांचे फक्त शिव्याशापच आपल्या कबरीपर्यंत आपली सोबत करत नसतील काय?

अगदी रिक्त हातांनी या जगात आलेला तो, या जगातून जात असताना मात्र आपल्या पापांचा अजस्त्र तांडाच घेऊन जात होता, हे किती विचित्र होते नाही का? आत्ता पश्चात्ताप आणि पापक्षालन करणे शक्य तरी होते का? आणि निवाड्याच्या दिवशी अल्लाकडे त्याची तरफदारी करायला कोण असणार होते?

या मर्त्य मानवांच्या जगात त्यांच्यावर राज्य करायला येण्याऐवजी पूर्वी जसे ठरवले होते, तसे थेट अल्लाबरोबर हितसंवाद करण्यासाठी एक फकीर बनून जगण्याचा मार्ग पत्करणेच जास्त श्रेयस्कर नव्हते काय? साम्राज्याचा पुरेपूर विस्तार होत असताना त्याने मुघल साम्राज्याची धुरा सांभाळावी हे विधिलिखितच होते आणि अल्लाचा नम्र सेवक या नात्याने इस्लाम धर्माच्या सच्च्या तत्त्वांचा सर्वोच्च सन्मान आणि प्रसार करण्याचे काम करून त्याने आपले कर्तव्यच पार पाडले होते. जे विधिलिखितच होते, त्यात कोण बदल करू शकत होते?

या सगळ्याची सुरुवात कधी झाली बरे? त्याचे डोळे त्याला शांत झोपेच्या अधीन करत असताना त्याने स्वतःलाच प्रश्न केला. तीस वर्षांपूर्वी? चाळीस वर्षांपूर्वी? नाही, कदाचित हे सुरू झाले असावे पन्नास वर्षांपूर्वी, जेव्हा बादशहा शहाजहान खूप आजारी पडले होते...

❖

AF517694

रात्र हा सर्वांच्या जीवनाचा अर्धा भाग असतो; पण प्रत्येकाचा अनुभव मात्र वेगळा असतो. सुख, दुःख, भोग, उपभोग, बरेवाईट प्रसंग, कधी परतत्त्वाचा स्पर्श तर कधी अद्भुताची भीती अशा अनेक भावभावनांचे रंग रात्रीच्या अंधकारात जवळजवळ प्रत्येक जण अनुभवत असतो.

'रात्र' विशेषांकात प्रभाकर पणशीकर, बाबा महाराज सातारकर, गंगुबाई हनगल, मोहनलाल भास्कर, सुरेशचंद्र वारघडे, यशवंतराव गडाख यांच्या रात्रअनुभूती लेखांच्या केंद्रस्थानी लेखक 'मी' आहे. सगळे लेख वाचनीय आहेत.

दैनिक लोकमत, २३-०५-२००४

प्रभाकर पणशीकर, बाबा महाराज सातारकर, गानतपस्विनी गंगुबाई हनगल, मोहनलाल भास्कर अशा विविध क्षेत्रांतल्या नामवंतांची लेखणी या 'रात्ररंग'साठी लिहिती झालेली दिसते.

'रात्ररंग'मधून या साऱ्या मान्यवरांचे अनुभव त्यांच्या खास शैलीत वाचायला मिळतात. अर्थातच भाषेची लकब, वापर हा त्या अनुभवाशी नाते राखतो. या लेखांची शीर्षके व मांडणी, मुखपृष्ठ हे सारे संग्रहाला साजेसे आहे. निघून गेलेल्या रात्रींचे ठसे अनुभवायला 'रात्ररंग' वाचायला हवे.

दैनिक तरुण भारत, १८-०७-२००४

रात्रंग

प्रसिद्ध व्यक्तींनी आयुष्यात अनुभवलेल्या रात्रीच्या नानाविध रूपांचे दर्शन

संपादन
अरुण शेवते

मेहता पब्लिशिंग हाऊस

Please contact us at **Mehta Publishing House,** Pune 411030.

✆ +91 020-24476924 / 24460313 / Mob. No. 9545000513

Email : production@mehtapublishinghouse.com

Website : www.mehtapublishinghouse.com

- *या पुस्तकातील लेखकाची मते, घटना, वर्णने ही त्या लेखकाची असून त्याच्याशी प्रकाशक सहमत असतीलच असे नाही.*

RATRARANG Edited by **ARUN SHEVATE**

रात्ररंग : संपादन - अरुण शेवते / अनुभवकथन

Email : author@mehtapublishinghouse.com

प्रकाशक : सुनील अनिल मेहता, मेहता पब्लिशिंग हाऊस,
१९४१, सदाशिव पेठ, माडीवाले कॉलनी, पुणे ४११०३०.

मुद्रक : ट्रिनिटी अॅकॅडमी फॉर कॉर्पोरेट ट्रेनिंग लिमिटेड

मुखपृष्ठ : चंद्रमोहन कुलकर्णी

आतील चित्रे : रमेश थोरात

प्रकानशनकाल : जानेवारी, २००४ / पुनर्मुद्रण : फेब्रुवारी, २०१९

किंमत : ₹ २९५

P Book ISBN 9788177664249

E Book ISBN 9789353171728

E Books available on : amazonkindle Apple Books Google Play Books

---

टी. एन. परदेशी
डॉ. सु. प्र. कुलकर्णी

यांना सस्नेह भेट

मनोगत

ऋतुरंग २००१ चा दिवाळी अंक 'रात्र' हा विशेषांक होता. त्यातील लेखांचे 'रात्ररंग' पुस्तक सुनील मेहता प्रकाशित करत आहेत, याचा मला आनंद आहे.

या पुस्तकाला चंद्रमोहन कुलकर्णी यांचे मुखपृष्ठ लाभले याचे समाधान आहे.

जन्मापासून आपण रात्र अनुभवत असतो. सुख-दुःखाच्या नाळेशी नाते सांगणारी रात्र प्रत्येकाच्या आयुष्यात येते. संध्याकाळ झाली की, रात्र होते; पण सगळ्याच रात्री मनात रुतून बसत नाहीत. मित्रांबरोबर घालविलेल्या रात्री, प्रवासात, जंगलात, घरात अनुभवलेल्या रात्री, अनेक बरे-वाईट प्रसंग येतात त्यावेळी पाहिलेली रात्र अशा कितीतरी अवस्थांमधून आपण रात्र उपभोगत असतो. दिवसा जगत असलेल्या अनुभवांचे चेहरे रात्रीच्या वेळी विचार करताना आपल्याला दिसतात.

संध्याकाळी सातनंतर एक दरवाजा मिटतो; एक दरवाजा उघडतो. आपण जिथे असतो तिथे भेटत असते रात्र. आपण जगत असलेल्या भूमिकांसह रात्र रंगत जाते. आपल्या जगण्याबरोबर रात्र नांगरून टाकत असते आपले आयुष्य. आपल्याजवळ फक्त आपले श्वास पाहिजेत. आपण झोपी जातो त्यावेळी रात्र झोपत नाही; ती जागीच असते. ती निघून जाताना आपल्या उशाशी क्षितिज ठेवून जाते.

– अरुण शेवते

अनुक्रमणिका

प्रभाकर पणशीकर

उत्तररात्र

आम्हा नट मंडळींच्या आयुष्यात रात्री या फार महत्त्वाच्या असतात, कारण नाटकं ही मुख्यतः रात्रीच होतात. गेली बरीच वर्षे मुंबई अन् पुण्यात जरी सकाळी आणि दुपारी प्रयोग होत असले तरी आजही महाराष्ट्राच्या गावागावांत प्रयोग होतात ते रात्रीच! म्हणूनच मला वाटतं की, नाटक आणि रात्र यांचा घनिष्ठ संबंध आहे. नाटकासंबंधीच्या माझ्या बऱ्याचशा सुखद आणि दुःखद आठवणीही रात्रीशीच गुंफल्या गेलेल्या आहेत.

नाटकाच्या वेडापायी मी घरदार सोडलं. मुंबईला नाटकात नशीब अजमावून पाहायला म्हणून आलो. त्या वेळी मी गिरगावात राहत असे. तेव्हा दूधवाल्यांची पत्र्याची दुकाने असत. रात्री दुकानापुढचा पत्रा स्वच्छ धुऊन काढला जाई. त्या पत्र्यावर मी कित्येकदा रात्रीची पथारी पसरलेली आहे. क्षीरसागर म्हणून एक गुहागरचे सोनार होते; त्यांच्या दुकानासमोरील बाकड्यावरदेखील मी रात्री काढलेल्या आहेत. दाढी वाढलेली, मित्रांनी दिलेले कपडे अशा अवतारात मी त्या काळी फिरत असे. साधारण १९५१ सालची गोष्ट असावी ती! असाच एकदा गिरगाव बॅक रोडवरून चाललो होतो. राममोहन शाळेजवळ रामजी पुरुषोत्तम चाळ होती. तिथून हाक आली, माझा मित्र तिथं राहत होता. त्या वर्षी गणेशोत्सवात ती मंडळी 'देवमाणूस' नाटक करणार होती. त्या दिवशीच मुहूर्त करून त्यांना नारळ वाढवायचा होता. त्यांनी मला विचारलं, "प्रॉम्प्टिंगला येशील का?" संध्याकाळी तालमीला जायचं. त्या बदल्यात ते लोक मला रात्रीचं जेवण देणार होते. मी होकार दिला, कारण दिवस मला नुसता खायला उठत असे. रात्रीच्या वेळी ठीक होतं, नाटकांच्या आसपास घुटमळता येई; पण दिवसा

काय करायचं हा प्रश्नच होता; त्यामुळे प्रॉम्प्टिंग करण्यासाठी मी आनंदाने होकार भरला. प्रॉम्प्टिंग करताना झालं काय की, माझं प्रॉम्प्टिंग लोकांना फारच आवडू लागलं. कारण मी नाटकात कामं करत असल्यानं कुठलं वाक्य कोणत्या सुरात म्हणायचं हे मला ठाऊक होतं आणि त्याप्रमाणेच मी प्रॉम्प्टिंगची वाक्यं म्हणत असे. त्या लोकांनी खुश होऊन मलाच डायरेक्टर केलं. तेव्हा त्यांचे खोत म्हणून एक डायरेक्टर होते, तेच त्या नाटकात दादाची भूमिका करत होते. ते रागावून निघून गेले. मी खरा तसा नवखाच होतो, फारसा अनुभवी नव्हतो. खोत निघून गेल्यावर दादाची भूमिका करण्याचे कामही माझ्यावर येऊन पडले. प्रयोगाची तारीख जवळ येऊ लागली, तेव्हा मला माझ्या नाटकातल्या पोशाखाची आठवण झाली. त्या भूमिकेसाठी मला चांगलं धोतर, कोट, काठी, शर्ट, उपरणं, टोपी असा सगळा सरंजाम लागणार होता. चाळीचे गणेशोत्सवाचे सेक्रेटरी भिसे म्हणून होते, त्यांनी मला या सगळ्या नव्या वस्तू आणून दिल्या. दोन बिल्डिंगांमध्ये जागा असते तिथं स्टेज उभारलं होतं. बाजूला पिठाची गिरणी होती. ती साफ करून तिथं मेकअप रूम आणि कपडे बदलायची खोली केली होती. माझं स्वतःचं धोतर खूप फाटलं होतं. बारीक बारीक गाठी मारून मी ते वापरत होतो. मेकअप रूममध्ये मी ते बाजूला घडी घालून ठेवलं. नवीन धोतर नेसलो. त्या दिवशी नाटक फारच छान झालं. सर्वांनी खूप कौतुक केलं. सगळ्यांशी बोलून झाल्यावर मेकअप काढायला गेलो. बघतो तर माझं जुनं धोतर गायब! तिथंच बाजूला पिठाच्या गिरणीत काम करणारा पोऱ्या झोपला होता. त्याला उठवून विचारलं तर म्हणतो कसा, "तुमचं धोतर काय ते? आमचे मालक गिरणीत साफसफाई करायला फडकी आणतात; मला वाटलं की, ते तसंच आहे, म्हणून मी फाडून जमीन पुसायला घेतलं."

झालं! त्या दिवशी मला ते नवं धोतर नेसून घरी जावं लागलं. त्यानंतर चार वर्षं तरी मी ते धोतर परत करू शकलो नाही. १९५५ मध्ये मला मो. ग. रांगणेकरांच्या नाट्य निकेतनमध्ये प्रवेश मिळाला. त्यानंतर मी एकदा धोतरजोडी विकत घेतली. त्या वेळी ती पंचवीस रुपयांना मिळत असे. भिसे यांना द्यायला गेलो; पण मधल्या काळात ते रिटायर्ड होऊन नागोठणं या त्यांच्या गावी राहायला गेले होते, तिथला पत्ता कुणालाच माहीत नव्हता. त्यानंतर आजतागायत मी ते धोतर परत केलेलं नाही.

माझं अत्यंत गाजलेलं नाटक म्हणजे 'तो मी नव्हेच!'. या नाटकामुळे प्रेक्षकांना माझी समर्थ नट म्हणून प्रथम ओळख झाली. त्याचा पहिला प्रयोग दिल्लीत झाला. तारीख होती ८ ऑक्टोबर १९६२. दसऱ्याचा दिवस होता. दिल्लीला महाराष्ट्र क्लब नावाची संस्था होती. नाट्य महोत्सवच होता त्या संस्थेनं आयोजित केलेला! आमचा प्रयोग सर्वात शेवटी होता. त्या प्रयोगाला स्वतः अत्रेसाहेब आपल्या पत्नीसह येणार होते. माझ्या मनात अत्र्यांबद्दल एक विचित्र दहशत निर्माण झाली होती. कारण आचार्य

अत्र्यांचा मला ती भूमिका देण्यास विरोध होता. ते मो. ग. रांगणेकरांना म्हणाले, "ही एवढी मोठी भूमिका तुम्ही नवख्या नटाला का देता? आमच्या बापूराव मान्यांना द्या, नाहीतर राजन जावळेंना द्या."

पण रांगणेकर माझ्या नावावर हटून बसले. शेवटी त्या दोघांचं असं ठरलं की, नाटक थोडंसं बसलं की अत्रेसाहेबांनी तालीम बघायला यायचं; तेव्हा जर त्यांना माझं काम आवडलं नाही तर नट बदलायचा. प्रत्यक्षात असं झालं की, अत्रेसाहेबांना तालीम बघायला वेळच मिळाला नाही; त्यामुळे त्यांच्यासमोर पहिला प्रयोग करताना माझ्या मनात भीती दाटून आली होती. यांना आवडेल की नाही? की चार लोकांत बोलतील अशी सारखी धाकधूक वाटत होती.

नाटक सुरू झालं आणि चांगलंच रंगलं. प्रेक्षकही टाळ्या वाजवू लागले. अत्रे पहिल्याच रांगेत बसले होते. तेही उत्स्फूर्त प्रतिसाद देऊ लागले. दुसऱ्या अंकात राधेश्यामच्या वेषात माझी एंट्री होती. तेव्हा थोडंसं गायचं होतं. "रूप पाहता लोचनी, सुख झाले हो साजणी" हा अभंग होता. चंद्रचूड वासुदेवांनी माझं गाणं बसवून घेतलं होतं.

मी अभंग म्हटला. माझ्या बाजूला नऊवारी नेसलेली, दागिन्यांनी मढलेली सोळा वर्षांची मुलगी असते. तिला मला पळवून न्यायचं असतं, असा तो प्रवेश होता. मी डोळे मिटून 'रूप पाहता लोचनी' ही ओळ म्हटली आणि 'सुख झाले हो साजणी' ही ओळ तिच्याकडे पाहत पाहत म्हटली; त्यामुळे प्रेक्षकांत प्रचंड हशा पिकला. अत्रेसाहेबांनी तर उभं राहून टाळ्या वाजवल्या त्या वेळी! मी गातोसुद्धा, हे पाहून ते माझ्या प्रेमातच पडले.

प्रयोग संपल्यावर रात्री मला त्यांनी भेटायला बोलावलं, मी बिचकत बिचकतच गेलो. ते स्वतः, सुधाताई, रांगणेकर, ज्योत्स्नाबाई सगळे होते; पिणं चाललेलं होतं. अत्र्यांनी माझं खूप कौतुक केलं, त्यांचं बोलणं ऐकून मला एकदम गदगदून आलं. वाटलं, एवढी वर्षं कष्टात काढली, फूटपाथवर झोपलो, उपासतापास काढले; त्या कष्टांचं आज चीज झालं. त्यांच्यासमोर हुंदका येईल की काय असं वाटून धावत बाहेर आलो आणि बागेतल्या बाकावर बसलो. तेव्हा अत्रेसाहेब स्वतः उठून बाहेर आले. त्यांनी मला थोपटलं, म्हणाले, "हा तुझ्या आयुष्यातला सोन्याचा दिवस आहे." अन् खरोखरच तो दिवस सोन्याचा होता.

'तो मी नव्हेच'चे प्रयोग करताना वेगवेगळे अनुभव आले, एखादा प्रयोग व्हायचा असला म्हणजे तो होतोच, याचं एक उदाहरण सांगतो. कोकणात रेडी गावात आमचा प्रयोग होता. झापाचं थिएटर! तिसऱ्या घंटेआधी नाटकाची अनाउन्समेंट करीत होतो, तेव्हा मेकअप रूमच्या बाजूला काहीतरी गोंधळ चालल्याचं जाणवलं; तोवर पडदा वर गेला होता. तेवढ्यात आमच्या मॅनेजरनी प्रेक्षकातल्या कुणाला तरी

बोलावून नेलं. काय झालं होतं कोण जाणे? मला ते कळलं केव्हा तर माझा प्रवेश आटोपून मी कपडे बदलायला आत गेलो तेव्हा! झालं होतं काय की, आमच्या नाटकात चंद्राबाई चित्रावचं काम करणाऱ्या शांताबाई साठे या मागं शेतावर गेल्या होत्या. त्या परत आल्या आणि चक्कर येऊन पडल्या. तेव्हा प्रेक्षकांत बसलेल्या डॉक्टरांना तातडीनं बोलावून नेण्यात आलं. तिथून त्यांना कंपनीच्या बसमधून शिरोड्याच्या कॉटेज हॉस्पिटलमध्ये नेण्यात आलं. तिथून त्यांना वेंगुर्ल्याच्या मिशन हॉस्पिटलमध्येही नेलं असावं; कारण पहिला अंक संपला तरी कुणाचा पत्ता नाही. शेवटी आमच्या नाटकात काम करणाऱ्या वंदना कोठावळ्यांना म्हटलं की, तुम्हीच चंद्राबाई चित्रावचं काम करा. त्यांनी ते केलं, कुणाला समजलंसुद्धा नाही. दुसऱ्या अंकानंतर स्टेजवर जाऊन शांताबाई साठ्यांच्या तब्येतीस आराम मिळावा म्हणून प्रार्थनासुद्धा केली. तिसरा अंकही झाला तरी काही निरोप नाही. शेवटी वाट पाहून भुकेलेले कलाकार जेवायला गेले. जेवण होऊन बाहेर आलो तर समोर आमच्या बसचा ड्रायव्हर उभा! तो म्हणाला, ''दोन तास आधीच आलोय; पण प्रयोग होऊन तुमची जेवणं होईतो थांबलो. वाईट बातमी आहे, शांताबाई साठे हॉस्पिटलमध्ये नेतानाच वारल्या.''

म्हणजे एखादा प्रयोग व्हायचा असला की कसाही होतोच, हे अगदी ढळढळीत उदाहरण आहे, नाही का?

हल्ली आता बसेस आहेत, सगळीकडे चांगली हॉटेल, लॉजेस झाली आहेत; ट्रेन्ससुद्धा खूप वाढल्या आहेत. पूर्वी मुळी रिझर्व्हेशनच मिळत नसे; मग आम्ही वर्तमानपत्रं बरोबर घेऊन जायचो. त्यावरच बसायचं, त्यावरच झोपायचं. पुन्हा रात्री साडेबारापर्यंत नाटक संपलंच पाहिजे असा दंडक होता. तेव्हाची नाटकं मोठी असल्यानं कधीकधी पाच-दहा मिनिटांनी प्रयोग लांबत असे. एकदा एके ठिकाणी पोलिसांच्या लोकांना पुरेशा सीट्स मिळाल्या नव्हत्या. नाटक 'हाउसफुल्ल' झालं; त्यामुळे आम्ही त्यांना सीटही देऊ शकत नव्हतो. नाटक चालू झालं, ते साडेबारापर्यंत संपणार नाही हे आमच्या लक्षात आलं. आता पोलीस नक्की पेचात पकडणार असा आम्ही अंदाज बांधला. इतक्यात इंटरव्हलमध्ये आमचे मॅनेजर श्याम जोशी यांनी रेडिओवर बातमी ऐकली की, राष्ट्रपती राजेंद्र प्रसाद वारले. त्याबरोबर त्यांनी तिसरा अंक सुरू व्हायच्या आधी स्टेजवर जाऊन अनाउन्समेंट केली की, राष्ट्रपती राजेंद्र प्रसाद यांचे निधन झाले आहे म्हणून त्यांना श्रद्धांजली वाहण्यात येईल. त्यानंतर नाटक जेव्हा दहा मिनिटं उशिरा संपलं तेव्हा पंचनामा करायला आलेल्या पोलिसांना आम्ही सांगितलं की, राष्ट्रपतींना श्रद्धांजली वाहिली; त्यामुळे प्रयोग थोडा उशिरा संपला. या कारणामुळे आम्ही त्या वेळी पंचनाम्यातून वाचलो.

एकदा धुळ्याला प्रयोग होता. ओपन एअर थिएटर! भारतीय बैठक होती. नगराध्यक्षसुद्धा आले होते प्रयोगाला! ते आले आणि मांडी घालण्याऐवजी पाय

पसरून बसले. त्यांच्याबरोबरची इतर मंडळीही पाय पसरून बसली. आता त्यांना सांगणार कोण? मग मी एक युक्ती केली. दुसऱ्या अंकात राधेश्यामची एंट्री होते तेव्हा भजनाला सर्व मंडळी बसतात. आमच्याबरोबर रिमा लागूची आई मंदाकिनी भडभडे होत्या. मी त्यांना म्हटलं, ''तुम्ही जरा भजनाच्या वेळी पाय पसरून बसा!'' त्याप्रमाणे त्या बसल्या. तेव्हा त्यांना उद्देशून मी म्हटलं, ''अहो, हे भजन चाललं आहे. तुम्ही काय नाटकाला आलात की काय पाय पसरून बसायला?''

त्यासरशी त्या तर सावरून बसल्याच; पण नगराध्यक्ष आणि मंडळीदेखील सावरून बसली. नंतर मला ते म्हणालेसुद्धा! ''आमची चांगली खाशी केलीत!'' म्हणून! अशी गंमत झाली ती!

बेळगावला आमचे ओळीनं सहा प्रयोग होते. तीन प्रयोग आधी, एक दिवस गॅप आणि नंतर तीन प्रयोग असं होतं. तेव्हा ठळकवाडी भागातले एक व्यापारी प्रत्येक प्रयोगाला यायचे व आम्हाला घरी यायचा आग्रह करायचे. उगाच लोकांकडे जेवायला जाऊन आग्रहाचा मारा होतो आणि पोटं बिघडतात म्हणून आम्ही कुणाकडे जाणं टाळत असू; पण ते गृहस्थ म्हणाले की, ''मी फक्त चहा आणि मारी बिस्किटं देईन; पण घरी या.'' शेवटी त्यांचा आग्रह मोडवेना. पुन्हा रोज ते 'तो मी नव्हेच'च्या प्रयोगाला का येतात याचंही कुतूहल होतं. शेवटी त्यांच्या घरी गेलो आणि घरातून निघताना ते कोडं उलगडलं. ते उंबरठ्यापाशी येऊन म्हणाले, ''माझ्या पत्नीला त्या काझीला दाखवलं होतं. हुंडा, देणं-घेणं सर्व काही ठरलं होतं; पण तो दिल्लीला गेला आणि पकडला गेला; त्यामुळे ही सहीसलामत सुटली. पुढे हिचं माझ्याशी लग्न झालं.''

अहो, कित्येक वर्षं बार्शीला 'तो मी नव्हेच'चा प्रयोग होऊ शकत नव्हता. कारण त्या काझीनं बार्शीच्याच मुलीला फसवलं होतं. जखम ताजी होती; पण काही काळानं लोक जखमा विसरतात. हळूहळू बार्शीला प्रयोग होऊ लागले. अहो, एकदा तर बार्शीच्या काही प्रयोगांची व्यवस्था त्या फसवल्या गेलेल्या मुलीच्या भावानंच केली.

'तो मी नव्हेच' नाटकाने त्या काळात समाजाची एवढी पकड घेतली होती की, काही विचारू नका. एकदा हैदराबादला जात होतो तेव्हा वाटेत सोलापूरला आमचे मॅनेजर चढणार होते. ते दिसतात का म्हणून पाहायला फलाटावर उतरलो तोच कुणीतरी ट्रेनमधून हाका मारल्या, ''अहो, जावईबापू!'' हे कोण सासरेबुवा हाक मारताहेत म्हणून चमकून पाहिलं. ती कोणी व्यापारी मंडळी होती. म्हणाले, ''आम्ही बार्शीचे राहणारे! म्हणून तुम्हाला जावईबापू अशी हाक मारली.'' इतका मी त्या लखोबा लोखंडेच्या भूमिकेशी लोकांच्या दृष्टीनं एकरूप होऊन गेलो होतो.

'तो मी नव्हेच'नंतरचं माझं दुसरं गाजलेलं नाटक म्हणजे 'इथे ओशाळला मृत्यू!' त्यातील माझी औरंगजेबाची भूमिका बऱ्याच मुसलमान लोकांनासुद्धा खूप

आवडली. एकदा एका प्रयोगाला लेंगा, शर्ट, काळी टोपी अशा वेषात काही मुसलमान मोमीन लोक भेटायला आले. ते मिरजेचं मराठी बोलत होते. ते म्हणाले, "औरंगजेब एकदम चांगला वठवलात." त्या नाटकात मी अकरा वेळा 'लाईल्लाही इलल्लाही मोहम्मद रुसुलल्लाह' असं म्हणालो होतो. ते फक्त तीन वेळाच म्हणायचं असतं. ही माझी चूक दुरुस्त करायला ते आले होते.

लांजाला प्रयोग झाला तेव्हा एक मुसलमान बाई आपल्या पोराला धपाटा घालून सांगत होती, "देख, कैसा नमाज पढता है। ऐसा नमाज पढने को सिख इससे!"

विट्याला प्रयोग होता तेव्हा प्रयोग संपल्यावर एक मुल्ला भेटायला आले. प्रयोगात मी नमाज खूप छान पढला म्हणून मुद्दाम सांगायला आले होते. ते म्हणाले, "नमाज खूप छान पढलात; पण तो मक्केकडे बघून पढायचा असतो, तो तुम्ही प्रेक्षकांकडे बघून पढलात, म्हणून सांगायला आलो." मी त्यांना म्हणालो की, "हा फतेहत की नमाज म्हणून मी त्या प्रसंगी पढतो, म्हणजे एक तर संभाजी मरेल नाहीतर मी मरेन, असा पण त्यामध्ये असतो. शिवाय प्रेक्षकांकडे पाठ करून मी कसा राहू? तेच माझी मक्का आणि तेच माझी मदिना!"

त्यानंतरचं आमचं गाजलेलं नाटक म्हणजे 'अश्रूंची झाली फुले!' त्या नाटकातलं माझं प्रिन्सिपॉल विद्यानंदाचं काम गाजलं. एकदा काय झालं की, कुरुंदवाडला प्रयोग ठरला. शाळेचा रौप्यमहोत्सव होता. सदानंद वर्दे येणार होते; पण त्यांच्या कार्यक्रमाच्या दिवशीच सकाळी नऊ वाजता आमचा प्रयोग ठरला होता, मग काय करणार? पण त्या संस्थेचे सेक्रेटरी अर्जुन वाडकर वकील यांनी खूप गळ घातली. म्हणाले, "इतर सर्व माणसांना पुढे पाठवा. दोन्ही नाटकांत जी कॉमन चार माणसं आहेत त्यांची विमानानं बेळगावला यायची सोय करतो. तिथं एअरपोर्टला गाडी पाठवतो, मग प्रयोग करायला काय अडचण आहे?" शेवटी हो, ना करता करता आम्ही तयार झालो. सकाळचा प्रयोग बरोबर नऊ वाजता चालू केला आणि एक वाजता संपवला. तिथून टॅक्सी करून पावणेदोन वाजता विमानतळावर पोहोचलो. पाहतो तर काय, बेळगाव फ्लाइट चक्क कॅन्सल झाली होती. आता काय करायचं? जवळजवळ पावणेतीनशे मैल अंतर आम्हाला पार करायचं होतं. तेव्हा नुकतीच मुंबई-पुणे टॅक्सी सुरू झाली होती. आम्ही पुण्याला ट्रंक कॉल लावला. तिथे आमची व्यवस्था पाहणारी मनोरंजन म्हणून संस्था होती. त्यांना सांगितलं, "आम्ही पुण्याला येतोय; ताबडतोब कुरुंदवाडला जाणारी दुसरी टॅक्सी तयार ठेवा." त्या वेळी मुंबईच्या टॅक्सी पुण्याच्या पलीकडे जाऊ शकत नसत. बरोबर सव्वासहाला आम्ही पुणे गाठलं. तिथं दुसरी टॅक्सी तयार होतीच! तो ड्रायव्हरही चांगला होता. रात्री सव्वाआठला आम्ही साताऱ्यात होतो. तेथून सांगलीला बारा-सव्वाबारा वाजता आलो. तिथून पुढे जयसिंगपूर, कुरुंदवाड हा रस्ता फारच वाईट होता. शेवटी रात्री एक वाजता आम्ही कुरुंदवाड गाठलं.

एव्हाना लोकांना आमची फ्लाइट कॅन्सल झाल्याचं कळलं होतं. पुढे गेलेली आमची मंडळी सांगत होती की, पणशीकर आल्याशिवाय राहणार नाहीत. आम्ही पोहोचलो तेव्हा प्रेक्षक ताटकळून निघून जाऊ लागले होते. मी सेक्रेटरींना घेऊन स्टेजवर गेलो, प्रेक्षकांना सर्व परिस्थिती सांगितली. म्हणालो, ''फक्त पंधरा मिनिटं थांबा, मी नाटक सुरू करतो.'' त्यानंतर रात्री दोन ते पहाटे सहापर्यंत आम्ही नाटक केलं आणि प्रेक्षकांनीही ते रंगून पाहिलं.

'मला काही सांगायचंय'चे प्रयोग चालू होते, त्याच वेळी 'बेईमान' नाटक लिहिण्याचं कामही चालू होतं. त्यात काम करताना काशीनाथची ताकद कमी पडेल असं वसंत कानेटकरांना वाटलं. तसं त्यांनी काशीनाथला बोलूनही दाखवलं. झालं, काशीनाथ रागावला. तो म्हणाला, ''मी तुम्हाला योगासनं करून दाखवतो, पद्मासनात बसून दाखवतो, ओम् म्हणून श्वास रोखून दाखवतो.''

कानेटकर म्हणाले, ''त्याचा प्रश्न नाही; पण या नाटकात दोन-दोन पानी संवाद बोलायचे आहेत तेव्हा तू स्वतःला सांभाळ.'' मग काय, दोघांची चांगलीच जुंपली. ''तुमच्या नव्या नाटकात मला काम करायचंच नाही.'' असं काशीनाथनं त्यांना सांगितलं. पुढे 'बेईमान' नाटक आलं, त्यात आम्ही सतीश दुभाषींना घेतलं. सतीशनं त्या भूमिकेचं सोनं केलं ती गोष्ट अलाहिदा! सांगायची मुख्य गोष्ट अशी की, नाटकं करतानाच्या त्या रात्रींमध्ये मैत्री जशी जोडली जाते तशीच जिवाभावाची मैत्री तुटतेदेखील!

आमचे रात्रीचे होणारे प्रयोग म्हणजे पोलीस मंडळींना खुश ठेवावे लागे. कारण साडेबारापर्यंत प्रयोग संपवणे म्हणजे अगदी कसोटीच होती आमची! मला वाटतं, १९५७-५८ ची गोष्ट असावी, अलिबागला 'भटाला दिली ओसरी'चा प्रयोग होता. तेव्हा तिथं स्टेज वगैरे काही प्रकारच नव्हता. कनात लावायची, वाळूत खड्डा खणायचा आणि गावातल्या हॉटेलातून खुर्च्या गोळा करून मांडायच्या, तेव्हा आम्ही अशी नाटकं करत असू. आम्ही नाटकाची सर्व व्यवस्था पाहायला एस. पुरुषोत्तम यांना पुढे पाठवलं होतं. सव्वापाच-सव्वाचार-सव्वातीन-सव्वादोन-आणि सव्वा रुपया असे तिकिटांचे दर! दीडशे खुर्च्या गोळा झाल्या आणि तेवढी तिकीटंदेखील खपली. तेवढ्यात कलेक्टर कचेरीतून आणि पोलीस खात्यातून फर्मान आलं. त्यांना चार-चार तिकिटं हवी होती. पुरुषोत्तम म्हणाले, ''आम्ही वाटलं तर खड्डा वाढवतो, तुम्ही तुमच्या खुर्च्या आणा.'' पण ती मंडळी ऐकेनात! मी आणि रांगणेकर तिथं पोहोचेपर्यंत नाटक करण्याचं लायसन्स मिळालं नव्हतं. शेवटी आम्ही दोघं कलेक्टर साहेब आणि डी.एस.पी. दोघांना भेटायला गेलो. ते दोघंही म्हणाले, ''तुमच्याकडे ज्यांनी तिकिटं मागितली त्या सर्वांची नावं लिहून आणून द्या.''

झालं! त्यानंतर काय चक्रं फिरली, कुणास ठाऊक; पण आम्हाला लायसन्स जागेवर आणून मिळालं. त्या दिवशी डी.एस.पी. स्वतः बघायला आले की, त्यांच्या खात्यातलं कोण कोण नाटक बघायला आलं ते! पण आश्चर्याची गोष्ट म्हणजे त्यांना कुणीही दिसलं नाही.

त्या दिवशी आमचा प्रयोग थोडासा उशिरा संपला आणि अगदी टपून बसल्यासारखा पोलिसांनी आमच्यावर खटला दाखल केला. त्यांनी पंचनामा केला होता, मो. ग. रांगणेकर या नावानं! चिंतामणी जोशी म्हणून निष्णात वकील होते, त्यांना आम्ही आमच्या बाजूनं नेमलं. त्यांनी कोर्टात सांगितलं, "माझ्या अशीलानं नाटक केलंच नाही, लायसन्स त्यांच्या नावावर कुठंय? ते तर एस. पुरुषोत्तम यांच्या नावावर आहे." झालं, मग कोर्टानं तो खटला काढून टाकला. त्यावर पोलिसांनी एस. पुरुषोत्तम यांच्या नावानं फिर्याद दाखल केली. त्यावर पुन्हा वकिलांचा युक्तिवाद तयार होता, "माझ्या अशीलानं नाटक उशिरा संपवलं असा आरोप आहे; पण पंचनामा कुठंय? तो तर मो. ग. रांगणेकर या व्यक्तीच्या नावावर आहे." अशा तऱ्हेनं तांत्रिक बाबींवर कोर्टानं तो खटला रद्द करून टाकला.

कोल्हापूरची एक सुंदर आठवण आहे. आम्ही प्रथमच तिथं फिरता रंगमंच इंट्रोड्यूस केला. त्याबद्दल लोकांच्या मनात प्रचंड कुतूहल होतं. तिथं जाहिरातही खूप केली होती. त्या नाटकाला मदनमोहन लोहिया आणि आचार्य अत्रे आले.

त्या रात्री प्रयोग झाल्यावर मदनमोहन लोहिया म्हणाले, "चला, माझ्या पन्हाळ्यावरच्या बंगल्यात जाऊ." फक्त मी आणि दत्ता भट तयार झालो. रात्री साडेतीन वाजता त्यांनी अप्रतिम डिंपल व्हिस्की काढली. सगळा सरंजाम तयार होताच. पहाटे पहाटे ते बालगंधर्वांची गाणी म्हणू लागले. पहाटेची वेळ, पन्हाळ्याची थंड हवा, सगळीकडे धुकं दाटून आलेलं! अशा त्या साजिऱ्या वेळी बालगंधर्वांची गाणी म्हणत बसलेलो आम्ही! ते क्षण माझ्या मनावर कायमचे कोरले गेलेले आहेत.

कविवर्य सुरेश भटांशी आमची योगायोगानं गाठ पडली. अमरावतीला प्रयोग होता. आमच्या नाटकात आशा पोतदार काम करत असे. तिला भेटायला म्हणून ते आमच्या थिएटरवर आले. माझा भाऊ दाजी त्यांना आग्रहानं आमच्या मुक्कामावर घेऊन आला. प्रचंड देह आणि उत्तम खवय्ये! उत्तम स्वयंपाक केला होता त्या दिवशी! सगळं जेवण झाल्यावर म्हणाले की, मला भेळ खायची आहे. त्यांच्याकरता रात्री अकरा वाजता भेळ केली. त्यांनी कविता म्हणून दाखवल्या. त्यातील दोन नवीन होत्या. त्या दाजीनं लिहून घेतल्या. तेव्हापासून ते कुठलीही नवी कविता लिहिली की, दाजीला पाठवून देत. त्यांना वि. वा. शिरवाडकरांना भेटण्याची फार इच्छा होती. त्यांच्या मते पश्चिम महाराष्ट्रातील भेटण्यासारखी एकमेव व्यक्ती म्हणजे वि. वा. शिरवाडकर! सुरेश भट व मी असं नाशिकला जायचं ठरवलं. वसंतराव कानेटकरांनी आम्हाला खास

जेवणाचं आमंत्रण दिलं. सुरेश भट येणार म्हणून त्यांनी त्यांच्यासाठी मुद्दाम मटण, चिकन मागवलं. त्यांच्या घराच्या दुसऱ्या मजल्यावर सर्व व्यवस्था केली. तात्यासाहेब रात्री नऊ-साडेनऊ वाजता आले, मग आमची अशी काही मैफल रंगली म्हणून सांगू! साहित्यातले अनेक किस्से, आठवणी निघाल्या. सुरेश भटांनी दोन नवीन कविता म्हणून दाखवल्या. कानेटकरांनी ते लिहीत असलेल्या 'बेईमान' नाटकाच्या दुसऱ्या अंकाचं वाचन केलं. एवढंच काय, खुद्द तात्यासाहेबांनी स्वतः त्यांची 'यात्रिक' ही कविता म्हणून दाखवली. खरोखर, किती सुंदर सुंदर रात्री माझ्या आयुष्यात आल्या; त्यातलीच ही एक अविस्मरणीय रात्र!

माझी नाटकं बघायला हिंदीतले सुप्रसिद्ध दिग्दर्शक हृषिकेश मुखर्जी बरेच वेळा येत असत. ते एकदा म्हणाले की, "त्यांच्या 'आनंद' आणि 'आशीर्वाद' या चित्रपटांवर चांगली नाटकं निघू शकतात."

आम्हाला ती कल्पना खूप आवडली. आम्ही तात्यासाहेबांना सांगितलं. 'आनंद' चित्रपटावर नाटक करण्याची कल्पना त्यांनाही खूपच आवडली. तात्यासाहेब नाटक लिहिणार म्हटल्यावर हृषिकेश मुखर्जींना खूप आनंद झाला. ते एवढे हौशी की, तात्यासाहेबांना तो सिनेमा दाखवण्यासाठी खास त्याचं प्रिंट घेऊन नाशिकला यायला तयार झाले. दिवस ठरला. तोवर तात्यासाहेबांनी नाशिकला रेल्वे स्टेशनात मिळणारी आनंदची हिंदी चित्रपट कथा वाचून काढली होती. हृषिकेश मुखर्जी आले. नाशिकच्या दामोदर थिएटरमध्ये रात्री बारानंतर केवळ आम्हा चार प्रेक्षकांसाठी तो चित्रपट दाखवला गेला. तात्यासाहेब, मी, कांती मढिया आणि हृषिकेश मुखर्जी असे चारच प्रेक्षक होते ते! नंतर तात्यासाहेबांनी त्या चित्रपटावर चांगलं निरूपणसुद्धा केलं.

अशी ही नाटकं करताना कधीकधी फारच आणीबाणीचे प्रसंग उद्भवतात. तेव्हा अगदी 'रात्रंदिन आम्हा युद्धाचा प्रसंग' असे वाटते. एकदा 'अश्रूंची झाली फुले'चा प्रयोग होता. जेलचा सीन होता. विद्याधर तुरुंगात कैद्याच्या कपड्यात असतो. बायको आणि इतर माणसं त्याला भेटायला येतात. ती त्याला म्हणते, "मी तुम्हाला घरी परत घेऊन जाईन." त्यावर विद्याधर ओरडतो, "कुठे? कुठे घेऊन जाशील? पुन्हा त्याच माणसांत?"

असं ते वाक्य होतं. मी मोठ्यानं ओरडलो, "कुठे? कुठे घेऊन जाशील?" आणि तेवढ्यात माझ्या चड्डीची नाडीच तुटली. पुढचं मी काही सांगत नाही.

असे समर प्रसंग आणखी येतात ते म्हणजे आयत्या वेळी एखादा नट आजारी पडतो किंवा येतच नाही तेव्हाचे! एकदा काय झालं, वारणानगरला 'इथे ओशाळला मृत्यू'चा प्रयोग होता. किरण भोगले त्यात संभाजीचं काम करत होते. ते शनिवारी सकाळी त्यांच्या नोकरीवर जाऊन दुपारी शोसाठी निघणार होते. रात्री नऊ वाजून गेले तरी त्यांचा पत्ता नाही. संभाजीशिवाय नाटक कसं करणार? कार्यक्रमाचे संयोजक

खूपच घाबरेघुबरे झाले. ते म्हणाले, "जर लोक भडकले तर थिएटरला आगसुद्धा लावतील, मोडतोड करतील." त्या नाटकात कवी कलशाचं काम करायचा नंदू घाणेकर! त्यानं हौशी मंडळींत ते नाटक बसवलं होतं आणि त्यात स्वतः संभाजीचं काम केलं होतं. तो संभाजीचं काम करायला तयार झाला. गणोजी शिर्केचं काम करणाऱ्या नटाला कवी कलशाची भूमिका दिली. पहिला प्रवेश औरंगजेबाचा म्हणजे माझा झाला. मग संभाजीची एंट्री झाली आणि इकडे किरण भोगलेचं आगमन झालं. तो म्हणू लागला, "मी नुसतं बसून काय करू? मी कवी कलशाचं काम करतो." तो खंबाटकी घाटातल्या ट्रॅफिकमध्ये अडकल्यामुळे लवकर येऊ शकला नव्हता. तो स्टेजवर आल्यावर इतर पात्रं जरा गांगरली. प्रेक्षकांनाही कळलं की, संभाजीचा रोल दुसरं कुणीतरी करतंय. पहिल्या अंकानंतर काही प्रेक्षक आत आले, म्हणू लागले, "आता तरी किरण भोगल्यांना संभाजीचं काम करू द्या. आम्हाला त्यांचं काम बघायचंय."

झालं! त्या दिवशी लोकाग्रहास्तव एका अंकात नंदू घाणेकर संभाजी तर दुसऱ्या अंकापासून किरण भोगले संभाजी अशी ती भूमिका पार पडली.

तसंच गोव्याला एकदा 'थँक यू मिस्टर ग्लाड'चा प्रयोग होता, सकाळी अकरा वाजता! सुधाबाई पहाटेच्या विमानानं येणार होत्या. त्यांची फ्लाइट अचानक कॅन्सल झाली. मग जेनीचं काम करणाऱ्या जान्हवीनं स्वतःची भूमिका केली आणि लगेच वेषभूषा, मेकअप बदलून सुधाबाईंचीदेखील भूमिका केली. निर्णय तर आम्हाला पटकन घ्यावा लागतो; पण तेव्हाची ती घालमेल अगदी जीवघेणी वाटते.

नाटकात पदरची वाक्यं घालण्याचा मोहही कधीकधी आवरत नाही; पण एखाद्या ठिकाणी ही ॲडिशन अशी काही चपखल बसून जाते की काही विचारू नका! तुळजापूरला 'तो मी नव्हेच'चा प्रयोग होता. सिनेमा थिएटरमध्ये प्रयोग ठेवला. मॅनेजमेंटनं घाबरत घाबरत पाचशे तिकीटं खपवली. त्या वेळी तुळजापूर उस्मानाबाद जिल्ह्यात येत असे. उस्मानाबादहून तीन व्हॅन भरून पोलीस मंडळी नाटक पाहायला आली; त्यामुळे पन्नास लोकांना चक्क तिकिटांचे पैसे परत द्यावे लागले. करणार काय? नाटकाच्या लायसन्सचा प्रश्न होता ना? तिसऱ्या अंकात कोर्टाचा सीन आहे. जज म्हणतात, "लखोबा, तंबाखूचा भाव काय?" त्यावर लखोबाचं उत्तर असतं, "कुणास ठाऊक? गेली कित्येक वर्षं मी तुरुंगात आहे." त्या सीनमध्ये माझ्या बाजूला पोलीस उभा असतो. मी पोलिसाचं काम करणाऱ्या मुलाला पढवलं. प्रयोगाच्या वेळी मी उत्तर देताना त्याला प्रश्न केला, "काय हो हवालदार? काय भाव आहे तंबाखूचा?"

त्यावर त्या मुलानं लगेच उत्तर दिलं, "कुणास ठाऊक! कारण आम्ही कुठलीही वस्तू विकत घेत नसतो."

त्यावर प्रचंड हशा झाला. गेली कित्येक वर्षं ते वाक्य आचार्य अत्र्यांचं असं वाटून लोकांचा भरपूर हशा वसूल करतंय.

The show must go on हे या व्यवसायातलं प्रमुख तत्त्व आहे. नगरला 'महाराणी पद्मिनी'चा प्रयोग होता, तेव्हा माझे वडील आजारी पडले. त्यानंतर पंढरपूरला लायन्स क्लबतर्फे ॲम्ब्युलन्स घेण्यासाठी प्रयोग होता तिथं पोहोचण्यापूर्वी फोन आला की, वडील वारले. टॅक्सी केली. घरी आलो, वडिलांचं अंत्यदर्शन घेतलं आणि त्याच टॅक्सीनं पंढरपूरला यायला निघालो. संयोजकांना हे कळल्यावर त्यांनी जाहीर केलं, "प्रभाकर पणशीकरांचे वडील वारले तरीही ते प्रयोग करण्यासाठी येत आहेत." प्रेक्षकांची माझ्यावर एकदम सहानुभूती झाली. काय गरज होती तसं जाहीर करण्याची? त्या नाटकात माझी भूमिका एका हलकट, पापी माणसाची होती. त्या भूमिकेशी ही सहानुभूती विसंगत होती. The show must go on- आघाडीवरच्या सैनिकाला बंदूक टाकता येत नाही, नटाचंही तसंच आहे.

१९५८-५९ ची गोष्ट आहे. सोलापूरला 'भूमिकन्या सीता' नाटकाचा प्रयोग होता. त्या नाटकात शेवटच्या प्रवेशात एक ट्रिकसीन होता. ज्योत्स्नाबाई सीतेचं व शाहू मोडक रामाचं काम करीत होते. चौथ्या अंकात सीता म्हणते की, "मी निष्कलंक असेन तर हे धरणीमाते, तू मला पोटात घे."

त्या सीनसाठी आम्ही स्टेजवर एक चौथरा उभारला होता. त्या चौथऱ्यावर रामाचं सिंहासन व चौथऱ्याखाली एक फळी केली होती. ज्योत्स्नाबाईंनी हे वाक्य म्हटलं की, ती फळी सरकून त्या चौथऱ्याखाली गडप होत. आता हे सेटिंग काही आम्ही सोलापूरला नेऊ शकलो नाही. मग आता कसं करणार? आम्ही ठरवलं की, ते वाक्य म्हटलं म्हणजे पूर्ण ब्लॅक आउट करायचा. ज्योत्स्नाबाईंनी विंगेत यायचं. एका विंगेत मी आणि दुसऱ्या विंगेत रांगणेकर असं उभं राहून स्टेजवर माती उडवायची - म्हणजे थोडक्यात प्रतीकात्मक सीन करायचा. आम्ही काही रिहर्सल केली नाही. आयत्या वेळी अशी गंमत झाली की, ब्लॅकआउट म्हणजे पूर्ण अंधारच झाला. त्या अंधारात ज्योत्स्नाबाईंना कुठं जायचं ते कळेना. त्या कशाबशा ठेचकळत विंगेत आल्या. तेवढ्यात धडपडल्या आणि त्यांच्या डोक्याला जरासं लागलं. त्या आत आल्या हे कळल्यावर आम्ही दोघांनी माती उडवली, ती त्यांच्या डोळ्यांत गेली. असा सगळा गोंधळ झाला की, काही विचारू नका. असे प्रसंग बरेच वेळा घडतात. कुठं सेटिंग मोडतं, लाइट बिघडतात, अपघात होतात; तरी प्रसंग पुढे नेणं, नाटक पुढे नेणं आवश्यक असतं.

आणखी अशीच एक हुरहूर लावणारी रात्र म्हणजे १९७०-७१ ची! लालचंद शेठजींकडे दरवर्षी गाणं असे. त्यांचा आमच्यावर अतिशय लोभ! त्यामुळे ते दरवर्षी मला बोलावीत असत. त्या मैफलीत किशोरी आमोणकर गाणार होत्या. कानेटकर, वसंतराव देशपांडे, अभिषेकी ऐकण्यासाठी आले होते; पुण्याहून भीमसेनही आले होते. काही केल्या मैफलीत रंग भरेना. जेमतेम सव्वा तास त्या गायल्या आणि

काहीतरी बिनसलं म्हणून उठून गेल्या. त्यानंतर आमची छोटीशी खासगी मैफलच झाली. वसंतराव देशपांडे, अभिषेकी, भीमसेन सर्वजण गायले, खूप वेगळ्या पद्धतीचं गायले; त्यांच्या मैफलीत गात नसत असं वेगळंच गाणं ते सर्वजण त्या दिवशी गायले. आम्हा श्रोत्यांचे कान अगदी तृप्त तृप्त झाले. त्याच वेळी कानेटकरांनीही एक नवीन नाटक लिहायचं असं ठरलं. रेशमा या गायिकेची 'दिल लगता नही मेरा' ही कॅसेट खूप गाजत होती. त्या गाण्याच्या थीमवर ते नाटक लिहायचं त्यांना सुचलं. 'कधीतरी, कुठेतरी' हे त्या नाटकाचं नाव! पुढे दुर्दैवानं ते नाटक फारसं चाललं नाही; पण तरीही त्या नाटकाचा जन्मदिन त्या रात्री झाला हे कधीही विसरता येणार नाही. आतापर्यंत मी केलेल्या नाटकांचे दहा हजारापेक्षा जास्त प्रयोग झाले. त्या दहा हजार रात्री आयुष्यात रंगून गेल्या.

नाटक हा आमचा रात्रीचा व्यवसाय आहे. इतर माणसं झोपलेली असतात तेव्हा योगी जागे असतात तसेच आम्ही नटही जागे असतो. मात्र, नट हे योगी नसतात तर ते भोगीही असतात. या भोगी मनोवृत्तीतून ते दोन पातळ्यांवरचं वेगळं आयुष्य जगू पाहतात. आम्ही संसारात असतो, मुला-बाळांनी भरलेल्या घरातील गृहस्थ असतो; पण त्याच वेळी रंगभूमीवरचा पडदा उघडला की, आम्ही वेगळेच कुणीतरी होतो. या रात्रींनी आम्हाला खूप काही दिलं आणि खूप काही आमच्यापासून हिरावलंसुद्धा! जणू काही आमचं शरीर कोरत त्या भूमिका बाहेर पडतात. नाटकाचे ते तीन तास आम्ही जणू काही परकाया प्रवेशच केलेला असतो. या भूमिकांचा आपल्या खासगी जीवनावर, आपल्या मानसिकतेवर काहीही परिणाम होऊ द्यायचा नाही ही खरी तर तारेवरची कसरतच असते. त्या त्या भूमिकेचे तात्पुरते राग, लोभ, मत्सर आपल्या मनावर टोचून घ्यायचे आणि पुन्हा ते सारं उसनं पुसून टाकून नॉर्मलला यायचं. मला मेकअप काढायला वेळ लागतो. कारण तीन तास मी जे भावविश्व उभारलेलं असतं ते मला ओरबाडून काढायचं नसतं. हे करताना मनावर एक प्रकारचं औदासीन्य येतं. कसलीही आसक्ती, राग, लोभ, आकर्षण शिल्लक राहत नाही. पूर्वी संन्यासी एका गावात तीन दिवसांहून जास्त राहत नसत. आम्ही नट एका रात्रीपेक्षा जास्त राहत नाही. 'इदम् न मम' म्हणायचं अन् पुढे निघायचं. म्हणूनच व्यक्तिगत आयुष्यात मी तसा अलिप्त आहे, कुठल्याही प्रसंगानं मी पटकन हेलावून जात नाही. नट म्हणून माझं आयुष्य प्रेक्षकांचं मनोरंजन करण्यात गेलं. चांगल्या गोष्टी घडल्या त्या रात्रीच घडल्या, काही प्रमादही घडले. रात्री दोन ते पाच या नटाच्या दृष्टीने घडण्याच्या आणि बिघडण्याच्या वेळा!

शब्दांकन - **सविता दामले**

◆

बाबामहाराज सातारकर

जागर

वारकरी सांप्रदायिक दृष्टिकोनातून दशमी आणि एकादशीला कीर्तन करून रात्री जागर करतात. रात्री माणसाचे डोळे सहज झाकले जातात. सृष्टीचा तसा नेमच आहे. रात्र म्हणजे तरी काय? प्रकाशाचा अभाव. अंधार म्हणजे रात्र नव्हे तर प्रकाशाचा अभाव म्हणजे रात्र. अंधारात दिसत नाही म्हणावं तर दिसत नाही हेसुद्धा दिसतं. काही काही वेळा माणूस अंथरुणावर पडल्यावर रात्र माणसाला अंतर्मुख करते आणि संपूर्ण दिवस जे उजेडात दिसत नाही ते रात्रीच्या वेळी दिसू लागते. आजूबाजूच्या शांत वातावरणात दिवसभर घडलेल्या घटनांचे अर्थ दिसू लागतात आणि ती रात्र अंधकारमय असली तरी काही काळाने ती प्रकाशाकडे वाटचाल करीत असते. शांतपणे विचार करताना आपल्या जीवनातल्या त्रुटी आपल्याला जाणवतात आणि एका नवीन उजेडणाऱ्या दिवसाला आदली रात्र ही नवीन दिशेचा किरण ठरते.

चोरांकरता रात्र हा दिवस आहे. सज्जनांकरता रात्र ही विसाव्यासाठी आहे. कुटुंबाला एकरूप करण्यासाठी आहे. एकमेकांची सुख-दुःखे सांगण्यासाठी आहे. दिवसातल्या किरकिरीने दुभंगलेली मने रात्रीच्या एकांतामुळे जुळून येतात. याचा प्रत्यय अनेक घराघरांमध्ये दिसून येतो. माणसाच्या जीवनातलं निम्मं आयुष्य दिवसा जातं. निम्मं आयुष्य रात्री जातं. आयुष्यसुद्धा असंच आहे. कधी उजेड आहे, कधी अंधार आहे. म्हणून दिवस आणि रात्र माणसाच्या जीवनाशी निगडित आहेत. सबंध दिवस श्रम केल्यानंतर माणूस विश्रांतीसाठी रात्रीची वाट पहतो. पूर्वीच्या काळी एकत्र कुटुंबपद्धती होती तेव्हा उभयतांना ती रात्र मीलनाची वाटत असे. इतरांच्या

दृष्टिकोनातून ती जरी रात्र असली तरी त्या पती-पत्नींना ती रात्र नसून मीलनाची जाणीव देणारी चंद्रकळाच होती. सबंध दिवस ती सासुरवाशीण अनेकांच्या तक्रारी आणि टोमणे सहन करीत असे. म्हणून तिच्या दृष्टिकोनातून रात्र ही सुखमय होती. एखाद्या बाईला व्यसनी नवरा भेटला तर तिला असं वाटतं, ही रात्र कधी येऊच नये. कारण सबंध दिवस तो भटकून येणार. रात्री शिव्याशाप आणि मारहाण करणार. एखाद्या भाग्यवान स्त्रीला रात्र ही वरदान ठरते तर अभागी स्त्रीला रात्र वैऱ्याची वाटते. रात्रीबद्दल अनेक व्यक्तींचे वेगवेगळे अनुभव पाहायला मिळतात. कुणाचे चांगले असतील तर कुणाचे वाईट असतील. माझ्या जीवनातील रात्री पुष्कळ अंशाने कीर्तनाशी निगडित आहेत. कीर्तनातील रंगलेल्या रात्री आणि त्याचबरोबर सुख-दुःखाच्या अनुभवांनी नटलेल्या रात्री माझ्या जीवनामध्ये आल्या. लहानपणापासून ते आतापर्यंतच्या आयुष्यातल्या अनेक रात्री मला आठवतात.

बालपणातील रात्रीची आठवण म्हणजे संध्याकाळी साडेसात ते आठ या वेळात आमचे वडील, मी, बहीण एका ताटात आम्ही जेवण करत असू. वडील मध्ये आणि आम्ही दोघे बाजूला. वडील भात खूप सुंदर कालवायचे. त्यांनी कालवलेला भात खाण्यात काही वेगळाच और आनंद असे. त्या वेळी जेवणातला आनंद, जिव्हाळा, आपुलकी, एकत्रित राहण्याचा आनंद खूप भोगल्याने आजही त्या आठवणी मनात आहेत. मोठे झाल्यावर आपण स्वतंत्रपणे जेवतोच; पण जन्मदात्या पित्याच्या ताटात जेवण, त्यांनी आपल्याला घास भरवणं ही लहानपणातली आठवण विसरता येत नाही. वय कितीही वाढले तरी ती आठवण मनाला आनंद देत राहते. ते दिवस पुन्हा येणार नाहीत याची मनाला खंत वाटते.

सद्‌गुरू दादामहाराज माझे आजोबा. स्वयंपाक खोलीत आमचे जेवण होईपर्यंत आमच्या आजोबांचेही जेवण हॉलमध्ये होत असे. तोपर्यंत आजोबांकडे येणारी माणसांची वर्दळ संपलेली असे. जेवण झाल्यावर आजोबांच्या कुशीमध्ये आम्ही झोपत असू. त्यांनी आम्हाला प्रेमाने जवळ घ्यावे, अंगावर हात फिरवावा, शाळेतली चौकशी करावी. त्यांनी आम्हाला काही सांगण्यापेक्षा आम्हालाच ते रामायणाबद्दल, इतर काही गोष्टींबद्दल विचारत असत. आम्ही कसे बोलतो, कसे सांगतो ते ऐकत. आम्हालाही ते बऱ्याच गोष्टी सांगत असत. त्या काळातले हायकोर्ट, राजेरजवाडे, बॅरिस्टर मंडळी ज्यांच्या सहवासाची वाट बघत असत त्या आमच्या आजोबांचा सहवास आम्हाला दररोज मिळाला याची धन्यता वाटते. आजही आजोबांचा हात अंगावर फिरल्याचा भास होतो. जीवनामध्ये काही काही वेळा उगीचच विसंगतीचे दिवस येतात. मन उदास होते. अशावेळी आजोबा आठवतात. त्या काळी टी.व्ही., रेडिओ नव्हता; त्यामुळे मानसिक विकेंद्रीकरण नव्हते. आजोबांशी, घरातल्या माणसांशी एकरूप झालेल्या त्या रात्री होत्या. श्रावण वद्य एकादशीला देवळात

कीर्तन चालू असताना माझा मुलगा गेला. मी तिथेच त्याच्यासमोर वीणा घेऊन भजन केलं. अशी दुःखमय रात्र कुणावरच येऊ नये. त्या रात्री मुलाच्या मृत्यूने विदीर्ण झालेले माझे मन उदास होते. त्या वेळी आजोबांचे स्मरण माझ्या जीवनात आधारभूत ठरले.

वयाच्या दहाव्या वर्षी माझे पहिले कीर्तन कार्तिक शुद्ध दशमीला आळंदीला फडावर झाले. रात्र असूनसुद्धा माझ्या आयुष्यात सद्गुरूंच्या समाधीपुढे कीर्तनाच्या माध्यमातून अध्यात्माची पहाट आली. वय लहान होते; पण महाराजांचा नातू कीर्तन करतोय याचं लोकांना अप्रूप वाटत होतं. महाराजांची तिसरी पिढी कीर्तन करू लागली याचा आनंद फडावर ओसंडून वाहत होता. माझे चुलते, वडील यांनी त्या वेळी माझे जे कौतुक केले, मला जे आशीर्वाद दिले त्याची फलश्रुती म्हणजे सध्याचे माझे यशस्वी जीवन!

अकरा-बारा वर्षांपूर्वी, हिमायत नगरजवळ बोरघडी म्हणून गाव आहे, तिथे रात्री अकरा वाजता माझे कीर्तन आटोपले. मी उतरलो होतो त्या ठिकाणी जात असताना त्या वेळी रस्त्यातच एका लहान मुलाने व त्याच्या आईने मला अडवले. तो लहान मुलगा माझ्या पायाला मिठी मारून मला म्हणू लागला, ''महाराज माझा उद्धार करा.'' थोडा वेळ मी गांगरून गेलो. त्या बाळाचा उद्धार करा म्हणजे काय करावे हे मला कळेना. मी त्या मुलाला घेऊन जिथे उतरलो होतो त्या ठिकाणी गेलो. मी त्याला म्हटले, ''बाळ, तुला काय पाहिजे ते सांग. तुला कीर्तन शिकायचे असेल तर माझ्याजवळ ठेवतो. तुला पैसे पाहिजे असतील तर तीही मदत करतो.'' एवढे सांगूनसुद्धा तो मुलगा काही केल्या रडायचा थांबेना. शेवटी तो मला म्हणाला, ''माझा बाप रोज दारू पितो. मला आणि माझ्या आईला मारतो. यातून मला सोडवा.'' त्याचं बोलणं ऐकल्यावर माझं मन भरून आलं. मी त्याच्या वडिलांना बोलावून घेतलं. रागाने त्याला बोललो तसे प्रेमानेही समजून सांगितले. त्याला माळ घातली. ते कुटुंब निघून गेले. मी मात्र रात्रभर झोपलो नाही. त्याचं कारण असं की, माझ्या मनामध्ये विचार आला आपण एवढं वर्षं कीर्तन करतो त्याची फलश्रुती काय? हजारोंनी समाज कीर्तनाला येतो; पण पुढे काय? त्यांचं जीवन सात्त्विक होणार नसेल तर कशासाठी कीर्तन करायचं? स्वतःसाठी परमार्थ करायचा असेल तर घरी, देवळात बसून कीर्तन करता येईल; पण जगासाठी जर काही पारमार्थिक कार्यक्रम करायचा असेल तर समाजाने त्यातून काही घेतले पाहिजे. आणि त्या रात्रीच मी पत्नीला माझा संकल्प सांगितला. ज्या ठिकाणी आपला प्रवचनाचा कार्यक्रम होईल त्या ठिकाणी किमान पन्नास माणसे माळ घालणार असतील तरच तिथे कीर्तन करायचे; नाहीतर नाही.

त्यानंतर माझ्याकडे कीर्तनाच्या तारखा ठरवण्यासाठी लोक येत, तेव्हा मी त्यांना सांगत असे, तुमच्यातल्या लोकांनी माळ घातली तरच मी तुमच्याकडे कीर्तनाला येईन. लोक माझी अट मान्य करायचे. आजवर दोन-तीन लाख लोकांनी माळ घातली आहे. माळेच्या रूपाने आपण सात्त्विक जीवन जगले पाहिजे याचा मनाचा धाक त्यांना वाटतो. व्यसनापासून ते दूर राहतात. ती रात्र माझ्या जीवनाला आणि कार्याला लोककल्याण करणारी तसेच लोकांचे जीवन निर्व्यसनी करून समृद्ध करणारी, दिशा दाखवणारी, प्रकाशाची, पौर्णिमेची रात्र ठरली.

श्रीक्षेत्र मानवाडी (अंबाळा) संस्थानला श्रीमारोतीरायाचे जाज्वल्य स्थान आहे. या ठिकाणी पूर्वी गाव होते; पण ते गाव नाहीसे झाले तरी दर शनिवारी एकादशीला हजारो लोक दर्शन घेऊन जातात. दरवर्षी मोठ्या प्रमाणात हनुमानाचा जन्मोत्सव साजरा होतो. ९ मार्च १९८७ रोजी त्या ठिकाणी माझे कीर्तन होते. वीस-पंचवीस हजार लोक जमले होते. वेळ रात्रीची होती. रामकृष्ण हरी स्मरण - भजन सुरू झाले. इतक्यात जोरदार वारा वाहू लागला. वादळ सुरू झाले; त्यामुळे मंडप हलू लागला. क्षणार्धात मंडप उडेल की काय याची भीती वाटू लागली. मी वारकरी बंधूंना विनंती केली की, तुम्ही खांब धरून बसा; काहीही होणार नाही. मी श्रीभक्तश्रेष्ठ मारोतीरायांचे पिता श्रीवायू यांना विनंती केली की, आपले पुत्र श्रीमारोतीराय यांच्यासमोर कीर्तन सेवा चालू आहे. तरी आपण कृपया शांत राहावे. आमचे एवढे कीर्तन पूर्ण होऊ द्यावे. मी प्रार्थना केल्याबरोबर काही मिनिटांतच वादळ शांत झाले. दोन तास कीर्तनात रंगून गेलो. लोक खांब धरून शांतपणे कीर्तन ऐकत होते. शेवटी जय विठ्ठल जयघोष झाला. सर्व समाज मंडपाच्या बाहेर पडला. मी साथीदारांसह मंडपाच्या बाहेर पडतो तोच डोळ्यांची पापणी लवेपर्यंत मंडप जमीनदोस्त झाला. पुन्हा वादळ सुरू झालं. पाऊस सुरू झाला. कीर्तन चालू असताना मंडप कोसळला असता तर माझ्यासह अनेकांच्या आयुष्यात ती रात्र काळरात्र ठरली असती; पण तसे झाले नाही. हे सगळे आज आठवले की मन थरारून जाते.

माझ्या आयुष्यात आजवर जी अनेक कीर्तने झाली, त्यात १९९६ च्या सुमारास माउलीपुढे आळंदीला झालेले कीर्तन आजही माझ्या डोळ्यांसमोर आहे... मला अपघात झाला होता. त्या जीवघेण्या अपघातातून, आजारपणातून मी बाहेर पडलो होतो. माउलीपुढे कीर्तन करताना तिथला नियमच असा आहे की, बसून कीर्तन करायचे नाही आणि मी त्या काळामध्ये पाच मिनिटंसुद्धा उभा राहू शकत नव्हतो; तरी मला तर त्या दिवशी माउलीपुढे कीर्तन करायची इच्छा होती. मी वॉकरचा आधार घेऊन कीर्तनाला उभा राहिलो आणि रामकृष्ण हरिपासून कीर्तन रंगत गेले. कीर्तनाला अभंग घेतला -

जगी ऐसा बाप व्हावा
त्याचा वंश मुक्तीस जावा ।
पोटा येता हरते पापा
ज्ञानदेवा माय-बापा ।।

हा अभंग मी म्हटला आणि प्रत्यक्ष माझे मायबापच माझ्याकडे बघत आहेत, असे मला वाटले. त्यांच्या समाधीतून प्रेमाचा प्रवाह प्रवाहित होत आहे असे जाणवले. जिथे मला पाच मिनिटे उभे राहणे शक्य नव्हते तिथे माउलीपुढे अडीच तास नाचून कीर्तन केले. माझ्यासह सर्वांनाच आश्चर्य वाटले आणि माउलीच्या संजीवन समाधीमधून माझ्या जीवनाला नवीन संजीवनी लाभली.

पंढरीच्या वारीतील अनेक रात्री मला आठवतात. गेली पन्नास वर्षे संतश्रेष्ठ ज्ञानेश्वर महाराजांच्या प्रीत्यर्थ वारी करत असतो. दिवसभर माउलीच्या संगतीमध्ये भजन करत वाटचाल करावी. भजनाचा निर्मळ आनंद लुटावा आणि दिवस मावळताना ठरलेल्या गावी पालखीचा मुक्काम असावा. त्या रात्रीसुद्धा अनेक अनुभवाने भारलेल्या आहेत. रात्रीचे जेवण झाल्यावर तंबूच्या बाहेर सर्व वैष्णव वारकऱ्यांच्या बरोबर निर्मळ गप्पा मारण्याचा आनंद काही वेगळाच असतो. काही वेळा रात्री लख्ख चांदणं असतं, तर एखादा दिवस असा येतो की, जिथे झोपण्यासाठी बिछाना टाकलेला असतो तिथे पाण्याचे लोंढे वाहत असतात. एकदा माळशिरस मुक्कामी तंबू ठोकले आणि मुसळधार पाऊस सुरू झाला. प्रत्येकाच्या तंबूमधून पाणी वाहत होते. सर्व तंबू भिजून गेले होते. जिकडेतिकडे चिखल झाला होता आणि जेवणाच्या अगोदरच पाऊस सुरू झाल्याने जेवण तर मिळाले नव्हते. दिवसभराच्या श्रमाने कडकडून भूक लागली होती. विशेष म्हणजे त्या दिवशी दिंडीमध्ये मसाल्याचे भरलेले वांगे केले होते. सर्वजण भरलेल्या वांग्याच्या कालवणाची वाट पाहत होते. तर इकडे पावसाने सर्व गोंधळ माजवला होता. केलेले जेवण वाया जाऊ नये असे मनोमन वाटत होते. आमच्या मंडळींनी व इतर साहाय्यक वारकऱ्यांनी पाऊस थोडा कमी झाल्यावर प्रत्येकाच्या हातात दोन-दोन पोळ्या आणि भरलेले वांगे ठेवले. अशा पावसामध्येही आम्ही ते भरलेले वांगे खाल्ले. अनेक वर्षे झाली तरी त्या रात्रीच्या भरलेल्या वांग्याची चव अजूनही गेलेली नाही. ते भरलेलं वांगं आमच्या मनात भरून राहिलं आहे. अजूनही दिंडीतले वारकरी भरलेल्या मनाने त्या भरलेल्या वांग्याची आठवण करतात.

एकदा बरडगावी पालखीचा मुक्काम होता. नेहमीप्रमाणे दिंडीतले तंबू टाकण्यात आले. जेवण-खाण करून सर्वांनी आपल्या पथाऱ्या पसरल्या. जी आठशे-हजार मंडळी झोपली होती त्यातल्या एकालाही कल्पना नव्हती की, अंथरुणाखाली शेकडो विंचवांचे पेव आहे. गवत असल्यामुळे कुणालाच विंचवाची जाणीव झाली नाही. सकाळी

उठल्यानंतर उजेडामध्ये आम्ही जेव्हा बिछाने काढले तेव्हा आमच्या बिछान्याला लागून पंधरा-वीस, वीस-वीस विंचू चिकटलेले होते. सतरंजीखालून वर येऊन विंचवाने आम्हाला चावणे अवघड नव्हते; पण ते विंचू आम्हाला चावले नाहीत. नाहीतर त्या रात्रीने आमच्या सर्वांच्या आयुष्यात त्या वेळी हलकल्लोळ माजवला असता.

आमच्या लहानपणीच्या काळातील गणपती उत्सवाच्या रात्रींची आठवण आनंददायी आहे. आज गणपतीच्या उत्सवामध्ये जे भीतीचे वातावरण असते तसे त्या वेळी नव्हते. स्वराज्यापूर्वीचा तो काळ होता. गणपती उत्सवामध्ये ठिकठिकाणी मंडपामध्ये कार्यक्रम असत. रात्री घराच्या बाहेर पडणे, ठिकठिकाणचे कार्यक्रम पाहत सकाळी घरी येणे. त्या रात्री मोठ्या सुंदर होत्या. काही काही ठिकाणी शास्त्रीय संगीताचे बहारदार कार्यक्रम होत. मास्टर कृष्णराव, हिराबाई बडोदेकर, सरस्वती राणे, भीमसेन जोशी, राम मराठे आदी कलावंतांच्या गाण्याने आमच्या त्या रात्री सुगंधी झाल्या. गणपती उत्सवातल्या त्या दहा रात्री अजूनसुद्धा मनात जागृत आहेत.

'चले जाव' आंदोलनाच्या वेळी आमच्या दारावरून कित्येकदा रणगाडे गेले. गोऱ्या सैनिकांनी सर्वत्र भीतीचे वातावरण निर्माण केले होते. गांधी, नेहरूंचा तो काळ. त्यांच्या अटकेची वार्ता, त्यांच्या सुटकेची वार्ता, शेकडो स्वातंत्र्यसैनिकांच्या बलिदानाच्या बातम्या या तर नित्याच्याच झाल्या होत्या. आम्ही लहान होतो. काही कळत नव्हते; पण स्वातंत्र्याचा दिवस केव्हा उजाडतो याची सर्वजण वाट बघत होते.

१५ ऑगस्ट १९४७ चा दिवस उजाडला. त्या दिवसाची रात्र अविस्मरणीय होती. आनंदाला उधाण आले होते. आमच्या परिसरात आकाश दिसत नव्हते. तिरंगी झेंड्याच्या माळांनी संबंध आकाश आच्छादलेले होते. रस्त्यावरची रोषणाई डोळे दीपवून टाकणारी होती. सर्वत्र स्वातंत्र्याचा जयघोष होत होता. त्या दिवशी रस्त्याने आम्ही फिरत होतो; पण फिरतानासुद्धा प्रत्येक पावलागणिक स्वतंत्रभूमीवर आपले पाय पडत आहेत ही कल्पना प्रत्येकाच्या मनामध्ये होती. लहान मुलांना काही कळत नव्हते तरी त्यांच्या प्रत्येक पावलामागे अव्यक्त आनंद व्यक्त होत होता. हजारो स्त्री-पुरुषांच्या झुंडीच्या झुंडी आमच्या गिरगावच्या रस्त्यावरून जयघोष करत मुक्तपणे हिंडत होत्या. ज्या क्षणी स्वातंत्र्य मिळाले त्या क्षणी मुक्तपणे श्वास घेणारे आम्ही साक्षीदार आहोत याचा आम्हाला अभिमान आहे.

स्वातंत्र्य मिळाले ती रात्र पाहिली तशीच स्वातंत्र्यानंतर भारत-पाकिस्तान युद्धातली रात्र आम्हाला पाहावी लागली. युद्धातल्या त्या रात्रीचे वातावरण आठवते. बॉम्बहल्ल्याचे केंद्र मुंबई असणार अशी भयानक बातमी आम्हा मुंबईकरांपर्यंत येऊन पोहोचली होती. संध्याकाळी सातच्या पुढे संपूर्णतः 'ब्लॅक आउट' होता. जिकडेतिकडे भीतीचे वातावरण होते. त्या भीतीच्या वातावरणाला अंधाराची जोड होती. कुणी परकं माणूस जरी आमच्या वाडीमध्ये शिरलं तरी तो चोर आहे असे आम्हाला

वाटायचे. उगीचच छातीचे ठोके वाढायचे. रात्री दहाच्या पुढे कानठळ्या बसतील असे आवाज होऊ लागले. आम्ही गच्चीच्या बाहेर डोकावून पाहिलं तर आकाशातून आवाजाबरोबर ठिणग्यांचा वर्षाव होत होता. आम्ही पलंगाखाली लपून बसलो. मुले लहान होती. भीतीने आम्ही गांगरून गेलो होतो. कोणत्या क्षणी काय होईल या धास्तीने आम्ही संपूर्ण रात्र जागून काढली. ती भीतीने ग्रासलेली रात्र मनात ठाण मांडून बसली आहे.

माझ्या जीवनामध्ये चाळीस ते पंचेचाळीस वर्षे रोजच कीर्तन-प्रवचन असल्यामुळे नव्वद टक्के रात्री तरी प्रभूचे स्मरण करण्यात, हरिभक्तांच्या मेळाव्यात गेल्या. कीर्तन झाल्यावर त्या कीर्तनातील विचारांनी जीवनाला दिशा दिली. कीर्तनाची वेळ रात्रीची असल्यामुळे अनेकांच्या जीवनात रात्री परिवर्तनाचे विचार पोहोचवता आले याचे मनाला समाधान आहे.

◆

गंगूबाई हानगल

संध्याकाळ अजून झाली नाही

आज मी ८८ वर्षांची आहे. अधूनमधून लोक मला विचारत असतात, आयुष्याच्या संध्याकाळी तुम्हाला काय वाटते? असा प्रश्न ऐकला की, प्रश्न विचारणाऱ्याचा मला राग येतो. कारण मला स्वतःला वाटते, माझ्या आयुष्याची संध्याकाळ अजून झालेली नाही. गाणे माझ्या हृदयात आहे. गाणे हेच माझे चैतन्य आहे. ज्या दिवशी माझे गाणे थांबेल किंवा संपेल त्या दिवशी आयुष्याची संध्याकाळ असेल. मी त्या संध्याकाळचा विचारच करू शकत नाही. माझे सबंध आयुष्य गाण्यात गेले. वयाच्या तेराव्या वर्षापासून मी गाते आहे. माझे गाण्याचे कार्यक्रम चालूच असतात. दहा-पंधरा दिवसांत मी घर सोडून कुठे गेले नाही असं कधी झालं नाही. उद्‌घाटन समारंभासाठी, प्रमुख पाहुणी म्हणून, तर कधी गाण्यासाठी सतत मला आमंत्रणं येत असतात. सहसा मी कोणतेही आमंत्रण नाकारत नाही. कारण संगीत, गाणे हेच माझे जीवन आहे.

आम्ही मूळचे धारवाड जिल्ह्यातील हानगलचे. १८५७च्या स्वातंत्र्ययुद्धात हावेरीजवळ एका गोऱ्या फौजदाराने माझ्या आजीचा घोड्यावरून पाठलाग केला. माझी आजी गंगूबाई नजर चुकवून हुबळीकडे राहायला आली. त्यासुद्धा उत्तम गात असत. आम्ही जातीने गंगा मतस्थ म्हणजे होडी चालवणारे. मासळी पकडणारे वेगळे आणि होडी चालवणारे वेगळे! माझे वडील ब्राह्मण नाडिगेर. यामुळे माझ्यावर ब्राह्मणी संस्कारही झाले. धारवाडच्या शुक्रवार पेठेत आम्ही राहत होतो. त्या वेळी जेवणाची पाने लावणे, मुरांबा घालणे, लोणची, पापड करणे इत्यादी कामे केल्याचे मला आठवते. माझी आई अंबाबाई या फार चांगल्या गायच्या. त्यांना दैवी देणगीच

मिळाली होती. गोड गळा, स्पष्ट उच्चार; त्या कर्नाटकी संगीत गात होत्या. हरपनहळ्ळीच्या इमामसाहेबांकडे त्या गाणे शिकल्या. आपल्याकडे जशी ठुमरी असते तशी कर्नाटक संगीतामध्ये जावळी असते. त्या गाण्यातला भाव असा की, प्रेमिका आपल्या वेणीने प्रियकराला खेळकरपणे मारत असते. शृंगारिक चेष्टा करत असते. त्या जावळीतला भाव खूप सुंदर! माझी आई जावळी उत्तम गायची. तिचे अक्षरही खूप सुंदर होते. तिच्या हस्ताक्षरातल्या वह्या मी जपून ठेवल्या आहेत. आजीच्या, आईच्या असंख्य आठवणी मनाला अस्वस्थ करत असतात. माझी आई वयाच्या ३४ व्या वर्षीच वारली. माझ्या आईचे गुरू इमामसाहेब आईला शिकवायला यायचे. त्या वेळी मी पाच वर्षांची असेन. जलशाच्या वेळी रात्री जेवायला गुरुजी आमच्याकडे असत; पण त्यांची जेवणावळ घराच्या बाहेर आणि आम्ही सर्वजण स्वयंपाकघरात जेवत असू. मला या गोष्टी फार खटकत असत. गुरू असूनही त्यांना अशी वागणूक का? पण मला घरच्यांकडून उत्तर मिळत असे, आपण उच्च घराण्यातले आहोत. त्या वेळी तसे वातावरण होते. आज काळ बदलला आहे; पण त्या वेळी मात्र या गोष्टीचे खूप वाईट वाटत असे. आमच्या किराणा घराण्याचे मूळ प्रवर्तक खानसाहेब अब्दुल करीम खाँ यांना माझ्या आईचे गाणे फार आवडायचे. लहानपणातला एक प्रसंग आठवतो. माझ्या आईने मला गुरूसमोर बसवले आणि गाणे म्हणायला सांगितले. मी लहानच होते; पण बिनदिक्कतपणे गाणे म्हणून दाखवले. माझं गाणं ऐकल्यावर ते मला म्हणाले, ''गळा चांगला आहे. खूप गा आणि खूप खा.'' मी त्या वेळी खूप अशक्त होते.

माझ्या आयुष्यातला पहिला कार्यक्रम अजूनही मला आठवतो. १९२४मध्ये बेळगावला काँग्रेसचे अधिवेशन होते. मी त्या वेळी अकरा वर्षांची असेन. त्या अधिवेशनात मी स्वागतगीत म्हटले. आईच्यानंतर मी हुलगूर कृष्णाचार यांच्याकडे शिकले. आईने शिकवलेले काही कर्नाटकी राग मी मराठी युगुलगीतांमध्ये वापरलेले आहेत. जी. एन. जोशींबरोबर मी ती युगुलगीते म्हटलेली आहेत. हुलगूर गुरुजींच्यानंतर दत्तोपंत देसाई यांनी मला दोन वर्षांत साठ चिजा आणि पंधरा राग शिकवले होते. दत्तोपंतांनीच पुढे मला रामभाऊ कुंदगोळकर ऊर्फ सवाई गंधर्वांकडे जाण्यासाठी प्रोत्साहित केले. तोपर्यंत माझे गायिका म्हणून नाव झाले होते. सवाई गंधर्वांच्या शिष्या म्हणून नव्हे. एकदा मी त्यांची शिष्या झाल्यानंतर ते मला प्रसिद्धी मिळेपर्यंत मी अनेकदा लाइट गाणी म्हटली आहेत. भजनसुद्धा म्हटलेले आहे. कधीतरी केव्हातरी मला ठुमरी गाण्याची किंवा भजन म्हणण्याची फर्माईश येते; पण गंमत अशी होते की, मी ख्यालच गाते.

खरं सांगायचं म्हणजे भजन किंवा ठुमरी ही माझी प्रेरणास्थानं नाहीत. दररोज मी मामीबरोबर कुंदगोळला यायची. पूरिया राग मी वर्षभर शिकले. ती एक तपश्चर्याच होती. ख्यालच्या फाउंडेशनचा तो काळ होता.

पुढे मी यमन, भैरव, मल्हार, तोडी हे सर्व राग गायला शिकले. गुरुजींकडे शिकण्यापूर्वी मी रेडिओस्टार होते. माझ्या पहिल्या कार्यक्रमाची आठवण मोठी मजेशीर आहे. एकदा रेडिओवर हिराबाई बडोदेकर गाणार होत्या; पण काही कारणामुळे त्या येऊ शकल्या नाहीत. त्यांच्याऐवजी माझा कार्यक्रम झाला. जाण्या-येण्याचा खर्च मिळून मला ७५ रुपये बिदागी मिळाली. त्याच वेळी नर्गिसची आई जद्दनबाई आणि बोरालसाहेबांनी मला कलकत्ता संगीत सभेमध्ये येण्याची गळ घातली. मी नवीनच होते; पण कलकत्याला गेले. मला वेळ दिला होता १५ मिनिटे; पण मी अर्धा तास गायले. त्रिपुराच्या राजाकडून मला एक सुवर्णपदक मिळाले. आईच्या आठवणीने मी रडत होते आणि के. एल. सैगल मात्र सांगत होते, 'बहुत सुरेली आवाज है। गाना अच्छा हुआ!' त्यांची शाबासकी मला मिळाली.

गाण्यासाठी मी कुठे कुठे गेले याची आठवण झाली की, मला नवल वाटते. स्वातंत्र्यपूर्व काळात पेशावर, लाहोर, जालंधर या ठिकाणी माझे कार्यक्रम झाले. भारतात ज्या ज्या ठिकाणी संगीताचे कार्यक्रम होतात, त्या सर्व ठिकाणी मी जाऊन आले. माझ्याबरोबर ओंकारनाथ, फैय्याज खाँ इत्यादी मोठे कलावंत होते. अमेरिका, कॅनडा, फ्रान्स या ठिकाणीही माझे कार्यक्रम झाले. गाण्यांनी माझे आयुष्य समृद्ध झाले.

गुरुजींनी मला तीन दिवसांत मारुबिहाग शिकवला. त्यांना अर्धांगवायूचा झटका आला होता. तरीही मी गुरुजींकडे शिकायला जात होते. त्यांनीही मला त्या अवस्थेत राग शिकवला. एकदा मी गेले; पण गुरुजी बाहेरच आले नाहीत. तास-दोन तासांनी गुरुमाईने त्यांना आठवण करून दिली की, गंगू आली आहे. गुरुजी घरातूनच म्हणाले, गंगूला 'मारुबिहाग' राग येतो. तिला मी पुढे शिकवण्याची गरज नाही. आमचे गुरुजी खूप कमी बोलत. काही महिन्यांनी ते वारले. मला त्यांची उंची गाठता आली की नाही माहीत नाही. या वयातही मी गुरुसेवा सोडलेली नाही. कुंदगोळला त्यांच्या स्मृतिदिनी आम्ही कार्यक्रम करतो. महाराष्ट्रातून, कर्नाटकातून अनेक नवोदित आणि नावाजलेले गायक, वादक हजेरी लावण्यासाठी येतात. रात्री सुरू होणारी मैफल दुसऱ्या दिवशी दुपारी संपते. खेड्यापाड्यांतून मोठ्या संख्येने लोक येतात.

पैशाची चणचण भासू लागली की आम्ही मुंबईला गणेशोत्सवाच्या कार्यक्रमासाठी जात असू. मुंबईला मी अनेक कार्यक्रम केले. त्या सगळ्या आठवणी मनात आहेत. एका कार्यक्रमात सवाई गंधर्व गाणार होते; पण त्यांची प्रकृती बरी नसल्यामुळे त्यांनी मला गायला सांगितले. मी नवीनच होते. त्या वेळी मी तयार नव्हते. पहाटे संयोजकांनी जाहीर केले की, सवाई गंधर्व गाणार नाहीत; गंगूबाई गाणे म्हणतील. मी मियाकी तोडी सुरू केली. गाणे संपता संपता मात्र गुरुजी दिसले. त्यांना गाणं आवडल्याचं समजलं. त्या दिवशी मी बिदागी घेतलीच नाही. गुरुजींच्या ऐवजी मी गाणे म्हटले म्हणून मी बिदागी घेतली नाही. एकदा मी ऑल इंडिया रेडिओवर

'बिभास' गायले. दुसऱ्या दिवशी मी गुरुजींकडे शिकवर्णसाठी गेले तेव्हा ते म्हणाले, ''रेडिओवर तू गाणी गाणार आहेस, असे मला का नाही सांगितले? तू चुकीचा स्वर लावलास. बिभासात शुद्ध धैवत लागत नाही. तीव्र धैवत लावतात. आता ऐकणारे असे म्हणतील की गुरुजींनी तुला व्यवस्थित शिकवले नाही.''

माझे गुरुजी 'पूरिया' राग एक तासापेक्षा अधिक गायले; त्याची आठवण मनात आहे. तसेच बडे गुलाम अलीखाँ यांची मुंबईतली 'लक्ष्मीबाग'मधील मैफल आठवते. १९३८-३९ सालची गोष्ट. मी मुंबईला एका कार्यक्रमानिमित्त गुरुजींबरोबर आले होते. गुरुजींनी मला फैय्याज खाँसाहेबांचे गाणे ऐकण्यासाठी पाठवले. गाणे ऐकल्यानंतर गुरुजींनी मला विचारले, फैय्याज खाँ कसे गायले? मला आवडले नाही म्हणून मी सांगितले. का? म्हणून गुरुजी माझ्यावर ओरडले. मी सांगितले की, ते गाताना सिगारेट ओढायचे; एवढंच नव्हे तर एक तान पलटा झाल्यानंतर ते सिगारेट त्यांच्या शिष्याकडे द्यायचे. पुन्हा एकदा झुरका घ्यायचे. त्यांचे हे सतत चालू असायचे. मला ते आवडले नाही. मग गुरुजी मला म्हणाले, गाण्याकडे लक्ष द्यायचे; ते महत्त्वाचे आहे.

आयुष्य मैफलीतच निघून गेले. रात्र झाली की आमचा दिवस सुरू होतो. अनेक मैफली रंगल्या. त्या रंगलेल्या मैफलींनी माझे आणि इतरांचेही आयुष्यातले क्षण आनंदात गेले. माझ्या आईसमोर बसून मी दीड तास गायले. आईला खूप आनंद झाला. तिच्या चेहऱ्यावरचा आनंद आजही मला दिसतो आहे. आई मला म्हणाली, ''तू असंच गात राहा. तुझ्यासाठी तू गा.'' कदाचित मी भान हरवून गायले असेन. मुंबईतल्या एका मैफलीची आठवण आजही मला अस्वस्थ करते. माझे पती अत्यंत आजारी होते. त्यांचा व्यवसाय बंद पडलेला. सतत आर्थिक अडचण यायची. मुंबईला मला मैफलीचे निमंत्रण आले. मी कृष्णा व शेषण्णाला घेऊन गेले. त्या दिवशी मी गायले, त्या गाण्याला प्रचंड दाद मिळाली. मी गाणे म्हणत असतानाच माझे पती गेल्याची तार मुंबईला येऊन पोहोचली होती. तारेबद्दल मला कुणी काहीच सांगितले नाही. प्रवासात मी रडत राहीन म्हणून मला कुणी काही बोललेच नाही. मी सकाळी हुबळीला पोहोचले. माझा मुलगा बाबू मला दिसला नाही. मी समजून चुकले सगळं काही संपून गेलं आहे. मी पान खायची. मला फुले माळायची सवय होती. त्या दिवसापासून मी पान खाणं सोडलं. फुले माळायची सोडून दिली. त्या वेळी रेडिओचं एका कार्यक्रमाचं मला निमंत्रण आलं होतं. मी ते गाणं सोडणार होते; पण मनात विचार आला की, मी पुढे काय करणार? गाण्याशिवाय मी काय करू शकत होते? माझे दुःख मनात ठेवून मी तो कार्यक्रम केला.

कुंदगोळच्या उत्सवात मी सहा-सहा तास बसून इतरांचं गाणं ऐकते. माझंही गाणं ऐकवते. कुंदगोळला पाऊस नाही म्हणून गावच्या लोकांनी संकल्प सोडला

होता की, देवळातले शिवलिंग पाण्यात बुडेपर्यंत पाणी ओतायचे. त्यांची श्रद्धा अशी की, शिवलिंग पाण्यात बुडाले की पाऊस पडतो. त्या दिवशी रात्री सवाई गंधर्व उत्सवामध्ये मी मल्हारचे सूर गायले. गाणे संपल्याबरोबर देवळात जाऊन शिवलिंगावर कळशीभर पाणी ओतले. लोकांना खूप बरे वाटले. कलाकारांचे स्वतःचे एक विश्व असते. पैशाची चणचण, आरोग्याच्या तक्रारी, नेहमीच्या सांसारिक कटकटी असतात; पण त्या सर्व गोष्टींवर मात करून आम्हाला गायचे असते. रात्र-रात्र जागवताना कशाचेच भान राहत नाही. गळ्यातला सूर समोर दिसत असतो.

शब्दांकन - **प्रकाश बुर्डे**

◆

मोहनलाल भास्कर

अनुवाद-आनंद वर्टी

पाकिस्तानच्या तुरुंगातील माझ्या रात्री

पाकिस्तानातील लाहोर येथील कोट लखपत जेलमधील मृत्युदंडाची शिक्षा झालेल्या कैद्यांना ठेवण्यात येणाऱ्या कोठडीत मी बंदिवासात आहे. एकोणीसशे एकाहत्तरच्या मे महिन्यातील चोवीस तारीख. पहाटेच एक पोलीस दाराशी आला आणि म्हणाला, ''चल, बाहेर ये. तुला कचेरीत बोलावलं आहे. मिलिटरीतले एक ऑफिसर तुझा निवाडा करण्यासाठी आले आहेत.'' मी त्याच्यासोबत जेलच्या कचेरीत पोहोचतो. माझी छाती विलक्षण धडधडते आहे. तो मला मेजर अशफाकसमोर आणून उभा करतो. मेजर अशफाक माझ्या फील्ड जनरल कोर्ट मार्शलमध्ये सरकारी वकील होते. त्यांनी निर्णय सांगितला, ''मिस्टर मोहनलाल भास्कर ऊर्फ मुहम्मद अस्लम, फौजी न्यायालय तुला पाकिस्तानच्या विरुद्ध हेरगिरी केल्याच्या आरोपावरून चौदा वर्षे सश्रम कारावासाची सजा देत आहे.''

हे ऐकलं आणि आनंदानं मी बेहोष झालो, कारण समरी कोर्ट मार्शलमध्ये माझ्यासाठी सुचविण्यात आलेल्या फाशीच्या शिक्षेपासून मी वाचलो होतो. मी धावतच बरॅकमध्ये आलो. इतर कैद्यांना वाटलं की, माझी सुटका झाली. विचारायला लागले, ''काय झालं?''

मी म्हटलं, ''राम-वनवास.'' एवढंच बोलून मी माझ्या कोठडीत परत आलो आणि आजपर्यंत केलेल्या आणि आता पुढे कराव्या लागणाऱ्या लांबलचक वाटचालीविषयी

विचार करत बसलो. त्या एकाकी कोठडीच्या आत भूतकाळाच्या सावल्या आता हळूहळू मनावर उतरू लागतात.

सुरू होत आहे कहाणी माझी

आपल्या शेजारच्या पाकिस्तानमध्ये कशा प्रकारच्या घडामोडी घडत असतील याविषयी मला वाटणारी जिज्ञासा शांत करून घेण्यासाठी कधीपासून मन व्याकूळ झाले होते आणि त्यासाठी कोणते साधन मिळू शकेल याच्या मी शोधात होतो. सप्टेंबर १९६५च्या युद्धामुळे माझ्या या जिज्ञासेला अधिकच चेव आला. १४ नोव्हेंबर १९६५च्या 'धर्मयुग'मध्ये माझा एक लेख प्रसिद्ध झाला होता; शीर्षक होतं, 'फिरोजपूरचा प्रत्यक्ष पाहिलेला मोर्चा'. मग त्यानंतर २३ मार्चला भगतसिंगच्या समाधीजवळ सभा भरली होती; त्या वेळी व्यासपीठावर मी पुढील ओळी वाचल्या होत्या. भगतसिंगला उद्देशून मी म्हणालो होतो -

''तेरे लहू से सींचा, है अनाज हमने खाया ।
यह जज्बा-ए-शहादत, है उसीसे हममें आया ।''

(तुझे रक्त ज्यावर शिंपडलेले आहे असे धान्य आम्ही खाल्ले आहे; त्यामुळेच तर आमच्यात बलिदानाची प्रेरणा उतरली आहे.)

(लक्षात असू द्या की, २३ मार्च १९३१ रोजी भगतसिंगला लाहोर जेलमध्ये फाशी दिल्यानंतर, सतलजच्या किनाऱ्यावर त्याच्या शवाचे तुकडे पाडण्यात येत होते, तेव्हा पाठोपाठ लोकांचा जमाव चालून गेला होता आणि त्यांच्या दबावाखाली इंग्रजांना ते शव जाळणे भाग पडले होते.)

या ओळी ऐकून लोकांनी खूप वाहवा केली होती. मी व्यासपीठावरून खाली उतरलो आणि एक अधिकाऱ्यासारखी दिसणारी व्यक्ती माझ्याजवळ येऊन म्हणाली, "भास्करसाब, देशासाठी कविता म्हणणं खूप सोपं आहे; पण मरणं फार कठीण असतं. खरंच का तुमच्यामध्ये भगतसिंगासारखी ज्वलंत राष्ट्रभक्तीची भावना आहे?"

हा प्रश्न ऐकून मी प्रभावित झालो आणि म्हणालो, "साहेब, सीमेवर कधी गोळ्या चालायला लागल्या तर बोलावणं पाठवा. तुमच्यापेक्षा चार पावलं पुढे राहीन आणि मागे पळू लागलो तर माझ्यावरच गोळी झाडा. देशासाठी कधीही आणि कुठेही माझी जरूर भासली तर हा देह आणि हा प्राण हजर आहे."

ते साहेब कोण होते? मला या वाटेने जाण्यासाठी कुणी प्रेरणा दिली आणि मी काय-काय केलं याविषयी काही सांगणं देशाच्या हिताचं होणार नाही. हेराचं जीवन इतकं एकाकी आणि आत्मकेंद्रित असतं की, तो आपल्या गुप्ततेच्या विश्वात आपल्या जवळच्या आप्तांनाही डोकावून पाहण्यास देत नाही. मी सुंता करवून घेऊन मुसलमान झालो आहे ही गोष्ट, माझे आई-वडील तर सोडाच, माझ्या पत्नीलाही ठाऊक नव्हती. त्यांना हेही माहीत नव्हतं की, मी करतो काय आणि कुठे जात-येत असतो.

सीमेच्या दिशेने तुम्ही नजर रोखून पाहिलंत तर घोंघावणारा अंधारच दिसेल तुम्हाला. मृत्यू कुठे, कुठल्या रूपात दडून बसलेला असतो पत्ता लागणार नाही. साप किंवा विंचवाने दंश केला तरी ओरडू शकत नाही, कारण तसे केल्यास दुश्मनांच्या गोळीला बळी पडू शकता. कुठे रानडुक्करे दणादण धावत असतात, तर कुठे गिधाडे किंचाळत असतात. पाठलाग करतात, मांसावर पाळलेले भयानक कुत्रे आणि या सगळ्यांना चकवून गुपचूप पसार होत असतो हेर. दहा कोटी दुष्मनांच्या वीस कोटी डोळ्यांच्या पहाऱ्यातून स्वतःचा बचाव करून घेत, त्याच्या डोळ्यांतील भावनांचा कुणालाही थांगपत्ता लागू नये म्हणून डोळ्यांवर उन्हाळी चष्मा चढवीत, अनोळखी लोकांत, अनोळखी शहरांत संचार करीत असतो. शंभर प्रकारची सोंगं घेत असतो.

हो, तर दुमदुमणारी अयूबशाही त्या काळी लटपटायला लागली होती. भारताशी दहा हजार वर्षे लढण्याची भाषा यू.एन.ओ.मध्ये वापरून भुट्टोसाहेबांनी लोकांच्या मनीमानसी शिरकाव केला होता आणि ते अयूबसाहेबांच्या डोक्यावरची टांगती तलवार बनले होते. अयूबसाहेबांनी त्यांना मनोरुग्ण ठरवून उपचारासाठी

चीनला पाठवून दिलं; पण हे गृहस्थ तिथून आल्या आल्या एवढे उपद्रवी बनले की, आता अयूबखानवरच वेड लागण्याची पाळी आली. १९६७ मध्ये ते ज्यावेळी कराची बंदरात उतरले त्या वेळी भीतीमुळे एकही माणूस त्यांच्या स्वागतासाठी तिथे हजर नव्हता; परंतु कदाचित जनता त्यांच्या शब्दांचीच वाट पाहत असावी; त्यांनी नारा दिला आणि कामगार, शेतकरी, डॉक्टर, वकील, कॉलेजमधील तरुण-तरुणी हातात सतीचे वाण घेऊन बाहेर पडले. सारी कारागृहे भरून गेली. मार्शल लॉ पुकारला गेला. लाहोर, सियालकोट, मुलतान, लायलपूर, पेशावर अशा तमाम मोठ्या शहरांमध्ये कर्फ्यू लावला गेला आणि याच दिवसांत मी पाकिस्तानला फेऱ्या मारणं सुरू केलं.

संध्याकाळचे चार वाजले होते. मी लाहोर छावणीतल्या आरा बाजारमध्ये होतो. लोकांना आवश्यक वस्तू खरेदी करता यावी म्हणून तीन तासांसाठी कर्फ्यूमध्ये सूट दिली गेली होती. अचानक कुठून कुणास ठाऊक शेकडो लोक एकत्र जमा झाले आणि 'अयूबशाही मुर्दाबाद', 'मिस्टर भुट्टो झिंदाबाद' अशा घोषणा देत गस्तीवरील सैनिकांवर दगड फेकायला लागले. तेवढ्यात गोळ्यांची बरसात करत मिलिटरी जीपांनी चारही बाजूंनी त्यांना गराडा घातला. मी दूर एका खोल खड्ड्यामधून पाहत होतो, लोक प्रेतांच्या खाली लपून स्वतःचा बचाव करत होते. काहीजण पडत, धडपडत, धावत पळून गेले; पण क्वचित कुणी एखादाच असा असेल जो जखमी झाला नाही. फौजेतल्या सैनिकांनीही कोणतीच कसर केली नाही. जरासा कुणी हलताना दिसला की, त्याच्यावर गोळी चालवली आणि जिवंत आहे की मेला याची शहानिशा न करता सर्वांना उचलून थ्री टनर मिलिटरी गाडीत फेकून दिले. प्रेतांनी गच्च भरलेल्या अशा वीस गाड्या सतलजच्या गंडासिंहवाला किनाऱ्याच्या दिशेने निघून गेल्या. मग कळलं की, त्या प्रेतांना दगड बांधून त्यांना

सतलजमध्ये बुडवण्यात आलं आणि तेथील माशांना हे आयतं खाद्य मिळालं.

मुसलमानांना मुसलमानांनी मारलं, जगभरातील इस्लामी देश गप्प राहिले. सारे मुसलमान गप्प राहिले. मी विचार करीत होतो, जर चुकूनही एखादा मुसलमान भारतीय सेना किंवा पोलिसांकडून मारला गेला तर पाकिस्तानी बंधू जागतिक इस्लामच्या नावाने हाक देतात आणि 'इस्लाम खतरेमें है'चा नारा लावतात आणि आपले भारतीय मुसलमान बंधू भावनेच्या भरात भडकून उठतात, पोलीस स्टेशनला आग लावतात, दुकानं जाळतात आणि लोकशाहीचा दुरुपयोग करतात; जी प्राप्त करून घेण्यासाठी त्यांचे भाईबंद पाकिस्तानमध्ये तळमळताहेत आणि अनेक आपत्तींना सामोरे जात आहेत.

भूगोलतज्ज्ञ सांगतात ते खरे असेल तर भविष्यात त्या पाकिस्तानी बंधूंची हाडं वाहत येऊन मैदानावर स्थिरावतील, हळूहळू त्यांच्या टेकड्या उभ्या राहतील आणि कालांतराने त्यातून जे तेल निघेल त्यातून लोकशाहीची ज्वाळा फुलून उठेल; परंतु बलिदानाची वाट अजून खूप दूर आहे. कळत नाही, यांच्या किती पिढ्यांना याची किंमत चुकवावी लागेल. आम्ही भारतीय खूप भाग्यवान आहोत कारण आम्हाला नेहरू-पटेल यांच्यासारखे नेते मिळाले, ज्यांनी भारताच्या या पवित्र भूमीवर लोकशाहीचं बीजारोपण केलं आणि त्याला चिरंजीव वृक्षाच्या रूपाने वाढीस लावून डोळे मिटले.

असाच विचार करत करत, अडखळणाऱ्या पावलांनी, लपतछपत मी गुलबर्गमधील शेख वहीदच्या घराच्या दिशेने चालू लागलो. मला ती रात्र तिथेच काढायची होती. ही जागा अशी आहे की, जिथे मुसमुसणारं तारुण्य नजरेचा गालिचा अंथरून येणाऱ्या अभ्यागतांची वाट पाहत असतं. याविषयी मी खूप ऐकलं होतं. भारतात माझ्या साथीदारांच्या तोंडून. अशा प्रकारच्या जागा हेरांसाठी खूप सुरक्षित असतात आणि पाकिस्तानात तर त्या भरपूर आहेत. केवळ लाहोरमध्येच तिब्बी बाजार, रंगमहाल, शाही मुहल्ला आणि गुलबर्गसारख्या वस्त्या आहेत, जिथे उच्चभ्रू समाजातील कोठ्या आहेत. जनरल राणी (याह्याखाँची प्रेयसी) सारख्या सौंदर्यवती इथे आपले अड्डे चालवतात, राजवटी बनवतात आणि राजवटी पाडतातही.

शेख वहीदच्या घरी एक रात्र

इथे एका मोठ्या मिनाराच्या रूपाने पाकिस्तानच्या जन्माचं स्मृतिचिन्ह उभं आहे – 'गुलबर्ग यादगारे पाकिस्तान'. कायदे आजम मुहम्मद अली जिन्नांनी इथेच पाकिस्तानचा करारनामा मुस्लीम लीगसमोर मांडला होता आणि दिन-ए-इस्लामला मानणाऱ्या मुसलमानांसाठी एक वेगळा देश बनविला जावा, जिथे

त्यांचं स्वतःचं सरकार असेल आणि ते सर्व प्रकारे पवित्र असेल असा प्रस्ताव संमत करण्यात आला होता. म्हणूनच त्या देशाचं नाव 'पाकिस्तान' असं ठरवलं गेलं. दैवाचा विचित्र खेळ पाहा, आज त्याच गुलबर्गमध्ये दर सहाव्या इमारतीमध्ये उच्च दर्जाच्या कॉल गर्ल्सची वसती आहे आणि हीच ती जागा जिथे अनेक बडी धेंडं राहतात, ज्यांना सरकारी कामकाजातील प्रत्येक गोष्टीमध्ये नाक खुपसण्याचा जणू अधिकार आहे! इथे मदिराक्षी आणि मद्याच्या प्याल्यावर लोकांचं भाग्य बदलतं, बढती-बदलीचं दान मिळतं, ठेके, रूट परमीट आणि लाइसन्सचा कृपाप्रसाद वाटला जातो.

याह्या खाँची रखेली अकलीम अख्तर ऊर्फ 'जनरल राणी'च्या नवऱ्याला एकदा कुणीतरी म्हटलं, "तुला थोडीसुद्धा लाज नाही वाटत, तुझ्या बायकोला घेऊन जनरल इथे-तिथे फिरत असतो." तर तो हसत, दारूचा एक घुटका घेत म्हणाला, "जनाब, मी समाजात वावरण्यासाठी विचार करण्याची पद्धतच बदललेली आहे. मी असा विचार करतो की, ही बायको तर जनरल साहेबांची आहे आणि माझी रखेली आहे. कधीकधी मीही एका रात्रीसाठी तिला माझ्याजवळ ठेवून घेतो."

शेख वहीद- उंच अंगकाठी, कोरीव दाढी, सोनेरी फ्रेमचा चमचमणारा चष्मा, बोटात हिऱ्यांच्या लखलखणाऱ्या अंगठ्या. त्यांचा बनावट नोटांचा मोठा धंदा आहे. पेशावरच्या पुढे दर्रा आदमखैल आणि कैर इलाख्यात प्रत्येक देशाचं चलन मिळतं. पंचवीस ते पन्नास टक्क्यांच्या दराने साधा आणि सरळ व्यापार. एका हाताने द्या आणि दुसऱ्या हाताने दुप्पट नोटा घ्या. या नोटासुद्धा इतक्या अस्सल दिसणाऱ्या की, क्वचितच कुणी बँक ऑफिसर त्यांच्या खरेपणाविषयी शंका घेईल. भारताचा रुपया, रशियाचा रुबल, अमेरिकेचा डॉलर सारे इथे मिळू शकतात. देखाव्यासाठी त्याच्या इमारतीमध्ये एक गेस्ट हाउस आहे. ते त्याची बायको वहिदा बेगम चालवते. तिचा 'कोड' मला माहीत होता. मी सकाळीच फोन केला होता आणि म्हणालो होतो, ''मॅडम, गाढवं आंबे खायला लागलीत.''

उत्तर मिळालं, ''खरंच का? तुम्ही कधी पाहिलंत?

मी म्हणालो, ''असंच आज सुमारे सहा-सात वाजता.''

ती म्हणाली, ''धन्यवाद! आम्ही पण पाहू.''

संभाषणाचा अर्थ असा होता की, माझ्या येण्याला त्यांनी संमती दिली होती आणि माझं म्हणणं होतं की, मी सहा आणि सातच्या दरम्यान येईन.

संध्याकाळी सात वाजता कोठीवर पोहोचलो. रखवालदाराला सांगितलं, ''आदमखैलहून आलो आहे. द्राक्षं आणली आहेत.''

रखवालदाराने अत्यंत अदबीने दरवाजा उघडला आणि तो मला ड्रॉइंग रूमच्या दिशेने घेऊन गेला. मला पाहताच वहिदा बेगमने 'खुशआमदीद' म्हणून माझं स्वागत केलं. मीही लवून नमस्कार केला आणि तिच्याकडे पाहत राहिलो. मग खिशातून दोनशे रुपये काढले आणि तिच्यासमोर ठेवले. गालातल्या गालात हसत तिने ते उचलले आणि ती मला ड्रॉइंग रूममध्ये घेऊन गेली. म्हणाली, ''बसा.'' मग तिने एक बटन दाबलं आणि बाजूचा दरवाजा आपोआप उघडला. त्यातून एक-एक करत दहा तरुणी लचकत-मुरडत विजेसारख्या अचानक प्रकट झाल्या आणि माझ्यासमोर एका रांगेत उभ्या राहिल्या. एकापेक्षा एक संदर. साऱ्या कोवळ्या, कॉलेजमधील मुली. मी त्यांच्याकडे पाहतच राहिलो. मनात विचार चालले होते की, रात्रीच्या सोबतीसाठी कुणाला निवडून घेऊ; पण तेवढ्यात वाटून गेलं की, अशी शरीरं तर पूर्वी खूप मिळाली आहेत; पण वहिदा बेगमकडून जी गुपितं मिळू शकतील, ती यांच्याकडून मिळणार नाहीत. म्हणून मी म्हणालो, ''जाऊ शकता.'' त्या जिथून आल्या होत्या त्याच दरवाज्यातून एकापाठोपाठ एक निघून गेल्या.

वहिदा बेगम थक्क झाली. डोळे विस्फारून म्हणाली, ''माफ करा, अस्लम मियाँ, यांच्याशिवाय आज माझ्याकडे आणखी कोणी नाही.'' पैसे परत करण्यासाठी तिने हात पुढे केला.

मी म्हणालो, ''भीड नका करू. आज मला फक्त तुम्हीच हव्यात.''

चकित होऊन ती म्हणाली, ''तरुण आणि सुंदर मुली सोडून तुम्हाला माझ्यात असं काय दिसलं?''

मी म्हणालो, ''तुम्ही फक्त सुंदर आहात एवढंच नाही, अनुभवीही आहात. आणि का कुणास ठाऊक आज दिल तुमच्यावरच खुश आहे.'' ती म्हणाली, ''मला तर दहा वाजायच्या अगोदर फुरसत नाही.''

''काही हरकत नाही. मला एक बाटली व्हिस्की पाठवून द्या. तोपर्यंत मी माझी थकावट दूर करून घेईन.'' मी म्हणालो.

एक सेविका पुढे आली आणि मला एका सजवलेल्या खोलीत घेऊन गेली. तिथे एक डबलबेड अंथरला होता. काही वेळाने ती व्हिस्की-सोडा घेऊन आली आणि म्हणाली, ''माझी जरूर भासली तर बेल दाबा, मी येईन.'' ती निघून गेली आणि मी दिवसभरातला थकवा घालवू लागलो. अंघोळ करून मी जो प्यायला बसलो तो एकापाठोपाठ एक पेले रिकामे करत राहिलो. अर्धी बाटली फस्त केल्यावर हात रोखला. नऊ वाजले होते. सेविकेला जेवण आणण्यास सांगितले. पोटभर जेवलो आणि अंथरुणावर आडवा होऊन वहिदा बेगमच्या आगमनाची वाट पाहत राहिलो.

बऱ्याच वेळाने ती आत आली. माझ्यासमोर एक आव्हान उभं होतं आणि मी त्याच्याकडे टक लावून पाहत होतो. मग एका झटक्यात मी पलंगावरून उठलो आणि पुढे होऊन तिला कुशीत कवटाळलं. मद्याचे प्याले भिडू लागले. कदाचित खूप दिवसांनंतर तिला आपल्या सौंदर्याची कदर करणारा कुणी भेटला असावा. मदिरेच्या आणि स्पर्शसुखाच्या नशेत ती खुलू लागली. माझ्या बाहुपाशात बडबडत होती. मी जे काही विचारत होतो, त्याची उत्तरे देत होती. शेख वहीदची हकिगत, तिथे येणाऱ्या सैन्याधिकाऱ्यांची नावे, ज्या पाकिस्तानी अधिकाऱ्यांशी तिचा संपर्क आहे त्यांच्याविषयी सारं काही आडपडदा न ठेवता ती मला सांगत होती. तिच्या मिठीत असूनही आरा बाजार, लाहोर छावणी या ठिकाणी पाहिलेल्या भयानक घटना मी विसरू शकत नव्हतो. मरत असलेल्या लोकांच्या किंकाळ्या अजूनही माझ्या कानात गुंजत होत्या आणि मी विचार करत होतो, या देशाचं भवितव्य काय आहे? विचार करता करता कधी झोप लागली कळलंच नाही. वहिदा तर कधीच झोपून गेली होती.

पहाटे अजानची बांग ऐकून मला जाग आली. वहिदा अजूनही झोपेतच होती. मी उठून तयारी करू लागलो. अंघोळ करून पेपर पाहिला तर त्यात लिहिलं होतं, 'लाहोर छावणीत चार गुंडांवर गोळीबार.' या तद्दन खोटेपणाने मी चकित झालो. मी माझ्या स्वतःच्या डोळ्यांनी शेकडो माणसांना गोळ्यांच्या वर्षावात धूळ

चाटत असताना पाहिले होते. थोड्याच वेळात तयारी करून नी निघालो. वहिदाला निरोप देताना पुन्हा परत येण्याचे वचन दिले आणि शाहनूर स्टुडिओच्या दिशेने चालू लागलो. वेळ घालवण्यासाठी ते एक सुरक्षित स्थान होते. इथे तरुण आणि तरुणी सिनेमात प्रवेश मिळविण्यासाठी नेहमी घरून पळून आलेले असतात आणि एकमेकांना कुणी आपलं खरं नाव सांगत नाहीत की पत्ता.

दुर्दैवी बंगाली अकील रहमान

हा बिचारा दुर्दैवी हिंदुस्थानी भारतीय पासपोर्टवर पाकिस्तानला आला होता. पासपोर्ट सहा महिन्यांचा होता; पण भारतात परत जाणं याच्या नशिबी लिहिलं गेलं नव्हतं. हा लाहोरला एका सोनाराकडे काम करायला राहिला. शिशवी लाकडासारखा काळा रंग, ओबडधोबड चेहरा आणि उभा-आडवा देह. ज्याच्या दुकानात हा काम करायचा, त्या सोनाराची बायको आमना बेगमनं याच्यात काय पाहिलं कुणास ठाऊक; पण तिचं याच्यावर मन जडलं. ही दोघं कोणत्या ना कोणत्या निमित्ताने त्या सोनाराला बाहेर पाठवत असत आणि त्याच्या गैरहजेरीत मनपसंत मौजमजा करीत असत; पण तरीही तो सोनार त्यांच्या डोळ्यांत काट्यासारखा सलत असायचा.

एका रात्री झोपल्या ठिकाणी आमनानं आपल्या नवऱ्याचे दोन्ही हात करकचून पकडून ठेवले आणि अकील रहमाननं त्याच्या पोटावरून सुरा फिरवला. तो मेल्याची खात्री पटल्यावर आमनाने रडायला, भेकायला सुरुवात केली की, कुणीतरी येऊन तिच्या नवऱ्याचा खून करून पळाला. दोघांनी सांगितलं की, डाकू आले, त्यांनी तिजोरी फोडली, दागिने पळविले आणि सोनाराचा खूनही केला. खुनाची चौकशी करणाऱ्या इन्स्पेक्टरच्या डोक्यात काय विचार आला कुणास ठाऊक; त्याने अकील रहमानलाही तपासात सामील करून घेतलं. चार फटके पडताच भोळा बंगाली सारं काही सांगून गेला.

आमना बेगम मात्र उस्ताद निघाली. तिने ठाणेदाराची कूस गरम केली आणि त्याने तिला सफाईदारपणे वाचवलं. खुनाचा आरोप याच्याच डोक्यावर आला. आमनाही याला जेलमध्ये येऊन भेटली आणि त्याला पटवलं की, कोर्टात जर त्याने तिचं नाव घेतलं नाही तर खटल्याचा सारा खर्च ती करेल आणि त्याला सोडवून आणील. ही त्यावेळची गोष्ट आहे जेव्हा बांगला देशमध्ये शेख मुजिबूर रहमानांचं नांव दुमदुमत होतं आणि पाकिस्तानातील लोक बंगाली लोकांना साप समजत होते. खटला मार्शल लॉच्या न्यायालयापर्यंत पोहोचला. हा म्हणायचा की, आमना बेगमनं त्याला सोडवण्यासाठी खूप जोर लावला होता; पण खरी गोष्ट मग बाहेर पडली.

वस्तुस्थिती अशी होती की, आमना याच्याशी नाही तर गल्लीतल्या एका दुसऱ्या तरुणाशी प्रेमाचे खेळ खेळत होती; परंतु त्या छाकट्या तरुणामध्ये आमनाच्या नवऱ्याचा खून करण्याएवढी हिंमत नव्हती. म्हणून आमनाने याला आपल्या खोट्या प्रेमाच्या जाळ्यात अडकवून याच्या हातून खून घडवून आणला होता. याला फाशीची शिक्षा झाली तेव्हा आमना नेहमी याला भेटण्यासाठी जेलमध्ये यायची. तिच्यासोबत तो देखणा तरुणही असायचा आणि तो आपला भाऊ आहे, असं ती सांगायची. आमना इतकी सुंदर होती की, अशा प्रकारच्या मुशीतून निघालेलं शरीर क्वचितच दृष्टीस पडतं. गालावर लाली असलेलं संगमरवरी कांतीचं रूप, हरिणीसारखे विशाल चंचल डोळे! ती याला भेटायला जेलमध्ये यायची त्या वेळी फाशीची शिक्षा झालेले सगळे कैदी तिच्या अनुपम लावण्याकडे एकटक बघत उभे राहायचे आणि विचारात पडायचे की, या रासवट माणसावर हिचा कसा काय जीव जडला!

ते नेहमी याला विचारायचे, ‘‘अरे साले अकील, तू हिला कसं पटवलंस?’’

तेव्हा तो मिटक्या मारीत म्हणायचा, ‘‘अरे यार, या सालीच्या नवऱ्यामध्ये एवढा दम कुठे होता की, हिच्या शरीराची आग शमवू शकेल! माझं पौरुष बघितलं आणि लट्टू झाली. मारायला लागली चकरावर चकरा. कधी दुकानावर आली तर संधी मिळेल तेव्हा साली डोळा मारायची किंवा चुटकी वाजवायची. मी तरी किती दिवस वाट बघायची. एक दिवस हिचा नवरा दुकानावर नव्हताच मुळी. ही आली आणि विचारू लागली, ‘‘तो कुठे आहे?’’

मी म्हटलं, ‘‘आतल्या खोलीत.’’

ती जशी आतल्या खोलीत पोहोचली, मी आत गेलो आणि तिला उचलून आडवं केलं. दीड तास तिला असं रगडलं की, ती मागचंपुढचं सगळं विसरून गेली. बस्स! तेव्हापासून ही माझी गुलाम बनून राहिली. काय आहे, साला फाशीवर चढावं लागलं तरी काही हरकत नाही. जिवंतपणीच स्वर्गाची मजा तर चाखली. दिसत नाही का, साली अप्सरा आहे अप्सरा!’’

परंतु त्या बिचाऱ्याला काय माहीत की खरी गोष्ट काय होती ती. एक दिवस कोर्टात माझी तारीख होती. संध्याकाळी जेव्हा परत आलो, तेव्हा बंगाल्याने मला खूण करून बोलावलं. त्याची खोली माझ्या वाटेवरच होती. तो म्हणाला, ‘‘पंडित, हे माझे दोनशे रुपये तुमच्याजवळ ठेवून घ्या. मला आज फाशी मिळणार आहे. वाचलो तर तुमच्याकडून परत घेईन. नाहीतर तुम्हीच खर्च करा.’’ मी पैसे हातात घेतले खरे; पण मनात विचार आला, ‘‘देवा, आजू तू याला वाचव. साला फाशीवर जाताना त्याला वाटू नये की, पंडिताने देवाकडे मागून घेतलं असेल की, हा फाशीवर चढू दे आणि हे दोनशे रुपये आपल्याला मिळू

देत.'' असाच विचार करीत रात्री बराच वेळ मी जागत राहिलो आणि चमत्कार झाला.

अर्ध्या रात्री जेलच्या कार्यालयातून संदेश आला की, त्याची फाशीची शिक्षा काही दिवसांसाठी रोखली गेली आहे. तो हिंदुस्थानी होता आणि भारतीय राजदूतांना कळवल्याशिवाय पाकिस्तानचं सरकार त्याला फाशीची सजा देऊ शकत नव्हतं. दुसऱ्या दिवशी कळलं की, फाशी देण्याचं काम करणाऱ्याची तब्येत अचानक बिघडल्यामुळे त्याची फाशी पुढे ढकलण्यात आली होती. दुसऱ्याच दिवशी आमना बेगम त्याला भेटायला आली आणि म्हणाली, ''मी तुझं जीवदान मागण्यासाठी जनरल याह्याखानजवळ जाईन म्हणते; पण काय करू? माझ्याजवळ पैसे नाहीत.'' यावर त्याने मृत्युदंडाची शिक्षा झालेल्या इतर कैद्यांकडे मदत मागितली. त्याने माझ्याकडे जे दोनशे रुपये दिले होते, ते मी त्याला परत केले. बराकीतील कैद्यांनी आपापल्या कुवतीनुसार त्याला मदत केली आणि जवळजवळ दीड हजार रुपये एकत्र करून त्याला दिले. आमना आपल्या तथाकथित भावाला घेऊन निघून गेली.

रावळपिंडीला चालले आहे, असं सांगून ती गेली होती. तिथे पोहोचताच याला पत्र लिहीन आणि जनरल जर फाशीची शिक्षा रद्द करायला तयार झाले तर तसं तार करून कळवीन, असं ती म्हणाली होती. चार दिवस उलटून गेले तरी आमनाकडून पत्र आलं नाही आणि तारही आली नाही. पाचव्या दिवशी सकाळी

पुन्हा जेलच्या कार्यालयाकडून हुकूम आला की, याला आज रात्री फाशीवर चढवावे. तो बिचारा पुनःपुन्हा टाचा उंचावून आमनाची वाट पाहत होता. मी म्हटलं, ''मला वाटतं की, आमनाने तुला फसवलं. तू एखाद्या पाकिस्तानी कैद्याकडून त्याला भेटायला येणाऱ्या माणसांद्वारे तिच्या घरून पत्ता काढ की, ती आहे कुठे आणि काय करते काय? मला संशय येतो की, तिच्यासोबत आलेला तो तरुण भाऊबिऊ कोण नव्हता तर तिचा यारच होता आणि तिने आम्हा सगळ्यांना मूर्ख बनवून, पैसे गोळा करून पोबारा केला आहे.''

तो म्हणाला, ''पंडित, असं नाही होणार.'' परंतु इतर कैद्यांनीही माझ्या म्हणण्याला दुजोरा दिला की, त्यांनाही आमनाच्या चालचलणुकीवर संशय येतोय.

तर घटना अशी घडली की, मृत्युदंडाची शिक्षा झालेल्या मुहम्मदचा भाऊ त्याला भेटायला आला असता, त्याला आमनाच्या घरी पिटाळलं गेलं. त्याने येऊन जे काही सांगितलं त्याने अकीलची शुद्धच हरपली. त्याने सांगितलं की, आमना कुठेही गेली नव्हती, लाहोरमध्येच आहे आणि आपल्या प्रियकरासोबत- त्या तथाकथित भाऊसोबत - चैन करण्यात दंग आहे. हे ऐकलं आणि अकील आपलं मानसिक संतुलन हरवून बसला. आमनाचं नाव घेऊन तिला शिव्यांची लाखोली वाहू लागला. एक भयानक वास्तव त्याच्यासमोर उभं होतं; परंतु हे वास्तव अशा वेळी पुढे आलं की, ज्यावेळी मृत्यू त्याच्या अत्यंत जवळ येऊन पोहोचला होता. तो कधी वेड्यासारखा स्फुंदूनस्फुंदून रडायचा, कधी मोठ्याने ओरडायचा तर कधी हातवारे करत शिव्या देत सुटायचा.

संध्याकाळी सहा वाजता सगळ्यांची मोजदाद होऊन कोठड्या बंद करण्यात आल्या. त्याच्या कोठडीतून मात्र रात्री तीन वाजेपर्यंत त्याच्या किंकाळ्या, शिव्या आणि कण्हण्याचा आवाज ऐकू येत होता. तो मोठमोठ्याने 'आमना' अशी हाक मारत किंचाळायचा; परंतु आमना त्याच्यापासून दूर, आपल्या नवऱ्याचा खून करवून, एका प्रियकराला फाशीवर चढवून, दुसऱ्याच प्रियकरासोबत मौजमजा करत होती. पहाटे चार वाजता गारदी लोक येऊन रडतभेकत असलेल्या त्याला मृत्यूच्या विहिरीच्या दिशेने फरपटत घेऊन गेले. खटका ओढला जाण्याच्या क्षणापर्यंत त्याच्या किंकाळ्या ऐकू येत होत्या. सकाळी त्या गरीब बिचाऱ्याचे प्रेत ताब्यात घेण्यासाठीही आमना आली नाही. तिला निरोप पाठवला गेला तर तो निरोप घेऊन जाणाऱ्यावरच ती खवळून उठली. म्हणाली, ''तो माझा कोण लागतो की मी त्याच्या प्रेताचं दफन करू. तो माझ्या नवऱ्याचा मारेकरी आहे. आपल्या कृत्याची त्याने सजा भोगली आहे. माझा त्याच्याशी काही संबंध नाही.''

शेवटी जेलमधील अधिकाऱ्यांनी सरकारी खर्चाने त्याच्या प्रेताचं दफन केलं. स्त्रीचं चारित्र्य आणि पुरुषाचं भाग्य देवांनाही माहीत नसतं; तिथं ते माणसांना कसं

कळणार असं जे म्हणतात ते खरं असावं. जेव्हा सुंदर स्त्री एखाद्या कुरूप पुरुषावर भाळते तेव्हा त्यात तिचा कुठला ना कुठला तरी स्वार्थ लपलेला असतो. ती त्याला एखाद्या कळसूत्री बाहुल्यासारखी नाचवते, त्याच्याकडून वाईटातलं वाईट काम करवून घेते आणि तो संकटात सापडला की त्याची साथ सोडून जाते.

ड्रायव्हर मुहम्मद आजम

याच दिवसांत कोट लखपत जेलमध्ये फाशीची शिक्षा झालेल्या कैद्यांच्या कोठडीत ड्रायव्हर मुहम्मद आजम मृत्युदंडाचा कैदी म्हणून दाखल झाला. तो मिलिटरीमध्ये शिपाई होता. लाहोर छावणीतल्या एका मेजरचा ड्रायव्हर होता. मेजर साहेबांच्या बेगमचे त्यांच्या बटलरसोबत अनैतिक संबंध होते. ही गोष्ट मुहम्मद आजमला माहिती होती; पण मेजरसाहेब आपल्या बोलण्यावर विश्वास ठेवणार नाहीत आणि ते बेगमला कळलं तर ती आपल्यावर खोटेनाटे आरोप करून आपल्याला संकटात लोटेल असा विचार करून त्याने आपलं तोंड बंद ठेवलं होतं.

एका रात्री साधारणपणे बारा वाजता नशेच्या धुंदीत असलेल्या मेजरसाहेबांना तो क्लबमधून घेऊन आला. मेजरनी त्याला त्या रात्री तिथेच राहायला सांगितलं. तो तिथेच झोपला. रात्री दोन वाजता एक सावली बटलरच्या खोलीच्या दिशेने जाताना त्याने पाहिली. अंधारातही त्याने ओळखलं की, ती मेजरसाहेबांची बेगम होती. त्यानंतर अर्ध्या तासाने मेजरला जाग आली. त्यांनी इथे-तिथे बेगमचा शोध घेतला आणि कुठल्या तरी शंकेने ग्रासले जाऊन बंदूक काढून घेतली. मग आजमने मेजरला चोरपावलांनी बटलरच्या खोलीकडे जाताना पाहिलं. रागाने त्यांनी दरवाजावर लाथ मारली. दरवाजा धाड्कन उघडला. त्या वेळी बेगम आणि बटलर एकमेकांच्या बाहुपाशात धुंद होऊन पडले होते. देहावर एक कपडाही नव्हता. बेगमला स्वप्नातही वाटलं नव्हतं की, नशेच्या गुंगीत असलेला मेजर इतक्या लवकर जागा होईल. दोघंही थराथरा कापायला लागली. मेजरने रागाच्या भरात बटलरवर एकापाठोपाठ तीन गोळ्या झाडल्या.

अचानक त्याला भान आलं की, आपण काय करून बसलोय! बटलर अजून मेला नव्हता. त्याची नाडी चालू होती. खुनाच्या आरोपातून वाचण्यासाठी त्याने ड्रायव्हरला हाक मारली आणि बटलरला गाडीच्या पाठीमागील सीटवर टाकून ताबडतोब इस्पितळात नेण्यास सांगितलं. ड्रायव्हरने बटलर वाचावा म्हणून देवाकडे धावा करत लगेच गाडी काढली आणि अत्यंत वेगाने इस्पितळाच्या दिशेने पिटाळली. मेजर त्याच्या बाजूला पुढच्या सीटवर बसला होता. गाडी इस्पितळात पोहोचली. बटलरला बाहेर काढत असतानाच त्यांना कळून चुकलं की, त्याने प्राण गमावला आहे. मेजरसाहेब फिका पडला.

ड्रायव्हरला म्हणाला, ''आता माझ्या हातून हत्या तर घडलेलीच आहे, प्रेत घेऊन पोलीस ठाण्यावरच का हजर होऊ नये? असंही होऊ शकेल की वस्तुस्थिती नजरेसमोर ठेवून कोर्ट मला माफही करेल. नाहीतर हत्या करून पळून गेला म्हणून माझ्या शिक्षेत वाढही होऊ शकते.''

''बरोबर आहे.'' असं म्हणून ड्रायव्हर आजमने गाडी पोलीस स्टेशनकडे वळवली. पोलीस स्टेशनला पोहोचल्यावर मेजरसाहेबाने त्याला बाहेरच थांबण्यास सांगितलं, ''तू इकडेच थांब. मी ठाणेदाराशी बोलून घेतो.'' सुमारे अर्ध्या तासाने तो दोन शिपायांना घेऊन ठाणेदारासोबत बाहेर आला. शिपायांनी प्रेत बाहेर काढलं आणि ठाणेदार आजमला म्हणाला, ''तू आत ये. तुझी जबानी घ्यायची आहे.'' मग मेजरसाहेबाकडे वळून तो म्हणाला, ''तुम्ही बेगमसाहेबांना घेऊन इथे या, तोपर्यंत मी याची जबानी लिहून घेतो.''

गरीब पठाण आजमला काय कल्पना की, नियती त्याच्याशी कोणता क्रूर खेळ खेळत होती! मेजर गाडी घेऊन घरी जाण्यासाठी वळला आणि आजम ठाणेदारासह आत आला. आत येताच ठाणेदार त्याला म्हणाला, ''अरे मूर्खा, हे तू काय करून बसलास? एवढ्याशा भांडणावरून तू आपल्याच फौजी भावावर गोळी चालवलीस?''

हे ऐकलं आणि आजमच्या पावलांखालची जमीनच सरकली. तो म्हणाला, ''देवाची शपथ! ठाणेदारसाहेब, तुम्ही हे काय बोलत आहात. माझं तर त्याच्याशी कोणतंच भांडण झालं नाही. याला तर मेजरसाहेबांनी गोळी मारली, कारण त्यांनी याला आपल्या बायकोसोबत ऐश करताना पकडलं होतं.''

''सुअर के बच्चे! बकवास बंद कर. तुला लाज नाही वाटत आपल्या ऑफिसरवर चिखलफेक करताना? त्यांनी जर हत्या केली असती तर तुझ्यासारख्या प्रत्यक्ष साक्षीदारालाही जिवंत सोडलं नसतं आणि प्रेत घेऊन स्वतः ठाण्यावर हजर झाले नसते. आता त्यांची बेगम येणार आहे. सर्व गोष्टी स्पष्ट होतील.'' ठाणेदार म्हणाला.

निरपराध आजमचा तर रडूनरडून गळा सुजला. त्याने गयावया करत आपल्या म्हणण्याचं समर्थन केलं; परंतु त्याचं ऐकून घेणारा तिथे कुणीच नव्हता. त्याला धक्के मारत कैदखान्यात बंद केलं गेलं. थोड्या वेळाने आपल्या बेगमला घेऊन मेजर तिथे पोहोचला. वाटेत त्याने आपल्या बेगमला पढवून ठेवलं होतं की, तिने काय सांगावं आणि काय सांगू नये.

बेगमनं आपली जबानी दिली, ''बटलर सादिक आणि ड्रायव्हर आजम सुमारे एक वर्षापासून आमच्याकडे आहेत. सादिक सुन्नी मुसलमान होता आणि आजम शिया पठाण. त्यांना कितीतरी वेळा झापलं होतं; पण एकमेकांशी भांडण करण्याचा त्यांना कधी वीट येत नव्हता. आजही दुपारी बटलरने याला गमतीने म्हटलं,

''मोहरम जवळ येत आहे. तुमच्या रडारडीचे दिवस आले आहेत.'' यावर आजमनं त्याला शिवी देऊन म्हटलं, ''गप्प बस साल्या. नाहीतर तुझ्या छातीत गोळी उतरवीन मग तुझी आई आणि बहिणी रडारड करत फिरतील.''

यावर दोघांची गुद्दागुद्दीही झाली. मी त्यांच्यावर संतापले आणि त्यांना एकमेकांपासून दूर केले. ते एकमेकांना मारण्याच्या धमक्या देत होते. माझ्या स्वप्नातही नव्हतं की, आजम आपली धमकी प्रत्यक्षात आणील. आज रात्री जेव्हा मेजरसाहेबांना घेऊन आजम आला, त्या वेळी बटलर सादिक सिनेमा पाहण्यासाठी गेला होता. म्हणून मेजरसाहेबांनी आजमला बाहेरच्या खोलीत आराम करायला सांगितलं आणि घराच्या रखवालीसाठी त्याच्याकडे बंदूकही ठेवून दिली. त्यानंतर आम्ही झोपी गेलो.

रात्री साधारणपणे अडीच वाजता आम्ही एकामागोमाग दोन गोळ्या झाडल्याचा आवाज ऐकला आणि त्यापाठोपाठ बटलरची किंकाळी. मी आणि मेजरसाहेब धावत बाहेर आलो आणि पाहिलं की, बटलर आपल्या बिछान्यावर तडफडतो आहे आणि आजम रागाने त्याच्या दिशेने बंदूक रोखून उभा आहे. आम्ही पाहत असतानाच त्याने आणखी एक गोळी चढवली. ती त्याच्या कुशीत लागली. यावर मेजरसाहेबांनी धावत जाऊन त्याच्याकडून बंदूक हिसकावून घेतली. बटलरच्या शरीरात अजून धुगधुगी होती. मेजरसाहेबांनी त्याला गाडीत ठेवलं आणि ते त्याला इस्पितळात घेऊन गेले. परंतु आता-आताच मेजरसाहेबांनी मला येऊन सांगितलं की, बटलरने इस्पितळाच्या वाटेवरच प्राण सोडला आणि मला माझी जबानी देण्यासाठी पोलीस स्टेशनवर यावं लागेल. म्हणून मी यांच्यासोबत पोलीस स्टेशनवर येऊन माझी जबानी देत आहे. मी जे काही लिहवून घेतलं आहे त्याशिवाय मला आणखी काही माहीत नाही.''

त्यानंतर ठाणेदारानं मेजरसाहेबांची जबानी लिहवून घेतली आणि आजमला आपली जबानी देण्यास सांगितलं. त्याने रडत, भेकत घडलेल्या प्रसंगाचं वर्णन केलं. परंतु ठाणेदाराने त्याच्या जबानीवर विश्वास न ठेवता, त्याच्याविरुद्ध ३०२ कलमाखाली खुनाचा आरोप ठेवून त्याप्रमाणे नोंद केली. त्याच्यावरील खटल्याची सुनावणी मार्शल लॉच्या न्यायालयात चालली. तिथे मेजर आणि त्याच्या बेगमच्या जबानीसमोर त्याचं म्हणणं कुणी ऐकून घेतलं नाही आणि तीन महिन्यांच्या आत फाशीची शिक्षा सुनावून त्याची लाहोरच्या कोट लखपत जेलमध्ये रवानगी करण्यात आली.

त्याने लष्करशहाकडे दयेचा अर्ज पाठवला. तोही फेटाळला गेला. तो इथे आल्यावर वीस दिवसांच्या आत त्याला फाशी देण्याचा हुकूम आला. तो विधवा आईचा एकुलता एक मुलगा होता. त्याची गरीब आई रडत-कण्हत लष्करशहापाशी पोहोचली. लष्करशहाने तिच्या हातात एक लाडू ठेवून सांगितलं, ''घे आई, तोंड

गोड कर. मी तुझ्या मुलाची फाशीची शिक्षा माफ केली आहे आणि जेलवाल्यांनाही हुकूम पाठवला आहे की, त्यांनी त्याला फाशी देऊ नये. तू तिथे जाऊन पोहोचण्याच्या आत माझी तार त्यांना मिळालेली असेल. जा. जाऊन आराम कर. उद्या तुझा मुलगा तुझ्यापाशी असेल.''

परंतु कोट लखपत जेलमध्ये अशा प्रकारची कोणतीही तार पोहोचली नाही. दुसऱ्या दिवशी सकाळी खुशीखुशीने ती आई आपल्या मुलाला घेऊन जाण्यासाठी आली आणि जेल-अधिकाऱ्यांनी त्याचे शव तिच्या हवाली केले. ते पाहताच म्हातारी बेशुद्ध पडली आणि पुन्हा उठलीच नाही. त्या दिवशी जेलच्या दरवाज्यातून एकाच वेळी दोन प्रेतयात्रा निघाल्या. माहीत नाही, अशा प्रकारच्या किती प्रेतयात्रा पाकिस्तानच्या मार्शल लॉच्या राजवटीत निघाल्या असतील. दुःखाची गोष्ट म्हणजे ही जनता कितीतरी वर्षांपासून मार्शल लॉचं हे जोखड आपल्या निष्पाप खांद्यावर बाळगीत आहे. एकच माणूस देवदूतासारखा उदयाला आला होता, जुल्फिकार अली भुट्टो. त्यालाही लष्कराने फाशीवर चढवलं. देशाचं संरक्षण करण्यासाठी असलेल्या लष्कराला लांडग्यांसारखं आपल्याच लोकांचं रक्त पिण्याची एकदा सवय जडली की, त्या देशाला जुलूम आणि क्लेशांतून कदाचित बाहेरील शक्ती सोडवू शकेल; पण तो स्वतः होऊन त्यातून कधीही मुक्त होऊ शकणार नाही.

शेख मुजीब, मियाँवाली जेलमध्ये

आतापर्यंतच्या बातम्यांनुसार शेख मुजीब लायलपूर जेलमध्ये होते. हिवाळा नुकताच सुरू झाला होता आणि एका रात्री एक हेलिकॉप्टर जेलच्या आवारात उतरलं. आम्ही त्या वेळी कोठडीत बंद होतो. दुसऱ्या दिवशी सकाळी कळलं की, शेख मुजिबूर रहमानना तिथे लायलपूरमधून आणण्यात आलं आहे. अशीही बातमी मिळाली की, लायलपूर जेलमध्ये ईस्ट बंगाल रेजिमेंटमधील काही सैनिकांनी सुरुंग लावून तिथून शेख मुजिबूर रहमान यांना सोडवण्याचा प्रयत्न केला होता. त्यांना मियाँवाली जेलमधील जनानखान्यात ठेवण्यात आलं आणि महिला कैद्यांना तिथून दुसऱ्या बरॅकमध्ये पाठविण्यात आलं. जनानखाना बरॅक नंबर दहाच्या पाठीमागेच होता.

आम्ही हिंदुस्थानी कैदीसुद्धा आता दहा नंबरच्या बरॅकमध्ये आलो होतो; पण शेख मुजिबूर रहमान यांच्या चारही बाजूला कडेकोट बंदोबस्त होता. त्यांचा एक बंगाली आचारी त्यांच्यासाठी मासळी आणि भाताचं जेवण तयार करायचा. आदल्या दिवशी शेख मुजीब इथे आले आहेत, अशी बातमी ज्यावेळी जेलमध्ये पसरली त्या वेळी मियाँवालीतले अशिक्षित पठाण आपल्या बरॅकवर चढून शेख मुजीबना आई-बहिणीवरून घाणेरड्या शिव्या देऊ लागले आणि फाटलेली पादत्राणे व दगड

जनानखान्याच्या दिशेने फेकू लागले. बाहेर पहाऱ्यावर असलेल्या शिपायांनाही काही चपला आणि दगड लागले.

मग जेलच्या गार्डने कचेरीच्या छतावर चढून गोळ्यांच्या सहा फैरी झाडल्या; त्यामुळे त्या लोकांना जरब बसली आणि ते खाली उतरले; परंतु आपआपल्या कोठडीतून शेख मुजीबना शिवीगाळ करण्याचा त्यांचा उद्रेक चालूच राहिला. यावर तेथील फौजदार चौधरी नसीरने जेलमध्ये फेरी मारली आणि कैद्यांना सांगितलं, "तुम्ही उगाचच चिडू नका, आरामात राहा. शेख मुजीबला इथे फाशी देण्यासाठी आणण्यात आलं आहे." ही बातमी मिळताच पाकिस्तानी कैद्यांनी उत्साहाने आणि आनंदाने, 'या अली, या अली' अशा घोषणा देण्यास सुरुवात केली.

शेख मुजीबना एकदा ओझरतं तरी पाहावं अशी आमची इच्छा होती; पण ती पुरी होऊ शकत नव्हती. मनात येत होतं की, त्या शेर-ए-बंगालचं दर्शन व्हावं; ज्याने भूक, गरिबी आणि जुलूम-जबरदस्तीच्या चक्कीत पिसल्या जाणाऱ्या देशवासीयांत नवचैतन्य आणलं आणि हसत-हसत आपल्या परिवाराचाही बळी दिला. बातमी तर अशी होती की, मुजीबना कैद करण्याच्या वेळी त्यांच्या मुलावरही गोळी झाडण्यात आली होती. फक्त त्यांची मुलगी हसीना शेख बचावली होती. हो, तर इतक्या कडेकोट पहाऱ्यात असलेल्या शेख मुजीबना दुरूनही पाहणं अशक्यप्राय गोष्ट होती.

तसं पाहिलं तर, आम्ही गोदामातून रेशन आणायला जायचो, त्या वेळी त्यांच्या आचाऱ्याची भेट व्हायची. तोही शेख मुजीबांसाठी रेशन घेऊन जाण्यासाठी तेथे यायचा. त्या वेळी त्याच्यासोबत कुणी ना कुणी अधिकारी असल्यामुळे आम्हाला त्याच्याशी बोलता येत नसे हे खरं; पण गोदामातला कारकून त्याची फिरकी घेत त्याला विचारायचा, "हं, त्या देशद्रोही मुजीबची काय हालहवाल?" तो सांगायचा की, शेखसाहेबांची तब्येत एकदम ठीक आहे आणि त्यांचं मानसिक संतुलनही उत्तम आहे. ते अजूनही सांगतात की, जोपर्यंत मी जिवंत आहे, तोपर्यंत बंगाली लोकांच्या हक्कांसाठी लढत राहीन.

एकदा आमच्या बरॅकमध्ये फौजदार फजलदाद शिपायांना घेऊन आला. म्हणाला, "आठ हिंदुस्थानी कैद्यांना बाहेर काढा." सगळ्या कोठड्या उघडण्याऐवजी त्याने पहिल्या दोन कोठड्याच उघडून घेतल्या आणि त्यातील कैद्यांना बाहेर काढले. काय करायचं आहे हे आम्हाला सांगितलं गेलं नव्हतं. त्याने आम्हाला त्याच्या पाठोपाठ येण्यासाठी सांगितलं. तो आम्हाला जनानखान्यासमोर घेऊन आला, जिथे शेख मुजीबना कैद करून ठेवलं होतं. आमच्या आश्चर्याला पारावार राहिला नाही. कदाचित मुजीबना पाहू शकू या विचाराने आम्ही आनंदित झालो; परंतु जनानखान्याच्या लोखंडी सळ्यांबाहेरील लाकडाचे दरवाजेही बंद करून ठेवल्याचे पाहून आमचं मन निराशेनं काळवंडलं.

फजलदादने आम्हाला हुकूम केला की, तुम्हाला इथे आठ फूट लांबीचा, चार फूट रुंदीचा आणि चार फूट खोल अशा आकाराचा खड्डा खणायचा आहे. आम्हाला अंदाज आला की, आज रात्री शेख मुजीबना फाशी दिली जाणार आहे. आम्ही त्या भल्या माणसाची कबर खोदू लागलो. ही कबर इथे कुणासाठी खोदली जात आहे असं स्पष्टपणे विचारण्याचं धाडस आमच्यापैकी कुणातही नव्हतं.

पाकिस्तानी कैद्यांना कबर खोदण्यासाठी बोलावलं गेलं नाही. बातमी जेलमधून कुठे बाहेर पोहोचली तर? रात्री नऊ वाजेपर्यंत आम्ही कबर तयार करून परत आलो आणि आपापल्या कोठडीत दम खात, बंग-बंधू शेख मुजीबना फाशी दिल्या जाणाऱ्या त्या अशुभ घडीची वाट पाहत बसलो. आमचे कान फाशीघराच्या दिशेने टवकारले गेले होते; पण रात्रभर काहीच घडलं नाही. वाटत होतं की, कदाचित फाशी देण्याची कारवाई रद्द केली गेली असेल; परंतु मनातल्या मनात भीती वाटत होती की, या लोकांचं काही खरं नाही, त्यांची कोठडीतच गळा दाबून हत्या केली गेली असेल आणि आम्ही खोदलेल्या त्या खड्ड्यात त्यांना पुरलं गेलं असेल. सकाळी ज्यावेळी कोठड्या उघडल्या गेल्या, त्या वेळी काहीजण म्हणत होते की, शेख मुजीब अजून जिवंत आहेत, तर काहीजण सांगत होते की, त्यांना विषारी इंजेक्शन देऊन त्या खड्ड्यात पुरलं गेलं आहे. पण या सगळ्या अफवाच होत्या.

सकाळी आम्ही आमच्यासाठी गूळ आणि चणे आणण्याकरिता लंगर-गोदामाला गेलो तर तिथे शेख मुजीबचा आचारी त्यांच्यासाठी चहाची पत्ती, दूध आणि साखर नेण्यासाठी आला होता, यावरून स्पष्ट होत होतं की, शेख अजून जिवंत आहेत. ऐकू आलं की, ज्या रात्री मुजीबना फाशी देण्याचा हुकूम आला त्याच रात्री जुल्फिकार अली भुट्टोंनी पाकिस्तानचे लष्करशहा याह्याखानची भेट घेऊन फाशीची शिक्षा रोखण्यास सांगितलं होतं. त्यांना पटवून दिलं होतं की, शेख मुजीबना फाशी दिली गेली तर बंगाली लोक हातावर हात ठेवून बिलकुल बसणार नाहीत. पाकिस्तानची जितकी फौज यावेळी पूर्व बंगालमध्ये आहे त्यातील शिपायापासून अधिकाऱ्यापर्यंत सर्वच्या सर्व बंगाल्यांच्या क्रोधाच्या वणव्यात जळून खाक होऊन जातील. त्यांच्या मुला-बाळांनाही ते सोडणार नाहीत. शेवटी याह्याखाँनी भुट्टोंच्या सल्ल्याचा आदर ठेवून शेख मुजीब यांची फाशी रद्द केली.

दुसऱ्या दिवशी संध्याकाळी पुन्हा आम्हाला कोठडीतून बोलावलं गेलं आणि काल आम्ही खोदलेला तो खड्डा मातीने बुजवायला सांगितलं गेलं. आम्हाला याच गोष्टीचा आनंद होता की, कमीतकमी आम्ही तरी या पापाचे भागीदार नाही बनलो; परंतु हा आनंद फार काळ टिकला नाही. कारण पंधरा दिवसांनी पुन्हा एकदा आम्हाला अशाच प्रकारे बाहेर काढलं आणि दुसऱ्यांदा खड्डा खणण्यास सांगण्यात आलं; परंतु त्या दिवशीही शेख मुजीबना फाशी दिली गेली नाही. तीन वेळा असा प्रकार घडला; पण प्रत्येक वेळी

त्यांची फाशी टळत होती. अशा परिस्थितीत चार महिने शेख मुजीब मियाँवाली जेलच्या जनानखान्यात राहिले. त्यांच्या बंगाली आचाऱ्याचं त्यांच्यावर खूप प्रेम होतं. आम्ही लंगर-गोदाममध्ये भेटायचो त्या वेळी त्याला त्यांच्याविषयी खूप काही सांगावंसं वाटे परंतु इतक्या कडेकोट पहाऱ्यात तोंड उघडणं त्याच्यासाठी सोपं काम नव्हतं.

शेख मुजिबूर रहमानचं दैव बघा, पाकिस्तानमध्ये ते चार वेळा फासावर जाण्यापासून थोडक्यात बचावले. यापूर्वीही आगरतळा प्रकरणात ते पकडले गेले होते. त्या वेळीही पाकिस्तानचे हुकूमशहा फील्ड मार्शल मोहम्मद अयूब खाँने त्यांना फाशी देण्याचं ठरवलं होतं; पण भुट्टोंच्या रदबदलीमुळे त्यांना सोडून देण्यात आलं. नंतर बांगला देशाची निर्मिती झाली आणि ते त्याचे सर्वेसर्वा झाले; परंतु कुणाच्या स्वप्नातही नव्हतं की, ज्या लोकांसाठी त्यांनी आपलं सर्वस्व, आपलं कुटुंब पणाला लावलं, आपला जीवही धोक्यात घातला, कारावास आणि कष्ट सहन केले; त्याच लोकांनी त्यांची एक दिवस अत्यंत निर्दयपणे हत्या केली!

बांगला देशाच्या सर्वोच्च पदी असताना झालेल्या मुजीब यांच्या हत्येच्या काही महिने आधी हिंदुस्थानी एजन्सी 'रॉ'ला (रिसर्च अ‍ॅन्ड अ‍ॅनॅलिटिकल विंग) बांगला देशाच्या सैन्यामध्ये होणार असलेल्या विद्रोहाचा सुगावा लागला होता. मुजिबूर रहमान यांच्या हत्येची योजना केली जात होती, त्या वेळी सैन्यातील काही अधिकाऱ्यांच्या त्या मीटिंगमध्ये आमचा एक विकत घेतलेला अधिकारीही होता. त्याने मीटिंगमध्ये काय घडलं ते एका छोट्याशा कागदाच्या तुकड्यावर लिहून, तो कचऱ्याच्या पेटीत फेकून दिला. तो कागद मग आमच्या एजंटने ताब्यात घेतला आणि दिल्लीला बातमी पोहोचली की, शेख मुजीब सैन्यातील अधिकाऱ्यांच्या हातून लवकरच मारले जाणार आहेत.

हे कळताच आमच्या गुप्तहेर संस्थेचे, 'रॉ'चे मुख्याधिकारी आर. एन. काव एका पान विकणाऱ्याच्या वेषात बांगला देशला पोहोचले. ते शेख मुजीबना भेटले. त्यांना आगामी संकटाची जाणीव करून दिली. शेख मुजीब हसले आणि म्हणाले, 'असं कसं होईल? ही माझी मुलं आहेत. ती मला मारू शकणार नाहीत.' हिंदुस्थानातील सरकारने शेख मुजीब यांना धोक्याची पूर्वसूचना देऊन, आपलं कर्तव्य पुरं केलं होतं.

मुजिबूर रहमान यांची बांगला देशाचे सेनाधिपती असलेल्या जिया उर रहमान यांच्या हातून कुटुंबासह हत्या केली गेली. शेख मुजीब मियाँवालीमध्ये कैदेत होते तेव्हाचे ते दिवस आजही माझ्या नजरेसमोर तरळतात. त्यांच्यासाठी फाशीचे दोर तयार केले जायचे, कबर खणली जायची. दुश्मनांच्या हातून तर ते मेले नाहीत; पण स्वजनांच्या हातूनच मारले गेले. नशिबाचे लांडगे माणसाला आयुष्यभर पळायला लावतात, दमवतात आणि त्याची घटका भरत आली की, त्याला फाडून खातात असं म्हणतात, ते खरंच आहे.

१९७१ च्या युद्धातील रात्री

बांगला देशातील परिस्थिती बिघडली आणि इथे पाकिस्तानातही जोरात तयारी चालू होती. मियाँवालीचा विमानतळ जेलच्या पिछाडीलाच होता. तिथून रोज पाकिस्तानची 'मिराज' विमाने उड्डाण करत. तसेच चीनच्या विमानांचे जथ्येही मियाँवालीजवळच्या सकेसर विमानतळावरून उड्डाण घेत. वाटत होतं की, पश्चिम सीमेवरही सैन्यांची टक्कर होणार आहे.

मियाँवालीतले बहुसंख्य लोक जंगली पठाण आहेत. ते एकतर जुलूम आणि दरोडेखोरीचा व्यवसाय चालवतात किंवा सैन्यामध्ये भरती होतात. कैद्यांना भेटायला येणाऱ्यांकडून कळत होतं की, त्यांचे सैनिकी पेशातले नातेवाईक सरहद्दीवर पाठविण्यात आले आहेत. थंडीचा मोसम सुरू झाला. सप्टेंबर, ऑक्टोबर आणि नोव्हेंबर हे महिने कोणत्याही विशेष घटनेशिवाय पार पडले. मनात विचार आला, हे दोन देश अस्तित्वात आल्यापासून सरहद्दीवर हिंदुस्थानी आणि पाकिस्तानी सैन्यांची जमवाजमव आणि तणाव ही नेहमीचीच गोष्ट झाली आहे. त्यांच्यात नेहमीच युद्धाची भाषा बोलली जाते. सीमेवरील सैनिकांमध्ये जरा कुठेशा चकमकी झडल्या की, लोक बोलू लागतात, लढाई जवळ आली.

परंतु डिसेंबरच्या पहिल्या तारखेला आदेश दिला गेल्यासारखं लोकांना 'ब्लॅक आउट'चं प्रशिक्षण दिलं जाऊ लागलं. तीन डिसेंबरच्या रात्री आम्ही आमच्या कोठडीत बंदिस्त झालो तेव्हा आम्हाला यत्किंचितही कल्पना नव्हती की, पश्चिम सीमेवर युद्ध सुरू होईल. रात्री सुमारे तीन वाजता विमानांच्या गडगडाटाने आमची झोप उडाली. मी कॅनबरा विमानांचा आवाज ओळखला. हे आमचं भारतीय बॉम्बवाहू विमान आहे. मी माझ्या साथीदारांना सांगितलं, 'आमची बॉम्बफेकू विमानं आली आहेत. यावर माझा साथीदार सोहनलाल म्हणाला, ''काय बकबक करतोस. ही पाकिस्तानी विमानं आहेत. कवायती करताहेत.'' त्याचे हे शब्द बाहेर पडतात न पडतात तोवर आम्हाला लाइट गन्सचे आवाज ऐकू येऊ लागले. विमानतळाच्या चारी बाजूने बसवलेल्या पाकिस्तानी विमानवेधी तोफांचे ते आवाज होते.

एकाच वेळी बारा तोफा आग ओकू लागल्या. तिकडे कॅनबरा विमानांनी मियाँवाली विमानतळावर बॉम्बफेक सुरू केली होती आणि सोबतीला आलेली नेट विमाने कमी उंचीवरून उडत विमानवेधी तोफांच्या लक्ष्यांवर मशिनगनमधून गोळ्यांचा वर्षाव करू लागली होती. कॅनबराच्या बॉम्बफेकीमुळे तुरुंगाच्या कच्च्या भिंती हलू लागल्या. छतावर पक्ष्यांनी घरटी बांधली होती. ते पक्षी घरट्यांसह आमच्यावर येऊन आदळले. आमच्या एका साथीदाराला - रघुवीर सिंगला - चेव आला आणि त्याने आतूनच घोषणा दिली, 'इंडिया झिंदाबाद.'

मी झपाट्याने उठलो आणि त्याच्या तोंडावर हात ठेवला. म्हटलं, ''बेटा, गप्प बस. नाहीतर हे साले मूर्ख पठाण आम्हा सगळ्यांना सकाळीच 'मुर्दाबाद' करून टाकतील!''

विमानवेधी तोफांचा आवाज बंद पडला होता. दुसऱ्या दिवशी सकाळी आम्हा सगळ्यांची कसून तपासणी झाली. फौजदार फजलदादला झिंग चढली होती. तो आमच्या कोठडीतून गूळ, साखर, चहाची पत्ती, सिगारेट जे मिळेल ते ओरबाडून घरी घेऊन गेला. म्हणाला, ''तुम्ही रात्री एकामागोमाग एक सिगारेट ओढत राहून आपल्या विमानांना इशारे देत होता.'' त्याच्या या बहाण्याबद्दल आम्हाला हसू आलं. कारण त्याने दिलेली ही सबब माल लंपास करण्यासाठी होती. नाहीतर कोण मूर्ख बॉम्बवर्षाव करणाऱ्या विमानांच्या समोर आग पेटवून स्वतःच्या मरणाला आमंत्रण देईल?

आता तर आमची विमानं दोन-दोन तासानं चकरा मारायला लागली. मियाँवाली आणि सकेसरच्या धावपट्ट्या त्यांनी साफ उद्ध्वस्त करून टाकल्या. रेडिओ पाकिस्तानवर मात्र त्यांच्या विजयाच्या बातम्या प्रसारित केल्या जात होत्या. मी रेडिओ पाकिस्तानवर ऐकलं की, त्यांच्या सेना फिरोजपूर सीमा पार करून पंचवीस मैल आत पोहोचल्या आहेत. हे ऐकलं आणि माझे हात-पाय गळल्यासारखे झाले; कारण माझं घर फिरोजपूर सीमेपासून फक्त पाच मैलांच्या अंतरावर आहे. गालिबचा शेर आठवून मनाचं समाधान करून घेतलं

कफस में मुझसे रूदादे चमन
कहते ना डर हमदम
गिरी थी जिस पे कल बिजली
वो मेरा आशियाँ क्यों हो

परंतु आम्हाला, कैद्यांना भेटायला येणाऱ्या लोकांकडून खऱ्या बातम्याही कळत होत्या. समजलं की, आमच्या फौजा सियालकोट इलाख्यात साठ मैल आत घुसल्या आहेत. कराची बंदरात आमच्या आरमाराने प्रचंड हलकल्लोळ माजवला आहे. पाकिस्तानच्या 'गाजी' पाणबुडीला रसातळाला पोहोचवलं आहे.

पाकिस्तानी लोक स्वतःच म्हणायचे की, हिंदुस्थानची ताकद इतकी जबरदस्त आहे की, पाकिस्तान त्याच्याशी मुकाबला नाही करू शकत. रोज रात्री आम्ही जेव्हा कोठडीत बंद व्हायचो तेव्हा आमचे जीव दोन्ही बाजूंनी सुळावर टांगलेले असायचे. एका बाजूने काळजी वाटायची की, आम्ही आमच्याच विमानांच्या बॉम्बफेकीची शिकार तर होणार नाही ना? तुरुंगाच्या बरॅक्सवर घिरट्या घालणारी भारतीय विमाने आणि कोठडीच्या दरवाज्याला कुलूप! कोणतंही संकट ओढवलं तरी आम्ही पळून जाऊन कुठे लपूही शकत नव्हतो.

बॉम्बवर्षाव सुरू झाला की, भिंती थरथर कापायला लागायच्या. मियाँवालीचा विमानतळ तुरुंगाच्या पाठीमागे अगदी लागूनच होता; त्यामुळे तुरुंगावर कोणत्याही क्षणी बॉम्बफेक होऊ शकली असती. गमतीची गोष्ट तर अशी होती की, आम्हाला सक्तमजुरीच्या कामातून मोकळीक मिळाली होती. संबंध दिवस गप्पा मारत घालविण्याशिवाय दुसरं काही काम होत नव्हतं. दिवसा आमच्या कोठडीचे दरवाजे उघडले जायचे आणि आम्ही बाहेर बसल्यावर जेव्हा आमची विमाने यायची तेव्हा त्यांना पाहून आम्ही आनंदाने नाचायला लागायचो. त्या वेळी पाकिस्तानी कैदी आपापल्या कोठडीत देवाचा धावा करायचे.

किती विचित्र प्रसंग होता. मृत्यू त्यांच्या डोक्यावर घिरट्या घालत होता आणि आमच्याही! परंतु आम्ही खिदळत होतो आणि ते मृत्यूच्या भयाने देवाला आळवत होते. विमानातल्या हिंदुस्थानी वैमानिकांना काय कल्पना की, ते जिथे बॉम्बफेक करताहेत त्याच्या जवळपासच त्यांचे हिंदुस्थानी भाऊबंद बसलेले आहेत. 'गळा कुणाचा कापला गेला, कसा कापला गेला, तलवारीला काय माहीत?' ते बॉम्ब आणि गोळ्यांचा वर्षाव करून निघून जात आणि आम्ही खंती मनाने त्यांच्याकडे पाहत राहायचो. पुन्हा त्यांची वाट बघायचो; वाटायचं, त्यांनी असंच परत यावं आणि असाच बॉम्बवर्षाव करावा. एकदा दिवसा अकरा वाजता फौजदार फजलदाद आणि मलिक अतामोहम्मद आमच्या बरॅकमध्ये फेरी मारण्यासाठी आले. त्यांची फेरी चालू असतानाच आमची विमाने आली. मलिक अतामोहम्मद तरुण होता. त्याने धूम ठोकली आणि तो बरॅकच्या बाहेर खणलेल्या गोलाकार खंदकात जाऊन लपला. आम्ही आमच्या बरॅकच्या आत खंदक खणायचा कधी विचारही केला नव्हता. बिचारा गब्दुल फजलदाद लपण्यासाठी जागा शोधू लागला. इकडे तिकडे पळताना दोन-चारदा पडला, आदळलाही. आम्हाला हसू आवरेना. एकदा तर तो आमच्या कोठडीतच घुसला; परंतु बॉम्बफेकीमुळे भिंती हलू लागल्या आणि त्याला वाटू लागलं की, वरचं छत त्याच्यावरच येऊन कोसळेल. तो तिथूनही पळाला आणि आवारात उभारलेल्या पक्क्या शौचालयात घुसला.

येणारं हसू दाबावं लागत असल्यामुळे आमची स्थिती दयनीय झाली होती. आम्ही हसू शकत नव्हतो. कारण त्याचा खडूस स्वभाव आम्हाला माहीत होता. त्याच्या फजितीचा राग त्याने आमच्यावर काढला असता. विमानं गेल्यानंतर दहा मिनिटांनी तो आपली घसरणारी पँट वर चढवत बाहेर आला. त्याची स्थिती पाहण्याजोगी होती.

आम्हाला सिगारेट आणि चहाची खूप कमतरता भासत होती. कधी कुणीतरी साथीदार दुसऱ्या बरॅकमधून अर्ध्या जळालेल्या सिगारेटची थोटकं घेऊन यायचा. आम्ही ती थोटकं पानात गुंडाळायचो आणि एका रांगेत बसून आळीपाळीने दम मारायचो. कुणालाही एकापेक्षा जास्त वेळा ओढायची परवानगी नव्हती. कुणी चुकून

दुसरा दम मारला तर ताबडतोब इतर सारेजण त्याला आई-बहिणीवरून गलिच्छ शिव्या द्यायचे. चहा मिळणं तर आणखी कठीण होतं. आम्ही बाभळीच्या झाडांच्या साली काढायचो. त्या एका पातेल्यात टाकून, थोडासा गूळ मिसळून पाण्यात उकळवायचो आणि त्या काढ्याला चहा समजून मिटक्या मारत प्यायचो. त्याचाही एक निराळाच स्वाद होता. एक वेगळीच मजा होती. आजही बऱ्याचदा चहा पिताना तो उकळलेला काढा नजरेसमोर येतो; जीभ त्याच्या स्वादासाठी आसुसते आणि कुणी अर्ध्याहून कमी जळलेली सिगारेट फेकून देताना पाहिलं की, त्या सिगारेटच्या थोटकांची आठवण येते.

रात्री तर आणखी कठीण परिस्थिती असायची. आम्ही आमच्याजवळ आगपेटी ठेवू शकत नव्हतो; परंतु आम्ही आमचे खास ऑटोमॅटिक लाइटर बनवले होते. कच्चे धागे अर्धवट जाळून आम्ही ते एका पॉलिशच्या डबीत ठेवत होतो. आम्ही लाइटरचे दगड मिळवले होते. एका लाकडी पट्टीला छोटंसं भोक पाडून त्यात तो दगड बसवत होतो आणि त्यावर ब्लेडचं टोक घासलं की, त्यातून निघणाऱ्या ठिणग्या त्या धाग्यांवर पडायच्या आणि धागे धुमसू लागायचे. आम्ही मजेत सिगारेट पेटवून डबी बंद करायचो. आग आतल्या आत विझून जायची.

पण सिगारेट पेटवल्यावर ती ओढणंही कठीण व्हायचं. कोठडीच्या एका कोपऱ्यात लघवी करण्यासाठी घोंगडी बांधून एक आडोसा तयार केला होता. एकेकटाच तिथे जाऊन, दम मारून आपल्या जागेवर परत यायचा. हो, सिगारेटची थोटकं ओढणं गैरसोयीचंच होतं. म्हणून आम्ही एक शक्कल लढवली. आम्ही नऊ इंच लांबीचे कागदाचे चिरूट तयार करायचो आणि थोटकातील तंबाखू त्यात भरायचो. अशा प्रकारे तुरुंगाच्या आवारात, एक कोठडी गुप्त फॅक्टरी बनली. बरॅकच्या बाहेर कैदी झाडू मारत, सिगारेटचे तुकडे गोळा करून आणत आणि या कोठडीत चिरूट तयार केले जात. प्रत्येक कोठडीला रात्री दोन चिरूट ओढायला दिले जात. अजून कधी एकांतात मी सिगारेट पीत बसलो आणि ती चुरडून टाकायला लागलो की एकाहत्तर सालच्या त्या रात्री मला न चुकता आठवतात.

('मैं पाकिस्तानमें भारत का जासूस था' या पुस्तकातून)

◆

गुलज़ार

रात्र

रात्र ही एक इमेज आहे. माझ्या कवितेत, गाण्यात रात्र आणि चंद्र या प्रतिमा नेहमी येतात.

रात चुपचाप दबे पांव चली जाती है
रात खामोश है, रोती नही, हँसती भी नही
काँचका नीला-सा-गुंबद है, उडा जाता है
खाली खाली कोई, बजरासा बहा जाता है
चाँद की किरनोमें वह रोज सा रेशीम भी नही
चाँद की चिकनी डली है की पुली जाती है
और सन्नाटोंकी इक धूल उडी जाती है
काश इक बार कभी नींद से उठकर तुम भी
हिज्र की रातोमें यह देखो तो क्या होता है।

रात्र आणि चंद्रात मिसळून गेलेल्या अनेक कविता मला आठवतात. रात्र आणि चंद्र या प्रतिमा असलेल्या कवितांचे एक स्वतंत्र पुस्तक होईल इतक्या कविता आहेत. रात्र आणि चंद्र या प्रतिमा माझ्या कवितेत नेहमी का येतात? याचा शोध घेणे अवघड आहे. यात कुठले लॉजिक आहे असे मला वाटत नाही; पण कवितेत, गाण्यात या प्रतिमा येतात एवढे मात्र खरे!

चित्रपटसृष्टीत मी बिमल रॉयकडे बंदिनीसाठी 'मोरा गोरा रंग लई ले' हे गाणे लिहिले. योगायोगाने त्या गाण्याची सिच्युएशन रात्रच होती.

'मोरा गोरा रंग लई ले'

या गाण्याचा जन्म तिथून सुरू होतो जेव्हा बिमलदा (बिमल राय) आणि सचिनदा (एस. डी. बर्मन) यांनी सिच्युएशन समजावून सांगितली. कल्याणी (नूतन) मनातल्या मनात विकासवर (अशोककुमार) प्रेम करत होती. एका रात्री चुलीजवळ बसलेली असताना गुणगुणत गुणगुणत ती बाहेर आली.

''असं कॅरेक्टर घराबाहेर जाऊन गाऊ शकत नाही.'' बिमलदांनी तिथंच थांबवलं.

''बाहेर न जाता वडिलांसमोर ती कशी गाणार?'' सचिनदांनी विचारलं

''वडिलांकडून ती नेहमी वैष्णवी कविता ऐकते, मग ती का नाही काही ऐकवू शकत?'' बिमलदांनी उत्तर दिले.

''ही कविता धडा नाही; दादा हे गाणे आहे.''

''मग कविता लिहा.''

''ती कविता म्हणेल.''

''गाणे घरात गुदमरून जाईल.''

''मग तिला अंगणात घेऊन या.''

''पण ती बाहेर जाणार नाही.''

''ती बाहेर जाणार नाही तर मी गाणे करणार नाही.'' सचिनदांनी चेतावणी दिली.

या पद्धतीने मला सिच्युएशन समजावून सांगितली गेली. देबूकडून मी पूर्ण गोष्ट ऐकली. देबू आणि सरन हे दोघे दादांचे असिस्टंट होते. सरनकडून मी ती

वैष्णवी कविता ऐकली, जी कविता कल्याणी वडिलांकडून ऐकत होती. बिमलदांनी समजावून सांगितले की, रात्रीची वेळ आहे. बाहेर जायला ती घाबरते. चांदण्या रात्री तिला कुणी पाहू नये. घरातल्या अंगणाच्या बाहेर ती जाऊ शकत नाही.

बिमलदा आणि सचिनदा दोघांना घेऊनच कल्याणीची परिस्थिती लक्षात येते. सचिनदांनी दुसऱ्या दिवशी मला बोलावून धुन ऐकवली.

ललल ला ललल लला ला

गीताचे पहिले शब्द हेच होते. पंचमने (आर.डी.बर्मन) थोडेसे संशोधन केले.

ददद दा ददा ददा दा

सचिनदांनी गुणगुणत धुन व्यवस्थित केली.

ललल ला ददा दा लला ला

गीताचा पहिला चेहरा माझ्या लक्षात आला. काही ललल ला आणि काही ददद दा मी दोघांकडे पाहत राहिलो. मनाला वाटलं, आपण आपले शब्द सांगावेत.

तता ता ततता तता ता

सचिनदा हार्मोनियमवर धुन वाजवत राहिले आणि हळूहळू काही गुणगुणण्याचा प्रयत्न केला. काही तोडके मोडके शब्द यायला लागले.

दो चार... दो चार... दुई चार पग पे अँगना -

दुई चार पग... बैरी कँगना छनक ना -

गलत गलत सतरोसे के कुछ बोल बन गए

बैरी कँगना छनक ना

मोहे कोसो दूर लागे

दुई चार पग पे अँगना

सचिनदांनी आपली धुन म्हटली आणि धुन हातामध्ये आली.

मी निघून आलो. गुणगुणत राहिलो. कल्याणीच्या मूडचा विचार करत राहिलो. कल्याणीच्या विचारांचे काय होणार? तिनं कसं समजून घेतलं असेल?

एक विचार मनात आला, ती चंद्राची विनवणी करत असेल -

मैं पियाको देख आऊँ

जरा मुँह फिराई लै चंदा

लगेच मनात विचार आला. शैलेन्द्रने हे विचार एका गाण्यात खूप चांगल्या पद्धतीने सांगून टाकले आहेत.

दमभर जो उधर मुँह फेरे-ओ चंदा

मैं उनसे प्यार कर लूँगी

बाते हजार कर लूँगी

कल्याणी अजूनपर्यंत चंद्राकडे पाहत होती. चंद्र अनेकदा हसत होता. जणू काय तो सांगतो आहे तू कुठे चाललीस? कशी जाणार? माझ्या प्रकाशात सगळे तुला पाहतील. कल्याणी चिडली. चिडून तिने शिवी दिली.

तोहे राहू लागे बैरी

मुसकाये जी जलाई के

चिडून ती तिथेच बसली. विचार केला, आपण परत जाऊ; परंतु मोह तिला मागे ओढत होता आणि लाजेने ती पाय पकडून थांबवत होती. काहीच लक्षात येत नव्हते की आपण काय करावे? कुठे जाणार? स्वतःच स्वतःला विचारायला लागली -

कहाँ ले चला है मनवा

मोहे बावरी बनाई के

कल्याणी शांत बसून राहिली. विचार करत राहिली. आज प्रकाश नसता, चांदण्या नसत्या, नाही तर मी एवढी गोरी नसते तर चांदण्यात मिसळून गेले असते.

मी काळीसावळी असते तर रात्रीत प्रियकराजवळ निघून गेले असते. बिचारी कल्याणी परत आली. घरी निघून आली. ती गुणगुणतच -

मोरा गोरा अंग लई ले

मोहे शाम रंग दई दे

माझ्या या पहिल्याच गाण्यात मला रात्र ही सिच्युएशन मिळाली. रात्र आणि चंद्र या प्रतिमाही माझ्या गाण्यात आल्या. आजही रात्रीची सिच्युएशन मला गाण्यासाठी मिळते. रात्रीपासून सुरू झालेला हा प्रवास पुनःपुन्हा चंद्र आणि रात्र या प्रतिमांचा शोध घेत आजही सुरू आहे.

।।२।।

मी रात्री प्रचंड प्रवास केला. खूप ड्रायव्हिंग केलं. माझा प्रवास जवळजवळ चार हजार किलोमीटरपेक्षा जास्त झाला असावा. प्रवासात अनेक अनुभव आले. प्रवासातल्या रात्री मला नेहमी आठवतात. एक रात्र नाही, असंख्य रात्री आहेत. हिमालयात, जंगलात मला फिरायला आवडते. माझी एक सवय आहे, प्रवासाला निघताना पहाटेच घराबाहेर पडायचे. सूर्याचे दर्शन रस्त्यात झाले पाहिजे. संध्याकाळच्या सुमारास गाव दिसू लागले की, तिथं मुक्काम करायचा. दुसऱ्या दिवशी पहाटे पुन्हा प्रवास सुरू. असे अनेक प्रवास, अनेक रात्री माझ्या मनात आहेत. अनेक रात्रींतून उलगडत जाणारी एक रात्र माझ्या मनात घर करून आहे.

दिल्लीहून मी ह्रषिकेशला गेलो. तिथे एक महंत होते. त्यांच्या काकांची आणि माझी मैत्री होती. मोहन शर्मा त्यांचे नाव. ह्रषिकेशला त्यांची खूप मोठी प्रॉपर्टी आहे. त्यांच्या पुतण्याला मी भेटलो. तिथे मला समजले की, देवप्रयागला मोठे धरण बांधले जाणार आहे. ते गाव पाण्याखाली बुडून जाणार आहे. मनात विचार आला, धरण होण्यापूर्वी आपण तिथे जाऊ या. तिथे प्रचंड थंडी असल्यामुळे त्यांनी मला अंथरूण-पांघरूणाची एक प्रवासी बॅग दिली. खरं तर ती मला घ्यायची नव्हती; पण त्यांचा आग्रह होता की, प्रवासात ती उपयोगी पडेल. माझ्याबरोबर भूषण वनमाळी आणि तरण हे माझे मित्र होते. देवप्रयागला गेलो. पहाडातून जाणारा सुंदर रस्ता, दऱ्या-खोऱ्यांतून जाणारी नागमोडी वळणं. प्रवास चांगला झाला. संध्याकाळ झाली होती. रस्त्यात एका सरदारजींकडे लिफ्ट मागितली. त्याला आनंदप्रयागला जायचे होते. त्याचे नाव मला आजही आठवते मेजर भोलासिंग संधूक. सरदारजींनी विचारले, पुढे कुठे जाणार? आम्ही सांगितले, आनंदप्रयागला. काही काम चालू होते. भोलासिंगला आम्ही रस्त्यात सोडले. खरं तर त्याने आग्रह केला होता की, माझ्या घरी चला म्हणून; पण आम्ही डाक बंगल्यातच राहाणे पसंत केले. आमच्याजवळ ब्रेड, ब्रँडी, व्हिस्की, अंडी असा सारा काही इंतजाम होता. आम्ही विचार केला डाक बंगल्याच्या खानसाम्याजवळ साहित्य नसलं तर आमच्याकडे होतं. आम्ही डाक बंगल्याजवळ पोहोचलो. आम्ही काही बोलण्याच्या आतच चौकीदार आम्हाला म्हणाला, ‘‘जागा नाही.’’ त्याला काही विचारले तर त्याचे उत्तर नाहीच असायचे. प्रवासातल्या अशा अनेक अनुभवांतून मी बरेच काही शिकलो होतो. एकंदर त्या चौकीदाराचा स्वभाव लक्षात घेऊन मी म्हणालो, ‘‘मेजर बक्षी आले होते का? त्यांनी रूम बुक केली आहे.’’

तेव्हा तो चौकीदार भांबावला. मी म्हणालो, “खोली उघडून दे. आम्ही राहणार आहोत. आम्ही रजिस्टरमध्ये आमची नोंद केली. त्याने आम्हाला खोली उघडून दिली. साऱ्या खोल्या रिकाम्या होत्या. आम्हाला शोधत एकजण आला. त्याने आम्हाला जेवणाचा डबा दिला. भोलासिंग यांनी जेवण पाठवले होते. रात्री मुक्काम करून दुसऱ्या दिवशी पहाटेच आम्ही निघालो. आनंदप्रयागहून एक रस्ता नैनितालला जात होता. आम्ही एका दिशेला. नैनिताल दुसऱ्या दिशेला. भूषण वनमाळी म्हणाले, नैनितालला कशासाठी जायचे? आपण बद्रिनाथला जाऊ. जोशी मठामध्ये थांबू. सूर्य पहाडामधून वर येत होता. जणू काही वाघच पहाडामधून येत होता. अशा अर्थाचे एक आसामी लोकगीत आहे. त्याचा अनुभव आम्ही घेत होतो. आम्ही बद्रिनाथला जाऊन जोशी मठामध्ये थांबायचे ठरवले. सगळीकडे बर्फ पडला होता. एकीकडे सर्वत्र पांढरे शुभ्र आणि दुसरीकडे हिरवीगार झाडी. निसर्गाचे हे आगळेवेगळे रूप पाहून आनंद झाला. प्रसन्नता वाटली. बिर्ला आश्रमात राहण्याची सोय असल्यामुळे आम्ही तिथंच गेलो. वाटेत शेगडी, कोळसा विकत घेतला. रजई, चादर भाड्याने घेतली. थंडी प्रचंड होती. बिर्ला आश्रमाच्या खाली आम्ही गाडी लावली होती. खाली आल्यावर गाडीवर एक चिठ्ठी चिकटवलेली दिसली.

‘इथून पुढे पेट्रोलचा डेपो आहे. डाव्या बाजूला मिलिटरीची मेस आहे. तिथे तुम्ही जेवायला या. – भोलासिंग संधूक.’

भोलासिंगला आम्ही आनंदप्रयागला सोडले होते. त्याने आमची आठवण ठेवली याचा आनंद झाला. आम्ही रात्री मिलिटरीच्या मेसमध्ये गेलो. सर्वांनी रम घेतली. पंजाब रेजिमेंटच्या जवानांकडून भरपूर शायरी ऐकली. विनोद ऐकले. मिठाई आम्हाला आवडते. भोलासिंगने स्वतः घरी करून आमच्यासाठी गुलाबजाम आणले. भूषणजीला रम थोडी जास्त झाली होती. आम्ही त्याला गुलाबजाम खाऊ घातले.

आम्ही बिर्ला आश्रमाकडे निघालो. गाडी खालीच उभी केली. शिडीचा अंदाज घेत घेत आम्ही चालत होतो. एक माणूस आम्हाला भेटला. त्याचा सहारा घेत आम्ही चालत होतो; पण तो बोअर झाला. थोड्या वेळातच तो निघून गेला. मी शिडी चढत वर येत होतो. मागून आवाज येत होता.

step
step
slow
step

तो आवाज तरणचा होता. भूषणला हवा लागली होती; त्यामुळे चढणे अवघड जात होते. अंधारात काहीच दिसत नव्हते. म्हणून भूषणसाठी तरण

step
step
slow
step

म्हणत होता आणि त्या रिदमवर भूषण चालत होता. आम्ही रूममध्ये आलो. भूषणला एका कॉटवर झोपवले. थंडी प्रचंड होती. महंतजीनी दिलेली बॅग आमच्या कामी आली. भूषणजीच्या अंगावर आम्ही रजई टाकली. शेगडी पेटवायला सुरुवात केली. आमच्याजवळ वर्तमानपत्राचे कागद होते. आम्ही कागद जाळून कोळसे पेटवण्याचा प्रयत्न करत होतो; पण काही केल्या कोळसे पेटेनात. वर्तमानपत्रं तर संपत आली होती. तरणला कल्पना सुचली. तरण म्हणाला, ''आपल्याकडे ब्रँडीची बाटली आहे. आपण कोळशावर ब्रँडी टाकत जाऊ; त्यामुळे कोळसे पेट घेतील.''

आम्ही हळूहळू कोळशावर थोडी थोडी ब्रँडी टाकायला सुरुवात केली. कोळशावर ब्रँडीचे थेंब पडल्याबरोबर त्यातून एक निळसर ज्योत निघायची. ती ज्योत एखाद्या सुंदर डायमंडसारखी दिसायची. त्या क्षणी वाटायचे की, ती ज्योत आपल्या हातावर घ्यावी.

थोड्या वेळाने कोळसे पेटत गेले. थोडी ऊब निर्माण झाली. तरणला मॅट्रिकमध्ये शिकलेल्या विज्ञानाच्या धड्याची आठवण झाली. तरण म्हणाला, ''आपली खोली सगळ्या बाजूने बंद आहे. हवा आत यायला कुठे जागा नाही. असंच जर वातावरण राहिलं तर गॅस निर्माण होऊन आपल्याला त्रास होऊ शकतो.'' मी तरणला म्हणालो, ''एवढ्या रात्री तुला कशी विज्ञानातल्या धड्याची आठवण झाली?'' तो म्हणाला, ''मला आठवते आहे तेव्हा काहीतरी केले पाहिजे.'' आम्ही दरवाजा थोडासा उघडला. जोरात जास्त हवा येणार नाही याची काळजी घेतली. पायजम्याची नाडी काढली. ती सूटकेसला बांधली आणि दरवाजा अडवला. दरवाज्यातून येणारी हवा भूषणच्या शोधात होती की काय कुणास ठाऊक? भूषण झोपला होता त्या बाजूनेच हवा येत होती. मी आणि तरणने आमच्या जवळचे पांघरूण एक-एक करत भूषणच्या अंगावर टाकले. एवढ्या वेळेपर्यंत मध्यरात्र उलटून गेली. कोळसे पेटवून थोडीशी शिल्लक राहिलेली ब्रँडी मी आणि तरणने संपवून टाकली. आम्ही झोपी गेलो. सकाळी उठल्याबरोबर आम्ही भूषणची चौकशी केली. तेव्हा भूषण म्हणाला, ''रात्री खूप चांगली झोप आली; पण रात्री कुणीतरी माझ्या अंगावर सारखे कपडे टाकत होते.

त्या सुंदर रात्रीची आठवण माझ्या मनात नेहमी असते.

◆

सुरेशचंद्र वारघडे

बुद्धपौर्णिमा

७ मे २००१ रोजी बुद्धपौर्णिमा होती. दुपारी चार वाजता नवेगाव राष्ट्रीय उद्यानातील पांढरझरीवर आम्ही पोहोचलो. बरोबर पवनीचे अरण्यपुत्र माधवराव डोंगरवार पाटील, वनमित्र आप्पासाहेब जाधव आणि कुऱ्हाडधारी आदिवासी अरण्य रखवालदार लक्ष्मण काटींगे होते. वन्यप्राण्यांच्या गणनेसाठी उंबराच्या झाडावर बांबूचं मचाण बांधलं होतं. आम्ही त्यावर जाऊन बसलो. ऐंशी वर्षांचं वय असतानाही माधवराव सरसर उंबराच्या झाडावर चढले, याचं मला नवल वाटलं. या झरीवरील झोटिंगानं (रानभुतानं) सहा वर्षे माधवरावांना आजारी पाडलं होतं. अंथरुणाला खिळवून ठेवलं होतं.

१९५२ सालातली ही हकिगत. माधवरावांचं 'अरण्यपुत्र' हे चरित्र लिहीत असताना १९९० मध्ये त्यांनी मला सांगितली होती. त्या काळात पांढरझरीवर झोटिंगाचा संचार होता. मंगरू गोंडासह पांढरझरीवर बसून मुक्या वन्यप्राण्यांची शिकार करणाऱ्या अनेक शिकाऱ्यांना झोटिंगानं आपला इंगा दाखविला होता. म्हणून पांढरझरीवर कुणी शिकारीला बसत नव्हतं. माधवराव रात्री-अपरात्री अनेक घनदाट अरण्यांत एकटेच भटकले होते; परंतु त्यांना कधी झोटिंगाचा अनुभव आला नव्हता. त्यावर त्यांचा विश्वास नव्हता. मंगरू गोंड व पाटलांच्या अनेक आदिवासी शिकारमित्रांनी त्यांना पांढरझरीवर शिकारीला न बसण्याचा सल्ला दिला होता. तो न जुमानता एका अमावास्येच्या रात्री ते पांढरझरीवरील झाडावर बांधलेल्या मचाणावर शिकारीसाठी बसले. झोटिंगाच्या भीतीपायी कुणी साथीदार त्यांच्याबरोबर बसला नाही; ते एकटेच होते. रात्री बारा वाजता झरीवरून

थपथपऽ थपथपऽऽ असा विचित्र आवाज येऊ लागला. माधवराव सावध झाले. बंदुकीच्या घोड्यावर बोट ठेवून ते नेम धरून बसले. थपथप आवाजापाठोपाठ खुराने जमीन उकरण्याचा व झुडपाच्या फांद्या मोडल्याचा आवाज आला. त्यांनी बंदुकीच्या नळीवर बांधलेल्या टॉर्चचं बटण दाबलं. त्या प्रकाशात त्यांना भला दांडगा रानडुक्कर दिसला. त्याच्या अंगावर लांबलांब केस होते. जबड्यातून लांब सुळे बाहेर आले होते. तो उग्र चेहऱ्याचा रानडुक्कर एखाद्या दैत्यासारखा दिसत होता. टॉर्चचा प्रकाश पाहून तो पळून न जाता प्रकाशाच्या दिशेने, रागाने फूत्कार टाकत पाहत होता. असा भयानक रानडुक्कर माधवरावांनी यापूर्वी कधी पाहिला नव्हता.

अधिक वेळ न दवडता माधवरावांनी नेम साधून गोळी झाडली. त्याच वेळी हृदयाचा ठाव घेणारी एक आर्त किंकाळी त्यांच्या कानावर आली. नंतर हृदयद्रावक करुण साद येऊ लागली. या सादेनं त्यांचं हृदय आणि कर्ण भेदिले. रात्रभर ही साद त्यांना अस्वस्थ करत होती. त्यांना त्यांचा मेंदू पोखरल्यासारखा वाटला. मचाणावरच त्यांना अचानक हुडहुडी भरून आली. तांबडं फुटल्यावर ते खाली उतरले. बराच वेळ झाडाच्या खोडाला टेकून ते सुन्नपणे बसले. सूर्योदय झाला त्या वेळी मंगरू गोंड त्यांना न्यायला आला. गोळी तर रानडुकराच्या छाताडात घुसली होती. तो झरीवर पडला असेल म्हणून मंगरूच्या आधाराने ते पाहायला गेले; परंतु तिथं डुक्कर नव्हता की पाण्याजवळ ओल्या मातीत त्याच्या पावलांच्या खुणा नव्हत्या. ते पाहून माधवराव अधिकच अस्वस्थ झाले. घरी आल्यावर त्यांनी अंथरूण धरलं. ती रानसाद त्यांच्या कानात सतत भुंग्यासारखी गुंजारव करायची. जीव घाबरा व्हायचा. रात्रीही डोळ्याला डोळा लागत नसे. आमुशाच्या रात्री झोटिंगानं पाटलाला झपाटल्याची चर्चा आदिवासी करू लागले. झोटिंग उतरवण्यासाठी अनेक देवदेवस्की झाले. मंत्र-तंत्र आणि गंडेदोरे बांधून झाले. रानभुतांना कोंबड्या-बकऱ्याचा बळी देण्यात आला; परंतु माधवरावांच्या तब्येतीत फरक पडला नाही. नंतर औषधी, आयुर्वेद आणि अनेक नैसर्गिक उपचार झाले; पण त्यांचा गुण आला नाही.

पारंपरिक उपचारांत अपयश आल्यावर माधवरावांना प्रथम भंडारा नंतर नागपूरच्या हॉस्पिटलमध्ये हलविण्यात आलं. तेथे अनेक तपासण्या आणि उपचार झाले; परंतु तब्येतीत तसूभरही फरक पडला नाही. अखेर माधवरावांना मुंबईतले प्रसिद्ध डॉक्टर भरुचा यांच्या हॉस्पिटलमध्ये दाखल करण्यात आलं. तीन महिने ते हॉस्पिटलमध्ये होते; परंतु तब्येत सुधारली नाही. माधवरावांनी तीन हजाराच्या वर इंजेक्शन्स घेतली असतील. इतर अनेक उपचार झाले; पण माधवरावांच्या आजाराचं निदान झालं नाही. कोणत्याही औषधाने गुण आला नाही. सतत सहा वर्षे माधवराव जीवघेण्या विचित्र आजाराला तोंड देत होते. अखेर मरायचं तर जंगलातच मरू; असा विचार

करून बोदराईच्या घनदाट अरण्यात त्यांनी दोन महिने मुक्काम ठोकला. वटवृक्षाच्या कुळातील कोजन नावाचे एक झाड आहे. या झाडाच्या पानांतून पाण्याचे तुषार पडतात. या झाडाखाली माधवराव दिवसभर बसायचे; त्यामुळे त्यांचा जीव हलका झाला. तनमन स्थिरावले. कानात गुंजारव करणारी रानहाक थांबली. त्यांना भूक आणि झोप लागायला लागली. सहा वर्षांच्या दुखण्यातून बोदराईत आल्यावर महिनाभरात ते खडखडीत बरे झाले. या घटनेनंतर तब्बल पन्नास वर्षांनी माधवराव आमच्यासमवेत पांढरझरीवर बसले. मात्र, ते शिकारीसाठी नाही तर वन्यप्राण्यांची गणना करण्यासाठी. या अरण्यपुत्राबरोबर आम्हाला पांढरझरीवर बसण्याचा योग आला. हे आम्ही आमचं भाग्यच समजत होतो.

पाण्यावर येणाच्या वन्यजीवांच्या वेळा ठरलेल्या असतात. दुपारी चार ते दुसऱ्या दिवशी सकाळी आठ वाजता या वेळात वन्यजीव पाण्यावर येतात. वाघ आणि बिबळ्यासारखे शिकारी प्राणी पाण्यावर कधीही येतात. त्या वेळी इतर वन्यजीव पाण्यावर येत नाहीत. आमच्या घड्याळ्यात साडेचार वाजले होते. वानरांची एक टोळी झरीवर उतरली. प्रथम टोळीनायक हुप्प्या वानर पुढे झाला. त्यानं काही धोका दिसतो का त्याचं बारकाईनं निरीक्षण केलं. नंतर तो पाण्यावर आला. पाय टेकवून सावधपणे पाणी प्याला. त्याच्या पाठोपाठ त्याचा कुटुंबकबिला आला. त्यांनी पाण्याला तोंड लावलं त्या वेळी हुप्प्या जवळच्या झाडाच्या खोडाला पाठ टेकून पहारा देत होता. आम्ही शांतपणे वानरांचं जलप्राशन पाहत होतो. वानर हा टोळीने राहणारा प्राणी. त्याच्या टोळीत माद्या, तरुण नर आणि पिलं असतात. त्यांची टोळी दहापासून पन्नासपर्यंतची असते. बलवंत नर टोळीचा नायक असतो. तो सर्व माद्यांचा स्वामी असतो. प्रजोत्पत्ती करायचा हक्क तोच बजावतो. इतर नरांना तो माद्यांना हात लावू देत नाही. कुणी तसा आगाऊपणा केलाच तर नायक त्याला चांगला धडा शिकवतो; त्यामुळे टोळीतले तरुण त्याला घाबरून असतात. टोळीचे संरक्षण करण्याची जबाबदारी तो पार पाडतो. नायकाचे वय वाढल्यावर जर त्याचे दात पडले तर ते कुणाला दिसू नयेत यासाठी तो सतत तोंड बंद ठेवतो. टोळीतल्या एखाद्या तरुण नराला नायकाची हुकुमशाही सहन होत नाही. तो त्याला लढतीचं आव्हान देतो. दोन नरांत तुंबळ युद्ध जुंपतं. टोळीतले सदस्य आरडाओरड करत हे युद्ध पाहत असतात. नायक ताकदीत कमी पडून हरला तर पळ काढतो. युद्धात कधीकधी पराजिताचा मृत्यूही ओढवतो. मग विजयी नर टोळीचा स्वामी बनतो. व्यंकटेश माडगूळकर यांच्या सत्तांतर पुस्तकात याचं सुंदर वर्णन आहे.

वानरं एका झाडावरून दुसऱ्या झाडावर लांबलांब उड्या मारतात. तसं वानरांचं वजन बरंच असतं. अवजड शरीरासह उड्या मारणं अवघड असतं; परंतु वानराला योगविद्या अवगत आहे, असं माधवरावांचं मत आहे. ऋषिमुनी किंवा हटयोगी जसे

योगविद्येने किंवा प्राणायाम साधनेने शरीर हलके करून हवेत तरंगायचे, पाण्यावर चालायचे त्याप्रमाणे वानरं प्राणायामाचा उपयोग करून उड्या मारतात. आपलं शरीर हलकं करतात; त्यामुळे एका झाडावरून दुसऱ्या झाडावर लांब उड्या मारणं त्यांना सहज शक्य होतं. तसेच थंडीच्या दिवसांत वानरं काटक्या गोळा करतात. त्याभोवती गोल करून शेकत बसतात. वास्तविक या काड्या पेटलेल्या नसतात; तरी वानरं शेकत असतात. काड्यांची ऊब अनुभवत असतात. या काड्यांत जी ऊर्जा किंवा अग्नी सुप्तावस्थेत असतो, वानरं ती ऊर्जा योगविद्येद्वारे मिळवतात. आपण जर या काड्या जाळल्या तर त्या पेटत नाहीत. त्यातून अग्निज्वाळा बाहेर पडत नाहीत; तर त्यांची फक्त राख बनते. असा अनुभव माधवरावांना आलेला आहे. वानर अनेक प्रकारची पानंफळं खातात. मात्र, त्यांना विषारी झाडाझुडपांचे ज्ञान असल्याने त्यांची पानंफळं मात्र खात नाहीत. वाघ, बिबळ्या दिसला की, वानरं ख्वॉकऽ ख्वॉकऽऽ आवाज काढून इतर वन्यप्राण्यांना धोक्याचा इशारा देतात. कडेकपारीतल्या पाणवठ्यांची वानरांना माहिती असते. उन्हाळ्यात पाणी मिळेनासे झाले की, आफ्रिकेतले आदिवासी वानर पकडतात. त्याला मीठ खाऊ घालतात; त्यामुळे त्याला खूप तहान लागते. पाण्यासाठी तो उड्या मारत धावत सुटतो. आदिवासी त्याच्यामागे धावतात. वानर दूर अंतरावर जाऊन पाणवठा शोधून काढतो. अशा प्रकारे आदिवासी जलशोध घेतात. वानरांच्या जीवनात अनेक थक्क करणाऱ्या गोष्टी आहेत. यावरून वन्यप्राण्यांना सिक्स्थ सेन्स असतो जो माणसाला नसतो, त्याची प्रचिती येते.

वानरांच्या दोन-तीन टोळ्या पाणी पिऊन गेल्यावर साडेपाचला पाच नीलगायींचा कळप थबकत थबकत पाण्यावर आला. त्यात राखी निळसर रंगाचे तीन शिंगवाले नर होते. शिंग नसलेल्या दोन तांबड्या माद्या होत्या. दबक्या पावलाने व शोधक नजरेने त्या पाण्यावर येत होत्या. पाणवठ्याच्या भोवताली ऐन, धावडा, गराडी, लेंडिया, तेंदू, पळस, बांबू, जांभूळ, सावर, उंबर, पिंपळ, अंजन, बेहडा, तेलटेंबशे, पाकळा, साग इत्यादी दाट झाडाझुडपांची वनराई आहे. मध्ये विस्तीर्ण गवताळ मैदान आहे. या मैदानात पाणवठा आहे. या भागातली माती पांढरी असल्याने या पाणवठ्याला पांढरझरी म्हणतात. भर उन्हाळ्यातही या झरीत पाणी असतं. म्हणून अनेक वन्यजीव उन्हाळ्यात पाण्यासाठी पांढरझरीवर हजेरी लावतात. वानरांनंतर नीलगायींनी पांढरझरीवर हजेरी लावून आम्हास दर्शन दिलं. त्याच नीलगायी आणि रानडुकरांच्या जिवावर आता महाराष्ट्राचं वनखातं उठलं आहे. रानडुकरं आणि नीलगायी शेतपिकाचं नुकसान करतात म्हणून त्यांची शिकार करण्याचा सरकारी फतवा (जी.आर.) शासनानं काढला आहे. हे प्राणी पिढ्यान्‌पिढ्या अरण्यात राहत आहेत. अरण्यवासी शेतकरी आणि ते गुण्यागोविंदाने नांदत आले आहेत; परंतु आता ते शेतकऱ्यांच्या पिकांचा नाश करतात, असा साक्षात्कार वनमंत्र्यांना

झाला आणि त्यांची शिकार करण्याचा मुक्त परवाना सरकारनं शिकाऱ्यांना दिला.

नीलगायी आणि डानडुकरं ही ढाण्या वाघ आणि बिबळ्या यांचं खाद्य. अरण्यातली सांबरं, चितळं, भेकरं माणसाने शिकार करून खाल्ली. आता रानडुकरं, नीलगायी आणि वानरं एवढंच खाद्य त्यांना उरलं आहे; परंतु शिकाऱ्यांना मुक्त परवाना मिळाल्यामुळे नीलगायी व रानडुकरं कधी संपतील याचा नेम नाही. आता शिकारी फक्त शेतपिकांत घुसलेली रानडुकरं व नीलगायी मारणार नाहीत तर जंगलात जाऊन त्यांची राजरोस शिकार करतील. रानडुकरं व नीलगायींबरोबर धनलोभाच्या लालसेपायी वाघ, बिबळ्या व इतर वन्यजीवांची शिकार करण्यास ते मागेपुढे पाहणार नाहीत. नवेगाव राष्ट्रीय उद्यानात तर आता वन्यप्राणी संरक्षण कायदाच अस्तित्वात नाही. अरण्यातून ज्या वीजवाहक तारा गेलेल्या आहेत त्या तारांवर शिकारी आकडे टाकतात. खाली दोन किलोमीटरर्प्यंत तार पसरतात. त्यातून वीजप्रवाह सोडतात. त्याला रानजनावराचा स्पर्श झाला की ते मरतं. अशा पद्धतीने सांबरं, भेकरं, ससे, सायाळी, नीलगायी, रानडुकरं इत्यादी अनेक वन्यजीव एकाच वेळी मरतात. शिकाऱ्यांच्या या क्रूर शिकार पद्धतीमुळे काही वर्षांनी नवेगाव राष्ट्रीय उद्यानात प्राणी दिसणार नाहीत. महाराष्ट्रातील अनेक अरण्यात अवैध शिकारीमुळे वन्यप्राणी दिसणार नाहीत अशी परिस्थिती निर्माण होणार आहे. महाराष्ट्राच्या अनेक भागांत बिबळ्याचं भक्ष्य संपत आलं आहे. पोटातली भूक भागविण्यासाठी बिबळ्या वस्ती-वाड्यात घुसून गाई-गुरं पळवायला लागला आहे. गावातली कुत्री उचलून न्यायला लागला आहे. गुराखी त्याला प्रतिकार करतात. त्या वेळी तो स्वसंरक्षणार्थ गुराख्यावर हल्ला चढवितो. त्याची मोठ्या मथळ्यांची रसभरित वार्तापत्रं वृत्तपत्रांत प्रसिद्ध होतात. रानडुकरं व नीलगायींच्या शिकारीचा वनमंत्र्यांनी शिकाऱ्यांना दिलेला मुक्त परवाना म्हणजे माकडांच्या हाती कोलीत दिल्यासारखेच आहे. उद्या शिकाऱ्यांनी रानडुकरं आणि नीलगायींचं अस्तित्व संपविल्यावर वाघ आणि बिबळ्या नरभक्षक बनण्याची शक्यता नाकारता येणार नाही. त्यात दोष शिकारी वन्यजीवांचा नसेल तर रानडुकरं व नीलगायींच्या शिकारीचा आदेश काढणाऱ्या शासकीय यंत्रणेचा असेल.

नीलगायींचं निरीक्षण करत असताना असे विचार माझ्या मनाला स्पर्शून गेले. नीलगायी एखाद्या गवळणीसारख्या ठुमकत ठुमकत पाण्यावर आल्या. कोणताही धोका नसल्याचे कळल्यावर त्यांनी पाण्याला तोंड लावलं. पोटभर पाणी प्याल्या. संथ पावलं टाकीत निघाल्या. ऐनाच्या झाडाखाली शांत उभ्या राहिल्या. त्यांचं अरण्य लावण्य कॅमेऱ्यात टिपत असतानाच माधवरावांचा नातू भीमसेन आला. त्याची चाहूल लागताच त्या उधळल्या आणि दाट जंगलात गडप झाल्या. माधवरावांची तब्येत बरोबर नव्हती. त्यांच्या अंगात कणकण होती. तरी आमच्या प्रेमापोटी ते पांढरझरीवरील मचाणावर बसण्यासाठी आले होते; परंतु रात्रभर ते बसू शकतील

अशी त्यांची शारीरिक अवस्था नव्हती. तरी रात्रभर मचाणावर बसण्याचा त्यांचा निर्धार होता. आम्ही त्यांना समजावलं आणि ते भीमसेनबरोबर पवनीतल्या आपल्या वाड्यावर गेले. त्यांच्या सहवासात अरण्यरात्र अनुभवावयास मिळणार नाही याची आम्हाला खंत वाटली.

नीलगायी गेल्यानंतर पांढरझरीवर विविध पाखरांची पाण्यासाठी जत्रा जमली. त्यात हळदीसारख्या पिवळ्याधमक रंगाचे हळद्या (गोल्डन ओरियल), या हळद्याचाच काळ्या डोक्याचा दुसरा एक भाऊ कांचन (ब्लॅक हेडेड गोल्डन ओरियल), भृंगराज (कोतवाल), यांचा ज्येष्ठ बंधू महाभृंगराज (रॉकेट टेल्ड ड्रॅगो), नीळकंठ, कंचक, भेरा (ट्रीपाय), खंड्या, पोपट, गाय बगळे, भारद्वाज, टिटव्या आणि आपल्या शेपटीचे पतंगासारखे सुंदर प्रदर्शन करणारा स्वर्गीय नर्तक या मनोहर रंगांच्या पाखरांचा मेळाच पांढरझरीवर भरला होता. कुणी पाण्यात चोच बुडवून आपली तृष्णा भागवत होते, कुणी उडताउडता पाण्याला चंचुस्पर्श करून पाण्याचे थेंब उचलून तहान भागवत होते. त्याचबरोबर काही पाण्यातल्या मासे व किडे-कीटकांचा शोध घेत उदरभरण करीत होते. ज्या उंबराच्या झाडावर आम्ही बसलो होते ते झाड लालभडक फळांनी लगडलेलं होतं. त्याच्या शेंड्यावर हरियालचा एक थवा येऊन बसला. उंबराची फळं आणि त्यातील किड्यांवर हरियाल ताव मारू लागले. त्याच वेळी एक मोरघार (सर्पगरुड) घिरट्या घालत पांढरझरीवर उतरली. त्यापाठोपाठ एक-दोन ससाणे आले. त्याबरोबर सारी पाखरं भर्रकन झाडीत गडप झाली. हरियालचा थवाही उडून गेला. मोरघार व ससाणे पाखरांचे कर्दनकाळ. मोरघार हा सर्पगरुड तर मोरांचीही शिकार करतो. म्हणून त्याला गोंड आदिवासी मोरघार म्हणतात. कोतवाल मात्र पांझरझरीवरून हलले नाहीत. कारण ते कोणत्याही शिकारी पक्ष्यांना घाबरत नाहीत. उलट त्यांनी मोरघार व ससाण्यांना पिटाळण्याचा प्रयत्न केला. त्यांचा पाठलाग करून अखेर त्यांना पांढरझरीवरून हाकलून लावले. लाल डोळ्यांचा कोतवाल छोटासा पक्षी असला तरी धाडसी व आक्रमक आहे. शिकारी पक्ष्यांपासून तो लहान लहान पक्ष्यांचे संरक्षण करतो. म्हणूनच त्याला 'कोतवाल' या नावाने ओळखले जाते. कोतवालाचं घरटं जिथं असतं त्या ठिकाणी लहान लहान पक्षी आपल्या अंड्या-पिलांच्या संरक्षणार्थ घरटे बांधतात.

सांयकाळचे सात वाजले. सूर्य समोरच्या खरासला पहाडीखाली गेला. सारं जंगल अंधारलं. पाखरं आपापल्या घरट्यांत जाऊन बसली. माणसाचा दिवस मावळला. वन्यजीव आणि रातपाखरांची अरण्यरात्र सुरू झाली. रातघुईयांची (रातकिड्यांची) रातगाणी सुरू झाली. जणू ते रातराणीसाठी स्वागतगीतच गात आहेत, असा भास झाला. त्यांचं स्वागतगीत झाल्यावर रातपाखरांचं गायन सुरू झालं. चकऽचकऽऽचकऽऽऽ, चिकूरऽचिकऽ, चिकूरऽऽचिकऽऽ, चिकूरऽऽचिकऽऽऽ, कपुडऽकपुऽऽकपुऽऽऽ असे स्वर

कानावर यायला लागले. ती सामान्य रातवा आणि जंगली रातव्याची गाणी होती. मधूनच व्हॉयोलिनची तार छेडल्यासारखा आवाज यायचा. तो आवाज मात्र कोणत्या पक्ष्याचा आहे ते आम्हाला समजले नाही. आमच्या सुरक्षारक्षक आदिवासीला त्याचे नाव सांगता येईना. नीळकंठ पक्ष्यांनीही वेगळा सूर लावला. पिंगळे एकमेकांना साद घालू लागले. अचानक वाघासारखा आवाज येऊ लागला. आम्हाला वाटलं, वाघोबाची स्वारी पाण्यावर येत आहे; परंतु तो हुम्याचा (घुबडाचा) आवाज असल्याचे लक्ष्मण कटींऱ्याने कानात सांगितलं. घुबड वाघाचा आवाज काढण्यात तरबेज असल्याचं तो म्हणाला.

त्या आवाजाच्या पाठोपाठ डाव्या बाजूच्या झाडावरून घुग्गूऽघुग्गूऽऽघुग्गूऽऽ आणि उजवीकडच्या झाडावरून कुहूमऽ कुहूमऽऽकुहूमऽऽऽ या स्वरातले आवाज येऊ लागले. 'हुम्या नर-मादी बोलतीया' असं लक्ष्मण पुटपुटला. त्यावरून माधवरावांनी जांभूळझरीला सांगितलेला एक प्रसंग आठवला. एकदा मारुती चितमपल्ली आणि माधवराव जांभूळझरीवरील मचाणावर रात्री बसले होते. मचाणावर दोघांना व्यवस्थित बसता येईना म्हणून माधवराव मचाणावरून खाली उतरले. झाडाच्या खोडाजवळ खाली बसले. त्या वेळी एका झाडावरून नर घुग्गूऽघुग्गू या स्वरात साद घालीत होता. त्या वेळी मादी कुहूमऽ कुहूमऽऽकुहूमऽऽऽ या स्वरात नराला म्हणाली, "या मचाणावरील माणूस खूप कृतघ्न आहे. त्या म्हाताऱ्याला त्यांनी खाली उतरवलं. आपण मात्र सुरक्षितपणे मचाणावर बसलाय."

त्यावर घुबड नर म्हणाला,

"खरंच की, थोड्या वेळात जे संकट येणार आहे, त्या वेळी खाली असलेल्या त्या बिचाऱ्या म्हाताऱ्यावर काय प्रसंग गुदरेल याचा नेम नाही."

मादी उत्तरली, "आपण त्याचं रक्षण होवो, अशी इच्छा करू या."

हा त्या घुबडांच्या स्वरातला भावार्थ चितमपल्लींना समजला. ते पक्ष्याची भाषा जाणत होते. कारण त्यांनी निळावंतीची पोथी वाचली होती. निळावंतीची पोथी वाचल्यावर पक्ष्यांची भाषा समजते, असे म्हणतात. घुबड नर-मादीचं बोलणं ऐकल्यावर चितमपल्लींनी माधवरावांना मचाणावर येण्याची विनंती केली. मचाणावर दोघांना जागा नव्हती. ते बांबूचं मचाण दोघांच्या वजनाने तुटलं तर निष्कारण कपाळमोक्ष व्हायचा किंवा हात-पाय मोडायचे, असा विचार करून माधवरावांनी खालीच रात्र काढणे पसंत केले.

मध्यरात्री अचानक गव्यांचा कळप त्या झाडाखाली आला. ते दिसताच माधवराव अंगाभोवती घोंगडी पांघरून झाडाच्या खोडाला घोरपडीसारखे चिपकले. ते गवे माधवरावांच्या इतके जवळ आले की, त्यांच्या श्वासोच्छ्वासातून बाहेर पडणारी उष्ण हवा त्यांना जाणवू लागली. माधवराव जीव मुठीत धरून, हालचाल न करता झाडांना चिपकून राहिले. थोडा वेळ थांबून गवे तेथून निघून गेले. त्या वेळी माधवरावांचा जीव भांड्यात पडला. माधवरावांनी थोडी जरी हालचाल केली असती तरी गव्यांच्या मनात संशय

निर्माण झाला असता. आपल्यापुढे काहीतरी धोका आहे असे समजून एका धडकेत माधवरावांचा गव्यांनी निकाल लावला असता.

या हकिगतीवरून कळते की, पशु-पक्ष्यांना भविष्यातील संकटांची अगोदर चाहूल लागते. कारण त्यांच्यात अतींद्रिय (अंतर इंद्रिय) शक्ती विकसित झालेली असते. प्रत्येक प्राण्याजवळ ही शक्ती असते; परंतु मनुष्यप्राण्याने अतिरेकी बौद्धिक विकासाच्या मागे लागून ही निसर्गदत्त शक्ती हरवून टाकली; लुप्त करून टाकली. लहान लहान प्राणी-पक्ष्यांतही अनेक अंतस्रोत आहेत. याबाबत आता शास्त्रीय आधार सापडू लागले आहेत. जपानमध्ये एक विशिष्ट जातीचा पक्षी आहे. भूकंप होण्यापूर्वी चोवीस तास अगोदर तो ती भूमी सोडून जातो. या काळात हा पक्षी त्या भागात शोधूनही सापडणार नाही. शास्त्रज्ञांना भूकंपाची सूचना एक तास अगोदरही मिळवता येत नाही. शास्त्रज्ञ भूकंपाचा अंदाज वर्तवतात; पण तोही अनिश्चित असतो. हिमालयात चकोरी नावाचा पक्षी आहे. हिमवादळ, कडे कोसळणे, अतिवर्षा अथवा भूकंपासारख्या नैसर्गिक आपत्तीपूर्वी तो त्या भूमीतून स्थलांतर करतो. संकटाची पूर्वसूचना देणारा पक्षी म्हणून हिमालयातील लोक त्याला पाळतात. ते त्याला 'रामचकोर' म्हणतात. पिंजऱ्यात असतानाही तो कर्कश स्वरात नैसर्गिक संकटाची सूचना देतो. अतिउष्णता व अतिशीत तापमान चकोर सहन करतो. पौर्णिमेला चंद्राकडे पाहत बसतो. शीतलता ग्रहण करतो. संत ज्ञानेश्वरांनी ज्ञानेश्वरीमध्ये चकोराचे सुंदर वर्णन केले आहे.

नंतर घुबडाचे आवाज अधिक तीव्र झाले. आम्हाला त्याची भाषा कळत नसल्याने ते काय बोलतात ते समजले नाही. घुबडांच्या स्वरात अनेक रातपक्ष्यांचा स्वर मिसळला. पौर्णिमेच्या रात्री रातपक्ष्यांचा भरलेला हा मिश्र स्वरातला संगीतोत्सव मी डोळे मिटून ऐकत होतो. पाठीमागच्या रावदेव पहाडीतून पौर्णिमेचं चंद्रबिंब बरंच वर आलं. त्याची रुपेरी किरणं पांढरझरीवर उतरली आणि अरण्यातल्या काळोखाने पलायन केलं. पाठीमागं पूर्वेला वळून पाहिलं. त्या पूर्ण चंद्रमाचं नभलावण्य पाहताना आत्मचंद्र फुलून आला.

ध्वनीचा आघात अथवा घर्षणातून विद्युत निर्माण होते; उष्णता निर्माण होते. दोन गारगोट्या एकमेकांवर घासल्या तर ठिणग्या निर्माण होतात. बादशहा अकबराच्या दरबारात तानसेनने दीपराग आळवला. त्यातून निर्माण झालेल्या उष्णतेने दिवे प्रज्वलित झाले. त्याप्रमाणे रातपक्ष्यांच्या स्वरातून ते तन्मयतेनं दीप रागच आळवत आहेत. त्या ध्वनीतून आकाशातला चंद्र प्रकाशमान झाला, अशी माझ्या मनाची भावना झाली. मला तो अरण्यदीप वाटला. चंद्रप्रकाशाने साऱ्या अरण्यात एक विलक्षण हवेहवेसे वाटणारे जादुई वातावरण निर्माण झाले. दिवसभर प्रखर उन्हात तापलेल्या झाडा-झुडपांनी रुपेरी किरणांचा साजशृंगार केला. वाऱ्याच्या झुळका सुरू झाल्या आणि अरण्यात शीतलता निर्माण झाली. हे सारं अनुभवत असताना

चांदरात पसरिते पांढरीमाया धरतीवरी
लागली ओढ कशी अंतरी
हा तालतरू गंभीर शांतता धरी
लेवूनी सुधेचे वल्कल अंगीशिरी

या वसंत काणेकरांच्या कवितेतल्या ओळी मला आठवल्या.

चंद्रप्रकाशात आम्हाला पांढरझरीवरचं पाणी आता स्पष्ट दिसत होतं. वन्यप्राणी येण्याची वाट पाहत आम्ही झरीकडे डोळे लावून बसलो होतो. अचानक डाव्या बाजूच्या झाडीतून सात-आठ रानडुकरं पाण्यावर उतरली. वचावचा पाणी प्याली. झरीतल्या चिखलात मनसोक्त लोळायला लागली. त्या वेळी अचानक घुबडानं धोक्याचा इशारा दिला. समोरच्या झाडीतले उंच वृक्ष हलले. त्यातून ख्वॅकऽ ख्वॅकऽऽ असा आवाज आला. त्यासरशी रानडुकरं पटकन उठली. धावत निघाली. दाट जंगलात गडप झाली. त्या वेळी एक अबलख जनावर दमदार पावलं टाकीत झरीकडे येताना दिसलं. चंद्रप्रकाशात लांबूनही त्याच्या शरीरावरील काळे ठिपके स्पष्ट दिसत होते. या सुंदर अरण्यपुत्राला कुणा अरण्यशत्रूची दृष्ट लागू नये यासाठी जणू त्याच्या शरीरावर निसर्गमातेनेच काजळ-तिटा लावल्या होत्या. हे अबलख जनावर थोडा वेळ गवतात बसलं. इकडेतिकडे पाहत शेपटी हलवीत उठलं. पाण्यावर आलं. पुन्हा त्यानं आजूबाजूला व मागेपुढे मान वळवून पाहिलं. नंतर पाण्याला तोंड लावलं. जिभेनं पाणी उचलून ते लपालप प्यालं. पोटभर पाणी पिल्यावर थोडं दूर गेलं. त्याने शरीराला आळोखेपिळोखे दिले. आळस झटकून टाकला. पुन्हा संथ पावलं टाकीत ते पसार झालं. ते अबलख जनावर म्हणजे मार्जारकुळातला बिबळ्या होता.

आम्ही अनेक वेळा नवेगाव राष्ट्रीय उद्यानाला भेटी दिल्या होत्या; परंतु बिबळ्या कधीच दिसला नव्हता. मात्र, या वेळी पौर्णिमेच्या रात्री दहा वाजता त्यानं अचान्क आम्हाला दर्शन दिलं होतं. त्याच्या दर्शनानं आम्हाला अरण्यानंद झाला. बिबळ्या चित्त्यासारखा दिसतो; परंतु त्यांच्या रंगरूपात सूक्ष्म फरक आहे. दोघांचा रंग पिवळा परंतु चित्त्याच्या शरीरावरील काळे ठिपके भरीव असतात. बिबळ्याच्या शरीरावरील ठिपके पोकळ असतात. चित्ता उंच व सडसडीत असतो. ताशी एकशेसाठ किलोमीटर वेगाने तो धावतो. त्यामानानं बिबळ्या कमी उंचीचा व स्थूल असतो. तो थोडं अंतर धावत आपल्या भक्ष्याचा पाठलाग करतो. भारतात शेवटच्या चित्त्याची शिकार बस्तरच्या जंगलात १९५१ मध्ये करण्यात आली. चित्ता भारतीय भूमीवरून नामशेष झाला. आता वाघ आणि बिबळ्याही भारतीय भूमीत जगण्यासाठी धडपडत आहेत. वाघ दाट जंगलात राहतो. बिबळ्या कुठंही राहतो. वन्यप्राणी चरण्यासाठी येणारा गवताळ भाग त्याला अधिक प्रिय आहे. माणसानं स्वतःच्या जिभेचे चोचले पुरविण्यासाठी बिबळ्याचं अन्न असलेले तृणभक्षी वन्यप्राणी शिकार करून संपविले.

जंगल तोडून उद्ध्वस्त केली; त्यामुळे बिबळ्यासारखे शिकारी प्राणी उघड्यावर पडले. त्याला उपवास घडू लागले; परंतु बिबळ्या हा चिवट प्राणी. उपाशी मरणारा नव्हे. कोणत्याही बदलत्या पर्यावरणाशी जुळवून घेत जगण्याची त्याची तयारी असते. जंगलातले बिबळे शिकार करण्यासाठी अनेक युक्त्या-प्रयुक्त्या योजतात. वानरं, माकडं आणि रानडुकरं हेच आता नवेगावातल्या बिबळ्यांचं खाद्य आहे. ते मिळालं नाही तर मग मोर्चा गावातली कुत्री व पाळीव जनावरांकडे वळवितो. वानरं पकडण्यासाठी झाडावर चढतो. माकडं पार शेंड्यावर जातात. तिथं पोहोचणं त्याला जमत नाही. झाडावर रात्री वानरं अर्धवट झोपेत असताना तो झाडाखाली येतो. मोठ्यानं डरकाळी फोडतो. त्या आवाजानं दचकून एखादं वानर बदकन खाली पडतं. बिबळ्या चपळाईनं त्याला पकडतो. अशा अनेक युक्त्या लढवून तो पोट भरतो.

बिबळ्या गेल्यावर एक काळी आकृती धावत पाण्यावर आली. फस्ऽ फस्ऽऽ करत ती पाणी प्याली. ती आकृती म्हणजे झिपरं अस्वल होतं. अस्वल हा अरण्यमित्र माधवरावांचा आवडता प्राणी आहे. तो वैद्यकशास्त्र जाणतो. त्याच्या शरीरात बंदुकीच्या गोळीने किंवा इतर काही कारणाने जखम झाली तर तो विशिष्ट झाडाच्या पानांचा रस जखमेत भरतो. आपली जखम बरी करतो.

ज्यावेळी अन्नटंचाई भासते; त्या वेळी त्याला खायला काही मिळत नाही. पावसाळ्यात त्याला उपास घडतात. अशी वेळ येऊ नये म्हणून तो आपल्या गुहेत अन्नसंचय करतो. अन्न टिकावं यासाठी अन्नाच्या गोल आकाराच्या भाकरी तयार करतो. त्याला अस्वलाची भाकर म्हणतात. मधमाश्या नेहमी अंजनाच्या झाडात पोळी करतात. पोळ्यातला मध खाण्यासाठी अस्वल या झाडावर चढतं. त्या वेळी त्याच्या नख्या अंजनाच्या खोडात रुततात. तेथे नख्यांचे व्रण उमटतात. हे व्रण नक्षीसारखे दिसतात. या झाडाला अस्वलीचं झाड म्हणतात. उधई खाण्यासाठी ते मातीत खड्डा खणतं. या खड्ड्याच्या लांबी-रुंदीवरून आणि नखांच्या ओरखड्यांच्या दिशांवरून आदिवासी पावसाचा अंदाज करतात. खड्ड्यातून उधईचा मातीचा गोळा बाहेर काढून अस्वल तोंडात टाकतं. त्याला अस्वलाचा लाडू म्हणतात. अस्वलाच्या अशा कितीतरी गमतीजमती आहेत.

रात्रीचे अकरा वाजले. चंद्रबिंब आता अधिक तेजाळलं होतं. पांढरझरीवरील साऱ्या परिसरावर रुपेरी धारा बरसत होत्या. दोन तास झाले. झरीवर कुणी येताना अगर जाताना दिसलं नाही. अधूनमधून घुबडाचं आणि पिंगळ्याचं संभाषण कानी येत होतं. उंबराची पिकलेली फळं मधूनच खाली पडायची. त्याचा टप्ऽ टप्ऽऽ असा आवाज यायचा. आकाशात तुरळक कृष्णमेघांचा संचार होता. चंद्र ढगाआड जायचा, त्या वेळी अरण्यावर अंधार पसरायचा. ढग गेले की, अंधारही पळायचा. हा अंधार आणि प्रकाशाचा खेळ बराच वेळ चालू होता. शेवटी आमच्या डोक्यावरील

कृष्णमेघ गायब झाले. आकाश स्वच्छ झालं. वारा शांत झाला. रुपेरी किरणांची दुलई पांघरून अरण्यवृक्ष शांत झोपल्यासारखे भासत होते. पौर्णिमेचं अरण्यलावण्य पाहत असताना वरून पाठीवर काहीतरी थंडगार पदार्थ पडला. वर पाहिलं तर दोन-तीन फलहारी वटवाघळं फांद्यावर रांगत होती. पिकलेल्या उंबरावर दिवसभराचा उपवास सोडत होती. वटवाघळं ही अरण्य-पर्यावरणाचा मोठा घटक आहेत. त्यांच्या विष्ठेतून बाहेर पडणाऱ्या फळा-फुलांच्या बियांमुळे ४०० प्रकारचे वन्यवृक्ष उगवतात. हा उडणारा एकमेव सस्तन प्राणी आहे. उडतानाही तो विष्ठा टाकतो; त्यामुळे विविध वृक्ष, बियांचा मोठ्या क्षेत्रात प्रसार होतो. वन्यवृक्षांची विविधता असणाऱ्या अरण्यनिर्मितीस वटवाघळांचा मोठा हातभार लागतो. वटवाघळं फुलातला मकरंदही चाटतात. परागीभवनाच्या प्रक्रियेस मदत करतात. वड, पिंपळ, चिंच आणि उंच वाढणारी इतर झाडं ही या फलहारी वटवाघळांच्या वसाहती असलेली आश्रयस्थाने; परंतु आपण निर्दयपणे ही दीर्घायुषी झाडं कापली. औषधी तेल बनविण्यासाठी व खाण्यासाठी जगभर वटवाघळांची हत्या होत आहे; त्यामुळे वटवाघळांची संख्या घटत आहे. खेड्यापाड्यांत पर्यावरणाचा दुवा असलेली वटवाघळं दिसत नाहीत. अमेरिकेतील डॉ. मर्लीन टटल याने आपलं सारं जीवन वटवाघळांच्या रक्षणासाठी वाहून घेतलं आहे. तो जगभर फिरतो. वटवाघळांचा अभ्यास करतो. वटवाघळांबाबतच्या लोकांच्या मनातील अंधश्रद्धा दूर करतो. त्यांच्या रक्षणाचे महत्त्व लोकांना पटवून देतो. त्याने लाखो वटवाघळांच्या वसाहती वाचविल्या आहेत. वटवाघळ-मानव म्हणून तो जगभर प्रसिद्ध आहे.

वटवाघळांबद्दल मनात असे कृतज्ञतेचे विचार चालू असताना दुसऱ्या वटवाघळानं माझ्या उजव्या खांद्यावर विष्ठा टाकली. पाठीवर शर्ट ओल केला. आता खांदा ओला झाला. हातरुमालानं ते पुसून टाकलं. मचाणावर बसल्या बसल्या उंबरावरील मुंगळ्यांनी चावा काढून स्वागत केलं. सायंकाळी रानडासांनी थोडंफार रक्त प्राशन केलं. आता वटवाघळांचं स्वागत स्वीकारावं लागलं. थोडा वेळ गेल्यावर टकलाला गार स्पर्श झाला. नेमकी डोक्यावरच तिसऱ्यानं विष्ठा टाकली. मग मात्र मला वटवाघळांचा खूप राग आला. ओरडून त्यांना हाकलावं असं वाटलं; परंतु मचाणावर कसलीच हालचाल न करता शांतपणानं बसायचं होतं. नाहीतर मचाणावर बसल्याचा सुगावा वन्यप्राण्यांना लागतो. ते पाण्यावर येत नाहीत. म्हणून गप्प राहून तोंड दाबून, बुक्क्यांचा मार खात बसलो. वटवाघळं पाठीवर, खांद्यावर व डोक्यावर विष्ठा केल्याचं लक्ष्मण काटींग्याच्या कानात सांगितलं. त्यावर तो कानात कुजबुजत म्हणाला, "सायब लई चांगलं झालं. पखमांजर (वटवाघळ) पाठीवर हगलं-मुतलं की, पाठीवर थाप पडतीया. शाबासकी मिळतीया. उजव्या खांद्यावर हागलं तर खांद्यावर घेतलेल्या कोणत्याही कामात यश मिळतंया. आनं डोसक्यावर हागलं तर

त्येचा आशीर्वाद मिळतोया. अचानक धनदौलत मिळतीया. मचाणावर आपण तिघं बसलोय् पण नेमकं तुमच्यावर त्यानं ईष्ठा टाकलीय. तुमी लई नशीबवान हायसा बगा.'' लक्ष्मणाच्या सांगण्यानं वटवाघळाबद्दलचा राग क्षणात मावळला. ते हागल्याच्या विषादाचं आनंदात रूपांतर झालं. ही किमया लक्ष्मणानं अचूक साधली. लक्ष्मणाचं कुजबुजणं चालू असतानाच वटवाघळं उंबराच्या झाडावरून उडाली. वटवाघळांना सूक्ष्म आवाज ऐकू येतो. रात्री त्यांची नजर अधू असते. रात्री अन्नासाठी भटकताना त्यांना चांगलं दिसत नाही. पिकलेल्या फळांच्या वासावरून ते फळबागा आणि झाडाझुडपांचा शोध घेतात. उडताना ते नाडीच्या स्पंदनाचे ठोके वाढवतात. त्याचा प्रतिध्वनी समोर काही अडथळा असेल तर त्याला टकरून वटवाघळांना ऐकू येतो. त्यावरून मार्गात झाड, डोंगर किंवा इतर अडथळा असल्याचे त्यांना समजते. ती आपला मार्ग बदलतात. आमचं कानात कुजबुजणं वटवाघळांच्या तीक्ष्ण कानांना ऐकू आलं असावं. इथं माणसांचा धोका दिसतो, असं समजून उंबरावरून उडून ती दूर गेली असावीत. उंबराचं भोजन करताना मचाणावरील आमची उपस्थिती वटवाघळांना खटकली असावी. त्यांच्या एकांत उदरभरणात त्यांना आमचा व्यत्यय वाटत असावा म्हणून आम्हावर विष्ठेचा वर्षाव करून, त्यांनी आमचा निषेध केला असावा. आम्ही उठून जावं असा त्यामागे त्यांचा हेतू असावा; परंतु आम्ही उठत नाही हे पाहून त्यांनीच उंबरावरून उडणे पसंत केले व ती दुसऱ्या झाडावर गेली असावीत.

आप्पाच्या रेडियमच्या घड्याळात रात्रीचे बरोबर बारा वाजले. त्याच वेळी एकदम गरम हवेचा झोत अंगावर आला. त्या उष्ण झोतानं अस्वस्थ वाटलं. पाठोपाठ पैंजणासारखा स्वर कानावर पडला; परंतु तो अल्पकाळ टिकला. मचाणावर बसताना रात्री तुम्हाला काही ना काही अनुभव येईल, असं माधवराव म्हणाले होते. तो उष्ण झोत दिवसभर तापलेल्या जमिनीमुळे आला असेल. पैंजणासारखा आलेला आवाज एखाद्या झाडावरील वाळलेल्या शेंगा वाऱ्याने हलल्याने त्यातील बियांचाही असण्याची शक्यता आहे; परंतु हा अनुभव आला हे मात्र खरे.

या अनुभवानंतर प्राण्यांचे अनेक चित्रविचित्र आवाज यायला लागले. मध्येच वानर खेकसल्याचा आवाज यायचा. या आवाजांनी नवेगाव राष्ट्रीय उद्यानातली अरण्यरात्र खूपच रोमांचकारी वाटू लागली.

अचानक झरीचं पाणी डुचमळलं. आता कोणता प्राणी आला असावा म्हणून डोळ्यांच्या बाहुल्या ताणून पाहिलं. त्या वेळी लक्ष्मण काटींगे कुजबुजला, ''त्यो मासेमारी करणारा कवस (मच्छघुबड) आहे. पाण्यात डुबकी मारून मासा पकडतोया. त्या कारणानं पाणी डचमळलं.'' 'मच्छघुबड' मासा पकडून गडप झाल्यानं आम्हाला दिसलं नाही. गरुड दिनराजा, तर घुबड रातराजा. घुबडाच्या अनेक प्रजाती आहेत. घुबडं रात्री संचार करतात. उंदीर, घुशी, बेडूक, लाव्हासारखे लहान लहान पक्षी,

कोंबडीची पिलं, लहान साप हे घुबडाचं अन्न. रात्री त्याला चांगलं दिसतं. त्याची पिसं कापसासारखी मऊ असतात; त्यामुळे इतर पक्ष्यांसारखा उडताना त्याच्या पंखांचा आवाज येत नाही; त्यामुळे घुबड उंदीर व इतर भक्ष्याच्या अगदी ज्वळ जाऊन, त्यावर झडप घालतं; त्याला पकडतं. घुबड उंदरांचा फडशा पाडतं. पिंगळ्यासारखे त्याचे भाईबंद तर शेतातल्या पिकावरील किडे-अळ्याही खातात. घुबडं खरोखर शेतकरी-मित्र आहेत. माणसाला सुखशांती मिळावी यासाठीच ती जगत असतात; परंतु अंधश्रद्धेपायी कृतघ्न माणसानं घुबडांचा सतत तिरस्कार केला. त्यांना ठार मारलं. घुबडाचे दर्शन आणि आवाज अशुभ मानून त्यांच्या अधिवासाच्या जागा उद्ध्वस्त केल्या. अनेक तांत्रिक-मांत्रिक तंत्र-मंत्राच्यावेळी घुबडांना बळी देतात. मराठवाड्यात अमावास्येच्या रात्री घुबडाच्या कवटीत दिवा लावला तर गुप्तधन दिसते या अंधश्रद्धेपायी एका प्राध्यापकाने अनेक शृंगी घुबडांचा बळी घेतला. त्यांच्या कवटीत अनेक दिवे लावले; पण या दिवट्या प्राध्यापकाला मात्र गुप्तधनाचं घबाड अद्याप गवसलं नाही. अशा अनेक कारणांनी घुबडांची संख्या खूप कमी झाली आहे. त्यात मच्छघुबड तर दुर्मिळ पक्ष्याच्या यादीत जाऊन बसलं आहे. पांढरझरीवर त्याचं अस्तित्व जाणवून बरं वाटलं.

रात्रीचा एक वाजला. पांढरझरीवर आम्हाला दिसलेल्या प्राण्यांव्यतिरिक्त इतर प्राणी आले नाहीत. त्यांना आमचा सुगावा लागला की काय? अशी शंका मनात उत्पन्न झाली. आणखी वन्यजीव पाण्यावर येण्याची वाट पाहून डोळे शिणले. मचाणावर बरेच तास मांडी घालून पाय थकले. त्यात पुणे ते नागपूर आणि नागपूर ते साकोलीमार्गे नवेगाव पवनी असा नऊशे किलोमीटरचा प्रवास झाला होता. त्याचा शिणवटा अंगात होता. रात्री एक वाजता डोळे आपोआप मिटायला लागले. आप्पा जाधवांनी तर अगोदरच मचाणाच्या बांबूवर हातपाय पसरले. दुसऱ्या माणसाला अंग टाकण्यापुरती जागा मचाणावर नव्हती; त्यामुळे लक्ष्मण काटींगे आणि मी बसूनच होतो. पाठीमागं उंबराचं जाड, गुळगुळीत खोड होतं. त्यावर आता मुंगळ्यांची रांग नव्हती. त्याला टेकून बसताच डोळे मिटू लागले. प्रयत्न करूनही डोळ्यांनी उघडं राहायला साफ नकार दिला. पाण्यावर काही दिसलं तर जागं कर, असं डोळे मिटतानाच लक्ष्मणाच्या कानात सांगून ठेवलं. थोडा वेळ गेला असेल तोच लक्ष्मणानं हलवलं. दचकून जागा झालो. मचाणाखाली हात दाखवून त्यानं खूण केली. त्यानुसार खाली पाहिलं तर अगडबंब देहाच्या पाच-सहा काळ्या आकृत्या दिसल्या. त्या आकृती खाली मान घालून खाली पडलेली उंबराची फळं खात होत्या. काळ्याकभिन्न दैत्यासारखे भासणारे ते रानहले (रानगवे) होते. बहुतेक पाण्यावर जाता जाता उंबरांचा फराळ करीत होते. चंद्राच्या खाली पडलेल्या कवडशात गुडघ्यापर्यंतचे त्यांचे पांढऱ्या केसांचे पाय पांढरे पायमोजे घातल्यासारखे दिसत

होते. पूर्ण वाढलेल्या गव्याचे वजन एक हजार किलोपर्यंत सहज भरतं. खांद्यापर्यंत उंची चार ते साडेपाच आणि शेपटीपर्यंत लांबी सहा-सात फूट असते. चंद्रकोरीसारख्या त्या गव्यांची भक्कम शिंगं सारखी हलत होती. त्यांचं दणकट, रुंद मस्तक छातीत धडकी भरवणारं होतं. गवत हे त्यांचं मुख्य अन्न. तसेच झाडाची कोवळी सालं, पानं आणि मिळाली तर खाली पडलेली फळंही खातात. कळपानं राहणारा गवा तसा लाजाळू आणि भित्रा प्राणी. माणूस दिसला की, दूर पळतो; परंतु त्याचं मस्तक भणाणलं की, तो कुणाची पर्वा करीत नाही. झाडं-झुडपं उखडतो. वाटेत येईल त्याला एका धडकेत उडवतो. अशा वेळी एखादा माणूस त्याच्या तावडीत सापडला तर त्याचा पार चेंदामेंदा करून टाकतो. वाऱ्याने त्याला ताबडतोब दूरवरचा वास येतो. सुदैवाने वारा झरीवरून आमच्याकडे वाहत येत होता; त्यामुळे आमच्या अस्तित्वाची जाणीव त्यांना झाली नाही; त्यामुळेच ते उंबराच्या झाडाखाली आले होते. त्यांचं शांतपणे निरीक्षण करत असताना एका गव्यानं मातीनं भरलेलं आपलं अंग उंबराच्या झाडाला जोरजोरात घासायला सुरुवात केली. उंबराच्या वरच्या फांद्या हलायला लागल्या. फांद्यांच्या दुबेळक्यात बांधलेलं आमचं बांबूचं मचाण करकरा वाजायला लागलं. मचाण तुटून खाली पडलं तर या कल्पनेनं आमचं काळीज हलायला लागलं. आप्पा जाधव दचकून जागे झाले. मचाणावर बसल्यावर मोठ्यानं बोलायचं नसतं हा संकेत त्यांना पाळता आला नाही. "काय झालं?" असं त्यांनी मोठ्याने विचारलं. त्याबरोबर गवे सावध झाले. एका दांडग्या गव्याने मान वर करून पाहिलं. त्या वेळी आमची पाचावर धारण बसली. त्यानं कुईईऽ कुईईऽऽ कुईईऽऽऽ असा धोक्याचा इशारा देताच कळप उधळला. त्यांच्या पावलांनी जमीन भूकंपासारखी हादरली. कळप दूर गेला. आमचा जीव भांड्यात पडला.

या रोमांचकारी प्रसंगानं डोळ्यांवरची झोप उडाली. त्यांनी पुन्हा मिटायचं धाडस केलं नाही. त्यानंतर कुणा वन्यप्राण्यानं पांढरझरीवर येण्याचं धाडसही केलं नाही.

चंद्रबिंब मावळतीला झुकलं. पहाटे पाच वाजता माणसांचा गलबला ऐकू आला. मागे वळून पाहिलं तर शंभर-दीडशे आदिवासी महिला-पुरुष पाऊलवाटेवरून चालत होते; त्यामुळे ते एका रांगेत चालल्यासारखे दिसत होते. अनेकांच्या खांद्यावर कुऱ्हाडी होत्या. महिलांच्या खांद्यावर कापडाची बोचकी होती. हा काय प्रकार आहे ते कळेना. लक्ष्मणला विचारलं. हे लोक तेंदूची पानं तोडायला चाललेत असं त्यानं सांगितलं. बिड्यांसाठी लागणारा तेंदू पत्ता हाच आमचा ऊनकाळातला अन्नदाता आहे. तांबडं फुटण्यापासून दिवस मावळेपर्यंत काम करूनसुद्धा यातून भाकरीपुरता रोजगारही मिळत नाही. कष्ट न करता मलई ठेकेदारालाच मिळते. असं मनोगत भीतभीत त्यानं व्यक्त केलं. शेतकऱ्यांपासून मजुरांपर्यंत सर्वांनाच आपल्या श्रमाचा पूर्ण मोबदला मिळत नाही. मात्र, श्रम न करता दलालांनाच अधिक कमाई

होते याबद्दल खंत वाटली.

रानकोंबडा आरवला. त्याचा मधुर स्वर ऐकून मन प्रसन्न झालं. पूर्व दिशा तांबडी झाली. खरं तर आम्हाला दुपारी बारा वाजेपर्यंत मचाणावर बसायचं होतं; परंतु तेंदू पानं तोडणाऱ्या मजुरांचा वावर सुरू झाल्यानं आता वन्यप्राणी झऱ्यावर येण्याची शक्यता नव्हती; त्यामुळे पहाटे सहा वाजताच आम्ही मचाणावरून खाली उतरलो. पांढरझरीतल्या पाण्याजवळ गेलो. तिथं चिखलात रात्री दिसलेल्या वन्यजीवांच्या पाऊलखुणा पाहिल्या. त्यात सायाळीच्या पावलांचे ठसे होते. मात्र, सायाळ आम्हाला दिसली नव्हती. सांबर, भेकर व अन्य वन्यजीवांच्या पाऊलखुणा नव्हत्या.

मंगरू गोंडाने सांगितलेल्या जंगलतोडीच्या अनेक घटना ऐकून हृदयाला इंगळ्या डसल्यासारख्या वेदना झाल्या. टोकिओत (जपान) जगातले भव्य प्राणिसंग्रहालय आहे. तेथे जगातील सर्व वन्यप्राणी आहेत. सर्व प्राणिसंग्रहालय पाहून झाल्यावर शेवटी एक पिंजरा आहे. 'पृथ्वीवरील सर्वात जास्त भयंकर व धोकादायक प्राणी या पिंजऱ्यात आहे' (द मोस्ट डेंजरस ॲनिमल ऑफ ऑल) असा फलक त्या पिंजऱ्यावर आहे. फलक वाचून लोक त्या पिंजऱ्यासमोर गर्दी करतात; परंतु तो पिंजरा रिकामा आहे. त्या पिंजऱ्यात एक भला मोठा आरसा ठेवलेला आहे. पिंजऱ्यासमोर उभ्या असलेल्या माणसाला त्या आरशात आपलंच प्रतिबिंब दिसतं. याची आठवण मला नवेगाव राष्ट्रीय उद्यानात माणसांनी चालविलेला वन्यजीवांचा संहार पाहून झाली. मनुष्यप्राण्याला पृथ्वीवर सुखशांतीचं जीवन जगायचं असेल तर प्राणी-पक्ष्यांकडून खूप काही शिकावं. जीवनाचा उत्सव बनविण्याची कला शिकावी; मग मृत्यूही एक आनंदोत्सव बनून जाईल.

◆

विश्वास पाटील

रात्री कुठं होता बोला ना!

आठवतात त्या रात्री; धुवाधार पावसाने चिंबओल्या होणाऱ्या. सह्याद्रीच्या डोंगररांगांत लपलेला आणि वारणा या डोंगरी नदीच्या ओल्या काठावर वसलेला माझा चिमुकला नेर्ले गाव. तिथला पाऊस आभाळ फुटल्यासारखा रिप रिप बरसणारा. आषाढ सरला की, श्रावण सुरू व्हायचा. भाताच्या खाचरांत दिवसभर राबून गारठलेल्या अंगाने गावकरी निवाऱ्याला घरी परतायचे. तिन्हीसांजेला भाकरतुकडा खाल्ला की,ओल्या त्यांचे पोथीश्रवण सुरू व्हायचे.

आमची ज्योतिबाच्या देवळात भरणारी इवलीशी शाळा. बऱ्यापैकी वाचणारा हुशार विद्यार्थी म्हणून गावकरी माझ्याकडे पाहायचे; त्यामुळे की काय श्रावण महिन्यात 'रामायण' आणि 'महाभारत'सारखे ग्रंथ वाचायची जोखीम माझ्यावर टाकली जायची. तसे ते मूळ खूप मोठे ग्रंथ होते अशातला भाग नाही. अर्थात ते ग्रंथ म्हणजे कथासारासारख्याच बाळबोध भाषेतल्या रंगावृत्त्या असायच्या; पण त्या अल्पशः वाचनातही महाकाव्याचा बाज, त्याचा विस्तृत परिघ लक्षात यायचा. अशा ग्रंथवाचनात पावसाळ्यातल्या बहुतांश रात्री निघून जायच्या. रात्री दोनच्या दरम्यान सुंठवडा वाटला जायचा अन् मगच पोथीची रेशमी गाठ बांधून ती देव्हाऱ्याजवळ लाल धडप्यात ठेवली जायची.

महाराष्ट्राची संस्कृती ही टाळ आणि माळ या दोन शब्दांत गुंफली गेली आहे. विठोबाची पायरी आणि विठाबाईची वारी ही खरी आपल्या संस्कृतीची ओळख आहे.

माझ्या सुदैवाने मला शाळकरी वयातच माळ आणि टाळ यांचा परिचय झाला. माझे एक चुलते हैबतराव तमाशाचे कंत्राट घ्यायचे, तर दुसरे

गणपतराव हे तमाशाचे खरे शौकीन. माझ्या वडिलांचा या विषयाचा अभ्यास तर अजून काकणभर वरचढच! तर मला तमाशाच्या रात्रींची ओळख माझे चुलते गणपतराव यांनी प्रथम करून दिली. वारणेच्या काठावर चरण पेटा शिराळा येथे मोठा उरूस भरायचा. कधी बैलगाडीच्या साठीत बसून तर कधी फुफाट्यातून पाय ओढत आम्ही उत्साहानं उरसाला जात असू.

मी तिसऱ्या इयत्तेत असताना गणपतराव मला विठाबाईचा तमाशा पाहायला घेऊन गेले. मला त्या आधी तमाशाची फारशी कल्पना नव्हती. जवळपास तीन-चार हजार जत्रेकरी कोण्या तंबूत बसले होते. समोरच्या उंच स्टेजवर (त्यांच्या भाषेत बोर्डावर) विठाबाई येऊन नाचू लागल्या. त्या वेळी त्या फार तर चाळिशीत असतील. त्यांची थोरली लेक मंगला सोळा-सतराची असेल. अकरा वर्षांची संध्या सुंदर थाळीनृत्य करायची. तिचा विठाबाईंना खूप अभिमान वाटायचा.

''दिवस उगवूनी किती वर आला
बाजार सारा पुढे सर सर गेला''

हीच किंवा अशीच दुसरी एखादी हाळीची गौळण सुरू असावी. विठाबाईच्या बहारदार अदाकारीवर प्रेक्षक टाळ्या-शिट्यांचा हैदोस घालत होते. सर्वजण शिट्ट्या फुंकताहेत हे लक्षात आल्यावर मीही तोंडात दोन बोटे धरून शिट्टी वाजवायचा प्रयत्न करू लागलो. पण 'फ... फ... फू ऽ' च्या पलीकडे मला काही जमेना. ही गोष्ट माझ्या चुलत्यांच्या लक्षात आली. त्यांनी रागाने एक सणसणीत चपराक माझ्या गालावर मारली. वर कानाची पाळी पिरगाळत ते बोलले, ''लेकाऽ तमाशात नाचत्याली बाई बघून जर तुला साधी शिट्टी वाजवता येत नसंल तर पाटलाच्या पोटाला आलास कशाला?''

त्यानंतर सातव्या-आठव्या इयत्तेपर्यंत दरसाल हिवाळ्यात उरसांच्या सुगीत आणि चैत्राच्या उन्हाळी गावजत्रांतून मी असंख्य तमाशे पाहिले. सुमारे पंचवीस-तीस वर्षे होऊन गेली त्या गोष्टीला; पण त्या दिवसांची मोहिनी माझ्या मनावरून अजूनही उतरलेली नाही.

''माझी गेली मैना
तिला झाला महिना
मला झोप येईना ऽ
गेली मैना ऽऽ हे''

ही लावणी ऐकावी ती स्वर्गीय दत्ता महाडिक यांच्याच सुरेल किनऱ्या आवाजात. ती आर्त लावणी गाताना महाडिक असे रुसून बसायचे की, प्रेक्षकांना त्यांची दया यायची. ते त्यांच्या दुःखात सहभागी व्हायचे. विठाबाईंची एक बहीण केशर म्हणून

होती. तिचा कोकिळकंठी आवाज अजून माझ्या कानात मधाने द्रोण भरून जावा, तसा रुतून बसला आहे. दत्ता महाडिक, गुलाब बोरगावकर आणि काळू-बाळू कोल्हापूरकर यांच्या विनोदी जोडगोळ्या त्या काळी महाराष्ट्राच्या ग्रामीण भागांत खूप प्रसिद्ध होत्या. या दोन्ही जोड्या बतावणीत असा रंग भरायच्या की, हसता हसता प्रेक्षकांच्या मुरकुंड्या वळायच्या. विठाबाईंच्या फडात काशिनाथ नावाचा एक सोंगाड्या होता. तो धारवाडी छापाचं ढगळ लुगडं नेसून मावशीच्या रूपात स्टेजवर यायचा. पोरीबाळींना घेऊन, दह्या-दुधाचा थाट करून सारे मथुरेच्या बाजाराला निघायचे. त्याने डकवलेल्या झुबकेदार मिशा आणि त्याच्या काळ्या कपाळावर आडवं माखलेलं कुंकू यामुळे त्याचं रूप खूपच बेंगरूळ दिसायचं. त्याचा विनोद विठाबाईच्या ढंगदार अदाकारीइतकाच लोकप्रिय होता.

पुण्या-मुंबईकडे अजूनही तमाशा कलेबाबत फारशी माहिती नाही; त्यामुळेच

की काय, संगीतबारीत (जो तमाशा नव्हे) नाच करणाऱ्या लावण्यवतींना काही मंडळी तमाशासम्राज्ञीचा किताब देतात; गौरव करतात. यामध्ये काही ठरावीक पत्रकार आपल्या आवडत्या बारीवाल्या पोरींवरच बक्षिसांची खैरात करतात; परंतु पठ्ठे बापूरावांची 'मिठाराणी' पेश करणाऱ्या आणि पुण्याच्या एका पत्र्याच्या चाळीत आपल्या आयुष्याची संध्याकाळ कंठणाऱ्या सरस्वतीबाई कोल्हापूरकरसारखी जुनी अव्वल कलाकार त्यांना दिसत नाही. कांताबाई सातारकर यांचाही यथोचित सन्मान कोणी केला नाही. जेव्हा जेव्हा मी रानात डरकाळी फोडणाऱ्या एखाद्या वाघिणीचे चित्र पाहतो, तेव्हा तेव्हा मला कांताबाईंची आठवण येते. तमाशाच्या बोर्डावर तानाजीचा पोवाडा गावा तो फक्त कांताबाईंनीच. शाहीर पिराजी सरनाईक, अमर शेख यांच्यापासून ते अनेक छोट्या-मोठ्या शाहिरांचे पोवाडे मी ऐकले आहेत; पण कांताबाईंचा ढंगच न्यारा! तलवारीचं लखलखतं पातं छातीजवळ घेऊन किल्ल्याच्या बुरुजावर उभी राहणारी झाशीची राणी आणि आपला पदर कमरपट्ट्यात खोचून तानाजीची आणि यशवंती घोरपडीची कहाणी पेश करणारी कांताबाई यांच्यामध्ये काहीच फरक नाही.

रात्रभर चालणाऱ्या,

मोठा गोलाकार तंबू आणि शंभर-दीडशे लोकांचं लटांबर घेऊन फिरणाऱ्या या तमाशांना 'ढोलकी फडाचा तमाशा' असं म्हणतात. आता हिंदी सिनेमाच्या थिल्लर गाण्यांनी आणि ऑर्केस्ट्राच्या झगमगाटांनी खऱ्या तमाशाचे स्वरूप भ्रष्ट झाले आहे; पण माझ्या बालपणीच्या त्या रसिल्या रात्रींनी मला अस्सल खासा तमाशा दाखवला होता. पठ्ठे बापूराव, भाऊ पहाड, शाहीर लहरी हैदर यांच्या लावण्या आणि कवने, अस्सल रांगडा विनोद आणि दिलखेचक नृत्ये यांची तेव्हा लयलूट असायची. गणगौळण, विनोदी बतावणी झाली की, मुख्य वगाला सुरुवात व्हायची. हा वग म्हणजे सुमारे तीन-चार तासांचे पूर्ण लांबीचे नाटकच. 'सारंगपूरची होळी', 'हाकपाखरू', 'मोहनाबटाव' असे सुंदर वग माझ्या वडिलांनी पाहिले आहेत. अजून त्या आठवणींनी झाड मोहरून यावे तसे ते फुलून जातात. मला मात्र ज्योतिबाच्या जत्रेत, मी सातवीत होतो, तेव्हा भाऊ पहाड यांचा 'राजा हरिश्चंद्र' हा वग पाहायला मिळाला होता. काळू-बाळूच्या पथकाने तो सादर केला होता. त्या बहारदार प्रयोगाने ज्योतिबाच्या डोंगरावरची ती रात्र मोहित केली होती. अद्यापही शेक्सपिअरची एखादी शोकांतिका किंवा ऐतिहासिक नाट्यकृती मी वाचू लागलो की, गावकुसाकडच्या गरीब, दलित कलावंतांनी सादर केलेला तो हरिश्चंद्र राजा, बाळासाठी आकांत करणारी ती तारामती डोळ्यांसमोरून हलत नाहीत. विठाबाईंची 'गवळ्याची रंभा', 'मुंबईची केळेवाली' आणि त्यांचा तो अस्सल ठसकाही अजून आठवतो.

एकदा नदीपल्याडच्या कोकरूडमध्ये रात्री एक खेळ होता. चुलते कौतुकानं मला सोबत घेऊन गेले. त्या रात्री मला चक्क शाहीर अमर शेखांचा 'जाऊ तिथं खाऊ' हा कार्यक्रम पाहायला मिळाला. त्याच रात्री मी अस्सल जातिवंत लोकशाहीर म्हणजे काय असतो, त्याची डफावरची कडाडती थाप किती अप्रतिम आणि जादुभरी असते हे मला अनुभवायला मिळालं.

***''शौर्याची तव परंपरा
शिवबाच्या महाराष्ट्रावरून बघ जरा''***

हे शौर्यगीत गाताना पिंजारलेल्या केसांचे, रणातून गरगर ढाल फिरवावी तसा डफ वाजवत, सिंहाच्या धुंदीत नाचणारे अमर शेख मी कधीच विसरू शकणार नाही. मोरांचा पिसारा पाठीला बांधून 'डोंगरी शेत माझं गं मी बेनू किती' हे गीत गात त्यांच्या पथकातल्या मुली ढंगात नाचायच्या. देशप्रेम, महाराष्ट्र, शिवबा असे शब्द ओठावर यायचा अवकाश, हा जातिवंत शाहीर वेगळ्याच धुंदीने मस्त व्हायचा.

त्यानंतर पावसाळ्यात जेव्हा मी गाईगुरे घेऊन रानात जायचो, जेव्हा आभाळ भरून यायचं, ढग गरजून उठायचे, तेव्हा ते गरजणारे ढग मला कडाडता डफ

वाजवणाऱ्या अमर शेखांसारखे दिसायचे. एके दिवशी गुरुजींनी इंदापूरजवळच्या मोटार अपघातात अमर शेख मृत्यू पावल्याची बातमी सांगितली, तेव्हा बालमनाला खूप वाईट वाटले.

माझ्या शैशवातल्या चैतन्यपूर्ण रात्रींनी मला निसर्गाच्या खूप जवळ नेलं निसर्गाचा लळाच लावला. दसऱ्यानंतर भाताच्या लोंब्यांनी खळे भरायचे. रात्री दीड-दोन वाजताच माझे वडील आणि चुलते मला उठवायचे. पाच-सहा जनावरे खळ्यात खुंट्याभोवती बांधली जायची. पिंजर उपसायचे कष्टाचे काम वडीलमंडळी करायची. गुरांना हाकत त्यांच्यामागे खळ्यात चक्कर काढायचे काम माझ्याकडे असायचे. जेव्हा मळणी सुरू व्हायची, तेव्हा चंद्र अर्ध्या आभाळात स्थानापन्न झालेला असायचा. जसा चंद्र कलायला लागायचा, तशी भाताची गंजी कमी होऊ लागायची. खळ्यात लोंब्यांचा ढीग वाढायचा. जेव्हा चंद्र सलाम करून डोंगराआड होऊ लागायचा, पूर्वेच्या डोंगराला सूर्याची चाहूल लागायची तेव्हा मळणी संपत आलेली असायची. रात्रभरच्या श्रमाने जनावरे चाऱ्यासाठी आणि आम्ही सर्वजण सकाळच्या चहासाठी आसुसून जायचो.

पावसाळ्यात वारणेला मोठा पूर यायचा. घरची मंडळी 'घळ' नावाचे भले मोठे जाळे नदीमध्ये सोडायची. नदीच्या एका काठावरून दुसऱ्या काठावर त्यांचे लांब वाले (दोरखंड) नेलेले असायचे. लांबच लांब पिसारा असलेले ते जाळे नदी अडवायचे. त्याच्या तोंडातूनच पाण्याची मोठी धार खाली वाहायची. साधारण रात्री सातनंतर ही शिकार चालू व्हायची. धावत्या पाण्यातले अनेक छोटे-मोठे मासे पिसाऱ्याच्या गाठीत अडकायचे. रात्री जाळ्यातले मासे नाचू लागले की दोरखंडांना ताण बसायचा. वडीलधाऱ्या मंडळींना ते नेमके कळायचे. मग पिसारा ओढून तो ओहमा काठावर घेतला जायचा. चंदेरी माशांनी टोकऱ्या भरून जायच्या.

मासेमारीसाठी आम्ही असे रात्ररात्रभर जागायचो. काठावरच्या आंब्याखाली पिंजारावर, कडब्याच्या काठावर झोपायचो. खूप पाऊस पडायचा. अंगावर घोंगड्या आणि इरली असली तरी निम्मे शरीर भिजून चिंब व्हायचे. मग मध्यरात्री तिथेच तीन दगडांच्या चुलीवर रानात माशांचा रस्सा केला जायचा. रश्श्याच्या त्या वासाने आणि गोड्या पाण्यातल्या चवदार माशांच्या सेवनाने अंगातली थंडी दूर पळून जायची. पलीकडे शिराळा तालुक्यात गिरजावडे नावाचे ज्योतिर्लिंगाचे एक जागृत देवस्थान. ते आमचे कुलदैवत. त्याच्या चैत्री जत्रेला आम्ही मुले-माणसे सर्वजण सुमारे वीस किलोमीटर, दोन डोंगर चढत-उतरत, पायी चालत जात असू. रात्री छबिना निघाला की, तेथून पुन्हा माघारी वळायचे. दऱ्या-डोंगरांतून, खाच-खळग्यांतून उड्या मारत पुन्हा तितकेच अंतर चालून माघारी यायचे. जेव्हा मलकापूरच्या बाजारात घरचा बैल वा अन्य जनावर विक्रीला न्यायचे असेल तेव्हा चुलते रात्री

एकलाच उठवायचे. रात्रभर प्रवास करून, अठरा किलोमीटरचे अंतर आणि एक भला मोठा डोंगर चढून सकाळी आम्ही मलकापुरात पोहोचायचो. तेव्हा आभाळातला चंद्र आमच्या सोबतच बाजाराची वाट चालतोय, असं मला वाटायचं. पाऊस, थंडी आणि उन्हाळ्यातही आम्हाला या ना त्या कारणाने खूप चालावे लागायचे. सशाच्या शिकारीसाठी अनेकदा जाळी घेऊन डोंगर-दऱ्यांत बसायचे. पावसात अळिंबीच्या शोधासाठी जाळ्या, राने पालथी घालायची. माझ्या रात्री-बेरात्रीच्या, दऱ्या-डोंगरांतल्या भटकंतीने एक कायमची निशाणी ठेवून दिली आहे. अनेकदा पायांना ठेचा लागून माझ्या पायाची सर्व नखे वक्र झाली आहेत, बोटांचा आकार बदलला आहे. कारण ही सर्व रात्रभराची भटकंती अनवाणी पायानेच व्हायची. मुलांनी पायात वहाणा वापरायच्या असतात हे आम्हा कोणाला माहीतच नव्हते; त्यामुळेच मला प्रथम दहाव्या इयत्तेत असताना पहिली चप्पल लाभली. मात्र, बालपणातल्या रात्रींनी पायाच्या बोटांवर गोंदलेल्या त्या नक्षीदार खुणा अजूनही माझी संगतसोबत करत आहेत.

त्या धुंदावल्या रात्रींनी माझ्यावर अनंत उपकार केले आहेत. त्या रात्री मी अनुभवल्या नसत्या तर कोनरॅडच्या कथा वाचताना, हार्डीच्या कादंबऱ्यांतला निसर्ग चाखताना, मेलविनच्या 'मॉबी डिक'मधील निसर्गाची, माणसांची आणि माशांची नानाविध रूपं पाहताना अन् शरदबाबूंच्या श्रीकांत आणि बरोबर हुगळीच्या ओहमा काठाने रात्रीची भटकंती करताना मला जो कैवल्याचा आनंद लाभला, तो कधीच मिळाला नसता!

त्या धुंद रात्रींनीच मला मराठी लावणी वाङ्मयाच्या खोल दऱ्यांचे आणि गिरिशिखरांचे दर्शन घडविले आहे. अन्यथा 'पाडाला पिकलाय आंबा' आणि 'आई, मला नेसव शालू नवा' या पलीकडे लावणीला काही खोली असेल याची सहसा कोणाला कल्पना येत नाही. मला तर लावणीचे धागेदोरे मध्यभारतकालीन भक्त-वाङ्मयाच्या जवळपासच दिसतात. संत मुक्ताबाईंची एक गौळण पाहा -

''सांजसकाळी, भलत्या वेळी घरामध्ये घुसतो
दही-दूध, लोणी माठ फोडतो मस्करी माझी करतो
म्हणे मुक्ताबाई नव्हे गडे कृष्ण हा पांडुरंग दिसतो.''

म्हणजेच शृंगार आणि भक्तिरस एकमेकाला किती पूरक आहेत. कधी एकतारीची जागा तुणतुण्याने घेतली तर कधी तुणतुण्याच्या मदतीला एकतारी धावली ही सरमिसळ मोठी गंमतीदार आहे. पठ्ठे बापूराव तर लावणीचे विद्यापीठ होते. अनेक जुन्या लावण्यांतून मराठी भाषेच्या वळणाचा अन् गतीचाही अभ्यास करता येईल.

माणिक चौकातून जात असताना गोष्ट एक घडली
हा, हा,

हिरव्या रंगाच्या माडीवरी एक नार दृष्टी पडली
झाला मनाला भास आभाळात वीजच कडकडली
हा, हा,

हा लावणी वाङ्मयात आढळणारा 'माणिक चौक' ही काय भानगड आहे. त्या चौकाचा मी शोध चालवला, कारण तो अनेकदा डोकावून जातो. शेवटी मोल्सवर्थ साहेबांच्या शब्दकोशाने अर्थ सांगितला. सरदार-दरकदारांच्या वाड्याबाहेर पूर्वी जो बाजार भरायचा त्याला माणिक चौक म्हटले जायचे. दलित, पददलितांच्या बलिदानातून उभ्या राहिलेल्या मराठमोळ्या तमाशाकलेचा संशोधकांनी केलेला अभ्यास आणि त्याची घेतलेली नोंद वरपांगी असल्याचे भान मला ऐन उमेदीतील मी जागविलेल्या रात्रींनीच दिले.

सन १९९१ च्या पावसाळ्यात मी माझं बिऱ्हाड घेऊन गोरेगाव चित्रनगरीत आलो. तेथे माझी जॉइंट मॅनेजिंग डायरेक्टर म्हणून नियुक्ती झाली होती. आत स्टुडिओतच मागच्या बाजूला एक छोटेखानी बंगला म्हणजे माझे निवासस्थान होते. ट्रकमधून सामान उतरवले जात होते. फिल्मवाले कुठेही शूटिंग करू शकतात. मी माझ्या बॅगा आत घेत होतो. सोबत पत्नी, कन्या आणि सासूबाईही होत्या. अंधार पडत होता अन् माझ्या उंबरठ्याबाहेरच त्यावेळची टॉप चित्रतारका श्रीदेवी उभी होती. तिचा अल्लड, अवखळ चेहरा, भुरभुरत्या निळ्या रंगवलेल्या पापण्या, बाजूला एम्.एम.आय. लाइट्सचा झगझगता प्रकाश. सासूबाई बावरून माझ्याकडे पाहत होत्या. आपल्या लेकीला घेऊन, जावई कोणत्या मायानगरीत आले, अशी काळजी त्यांना वाटली असावी. इथल्या रात्री आणि दिवसही चित्र आणि विचित्र. सारी नकली दुनिया अन् फसवे चेहरे. माझी पत्नी अनेकदा गमतीने म्हणायची, "कॅमेरा, स्टार्ट, साउंड आणि ॲक्शन म्हटल्याशिवाय या चित्रनगरीत झाडांची पानेही हलत नाहीत."

इथल्या रात्रींनी मला अनेक गंमतीदार सोबती आणि आठवणीही दिल्या. मला प्रथमपासून दिलीपकुमार या नावाचे प्रचंड आकर्षण होते. विशेषतः 'अंदाज'मधील त्यांचा जाणता अभिनय अन् 'गंगा जमना'तला 'ये धनवा, क्या हुई गवा रे' म्हणत वैजयंतीमालेच्या गळ्यात पडून स्फुंदणारा रांगडा गंगा ही त्यांच्या अभिनयाची गिरिशिखरं होती. रिचर्ड बर्टनचा आवाज आणि दिलीपसाहेबांचे बोल मला खूप आकर्षून टाकायचे. व्ही. बाबासाहेब हे 'गंगा जमना'चे दिग्दर्शक. त्यांनी दिलीपसाहेबांची अन् माझी ओळख करून दिली. पुढे 'क्रांतिमैदाना'वरच्या मोठ्या स्टुडिओच्या भूमिपूजनाला मी दिलीपकुमार आणि माधुरी दीक्षितला बोलावले. दिलीपसाहेबांचा परिचय वाढत गेला. त्यातच सुधाकर बोकाडेंसाठी ते 'कलिंगा' या चित्रपटाचे दिग्दर्शन करू लागले.

मग दिलीपसाहेब स्टुडिओत आले की, मला बोलावून घ्यायचे. एकदा त्यांचे चित्रीकरण सुरू झाले की, मध्ये कोणालाच प्रवेश नसायचा. मी जरी दूर कोपऱ्यात दिसलो तरी ते मोठ्याने हाक द्यायचे, 'अरे विश्वासजी, आगे आइये।'' मग मला त्यांच्याशेजारी बसायचे भाग्य लाभायचे. त्या अभिनयसम्राटाचे दिग्दर्शन म्हणजे नटांसाठी एक क्लासच असायचा. ते स्वतःही 'कलिजा'मध्ये एक मध्यवर्ती भूमिका करत होते. या चित्रपटाच्या काही रशेस् मी पाहिल्या. एक उत्तम सिनेमा (जवळजवळ पूर्ण झालेला) अंतर्गत कुरबुरींमुळे अजूनही रिळांमध्ये पडून आहे; पण चित्रनगरीमध्ये अशा अनेक घटना घडतच असतात. कोण स्वप्ने पाहतो. कोण दुसऱ्याच्या स्वप्नावर पैसे लावतो अन् तिसराच कोणी कुबेर होतो!

माझ्या वयाच्या तिशीनंतर थोर संगीत दिग्दर्शक राम कदम माझ्या जीवनात आले अन् माझ्या आयुष्यातल्या सुमारे दोन-तीन वर्षांतील अखंड रात्री त्यांच्या जादुभऱ्या संगीताने आणि अस्सल लावण्यांच्या माधुर्याने भरून टाकल्या. मी

त्यांच्यासोबत खूप भटकंतीही केली. मराठी मातीतला सच्चा कलाकार म्हणून रामभाऊंबद्दल संगीतकार नौशाद यांना खूप अभिमान! तेव्हा रामभाऊंमुळेच माझा आणि नौशादसाहेबांचा स्नेह खूप वाढला होता. रामभाऊंसोबत मी पाली हिलच्या पलीकडे समुद्राच्या काठावर नौशादसाहेबांच्या जुन्या टोलेजंग बंगल्यात अनेकदा गेलो आहे. नौशाद हे युगप्रवर्तक संगीतकार असल्यामुळे त्यांच्या घरातील कपाटे कॅसेट्स, ध्वनिमुद्रित तबकड्यांनी भरून जावीत हे अपेक्षितच आहे. नौशादमियांच्या घरी एक वेगळीच गंमत पाहायला मिळाली. त्यांच्या घरातील अनेक भिंतींवर वाघांची वाळवलेली लोंबती कातडी आढळून आली. तेव्हा समजले की, नौशाद स्वतः एक उत्तम शिकारी होते. पूर्वी त्यांच्या अचूक निशाण्याने अनेक व्याघ्र टिपले होते; त्यामुळेच एका बाजूला सतारीसारखी अनेक वाद्ये आणि तिथेच काचेरी कपाटात उभ्या करून ठेवलेल्या, नीट साफसफाई केलेल्या चकचकीत दुनळी बंदुका असे अपूर्व दृश्य या एकाच संगीतकाराच्या घरी पाहायला मिळाले.

संगीताच्या सप्तराशीत न्हाऊ घालणारी नौशादमियांच्या घरातील एक अनोखी रात्र ही माझ्या 'मर्मबंधातली ठेव' ठरलेली आहे. एकदा रात्री सात-साडेसातला मी आणि रामभाऊ कदम त्यांच्या घरी गेलो. त्या दिवशी रामभाऊंना काय हुक्की आली कोणास ठाऊक! स्वारी भलतीच उत्साहात होती. रामभाऊ संगीतकार व्हायच्या आधी मिरजेला एक क्लॅरोनेटवादक होते. 'मराठ्याचं पोरगं बँड वाजवतंय' म्हणून त्यांची खूप हेटाळणी व्हायची. नातेवाइकांच्या टीका-टिपणीला ते कंटाळले अन् आपल्या पोरसवदा वयात चक्क मिरजेहून पळून आग्रा, दिल्ली करीत स्वारी लाहोरला पोहोचली. तेव्हा लाहोर हे हिंदुस्थानातील कलेचे एक मोहोळ होते. लखनौइतकाच नाच-गाण्यांचा रंग तिथे भरला जायचा. तिथल्या मीना बाजारात रामभाऊ एका कोठेवालीकडे पेटी वाजवायला राहिले. तिथे उत्तम कान आणि दिलदार मन असलेले अनेक अमीर-उमराव गाणी ऐकायला यायचे. त्या अव्वल दुनियेत रामभाऊंनी जवळपास दोन वर्षे कंठली.

अन् त्या रात्री समोर साक्षात नौशाद बसलेले. रामभाऊंचा आवाजही गोड होता. त्यांना एकाएकी लाहोरच्या बाजारातल्या त्या अवीट चिजांची सय आली अन् रामभाऊ स्वतः हार्मोनियम वाजवत गात राहिले. त्यातल्या अनेक चिजा नौशादना माहीत होत्या अन् अनेक ठाऊकही नव्हत्या. 'वाऽ राम, वाऽ' करत त्यांनी तबला मागविला. नेमका त्याच दिवशी दुपारी तबला दुरुस्तीला जावा ना! नौशादसाहेबांनी पत्र्याचा एक मजबूत डबा मागवून घेतला अन् ते स्वतः तबल्याचा ठेका धरू लागले. ऐन पावसात डोंगरातल्या

दोन नद्या कड्यावरून उड्या मारत याव्यात, धो धो वाहत राहाव्यात तशी ती मंतरलेली रात्र होती. नौशादमियांचे सर्व कुटुंब, नोकरचाकरही सभोवती गोळा झालेले. रात्री एकच्या दरम्यान आम्हाला काहीतरी खाण्याचा आग्रह केला गेला. थोडी पोटपूजा झाल्यावर पुन्हा ते दोन गंधर्व चांदण्याच्या झुल्यावर झोके घेऊ लागले. नौशादमियांनीही गंगा-यमुनेकाठच्या पुराण्या अस्सल चिजा ऐकवल्या. त्या भरात त्यांनी 'गाडीवाले गाडी धीरे हाक रे...' या गाण्याचे उगमस्थान असलेले मूळ राजस्थानी गीतही ऐकवले. पहाटेपर्यंत आम्ही त्या श्रावणसरीत भिजून चिंब झालो होतो. माझ्या दुर्दैवाने त्याच दिवशी माझा छोटा टेपरेकॉर्डर माझ्याजवळ नसावा ना! चला, रामभाऊ आपलेच आहेत, म्हणून मीही बेफिकीर राहिलो अन् पुढे अल्पशा आजाराने रामभाऊ अचानक जग सोडून गेले. लाहोरी चिजांचे सूर माझ्या कानाजवळ सोडून 'रात्र धुंदीत ही जागवा' (ही चीजही रामभाऊंचीच बरं) सांगून गेली ग बाई पंचीम रंगाली!' पाली हिलच्या बाजूला माझी मोटार कधी वळली, तर त्या मोहमयी रात्रीच्या आठवणीने माझा जीव अजूनही कासावीस होतो.

चित्रनगरीतील रात्री खूपच मोहमयी होत्या. ज्येष्ठ दिग्दर्शक बी.आर.चोप्रा तसे कधीकधी यायचे; पण जेव्हा येत तेव्हा माझी त्यांच्याशी गप्पांची मैफल रंगायची. चोप्रांचे सत्तर-ऐंशीतही देखणे आणि उंचपुरे व्यक्तिमत्त्व रुबाबदार दिसायचे. त्यांनी इंग्रजी वाङ्मयात एम.ए. केलेले. ते मूळचे दिल्लीतले पत्रकार. त्यांच्या गप्पांत कादंबरीकार राही मासूम रझांचा उल्लेख हमखास असायचा. 'नया दौर'च्या वेळी दिलीपकुमार आणि वैजयंतीमाला यांच्यासोबतच चित्रीकरणात जीव ओतणारे जेजुरी परिसरातले गावकरी, त्या हुरहुरत्या दिवसांच्या आठवणी ते रंगवून सांगायचे. ''चोप्रा, तू त्या घोडेवाल्याच्या गोष्टीवर पैसे लावण्याऐवजी सरळ रेसकोर्सच्या घोड्यावर पैसे लाव. तिथे चार चवल्या तरी वसूल होतील तुझ्या.'' हा मेहबूबसाहेबांनी त्यांना सुरुवातीला दिलेला इशारा ते आठवायचे अन् खूप हसायचे. चित्रनगरीत बहुतांश कलावंत खुशमस्कऱ्यांच्या कोंडाळ्यात मश्गुल असायचे. अगदी मराठी कलावंतही! अपवाद फक्त सदाशिव अमरापूरकरांचा. आपला शॉट संपला की, ते ग्रंथवाचनात वेळ घालवायचे. इथे अनिल कपूर तुसडा म्हणून कुप्रसिद्ध. तोच आमचा जगूदादा ऊर्फ जॅकी श्रॉफ कमालीचा माणूसवेडा; सर्वांमध्ये मिसळणारा. 'विश्वास, आय एम हाफ महाराष्ट्रीयन बरं' तो मधूनच आठवण करून द्यायचा. जॅकी रुपेरी पडद्यापेक्षाही प्रत्यक्षात दिसायला खूप सुंदर, रूपवान अगदी मदनाचा पुतळा; त्यामुळे कुठून कुठून त्याला अनेक मुली अन् स्त्रियाही भेटायला यायच्या. तो पाच-दहाजणांच्या कोंडाळ्यात गप्पा मारत असला अन् तिथेच कोणी आवडती रसिक टपकली तर 'अरे अभी आया रे' करून अचानक रात्रीचीच एक्झिट घ्यायचा

अन् तासाभराने पुन्हा तसाच प्रगट व्हायचा. या गड्यावर पोरींच्या कवितांचा, प्रेमपत्रांचा सतत वर्षाव सुरू असायचा. एकीने तर अकबरापासून ते केनेडींपर्यंत निरनिराळ्या पोषाखांत तो कसा उठावदार दिसेल याची सुंदर कल्पनाचित्रे पाठविली होती.

इथल्या चंदेरी रात्रीत मी अनेक वाघिणींनाही जवळून पाहिले. रेखा चित्रीकरणाला क्वचितच यायची; पण व्यायामाने तिने कमावलेला तिचा कसदार देह पाहिला की, उतारवय अथवा वार्धक्य कधी या बयेच्या आजूबाजूला फिरकणार आहे की नाही? अशी शंका यायची. श्रीदेवी कोणात न मिसळता आपला शॉट संपला की, गुंगी गुडियासारखी खुर्चीत बसून राहायची. बोनी कपूर सेटच्या जवळपास असला की, मात्र हास्याचे फवारे उडवत राहायची. नाचऱ्या डोळ्यांची मनिषा कोईराला तेव्हा इतकी बिझी नव्हती. ('बॉम्बे' अजून आला नव्हता) त्यामुळे ती (आपल्या लिमिटेड सर्कलमध्ये) मनमोकळ्या गप्पांचे फड रंगवीत राहायची. माधुरी दीक्षित ही व्यावसायिक यशाच्या अत्युच्च शिखरावर पोहोचलेली एकमेव महाराष्ट्रीयन कन्या! मात्र, तिच्याभोवती हिशेबी-व्यावसायिक गणिते सांभाळणाऱ्या लोकांचेच कडे असायचे. स्मिता पाटील स्वतः मोठी अभिनेत्री होतीच; पण तिच्याभोवती नेहमी गुणीजनांचा मेळा असायचा किंवा ती त्या मेळ्याकडे नेहमी आकृष्ट व्हायची; त्यामुळे तिला एकापेक्षा एक सरस भूमिका मिळत गेल्या. नर्गिसचा अत्युच्च अभिनय म्हणजे 'मदर इंडिया', मधुबालाचा 'मुगले आझम' तसा माधुरी दीक्षितचा ठसा असलेला अमका सिनेमा असे चटकन् सांगता येत नाही. मराठी कलावंत कोल्हापुरात शूटिंग करताना तिथल्या स्टुडिओमधून खूप रुबाब करतात; पण 'बॉलिवूड'मध्ये त्यांचा प्रभाव (अत्युच्च श्रेणीतले काहीजण सोडून) अगदीच केविलवाणा वाटायचा. प्रखर एम.एम.आय. लाइट्सच्या झगझगीत प्रकाशापुढे साठचा बल्ब दिसावा तशी त्यांची गत होत असे.

स्टुडिओतल्या चमकदार वाघिणींबरोबरच खऱ्याखुऱ्या जिवंत वाघिणींचे साक्षात दर्शन इथल्या रात्रींनी मला अनेकदा घडविले. गोरेगाव चित्रनगरीच्या शेजारीच नॅशनल पार्क असल्यामुळे आमच्या स्टुडिओ भोवतीच्या रानात रात्री-बेरात्री अनेक वाघ फिरताना दिसायचे. काही जनावरांच्या बसावयाच्या जागाही ठरलेल्या असायच्या. मी रात्री स्वतः जीप चालवत त्यासाठी फेरफटका मारत असे. एकदा रात्री तीन वाजता मी शरद वर्तकांना घेऊन खंडाळा घाटाच्या पायथ्याला (नाव खंडाळाच, घाटही तसाच पण चित्रनगरीतला बरं!) घेऊन गेलो. तेथे ओढ्याच्या कठड्यावर एक मोठी वाघीण बसलेली. जीपच्या

प्रखर प्रकाशात तिची कांती विलक्षण दिसत होती. आमच्या वासाने तिने जबडा फासला होता अन् वर्तकांची घाबरगुंडी उडाली होती. तेवढ्यात वाघिणीच्या समोरच दहा फुटांवर प्रेतासारखा झोपलेला एक मनुष्य उठला अन् माझ्याकडे चालत आला. अंगावरची चादर सावरत मला सलाम ठोकू लागला. तो आमचा बबन लाइटमन! कुठून तरी शूटिंग संपवून, दारूच्या नशेत येऊन तिथे झोपलेला. तोच आमची समजूत घालत होता, ''घाबरू नका साहेब, नाईट शिफ्ट संपली की, रोज रात्री मी इथे येऊन वाऱ्याला झोपतो. ही वाघीणही इथेच असते. फार प्रेमळ आहे. बच्चेवाली आहे ना साहेब.''

मी चित्रनगरी सोडली तरी तिथल्या माणसांनी आणि रात्रींनीही काही माझी पाठ सोडलेली नाही. एकदा ठाण्याच्या ऑफिसात उशिरापर्यंत काम करीत बसलो होतो. संध्याकाळी सात वाजता अचानक पुण्याहून किसनराव आले. किसनराव म्हणजे महसूल खात्यातले एक प्रेमळ आणि गुलछबू व्यक्तिमत्त्व. ते म्हणाले, ''चला, आटपा लवकर. तुम्हाला एके ठिकाणी मला तज्ज्ञ म्हणून न्यायचे आहे.'' आम्ही मध्य मुंबईत जेवण केले. किसनरावांसोबत एक पुण्याचा कोणी तरुण व्यापारी होता. त्याच्या परदेशी गाडीत फळा-फुलांच्या करंड्या आणि नव्या कपड्यांचे बॉक्सेस होते. मोटार फोरास रोडच्या बाजूने पलीकडे कॉंग्रेस हाउसकडे वळली. भडक मेकअप केलेले, कोणाला तरी हेरणारे, गरीब मुलींचे चेहरे दिसले. हा सारा परिसर सआदत हसन मंटो या प्रसिद्ध कथालेखकाने आपल्या लेखणीतून अजरामर केला आहे. त्याने घाटावरच्या एका स्त्रीच्या घामेजल्या चोळीचे केलेले बहारदार वर्णन त्याच्या 'खोल दो' या कथेइतकेच माझ्या मनात खोल रुतून बसले आहे. गाडी भलतीकडेच वळतेय हे लक्षात आल्यावर मी घाबरलो.

''किसनराव भानगड तरी काय आहे? कुठे चाललोत आपण?''

''आपले हे शेठ (तो पुण्याचा व्यापारी) आहेत ना, त्यांची एक कोठेवाली मैत्रीण आहे. खूप छान नाचते. तिचा वाढदिवस साजरा करायला निघालोत आपण.''

''अरे, पण तिथं माझं काय काम?''

''गाण्याच्या फर्माइशी सांगणार कोण? तुम्हीच! त्यातलं आम्हाला ओ की ठो कळत नाही. तेव्हा तज्ज्ञ माणूस सोबत असावा म्हणून ठाण्याहून वाकडी वाट करून तुम्हाला घेऊन आलोय महाराजा.''

मी त्यांच्या समवेत तो लाकडी, जुनाट अन् डुगडुगता जिना चढत होतो. रात्रीचे साडेअकरा वाजले असावेत. ती चाळ नाच-गाणे, वेश्याव्यवसाय करणाऱ्या मुलींचीच दिसत होती. अनेकजणी इकडेतिकडे जा-ये करत

होत्या. त्या तवायफची - बहुधा गुलाबीच नाव असावे तिचे - दहा बाय पंधराची खोली. सोबत दोन वडीलधाऱ्या बहिणी, आई असा तिचा संसार. बहिणीची कच्चीबच्ची तिने बाहेर बाल्कनीत झोपवलेली अन् नाचासाठी आतली जागा रिकामी केलेली. आमच्या पुणेकर शेठजीचा अन् तिचा खूप जिव्हाळा दिसत होता. शेठनी फळांच्या करंड्यांनी एक कोपरा भरून टाकला. त्या करंड्यांची तोंडेही व्हेल्वेटच्या रंगीत कागदांनी बांधलेली. सर्व कुटुंबच शेठची वाट पाहत बसलेले. गुलाबी साधारण पंचविशीतली देखणी तरुणी. अंगाने थोडीशी स्थूल; पण अतिशय चपळ. बरे, ही मंडळी गाणी ऐकता ऐकता मद्यप्राशनाला बसली; आता आपले काही खरे नाही, असे वाटून मी मोबाईलवरून एका मित्राला तिथे बोलावले. तो पलीकडेच फिल्म सेंटरमध्ये काही काम करीत होता.

गुलाबीच्या सर्व बहिणी प्रेमळ. गरिबीतही संसार चालवणाऱ्या त्या स्त्रिया होत्या. त्यांची चर्या खूप करुण दिसत होती. गुलाबीचे एक चार वर्षांचे मूल होते. ते अनेकदा उठायचे. नाचता नाचता ती मध्येच थांबायची. मुलाला झोपवून पुन्हा नाचायची. सारी बाजारू फिल्मी गाणी वाजवली जात होती; पण गुलाबीच्या बहिणी आपल्या सुरेल किनऱ्या आवाजाने त्यात गोडवा भरत होत्या. त्या दमट खोलीत, तुटपुंज्या उजेडामध्ये कोणी आपले असल्याची हुरहूर मला चाळवत होती. 'उमराव जान'मधील सोन्याने मढवलेल्या रेखाचे चित्र खोटे होते. इथे जाड्याभरड्या कपड्यांत, घामेजल्या अंगाने गुलाबी नाचत होती. 'उमराव जान'मध्ये कमालीचा सच्चेपणा होता, तो आशा भोसलेंच्या आर्त गीतांमध्ये, खय्यामच्या ठेक्यांमध्ये. 'पाकिजा'मधील तवायफच्या कोठीचा सेटही मला खोटा वाटत होता. त्यापेक्षा कॉंग्रेस हाउसचा तो काळा, भिजका, डुगडुगता जिना मला खूप सच्चा वाटत होता.

अचानक मला शोध लागला. अरे इथे मघापासून वाजणारी अवीट सूर आळवणारी हार्मोनियम माझ्या परिचयाची आहे. मी पटकन वादकाकडे पाहिले अन् फरकॅपमध्ये त्याने निम्मा झाकलेला त्याचा चेहराही ओळखला. अरे हा तर आपला शकील! ओ. पी. नय्यरपासून, खय्यामपासून ते आजपर्यंतच्या अनेक हिंदी गाण्यांत, हार्मोनियमचा स्पेशल कर्णमधुर तोडा ऐकला की, तो शकीलचाच (नाव बदलले आहे) समजावा. आशा भोसले आणि राम कदमांबरोबर रेकॉर्डिंग करताना आमच्याही गीतांना यानेच स्वरसाज चढवला होता. मध्येच चहा आला. एव्हाना मी शकीलला ओळखल्याचे त्याच्या लक्षात आले होते. तो जवळ आला. हात हाती धरून 'क्यूं विश्वासजी, कैसे हो?'' अशी जवळून चौकशी करू लागला. रेकॉर्डिंग स्टुडिओमधून 'ए ग्रेड' कलाकार म्हणून वावरणारा शकील इकडे कसा? माझा प्रश्न अनुत्तरित

राहिला होता. पुणेकरांनी दिलेली महागडी साडी नेसून, अर्ध्या तोंडावर घुंघट ओढून गुलाबी लाजत, मुरडत नाचली.

''मै हूँ दुल्हन एक रात की,
तू है दुल्हा एक रातका !''

हे गाणे झाले. पहाटेचा सुगावा लागायची वेळ झाली. मैफल आटोपत आली. पुणेकर मित्राचे मन आणि शरीरही तेथून बाहेर पडायचे लक्षण दिसेना. मदतीला बोलावलेल्या मित्राला घेऊन मी गडबडीने जिना उतरू लागलो. तोच वरून शकीलची हाक आली. त्याला माझ्यासोबतच बाहेर पडायचे होते.

आम्ही नळ बाजाराजवळच्या 'दिल्ली दरबार'मधील स्पेशल बिर्याणी खायला बसलो. ''माफ करा, मी थोडीशी घेणार बरं.'' शकील बोलला. त्याने घटाघटा अख्खी बाटली रिती केली. आता तो मदिरेच्या धुंदीत डोलत होता. 'कसम खाऊन' सांगत होता. ''मला इथं पाहून तुम्हाला आश्चर्य वाटलं असेल ना; पण ही आपली कर्मभूमी आहे बॉस! इथं पेटी वाजवतच मी स्टुडिओत गेलो. मोठा झालो; पण या माडीची मुहोब्बत संपली नाही बरं बॉस! अन् तुम्ही एक सांगा. तुमच्या त्या बड्या बड्या हिरॉइन्स एका टेकसाठी किती रिटेक घेतात हो? त्यापेक्षा आपल्या पोटासाठी, बहिणींच्या चिल्ल्या-पिल्ल्यांसाठी रात्रभर नाचणारी आमची ही गुलाबी कितनी सच्ची है, है ना? कोटीचे व्यवहार बोलणाऱ्या तुमच्या त्या बॉलिवूडपेक्षा आमचं फोरास रोडचं लॉलिवूडच ग्रेट आहे साब; म्हणून तर दिवसभर रेकॉर्डिंग केलं तरी रात्री ही माडी मला बोलावतेऽ! खूप मजा येतो साब!''

बालपणीच्या आणि नंतर चित्रनगरीतल्या काही रात्रींचा तुटपुंजा ताळेबंद मी या लेखात दिला आहे. यापेक्षाही अनेक चित्रविचित्र रात्रींचा अनुभव मी घेतला आहे. विशेषतः 'महानायक'च्या निमित्ताने ब्रह्मदेशासारख्या हुकूमशाही देशात कंठलेल्या रात्री. एका ब्रह्मी पोरीला मुस्लीम पोराने फूस लावली म्हणून मंडाले शहरात ब्रह्मी लोकांनी पेटवलेली एक मस्जिद, त्यात डोळ्यांसमोर जळालेले बहात्तर जीव. ज्याचे प्रतिबिंब एका अक्षरानेही दुसऱ्या दिवशी वृत्तपत्रात उमटले नाही - असे अनेक प्रसंग, चित्रविचित्र व्यक्ती, प्रवृत्ती, प्रदेश असा खूपसा प्रवास माझ्या वाट्याला आला आहे. रात्रीच्या गर्भातून चैतन्यदायी दिवस उगवतो म्हणतात; मलाही या अशा चित्रविचित्र रात्रींनी खूप समृद्ध बनवले आहे. वाघांच्या डरकाळ्या, नदीतील जाळ्यात चमचम करणाऱ्या मासोळ्या, नववधूसारखा नित्य नवा साज लेणारा आभाळीचा चंद्र, रानातल्या वाटा, चित्रविचित्र प्रवास यांच्या पुनर्प्रत्ययाचा आनंद जगातील श्रेष्ठ वाङ्मयकृती वाचताना मला येतो. टाळ-चिपळ्यांचे आवाज आणि चंद्रभागेच्या गार पाण्यात बुडी घेताना श्री विठ्ठल

पांडुरंगाचा गजरही आठवतो अन् मोरपंखी पदराआडून, झुबकेदार नथ बाजूला करत, कधी गुलाबी ओठपाकळ्या रोकडा सवाल करत राहतात –

''रात्री कुठं होता बोला ना
बोला ना ऽ हो ऽऽ सांगा ना.
खरं सांगा राया तुम्हा
विसर का हो माझा पडला
की कोण्या मेलीनं जादू टाकली ऽऽ
तळमळत्या जिवाला झाल्या अशा वेदना ऽऽ
ये सख्या ऽऽ
रात्री कुठं होता बोला ना!''

◆

महेश केळुसकर

घेऊ चंद्र उशाला...

घनघोर रात्र आहे... पाऊस कोसळतो आहे...

आमचं घर तसं एकाकीच. घर कसलं, शेतमांगरच तो. एक छोटासा मधला चौक नि मागच्या बाजूला पडवी. पावसाळ्यात झड मारायची म्हणून पूर्व-पश्चिमेच्या बाजूनं बांबूचे तट्टे बांधून तात्पुरत्या भिंती लावायचो. घरामागच्या वहाळाला पाणी चढायचं नि कित्येकदा पडवीतून आत शिरायचं. जेवणं-खाणं, कंदिलाच्या उजेडात अभ्यास करणं, एक डाळी अंथरून त्यावर सगळ्या भावंडांनी झोपणं हे सगळं त्या आठ बाय दहा फुटाच्या चौकात. पूर्वेकडे मातीच्या भिंतीला एक छोटी खिडकी... मागच्या आणि पुढच्या दरवाज्याला कोयंडा घालायचो.

सगळं चिनभीन. वडील बाहेरगावी गेलेले. घरात आम्ही भावंडं आणि आई. झोपलोच होतो सगळी तर अचानक घूंऽऽ घूंऽऽ असा विचित्र प्राण्यासारखा आवाज यायला लागला. मध्येच मोठा, मध्येच बारीक. बहीण जागी झाली, मग भाऊ, मग मी... सगळ्यांना जाग आली. वाटलं, कोणी तरस नाही तर कोल्हा किंवा लांडगा घराभोवती घिरट्या घालतोय. आवाज कुठून येतोय, आम्हाला काही अंदाज येईना. सातवीपर्यंतच्या वर्गात शिकणारी आम्ही सगळी कच्ची-बच्ची जाम घाबरलो.

आईनं दिवा लावला. हातात दांडा घेतला. म्हणाली, "मी बगून येतंय कोणाचो आवाज आसा तो..." सातवीतल्या बहिणीनं आईच्या कमरेला घट्ट मिठी मारली नि रडू लागली... "आई, तू भायर जाव नको... भूत आसतला

ता...'' आमचा सगळ्यांचा कलकलाट. तो आवाज आता मागच्या बाजूनं पडवीच्या तट्ट्यातून यायला लागला. आईनं हलका लाठीमार करून आम्हाला दूर लोटलं अन् मागच्या दरवाजाचा कोयंडा काढून ती सरळ पडवीत गेली. श्वास रोखून आम्ही बाहेर पाहू लागलो. आईनं ओळखलं की, आवाज प्राण्याचा नसून माणसाचा आहे. "कोण रे तो...? थय काय करतस तट्ट्यात?'' तिनं दरडावून विचारलं. तो आवाज थरथरत बाहेर आला... "वैनी, मारू नको गे-मी तो पांडगो-नवटाक जास्ती झाली. मारू नको माका. रस्तो चुकान इलंय खाली...'' आम्ही भावंडं पडवीत आलो. फाटक्या कपड्यातला, डोळे खोल गेलेला, भिजलेल्या कोंबड्यागत भीतीनं हातांचे पंख फडफडवणारा तो दारुडा मी आयुष्यात पहिल्यांदाच बघितला, तेव्हा मी इयत्ता चौथीत शिकत होतो.

का कोण जाणे; पण तेव्हापासून मला जगातल्या सगळ्या दारुड्यांबद्दल फक्त दया आणि माया वाटत आलेली आहे. मला कुठल्याही पिणाऱ्याचा राग येत नाही, अगदी त्यानं मला कितीही शिव्या दिल्या, तो ओकला-बिकला, त्यानं माझ्या शर्टावर दारू ओतली किंवा भांडण करून कुठंही राडा केला तरी... मला नाही राग येत त्याचा. माझ्या या मजबुरीला कदाचित त्या पहिल्या दारुड्याचं दर्शन कारणीभूत असावं.

चौथीत असताना माझं वय ते काय होतं नि मला कळत ते काय होतं! दारू म्हणजे काय, दारुडा म्हणजे काय... मला काही माहीत असण्याचा प्रश्नच नव्हता; पण म्हणतात ना - दाने दानेपर लिखा है खानेवाले का नाम।

तसे मला रात्रीचे पियक्कड बघण्याचा, भेटण्याचा योग येत गेला. दिवसा पिणारे अन् रात्री पिणारे यांच्यात तर जमीन-अस्मानचा फरक आहे. खानदानी पिणारे रात्रीच पिणार; ते कधीही दिवसा पिणार नाहीत. त्यांना फक्त रात्रीचीच चढत जाते. 'बूंद बूंद पर लिखा है पीनेवाले का नाम...' असं म्हणून ते एकावर एक पेग चढवत जातात नि 'घेऊ चंद्र उशाला...' असं म्हणत शेवटी झोपी जातात. पहिला दारुडा पाहिलेली ती रात्र नंतर वेगवेगळ्या मंतररूपांमध्ये मला भेटत गेली.

दारू पिऊन आपल्या बायका-मुलांना मारझोड करणारे, सगळ्या संसाराची वाट लावणारे अनेक बुद्धिमान आणि अडाणी दारुडे मी पाहिले आहेत. ते सगळं पाहून त्यांचे कुटुंबीय रडणार नाहीत, एवढा मनातल्या मनात मी रडलो आहे. मी दारू पिण्यासाठी आजतागायत कुणालाही प्रोत्साहन दिलेलं नाही, उलट दारू सोडण्यासाठी जमेल तेवढी मदतच केली. कुठल्याही पिणाऱ्याचा मी धिक्कार नाही केला, त्याच्यावर हात नाही उगारला, त्याला झोंबतील असे शब्द नाही बोललो. हे बरोबर की चूक मला माहीत नाही; पण व्यसनी पिणाऱ्यांच्या आयुष्याबद्दल मला कायम कुतूहल वाटत आलंय. ते का पीत असावेत? त्यांच्या घरी कोण कोण आहे? त्यांच्या वर्तन विसंगतीतही एक अदृश्य सुसंगती का आढळते? दारूमध्ये अशी काय जादू असते की ती माणसाला एकाच वेळी इनोसंट आणि व्हायोलंट करू शकते? दारू आणि अध्यात्म यांत काही परस्परसंबंध आहे का? वयाच्या दहाव्या वर्षापासून गेली बत्तीस वर्षं या प्रश्नांची उत्तरं मी शोधतो आहे.

फोंडाघाट हे माझं गाव. आमच्या त्या शेतमांगराची नि भोवतालच्या जमिनीची कोर्ट केस झाली. एका रणरणत्या भर दुपारी आम्हाला तेथून उठावं लागलं. नंतर मग तब्बल पंचवीस वर्षं आम्ही भाड्याच्या घरांमध्ये फिरत राहिलो. (आता तिथंच मूळ जागी आम्ही घर बांधलंय...)

हरकुळ रस्त्याच्या पलीकडे रानातल्या एका शेतवाड्यात राहत असताना मी शाळेतल्या सातवीच्या क्लासला संध्याकाळी कंदील घेऊन चार मैल चालत जायचो. वाटेत झिंगलेले लमाणी भेटायचे. भीती वाटायची. दुतर्फा किर्रऽऽ झाडी, कंदिलाच्या पिवळ्या उजेडात हलणाऱ्या झाडांच्या चित्रविचित्र सावल्या नि त्या पायवाटेवरून मी एकटाच शाळकरी जीव मुठीत घेऊन चाललोय... समोरून ते लमाणी... उघडेबंब, गळ्यात कसल्या कसल्या मण्यांच्या माळा घातलेले, आपापसांत कचकचून भांडणारे... आजूबाजूच्या झाडपाल्याच्या वासात त्यांच्या दारूचा उग्र वास मिसळलेला... चोळ्यांवर-घागऱ्यांवर आरसे लटकावलेल्या त्यांच्या बायका... त्यातल्या काही झिंगत चाललेल्या... गडद होत चाललेल्या

काळोखावरच जणू दारूचा अंमल चढतोय...

मग एकदम जुन्या बाजारात राहत असताना दारू पिऊन कोरड्या डुऱ्यात एका रात्री पडलेला आंधळा भोरपी आठवतो. त्याला बाहेर काढायला अख्खा आवाठ जमला. 'दारू पिऊन रात्रीचा कशाला चालतोस?' असं शिव्या देत त्याला विचारणाऱ्यांपैकी निम्मे लोक स्वतः पट्टीचे दारुडे होते. त्यातले दोघे म्हणजे मारुती आणि कलो. सख्खे भाऊ. पावसाळ्यात शेती आणि बाकी वर्षभर भाड्यानं बैलगाडी देण्याचा धंदा. आम्ही ज्या घरात राहत होतो, तिथं बाहेरच्या ओट्यावर एक मोठा चोपाळा होता. दिवसच्या दिवस मारुती त्या चोपाळ्यावर दारू पिऊन पडलेला असायचा. तो दुपारी घरीही जात नसे नि जेवतही नसे. रात्री पुतणे त्याला जेवायला बोलवायला यायचे. तो धुडकावून लावायचा. मग मध्यरात्री त्याची म्हातारी आई काठी टेकत हातात दिवली घेऊन थरथरत यायची. आपल्या लेकाला जागं करीत म्हणायची, "मारुतीऽऽ रे झिला... ऊठ बाबा... चार घास खावन् घे... ह्या दारवेन तुजो इदवस केल्यान रे... कसो सोन्यासारखो पोर होतो माजो देवा... काय रे ह्या बगूची पाळी ईली माज्यार..." मारुती जागचा हलत नसे. आयेनं पातेलीतनं आणलेली पेज तो अर्धा बसता होत घटाघटा पिऊन टाकायचा नि पुन्हा गुडूप झोपी जायचा. "घराकडे येत नायस?... पंदरा दिस हयसरच पडान आसस..." मारुती ग्लानीत हुंकार द्यायचा फक्त. म्हातारी मग निराश मनानं परत जायला निघायची, आपल्या नशिबाशी पुटपुटत... मध्यरात्री दूर दूर जात असलेला तिच्या काठीचा तो ठक ठक आवाज नि तिच्या घशातले घुसमटते आवंढे ऐकत, आठवीतला मी कितीतरी वेळ बाहेर अंधारात टक्क नजर रोखून बघत राहायचो... नि कधी समोरच्या डोंगरावर धप्प वणव्याचा जाळ दिसायचा!

एके दिवशी बिऱ्हाड हलवलं. 'घाटी'वर राहायला गेलो. मध्ये आठ फुटी रस्ता नि पलीकडे कैतानाचा अड्डा. त्याचा मुलगा आबू माझ्या वर्गात होता सातवीपर्यंत. मग शाळा सोडून अड्ड्यावर गिऱ्हाईकांना दारू द्यायला नि सायकलवरनं दारूचे फुगे आणायला लागला. कैतान स्वतः खूप प्यायचा नि बायकोला, पोरांना बडव बडव बडवायचा. भर रात्री पोरं घराबाहेर सैरावैरा पळायची. पोरांना पोटाशी घेऊन त्यांची माय रात्र-रात्र वळचणीला काढायची... कधी थंडीत कुडकुडत तर कधी पावसाची झड अंगावर घेत.

त्या पाच भावंडांत बस्त्याव म्हणजे एकदम भोळा-खुळा. मायचा त्याच्यावर अधिक जीव. कैतानची बायको म्हणजे ह्या पोरांची माय उसन्या-पासन्याला आमच्या घरी यायची. आईजवळ आपली कर्मकथा सांगायची. एके रात्री पात्रणे-बाराच्या सुमारास कैतानाच्या घरात कल्लोळ उठला. भेसूर रडण्याचा आकांत

उसळला. आम्ही सगळे झोपेतून धडपडत जागे झालो. आई कंदील घेऊन पुढचा दरवाजा उघडून समोर धावली. आम्ही बाहेर आलो. ''काकी, आमची माय आमका सोडून गेली गेऽऽ आमची माय मेलीऽऽ'' पोरांनी कालवा करीत आईला मिठ्या घातल्या. बाहेरच्या पडवीत आई त्या निराधार पोरांना समजावीत बसली. एकदम आतून तीरासारखा बस्त्याव आला आणि फीट येऊन आईच्या मांडीवर पडला... ''पाणी आणाऽऽ गो कांदो आणा-'' आई असं बोलतेय न बोलतेय तोच फीट आलेला बस्त्याव तसाच पडून, डोळे मिटून त्याच्या मायच्या आवाजात बोलू लागला, ''वैनी, ही पोरा आता निराधार झाली. बापूस तो तसो. ह्येंका टाकू नको गे. अडल्या-नडल्याक ह्येंका आदार दी. माज्या बस्त्यावाच्येर लक्ष ठेव...''

बस्स! केवळ दहा-बारा सेकंद. ती आपल्या लेकाच्या मुखातून शेवटची विनवणी बोलली नि बस्त्याव धाडकन उठून बसला. काही क्षणांपूर्वी मेलेली आपली माय आपल्या तोंडून बोलली, हे त्याला कळलं नव्हतं. बी.ए. होऊन मी घरी बेरोजगार होतो तेव्हाची ही गोष्ट. मला कळलं की, जगात बेरोजगारी असते, दारू असते, दारूवाल्यांच्या बायकांनाही जीव असतो, जगात भुतंही असतात आणि मुख्य म्हणजे 'आत्मा' नावाचं काहीतरी प्रकरण असतं.

मी नववीत असताना फोंड्याचं बिऱ्हाड आम्ही हलवलं नि सावंतवाडीला आलो. तिथं जागा बदलत बदलत शेवटी ख्रिश्चनवाड्यात मारीपास्कीन मायच्या घरात भाड्यानं जागा घेतली. 'आयमोरी घाट वाजता... मागण्याक हापयता...' ही येशूची कोंकणी प्रार्थना मी त्या घरात शिकलो. मे महिन्याच्या सुट्टीत मायचे तीन मुलगे, सुना आणि नातवंडं यायची. ती सगळी संध्याकाळी अंघोळ करायची. मग 'आयमोरीऽऽ'. उकडलेल्या चण्यांचा प्रसाद वगैरे झाल्यावर लगेच 'दारूकाम' सुरू व्हायचं. वय वर्ष पाच असलेल्या नातीलाही छोट्या चमच्यातनं जणू काय तीर्थच की मद्य पाजलं जायचं. सत्तर वर्षांची मारीपास्कीन दोन पेग चढवायची. सगळ्या कुटुंबानं एकत्र बसून प्रमाणशीर मद्यपान केल्यावर मग त्यांची जेवणं व्हायची. एकदा धमाल झाली. मायला अर्धा पेग जास्त झाली. मग तिचं नि मोठ्या सुनेचं मध्यरात्री भांडण लागलं ते पहाटेपर्यंत चाललं. त्या दृक्-श्राव्य मनोरंजनामुळे जागरणानं पहाटे आमचे डोळे सुजून लाल झाले. आमच्या अकरावीच्या क्लास टीचरनी शाळेत गेल्या गेल्या मला 'त्यांच्या भाषेत' विचारलं, ''काय रे, काल रात्री जास्त झाली काय-आं?''

मारीपास्कीनच्या घराच्या मागच्या बाजूला होडल्या मायचा शेतमांगर होता. त्या मांगरात गुणगो कुंभार, त्याची बायको, दोन मुली नि एक लहान मुलगा असा परिवार राहायचा. गुणग्या मडकी-बिडकी बनवत नसे. तो खंडानं शेती

कसायचा. सणावाराला शुभ्र धोतर नेसून, कपाळी टिळा लावून, गोरापान गुणग्या पूजा करायला बसला की, कोकणस्थ ब्राह्मणागत दिसायचा. नागपंचमीला हळदीच्या पानात स्वतः 'पातोळे' करायचा. 'सात कापे घावने' खावेत तर गुणग्याच्याच हातचे! आपल्या बायकोला पक्वान्न नावाची कोणतीही चीज करता येत नाही हे तो जाहीर सांगायचा. मग त्याची बायको लाडू म्हणायची, "रिण काडून सण साजरे करूक सांगले कोणी ह्या बापयाक...? आज पकवाना खायची नि फाल्या लोकांच्ये गाळी..."

गुणगो कुंभार बेफाम दारू प्यायचा; अगदी रोज. त्यानं कधीही बायको-पोरांवर हात उगारला नाही; पण पिऊन आला की, तो लाडूवर तोंडाचा पट्टा सोडायचा. त्याचं तासाभराचं प्रवचन संपलं की, ती फक्त एकच वाक्य उच्चारायची, "खूप झाला पेवान... आता जेवान घे..." पिठी-भात नि सुकाट त्याच्या मनाला येत नसे. कधीतरी मग तो आपल्या पाळलेल्या कोंबड्याची मान भर मध्यरात्री कोयत्याच्या धारेवर धरायचा. कोंबड्याच्या किंकाळ्या वाऱ्याबरोबर दूरवर पसरायच्या... मागच्या पडवीतून मी चोरून बघायचो. भयाण रात्र आहे. कुठेही लाइट नाही. गुणग्यानं त्या मांगराच्या बाहेरच्या पडवीत तीन दगडांची चूल लावलीय. लाकडं ढणढणताहेत. पिवळा-तांबडा उजेड आजूबाजूच्या झाडांवर पडल्यानं ती भुतांसारखी दिसताहेत. चुलीवरच्या मोठ्या टोपात कोंबडा रटरटतोय. शिजून झाला की, तो सगळा टोप गुणग्या पंधरा-वीस मिनिटांत एकट्यानं फस्त करायचा. लाडू दार उघडत नसे. मग विडी पेटवून गुणग्या तिथंच बाहेर घोंगडं अंथरून त्यावर ताणून द्यायचा. किर्रऽऽ अंधारात त्याच्या विडीच्या थोटकाचा लाल बिंदू बराच वेळ दिसत राहायचा...

पावसाळ्याचे दिवस होते. आम्ही जेवून झोपी गेलो. रात्रीचे साडेअकरा-पावणेबारा झाले असतील. अचानक मागच्या बाजूनं भालू ओरडते तसा आवाज ऐकू येऊ लागला. दचकून सगळी जागी झाली. कंदील लावून ते विचित्र, भेसूर रडणं ऐकत आम्ही बसून राहिलो.

भालू काही घरात घुसणार नव्हती; पण आईला राहवेना. तिनं माझ्या हातात कंदील दिला अन् काठी घेऊन मागचा दरवाजा उघडला. किर्रऽऽ काळोख होता. पाऊस रिपरिप पडत होता. कंदिलाच्या अंधूक उजेडात दिसलं की, गुणग्याच्या मांगरासमोरच्या काजूच्या झाडावर एक उघडी सावली उलटी लटकते आहे... कोण ते समजेना... आम्ही मोठमोठ्यानं लाडूला हाका मारायला लागलो. लाडू घासलेटचा दिवा घेऊन बाहेर आली. आईनं ओरडून सांगितलं, "अगो, व्हयता काय लटकताहा ता बग..." अर्धवट हसत, अर्धवट रडत लाडू तिथूनच ओरडून सांगू लागली, "अगे वैनी, भिया नुको... भूत नाय नि देवचार

नाय... आमचो बापयो तो... बाटली जास्ती झाली काय अशीच नाटका करता...'' एवढं तिचं बोलणं संपतं न संपतं तोच गुणग्यानं धापकन सुलटी उडी मारली नि मोठमोठ्यानं हसत, टाळ्या पिटत तो आम्हाला खिजवू लागला... ''फसवलंय की नाय सगळ्यांका! गुणगो कुंबार म्हणतत माका-मी काय सादारणसो असामी नाय...''

पैशांची नेहमीच चणचण असल्यानं आम्हाला कधी चांगल्या वस्तीत भाड्यानं जागा घेता आली नाही. जिथं घेऊ तिथं आजूबाजूला कंगाल माणसं असायची. त्या लोकांची आपली म्हणून एक जगण्याची पद्धत होती. आतापर्यंत मी शेकडो दारुडे बघितले असतील. नुस्ते बघितले नाहीत तर त्यांच्या चालण्या-बोलण्यात, वागण्यात नि जगण्यात मला सातत्यानं रस वाटत आला. फोंड्याला आम्हाला हायस्कूलमध्ये जोशी मास्तर होते चित्रकलेला. अतिशय शांत आणि प्रेमळ; पण मुलगा दारुडा निघाला. त्यानं आपल्या आईचे दागिने, बापाची पेन्शन, घरातली भांडी-कुंडी विकून खाल्ली. बायको त्याला सोडून गेली. शेवटी मास्तर खचले नि त्यांनी प्राण सोडला. ते म्हणायचे, ''माझ्या मुलाच्या आयुष्याचं चित्रं मात्र मी शेवटपर्यंत नीट काढू शकलो नाही...''

सावंतवाडीला कॉलेजच्या तिसऱ्या वर्षाला असताना कळसुलकर इंग्लिश स्कूलच्या मागं बॉबी फर्नांडिसच्या घरात भाड्यानं खोली घेऊन मी एकटाच राहायचो. घरमालक बॉबी चोवीस तास दारूच्या नशेत असायचा. त्याला दोन मुलं होती शाळेत शिकणारी. बॉबीची बायको कोंबड्या, डुकरं पाळून, शिवणकाम करून घरखर्च चालवायची. बिऱ्हाडकरूंच्या भाड्याचे थोडेफार पैसे मिळायचे. बॉबी कसलंच काम करत नसे. एखाद्या संध्याकाळी घरात कोणीच नसताना, येशूच्या फोटोसमोर मेणबत्ती पेटवून एकटीच उदास बसलेली माय मला अजूनही आठवते.

फोंडा, सावंतवाडी सोडून नोकरीनिमित्तानं मी रत्नागिरीला गेलो. तिथं नऊ वर्षं राहिलो. सुरुवातीला नाचणे गावात दोन खोल्या घेऊन आम्ही राहायचो. शेजारी रानड्यांचं बिऱ्हाड. रानडे आयटीआयमध्ये इन्स्ट्रक्टर होते. खूप दारू प्यायचे; तीही हातभट्टीची दारू. कुठंही पडायचे. मग कोणीतरी उचलून घरी आणून सोडायचा. रात्र-रात्र त्यांची बडबड चालायची. रानड्यांना दोन मुलगे नि एक मुलगी. सगळी बिचारी सालस. किरकोळ अंगकाठीच्या रानडे काकू राब-राब राबायच्या. आपल्या नवऱ्यामुळे लोकांना त्रास होतो, याबद्दल त्यांना अपराधी वाटायचं. त्या व्रतं-वैकल्ये करायच्या; पण देव पावत नसायचे. त्या अड्ड्यांवर जाऊन 'रानड्यांना दारू देऊ नका...' असं हात जोडून विनवणी

करायच्या; पण अड्डेवालेही पावत नसायचे. एके रात्री काकूंना आकडी आल्यासारखं झालं नि त्यांचे हातपाय ताठ झाले. मुलं बावरून गेली. रानडेंची सगळी खाडकन उतरली. ते मोठमोठ्यानं मदतीसाठी हाका मारू लागले. मी आणि भाऊ धावत गेलो. बघतो तर काकूंचं सगळं अंग थंड! रानडे कांदा-बिंदा घेऊन घरातल्या घरात इकडे-तिकडे धावताहेत. काकूंच्या डाव्या-उजव्या पायांचे तळवे मी आणि भावानं जोरजोरानं घासायला सुरुवात केली. नाकाशी कांदा धरला. त्यांच्या मुलीला कॉफी करायला सांगितली. हळूहळू काकू हलू लागल्या. मग त्या उठून बसल्या. कॉफी प्याल्या. रानडे पश्चात्तापानं सारखी बायकोची माफी मागू लागले. "पुन्हा कधीच पिणार नाही..." असं वचन वारंवार घोकू लागले. दुसऱ्या दिवशी संध्याकाळी रानडे भेलकांडत झिंगून येताना दिसले.

एक्याण्णवमध्ये बदली होऊन मी मुंबईला आलो. फोंड्यात, सावंतवाडीत किंवा रत्नागिरीसारख्या गावांत अनेक लोक दारू पिणारे असतील; पण आपल्या

पिण्याबद्दल त्यांना अपराधी भावना असते. दारूबद्दल उघड काही बोलणं निषिद्ध समजलं जातं; पण मुंबईत पिणाऱ्यांना फारशी लाज नसते, असं माझ्या लक्षात आलं. इथं पार्ट्यांचं फॅड अधिक. कोणी पादला तरी लोक लगेच पार्टी करणार. अनेक पुरुषच काय; पण चांगल्या चांगल्या बायका झिंगून बहकलेल्या मी मुंबईतल्या पार्ट्यांत पाहिल्या आहेत. बऱ्याचशा अवैध मंजुऱ्या बारमध्ये दिल्या जातात. मला येऊन सहा महिनेही झाले नसताना एकदा एक इसम भर दुपारी ऑफिसमध्ये आला. त्याला रेडिओवर कार्यक्रम करायचा होता. हातातलं काम आवरून मी त्याच्याकडे पाहिलं तर त्याचा प्रश्न, ''साहेब, मग आज संध्याकाळी 'बसू या' का?'' मला वाटलं, त्याला कार्यक्रमाविषयी चर्चा करण्यासाठी वेळ हवाय. मी म्हटलं, ''संध्याकाळी पुन्हा मी बिझी असणार. आताच बसू या. बोला.'' तो उडालाच! भर दुपारी ऑफिस चालू असताना बसणारा म्हणजे हा फारच पराक्रमी साहसी अधिकारी दिसतोय या अर्थानं तो माझ्याकडे आदरानं नि आश्चर्यानं बघू लागला. ''चला, तर मग - निघू या,'' तो म्हणाला. मग मी त्याच्याकडे आश्चर्यानं बघू लागल्यावर त्यानं खुलासा केला. मी शांतपणे दरवाजा उघडून त्याला बाहेर मार्गस्थ केलं.

त्र्याण्णव-चौऱ्याण्णवची गोष्ट. प्रदीप भिडे आणि मी 'जुहू सेंटॉर'मध्ये एका चित्रपट निर्मात्यानं ठेवलेल्या मुहूर्ताच्या पार्टीला गेलो. अशा प्रकारच्या पार्टीचा माझ्यासाठी तो पहिलाच प्रसंग. एका मोठ्या हॉलमध्ये मंद लाइटमध्ये सरंजाम करण्यात आला होता. अनेक मोठ-मोठे नट, नट्या, दिग्दर्शक, संगीतकार, गायक, पत्रकार तिथं हजर होते. मुहूर्त सोहळ्याचं सूत्रसंचालन करण्याचं काम प्रदीपकडे होतं. तो 'डायस'वर गेला नि एका कोपऱ्यात उभा राहून मी माझ्या डोळ्यांचा कॅमेरा दृश्यावरून फिरवू लागलो. तिकडे भाषणं-बिषणं, हार-तुरे चालू होते; पण लोकांना त्यात रस नव्हता. दारूचा मुहूर्त कधी होतो याची ते वाट बघत होते. शेवटी शॅम्पेनचा फेस उसळला आणि लोकांनी काउंटरवर एकच गर्दी केली. पेगामागून पेग रिचवले जाऊ लागले. एक लिंबू-सोडा घेऊन मी पुन्हा कॉर्नर पकडला. प्रदीपनं ॲपल ज्यूस घेतला. माहौल रंगू लागला. एक निर्माता-दिग्दर्शक आघाडीच्या तरुण नटीभोवती रेंगाळू लागला. ती बिअर घेत होती. दोन-तीन ग्लास झाल्यावर तिचा पदर सहज म्हणून घरंगळू लागला. ती नको इतकं हसू लागली. या एवढ्या कृतीनं तिला पुढचं पिक्चर तिथल्या तिथं मिळालं असणार. बहुतेक लोक धंद्याच्या गोष्टी करीत होते. कोणी कोणाला कशा टोप्या घातल्या, कोण कोणाला लागू आहे, पब्लिसिटी किंवा करपरती कशी मॅनेज करायची याबाबत चर्चा रंगात आली होती. थोडं गॉसिप, काही वास्तव. एक रिपोर्टर व्यवस्थित जागा पकडून नुकत्याच झालेल्या समारंभाची

'कॉपी' लिहीत होता. त्याच्या समोरचा भरलेला ग्लास पटापट रिकामा होत होता. तो अर्धा ग्लास घटाघट प्यायचा, चिकन टिक्काचे दोन तुकडे तोंडात टाकायचा नि मग चार-पाच ओळी सलग लिहायचा. मी हळूच त्याच्याजवळ जाऊन बसलो. मला बावळटात काढून तो म्हणाला, "बघ कॉपी कशी आहे ते. काम पहिलं. दारू-बिरूची आपल्याला किंमत नाय–" असं म्हणून त्यानं पुन्हा ग्लास भरला. मी कॉपी बघितली आणि प्रत्येक ओळीतून वाहत असलेली प्रशंसेची दारू मला दिसली. मुहुर्ताच्या रिपोर्टमध्येच तो भावी पिक्चर सुपरहिट होणार हे त्या लीडिंग रिपोर्टरनं छातीठोकपणे लिहिलं होतं. मी उठलो. शाकाहारी जेवण चांगलं होतं. आम्हाला दुसरं काही काम नसल्यानं सर्वांत आधी छानपैकी जेवून प्रदीप आणि मी तिथून बाहेर पडलो. आपल्या गाडीनं त्यानं मला पार्ले स्टेशनवर सोडलं. मी लोकलमध्ये बसलो तेव्हा लिंबू-सोड्याच्या हँगओव्हरनं डोकं जड झालं होतं.

मुंबईत पिण्याला धरबंद नाही. एकावेळी फक्त दहा-बारा रुपयांत फुल नशा मिळवणारे आहेत आणि बसल्या बैठकीत दहा हजारांचा चुराडा करून पिणारेही आहेत. श्रीमंतांची एक वेगळीच स्टाइल असते. ते करतात ते ड्रिंक आणि पब्लिक पितं तो बेवडा. बेवड्यामध्ये बूटपॉलिश मिसळून नशा वाढते. ब्याण्णव की त्र्याण्णवमध्ये मुंबईत 'छाया बार ट्रॅजेडी' घडली. नायर, सायन, केइएम हॉस्पिटल्सचे वॉर्ड्स भरून गेले. मुडद्यांमागून मुडदे बाहेर येऊ लागले. ते सगळे मजूर, हमाल, हातगाडीवाले, सटरफटर वस्तू विकणारे असे गरीब लोक होते. त्यांनाही आपल्या पद्धतीनं - दारू पिऊन - नववर्षाचं स्वागत करायचं होतं. ते कंट्री प्याले. बूटपॉलिश मिसळलेली. काही ओकाऱ्या येऊन मेले. काही कायमचे अपंग झाले. 'छाया बार ट्रॅजेडी'वर कार्यक्रम करण्यासाठी दुसऱ्या दिवशी मी गाडी घेऊन गेलो. अकरा वर्षांच्या मुलापासून सत्तर वर्षांच्या म्हातारीपर्यंत त्या दारूची शिकार झालेले लोक 'नायर'मध्ये विव्हळत होते. मी माइक समोर धरला की, ती माणसं रडू लागायची. आपली कर्मकहाणी सांगताना त्यांच्या चेहऱ्यावर शरम, दैन्य आणि अगतिकता उमटायची. घशात आवंढे यायचे. आम्ही थांबत-थांबत रेकॉर्डिंग केलं. नंतर समाजसेवक, मानसशास्त्रज्ञ, बारमालक, पोलीस वगैरे लोकांच्या मुलाखती घेतल्या. महाराष्ट्राच्या तत्कालीन दारूबंदी उत्पादन शुल्कमंत्र्यांनी शेवटपर्यंत बोलणं टाळलं. कार्यक्रम ऐकून ते रागावले; पण त्याला त्यांचा नि आमचाही इलाज नव्हता. संपूर्ण महाराष्ट्रात त्यांची लाज उघडी पडली होती.

शेकड्यांनी कवी-लेखक-समीक्षक-प्राध्यापक-कलावंत वगैरे पिताना मी पाहिलेले नि ऐकलेले आहेत. एकेकावर एकेक एपिसोड लिहिला तर तीन-चार वर्षं 'डेली

सोप’ चालेल; पण मी तसं करणार नाही. माझ्या पोटात दारूपेक्षा रहस्यं अधिक दडतात, या त्यांच्या अनुभवाला मी धक्का लावणार नाही. काय असेल ते असो; पण दारू प्याल्यावर माणसांचे मुखवटे गळून पडतात, एवढं मात्र खरं! कुणाचं नाव न घेता एक प्रसंग मला सांगावासा वाटतो.

एकदा काय झालं, एका कविमित्राच्या वाढदिवसानिमित्त त्यानं खारदांड्याच्या समुद्रावर आम्हाला पार्टी दिली. आठ-नऊ कवी होते-रोमँटिक, नॉस्टॅल्जिक, सामाजिक, विद्रोही वगैरे! खारदांड्याला कोळीवाडा जिथं संपतो तिथं समुद्रकिनाऱ्याला लागून सिमेंटचा एक चौकोनी कट्टा आहे. रम, व्हिस्की, बिअर, चणे-शेंगदाणे, तळलेले बोंबिल-बिंबिल असा सगळा थाट होता. लाइट नाही. अंधूक चांदण्याचा जरा हुरहुर लावणारा उजेड; समुद्राच्या पाण्यावर आणि इकडे मंतरलेल्या पाण्यावर सांडलेला... आधीच मोकळे असलेले कवी आणखी ढाकळे होऊ लागले.

जो विद्रोही कवी होता, आदिवासींच्या जगण्यावर अप्रतिम अस्सल कविता लिहिणारा; तो सारखा बडबडत होता. त्याचं म्हणणं होतं की, रोमँटिक कवी काल्पनिक खोटं खोटं लिहितात, टाळ्या मिळवण्यासाठी शब्दांच्या युक्त्या करतात. मग पाऊण-एक तास फक्त पिण्यात दंग असलेला रोमँटिक कवी खवळला. त्यानं विद्रोही कवीला चॅलेंज केलं. रोमँटिसिझमवाल्यानं सांगितलं की, त्याचा जो अनुभव आहे तोच तो लिहिणार. सगळ्यांनीच आदिवासींवर किंवा अनुभव नसताना सामाजिक कविता लिहिल्या तर त्या खोट्या होणार. दोघांचं भांडण मुद्द्यावरून गुद्द्यावर आलं. दोघंही एकमेकांच्या अंगावर धावून जाऊ लागले. दोघांना आवरता-आवरता बाकी सगळ्यांची एका झटक्यात उतरली.

रात्रीचा दीड वाजलेला. मंडळी मग प्रेमानं समुद्राकडे पाहू लागली. समुद्र हाच एकमेव अस्सल कवी आहे, या मुद्द्यावर स्थिर झाली. मग अस्सल कवीला भेटण्यासाठी म्हणून कट्ट्यावरचा एकेकजण समुद्रात उतरू लागला. मोठमोठे खडक ओलांडत, कविता म्हणत एकेक कवी समुद्राच्या दिशेनं जाताना इकडे पार्टी यजमान कविमित्राचं काळीज लकलकू लागलं. ‘आत जाऊ नका-भरती आहे...’ असं तो ओरडून सांगू लागला. सगळे कवी आत समुद्राच्या पाण्यात! मोठमोठ्या लाटा किनाऱ्यावर धडका देत होत्या. एक सणसणीत लाट आली नि तिनं दोन-चार कवींना फटाक्कन वाळूत लोळवलं. त्यातल्या एकाला पाणी आत ओढून नेऊ लागलं; मोठा गिल्ला झाला. यजमान कविमित्रानं सगळ्यांना शिव्या घालत किनाऱ्यावर कोरड्या ठिकाणी ओढून आणलं. आपण अकाली समुद्राला देहदान केलं तर मराठी कवितेच्या जगात फार मोठी पोकळी निर्माण होईल असं पटल्यावरून की काय बहुतेक सगळेजण मुकाट्यानं परत फिरले.

वेस्टर्न लाइनवरचे रिक्षा-बिक्षा करून घरी परतले. आम्ही सेन्ट्रलवाले तिघेजण

अडकलो. त्यात तो विद्रोही होता. सांताक्रूझच्या झोपडचाळीत राहणाऱ्या मित्राकडे आम्ही चालत गेलो. सात बाय दहाची त्याची खोली. खूप प्रेमानं त्यानं झोपायला जागा करून दिली. जमिनीला पाठ टेकताच मी झोपून गेलो. विद्रोहीनं परत आपलं भाषण सुरू केलं. बरोबरच्या दुसऱ्या कवीला तो तावातावानं काही सांगत होता. मला अर्धवट ऐकू येत होतं. अचानक विद्रोहीनं आपल्या बॅगेतली बाटली काढली. अर्धी घटाघट पिऊन अर्धी आम्हा दोघांच्या अंगावर ओतून त्यानं रिकामी केली. मी धडपडत उठून बसलो. विद्रोही हिंस्त्र दिसत होता. मुखवटा गळून त्याचा ओरिजिनल चेहरा, झिरो बल्बच्या पिवळ्या मलूल उजेडात एखाद्या रानडुकरासारखा भासत होता. 'यापुढे आयुष्यात कधीही, कुठंही मी तुझ्याबरोबर बिअर प्यायलासुद्धा येणार नाही...' एवढं एकच वाक्य बरोबरचा कवी बोलला नि विद्रोही हमसहमशी रडू लागला. छाताडात गोळी लागून धाडकन धूड पडावं तसा तो कोसळला. मलाही रडू येत होतं; पण मी ओठ मिटून छताकडे बघत पुरी रात्र जागा राहिलो...

रात्रींच्या आठवणीच आठवणी आहेत अशा कितीतरी माझ्यापाशी पिणाऱ्यांच्या. किती सांगाव्यात! गाणाऱ्याला जसं सांगता येणार नाही की त्याच्या गळ्यात सूर कुठून येतो, तसं पिणाऱ्यालाही सांगता येणार नाही की, तो का पितो-पिऊन आनंद होतो की दुःख होते याबद्दलही निश्चित काय नि कसं बोलणार! रॉय किणीकर यांच्या शब्दांत सांगायचं झालं तर फक्त एवढंच म्हणता येईल -

ये मिटून जाऊ दंश जोवरी ओला
मृद्‌गंध पांघरून घेऊ चंद्र उशाला...

◆

अशोक राणे

सावल्या

... रात्रीचे बारा वाजत आलेले. सर्वत्र भयावह शांतता, सामसूम, सन्नाटा...! त्यात फक्त दोनच आवाज... अतिशय गूढ... मूळची सामसूम अधिक गहिरी करणारे... माझी आई आणि शेजारची प्रभावतीवहिनी दोघींचं दबक्या आवाजातलं बोलणं आणि जात्याची एका लयीतली घरघर... आणि हो, दोघींच्या हातातल्या बांगड्यांची किणकिणसुद्धा... थोड्या वेळापूर्वीच त्यांनी जात्यावरचं दळण आटोपलेलं. आता तोही आवाज नाही. जात्यातलं पीठ काढताना होणारा सोडनाचा (जात्याला चिकटून राहिलेलं पीठ काढण्यासाठी वापरला जाणारा छोट्या ब्रशसारखा झाडू) आवाज तेवढा आहे. रात्रीच्या त्या नीरव शांततेत तोही स्पष्टसा ऐकू येतो आहे. मी आईच्या मांडीवर डोकं ठेवून तिचा पदराचा आडोसा करून हे सारं पाहतो आहे... ऐकतो आहे... प्रभावतीवहिनीच्या पाठीकडे असलेल्या खिडकीकडे आणि तिच्या उजव्या हाताला असलेल्या उघड्या दाराकडे, दाराबाहेरच्या व्हरांड्याकडे. पलीकडच्या जिन्याकडे पाहायचं धाडस मात्र माझ्यात नाही. मधूनच एखादा कटाक्ष तिकडे टाकून मी पुन्हा आईच्या पदराआडून त्या दोघींकडे आणि जात्याकडेच तेवढं पाहतो आहे. दळताना पसरलेला पाय आणि माझं मांडीवरचं डोकं यामुळे आईचा पाय पार आखडून गेला आहे. ती तसंच मला हलवत म्हणतेदेखील,

''ह्या मेल्याक आपल्या जागेर झोपोक होता काय? बघोचा तेवा ह्यो असाच पदराक चिकटोन...''

ती मला दूर करू पाहायची तसा मी तिला आणखी बिलगायचा...

...आणि मग आईला तो आवाज ऐकू यायचा...मग ती एकदम कान टवकारायची. खुणेनेच वहिनीला गप्प करायची...तिचं त्या आवाजाकडे लक्ष वेधायची...वहिनीला कसलाच आवाज ऐकू यायचा नाही. मला मात्र ऐकू आल्यासारखं वाटायचं. अर्थातच तो भास असायचा. मी जाम घाबरलेला असायचा. आता आईचा पदर चेहऱ्यावर अधिकच ओढून घ्यायचा. फक्त चोरून पाहावं तसं आई आणि वहिनीचे चेहरे पाहात राहायचा...त्यांच्या चेहऱ्यांवरचे भाव, विशेषतः आईच्या, मला पार घाबरून टाकायचे...वहिनी मात्र शांत असायची. ती म्हणायचीदेखील,

"आई, तुमाला बरे कसले न कसले आवाज ऐकू येतात."

आई तिला पुन्हा खुणेनेच गप्प राहायला सांगायची...त्या आवाजाचा पुन्हा कानोसा घ्यायची...तिला तो ऐकू यायचा...आणि ती म्हणायची,

"बघ इलो आता...?...शू...शू...शू...रांडेचो चाळो झालो सुरू..."

कधीकधी वहिनी उठायची आणि एकटीच जिन्याशी जाऊन यायची.

"कोन नाय...उगाच तुमचं काय तरी..."

आणि तरीही आईचं असायचंच.

"...गो असा काय करतंस...रांड सारखी शू...शू...करता हा...थांब तिचो बंदोबस्त करोया..."

आई उठायची. मी तिला तसाच बिलगूनच उठायचा. ती देव्हाऱ्याशी जायची. तिथे पेटाऱ्याच्या आकाराच्या एका चपट्या डबीत शिर्डीहून आणलेली साईबाबांची उदी असायची. आई ती डबीच घ्यायची आणि निघायची...त्याही अवस्थेत तिच्या कमरेला मिठी मारून आणि पदरात तोंड खुपसून मी आणि आमच्या मागून वहिनी... आई 'साई...साई...' असं पुटपुटत चिमटीनं ती उदी आमच्या दारापासून पेरत निघायची ती थेट जिना उतरून खालपर्यंत यायची. खाली शेवटच्या पायरीवर आली की हाताच्या तळव्यावर उदी घेऊन फुंकायची आणि म्हणायची,

"हाड रांडे जा तकडे..."

पुन्हा त्याच क्रमाने आमची वरात वर यायची. भुताचं अस्तित्व जाणवून काहीशी घाबरून त्याचा बंदोबस्त करायला निघालेली आई आणि त्या कुणा 'रांडे'चं अस्तित्व अद्यापही अजिबात न जाणवलेली, न घाबरलेली बेडर वहिनी या दोघींमध्ये मी... त्या वहिनीचा भुताखेतांवर बहुधा विश्वास नसावा किंवा तिला त्यांची अजिबात भीतीतरी वाटत नसावी.

"तुमाला बरी चाहूल लागते तिची सदान्‌कदा..."

"गो...वली बाळंतीण ना ती...जालीम भूत ता...ती असो तरास देत रव्हतलीच..."

थोड्या वेळाने वहिनी आपल्या घरी जायची. जिन्यापलीकडेच तिचं घर. ती घरी पोहोचेपर्यंत आमच्या अर्धवट उघड्या दारातून आई तिच्याकडे लक्ष ठेवायची. वहिनी मात्र बिनधास्तपणे जिना ओलांडून जायची. विशेष म्हणजे त्या ओल्या बाळंतिणीचं घर तिच्या घराला लागूनच होतं. तिने आपलं दार ओढून घेतलं की, आई आमच्या दाराची कडी लावायची. आईच्या कुशीत शिरून मी झोपलो तरी आई अजून त्या आवाजाचा अंदाज घेत आहे असं वाटायचं... मी अधिकच घाबरून जायचा.

आई-वडील आपल्याला जन्म देतात... पुढच्या वाटचालीसाठी संस्कारांची आणि त्यांच्या अनुभवांची शिदोरी देतात. मलाही हे सारं मिळालं; पण त्याचबरोबर माझ्या आईने आणि वडिलांनीही मला भुतंदेखील दिली. विशेषतः आईनेच! या ना त्या स्वरूपात आणि अत्यंत अविश्वसनीयरीत्या आजवर माझ्या 'सोबत' राहिलेल्या भुतांची ही कथा...

दक्षिण गुजरातमधल्या नवसारीत रायचंद चाळीत राहत असताना माझ्या वडिलांना आलेला भुताचा अनुभव मी कितीदा तरी वडिलांकडून, मोठ्या भावंडांकडून आणि अर्थात आईकडून ऐकला होता. दुसऱ्या पाळीवरून मध्यरात्री वडील परत

यायचे तेव्हा म्हणे एक केस मोकळे सोडलेली बाई जिन्यात वाट अडवून बसलेली असायची. वडील म्हणे तिला, 'ऊठ रांडे' म्हणत जोरात लाथ घालायचे आणि वर यायचे. भुताला न घाबरणारे, इतकंच नाही तर सरळ लाथ घालणारे आमचे बाबा आम्हा सर्व भावंडांना खूपच शूरवीर वगैरे वाटायचे; परंतु नवसारीच्या त्या चाळीत जिन्यात आडवी येणारी ती बया आणि त्याही आधी मुंबईत प्रभादेवीला नागू सयाजीच्या वाडीत राहत असताना आलेला त्यांना अशाच प्रकारचा अनुभव यातली एक समान गोष्ट मात्र माझ्या मनात कायम राहिली. तिच्याविषयीचं कुतूहल कायम राहिलं... आणि ते म्हणजे भुताला लाथ घालणारे वडील... भूत म्हणजे म्हणे फक्त वारा... म्हणजेच घन स्वरूपात नसलेलं एक पोकळ 'अस्तित्व'...असा समजच आहे मुळी! आणि मग 'त्याला' लाथ...? माझ्या बालमनात प्रश्न उमटत राहायचे. माणसाला भुताला मारावसं वाटतं याची गंमत आणि कुतूहल मला मात्र कायमचं वाटत राहिलं. खूप नंतर कधीतरी अर्धवट लिहिलेल्या माझ्या एका नाटकात हिल स्टेशनवरच्या एका आडवळणाच्या हॉटेलातला, स्वतःच भूत वाटेल असा नोकर सतत...'रांडंची लागू दे हाताला दावतोच तिला इंगा'...असं म्हणत राहतो. कारण दर अमावास्येला रात्री बरोबर बारा वाजता त्याला ती दिसते...पांढरं लुगडं...क्यास सोडलेलं...मळवाट भरलेलं...

भूत या प्राण्याची (?) आईने ओळख करून दिली आणि नंतर आयुष्यभर भेटलेल्या अनेकांनी, मी घेतलाय भुताचा अनुभव किंवा मी पाहिलंय भूत, असं छातीठोकपणे सांगत भूत माझ्या 'मानगुटीवर' आणून बसवलं...आणि मी त्या त्या वेळच्या माझ्या वयाच्या, जाणतेपणाच्या आधाराने आणि मनात उमटणाऱ्या अनेक प्रश्नांचा मागोवा घेत या भुतांचा शोध घेत आलो.

प्रत्येक गावात असतात तशी आमच्या नवसारीतदेखील भुतांची अनेक ठिकाणं होती. मफतलाल मिलच्या कँटीनजवळच्या खजुराच्या झाडावर हडळ दिसते, असं मी ऐकून होतो. तिथेच मैदानावर काही अंतरावर आणखी एक खजुराचं झाड होतं. तिथेही एका भुताचा मुक्काम होता. आमच्या चाळीपासून रेल्वे स्टेशनवर जायचा एक वळणावळणाचा रस्ता होता. तिथला एक कोपरा हेही एका भुताचं निवासस्थान होतं. या रस्त्याने जाता-येताना त्या त्या स्पॉटजवळ हटकून या साऱ्या भुतांची आठवण यायची आणि अर्थातच घाबरायलाही व्हायचं. मग त्याही अवस्थेत एक चोरटा कटाक्ष तिथे टाकायचोच. याशिवाय भुतांची आणखी एक जागा म्हणजे संडास. आमच्या चाळीचे जे सार्वजनिक संडास होते तिथे फारशी भुतं नसावीत. कारण त्यांच्या फारशा कथा कानावर आल्या नाहीत; त्यामुळे आम्हा मुलांना तिथे जायला फारशी भीती वाटत नसे; परंतु पलीकडच्या बाजूला असलेले गोल संडास म्हणजे आमच्या त्या भुतांचं हेडक्वार्टरच होतं. तिथे एकापेक्षा एक जालीम भूत

आणि मुख्य म्हणजे हडळी होत्या. त्यांच्या एकाहून एक थरारक कथा ऐकल्या होत्या. तिथे दिवसादेखील जायची आमची हिंमत नसायची. कधीतरी बरीच पोरं जमून दुपारी आम्ही तिथल्या सार्वजनिक न्हाणीघरात अंघोळीला जायचो. या संडासाची बैठी इमारत अर्धगोलाकार होती. आसपास कुठेच नसलेल्या अशा वैशिष्ट्यपूर्ण आकाराच्या त्या संडासाविषयी म्हणूनच आम्हाला कुतूहल होतं. तिथे रात्रीच्या वेळी मोठी माणसंही फिरकत नसत. एकदाच भल्या पहाटे आमचा वसंतमामा गेला आणि तिथेच कोसळला. जागच्या जागी ठार! तिथल्या हडळीने त्याला पछाडल्याच्या, थरकाप उडविणाऱ्या कहाण्या पुढे आम्ही बरेच दिवस ऐकत होतो.

मी भित्रा असलो तरी का कुणास ठाऊक बालपणापासून भुतांच्या अशा एकापेक्षा एक भीतिदायक कथा ऐकूनसुद्धा माझा स्वतःचा भुतांवर कधीच विश्वास बसला नाही. मला नीटपणे त्याचं, म्हणजे भुतांवर विश्वास नसल्याचं आकलन त्या वेळी झालं नसेल; पण डोक्यात अनेक विचार यायचे. आता या भुताच्या तावडीत सापडून वसंतमामाच्या झालेल्या मृत्यूचीच गोष्ट घेऊ या. माझ्या वडिलांच्या मित्राचा हा मेव्हणा. हा बहिणीच्या दारात आयुष्यभर आश्रितासारखा जगला आणि हरकाम्यासारखा राबला. वस्तीतली पोरंटोरं आणि त्यातही मी त्याचा विशेष लाडका होतो. मला अनेकदा त्याने खांद्यावरून फिरवून आणलंय. शेव-गाठिया घेऊन दिल्या. इतकंच नव्हे तर अनेक वेळा भोकाड पसरूनदेखील आईनं घेऊन न दिलेली बंजारनकडची तडतड वाजणारी गाडी ('दो आँखे बारा हाथ'मध्ये 'सैंया झुठोंका बडा सरताज निकला...' गात येणारी संध्या ओढत आणते ती खेळण्यातली गाडी) वसंतमामानेच मला घेऊन दिली होती. जसजसा मी मोठा होत गेलो तसतसं या माणसाचं आम्हा पोरांत मन रमवणं याचा अर्थ लागत गेला. त्याला आत कुठेतरी त्याचं एकटेपण बोचत असावं. तो खूप प्यायचा. उत्तरोत्तर त्याचं पिणं इतकं वाढत गेलं की, त्याच्या मूळच्याच फाटक्या शरीरात धड उभं राहण्याचं बळही राहिलं नाही. असा हा बेसुमार पिणारा, अनेक व्याधींनी पोखरलेला वसंतमामा पहाटे त्या गोल संडासात कोसळला तर उगाच भुतांवर आळ कशाला?

भुतामुळे प्राण 'गमवावा' लागल्याचं माझ्या समोरचं दुसरं प्रकरण म्हणजे आमचा शाळकरी मित्र 'भरत.' आम्ही त्या वेळी पाचवीत होतो. त्या वेळी सर्वत्र मेहमूदच्या 'भूत बंगला'ची चर्चा होती. नवसारीत जहांगीर टॉकीजला तो लागला होता. आम्हाला तो पाहायचा होता; परंतु तो फक्त प्रौढांसाठीच होता आणि या भरतने आम्हाला तो दाखविण्याचं कबूल केलं होतं. कारण त्याचं घर अगदी टॉकीजला लागूनच होतं. माझी डोअरकीपरशी ओळख आहे असं तो सांगायचा. एक दिवस शाळेत आल्या आल्या तो मला म्हणाला,

"मी आज रात्री नऊचा खेळ पाहणार आहे."

“अरे, पण तू आम्हालाही नेणार होतास ना…?”

“लास शोला तुम्ही कशे येनार. मी नंतर तुमाला पन दाखवीन…”

शेवटच्या खेळाला जाणं तसं आम्हालाही शक्य नव्हतं. दुसऱ्या दिवशी भरत कधी एकदा शाळेत येतो आणि कधी एकदा मी त्याला ‘भूत बंगला’बद्दल विचारतो असं मला झालं होतं. त्या दिवशी तो शाळेत आलाच नाही. दुसऱ्या, तिसऱ्या दिवशीही त्याचा पत्ता नव्हता. त्याचं घर तसं बरंच लांब असल्यामुळे घरी जाऊन त्याची चौकशी करणंही आम्हाला शक्य नव्हतं आणि त्या वेळी तशा त्याच्या दांड्याही खूप व्हायच्या; त्यामुळे त्याचा तो उगवेल कधीतरी असंही वाटायचं आणि दुसरीकडे मोठ्या उत्सुकतेने त्याची वाटदेखील पाहत होतो. कारण ‘भूत बंगला’विषयी त्याच्याकडून खूप काही जाणून घ्यायचं होतं. कुतूहल सारखं वाढत होतं…आणि चौथ्या दिवशी बातमी आली…तीन दिवस ताप आला आणि त्यातच भरत गेला. पाठोपाठ पोरांनी आणखीही एक बातमी आणली. त्या रात्री ‘भूत बंगला’ पाहून तो आला आणि तेव्हाच त्याला ताप भरला. तो उतरलाच नाही. सर्वत्र हेच बोललं जात होतं. सर्वांनाच ते पटलेलं होतं. घडलेला क्रम आणि ‘भूत बंगला’विषयीचं मनातलं सारं भय यामुळे भरतच्या त्या अकस्मात मृत्यूचं ‘कारण’ यावर विश्वास बसावा अशीच परिस्थिती होती. त्या वेळी तरी माझाही विश्वास बसला. इतर अनेकांप्रमाणेच मीही मग ‘भूत बंगला’चा चांगलाच धसका घेतला; परंतु माझ्या लेखी ते सारं तिथेच संपलं नाही. इतर काही तपशील माझ्यासमोर येत राहिले आणि मी भरतच्या मृत्यूचा अर्थ लावीत राहिलो.

त्याकाळी नवसारी आणि सूरत या परिसरात हिरे घासणे म्हणजेच हिऱ्याला पैलू पाडणे हा उद्योग मोठ्या प्रमाणात भरभराटीला आला होता. या कामासाठी दहा-पंधरा वर्षे वयोगटातील मुलांचा नोकर म्हणून भरणा होत होता. तीन किंवा सहा महिन्यांचं ट्रेनिंग आणि मग रोज दहा रुपये पगार शिवाय ओव्हरटाइम! काही पोरं त्या वेळी महिन्याला तीनशे-चारशे रुपये कमवीत असत आणि त्या वेळच्या हिशेबात ती फारच मोठी रक्कम होती. बऱ्याच गरीब पालकांनी आपल्या पोरांना शाळेतून काढून हिरे घासायच्या कामावर पाठवलं होतं. ही पोरं बहुधा सोळा-सोळा तास काम करायची. वर्ष-दीड वर्षातच त्या पोरांचे डोळे खराब होत. भरतलादेखील त्याच्या आई-वडिलांनी असं हिरे घासायला पाठवलं होतं. तो शाळेला दांडी मारायचा ती त्यासाठीच; परंतु त्याला स्वतःला कामावर जायचं नव्हतं. त्याला शाळा हवी होती. बापाचा डोळा चुकवून तो शाळेत यायचा. शाळा सुरू व्हायच्या आधी सुट्टीत त्यानं ट्रेनिंग संपवलं होतं. म्हणजे तो आता पगार घेणारा झाला होता. पाचवीत आल्यापासून त्याची प्रकृती रोडावत चालली होती. यामागे त्याची हीच सारी परवड होती. तो आजारीच असायचा. हिरे घासायच्या कामावर जायला

लागल्यापासून त्याला सारखा ताप यायचा. खायची मारामार तिथे एवढ्याशा पोरासाठी औषधपाणी कोण करणार? हाच ताप त्याचा अकाली अंत ठरवायला कारणीभूत ठरला असणार...परंतु दोष आला 'भूत बंगला'वर...! वसंतमामा आणि भरत यांचा बळी 'वेगळ्याच' भुताने घेतला होता. हे मला अगदी त्या वेळी नाही पण नंतरनंतर जाणवू लागलं. भुताच्या कथा ऐकताना एकीकडे घाबरून जात असतानादेखील भुताच्या अस्तित्वाबद्दल माझ्या मनात कायम एक प्रश्नचिन्ह राहिलं याचं कारणदेखील या माझ्या दोन सुहृदांचे धक्कादायक मृत्यू!

माझ्या आईला सतत भुताखेताचे भास होत राहायचे. आरंभी वर्णन केलेला प्रसंग हाही एक भासच होता. हे मी प्रचंड घाबरून तिच्या पदराच्या आडोशाने तिला बिलगून राहिलेल्या अवस्थेतही मला जाणवत राहायचे. एक तर तिला ऐकू येणारे ते आवाज मला ऐकू यायचे नाहीत. मलाच काय आमच्या त्या शेजारच्या वहिनीलासुद्धा ऐकू यायचे नाहीत. आईने तिला ऐकू येणाऱ्या त्या आवाजाकडे वहिनीचं लक्ष वेधलं की, ती उठून एकटीच जिन्याशी जाऊन यायची आणि म्हणायची...कोन नाय जिन्यात...उगाच तुमचं कायतरी...मला त्या वेळी केवळ तिचं धाडसच जाणवायचं नाही तर न भिणाऱ्याला भूतबीत काही करीत नाही हेही कळायचं...आई घाबरते आणि हिला भीती नाही, हे कसं...? असाही प्रश्न पडायचा. मग मी आईला विचारायचो. तिच्याकडे उत्तर तयार असायचं...काही माणसं देवगणाची तर काही राक्षसगणाची असतात...आणि देवगणाची असतात त्यांना भूत दिसत नाही...भुतं मुळी त्यांच्या वाट्यालाच जात नाहीत. आता देवगण, राक्षसगण ही काय भानगड...? आपला गण कुठला...? ते म्हणे आपल्या जन्मपत्रिकेत असतं. याच्यापुढे आईची चर्चा जायची नाही. तिचं ठाम मत होतं की, भुतं असतात. आपण त्यांच्या वाटेने जाऊ नये. आणि समजा, चुकून अशा एखाद्या जागी आपण गेलोच आणि भीती वाटली तर सरळ 'राम राम' असा जप करावा. भूत पळून जातं. रामनामाचा हा महिमा वर्णन करून आई मग भुताखेतांचे एकेक पार घाबरवून टाकणारे किस्से सांगायची. तिच्या या भूतकथांचं मुख्य लोकेशन असायचं आमचं कोकण...! आणि काही प्रमाणात मुंबईसुद्धा! नगरसेवक, आमदार वगैरेंचे जसे स्वतःचे मतदारसंघ असतात किंवा दादालोकांचा जसा आपला एरिया असतो तसे मुंबईत त्या काळी भुतांचेदेखील आपापले इलाखे होते. जुन्या पिढीतले लोक आजही त्या भुतांच्या थरारक कथा सांगतात आणि हे सारं वर्णन करताना जणू काही क्षणांपूर्वीच आपण ते सारं अनुभवलं आहे असं बोबडी वळल्यागत ते बोलत असतात. नंतर वाढत्या गर्दीलाच मुंबई पुरेनाशी झाली म्हणून असेल किंवा एकूण समाजातच त्यांच्याहीपेक्षा महा डेंजरस भुतं निर्माण झाल्यामुळे असेल मुंबईतल्या भुतांनी बहुधा मुंबई सोडली असावी. अलीकडे बरीच वर्षं तरी सयानी रोडवरच्या (गोखले रोड-साउथ) त्या

महाकाय बिनशिराच्या भुताच्या करामती कानावर आलेल्या नाहीत. या भुतामुळेच सयानी रोडची गल्ली सैतान चौकी म्हणून प्रसिद्ध आहे. हा सैतान म्हणे त्याच्या तावडीत सापडलेल्याची मुंडीच पिरगाळून टाकायचा.

मुंबईत आल्यानंतर आणखी एका घाबरवून टाकणाऱ्या 'प्राण्याची' ओळख झाली. तो म्हणजे जागेवाला. मला वाटतं, हा 'जागेवाला' आमच्या कोकणी माणसांनीच जन्माला घातलेला असावा. तो म्हणे त्या त्या जागेचा मालक असतो. तो म्हणे त्या जागेची, त्याच्या हद्दीत राहणाऱ्यांची राखण करतो. त्याच्याविषयीची कृतज्ञता म्हणून दर अमावास्येला त्याला नारळ वाहायचा असतो. लालबाग - परळच्या कोकण्यांच्या चाळीत आजही अमावास्येला तिन्हीसांजेला गेलात तर जागेवाल्यासाठी फोडलेल्या नारळाचं खोबरं खायला मिळेल. लहान मुलं एका थाळीत साखर पसरलेल्या खोबऱ्याच्या फोडी घेऊन शेजारी-पाजारी वाटत फिरतात. शिकल्या, सवरल्या कोकण्यांनीही उपनगरांतल्या ब्लॉकमध्ये तिथल्या जागेवाल्याला अमावास्येला नारळ वाहणं चालू ठेवलंय. तर अशा या जागेवाल्याच्याही थरारक भयकथा ऐकल्या. तो म्हणे मध्यरात्रीनंतर कधीतरी सबंध चाळीतून फेरी मारतो. त्याच्या या फेरीसाठी वाट मोकळी सोडायची असते. समजा, कुणी त्याच्या वाटेत झोपलं किंवा झोपेत एखाद्याचा पाय त्याला आडवा आला तर तो त्या झोपलेल्याला अलगद बाजूला करून वाट काढून जातो; पण हे एकदाच! दुसऱ्यांदा जर तोच माणूस त्याच्या वाटेवर पसरला तर तो त्याला म्हणे कुठल्याकुठे भिरकावून देतो. आपल्या माहितीतल्या कोणाकोणाला जागेवाल्याने कसा कसा हिसका दाखवला त्याच्या एकाहून एक थरारक आणि अर्थातच तेवढ्याच भीतिदायक कहाण्या कोकणी माणसाकडून ऐकण्यासारख्या असतात.

"तो अमको जागेवाल्याच्या वाटेतच झोपा होतो. जागेवाल्यान बगल्यान बगल्यान आनि एक दिवस तेका सुनावल्यान...तू उद्या असो नाज्या वाटेर येच मग बगतयच तुका...मानसान शाना होवचा की नाय...तर ह्यो शानो दुसरे दिस मुद्दाम थयच जावन पसारलो...आता कोनाची कळ काडल्यावर कोन सोडात असो आनि तो पन जागेवालो...ते रात्री जागेवाल्यानं झिलग्याक धरोन असो आपटल्यान आट दिस तापान फडफडलो होतो. बापसानं जागेवाल्याक नारळ दिल्यान, माफी मागितल्यान तवा ताप उतारलो...जागेवाल्याच्या वाटेक जाना बरा न्हय महाराजा..."

नागुसयाजीच्या वाडीतल्या बोटावाला चाळीतदेखील अर्थातच असाच एक जागेवाला होता. त्याच्या कथा ऐकल्या होत्याच. गॅलरीत झोपायचो तेव्हा रात्री जागून जागून अंगभर घेतलेलं पांघरूण किंचित दूर करून मी त्या जागेवाल्यावर नजर ठेवण्याचा प्रयत्न करीत असे. तशी थोडीशी भीती वाटत असली तरी एक गोष्ट खात्रीपूर्वक माहीत होती, तो तसा उगाच कुणाला त्रास देत नाही; परंतु मला काही

तो कधी दिसला नाही. तो म्हणे कुणालाच दिसत नाही. त्याच्या 'अस्तित्वाच्या' खुणा म्हणजे त्याच्या वाटेत आलेल्या कुणा कुणाला कसा इंगा दाखवला त्या घाबरवून टाकणाऱ्या कथा.

परंतु मुंबईपेक्षा कोकण हीच खऱ्या अर्थाने भुतांची कर्मभूमी! माझ्या आईकडूनच नव्हे, तर त्यानंतर भेटलेल्या अनेक कोकणी लोकांकडून आणि कोकणविषयक साहित्य यातूनदेखील कोकणातल्या भुतांच्या अशा एकेक भन्नाट तेवढ्याच भयकारी कथा मी ऐकल्या आहेत; त्यामुळे मला सारखं वाटत आलंय की, कोकणात माणसांपेक्षा भुतंच जास्त असावीत.

''वाटेन जाताना सोबतीक चलल्यासारको कोनतरी बाजुन बाजुन चलताना दिसतलो... कोनतरी वाटेच्या कडेक घोंगडी घेवोन बसलेलो दिसतलो... करनार काय नाय...इडीकाडी काय तरी मागनार...तुमकाव वाटतला असात कोन तरी वाटेचा वाटसरू...तुमी थांबतलास...आनि मग तुमच्या नजरेक तेचं पाय पडतले...तर ते उलटे...मानूस जयच्या थय हो असो तापान फणफणता...''

पुढे मोठा झाल्यावर अगदी सुरुवातीच्या काळात तरी मला आमच्या कोकणातल्या गावात गेलो की, कुटुंबातली ओळखीची माणसं सोडली तर बाकी कुणीही अगदी दिवसाउजेडीही माझ्याशी बोलायला आलं तर क्षणभर तरी मला तो भूत वाटायचा आणि मी हळूच त्याच्या आणि माझ्याही नकळत त्याच्या पायाकडे पाहायचो. मला कधीच उलटे पाय दिसले नाहीत.

भुताखेतांच्या आजवर असंख्य कथा आणि अनेकांचे अनुभव ऐकूनसुद्धा भूतबीत या गोष्टीवर माझा कधीच विश्वास बसला नाही. म्हणजे मी कधी भ्यालोच नाही असंही नाही. मुळातच मी भित्रा माणूस आणि अगदी विशी ओलांडेपर्यंत तरी भितराच होतो; पण भूत-पिशाच असं काही नसतं, असं मात्र मला अगदी लहानपणापासून वाटत होतं. याचं कारण म्हणजे आरंभीच वर्णन केलेला प्रसंग! आईला त्या ओल्या बाळंतिणीच्या भुताचं अस्तित्व जाणवायचं आणि ती वहिनी मात्र बिनधास्त एकटीच जिन्यात जाऊन यायची. याचा सरळ अर्थ असा की, भूतबीत सगळं बकवास आहे. मनाचा खेळ आहे. भित्यापोटी ब्रह्मराक्षस म्हणतात, तसाच सगळा प्रकार! पण तरीही मी मूळचाच भित्रा असल्यामुळे काही विशिष्ट जागी, विशिष्ट वेळा मनात भीती यायचीच. याचं कारण माझ्या आईसारखे लोक...ही माणसं अशा काही पद्धतीने भुताखेतांच्या गोष्टी सांगतात की, ऐकणाऱ्याची काय बिशाद तो विश्वास ठेवणार नाही...? या लोकांकडे अशा प्रकारच्या कथा सांगण्याचं भन्नाट कसब असतं. कथाकथन करणारा जसा आपल्या डोळ्यांसमोर हुबेहूब चित्र उभं करतो त्याहीपेक्षा श्रेष्ठ दर्जाचं कौशल्य या मंडळींकडे असतं. मुळातच भूत म्हटलं की, भल्याभल्यांची बोबडी वळते आणि तशात कुणी 'आँखो देखा हाल' (?) सांगणारा भेटला तर

विचारायलाच नको. जगभर सर्वत्रच देव आणि सैतान यांचं अस्तित्व मानलं गेलं आहे. आपल्यासारख्या सर्वसामान्यांच्या आकलनापलीकडची अचाट...आणि अफाट ताकद असलेलं काहीतरी म्हणजेच देव आणि भूत आहे हे एकदा मानून टाकलेलं असल्यामुळे आणि त्याबाबत तर्काला संपूर्णतः फारकत दिलेली असल्यामुळे गोष्टी सोप्या होऊन जातात. सर्वसाधारणपणे असं दिसून येतं की, माणसाला देव आणि भूत यांचं अस्तित्व मान्य करणं मुळातच आवडतं. देव, भूत य प्रकरणात तर्काला कसं स्थान नसतं याबाबत एक किस्सा सांगण्यासारखा आहे.

माझ्या ओळखीचे एक कीर्तनकार बुवा होते. त्यांनी मला त्यांना आलेला भुताचा अनुभव सांगितला तो असा. मुंबईत सी.पी.टँकला त्यांचा एक गाववाला राहायचा. एकदा म्हणे तो गावाला गेला आणि तसाच दोन-चार दिवसांनी परतला. मध्यरात्री म्हणे कधीतरी घरी आला. बायकोने दार उघडलं. त्याचं रात्रीचं जेवण व्हायचं होतं. तिनं भराभर भाकऱ्या टाकल्या. कसलं तरी कोरड्यास होतं. ते गरम केलं आणि वाढलं. गडी जेवायला बसला. बायको शेजारीच बसली होती. जेवता जेवता हा भाऊ गावाकडच्या गोष्टी सांगत होता. तेवढ्यात त्याला ठसका लागला आणि म्हणाला, "अगं पानी दे की." त्याने असं म्हणताच तिने बसल्या जागेवरून हात लांब केला. तसं त्याच्या लक्षात आलं की, तिचा तो हात सापासारखा सरपटत लांब होत फळीवरच्या तांब्याकडे गेला होता. तो घाबरून बोंबलतच बाहेर पळाला. त्याच्या ओरडण्याने शेजारपाजारचे लोक जागे झाले. बघतात तर हा भीतीने थरथर कापत होता. त्याने कसाबसा घडलेला प्रकार सांगितला. मग कुणीतरी सांगितलं की, तो गावाला गेला त्याच्या दुसऱ्याच दिवशी अचानक त्याची बायको वारली.

मी बुवांना विचारलं, "त्याची बायको दोन दिवसांपूर्वी वारली हे त्याला कुणी गावाकडे कळवलंच नाही का? आणि तिचा अंत्यविधी चाळवाल्यांनी परस्परच करून टाकला की काय?"

बुवा म्हणाले,

"ह्ये बगा, ह्ये आसं इचारत बसनं आमाला काय जमत नाय. आन त्येची गरज बी नाय. सांगनारा काय अनुबव आल्याबिगर सांगलं ह्ये समदं? मुळामंदी तुमचा इस्वास नाय म्हनल्यावर तुमाला कसं पटनार हो? म्हनून तुमाला प्रस्न पडत्यात. ही अशी एकच गोष्ट हाय व्हय...किती सांगू तुमाला मी आसले अनुभव?"

याचा सरळ अर्थ असा की, भुताखेताच्या कहाण्या ऐका. प्रश्न विचारू नका. त्यावर विश्वास ठेवा आणि जमेल तेवढं तिखट-मीठ लावून त्या कथा पुढच्याला सांगत सुटा.

आम्ही खोपोलीला महिंद्रा कॉलनीत राहत होतो. आमच्या बिल्डिंगच्या मागे डोंगर होता. आमच्या किचनची बाल्कनी डोंगराच्या बाजूला होती. माझ्या आईला

तिथेही भूत दिसलं. हिरवं लुगडं आणि केस मोकळे सोडलेली एक बाई म्हणे बाल्कनीतून आत यायची आणि किचनच्या ओट्यावर येऊन बसायची. आईचं वर्णन म्हणजे मूर्तिमंत चित्रच समोर उभं राहायचं. वडील, थोरला भाऊ आणि मीसुद्धा तिला वेड्यात काढायचो; पण आपण त्या बयेला पाहिलं असं ती छातीठोकपणे सांगायची. वर्षभरातच त्याच घरात माझ्यावर एकट्याने राहायची वेळ आली. जसजशी रात्र होत जायची तसतशी मला 'ती' आठवायला लागायची. मी अभ्यास वगैरे उरकून झोपायचो. दिवा घालवायचोच नाही आणि अधूनमधून बाल्कनीच्या ओट्याकडे पाहायचो. अनेकदा मला ती दिसल्यासारखी वाटायचा; परंतु मी घाबरायचो नाही. कारण मला एक कळायचं की, ती 'दिसते' म्हणजे माझ्या आईने तिचं जे तपशीलवार वर्णन केलंय ते माझ्या मनःपटलावर माझ्या कळत-नकळत इतकं स्पष्टपणे उमटलंय की, तिचं नाव निघताच ती 'दिसायला' लागते आणि हे सारं मला कळत असल्यामुळे मनात काही प्रमाणात भीतीची जाणीव असूनसुद्धा मला कधीच ताप भरला नाही.

यात आणखी एक गमतीचा भाग असा की, मनात थोडीशी भीती आहेच आणि भुताखेतांवर विश्वासही नाही आणि तरीही मला मधूनच डोळे उघडून किचनच्या ओट्याकडे पाहावसं वाटायचंच. हे जे भीतियुक्त कुतूहल आहे ते आपणा सर्वांतच कमी-जास्त प्रमाणात असतं. त्याचाही मी जाणत्या वयापासून शोध घेत आलो.

याच वेळी आमच्या अकरावीच्या मुलांचं स्नेहसंमेलनासाठी नाटक बसवणं चाललं होतं. रिहर्सल संपवून मी खोपोली रेल्वे स्टेशनमधून रेल्वेलाइनने घरी यायचो. तो शॉर्टकट होता. ती वेळ दिवेलागणीची असायची. वाटेत क्वचित कुणीतरी सोबतीला असायचं. मी आपला 'रायगडाला जेव्हा जाग येते'मधल्या शिवाजीचे संवाद पाठ करत माझ्याच नादात यायचो. आमच्या कॉलनीच्या अलीकडे वासरंग नावाचं गाव आहे. तिथल्या एका परिचित गृहस्थांनी मला त्या वाटेने येताना पाहिलं.

"अरे लेका, तिकडना कशाला येतो...आणि ते बी दियेलागनीच्या येळेला... अरं, तिकडे तो रेल्वेचा शिंगल हाय न्हवं तिकडे त्ये दोन बाप्ये आसत्यात... पांढरं धोतार... डोक्याला लालभडक मुंडासं... आन या असल्या भरदार मिशा... येनाऱ्या-जानाऱ्याकडे इडीकाडी मागतात... मानूस गेला जवळ की, मंगच कळतं तेला खरं काय ते... धडधाकट मानूस हा आसा तापानं फणफणतो... कितो तर त्या तापातच गेले... उद्यापासून भायेरच्या वाटेनं ये पोरा..."

पाहिलंत हे वर्णन...? नजरेसमोर ते मुंडासेवाले दिसायला लागले की नाही...? मला दूरच्या वाटेने येणं परवडणारं नव्हतं. उलट तिथे वाटेला कुणी असेलच याची शाश्वती नाही. इथे थोडी का असेना ये-जा असायची. कारण शॉर्टकट. मी त्यानंतरही त्याच वाटेने येत राहिलो. आता फक्त एकच घडलं आणि ते म्हणजे 'तो' स्पॉट जसजसा जवळ यायचा तसतसा माझ्यातल्या शिवाजीला एकाग्रता टिकवता यायची नाही. उजवीकडे वळून आपण पाहायचं नाही, असं स्वतःला बजावूनसुद्धा मी मधूनच चोरट्या नजरेने पाहायचो आणि ते 'दिसायचे.' म्हणजेच तसा भास वाटायचा. कारण 'ते' चित्र मनःपटलावर उमटलेलं असायचं...

भुताखेतांच्या गोष्टी पसरवणारे जे लोक असतात ते कधीच महत्त्वाचे तपशील देत नाहीत आणि ऐकणारेही ते विचारण्याच्या भानगडीत पडत नाहीत. तो जेवढं ऐकतो तेवढंच त्याला पुरतं. मुळातच त्याचा भुताखेतांवर विश्वास असतो. आणखी एक गोष्ट या सगळ्याच्या मुळाशी आहे; सस्पेन्स चित्रपटांचा बादशहा म्हणून ओळखला जाणारा ऑल्फ्रेड हिचकॉक म्हणतो, मुळातच माणसाला स्वतःला घाबरवून घ्यायला आवडतं. अगदी अनादि कालापासून भुताचं अस्तित्व टिकून आहे त्यामागे हिचकॉकचं हेच निरीक्षण आहे.

भूतबीत असल्या गोष्टींवर विश्वास नसलेले काही लोक म्हणतात.

"हा सारा सावल्यांचा, भासांचा खेळ आहे आणि मनात भीती असली की, या सावल्या, हे भास आकार घेतात आणि माणसाला भूत दिसतं. घाबरणाऱ्या माणसाची विचारशक्तीच कुंठित झाल्यामुळे दिसल्या त्या कसल्या तरी सावल्या होत्या किंवा झाला तो भास होता हे समजून घ्यायचं भानच त्याच्यात उरत नाही आणि तो फक्त घाबरतो."

बिप्लव रॉय चौधरी यांचा 'शोध' नावाचा एक सिनेमा आहे. आपल्याकडे मध्यंतरी समांतर सिनेमाची चळवळ जोरात होती. त्या काळातला हा सिनेमा. त्यात प्रमुख भूमिकेत ओम पुरी होता. माझं तर असं म्हणणं आहे की, हा सिनेमा आपल्या देशाच्या कानाकोपऱ्यांत नेऊन एकूण एक माणसाला दाखवावा.

त्यात एका खेड्याची, तिथल्या भुतांची गोष्ट आहे. ते एक प्रातिनिधिक खेडं म्हणता येईल असं आहे. तिथे पिढ्यान्‌पिढ्या कमालीचं दारिद्र्य आणि उपासमार

आहे आणि अर्थात भुतंही आहेतच. शहरातला एक अंधश्रद्धाविरोधी गट गावात जातो आणि पहिल्याच रात्री एक मशाल मोर्चा काढतो. गावकऱ्यांना हे सारं अजबच वाटतं. कारण या मोर्च्यातली पोरं मोठमोठ्याने घोषणाही देत असतात.

"एक एक भूत दस रुपया! एक एक भूत दस रुपया!"

एक गावकरी पुढे होतो. मोर्चेवाल्यांना विचारतो.

"ये भायलोग, ये सब का है रे?"

म्होरक्या म्हणतो,

"काका शहरमें इ भूतोंको बडा काम है। और हमारे गाव कसबोंमे तो भूतही भूत है। तो हम यहाँ चले आये। आपके गाँव में भी तो भूत होंग?"

"बहोत है भय्या।"

"तो जाओ पकडो। एकेकका दस रुपया मिलेगा।"

"पकडता हूँ।"

मोर्चा पुढे निघतो.

आता भुताला पकडणे हाच त्या काकासह अनेक गावकऱ्यांचा उद्योग बनतो. घरात अन्नाचा कण नाही, कनवटीला फुटकं नाणं नाही आणि इथे एका भुताचे दहा रुपये. कितीतरी शेर तांदूळ येईल. पोराबाळांची आबाळ थांबेल. प्रत्येकजण कामाला लागतो. जरा कुठे भुताचा सुगावा लागला की, धावत जाऊन त्या शहरी पोरांना बोलावून आणतात. गावकऱ्यानं दाखवलेलं भूत पकडण्यासाठी पोरं पुढे होतात. तिथे कुणीच नसतं. मग तो पोरगा म्हणतो,

"यहां तो कुछ नही। इ तो झाडका साया है। जो आपको..."

रात्रीच्या अंधारात दिसणाऱ्या झाडपानाच्या सावल्या या कशा कुणीतरी तिथे उभंच आहे असा भास निर्माण करतात वगैरे गोष्टी सहजपणाने ती शहरी पोरं गावकऱ्यांना पटवून देण्याचा प्रयत्न करतात. गावकरी मात्र भुतांचा शोध घेत राहतात. कारण त्यांना भूत पकडायला हवं तरच पैसे मिळणार. तरच अन्न मिळणार. मात्र, काही केल्या गावकऱ्यांच्या हाती भूत लागत नाही. मोर्चेवाल्यांना सामोरा येणारा मरणपंथाला लागलेला तो काका आपल्या पोराला सांगतो, "घाबरू नकोस. मी आता केव्हाही मरेन. मी भूत होईन. तू मला पकड आणि त्यांच्या स्वाधीन कर. तुला पैसे मिळतील. तुला आणि तुझ्या पोराबाळांना तरी अन्न मिळेल." सिनेमा पाहताना हे सारं अंगावर येतं. पार अस्वस्थ व्हायला होतं. भूत रात्रीच्या अंधारातच दिसतं. त्याच्या काही विशिष्ट जागा असतात, ते वेगवेगळ्या रूपात दिसतं. या भूतविषयक साऱ्या मिथकांचा हा सिनेमा त्या गावकऱ्यांच्या साक्षीने वेध घेतो. निष्कर्ष काय तर सारा केवळ भास... सारा खेळ सावल्यांचा... मनातल्या आदिम भीतीचा...

आजवर भुतांच्या खूप, असंख्य कथा ऐकल्या. अनेकांनी थेट अगदी स्वानुभवाचे

बोल म्हणून सांगितलेल्या गोष्टी ऐकल्या आणि तरीही माझा कधीच भुताखेतांवर विश्वास बसला नाही. लहान वयात भित्रा होतो. कधीकधी भीती वाटलीदेखील; परंतु भुताचं अस्तित्व मी कधीच मानलं नाही.

...तर हे झालं सारं रात्रीच्या अंधारात वावरणाऱ्या भुतांविषयी... जी मला तरी कधीच दिसली नाहीत... ज्यांचं अस्तित्व मी कधीच मान्य केलं नाही... आणि तरीही मी काही भुतं पाहिली... अक्षरशः या माझ्या दोन डोळ्यांनी पाहिली... अनुभवली... ती मात्र दिवसाढवळ्या माझ्या आसपास वावरत होती... आणि त्यांचे पाय मात्र सुलटेच होते...

◆

राणी दुर्वे

ब्ल्यू नाइट, व्हाइट नाइट

एखादी सरती सोनेरी संध्याकाळ रात्रीत उलगडत जाते किंवा एखादी रात्रच अनोखी असते. अनेक निळ्या-पांढऱ्या रात्री क्षणात माझ्या मनात एखाद्या लोलकाप्रमाणे फिरत असतात.

एक रात्र आठवते मला माझ्या जन्मापूर्वीचीच. तीच माझ्या आयुष्यातील पहिली रात्र मी मानते. जगात न येताही अनुभवलेल्या त्या रात्रीबद्दल मी वडिलांकडून इतक्या वेळा ऐकले आहे की, त्यातल्या बारकाव्यांसह मी त्या काळोख्या निळ्या रात्रीचे वर्णन करू शकते. जन्मापूर्वीची ती रात्र काहीशी वडिलांच्याच शब्दांत सांगायची झाली तर...

''पावसाळ्याचे दिवस होते ते. त्या काळी आजच्या मानाने सोयी-सुविधा अस्तित्वात नव्हत्या. हिला तुझ्या खेपेचे दिवस होते. सातवा सरून आठवा लागलेला. अशा वेळी हिला घेऊन एस.टी.ने खेड्यात जायला निघणे खरे तर शहाणपणाचे नव्हते; पण तरुण वय आणि काहीशी स्वैर, बेपर्वा वृत्ती; त्यामुळे मागचा पुढचा काही एक विचार न करता मी गावाकडच्या आपल्या घरी जायला निघालो. सणांचे दिवस जवळ आल्यामुळे घरी पैसे पुरविणे जरुरीचे आहे, एवढा एकमेव विचार माझ्या डोक्यात. पावसाने चांगलाच जोर धरला होता.

शनिवारी दुपारी अर्ध्या दिवसाने ऑफिस सुटल्यावर दोन वाजता सुटणारी कर्जत लोकल पकडून आम्ही दोघं निघालो. लग्नाला अवघे दहाच महिने झाले होते. नवतीचे ते दिवस, बोलण्यात वेळ कसा गेला ते कळलेच नाही. कर्जतला उतरलो तर जवळपास चार वाजले होते. एस.टी. स्टँड माणसांनी भरून वाहत होता. गाड्यांचा पत्ता नाही. प्रत्यक्ष बस मिळून प्रवास सुरू व्हायला सहा वाजून गेले. पुढचा प्रवास आणखी दोन

तासांचा. त्यापुढे तीन किलोमीटर अंतरावर घर. ते चालत जावे लागत असे; पण आम्हा दोघांना जणू कसली पर्वाच नव्हती. थोड्याच वेळात पावसाला सुरुवात झाली. अंधारून आले. संध्याकाळीच रात्रीचा काळोख दाटून आला. मजल दरमजल करीत धुवाधार पावसातून वाट काढीत, गाडी एका नदीपाशी येऊन थांबली. नदीवर धड पूलही नव्हता. जेमतेम पात्र पार करण्याइतपत फरशी टाकलेली. त्यावरून वाहणाऱ्या गढूळ लाल पाण्याला बरीच ओढ असावी, असा अंदाज बसच्या दिव्यांच्या प्रकाशझोतात सहज बांधता येत होता. पावसाच्या झोडपणाऱ्या सरींमुळे नीटसे दिसतही नव्हते. अशा पाण्यात गाडी लोटायला ड्रायव्हर तयार होईना. गाडीचे इंजिन पार बंद करून तो सीटवर मुकाट बसून राहिला. नुसताच पावसाचा आवाज. सुरुवातीला थोडा वेळ गाडीतले लोकही त्याच्या निर्णयाशी सहमत होते; पण घरची ओढ लागलेले बसमधले सडेफटिंग तरुण आग्रह धरू लागले.

"ह्या, त्यात काय एवढे? नेहमीची तर आहे वाट. न्यायची हळूहळू."

"हो ना! पण तो कशाला काढेल गाडी? त्याची कुठे बायका-मुलं वाट पाहत आहेत? शिवाय तेवढाच ओव्हरटाइम मिळेल त्यांना."

बोलणारी तोंडं बोलू लागली. रात्र चढत जात होती. पाऊस वाढतच राहिला. ड्रायव्हर पोक्त वयाचा. त्याच्या पदरी अनुभवाचे गाठोडे बांधलेले असावे. सारं काही ऐकूनही तो मख्ख होता. बसमधले लोक अधिकाधिक अस्वस्थ होऊ लागले. एव्हाना परिस्थितीची गंभीरता लक्षात घेऊन आम्ही दोघेही धास्तावलो. इथे कुठे वाटेत बस बंद पडली, चालत जावे लागले तर...? नुसत्या विचारानेच घशाला कोरड पडू लागली. वरकरणी मात्र मी शांत होतो. बस चालत राहावी म्हणून प्रार्थना करण्यापलीकडे मी काहीच करू शकत नव्हतो. असा किती वेळ गेला कुणास ठाऊक! शेवटी एकदाचे ड्रायव्हरचे मतपरिवर्तन झाले. पाणी अजिबात कमी झाले नव्हते. पाण्याच्या लोटातून धिम्या गतीने गाडी नदीपार झाली. त्यानंतर दर फर्लांग - दोन फर्लांग अंतरावर गावं येत राहिली. गावकरी आपापल्या मुक्कामावर उतरत राहिले. शेवटी बसमध्ये राहिलो आम्हीच दोघे. रात्रीचे दहा वाजून गेले होते. किर्रऽऽ काळी रात्र आणि कोसळणारा पाऊस सोबतीला. तुझी आई एव्हाना पार शिणलेली.

केबिनमधून बसल्या जागेवरूनच मागे वळून पाहत ड्रायव्हरने विचारले, ‘‘तुम्हाला कुठे जायचे आहे?’’

पोटातली भीती ओठावर आली. पुढे जायला गाडी नाही. गावी माझ्या येण्याच्या बेताबद्दल कल्पनाही नसल्यामुळे तिथूनही काही व्यवस्था करण्यात आलेली नव्हती. त्या छोट्या गावात तेव्हा लॉजची सोय नव्हतीच. कुठे उतरणार? रात्र कुठे काढायची? ‘देव नाहीच!’ असे ठासून सांगणारे काहीही म्हणोत; पण तो कोणत्या वेळी कोणत्या रूपाने प्रकटेल ते सांगता येत नाही. त्या तुफान पावसाच्या काळोख्या रात्री तो आमच्यासाठी ड्रायव्हरच्या रूपात अवतरला.

त्याने आपला डबा आम्हा दोघांना दिला. म्हणाला, ‘‘मी नेहमीच समोरच्या हॉटेलात जेवतो. आज घरून डबा आणलाच आहे तो तुम्ही घ्या.’’ तुझ्यासाठी तुझ्या आईला घरचे अन्न देऊन तो भला गृहस्थ टपरी हॉटेलात गेला. तुझे एक जेवण त्याच्या घरचे. थोड्या वेळाने त्यानेच कुठूनशा दोन घोंगड्या आणल्या. त्याच्या सोबत एक अठरा-वीस वर्षांचा तरुण पोरगा होता. स्टँडवरचा एस.टी.चा कंट्रोलर होता तो. याच गाडीची वाट पाहत बिचारा ताटकळत बसला होता. त्याने आपले ऑफिस उघडले. दुकानाचा अगदी छोटा गाळा, एक जुनाट टेबल-खुर्ची आणि इतर काही सटरफटर वस्तूंनी ती खोली भरलेली. ड्रायव्हरने आम्हा दोघांची रात्री झोपण्याचीही व्यवस्था लावली, पोराच्या हातातला कंदीलही तिथेच ठेवला आणि दुमडणाऱ्या फळ्यांचे दार नीट लावून घ्यायला सांगत ते दोघेजण निघून गेले. आम्ही झोपेची आराधना करू लागलो. दिवसभरच्या शिणव्याने तुझी आई झोपली. मला मात्र या भलत्याच अविचाराचे गांभीर्य सतावू लागले. कंदिलाच्या पिवळ्या उजेडात ती खोली अधिकच भयानक दिसत होती. नाही, नाही ते विचार मनात येत होते. वरच्या

पत्र्यावर पावसाचा आवाज. वाऱ्याचा आवाज. काळोखालाही आवाज असतो. वादळ वाऱ्याचा वेध घेत जीव मुठीत धरून, तुझ्या अवेळी येण्याची धास्ती मनात बाळगत मी पडून राहिलो.

मध्यरात्र उलटून गेली असावी. बाहेर पावसाचा जोर अधिकच वाढला होता. कुणीतरी जोरजोरात फळीचे दार ठोठावू लागले. पाठोपाठ 'नारायण, नारायण' अशा बायकी आवाजातल्या हाकांचा सपाटा सुरू झाला. दार उघडावं की नाही अशा साशंक अवस्थेत मी दाराआडून उत्तर दिले, ''इथे नारायण कुणी नाही.''

''मर मेल्या! दार तर उघड आधी.'' बाहेरचा धारदार बायकी आवाज. मी एक फळी किलकिली केली. कंदिलाच्या उजेडात, कौलारू पाख्याच्या पागोळ्यात मला एक म्हातारी दिसली आणि तिच्यासोबत एक तरुण मुलगी. म्हातारीच्याही हातात पेटता कंदील आणि पोरीच्या हातात दोघींच्याही डोक्यावर उघडून धरलेली भली मोठी छत्री. छत्रीवर पडणाऱ्या पागोळ्यांच्या थेंबांनी भिजायला होत होते तरीही मी फटीत उभा राहून म्हातारीच्या उलटतपासणीला तोंड देत राहिलो.

''नारायण आहे का इथं?''

''नाही. इथे कुणी नारायण-बिरायण नाही.''

म्हातारीचे समाधान झाले नाही. तिने नाकापर्यंत कंदील वर उचलला. त्या उजेडात मला ती दिसली. तोंडावर सुरकुत्या, धारदार नाक, गोरा रंग, पांढरं कपाळ आणि तासलेल्या डोक्यावर लाल आलवणाचा पदर. सोबतची मुलगीही गोरी, शेलाटी. माझ्यामागून आत डोकावून पाहत शंकित आवाजात म्हातारीने विचारले, ''आत कोण पसरलंय तिथे?''

सोबतची मुलगी, ''आजी चल'' म्हणून म्हातारीला आवरू पाहत होती; पण म्हातारी मात्र फौजदाराच्या सुरात खडसावत राहिली.

''ती माझी बायको आहे.'' माझे प्रामाणिक उत्तर!

''अशा रात्री असल्या खोलीत बायको कशाला येईल तडमडायला?'' म्हातारीचा सडेतोड प्रश्न. आवाजात अविश्वास. तिच्या नातीने तिला तिथून जवळजवळ ओढतच नेले. साशंक नजरेने मागे वळून पाहत म्हातारी स्वतःशीच म्हणाली, ''शिव! शिव! नारायणा, या कर्दमात नको रे बाबा सापडू.''

पुन्हा खटपट करून दार लावून मी घोंगडीवर पडलो. हिला आपली गाढ झोप लागलेली. काहीसुद्धा पत्ता नाही. बराच वेळ मी कूस बदलत होतो. पावसाचा आवाज कमी वाटू लागला. जरा डोळा लागला असावा तोच आणखी एक विपरीत घडलं. अचानक भिंतीपलीकडून अगदी तान्ह्या बाळाचे तारस्वरातले रडणे सुरू झाले; अगदी कळवळून! पोर रडत होतं; पण आईचे साधे चुचकारणेही ऐकू येईना. कुणा मोठ्या माणसाची चाहूलही लागेना की छपराच्या पोकळीतून दिव्याचा उजेडही दिसत नव्हता.

बाजूला कुणी राहतं की नाही? ही भुताटकी तर नसेल? भुताच्या वाचलेल्या गोष्टी, ऐकलेले किस्से अक्राळविक्राळ रूप घेऊ लागले. बऱ्याच दिवसांत झाडझूड न केलेली ती खोली, चावणारी चिलटं, डास, कंदिलाचा भगभगता उजेड आणि कितीतरी वेळ रडणारे ते पोर! जीव मुठीत धरून मी ती रात्र काढली; तुझी काळजी करीत. मध्यरात्रीपासून उजाडेपर्यंत किती काळ, ही सापेक्ष कल्पना आहे.''

माझ्या जन्मापूर्वीची ती रात्र वडिलांनी किती ऊठबस करण्यात आणि अस्वस्थतेत घालवली ते मला माहीत आहे. आई जागी नव्हती; पण मी होते ना जागी!

या निळ्या काळ्या रात्रीतून उलगडतात काही शुभ्र पांढऱ्या रात्री.

कॉलेजमध्ये असताना डोस्टोव्हस्कीची एक 'व्हाइट नाइट' म्हणून दीर्घकथा वाचल्याचे मला आठवते. आपल्या प्रियकराची वाट पाहत उभ्या असलेल्या तरुणीला एक तरुण भेटतो. रात्रभर ते दोघे बोलत राहतात. गप्पांमधून त्या तरुणाला तिच्याविषयी आशा निर्माण होते. संपूर्ण वेळ एक पांढरी शुभ्र रात्र आपल्यासमोर त्या दोघांमधून उलगडत राहते. रात्र सरते. पहाट होते. अचानक ती ज्याच्यासाठी थांबलेली असते तो तिचा प्रियकर तिला भेटतो आणि रात्रभर साथ देणाऱ्या तरुणाचा निरोप घेऊन ती आपल्या प्रियकराबरोबर निघून जाते, असे काहीसे कथानक होते. आता कथेतले बारकावे नीटपणे आठवत नसले तरी, वाचताना अनुभवलेली व्हाइट नाइट मनात खोलवर रुजली आहे.

'व्हाइट नाइट'मध्ये डोस्टोव्हस्कीने वर्णन केलेल्या शुभ्र पांढऱ्या रात्री त्यानंतर वारंवार भेटल्या. त्यातली एक रात्र अशीच झोंगरीची. तो आमचा हिमालयातला एवढ्या उंचीवरचा पहिलाच ट्रेक होता. कांचनगंगाचे शिखर झोंगरीहून अगदी समोर दिसते. बाखीमपासून झोंगरीला जाताजाताच बर्फ पडू लागले. पांढरा शुभ्र बर्फ वाटेवर भुरभुरू लागला आणि सगळी वाटच जणू स्वर्गाची झाली. इहलोकातले आम्हीच; बाकी सारे अद्‌भुत सौंदर्य! आभाळातून झरझर पडणारा बर्फ झाडांच्या पानांवर थबकू लागला. हिरव्या झाडांनी पांढरे लाघव पांघरले. थोड्या वेळातच आमच्याभोवतीचे अवघे जग शुभ्र झाले. बर्फ पडत होता म्हणून कुठेतरी थोडा वेळ आडोशाला थांबलो होतो. त्या लाकडाच्या घराभोवतीही बर्फाची सडा-रांगोळी पडली. अगदी सामान्य रूपाचे ते लाकडी घर बघता बघता चित्रातले झाले. आम्ही चहा करून घेतला. चहाच्या वाफेत आभाळातून पडणारा बर्फ बघताना सगळेच हरखून गेले. आयुष्यातल्या पहिल्यावहिल्या बर्फवृष्टीची अपूर्वाई मनात साठवत आम्ही निघालो, आमच्या मुक्कामाकडे. एरवी बर्फ कितीही रम्य वाटला तरी बर्फातून चालणे कठीण; चाल मंदावली. मुक्कामावर पोहोचलो तर डोंगरातली नीरव संध्याकाळ रात्रीच्या कुशीत शिरत होती.

दिवसभरच्या चालण्याने थकलो होतो. बर्फातून चालण्याची, एवढ्या उंचीवर

राहण्याची ती आम्हा सगळ्यांची पहिलीच वेळ. दमून थकून सगळेच आडवे झाले. कधीतरी मध्यरात्री मला जाग आली. का कुणास ठाऊक पण खूप प्रकर्षाने खोलीतून बाहेर जावेसे वाटले. एव्हाना अंगाभोवती ऊब जमली होती. पांघरुणातून बाहेर पडले तर पुन्हा थंडी अंगात घुसणार होती; पण हे कळत असूनही मला पडून राहावेसे वाटेना. जणू कुणी बाहेर खेचून नेत आहे. मी उठले. अंगाभोवती शाल पांघरून बाहेरच्या व्हरांड्यात पोहोचले. समोर साक्षात रात्र उभी होती. अद्वितीय सौंदर्याने नटलेली. कृष्ण निळा रंग आभाळाचा. आभाळभर चांदण्या पसरलेल्या. इतके खच्चून चांदण्याने नटलेले आभाळ मी तोवर कधीच पाहिले नव्हते. हिमाच्छादित कांचनगंगाची रांग त्या अद्‌भुत चांदण्यात अधिकच गहिरी झाली होती. नुकताच हिमवर्षाव झाला असावा. समोर नजर ठरणार नाही इतके मोकळे विस्तीर्ण पठार. त्यावर बर्फाची निष्कलंक शुभ्रता पसरलेली. टिपूर चांदणे त्या बर्फावरती. केवळ अलौकिक असे दृश्य! माझ्या भाग्याचा मलाच हेवा वाटला. शुभ्र लावण्याची रात्र. तिच्या तीरावर मी. किती वेळ बाहेर उभी होते मी? थंडी अंगात घुसू लागली तसे मला आत जाणे भागच पडले. मी आत गेले खरी पण 'बाहेर रात्र उभी आहे' म्हणून कुणाला तरी उठवून सांगावे असे मला वाटत राहिले; पण सगळेच इतके थकून झोपले होते की, कुणालाही उठवण्याची हिंमत झाली नाही. त्यानंतर मला बहुधा पहाटेच झोप लागली असावी. शुभ्र रात्रीची निळी स्वप्ने पापण्यांवर उतरली. त्यानंतर अनेकदा हिमालयात झगझगीत शुभ्र रात्री भेटत राहिल्या. तरीही ती पहिली सशरीर रात्र आपले स्थान टिकवून आहे.

जशा हिमालयात तशाच सह्याद्रीतही काही धवल रात्री भेटल्या. दोन्हींमध्ये शुभ्रता मात्र निराळी! हिमालयात आढळणारा झगझगीतपणा सह्याद्रीत नाही. इथल्या धवलतेत सौम्यता आहे. काही वर्षांपूर्वी आम्ही नेमाने राजमाचीला जात असू. महिन्यातून एक फेरी तिथे असे. राजमाची गाव लोणावळ्यापासून सतरा-अठरा किलोमीटर अंतरावर. शनिवारी दुपारी सिंहगडने निघून कोंदीवड्याला उतरायचे आणि संध्याकाळ सरता सरता उभी चढण चढून रात्रीचे गावात पोहोचायचे. नाहीतर त्याच गाडीने लोणावळ्याला उतरून, गप्पा मारत एकमेकांची चेष्टा करीत सरळ वाटेने निवांत जावे. या दोन्ही बाजूंनी राजमाचीला जाताना भेटलेल्या अनेक धवल रात्री मनात राहून गेल्या आहेत.

पण त्या सगळ्यांतही स्मरणात राहिली आहे एक सुंदर रात्र. जूनचा महिना. पहिलाच आठवडा असावा. पावसाला जेमतेम सुरुवात झाली होती. एखाद-दुसऱ्या सरींपुरती. सिंहगड एक्सप्रेसने लोणावळ्याला उतरून आम्ही संध्याकाळी चालायला सुरुवात केली. लोणावळा मागे टाकलं आणि शहरातली गजबज दूर झाली. डोंगराची रांग जवळ आली. आभाळ मोकळे झाले. मनाला हिरव्या रंगाची भुरळ पडू लागली. चढणीच्या वाटेला लागलो तर एक हलकी सर येऊन गेली. आभाळात अजून उन्हाची

तिरीप अडकून होती. पाऊस उन्हाचा संग होऊन उजवीकडच्या डोंगरावर एक इंद्रधनुष्य उमटले. ओल्या वाऱ्यात इंद्रधनुष्याचे रंग मिसळले. अजून वाटेला लागलोही नव्हतो तर मन अगदी हरखून गेले. दिवसभरचा शीण मागे पडला. आम्ही अगदी चौघेजणंच होतो. एकमेकांसोबत चालताना पायाखालची वाट सरू लागली.

चालता चालता अंधार दाटू लागला. बहुधा आवसेच्या आसपासची रात्र असावी. पायाखाली अंधार दाटला होता. अचानक समोरचं एक झाड लख्कन हललं, उजळून निघालं आणि मालवलं. सगळ्यांनाच वाटलं, काही भास असावा. तोंडून काही शब्द बाहेर पडण्याआधीच उजवीकडचं झाड उजळलं... मावळलं, डावीकडचं, पुढचं, मागचं! झाडं लखलखू लागली. लक्षात आले की, हे काजवे आहेत. जसजशी रात्र पडू लागली तसतसा हा खेळ नुसत्या झाडांपुरता मर्यादित राहिला नाही. सगळाच्या सगळा डोंगर लख्कन उजळायचा आणि मिटायचा. असे एकापाठोपाठ एक डोंगर लहरी उठल्यागत उजळून निघत होते. लाख लाख निळ्या पांढऱ्या ज्योती आमच्याभोवती! प्रत्येक पावलाला अडकत खुळावल्यागत सगळेजण खिळून उभे राहत होतो. चालण्याचा वेग मंदावला, नव्हे पार थांबला. ती क्रीडेची रात्र. काजव्यांच्या प्रणयाची. इवला जीव प्राणपणाने आपल्या प्रियतमेला साद घालत होता. आम्ही साक्षीदार होतो त्या रासक्रीडेचे.

काजवे बघण्याच्या नादात खुद्द राजमाची गावात पोहोचायला मध्यरात्र उलटून गेली. तेथे मनरंजन आणि श्रीवर्धनवर अशीच आतषबाजी चालू होती. डोळ्यांत किती साठवू अन् किती नको असे होऊन गेले. काही क्षण जर असे संपुटात बंद करून ठेवता येत असते तर ही काजव्यांची झाडं आणि ती रात्र तशीच बंदिस्त करून ठेवली असती. अधूनमधून दार किलकिले करून ती वेळ पुन्हा अनुभवता आली असती. त्या रात्री आम्ही झोपलोच नाही. कुणीही एकमेकांशी न बोलता हरखून पाहत राहिलो ती लखलखती रात्र. मध्यरात्रीपासून उजाडेपर्यंत किती काळ ही सापेक्ष कल्पना आहे. निसर्गाच्या क्रीडेच्या त्या पांढऱ्या रात्रीत वेळ कसा कापरासारखा उडून गेला तेच कळले नाही.

तेव्हा मी नुकतीच बदली होऊन मद्रासला गेले होते. घरापासून प्रथमच एकटी दूर राहत होते. नव्या ऑफिसमध्ये नव्याने आलेले आम्ही सगळेच बहुधा एकत्र असायचो. अशीच ऑफिसमधल्या एका जोडप्याशी नवीन ओळख झाली. दोघंही एकमेकांना अनुरूप, एकमेकांवर अनुरक्त!

असेच एके दिवशी ऑफिसच्या सकाळच्या कामाच्या धांदलीत असताना अचानक वाऱ्याच्या वेगाने बातमी पसरली, त्यांच्या मोटारसायकलला अपघात झाल्याची. दोघांनाही बरंच लागले आहे. संध्याकाळी घरी जाण्यापूर्वी मी हॉस्पिटलमध्ये गेले. अपघाताची केस असल्यामुळे मद्रासच्या सरकारी हॉस्पिटलमध्येच त्यांना

दाखल करावे लागले होते. आत शिरताच हॉस्पिटलचा एक उग्र रोगट वास नाकात शिरला. खरचटण्यापलीकडे त्याला फारसे लागलेले दिसत नव्हते. मी तिची चौकशी केली. असेच तिथे काही काळ रेंगाळताना माझ्या लक्षात आले की, तिच्याबरोबर रात्री कुणीतरी बाईने तिथे राहण्याची गरज आहे. तिच्याबरोबर रात्र काढण्याचे मी आपणहून मान्य केले. त्याच्या चेहऱ्यावरचे मळभ दूर झाल्याचा मला केवळ भास झाला का? माझा हात हातात घेऊन त्याने किंचित दाबला आणि सोडून दिला. रात्री येण्याचे आश्वासन देऊन मी तिथून निघाले.

घरी जेवण आटोपून रात्री हॉस्पिटलमध्ये राहण्याच्या तयारीने मी निघाले. पावसाची अकल्पित सर येऊन गेली आणि आभाळ अधिकच निरभ्र झाले. पावसाचा गारवा मात्र हवेत मिसळला. दिवसाचा उजेड मालवून रात्र आपल्या दिमाखात दाखल झाली. माझी रिक्षा शहराच्या सुंदर, लांब, रुंद रस्त्यातून वाट काढत होती. रस्त्याच्या दोन्ही बाजूंनी सोनेरी दिव्यांची रांग. पलीकडे वळणांमधून उलगडणारा समुद्र. पांढऱ्या वाळूचा लांबचलांब पट्टा. समुद्रावरचे काळ्यात निळे होणारे आभाळ. रात्रीच्या आभाळाचा कुठलाही निळा रंग मला नेहमीच मोहवतो. आकाशकंदील लावल्याप्रमाणे आभाळात उगवलेला भला मोठा केशरी चंद्र. रात्रीलाही स्वतःचा एक गंध असतो; मातीच्या गंधासारखा. कधीतरी जाणवतो. त्या क्षणी मला तो तीव्रतेने जाणवत होता. मला स्वतःचेच आश्चर्य वाटले. एकीकडे मला तिच्या प्रकृतीची काळजी वाटत होती तर दुसरीकडे ती रात्र मला मोहवत होती. दोन्ही प्रामाणिक भावना, परस्परांस छेद देणाऱ्या. इतकी सुंदर रात्र हॉस्पिटलच्या वास्तूमध्ये काढण्याची कल्पना निश्चितच रम्य नव्हती; पण तिच्याकडे जाणेही अपरिहार्य होते. माझ्या हातात आधार शोधणारा त्याच्या हाताचा स्पर्श मला जाणवला होता, दोघांविषयी तशी मैत्रीची भावनाही रुजत होतीच. मी त्या सुंदर रात्रीला निरोप दिला.

रिक्षावाल्याला पैसे देऊन मी हॉस्पिटलच्या इमारतीत शिरले. इथली रात्र बाहेरच्या अगदी विरुद्ध. पिवळट रोगट दिवे. तोच संध्याकाळचा हॉस्पिटलचा उग्र दर्प. स्ट्रेचरची ने-आण. विव्हळणारे हिरव्या कपड्यातले रोगी, त्यांचे चिंताग्रस्त नातेवाईक, पांढऱ्या फ्रॉकमधल्या नर्सेस, त्यांचे वाजणारे बूट. जगातले सारे दुःख जणू या इमारतीत एकवटले आहे. मी वॉर्डपाशी पोहोचले तर तो आणि त्याचा एकमेव मित्रच आता तिथे उरले होते. माझ्या येण्याची त्यांना बहुधा खात्री नसावी. मला पाहिल्याबरोबर त्याने टाकलेला सुटकेचा निःश्वास मला ऐकू आला नाही; पण जाणवला. अजूनही ती शुद्धीवर आली नव्हती. कदाचित मेंदूलाच मार लागला असण्याची शक्यता बळावली होती. सरकारी हॉस्पिटल असल्यामुळे त्यांच्याच धिम्या वेगाने उपचार होत होते; त्यामुळेही तो हवालदिल झाला होता. भोवतालची तामिळ भाषा तर आम्हाला कुणालाच न कळणारी. ते दोघे रात्रीसाठी मला अनेक

सूचना देत होते. रात्रीत काही कमी-अधिक झाल्यास मी एकटीच त्याला तोंड देऊ शकेन या गोष्टीचा विश्वास त्या दोघांना नसल्याचे मला त्यांच्या सूचनांमधून जाणवत होते. मला मात्र स्वतःबद्दल ठाम विश्वास होता. वॉर्डाच्या बाहेर असणाऱ्या फोनचा दिलासा देत त्याने मला एक फोन नंबर दिला. त्याच्या मित्राचे घर तिथून थोड्याच अंतरावर होते. तिथेच तो रात्र काढणार होता. फोनचा दिलासा त्याला अन् मलाही. लांबचलांब व्हरांड्यातून जाणाऱ्या त्या दोघांच्या पाठमोऱ्या आकृत्या आणि दिव्याच्या उजेडात भिंतीवर पडणाऱ्या मोठ्या सावल्या माझ्या मनात हलत राहिल्या.

ते दोघे गेले आणि मला एकदम परिस्थितीची गंभीरता जाणवली. क्षणभर माझा आत्मविश्वास डळमळला. बेशुद्धीच्या किंबहुना कोमाच्या किनाऱ्यावर ती. डोक्याला मार लागलेला. तिची स्थिती किती गंभीर आहे याची चाचपणी अजूनही हॉस्पिटलने केलेली नव्हती. रात्रीतून काहीही होऊ शकते. परक्या शहरातली रात्र. हॉस्पिटलच्या आजूबाजूचा एकही रस्ता मला माहीत नाही. मला त्याच्या मित्राने चार चारदा पत्ता सांगताना मी नुसतीच मान डोलवीत होते. जनरल वॉर्ड, अस्वच्छता, आजूबाजूला सगळ्या काळ्या, अडाणी बाया. तामिळ कलकलाट. भली दांडगी काळी नर्स कुर्र्यात फिरत होती. मला बसण्यासाठी कुठूनतरी एक स्टूल त्यानेच आणून दिले होते. बसल्या बसल्या मला एकदम रिकामपण येत गेले. माझ्यातल्या रिकामपणाच्या कोलाहलात मला एकमेव आधार देत होता माझ्या बसल्या जागेवरून दिसणारा काळा पब्लिक फोन! बाहेरच्या जगाला मला जोडणारा एकमेव मित्र. काही गरज पडलीच तर फोन आहेच, फोन लावताच ते दोघे धावत येतील. मी स्वतःचीच समजूत काढत होते. मी घड्याळात पाहिले. फक्त नऊ वाजले होते. मला त्या स्टुलावर बसून पूर्ण रात्र काढायची होती. रात्रीची तयारी म्हणून मी पेन आणि भरपूर कागद आणले होते; पत्र लिहिण्यासाठी! त्या कोंदट वातावरणात इतर विचार मागे टाकून माझा पत्रप्रपंच सुरू झाला. रात्र घड्याळाच्या नादात टिकटिकू लागली. साधारण मध्यरात्रीपर्यंत मला फारसे जाणवले नाही. वारंवार तिच्याकडे लक्ष जात होते, पत्रलेखन अगदीच धीमे चालू होते. तिची काहीच हालचाल नव्हती.

वॉर्डातले दिवे काहीसे मंदावले. माझे लिहिणे थांबले. मंदावलेल्या दिव्यांच्या प्रकाशात मी वॉर्डात नजर टाकली. भला मोठा हॉल; अस्वच्छ! जागोजागी जमिनीवरही झोपवलेल्या बायका. बोलण्याचा आवाज थोडा कमी झाला होता तरी विव्हळण्याचे आवाज येत होते. इतके विविध प्रकारचे रोगी दिसत होते की, मनात किळस यावी. त्या सगळ्यांमध्ये तीच वेगळी, गोरी, देखण्या रूपाची. बेशुद्धीच्या किनाऱ्यावरही ती नेहमीइतकीच सुरेख दिसत होती. मी सहज माझ्या पाठीमागे नजर टाकली आणि पोटातूनच दचकले. इतक्या वेळ माझ्या लक्षातच आले नव्हते की, मागच्या कॉटवर

एक वेडी आहे. करत काहीच नव्हती; पण माझे लक्ष जाताच तिने मला दात विचकून स्माइल दिले. अंगावर हॉस्पिटलचा हिरवा गाऊन, लुकडा देह; त्यामुळे तो गाऊन सगळीकडून ओघळलेला. डोक्याचा तुळतुळीत गोटा आणि तोंडावर उठलेले कोड. दचकणे ही माझी प्रतिक्षिप्त क्रिया होती. मी तिच्यावरून झटकन नजर बाजूला केली. 'शुक शुक' तत्सम आवाज तिने काढला. लक्ष न देण्याचा प्रयत्न करूनही मी शेवटी तिच्याकडे पाहिले. बहुधा ती पाणी मागत होती. सगळा धीर एकवटून मी तिच्या कॉटच्या बाजूच्या असलेल्या भांड्यातून तिला पाणी ओतून दिले. घटघट आवाज करीत ती पाणी पीत असताना माझी भीती कमी झाली. वेडी असली तरी माणूसच ती. मी पुन्हा माझ्या स्टुलावर विराजमान झाले. त्यानंतर तिच्या दात विचकण्याला मी घाबरले नाही. रात्र चढत राहिली. मी स्वतःला समोरच्या फोनचा दिलासा देत राहिले.

मध्यरात्रीनंतर दांडगी नर्स बदलली आणि तिच्या जागी एक छोटीशी नर्स आली. तिच्या पाठोपाठ कुणी खाकी वर्दीतला पोलीस आला. तो आपल्या दंडुक्याने खाली झोपलेल्या बायांना हलवून उठवू लागला. वॉर्डात एकदमच हलचल सुरू झाली. पुन्हा एकवार कलकलाट उसळला. पोलीस नक्की काय विचारत होता आणि कुणाला शोधत होता, काहीच कळत नव्हते. रडू भेकू लागलेल्या बायांवर तो गुरकावत राहिला, काही लिहून घेत होता. या सगळ्या गोंधळात शांत होती छोटी नर्स, जणू आजूबाजूला काही घडतच नाही असा भाव चेहऱ्यावर आणि ती. माझ्या पुढ्यात झोपलेल्या तिला कसलीच शुद्ध नाही. एवढ्या आवाजातही तिला शुद्ध येऊ नये? ती खरंच कोमात तर नाही ना गेली? तिचा श्वासोच्छ्वास चालू आहे का? तिला काही होत तर नाही? काळजीचा भुंगा. फोन करावा का? ही रात्र संपत कशी नाही? मी आपला फोनवर भरवसा ठेवून होते. बाहेरचा काळा फोन मला आधार देत होता. त्या पलीकडे ते दोघे. तोही झोपला नसेल; जागाच असेल. फोन केला की येईल. जवळच तर आहे त्याच्या मित्राचे घर. झोपही डोळ्यांवर येऊन थांबू लागली. स्टुलावर अवघडून बसणे. जाग-झोप, पोलीस, कोलाहल, तामिळ कलकल, वेडी, तिचे दात विचकून हसणे आणि त्या दोघांचे एकत्रित असणे. कसले भास होत आहेत मला? मी झोपेतून जागेपणात, जागेपणातून झोपेत!

अचानक कुणा बाईच्या किंकाळ्यांनी मला टक्क जाग आली. वॉर्डात तेच मंद दिवे. कसलीच हालचाल नाही. इतका वेळ येणारे विव्हळण्याचे आवाजही बंद झाले होते. छोटी नर्स आपल्या कामात गर्क. तिच्या चेहऱ्यावरची रेषही हलत नव्हती आणि माझ्या कानावर मात्र पडत होता आक्रोश, जिवाच्या आकांताने फोडलेल्या किंकाळ्या. कोण हे? कुणी दिसत कसे नाही? हा आवाज फक्त मलाच ऐकू येत आहे का? हॉस्पिटलच्या वास्तूचाच तर हा आक्रोश नाही? अनेकांच्या आजवरच्या वेदनांचा आवाज असा उत्तररात्री इथे घुमतो का? चकित नजरेने मी वॉर्डात सभोवार पाहिले. सगळी शांतता. आवाज बाहेरून येत

होता. मागची वेडी मात्र अजून जागी होती. तेवढा क्षणभर ती शहाणी झाली. मला जे कळले नाही ते तिला कळले. तिची भाषा समजली नाही तरी तिच्या हातवाऱ्यांतून मला कळले की, कुणी बाई अडली असावी. तिचाच हा आक्रोश. नवीन जिवाला जन्म घालण्याची ही स्त्रीची जीवघेणी धडपड. त्या क्षणी मला वेडीचाच आधार वाटला. काही क्षण जरी कुणीच प्रतिसाद दिला नव्हता तरी त्या आवाजाने झोपलेल्या त्या बाया जागेपणीच्या सीमेवर आल्या आणि रांगेने लावलेल्या त्या खाटांवरून विव्हळण्याचे आवाज उठू लागले. मग विव्हळण्याचे वेगवेगळे सूर अडलेल्या बाईच्या आक्रोशात विलीन होत राहिले. संथ वाहणाऱ्या पाण्याने धबधब्यात झोकून देत विलीन व्हावे तसे. वेदनेच्या चकचकीत प्रवाहाशेजारी मी त्या उत्तररात्री बसून होते. स्तिमित अन् भयचकित!

एकदाची रात्र सरली. बाहेर फटफटू लागले. एखादी चांदणी लुप्त व्हावी तशी ती इवली नर्स मावळली. मी झोपले नव्हतेच; पण रात्र पार पडल्याचाच मला दिलासा होता. जरा पाय मोकळे करावे आणि किमान फोन करून त्याला सगळे आलबेल असल्याचे कळवावे म्हणून मी फोन उचलला. प्रदीर्घ शांतता. फोनच्या रिंगचा जराही आवाज नाही. फोनशी झटापट करीत असताना नवीन येणाऱ्या नर्सबाईने तिथून जाता जाता मला बहुमोल माहिती पुरविली. 'गेले वर्षभर तो फोन बंदच आहे.' मी हातातल्या फोनकडे अविश्वासाने पाहिले. ज्या फोनचा मला आधार होता तोच मुळी मृतावस्थेत. माझं नशीब की, मला रात्रीच हे शुभवर्तमान कळलं नाही. मी पुन्हा माझ्या जागेवर आले तर तिला चक्क जाग आली होती. अगदी सकाळच्या सूर्याचे किरण ढगाआडून बाहेर यावेत तसा तिचा प्रसन्न चेहरा! झोप छान झाल्याचे तिच्या चेहऱ्यावर जाणवत होते. मी तिच्या चेहऱ्यावरून मायेने हात फिरवला. रात्रभरात तिला काहीसुद्धा झाले नव्हते हे केवढे माझे नशीब! ती मला काही विचारत होती इतक्यात तो धावत आला. चेहऱ्यावर गडद काळजा! तिला छान, प्रसन्न पाहून तोही खुलला. आभाळ पाऊस जसे एकमेकांत मिसळत जातात तसे ते दोघे एकमेकांत मिसळून गेले. गडद धुक्यात ते हरवत गेले आणि मी त्यांच्यापासून दूर जात राहिले. खूप समाधानाने. त्या एका बंद फोनबद्दलही मला उगीच कृतज्ञता वाटत राहिली. मध्यरात्रीपासून उजाडेपर्यंत किती काळ, ही खरोखरच सापेक्ष कल्पना आहे असं आज मीही वडिलांप्रमाणेच म्हणते.

निळ्यातून पांढरी. पांढऱ्यातून निळी. कोरून काढलेल्या या रात्री. तसे म्हटले तर या सर्व निळ्या-पांढऱ्या रात्रींचा एकमेकींशी काही संबंध नाही; पण जन्माआधीपासून सुरू झालेली माझी रात्र तशी अखंडच आहे. दिवसाचे कवडसे त्यात पडत राहिले आहेत इतकेच काय ते!

◆

विद्याधर म्हैसकर

विसरू म्हणता विसरेना

"बाळ, हे कुठं दिसत नाहीत?"

अगदी काकुळतीचा प्रश्न.

रात्रीचे दोन-अडीच वाजलेले. घराच्या छपरावर दोन पिंगळे 'चिलबिल' करीत होते. बाकी निस्तब्ध शांतता होती. एकाच खोलीत आम्ही सगळे झोपलेलो. आणखी एक खोली जोडून होती. तिचा वापर स्वयंपाकघर म्हणून व्हायचा. तिथं आई झोपायची; पण तिच्या आजारपणानंतर तिला स्वतंत्रपणे झोपायला द्यावं, असं आम्हाला वाटेना; धीर होईना.

माझ्या उजव्या बाजूला पत्नी आणि पायगती कॉटवर मुलगी झोपलेली. दोघींचा मंद श्वासोच्छ्वास चाललेला.

वाक्य स्पष्ट ऐकू आलेलं.

गेल्या चाळीस वर्षांत मी हा प्रश्न ऐकला नव्हता. मी हादरून गेलो. अंथरुणात उठून बसलो. डोळ्याला काही दिसेना. दिसत होता तो फक्त मिट्ट काळोख. कुठं क्षीणसा उजेड दिसावा अशी अपेक्षा करणं चूक होतं. बेडलँपसुद्धा नव्हता. नव्हता म्हणण्यापेक्षा तो लावण्याची सोय नव्हती. फक्त एक दिवा. एक बटण. यापेक्षा अधिक काहीच नाही; त्यामुळे बेडलँप नाही. फॅन नाही आणि 'गुडनाइट'ही नाही.

तशी आमची तक्रारही नव्हती. पत्नीची बदली झाली म्हणून या गावी आलेलो. इथं तीन वर्षे काढायची आहेत हे निश्चित असल्यानं मिळाली ती जागा स्वीकारली. कुटुंबवत्सल माणसाला आधी जागा मिळणं किती मुश्कील आहे. आम्ही स्वतःचे

मोठे घर सोडून इकडे आलेलो. अडचणी अनेक होत्या; पण कसलीच अडचण वाटून घेतली नव्हती.

पन्हाळी पत्र्याचं छप्पर. उन्हाळ्यात तापायचं. दुपारी खोलीत बसणं अशक्य होई; पण संध्याकाळी गार वाटे. आतासुद्धा ते थंड झालेलं आणि आम्हाला अगदी गाढ झोप लागलेली. खोलीतला अंधार विरू लागला. हळूहळू मला दिसायला लागलं. माझ्या डाव्या बाजूला भिंतीलगत गादी. त्यावर आई अंधारात बसून राहिलेली.

तिचा पुन्हा अधिरा प्रश्न. ''बाळ, हे कुठं दिसत नाहीत?''

मी स्तब्ध. आता घाबरलो नाही. गडबडून गेलो नाही. मी म्हटलं, ''आहेत. इथंच आहेत. झोप तू.'' ती शांतपणे गादीवर आडवी झाली. मी आईला सरळसरळ खोटं सांगितलं होतं; पण त्या अपरात्री तिच्या व्याकूळ करणाऱ्या प्रश्नाचं खरं उत्तर देऊन मी काय साधलं असतं? ती त्या क्षणीतरी भूतकाळात होती. तिला मी तसंच राहू दिलं होतं. माझ्या वडिलांची आठवण आज आईला का झाली असेल? त्यांना जाऊन आता चाळीस वर्षं झाली. खरं तर किती वर्षं झाला; आईसाठी वर्तमान आणि

भविष्य या दोन्ही काळाचे दरवाजे केव्हाच बंद झाले होते. स्मृतिभ्रंश झालेली माझी आई स्वतःची मुलं किती ते हाताच्या बोटांवर मोजण्याचा, त्यांची नावं आठवण्याचा निष्फळ प्रयत्न करायची. आज तिला माझं नाव कसं एकाएकी गवसलं? याचा मलाच आनंद झालेला; पण एका रात्री घरात मी आणि आई दोघंच होतो. ती नेहमीसारखी स्वस्थ बसून. कुठंतरी नजर लावलेली. मी वाचत बसलेलो. अधूनमधून मीच एकटा तिच्याशी बोलत होतो. काही सांगत होतो. ती काही बोलण्याचा प्रश्नच नव्हता. कारण वर्तमानकाळातल्या कोणत्याच घडामोडीवर ती बोलू शकत नव्हती आणि तिला बोलायलाही येत नव्हतं. शब्द उच्चारायला यायचा नाही की नेमका अर्थपूर्ण शब्द गवसायचा नाही; त्यामुळे ती मौनच पाळून असायची. कोणी विचारलं, "मला ओळखलं का?" तर मान डोलवायची. त्यातून हो किंवा नाही कोणताही अर्थ तुम्ही घ्यायचा; त्यामुळे तिच्याशी संवाद हा प्रकारच नव्हता. बऱ्याच गोष्टी खाणाखुणा करून चालायच्या. तिला तेच बरं वाटायचं. 'ऐकू आलं, आलं नाही' असं व्हायलाच नको. कधी तिला ऐकू यायचं, कधी नाही. कधी ती आम्हाला ओळखायची, कधी नाही. काहीही घडू शके.

खरं तर ती पूर्वीची व्हरनॅक्युलर फायनल झालेली. लिहिता-वाचता येत होतं. इंग्रजीची तोंडओळख होती. प्रभाकरपंत ओगले यांनी 'चिकित्सा प्रभाकर' हा वैद्यकशास्त्रावरचा ग्रंथ लिहिला त्या वेळी ती नव्यानं लग्न होऊन त्यांची नातसून म्हणून ओगलेवाडीत आलेली. ग्रंथाचं हस्तलिखित तयार करताना तिचा आणि तिच्या मामेसासूबाई प्रभावतीकाकूंचा हातभार लागला होता. प्रभाकरपंत - त्यांना सर्वजण काका म्हणत - एकेका रोगाची लक्षणं, त्यावरचे उपाय, औषधं सांगत. ही लिहायची. कदाचित स्मृतिभ्रंशाची लक्षणं आणि त्यावरील उपाययोजना आईच्या हातून लिहिली गेली असेलसुद्धा... या स्मृतीलासुद्धा सत्तर वर्षे होऊन गेली.

पण आता लिहिता येत नाही; वाचता येत नाही. सवयीनं वर्तमानपत्र डोळ्यापुढे धरते. अक्षरं ओळखीची वाटतात; पण उच्चारता येत नाहीत. वाचता आलं तरी अर्थबोध होत नाही. वर्तमानपत्र उलटं धरलेलं असलं तरी तिचं वाचन चालू राहायचं.

एकदा मासिकातील 'पु.ल.' ही मोठी अक्षरं मी तिला वाचायला सांगितली. वेळ लागला; पण तिनं अक्षरं मोठ्यानं वाचली. एवढंच! म्हणून तिला विचारलं, 'पुल' हे काय आहे. तिला सांगता येईना. चेहरा अपराधी दिसू लागला. मी 'पुल' ही अक्षरं उच्चारली, तेव्हा ती म्हणाली, "हे कोणीतरी आहेत."

मी हसलो. म्हटलं, "काही हरकत नाही."

मग ती चटकन म्हणाली, "हे लेखक आहेत."

तासाभरानं आई उठायला लागली.

मी खुणेनं विचारलं, "कुठं?"

तिनं खुणेनंच सांगितलं, घरी.

मी हसलो. मोठ्या आवाजात विचारलं, "कुठं निघालीस एवढ्या रात्री?"

"घरी जाते."

"घरी? कुणाच्या?"

"आमच्या घरी."

"मग हे घर कुणाचं आहे?"

तिला उत्तर देता येईना. "माहीत नाही" ती म्हणाली.

म्हटलं, "तू मला ओळखलंस का?... मी कोण आहे?"

तिनं नकारात्मक मान हलविली.

"मी बाळ आहे."

ती हसली - "बाळ हे नाव कोणाचंही असू शकतं... खरं नाव काय?"

मी खरं नाव सांगितलं तशी हसली. "अगदी बेमालूम खोटं बोलताय तुम्ही" असं म्हणून चालायला लागली. ती त्या रात्री माझं घर सोडून 'तिच्या घरी' म्हणजे कुठे जाणार होती? तिच्या नजरेसमोर कोणतं घर होतं? कोणतं असेल? मी खिन्नपणे बघत राहिलो. 'मी तुझा मुलगा आहे' हे त्या रात्री मी तिला पटवून देण्याचा अनेक तऱ्हेनं प्रयत्न केला; पण ते तिला पटत नव्हतं. कदाचित नाइलाज म्हणून तिनं अखेरीस 'असेल' अशी मान्यता दिली; पण मनोमन तिनं मला तिचं मानलं नव्हतं.

एका रात्री तिनं असाच हट्ट धरला.

झोपायला उशीर झाला होता. हिची तब्येत ठीक नव्हती. रात्री बाराच्या सुमारास एकदम जाग आली. अंधारात आई बसलेली. "एऽ आपलं जेवण झालं?"

मी उठलो. आईजवळ गेलो; पण तिला दिसलं नाही. ती अंधारात वरती बघत राहिलेली. अंधारातून उत्तर येणाराय एवढंच तिला अपेक्षित; लक्ष तिकडेच! मी दिसणार कसा? मी उत्तरला, "होय, जेवण झालं."

"तुम्ही झोपलेले दिसता म्हणून विचारलं. जेवण झालं ना?"

"हो. झालं. माझं झालं, तुझं झालं. सगळे आपण एकदमच जेवलो. आत्ता रात्रीचे बारा वाजलेत."

"मग झोपायला हरकत नाही." असं म्हणून ती अंधारात गादीवर आडवी झाली.

रात्री जेवताना आईनं नेहमीप्रमाणं दहीभात घेतला नव्हता. नेहमीप्रमाणं तिला विचारून थोडा भात हिनं वाढायला घेतला होता; पण नको म्हणून तिनं ताटात हातसुद्धा आंचवले होते. रोज थोडा का असेना पण सुपारीएवढा तरी ती भात खातेच; पण तेव्हा ती नको म्हणाली होती. कदाचित तिनं लगेचच हात आंचवले

होते म्हणून नकार दिला असावा. ताटात पाणी ओतल्यावर पुन्हा भात कसा घ्यायचा? त्यापेक्षा नकोच म्हणावं असं तर तिनं ठरवलं नसेल?

मी विचार करीत अंथरुणावर. केव्हातरी डोळा लागला असावा. पुन्हा जाग आली. अंधारात आईची हालचाल. तशी चुळबुळ ऐकू आली. ती उठून अंथरुणात बसलेली आणि प्रश्न करीत होती, "अरे ऽ आपण जेवलो ना?"

मी दचकून उठलो. आईच्या जवळ गेलो. हाताच्या अंतरावरून उत्तर दिलं तर ते ऐकू जात नाही. म्हणून जवळ जायचं अन् हळू आवाजात सांगायचं, तसं सांगितलं.

"आई, आपल्या सगळ्यांचं जेवण झालं. आता रात्रीचा एक वाजलाय. तुला भूक लागली का? काहीतरी खायला देतो."

आई बोलली, "तसं नाही. मला खरं काय ते हवंय."

"मी खरंच सांगतोय. आपल्या सगळ्यांचं जेवण झालं. तुझं झालं, माझं झालं, सगळ्यांचं झालं. आपण जेवण करून झोपलो; पण तुला भूक लागली असेल तर तसं सांग. दूध गरम करून देऊ का?"

"तसं नाही. आपलं जेवण झालं ना?"

"हो. झालं."

"मग झोपायला हरकत नाही." असं म्हणून ती पुन्हा आडवी झाली.

भूक लागली आहे हे सांगायला आई तयार नव्हती. त्यात कसला आलाय कमीपणा की एकदा जेवण झाल्यानंतर पुन्हा भूक का लागते किंवा लागावीच का? आणि लागली तरी काही खाता कामा नये असा काही निर्धार असल्यासारखी ती बोलत होती; वागत होती. डोळा लागायला लागला की नेमकी त्या वेळी हा प्रश्न करून ती उठवत होती.

पुन्हा एकदा तिचा अंधारातून प्रश्न आला. मी धडपडत उठलो.

"आई, काय हवंय?"

"तुम्ही सगळे झोपलेले दिसताय. तुमचं जेवण झालं ना?"

"आई, तुला काही खायला देऊ का?"

पण आई - 'भूक लागलीय' किंवा 'दे काहीतरी' असं काही म्हणेना. उलट प्रश्न केला, "मला खरं काय ते हवंय. आपलं जेवण झालं का?"

मी उठलो. स्वयंपाकघरात गेलो. रात्रीचे दोन वाजलेले. कट्ट्यावर काही झाकलेलं दिसत होतं. भात होता, त्यात दही-दूध घातलं; तो कालवला आणि त्या छोट्या पातेल्यातच चमचा घालून तिला दिला. आई अंधारात गादीवर बसलेलीच होती. तिनं मुकाट्यानं तो भात खाल्ला; पाणी प्याली आणि झोपी गेली.

भुकेल्या पोटी मुलं झोपी गेली तर आईला फार वाईट वाटत असे. संकष्टीच्या

रात्री हा अनुभव ठरलेला होता. दर संकष्टीला गणपतीला अभिषेक असायचा. एकवीस आवर्तनं असत. पूजा करायला रात्री आमचे गुरुजी येत. आवर्तने, पूजा आणि आरती हे सगळं व्हायला दीड-दोन तास लागत. चंद्रोदय केव्हा आहे हे बघून त्या बेतानं गुरुजी येत. कधी चंद्रोदय उशिरा असे तर कधी पावसातून रात्रीचं यायला गुरुजींना उशीर होई.

आम्ही दिवेलागणीला खेळून, दमूनभागून घरी आलेलो. पोटात कावळे ओरडायला लागलेले असत. जीव मेटाकुटीला आलेला असे; पण 'आज संकष्टी आहे. मोदकाचा नैवेद्य आहे' हे कळल्यावर आम्ही पुन्हा ताजेतवाने होऊन जायचो. आम्हा भावंडांना आई म्हणायची ''झोपू नका.''

आई स्वयंपाकघरात, चुलीपुढे. एकाच वेळी तिच्या कितीतरी गोष्टी चाललेल्या असत. स्वयंपाक सोवळ्यात चाललेला. आई गडद चॉकलेटी रंगाचं नऊवारी नेसलेली. तिला ते रेशमी पातळ किती खुलून दिसायचं. तिच्या गोऱ्यापान चेहऱ्यावर घर्मबिंदू गोळा झालेले. जसं काही ती भुरभुर पावसातूनच आली आहे. चेहऱ्यावर गोळा झालेल्या त्या तुषारबिंदूंतून खेळत राहिलेल्या केशरी प्रकाशानं आईचा चेहरा उजळून गेलेला असे.

स्वयंपाकघरातून येणाऱ्या वासानं आम्ही अस्वस्थ व्हायचो. आम्ही आलटून-पालटून 'कुठपर्यंत आलंय' हे बघायला आत-बाहेर करायचो. तर कधी गुरुजींची आवर्तनं अजून कशी संपली नाहीत? हे बघायला गुरुजींच्या पुढे ओसरीवर बसायचो. त्यांनी एकवीस दुर्वा मोजून ठेवलेल्या असत. प्रत्येक आवर्तन झालं की, ते एक दुर्वा गणपतीवर वाहत असत. एक एक दुर्वा कमी होत जायची. चार-पाचच दुर्वा राहिलेल्या दिसत. दहा मिनिटांत आता सगळं आवरेल. जेवायला बसायची वेळ जवळ आली याचा आनंद होई. ओसरीवर गेल्यावर पुन्हा पोटात कसंतरी व्हायला लागायचं. आम्ही पुन्हा घिरट्या घालायला लागलो की आई म्हणे, ''झालं हं आता. गुरुजींची आवर्तनं संपत आलीत. चंद्रोदय झाला का बघा बरं...''

मुलांच्या पोटात लवकर घास पडावा असं तिला वाटत असायचं; पण गुरुजींची पूजा-आरती व्हायला हवी ना? आणि तिचा स्वयंपाक. गुरुजींनी 'नैवेद्याचं आणा' असं म्हणताक्षणी आपलं ताट पुढे गेलं पाहिजे, असं तिला वाटायचं. त्यासाठी पहिल्या एकवीस मोदकांचं ताट तयार व्हायला हवं म्हणून तिची घाई चाललेली. गरम गरम वाफेवरचे उकडीचे मोदक, हात पोळत असतानाही ती खाली मांडत असायची. सात, नऊ, अकरा करमळ्या असलेले तिचे मोदक अतिशय देखणे दिसत.

आवर्तनं झाली की, मग पूजा-आरती. गुरुजींची आवर्तनं थांबली की, आम्हाला बाहेर कळे. थोड्याच वेळात आरती सुरू होईल. घंटा वाजायला लागेल, असा अंदाज बांधत आम्ही ओसरीवर पडलेलो. कधी बाहेर पाऊस कोसळत असे.

पावसाचा जोर कमी-जास्त होत असायचा. ते पत्र्यावर वाजणाऱ्या 'ताशा'वरून कळायचं. पाऊस सुरू होण्यापूर्वी आधी आमच्या घरासमोरच्या भातशेतात सोन्या बेडूक ओरडायला लागत. मग रात्रभर त्यांचं 'डराँव-डराँव' चाले. काळ्याकुट्ट अंधाऱ्या रात्री झाडाझुडपांतून रातकिडे 'किरकिरत' असत तर काही 'टाळ कुटत' असल्यासारखे वेगवेगळे ताल धरीत. धो धो पडणाऱ्या पावसाचं पाणी पन्हाळीतून घरामागं कोसळत राहायचं. त्याची धार वाऱ्याबरोबर मागं-पुढे पडायची आणि आवाजात बदल व्हायचा. वाऱ्याबरोबर घरावर टेकलेली एक बोरीची फांदी मागं-पुढे होऊन 'खर्र खर्र' आवाज काढत राही आणि बुचाच्या उंच झाडावर बसलेलं घुबड आपलं आगमन झाल्याचं सांगे.

आम्ही सतरंजीवर लोळत हे सगळं ऐकत पडलेलो; पण अजून कशी आईची हाक आली नाही? हेही मनात असे. आता तिची हाक आल्यावर आत जायचं. कारण प्रत्येक खेपेला आत-बाहेर करून आणि मनाची समजूत घालून आमचा आम्हालाच कंटाळा आलेला असायचा. आईची हाक यायची; पण त्या वेळेपर्यंत सतरंजीवर अंगाचं मुटकुळं करून आम्ही झोपी गेलेलो असायचो. मुलांची 'ओ' का ऐकू आली नाही म्हणून आई बाहेर येऊन बघे. तिच्या मनात यायचं, 'बिचारी वाट बघून बघून झोपली.' पण संकष्टीच्या रात्री आम्हा भावंडांना ती बिनजेवता झोपू द्यायची नाही. तिनं पाट-पाणी घेतलेलं असायचं. ती आम्हाला जागं करायची.

एरवी मी अनेक वेळा न जेवता झोपी जायचो. खेळ खेळून इतका दमून गेलेलो असायचो की दिवेलागणीला घरी आल्यावर अंग टाकायचा अवकाश जिथं असेल तिथंच झोपी जायचो. त्या वेळी आई मला उठवायची नाही. उलट उचलून मला अंथरुणावर ठेवायची; पण बरोबर रात्री दोन वाजता पोटात कावळे ओरडायला लागले आहेत हे लक्षात येई. पोटात कळमळल्यासारखं होत असायचं. डोळ्यांवरची झोप उडून जायची आणि मी गडद अंधारात अंथरुणात बसून राहायचो. आई कुठं आहे ते शोधायचो. खोलीतला अंधार विरायला लागायचा. हळूहळू दिसायला लागायचं. आई आपोआप जागी व्हायची. मला विचारायची, "भूक लागली ना? चल ऊठ."

आईपाठोपाठ मी स्वयंपाकघरात जायचो. पाट घ्यायचो. आई माझ्या पुढ्यात एक छोटी ताटली ठेवायची. माझ्यासाठी राखून ठेवलेली अर्धी भाकरी आणि गुळाचा खडा त्यात असे. मी मन लावून ती भाकरी खात असे. मग पोट शांत होत असे. मी पुन्हा झोपी जायचो...

हे सारं मला आठवलं.

मी अंथरुणावर विचार करीत पडलो. प्रत्येक खेपेला आईनं 'जेवण झालं का?' हाच प्रश्न केलेला. 'मला भूक लागलीय' असं काही ती माउली शेवटपर्यंत म्हणाली नाही. तिचं एकच पालुपद होतं, 'मला खरं काय ते हवंय'. मी तिला खरं

काय आहे तेच सांगत होतो; पण ते समजलं तरी तिचं पोट भरणार नाही आणि भरणार तरी कसं? पोट भरण्यासाठी तिनंही खरं सांगणं आवश्यक नव्हतं का? मी एकट्यानं खरं बोलून काय उपयोग?

त्या रात्रीसारखीच तिनं आज माझी झोप उडवली होती. रात्ररात्र झोप नाही असं अण्णांना व्हायचं. त्यांना कधी पाठीवर, कुशीवर झोपलेलं बघितलंच नव्हतं. ते हैराण झालेले असत. त्यांची झोप ही बसल्या बसल्याच असायची. गादीवर मांडी घालून तक्क्यावर मान टेकवून बसलेले. त्याच अवस्थेत झोप घ्यायची. तब्येत बिघडली, वारंवार उबळ येऊ लागली की, बाजूला आडव्या टाकलेल्या दोन तक्क्यांवर पुढे झुकून डोकं टेकायचं. छातीची घरघर थोडी कमी व्हायची. निदान आवाज तरी कमी ऐकू यायचा.

एखाद्या रात्री त्यांना दम्याचा खूपच त्रास व्हायचा. अजिबात डोळ्याला डोळा लागायचा नाही. उकाडा तर मी म्हणायचा. अशा रात्री अति कंटाळवाण्या असत. केव्हातरी उघड्या दारातून हलकीशी झुळूक यायची. त्यांच्या मनाला सुखवून जायची. वेळ जावा म्हणून मग अण्णा कृष्ण-सुदाम्याचं आख्यान चालू करायचे. आजोबांच्या सहवासामुळे त्यांची अशी अनेक कीर्तनं मुखोद्‌गत होती. आईला कीर्तन ऐकत राहावं लागायचं. ती म्हणे, 'इतका दम लागलाय त्यात हे कीर्तन कशाला?' अंधाऱ्या रात्री अण्णा निखळ हसत. 'तेवढंच बरं वाटतं' म्हणायचे.

कीर्तन पहाटे संपायचं. मध्येच ते एकदम गप्प होत. हळू आवाजात विचारायचे, "ऐकलास का आवाज?"

"कसला?"

"द्राक्षाच्या मांडवाखालून सर्प चाललाय. त्याची शीळ तुला ऐकू आली नाही?"

रात्रीची झोप येत नाही म्हणून आणि होणारा त्रास विसरण्यासाठी कीर्तनात रंगून जाणाऱ्या अण्णांचं मन चराचरांतल्या सूक्ष्म घटनांची नोंद कशी घेत असेल याचं मला नवल वाटे; पण चाळीस वर्षांपूर्वीच्या त्या काळरात्रीची चाहूल अण्णांना कशी लागली नाही?

अष्टग्रहीचे दिवस होते. अष्टग्रही येणार येणार म्हणून केवढा तरी मोठा बाऊ निर्माण झाला होता. जगबुडी व्हायची होती. हे संकट दूर करण्यासाठी सर्वत्र नाना तऱ्हेचे उपाय, उपासतापास, गावोगावी यज्ञ-याग चाललेले. काहीतरी भयंकर घडणार असं सर्वांना वाटत होतं.

अलीकडे अण्णा संध्याकाळीच जेवण घ्यायचे.

त्या रात्री जेवण करून अंथरुणावर पडले होते. अगदी सहजपणे त्यांना झोप लागली. अशी झोप त्यांना त्यापूर्वी कधीच लागली नसावी.

आमची जेवणं आटोपली आणि अण्णांच्या गादीवर येऊन बसलो. थंडी कडाक्याची. रात्र काळोखी. विजेची शेगडी लावली. सगळे ऐकत बसलो.

अण्णा एकदम जागे झाले.

"अरे, एवढ्यात जेवणं झाली तुमची?"

"हो. आत्ताच झाली."

"मग मला झोप तरी किती वेळ लागली होती? वाजले किती बघ बरं."

"साडेआठ झालेत. अर्धा तास झोप लागली होती तुम्हाला."

"पण किती गाढ झोप..."

मग अष्टग्रहीवर गप्पा रंगल्या. सगळ्यांची झोपायची तयारी झाली. मी अण्णांच्या अगदी जवळ. समोरच आई बसलेली. अण्णा काही बोलत असतानाच अचानक त्यांना ढास लागली आणि झाली ती रक्ताची उलटीच. औषध आणायला आई आत धावली. अण्णांच्या जवळ मी एकटाच. त्यांच्या घशात घरघर आवाज. छातीत खोल खळबळ. ते हसले. 'छे, आज चांगलाच जोर केलाय' अशा अर्थानं त्यांनी मान हलवली. तोपर्यंत दुसरी उलटी. आईऽ म्हणून मी किंचाळलो.

सगळं घर गरगर फिरायला लागलं. डोळ्यांपुढे काहीतरी भयानक दिसू लागलं. कानात कर्णकटू आवाज. कुठंतरी पळून जावं. काहीही ऐकू येणार नाही. डोळ्याला काही काही दिसणार नाही अशा गडद अंधारात, खोल रात्रीत धाव घ्यावी, असं वाटू लागलं... काहीतरी भयंकर घडणार होतं... जगबुडी व्हायची होती... नाही; जगबुडी झाली होती.

◆

राधिका टिपरे

संगत

दिस मावळता मावळता
येते हळूच सांज
निळी मखमल ओढून
आकाश घेते पापणी मिटून
रात्र, शांत... कधी निवांत
कधी कातर... कधी अलवार
देते स्वप्नांची चाहूल...
कधी अवघा अंधार
झाकोळून अंतरंग
कधी हवीहवीशी... उबदार
नाही संपता संपत...
कधी सानुलीच! रात्र जागर जागर...

रात्रीची ही अशी रूपं... दिवस आहे आहे म्हणेतो अंधारून येते. तिन्हीसांजेचं येणं हे असंच हळूवार असते. चोरपावलांनी येते... आणि रात्रीच्या रंगात हरवूनही जाते... तिन्हीसांज नेहमीच कातरतेची जाणीव देते. कारण संपून जाण्यानंतर येणारा क्षण तिला पकडून ठेवायचा असतो... संपून जाण्याची भावना मनाला कातर करून जाते नाही? म्हणूनच तिला 'कातरवेळ' म्हणत असावेत. रात्रीची रूपं अनेक... मात्र नेहमीच वेगवेगळ्या रंगात रंगणारी... आपल्या मनाच्या रंगात रात्र रंगते... मन शांत

असेल तर रात्रही शांत वाटते... कधी निवांत तर कधी कातर... कधी आतुरलेली तर कधी हवीहवीशी... उबदार... दिठी उमलवून टाकणारी... कधी भयाण... मृत्यूची हूल देणारी... संपता न संपणारी... तर कधी संपू नये असं वाटणारी... सानुली...!

जीवनातील विविध रंगांत रंगून येणारी रात्र आपल्या जीवनाचा अविभाज्य भाग आहे... म्हणूनच की काय आपल्या मनाचे प्रतिबिंब नेहमीच काजळकाळ्या रात्रीच्या कॅनव्हासवर उमटत असते. कधाकधी जेव्हा आठवांचे कढ येतात तेव्हा अशा रात्रींची चित्रे शोधावी वाटतात... त्यातील क्षण पुनःपुन्हा जगावेसे वाटतात... खरं तर मला नेहमी वाटतं, दिवस हा जगण्यासाठी असतो... आणि रात्र अनुभवण्यासाठी... आयुष्यात काही क्षण असे असतात की, जे पुनःपुन्हा जगावेसे वाटतात... आणि काही रात्री पुनःपुन्हा अनुभवाव्याशा वाटतात... सुख आणि दुःख जसं पाठोपाठ येत राहतं तसेच हे हवेहवेसे वाटणारे जगणे आणि अनुभवणे असते. प्रत्येकाच्या आयुष्याची पायवाट वेगळी असते... आणि या पायवाटेवर कित्येक रात्री... पायरव बनून स्मृतींच्या खणात लपून बसतात... आणि कधीकधी हा पायरव आपल्या

मनाचा मागोवा घेत घेत हळूहळू आपल्या आयुष्यात डोकावत राहतो... न संपणारी वाट तुडवताना... उत्कट क्षणांना जागं करणाऱ्या अनेक रात्रींचे 'पायरव' आपण आपल्या नकळत अनुभवतो... हे अनुभवणंसुद्धा... किती सुखद असतं...

आयुष्याच्या वाटेवर फक्त सुखाचे क्षण वेचू म्हणता जमत नाही. सुखाबरोबर दुःखाचे क्षण टिपावेच लागतात... कधी वाटते, काळाने क्षणभरासाठी रेंगाळावे... हव्या त्या क्षणांना थांबवून ठेवावे... निदान काळजाच्या आत खोलवर... कुठल्यातरी चोर कप्प्यात दडवून ठेवण्यापुरते तरी!

हे प्रत्येकाच्या आयुष्यात घडत असते... आयुष्याचा कॅनव्हास फार मोठा असतो... आपल्या कळतनकळत त्यावर आपण सुरेख चित्रे रंगवीत असतो. 'मधुबनी'सारखी... हवी तशी हवी तेव्हा... त्यालाच आपण जगणं म्हणतो कदाचित! मनाचा डोह खोल खोल असतो... कधी आणि कुठल्या क्षणी कुठला 'आठव' हळुवारपणे तळातून वर येईल सांगता येत नाही. हेच खरे... हेच आठव रात्रीचे रंग आणखी गहिरे करतात... कारण मनाच्या खोल खोल कपारीतील अंधार या रात्रींच्या अंधारामध्ये मिसळून ज्या काजळवेदना जन्मभर आपली सोबत करतात त्या फक्त आपल्यालाच ठाऊक असतात... आणि त्या फक्त आपण एकट्यानेच अनुभवायच्या असतात... शब्दातीत असा अनुभव असतो हा!

माझ्या मनात, लहानपणीच्या आठवणींत अंगण... आकाश आणि रात्र याचं एक अनोखं चित्र आजही अगदी स्पष्ट चितारलेलं आहे... माझ्या लहानपणी आम्ही कोल्हापूरजवळील कागल येथे राहायचो... माळावरचं भाड्याचं घर... घराभोवती मोठं आवार... दारासमोर सुंदर अंगण... त्याभोवती रंगणाऱ्या मेंदीचं सुरेख कुंपण... माझी पाच भावंडं आणि मी... अंगण नेहमीच शेणानं सारवलेलं असायचं. त्यावर गडबडीने का होईना आई सुरेख रांगोळी रेखायची... मला रांगोळीमध्ये रंग भरण्याचे वेड लागले ते बहुधा त्याच वेळी... रात्री बाहेर झोपण्यासाठी म्हणून 'खाटा' तयार करून घेतलेल्या होत्या वडिलांनी... आम्ही भावंडे अंगणात बसून जेवायचो... 'चांदणी भोजन' चंद्राच्या चांदण्यातलं आणि चांदण्यांच्या टिमटिमत्या प्रकाशातलंही... आई ताटात जे वाढून देईल ते आम्ही अंगणात बसून खायचो...

खरं तर त्यावेळच्या तिन्हीसांजाही किती वेगळ्या असायच्या... आळीतल्या सगळ्या मुली मिळून खेळायचो... 'कुणीही यावं... टिकली मारून जावं...', 'माझ्या आईचं पत्र हरवलं... ते मला सापडलं...' हे आणि असेच कितीतरी खेळ अंगणात रंगायचे. कधी भोंडला रंगायचा तर कधी अष्टमीचा जागर! संध्याकाळ संपून तिन्हीसांज कधी उतरायची तेच कळायचं नाही... त्या वेळी कागलमध्ये घरोघरी वीज नव्हती. फारच थोड्यांच्या घरात विजेचे दिवे असायचे... त्यामुळे

दिवेलागण झाली तरी अंगणातला मुक्काम हलायचा नाही. कारण घरातल्या मिट्ट काळोखापेक्षा अंगणातील किरमिजी अंधारच जवळचा वाटायचा...

खेळ संपला की, गप्पा व्हायच्या... उगाचंच भुताखेताच्या गोष्टी व्हायच्या. गंमत म्हणजे अभ्यासाचं एवढंही दडपण नसायचे त्या वेळी! आता वाटतं... आपण अभ्यास तरी कधी केला बरं? खेळ खेळून खेळून दिवस संपायचा. मग मात्र पुढ्यात पडेल ते अन्न गोड लागायचं... डोळे गपागपा मिटायचे.

आमच्या घरात लाइट असायची... पण लाइट जाण्याचं प्रमाण मात्र खूप जास्त होतं. आजच्यासारखे लखलख करणारी लाइट नव्हते तेव्हा... त्यामुळे तिन्हीसांज होण्याच्या आधीच कंदिलाच्या वाती तेजाळायच्या... रोजच्या रोज कंदिलाच्या काचा रांगोळी घालून चकाचक करण्याचं काम माझ्याकडे असायचं. दोन कंदील लावून ठेवले की, आई निर्धास्त व्हायची. मी असेन चौथी-पाचवीत... पाठची चार लहान भावंडं... कागलमध्ये साप खूप निघायचे. त्यातही रात्री तर ते हमखास दृष्टीस पडायचे... म्हणून आई घाबरायची.

विजेचे फॅन नसायचे त्याकाळी घरी; त्यामुळे रात्री आम्ही भावंडं वडिलांच्या बरोबर अंगणात झोपायचो. रात्री अंथरुणावर पडल्या पडल्या आकाशात दिसणाऱ्या तारका न्याहाळण्याचे वेड लागले. डोळे फाडून फाडून मी आकाशातील चमचमणारे तारांगण निरखीत राहायचे... उन्हाळ्याच्या दिवसांत कुंपणावरील मेंदीला फुलांचा बहर आलेला असायचा. काय सुंदर असतो मेंदीच्या नाजूक फुलांचा सुगंध... फुलंही इतकी नाजूक असतात की बस्स! फुलली की जणू चांदण्या फुलल्यात असंच वाटायचं... दारात निंबोणीचंसुद्धा एक मोठं झाड होतं. त्याच्या फुलोऱ्याचा गंधही असाच वेडावणारा असायचा.

मला आजही आठवते... रात्री खाटेवर पडल्या पडल्या स्वतःला पांघरुणात लपेटून घेत, मी आकाशातल्या चांदण्या मोजत जेव्हा चांदण्यांशी गुजगोष्टी करायची तेव्हा डोळे मिटू नयेत म्हणून हरतऱ्हेने प्रयत्न करीत असायचे. कारण रात्र संपूच नये असं वाटत राहायचं. अशा वेळी झिंग आणणारा मेंदीच्या फुलांचा सुगंध... निंबोणीच्या सुगंधामध्ये मिसळून जायचा... आणि मनाभोवती एक सुंदर, सुगंधित वलय निर्माण करायचा. मनाची संतृप्ती निद्रादेवीला फार काळ दूर नाही ठेवू द्यायची.

आज, रात्री अंथरुणावर पडल्या पडल्या डोक्यातील विचारांचा गुंता सोडविता सोडविता झोप इतकी दूर पळालेली असते की, विनवणी करूनही येता येत नाही. डोळ्यांच्या वाटा कोरड्या ठक्क होऊन गेल्यात...

निरभ्र आकाशात, अंधारलेल्या रात्री, नक्षत्रांनी फुलून आलेल्या मैफलीचा असाच एक उत्कट अनुभव घेतला तो कैलास-मानसच्या वाटेवर! कालापानीच्या कॅम्पवर.

फायबर ग्लासच्या तंबूत झोपले होते... झोप अशीच विचारांच्या आवर्तामध्ये हरवून गेलेली... जिवाची असह्य घुसमट होत होती. अखेर तंबूचे दार किलकिले करून बाहेर आले... तर थंडीच्या झोताने कापरे भरले; पण जेव्हा मी निरभ्र निळ्या आकाशातील अगणित तारकांना अगदी 'तेजःपुंज' अशा रूपात जवळून पाहिले तेव्हा मात्र लहानपणी खाटेवर झोपल्या झोपल्या कित्येक रात्री चांदण्यांशी केलेला संवाद आठवला. वडिलांच्या केवळ 'असण्यानं' मोकळ्या आकाशाचं 'छत्र'सुद्धा आपलं हक्काचं छत्र आहे असं वाटण्याचं ते लहानपणीचं आयुष्य मागं पडून आता... खूप मोठा काळ लोटला होता.

ऐन पंचविशीत असतानाच, वडील सोडून गेले... ती पोकळी आयुष्यात कायमची निर्माण झाली. मात्र, कालापानीला जेव्हा इतक्या उंचीवरून रात्री आकाश न्याहाळताना, लखलख करणाऱ्या अगणित तारकांना अगदी हाताच्या अंतरावर असल्याचं अनुभवलं तेव्हा मात्र पपांचीच तीव्रतेनं आठवण झाली...

लहानपणापासूनच मी एकटेपणावर प्रेम करायला शिकले. बहुधा त्यामुळेच की काय पण निसर्गाशी माझे अतूट असे भावबंध जुळले गेले. रात्रही अशीच माझी जवळची मैत्रीण... अभ्यासासाठी म्हणून जशा रात्री जागवल्या तशाच किंबहुना त्यापेक्षा अधिक रात्रींना साक्ष ठेवून, अगदी भान विसरून मी पुस्तकांचे भावविश्व अनुभवले. पुस्तकांशी एकांत साधता यावा म्हणून रात्रीशी मैत्री करणं मला आवडायचं... बाहेर धो धो पाऊस कोसळत असताना... अंधारून आलेल्या दिशांना कवेत घेऊन रात्र निश्चिंत मनाने विसावायची... तेव्हा ती आणखी जवळची वाटायची. अशा वेळी एखादं सुंदर पुस्तक हातात असेल तर मी अवघं जग विसरून जायचे... ठाऊक नाही... अशा किती रात्री मी जागवल्या असतील!

वडिलांची सरकारी नोकरी... नेहमी बदल्या व्हायच्या... नवीन गाव... नवीन मैत्रिणी... किती वेळा नवीन बंध जोडले आणि किती वेळा अश्रूंच्या पुरामध्ये जुने बंध तोडले, कुणास ठाऊक... कोल्हापुरात राहायला गेलो तेव्हा अशीच एक मैत्रीण गाडी घेऊन घरी आली. वडिलांना विचारून सिनेमासाठी बरोबर घेऊन गेली. सिनेमा संपला... ते सर्वजण जेवायलाही बरोबर घेऊन गेले. मला हे अन्न गोड लागेना. वडिलांचा रागीट स्वभाव ठाऊक होता. मन भीतीनं कावरंबावरं झालं होतं. मैत्रिणीला काकुळतीला येऊन म्हटलं, "मला लवकर घरी सोड गं..." तरीही घरी पोहोचले तेव्हा रात्रीचे अकरा वाजून गेले होते... खरं तर लटपटत्या पायांनी जिना चढून घरात गेले. तर अंधारात वाट पाहात उभे असणाऱ्या वडिलांनी गालावर दिलेली थप्पड डोळ्यांसमोर असंख्य काजवे चमकवून गेली. अंधारी येऊन मी मटकन् खालीच बसले. केवळ चौदा-पंधरा वर्षाचं वय होतं... पण ना वडील पुढे काही बोलले ना काही बोलायची माझी हिंमत होती. ती एक थप्पड... आणि आयुष्यभर आठवणीत

असणारी ती रात्र... या न विसरता येणाऱ्या गोष्टी होत्या. त्यानंतर लग्न होऊन मुंबईत पहिले नाटक पाहीपर्यंत परत कधीही रात्री सिनेमा पाहिला नाही तो नाहीच!

आज आठवण आली तरी आश्चर्य वाटतं... किती बंदिस्त आयुष्य होते त्या वेळी... मनाच्या डोहात डोकावून पाहताना अंतर्यामी गलबलून येतं. किती आठवणी... किती भांडणे... किती रुसणे... सागराच्या किनाऱ्यावरील वाळूत असंख्य लहान-मोठ्या शिंपल्या पडलेल्या असतात तशाच या आठवणी... एखादी शिंपली उचलून हातात घ्यावी. मन प्रसन्न होऊन म्हणतं, किती सुंदर... तोवर दुसरी शिंपली नजरेस पडते. मन पहिल्या शिंपलीला घट्ट पकडून ठेवीत दुसरी शिंपली उचलते. मग तिसरी... मग चौथी... एक न संपणारा खेळ असतो हा... ही आठवण वेचू की ती वेचू असं होऊन जातं. कधी ओठावर खुदकन हसू येतं... तर कधी डोळ्यांत टचकन पाणी येतं. उरात जीवघेणी कळ येते ती मात्र लहानपणी समवयस्क सवंगड्यांवर केलेल्या पहिल्यावहिल्या निर्व्याज प्रीतीची आठवण येते तेव्हा... कोवळं वय... निर्व्याज असं आपलेपण... स्पर्शाच्या जाणिवेपलीकडील एक अनोखं, अस्पर्शी नातं... मनात असणारी ओढ... आणि डोळ्यांत साठवलेलं आर्त प्रेम... बंधनापलीकडचं ते भावविश्व. बिलोरी काचेगत असतं. केवळ जीवनाचंच नव्हे तर निखळ मनाचं अतिशय सुंदर, मोहक असं प्रतिबिंब आपल्याला त्यात दिसत असतं; पण काळाची गणितं वेगळी असतात... काळाच्या मागोमाग मोठेपणीच्या वेदना येतात आणि बालपणाच्या सीमा धूसर होऊन जातात. किती प्रयत्न केला तरी लहानपणी त्या बिलोरी आरशात पाहिलेली जीवनाची निखळ प्रतिबिंबं परत दिसत नाहीत... की त्या वेळची ती अल्लड प्रीत परतून येत नाही. स्वच्छ, सुंदर बिलोरी काचही आपल्या नकळत धूसर होऊन जाते आणि आपल्या मनाची प्रतिबिंबे हरवून जातात. कधीतरी चटकन कठोर वास्तवाचा धक्का लागून ही बिलोरी आरशामध्ये दिसणारी सुंदर स्वप्नं फुटून जातात. खळ्कन... आपल्या स्वप्नांच्या बारीकबारीक ठिकऱ्या होताना पाहून आपले डोळे आपणच कोरडे करावयाचे असतात. कारण अशा वेळी आपल्या सावल्याही आपल्यापासून दूर गेलेल्या असतात.

रात्र काजळकाळी असते हे खरं असलं तरी खऱ्या अर्थाने रात्रीचे रंग हे खूप वेगळे असतात. मन उदास असते तेव्हा रात्र उदास होऊन जाते. अंधारून आलेल्या दिशांना कवेत घेताना रात्रही पाणावते. उदासलेलं मन आणखी उदास होतं. आपल्या प्रिय माणसाच्या आठवणींचा झाकोळ मनाभोवती पिंगा घालत असेल तर ती आणखी उदासवाणी वाटत राहते.

मनाची हुरहुर वाढते... कुठेतरी दूरवर वेळूच्या बनात, अलगुज ओठांशी धरून कुणीतरी स्वर छेडीत आपल्या मनाचा मागोवा घेत असतं... नादावलेल्या मनाला अमूर्त अशा स्वरांपलीकडचे कुणीतरी साद घालीत असतं. हुरहुर लावणारी संध्याकाळ

आणि मनाला झाकोळून टाकणारी रात्र दोघीही वैरिणी वाटतात ते अशा वेळीच... समाजाच्या जाणिवांचे आणि मनाच्या नेणिवांचे बंध तोडून मुक्त व्हावं असं वाटतं ते यावेळीच! मन शेवरीच्या कापसागत हलकं होऊन आकाशात भिर भिर फिरत राहतं... जिवाला लागलेली ओढ शब्दांत सांगता येत नाही. अनिवार ओढीनं अवघं शरीर, अवघ्या चेतना उन्मीलित होऊन येतात. मनाची कवाडं उलगडून... अधीरतेच्या सीमेपलीकडे ओढ घेणारं 'तन-मन' कुणाच्या तरी स्पर्शासाठी आसुसलेलं असतं. हवंहवंसं वाटणारं हे 'सुख' म्हणजे जीवनातील मीलनाच्या उत्कटतेची सांगता असते. रात्रीपुढे पदर पसरून परमोच्च सुखाची याचना करणारी दोन मने... रात्रीच्या उत्कटतेपुढे एकात्म होऊन जातात आणि रात्रही निश्चिंतपणाने निश्वासते... डोळे मिटून घेताना... रात्रीच्या त्या सुखद निश्वासांनी मनाची अधीरता संपते.

एका नव्या युगाची सुरुवात होते... मोगरीची अनाघ्रात फुले उमलून यावीत तशी स्वप्ने उमलून येतात. कळ्या हसतात. शुभ्रतेची सुखस्वप्ने उराशी घेऊनच अशावेळी रात्र निजते... कारण गर्भात नवोन्मेषाची बीजं रुजतात ती या अशा उत्कट रात्रीच... प्रत्येकाच्या आयुष्यात कधी ना कधी येणारी ही रात्र आयुष्यातील चिरंतन सुखे जोपासणारी रात्र असते. या रात्रीला पापण्यांच्या आड लपवून ठेवायचं असतं... जपून ठेवायचं असतं...

रात्रीच्या गर्भातूनच नवोन्मेषाचा उदय होत असतो. रोज नव्या दिवसाला जन्म देताना रात्र उरीपोटी फुटून येत असेल ना? तिच्या वेदनांनी उन्मळून येतानाच उषेची लाली अवघ्या आकाशभर पसरते. अगदी तसंच स्त्रीच्या आयुष्याचं असतं. सुखाची परिभाषा समजणाऱ्या गात्रांना... वेदनांची चाहूलही आधीच लागलेली असते... कारण स्पर्शसुखाची सांगता वेदनांच्या कल्लोळांनी होते. तेव्हाच नवा जीव जन्मास येतो. मातृत्वाचे दान स्वीकारताना मीही अशीच वेदनांनी उन्मळून गेले होते. अवघी रात्र माझ्या सोबतीला होती. कधी धीर देत होती... कधी रागावत होती... मला समजावून सांगत होती... "पोरी... अगं... स्त्रीत्वाचं दान हवं होतं ना तुला... मग वेदना साहायला हव्यातच... माझ्याकडे पाहा तरी... बघ... उरीपोटी फुटून येण्याच्या वेदनेआड रोजचा दिवस कसा साजिरा गोजिरा वाटतो. आईपणाच्या सुखाचं हे देणं म्हणजे प्रत्येक स्त्रीच्या आयुष्यातील एक रात्रच असते..." मी समजले होते. वेदना पिऊन पुन्हा तरारले होते.

पण काळ मला हुलकावणी देत होता... छोट्या मीनूच्या जन्माचा आनंद उपभोगत असतानाच पित्याची माया अंतरल्याचं कळलं... काळरात्र म्हणून मी रात्रीशी अबोला धरला... मला तिची संगत नकोशी वाटू लागली; पण माझ्या वेडेपणाला हसून ती माझ्या मागोमाग यायची. माझ्या पावलांमध्ये माझी सावली असावी तशी... वेळीअवेळी माझे डोळे पाझरायचे. वडिलांच्या माघारी... अचानक

पाठचे दोन भाऊही काळानं हिरावून नेले. तेव्हाही रात्रच नियती बनून आली होती. वैरिणीपेक्षाही वैरीण वाटू लागली होती मला रात्र...

माझी वेदना ओली होऊन डोळ्यांतून झिरपत राहायची... तिन्हीसांजा दाटून आल्या की गहिवरून यायचे. लहानपणीच्या आठवणींचे कढ मनात दाटून यायचे. न संपणाऱ्या रात्रींशी माझा अबोला कायम होता. मला भीती वाटायची... एकदा नव्हे दोनदा नव्हे तर तीनदा या रात्रीनेच 'माझा घात केला'... भडभडून यायचे. एके दिवशी अचानक जाणवले... मी माझ्या दुःखाला कुरवाळत बसले होते. माझ्या अवतीभोवती असलेल्या माणसांचाही मला विसर पडला होता. दुःखामुळे संवेदना बोथट होतात हे ठाऊक होतं; पण त्याचा अनुभव मी स्वतःच घेत होते. माझ्या पाझरणाऱ्या डोळ्यांआड असणारे ओले विश्व माझे मलाच दिसत नव्हते. माझ्याबरोबर रात्रही मूकपणे डोळ्यांतून आसवे गाळीत असते हे मला कळतच नव्हते. माझी वेदना, माझे दुःख रात्रीच्या ओलावलेल्या झिरपण्यातून असे सांडत होते... पण मला ते लवकर उमगलेच नाही. आपली वेदना केवळ आपल्याच मनाला उमगते असे नाही... ती आपल्या भोवतालच्या चराचराला पाझरून टाकते. म्हणूनच रडणाऱ्या डोळ्यांची कवाडे मिटून घेतली तरी झिरपणाऱ्या रात्रीला आपण डोळ्यांबाहेर थांबवू शकत नाही.

जेव्हा डोळे पाझरतात तेव्हा रात्रही ओली वाटते; पण जेव्हा रात्रभर आषाढाची झड लागते, तेव्हा मात्र मन आर्त होऊन जाते. तसेही आषाढ आणि श्रावण महिन्यांतील रिमझिम पाऊस आणि ओलावलेल्या रात्रींना संगत हवी असते रसिक जोडीदाराची... मस्त मैफल जमून यावी. गप्पांना रंग चढावा... आणि... अचानक गाण्यांचा मूड यावा... बस्स! तावदानाबाहेर रिमझिमणारा पाऊस... आणि उबदार भिंतींमध्ये सामावलेली एक दिलखुलास मैफल... 'रिमझिम झरती श्रावणधारा... प्रियाविण उदास वाटे आज...' या ओळी अगदी चपखलपणे आपल्या भावनांचे प्रतिबिंब दाखवतात. गाण्याची मैफल जमून यावी आणि सादळलेल्या हवेतील गारवा मनाला स्पर्श करून जावा. रात्र पाकळी पाकळी उमलावी त्याप्रमाणे उमलून यावी... गात्रांनी फुलून यावं... आणि नजरांनी डोळ्यांतील खोल डोहांमध्ये दडी मारून आपल्याला हवी ती उत्तरे शोधावीत. 'तुझी माझी जोडी जमली रेऽऽ... आता तुझी पाळी...' असं म्हणून दिलखुलासपणे टाळी द्यावी आणि मैफलीची सांगता व्हावी...

पण हे असं नेहमीच होतं असं मात्र नाही हं... कधीकधी बाहेर बरसणारा श्रावण आणि डोळ्यांतून बरसणाऱ्या धारा यांना थांबवण्यासाठी आपण अपुरे पडतो.

माझ्या संसाराच्या चार भिंतींच्या आत एक सुखरूप असं उबदार घरटं मी तयार केलं होतं. काडी-काडी जमवून रुजवलेल्या या घरट्यात नी माझ्या पिलांना हरतऱ्हेचं सुख देण्याचा प्रयत्न केला... पण आता मुलं मोठी झालीत... घरात

मिळणारी ऊब... घरात मिळणारं संरक्षण... हे सारं आता पिलांना नकोसं झालंय. त्यांना मोकळ्या दिशा, मोकळं आकाश खुणावत होतं. पाखरांना पंख फुटले होते. त्यांना दाही दिशांना फिरण्यासाठी घरट्यातून बाहेर पडायचं होतं. मी माझ्या घरट्याची कवाडं उघडली... बाहेरील जगाचे आकाश त्यांच्यासाठी खुले केले. आज पाखरं बाहेर पडली आहेत.

पहिल्यांदा मिनू शिकायला म्हणून बाहेर पडली तेव्हा अवघं विश्व अंधारून आल्याचा भास झाला होता. तिला मुंबईला जाणाऱ्या गाडीत बसवून घरी आले... तर घराच्या भिंती अंगावर धावून येऊ लागल्या. डोळ्यांतून कोसळणाऱ्या आसवांना थांबवण्यासाठी माझ्याकडे काहीच नव्हते. नेमकी बाहेरही आषाढाची झड लागली होती. दाही दिशांना काळोख दाटून आला होता. सारी रात्र... आकाश रडत होते आणि मी आसवे पिऊन डोळे टिपत होते. माझी वेदना मला जाळत होती. आईपणाचं दुःख काळीज कापत होते. त्यानंतर अशा कित्येक रात्री आल्या आणि बरसून गेल्या. आता डोळ्यांमध्ये आसवं संपून गेली आहेत. कोरड्या नभात... उरली आहे प्रतीक्षा... पाखरं घरट्यात परतून कधी येतील याची...

खरंच... प्रतीक्षा करणं म्हणजे शिक्षा भोगण्यासारखंच आहे असं मला नेहमी वाटतं... रोजच्या रोज प्रतीक्षा करायला लागणं म्हणजे तर, भावनिक कडेलोटच! आणि ही प्रतीक्षा रात्रीची साथ करणारी असेल तर त्याहून वाईट... मनाचा असह्य कोंडमारा करणाऱ्या प्रतीक्षेचा आर्त अनुभव मी माझ्या जीवनात अनुभवला आहे... अनुभवत आहे. उच्चपदस्थ, भरपूर पगारवाला नवरा असण्यातील आनंदाइतकंच... त्याचं घरी उशिरा येणं... कामामुळे जीवनातील इतर लहान-मोठ्या गोष्टींना असलेलं दुय्यम स्थान यामुळे मनाचा होणारा कोंडमारा मी खूप वेळा सहन केलाय... अशा वेळी रात्रीच्या काळोखाबरोबर दाटून येणारी आर्त उदासीनता माझं मन नेहमीच कातर करून सोडते. मनाची घुसमट बाहेर पडायची ती आसवांच्या धारांतूनच... ही भावनाही अव्यक्त होऊन जाते. जेव्हा कळत असतं की, ही परिस्थितीची विवशता आहे. खासगी कंपनीमध्ये नोकरी करणाऱ्या उच्चपदस्थाला सर्वप्रथम कामाशी मतलब असतो. दरमहिन्याला हातात मिळणाऱ्या घसघशीत पगाराचे ते नकळत चुकवलेले मोल असते.

माणसाला जीवनात सर्वच गोष्टी मनासारख्या मिळत नाहीत. त्यातीलच ही एक विवशता... सुखालाही दुःखाची झालर असावी तसेच हे जीवनातील एक छोटंसं शल्य... पण त्याची भरपाई करणारी सुखंही असतात आपल्यापुढे...

आमच्या लग्नाचा एकविसावा वाढदिवस होता. मी यांना म्हटलं, "नेमकी आज पौर्णिमा आहे. आजची संध्याकाळ तुम्ही माझ्यासाठी अवश्य राखून ठेवा... मला टिपूर चांदण्याचा आस्वाद घ्यायचाय तो तलावाच्या किनारी बसून...! यावेळी

मला इतर काही देऊ नका; पण माझ्याबरोबर हर्सूलच्या तलावावर रात्री आलं पाहिजे...''

त्या रात्री मी आणि यांनी हर्सूलच्या तलावाच्या काठावर बसून घालवलेली ती रात्र म्हणजे माझ्या मनाला मिळालेला उत्कट शीतल दिलासाच होता. नीरव... निरामय अशा निवांत क्षणांना संगती घेऊन आम्ही दोघेही तलावाच्या किनारी बसून होतो. नोव्हेंबरमधील त्रिपुरी पौर्णिमा होती ती! अगदी टिपूर असं चांदणं होतं. निरभ्र आकाशातील ते देखणं चंद्रबिंब आणि जलाशयाचा तो रम्य एकांत... रसिक मनाला आणखी काय हवं असतं? चांदण्यामुळे जलाशयातील लाटांवर रुपेरी कवडशांचं एक अति रमणीय असं सुंदर डिझाइन तयार होत होतं. एखादी हलकीशी झुळूक येताच... ते हलकेच हलत होतं. बदलत होतं. जणू आपल्या जीवनाचं ते प्रतिबिंबच आहे असं मला वाटत होतं त्या वेळी... कॅलिडोस्कोपमध्ये टाकलेल्या काचांचे तुकडे हलताच डिझाइन बदलून जावे तसाच हा प्रकार... जीवनाला निरामयतेचा स्पर्श होताच... काटेरी पायवाटसुद्धा फुलांच्या पायघड्यासम वाटू लागते. जीवनाच्या धकाधकीत फारशी अपेक्षा न करता जो मिळेल तो क्षण आपला असे मानला तर अगदी क्षुल्लक गोष्टींतूनही खूप सारा आनंद मिळतो, हे ठाऊक होतं मला...त्यामुळे

त्या रात्री चंद्राच्या नितळ प्रकाशात मनाची स्पंदने ऐकून ऐकमेकांच्या सहजीवनाचा अनुशेष भरून काढण्यासाठी केवळ काही निवांत क्षणसुद्धा पुरेसे होतात हे मी अनुभवलं आणि मन शांत होऊन गेलं.

रात्रीची अनेक रूपे आयुष्यात अनुभवली...कधी शांत निवांत...कधी सौम्य कधी अनाकलनीय...कधी टिपूर चांदण्यात तर कधी अमावास्येच्या अंधाऱ्या रात्री...रौद्र भयानक रूपात...आज अचानक हर्णे बंदराच्या किनाऱ्यावर घालवलेली एक रात्र आठवली. मला निसर्गाची अतीव ओढ. त्यातही सागर आणि बर्फाच्छादित हिमालय ही दोन विविध रूपे अगदी उत्कटपणे भावणारी. त्या वेळी असंच कोकणात गेले असतानाची गोष्ट. मी माझ्या मोठ्या वहिनी आणि त्यांचा भाऊ आम्ही तिघेजण फिरायला म्हणून बाहेर पडलो होतो. निसर्गरम्य आंजर्ले, हर्णे व आजूबाजूची गावं पाहिली. रात्री हर्णेला मुक्काम केला. अंधारी रात्र होती. मला रात्रीचं सागराचं रूप पाहायचं होतं. जेवण होताच फिरायला म्हणून आम्ही बाहेर पडलो. किनाऱ्यावरील रेतीवर तिघेही बसलो होतो.

अगदी कभिन्न काळी रात्र होती...भरतीची वेळ असल्यानं समुद्रात जोरजोरात लाटा उसळत होत्या आणि किनाऱ्यावर येऊन आदळत होत्या. त्या लाटांचे ते अनोखे रूप पाहण्यात मी दंग होऊन गेले होते. फेसाळत्या शुभ्र लाटा किनाऱ्यावर येऊन वेगानं आदळत आणि विखुरल्या जात. मला काही तेथून उठावेसे वाटत नव्हते. अशातच कळत नकळत हवा वाहायला लागली. माडाच्या झावळ्या डोलायला लागल्या. बघता बघता वाऱ्याचा वेग वाढला आणि माड थरथरायला लागले. लाटा उसळून, उन्मळून किनाऱ्यावर आदळू लागल्या. काही वेळाच्या अंतराने एकूण चित्रच पालटले.

दूरवर समुद्रात एक जहाज दिसत होते. डेकवर लागलेल्या लाइटमुळे दुरूनही त्याचा भला मोठा आकार रात्रीच्या अंधारात लोभस वाटत होता. बघता बघता ते जहाज हेलकावे खायला लागले. किती वेळ गेला कुणाला ठाऊक; पण मला तेथून उठावे असे वाटत नव्हते. जणू संमोहित होऊन मी निसर्गाच्या रौद्र रूपाकडे पाहात खिळून गेले होते. तासाभराच्या अंतराने वातावरणात झालेल्या बदलामुळे मी निसर्गाचं एक अनोखं रूप पाहत होते. शांत संयमी सागराला क्रोधाने बेभान होताना पाहिलं आणि निसर्गाच्या रौद्र रूपामुळे जीवनाचं एक नवीन चित्र नजरेसमोर उभं राहिलं.

त्या रात्री मी हर्णेला झोपू शकले नव्हते. आजही ती रात्र आठवते तेव्हा समुद्र बेभान होताना पाहिलेले ते रोमांचकारी क्षण आठवतात. जीवनही अशा कितीतरी क्षणांनी भरलंय याची जाणीव होऊन कधीकधी वाटते...बेभान होणं हा निसर्गाचा नियमच आहे; पण माणसानं आपल्या मनाला मर्यादांचं बंधन नाही घातलं तर आयुष्याचे किनारे उद्‌ध्वस्त व्हायला वेळ नाही लागणार...!

जीवनाच्या वाटेवर चालताना भेटणाऱ्या ऋतुचक्राच्या या दोन भूमिका आपण पाहत असतो. एक दिवस...एक रात्र...जगणे आणि अनुभवणे या चक्रात आपणही फिरत असतो. त्यातील काही क्षण 'आठवणी' म्हणून स्मरणात राहतात. कधीतरी मनाचे तळ उपसून त्या आपोआप वर येतात. ही शब्दचित्रे त्या रात्रींची आठवण म्हणून मनाच्या कॅनव्हासवर चित्रित करताना मलाही एक उत्कट आनंद मिळाला...

◆

टी. एन. परदेशी

रात्रीबेरात्री

श्रीरामपूरच्या डावखर रस्त्यावरील एका बांबूच्या चाळीत मी राहत होतो तेव्हाची गोष्ट. पासष्ट-सदुसष्टचा काळ होता. बांबूच्या, कुडाच्या भिंतींची ही घरं श्रीरामपूर-कोपरगावाकडे आढळतात. दहा बाय बाराची एक खोली होती. डोक्यावरचं पत्र्याचं छप्पर पुढच्या दरवाजाशी सात फुटांपर्यंत खाली आलेलं होतं. मागील कोपऱ्यात मोरीजवळील एक लहानशी खिडकी वायुविजनाचं काम करी. माझ्यासह चार माणसं या घरात राहत होती. घरात शांतता नव्हती. घरातील दोन कर्त्या व्यक्तींची ती भांडणं! कधीकधी दुपारी सुरू झालेलं त्यांचं भांडण रात्री-मध्यरात्रीपर्यंत चालू राही. मी चौदा-पंधरा वर्षांचा होतो आणि माझा दिवसाचा वेळ शाळेत जात होता. रात्रीचा प्रश्न असे. मी रात्रीच्या वेळी अभ्यासासाठी, झोपण्यासाठी जागा शोधत असे. त्या काळात माझ्यावर मध्य रेल्वेने मोठीच कृपा केली. घराजवळ दोन-चार फर्लांग अंतरावर रेल्वे स्टेशन होतं. माझ्या घरात मिणमिणत्या कंदील-चिमण्यांचा उजेड होता; पण त्याला काळोखाचा विळखा होता. घरातील हा पेटलेला अंधार मला अंतर्बाह्य पोळून काढत होता. याउलट स्टेशनच्या प्लॅटफॉर्मवरचं वातावरण होतं. तिथं सतत वाहत राहणाऱ्या प्रवाही जीवनाची धार होती. तेथील रात्र प्रकाशमान, लख्ख उजेडाची होती. मानवी संबंधांची राखरांगोळी करणारा जो लाव्हारस माझ्या घरात फसफसत होता त्याचा मागमूसही रेल्वे स्टेशनवर नव्हता. तेथील अनोळखी माणसांच्या गर्दीत रात्र मला सुरक्षिततेचं कवच देत असे. रात्रीच्या वेळी स्टेशनवर माझं मन रमे.

रेल्वे स्टेशनवर अभ्यासासाठी निवांत अशी कितीतरी ठिकाणं होती. लांबवर पसरलेल्या प्लॅटफॉर्मवर कोठेही बसलं तरी कोणाचीही हरकत नसे. अभ्यासादरम्यान मी

नुसता बसून राही किंवा पाय मोकळे करण्यासाठी इकडेतिकडे भटकत असे. गाडी येण्याच्या आगेमागे प्लॅटफॉर्मवर गर्दी असे. याउलट जनरल वेटिंग रूमचं होतं. गाडी येवो किंवा जावो तेथील गर्दीवर त्याचा विशेष परिणाम होत नसे. ती वेटिंग रूम म्हणजे भला थोरला हॉल. चढत जाणाऱ्या रात्रीबरोबर तेथील गर्दी वाढत असे.

कित्येकदा मध्यरात्रीच्या सुमारास मी त्या वेटिंग रूममध्ये जाऊन बसलो आहे. बसायला जागा नसेल तर जमेल तिथं टेकलो आहे. जागा असेलच तर चांगली ताणूनही दिली आहे. उशाला वही-पुस्तकं आणि प्यायला रेल्वे स्टेशनवरचं मोफत पाणी. माणसं दाटीवाटीनं झोपलेली असत. त्यातले काही प्रवासी असायचे तर काही भिकार-चाकार, काही बकाल-बेरोजगार तर काही गुंड-मवाली. एखादा साधू-संन्यासी गांजा फुंकत बसलेला असे. अनेक वेळा बलुची लोकांच्या टोळ्या तिथं बसून असत. त्यांची हमरीतुमरी, त्यांचा आक्रमकपणा, त्यांची ती तारस्वरातील अजब बोलणी... या गर्दीला माणसांच्या शरीरातील विविध स्रावांच्या मिश्रणाचा गंध असे. त्यात विड्या-सिगारेटी, तंबाखू-पानाच्या पिचकाऱ्या आणि गावठी मद्याचा दर्प मिसळलेला असायचा. अशा गर्दीत कोणीतरी भिक्षान्न खात बसलेला असे. कधी अधाशीपणानं तर कधी चवीचवीनं, शिळ्या-पाक्या भाकऱ्यांचे तुकडे, टमरेलातलं विविध भाज्यांचं मिश्रण... माणसाची भूक! स्टेशनवरच्या कोपऱ्याकोपऱ्यांत अंधाऱ्या, अडचणींच्या ठिकाणी भिकारणींचा देह विवस्त्र करून त्याच्याशी झोंबणारी किळसवाणी माणसं... वाळलेल्या कुडीची घडी करून, पाय पोटाशी घेऊन रात्ररात्र खोकत राहाणारी म्हातारी... गाढ झोपेत असलेल्या आईची चोळी बाजूला सारून तिच्या

छातीला लुचणारी शेंबडी पोरं आणि त्या उघड्या स्तनाकडे चोरटेपणानं पाहत लाळ गाळणारी माणसं... मी तिथं काय पाहिलं नाही? श्रीरामपूरच्या रेल्वे स्टेशनवर घालवलेल्या त्या रात्रींनी मला जीवनाचं, माणसांचं खरं रूप दाखवलं.

माझ्या मनावर अनेकदा नैराश्याचं-वैफल्याचं मळभ दाटून आलेलं असे ते त्या वेटिंग रूमच्या दर्शनानं आणि तिच्या सहवासानं दूर होई. तिथं मला रात्रीचं करुणेशी असलेलं नातं समजलं. सहानुभूती, दया आणि कणव या सर्व शब्दांहून आणि त्यांच्या अर्थाहून भिन्न आणि वेगळं, विशाल असं काहीतरी करुणेत असतं.

रात्रीच्या वेळी होणारी माझी ती अवस्था पाहून माझ्या एका नातेवाइकानं त्याची खोली मला देऊ केली. त्याची फिरतीची-एस.टी. खात्याची नोकरी होती. ती खोली माझ्या ताब्यात आहे; पण मी क्वचितच तिथं मुक्कामी जातो. तू ती अभ्यासासाठी वापर असं तो म्हणाल्यानं मी एकदा त्याच्यासमवेत ती खोली बघण्यास गेलो. खोली कसली, ती मोठ्या आकाराची एक पत्र्याची टपरी होती. तिथं पूर्वी कोळशावरील इस्त्रीचं दुकान होतं. टपरी तर टपरी. मी अशा एखाद्या ठिकाणासाठी आसुसलेलो होतोच. मला अभ्यासासाठी स्वतंत्र निवारा हवा होता. चार-सहा भक्कम लोखंडी अँगलवर उभ्या असलेल्या त्या टपरीचा तळ जमिनीपासून दोन एक फूट अंतरावर होता आणि तो लाकडी फळ्यांचा होता. दोन गजांवर तोलून धरण्याचं पुढचं शटर कायमचं बंद होतं आणि मागील बाजूस एक लहानसं दार. आत शिरून ते दार लावून घेतलं की, त्या टपरीची भट्टी होत असे. मी अभ्यासासाठी तिथं कंदील नेऊन ठेवला होता, त्याची धग जाणवायची. मी शिकत होतो त्या हायस्कूलसमोर नेवासा रोडवर रेल्वे मार्गालगत ही टपरी होती आणि तिच्यामागं नगरपालिकेची एक मुतारी होती, तिचं ड्रेनेज कायम तुंबलेलं असे. तो दर्प आणि डासांची फौज यांच्या सहवासात राहून मी अनेक रात्री त्या टपरीत जागून अभ्यास केला. मध्यरात्रीनंतर कंदील मालवून मी झोपायचो. अगदी गाढ झोप लागे. शाळेसमोर असलेल्या त्या टपरीत मी रात्री मुक्कामास असतो हे माझ्या एकाही सवंगड्यास ठाऊक नव्हतं... भल्या पहाटे मी तिथून बाहेर पडे.

जीवनाशी असं रोखठोक नातं राखून असणाऱ्या रात्रींचा हिशेब किती आणि कसा ठेवावा? रात्रींच्या गदारोळात जन्मभर पुरून उरतील अशा सुखद अनुभूती प्रदान करणाऱ्याही रात्री पाहिल्या. सूर्यास्तापासून सूर्योदयापर्यंत त्या रात्रींचा क्षणनक्षण चवीचवीनं भोगला. पुरुष आणि प्रकृतीच्या आदिम तत्त्वानुसार ते भोग घेतले. या भोगांशी फुगडी खेळताना पूर्णरूपाने परस्परांशी एकरूप होण्याची विलक्षण लय आणि गती अनुभवली. हा खेळ रात्रीच शोभतो. उत्तररात्री चढत चढत त्याची रंगत वाढत जाते. पहाटेपहाटे थकल्या भागल्या श्वासांची लय जरा विश्राम घेऊ पाहते

आणि सूर्योदय होताच ते स्वप्न भंगावे असे अनेकदा झाले. स्वप्नांचे आणि रात्रींचे अभिन्न असे नाते आहे. हे नाते मला अनेकवार प्रत्यक्ष अनुभवास आले हे माझे भाग्य. खूप खासगी असे काही फार सांगायचे नसते, आपल्या श्वासासंगे जपायचे असते... भूतकाळात जमा झालेल्या सुगीच्या रात्रींच्या आठवणी जपाव्यात, त्यांच्या योगे मनास एक हवीहवीशी हुरहुर व्यापून टाकते तिला तेवढे सांभाळावे.

खासगीपणाच्या पलीकडील एका पौर्णिमेच्या रात्रीची कहाणी सांगण्याजोगी आहे. औरंगाबादला शिकत असताना अधूनमधून सुटीच्या दिवशी वेरूळला भटकंतीसाठी जाणे हा माझा छंद होता. त्या वेळी माझं वय सतरा-अठराचं असेल. त्याहीपूर्वी साठमध्ये नऊ-दहा वर्षांचा असताना मी पहिल्यांदा वेरूळ पाहिलं आणि तेव्हापासून वेरूळने मला मोह घातला आहे. तितक्या लहानपणी, मी प्रथमच कैलासलेणं बघत असताना मी तिथं त्याआधीही कधीतरी येऊन गेल्याची जाणीव मला होत होती. चौथीत शिकणाऱ्या मला कैलास लेण्याशी खूप जुनं मैत्र असल्याचा भास होत होता. तिथल्या खाणाखुणा ओळखीच्या वाटत होत्या. त्यानंतर सात वर्षांनी औरंगाबादला शिकायला गेल्यावर वेरूळविषयी मला तीव्र आकर्षण वाटत असे. मला वेरूळ बोलावीत असे, हाक मारीत असे; खेचून नेत असे. वेरूळच्या नुसत्या आठवणींनी मोहरून जायला होत असे. अजूनही त्या स्थानाविषयीच्या माझ्या भावना तितक्याच उत्कट आहेत. पुढे मी कितीतरी स्थळं पाहिली. लेणी आणि जुनी मंदिरं पाहिली. खजुराहो पाहिलं, बदामी बघितलं, विजयनगर-हंपीला तर दोनदा गेलो; पण कोठेही माझा जीव जसा वेरूळमध्ये अडकून राहिला आहे तसा राहिला नाही. एकदा असाच, कॉलेजचे तास संपल्यावर संध्याकाळी वेरूळकडे जाणाऱ्या बसमध्ये चढलो. पोहोचलो तेव्हा अंधारून आलेलं होतं. एखाद्या पर्यटकासारखा आतमध्ये फिरून लेणी पाहण्याचा माझा उद्देश नसे. मी त्या लेण्यांच्या आसपास भटकत राही. कधी कैलासात जाऊन कुठंतरी निवांतपणे तासन्‌तास बसून असे. त्या दिवशी गेलो, कैलासाच्या बंद दारांची मला फिकीर नव्हती. मी त्या परिसरात तास दोन तास थांबून नेहमीप्रमाणे परत जाण्याच्या उद्देशानं स्टँडवर आलो. तिथल्या एका हॉटेलात जाऊन चहा मागवला आणि शेजारी बसलेल्या स्थानिक माणसाच्या तोंडून त्या दिवशी पौर्णिमा

असल्याचं ऐकलं. दोन-पाच मिनिटं असातसा विचार करत मी परत जाण्याचं रद्द करून त्या पौर्णिमेच्या रात्री वेरूळ पाहण्याचं ठरवलं. ठरवूनही काही गोष्टी होत नाहीत त्या अशा सहजपणे जुळून येतात. ही संधी सोडू नये असा विचार करत मी तिथं थांबून राहिलो. सुदैवानं आकाश स्वच्छ होतं. जसजशी रात्र चढू लागली तसतसा तो परिसर निर्मनुष्य होणार होता. स्टँडवरची वर्दळ फारतर रात्री दहापर्यंत. मध्यरात्रीच्या सुमारास स्टँडवर परत येऊन एखादी चुकार गाडी मिळाली तर परतावं नाहीतर, हॉटेलच्या बाकड्यावर सकाळपर्यंत ताणून द्यावी असं नियोजन केलं.

वेरूळचा डोंगर आडवातिडवा असा लांबवर पसरलेला आहे. मी बत्तिसाव्या लेण्याकडे जाणारा रस्ता धरला आणि लेण्यांना समांतर असा हळूहळू चालत गेलो. अगदी एकांत होता. एखाद्या जंगली श्वापदाचं सोडून अन्य काही भय माझ्या मनात नव्हतं. खूप दूरवर जाऊन पुन्हा मी कैलासाच्या दिशेने परतलो आणि पौर्णिमेचे चांदणे अंगावर घेत कैलाससमोरील मैदानात हात-पाय ताणून निवांत पडून राहिलो. काही काळानं उठून बसथांब्याकडे चाललो असताना घड्याळ पाहिलं; अकरा वाजून गेले होते. शुभ्रधवल चांदणे, स्वच्छ निळे आकाश आणि सुखद गारवा अशा वातावरणातील वेरूळचा तो माहोल सोडून जायला माझं मन तयार होईना. डोंगरमाथ्यावर जाऊन पौर्णिमेच्या चांदण्यात न्हाऊन निघालेलं कैलासमंदिर पाहण्याचं माझ्या मनानं घेतलं. ज्या पहाडातून कैलास खोदलेलं आहे त्यावर कैलासाच्या डाव्या उजव्या बाजूनं जाता येतं. वर जाता जाता त्या भव्यदिव्य मंदिराचं विहंगम दृश्य हळूहळू दिसू लागतं. त्या रात्रीपूर्वी या पद्धतीनं मी दोन-तीनदा ते मंदिर वरून पाहिलेलं होतं; पण दिवसा. पौर्णिमेच्या चांदण्यात ते लेणं बघण्याचं ठरवून मी लगोलग तिकडे निघालो. मंदिराच्या उजव्या अंगानं डोंगर चढू लागलो. उभ्या कातलेल्या कातळाच्या काठाकाठानं कधी पाच-सहा फुटांचं तर कधी एक-दोन फुटांचं अंतर सोडून स्वतःला सावरत, सुरक्षितपणे उभा राहून मी वेगवेगळ्या अंगानं कैलासलेणं पाहत थेट वरच्या अंगाला मंदिराच्या मागे जाऊन उभा राहिलो. आता माझ्या थेट खाली कैलास लेण्यांतील ती जगप्रसिद्ध कँटीलिव्हर गॅलरी होती. ते भाद्रपद-आश्विनातील दिवस होते. वर डोंगरावरील खुरटं गवत अजून ओलं, हिरवं होतं. वेळ ऐन मध्यरात्रीची. आकाशात चमकणारा पूर्ण चंद्र. डोंगरमाथ्यावर हवेला जरासा वेग जाणवत होता. माझ्यासमोर खाली कैलासमंदिर होतं आणि मागं चढत गेलेला डोंगरमाथा. साऱ्या परिसरावर चांदण्याची शुभ्र पखरण पसरलेली होती. कितीतरी वेळ मी ते अवर्णनीय दृश्य बघत उभा होतो आणि अशातच ते अघटित घडलं. माझ्यामागून अतिशय वेगानं हवा कापत काहीतरी गेल्याचं मला जाणवलं. हा भास नव्हता. मी भित्रा नसलो तरी त्या वेळी माझ्या छातीतलं हृदय धाडदिशी उसळलं. एखाद्या जंगली श्वापदाची मला शंका आली. मी मागे वळलो. मागे पार

डोंगरमाथ्यापर्यंत कोणी नव्हतं. मी गतीनं उजवीकडे वळलो आणि अंतर्बाह्य शहारलो. माझ्यासमोर शे-दोनशे फूट अंतरावर पांढऱ्याशुभ्र वस्त्रातील, लांबसडक केस मोकळे सोडलेली एक स्त्री उभी होती. माझं सर्वांग थरथरत होतं. मला काहीतरी विलक्षण अशी जाणीव होत होती. ''कोण आहे? कोण आहे?'' असं मी मोठ्यानं ओरडलो आणि अगदी अभावितपणे तिच्याकडे जाऊ लागलो; तशी ती दिसेनाशी झाली आणि पुन्हा क्षणार्धात आणखी जवळ येऊन दिसू लागली. तिची वस्त्रं रेशमासारखी मुलायम आणि चमकदार होती. त्या वस्त्रांमुळे पौर्णिमेच्या चांदण्यात ती आकृती लख्खपणे उठून दिसत होती. मी पुन्हा तिच्याकडे जाऊ लागताच ती अदृश्य झाली आणि दूर डोंगरमाथ्यावर दिसून लुप्त झाली.

मी भीतीनं थरथरत होतो. मला जागचं हलवत नव्हतं. माझे पाय जणू दगडाचे झाले होते. शेवटी सारं बळ एकवटून मी पळू लागलो. डोंगर उतरून मैदानावर आलो तेव्हा कोठे माझ्या जिवात जीव आला. सारा आसमंत निर्मनुष्य होता आणि मला भयाण एकटेपण जाणवत होते... बसथांब्याजवळील हॉटेल केव्हाच बंद झालं होतं. सर्वत्र शुकशुकाट होता. तिथल्या एका रिकाम्या बाकड्यावर मी अंग टाकलं. पुढे जेव्हा कधी मी वेरूळला गेलो त्या वेळी भरल्या अंतःकरणाने आणि कृतज्ञ मनाने त्या घटनेचं मी स्मरण केलं आहे.

त्यानंतरच्या काळातही मला काही विलक्षण असे अनुभव आले. एका रात्री आष्टी आणि जामखेडदरम्यान असलेल्या पांढरी ओढ्याजवळ मी चकव्यात सापडलो. रात्री आठ-साडेआठपासून मध्यरात्रीपर्यंत जवळपास चार तास मी सात-आठशे फुटाच्या अंतरात चकरा मारत होतो. घडले असे की, एकदा आष्टीहून जामखेडला विद्युतपुरवठा करणारी विजेची लाइन ब्रेकडाउन झाली. ऐन संध्याकाळी झालेल्या त्या ब्रेकडाउनमुळे सारा जामखेड तालुका अंधारात गेला. त्या काळात ब्रेकडाउनला आमच्या खात्यात प्राधान्य होते आणि अनेकदा भरलं ताट बाजूला सारून लाइनवर पळावं लागे. त्या दिवशी जामखेडला नेमणुकीस असणाऱ्या इंजिनिअर्सपैकी मी एकटाच कामावर होतो. जीप नव्हती, ट्रक नव्हता; संध्याकाळनंतर रतन खत्रीच्या कृपेमुळे त्या काळी ट्रंककॉल लागणे अशक्य असे. दहा-पंधरा किलोमीटरवरील आष्टीशी संपर्क साधणे मुश्कील झाले. सारा गाव शोधूनही दोन-तीनच कर्मचारी उपलब्ध झाले. त्यांपैकी एकाला आणखी कर्मचाऱ्यांना शोधून आणण्यास पिटाळले. दोघांना लगेच टॉर्च घेऊन आष्टीच्या दिशेने लाइनखालून पेट्रोलिंगसाठी रवाना केले. मी गावातील एका व्यापाऱ्याला मोटारसायकलवरून मला आष्टीपर्यंत नेऊन परत आणण्याची विनंती केली. आष्टी उपकेंद्रात जाऊन मी लाइनवर काम करण्याचे परमिट घेतले आणि जामखेडला परत जाण्याऐवजी आष्टीहून लाइनखालून पेट्रोलिंग करत निघण्याचा मी निर्णय घेतला. त्या व्यापाऱ्याकडे एका कागदावर कामासंबंधीच्या

तपशीलवार सूचना लिहून तो जामखेडच्या सबस्टेशनमध्ये देण्यास सांगून त्याला मी परत पाठवले. आष्टीच्या उपकेंद्रातील कर्मचाऱ्याला विनंती करून तेथील एक टॉर्च घेऊन, मागचा-पुढचा काहीही विचार न करता मी सरळ लाइनखालून जामखेडच्या दिशेने निघालो. घड्याळ पाहिले. सात वाजून गेले होते. अंधार गडद होत होता. साधारण नऊ-साडेनऊपर्यंत जामखेडहून निघालेले कर्मचारी मला भेटावेत अशी अपेक्षा होती. ग्राउंड पेट्रोलिंग म्हणजे लाइनखालून चालत जाऊन काही दोष दिसतो का त्याची पाहणी करणे. कधी जमिनीवर तर कधी लाइनवर प्रकाशझोत टाकत मी भराभरा निघालो. विजेच्या लाइन्स दोन ठिकाणांमधील शॉर्टेस्ट रूटने किमान अंतराच्या रेषेने टाकलेल्या असल्याने, इंग्रजीत ज्यास क्रॉस कंट्री म्हणतात अशा भूभागातून-रानावनांतून त्या जात असतात. रात्रीच्या वेळी नांगरून पडलेली शेते, खाचखळगे, काटेकुटे आणि झाडेझुडपे तुडवीत चालणं मोठं कठीण असतं. अशा चालण्याची मला सवय झाली असल्यानं मी भराभरा चाललो होतो. तशात ते ठिकाण आले. त्या लाइनवरील ब्याऐंशी किंवा त्र्याऐंशी क्रमांकाच्या पोलजवळील तो परिसर मला अजूनही जसाच्या तसा दिसतो. त्या पोलच्या बुडाशी एक सहा-सात फूट उंचीचे लिंबाचे झाड होते. आणखी एक पोल गेला. तो पार करून मी पांढरीच्या नाल्याजवळ आलो. मी नाल्यात उतरणार तेवढ्यात काय झालं ते आठवत नाही; पण मी वेगानं माघारी वळलो. तिथून मी निघालो ते थेट त्या विशिष्ट पोलजवळ आल्यावर ते लहानसं लिंबाचं झाड पाहताच मला भान आलं. मी चमकलो. मी घड्याळात वेळ पाहिली. साडेआठ होत आले होते. चोहोबाजूला गर्द काळोख पसरलेला होता. मी तिथं कशासाठी परत आलो ते मला आठवेना. 'यह क्या हुआ भाई?' असं मनाशी म्हणत मी पुन्हा नाल्याशी आलो. मधला टप्पा मी अतिशय वेगानं पार केला. नाल्यात उतरता उतरता माझं भान हरपलं आणि मी पुन्हा थेट त्या पोलजवळ - त्या लिंबाच्या झाडाजवळ परत आलो. 'मैं यह क्या कर रहा हूँ, मुझे क्या हो गया है?' असं मनाशी म्हणत मी पुन्हा वेगानं पुढे चाललो... नाल्याजवळ आणि पोलजवळ येणारं भानही नंतर हळूहळू कमी झालं. मला अधूनमधून कधीतरी भान येई, स्वतःची जाणीव होई. आपण नाला पार करून पुढे गेलं पाहिजे किंवा त्या पोलपासून माघारी गेलं पाहिजे याचीही जाणीव होई. तेवढे काही क्षण वगळता मी अर्धवट शुद्धीवर असल्यासारखा होतो. मध्येच कधीतरी पायांना पेटके आल्याचं समजे, घामानं सर्वांग ओलं झाल्याचं जाणवे. अशाच एका जाणिवेच्या क्षणी हा चकवा तर नाही? ...या विचारानं मी भेदरलो. मध्यंतरीच्या काळातलं मला काही आठवत नाही; पण त्या विलक्षण गुंत्याचा शेवट कसा झाला ते मात्र अजूनही चांगलंच आठवतं. मी नाल्याजवळ आलो. समोर उतरण होती. काही गवताची बेटं आणि लहानखुरी झुडुपं बॅटरीच्या मंदावलेल्या उजेडात दिसत

होती. येथूनच माझे पाय आपोआप परत फिरत. मला त्या वेळी थोडे सावधपण आले आणि मी सारे बळ एकवटून ती उतरण उतरलो. माझी सुटका झाल्याचे मला जाणवले आणि मी स्वतःलाच पळ, पळ म्हणत लटपटत्या पायांनी नाला पार केला, चढणीवर एका लांडग्याच्या रूपात नवं संकट उभं होतं! लांब सुळे, त्यातून लोंबणारी जीभ आणि त्याचे अंगारासारखे ते लालभडक डोळे! माझी मनःस्थिती आता घाबरण्याच्या आणि भिण्याच्या पलीकडे गेली होती. मी त्या श्वापदाच्या डोळ्यांवर बॅटरीचा झोत धरत सरळ त्याच्या दिशेने जाऊ लागलो, तशी त्याने मला उजवी घालून नाल्यातल्या घळीतील अंधारात झेप घेतली. मी पळतच ती चढण पार करत नाल्याच्या दुसऱ्या तीरावर आलो. आता माझं दक्षिणेकडे असणाऱ्या जामखेड-आष्टी रस्त्याकडे लक्ष गेलं! मला वाहनांचे दिवे दिसू लागले. मी नांगरटीतून, खाच-खळग्यांतून तिकडे पळू लागलो. तो रस्ता शे-दोनशे फुटांवर असताना मी पाहिलं की, एका लहानशा कोपीसमोर एक म्हातारा माणूस खुरमुंडी घालून बसलाय. मी पळत जाऊन त्याच्यासमोर बसलो आणि ऐकलं की, तो मोठमोठ्यानं रामनाम घेत होता. ''घाबरू नका बाबा, मी लाइनचा माणूस आहे; चोरबीर नाही.'' काही वेळानं त्याचा माझ्यावर विश्वास बसला. त्यानं मला कोपीतील केळीमधून गाडगाभर पाणी आणून दिलं, मी ते ढसाढसा प्यालो. मला खूप भडभडून येत होतं, स्वतःला सावरत मी तिथं त्या कोपीसमोरील जमिनीवर आडवा झालो आणि कपाळावर आडवा हात ठेवून डोळे मिटले. त्यानं मी कोण? कुठचा? याची चौकशी सुरू केली. मी हळूहळू बोलत उत्तरं देत गेलो. कोपीत जळणाऱ्या पत्र्याच्या चिमणीच्या मंद उजेडाव्यतिरिक्त आसपास सर्वत्र गडद काळोख होता. अधूनमधून रस्त्यावरून जाणाऱ्या एखाद्या वाहनाचा थोडा उजेड पसरत होता आणि वर आकाशात चांदण्यांचा सडा पडला होता.

''आज अमावास्या. आवशीची रात. या नाल्याजवळ ठानं हाये. तुझ्या बॅटरीचा उजेड खालीवर व्हत व्हता. कव्हाधरून चाललेला त्या उजेडाचा नाच मी बघत व्हतो. मला वाटलं, सवारीच उठलीया. तू चकव्यात घावला व्हतास. तुझं नशीब थोर म्हून वाचलास. सवारीच्या भेनं भेनं मी जेवलोबी न्हाय. चल आपन जेवून घेऊ.''

खरंच मला खूप भूक लागली होती. म्हाताऱ्यानं भाकरी सोडल्या. एक जाडसर भाकरी, ठेचा आणि वांग्याची भाजी. मी सारं काही विसरून ते अन्न खाल्लं. जरा सुस्तावलो. निघालो. म्हातारा म्हणत होता, सकाळी जा. मी त्याचे पाय धरले आणि निग्रहाने उठलो. रस्त्यावर येऊन गाड्यांना हात दाखवू लागलो. एकही गाडी थांबेना. दुष्काळाचे दिवस असल्यानं वाहनं मला बघून रस्तालुटीच्या भीतीनं आणखी जोरात पळत होती. माझं नशीब असं बलवत्तर की, नगरच्या कार्यालयातील विद्युत मंडळाचा एक ट्रक बीडहून नगरकडे सामान घेऊन चालला होता. त्याच्यातील

चमटे आडनावाच्या त्या ड्रायव्हरनं मला ओळखलं. तो भरपूर प्यालेला होता तरीही चांगला शुद्धीवर होता. त्याला मी माझी कथा सांगितली. तो म्हणाला की, मी तुमच्याबरोबर आता लाइनवर आलो असतो; पण दिवसभराच्या कामानं मी दमलोय आणि ही पोल कॅरिअर घेऊन मी कुठं कुठं पळू. त्यात पोटातली ही दारू मला आता जास्त काम करू देणार नाही. त्यानं मला आष्टीच्या स्टँडवर सोडलं. दोन-तीन तास तिथं एकटा बसून राहिल्यावर नांदेड-लातूरकडे जाणारी एक बस आली. तिनं मी जामखेडला हातीपायी सुखरूप पोहोचलो. हा सगळा शीण घालवायला आता दारू पाहिजे होती. एक मित्र होता, पोपट मोरे नावाचा. तेवढ्या रात्री त्याच्या घरी गेलो. त्याच्या घराचं दार खाडखाड वाजवलं. त्याला उठवलं. त्याला ओट्यावर बसवून सगळी कथा सांगितली आणि म्हणालो की, मोरे, आता दारू पाहिजे. तोही पठ्ठा असा दिलदार की, विनातक्रार पँट-शर्ट चढवून ताडताड माझ्याबरोबर निघाला. त्या काळी इंग्लिशचं जास्त चलन नव्हतं. संपूर्ण जामखेडमध्ये एका पंजाब्याच्या हॉटेलात गुपचूप, लपूनछपून क्वार्टर मिळे. त्या नादी लागण्यात अर्थ नव्हता. आम्ही तेवढ्या रात्री दोन-तीन ठेल्यावर गेलो. कोणीही उठेना. दारू मिळेना. अंगावर धावून येणाऱ्या, भुंकणाऱ्या कुत्र्यांना चुकवीत शेवटी आम्ही बीड रोडवरील सबस्टेशनच्या मागील बाजूस भिल्लांची एक भट्टी होती तिथं आलो आणि आमचं काम झालं. हातभट्टीला घोटाघोटानं-चवीचवीनं प्यायचा नखरा सोसत नाही. आम्ही भराभरा दोन-तीन ग्लास मारले आणि परत फिरलो. मोरे म्हणाला, आता कुठं जाणार? मी म्हणालो, घरी. कशाला? झोपायला. अरे, वेडे की काय तुम्ही! पहाट झाली. तांबडं फुटेल थोड्या वेळात. ही तर फिरायची वेळ झाली. आम्ही कुपाटी-कुपाटीनं बीड रस्त्याला लागलो! फिरून आल्यावर मोरे घरी गेला आणि मी पुन्हा लाइनच्या उद्योगाला लागलो.

लाइन पेट्रोलिंगमधील आणखी एक विलक्षण रात्र मला अजूनही आठवते. ती कथा काही भुताटकीची किंवा तत्सम अनुभवाची नाही. मला विंचू चावल्याची साधी सरळ गोष्ट आहे; पण त्या विंचवाच्या चावण्यातही एक मजेशीर गोम असल्यानं त्या रात्रीची गंमत सांगण्यासारखी आहे. गोष्ट जामखेडचीच. मागील चकव्याच्या रात्रीनंतर पाच-सहा महिन्यानंतरची. ऐन संध्याकाळी खर्डा या गावाकडे जाणारी लाइन ब्रेकडाउन झाली. नेहमीप्रमाणेच खात्याची वाहनं उपलब्ध नव्हतीच. आम्ही तातडीनं दोन टीम केल्या. एका इंजिनिअरने दोन-तीन लाइनमन घेऊन खर्ड्याला जावं आणि तिथून ग्राउंड पेट्रोलिंग करीत जामखेडकडे यावं, मी जामखेडहून दोन माणसांबरोबर निघावं असं ठरलं. त्या काळी जेवण करून निघू असं म्हणण्याची सोय नव्हती. आणखीही काही कारणं होती. दुष्काळाच्या त्या दिवसांत गावोगावी धुमाकूळ घालून राहिलेल्या चोरट्यांना गावात वीज नसली की, आणखी चेव येत असे. एखादा मोठा

दरोडा पडला आणि त्या वेळी वीज नसेल तर आमचीही चौकशी व्हायची! खड्यीला त्या वेळी मोरे आडनावाचा एक निवृत्त शिक्षक पिठाची गिरणी घालून बसलेला होता. वीज गेली की, तो थेट पुण्याला एस.ई.कडे तार करी. बेंद्रे नावाचा तो एस.ई. तिथून आमची चंपी करायचा... आम्ही आपापल्या दिशेनं निघालो. अर्ध्याहून अधिक अंतरावर नायगाव-लोणीच्या फाट्यावर कुठंतरी आमची भेट होईल असं वाटत होतं. त्या काळी रात्रीच्या वेळी असं फिरणं मोठं कठीण काम होतं. रानावनांत असलेल्या वस्त्या रात्र रात्र जाग्या असत. आडरानातून बॅटरी चमकली की, त्या दिशेने गोफणगुंडा सुरू होई. एकापाठोपाठ एक भिरभिरत येणाऱ्या दगडांचा तो वर्षाव चुकवणं अशक्य असायचं. यावर उपाय म्हणून आम्ही काही तोडगे काढले होते. बॅटरीचा झोत स्वतःवर मारायचा. पुनःपुन्हा तो लाइनच्या दिशेने जाऊ द्यायचा. या खाणाखुणा लांबवर असणाऱ्या वस्त्यांवरील जाग्या माणसांना पटायच्या. तरीही कुत्री मात्र भुंकायचीच. जामखेड-खर्डा रस्त्यावर राजुरी नावाचं गाव आहे; आम्ही त्याच्या माथ्यावर आलो तेव्हा रात्रीचे दहा साडेदहा वाजलेले होते. त्या रानातून भराभरा चालत असताना अचानक माझ्या उजव्या पायात जीवघेणी वेदना उठली. क्षणार्धात ती थेट माथ्यापर्यंत गेली. मी ओरडलो. बॅटरीचा झोत जमिनीवर गेला. त्या बरड, दगडगोट्यांच्या रानामध्ये एक टप्पोरा काळा लाल विंचू दिसला. त्याचा पाठलाग करेपर्यंत तर तो दगडांच्या कपारीत दिसेनासाही झाला. ''थोडं पुढे चला'' असं म्हणत लाइनमनने मला पुढे ओढलं. माझ्या पायात जीव्घेण्या वेदना होत होत्या. मग त्याने घोट्याजवळ, गुडघ्याजवळ आणि मांडीजवळ असे तीन ठिकाणी आमचे तिघांचे हातरुमाल करकचून बांधले.

''आता चालत राहा. राजुरी जवळ आली आहे; तिथं थांबू...'' असं म्हणत त्या दोघांनी दोन्ही बाजूला होत मला दिलेल्या आधारानं मी उजवा पाय वर करत, डाव्या पायानं लंगडी घालत ते अर्धा-पाऊण किलोमीटरचं अंतर कसंबसं पार केलं. ठणाणा बोंबलावसं वाटत होतं. पाय जड आणि गार पडला होता. गाव आलं. गॅसबत्त्या आणि कंदिलाचे मिणमिणते ठिपके दिसू लागले. रात्र जागवत बसलेल्या भजनी मंडळांची भजनं ऐकू येऊ लागली. त्या दुष्काळाच्या काळात गावभर पहारा देत आणि भजनं म्हणत गावच्या गावं जागी राहत होती. आमच्या चाहुलीनं गावाबाहेरची कुत्री मोठमोठ्यानं ओरडू लागली. इकडे मी कण्हत आणि विव्हळत चालत होतो.

तंबाखू खा. तंबाखू चावून खा म्हणत लाइनमन मला वारंवार तंबाखूचे बकाणे भरवीत होते. माझ्या घशाला त्यानं कोरड पडू लागली होती, तोटरे बसत होते. पायातल्या वेदना मला सहन होत नव्हत्या. मी मोठमोठ्यानं विव्हळत होतो. अचानक ते दोघेजण थांबले.

''साहेब, बोंबलू नका. कळ काढा सकाळपर्यंत. जर का बोंबललात आणि

तुम्हाला विंचू चावलाय हे गावात समजलं तर मग तुमची धडगत नाही. खेड्यात विंचू उतरवणारे असतात तसे चढवणारेही असतात. त्यांचे मंत्र आपोआप सुरू होतात. तिकडे चढवणाऱ्यानं मनात मंत्र म्हटला की, इकडे तुमची आग आणखी भडकंल.'' मला कळत होतं; पण वळत नव्हतं. मी आपला बोंबलतच होतो; तसे ते दोघे माझ्यावर चक्क ओरडले. मग मी गपगार झालो. एरवी मंत्रतंत्रावर विश्वास न ठेवणारा मी तो सल्ला निमूटपणे ऐकला. देवळाच्या अलीकडे असणाऱ्या प्राथमिक शाळेच्या पडवीत मला झोपवून ते लाइनमन गावात पाणी आणायला गेले. जाताना मला सांगितलं की, तुम्हाला चक्कर आलीय, तुमचं डोकं दुखतंय असं आम्ही सांगणार आहोत. तोंडातून आवाज काढू नका.

दोन-तीन गावकरी आले. चरवी भरून पाणी आणलं. माझी विचारपूस झाली. मी न उठता, डोळे न उघडता, पडल्या पडल्या हुं हुं करत राहिलो... रात्री दीड-दोनला खर्ड्याकडून येणारी टीम आली. आम्ही कामचुकारपणा करून थांबलो, असा त्यांचा झालेला गैरसमज, खरं कारण समजताच दूर झाला. त्या पडवीच्या फरशीवर बराच वेळ मी माशासारखा तळमळत पडून होतो. पहाटे पहाटे विंचू जरासा उतरू लागला... तो माझ्या आयुष्यातला पहिला आणि शेवटचा विंचूदंश. त्यानंतर अजूनतरी पुन्हा मला कधी विंचू चावलेला नाही.

विंचू, विंचू, एका वेळी किती विंचू दिसावेत? मी एकदा हजारोंच्या संख्येनं विंचू पाहिलेत. विंचवांचं पेव म्हणजे काय हे साक्षात अनुभवलंय. नगर जिल्ह्यातील कर्जतजवळ चिंचोली फाट्याजवळील तलावाच्या अलीकडे रात्री दोन-अडीचच्या सुमारास तेहतीस केव्ही लाइनवरचा फॉल्ट सापडला. तो दुरुस्त करण्याचं काम लाइनमन करत होते. माझ्याबरोबर बस्ते नावाचा एक तरुण इंजिनिअर होता. मी जीपमध्ये पेंगत बसून होतो. पोलवर तीन-चार लोक. सर्वत्र अंधार होता. पोलखाली उभा राहून एक लाइनमन बॅटरीचा झोत वर टाकत होता. बस्ते जीपमधून उतरला आणि पोलखाली जाऊन मांडीबिंडी घालून काम करणाऱ्या लोकांशी गप्पा मारत बसला. तो तेथून मला बोलावत होता. मीही झोप जावी म्हणून उठलो आणि त्याच्याशेजारी जाऊन बसलो. थोड्याच वेळात बस्तेची चुळबुळ सुरू झाली.

''काय वळवळतंय...'' असं म्हणत तो उठू लागला, मलाही मांडीखाली काही जाणवू लागलं. मी लाइनमनला जरा उजेड टाकायला सांगितलं आणि आम्ही तिघंही तीन ताड उडालो. दगड-गोट्यांच्या त्या खडकाळ, डोंगराळ रानातील विंचू बाहेर आले होते. आमच्या आसपास अक्षरशः अगणित विंचू फिरत होते. माझं सर्वांग शहारलं. मी उडी मारून शेजारी असणाऱ्या तेहतीस केव्हीच्या मोठ्या इन्सुलेटरवर गुडघे मोडून दोन पायांवर बसलो. लाइनमनही दुसऱ्या इन्सुलेटरवर उभा राहिला आणि त्यानं पोलचा आधार घेतला. बस्ते, ''माझ्या पँटमध्ये विंचू, माझ्या पँटमध्ये

विंचू'' असं ठणाणा ओरडत रस्त्याकडे धावला. ड्रायव्हरनं जीपचे दिवे लावले. त्या उजेडात पँट काढून ती झटकत असलेला बस्ते जागच्या जागी टणाटण उडत होता! विंचवांच्या त्या पेवात बसूनही आम्हा तिघांपैकी एकालाही एकही विंचू चावला नाही. त्या रात्री हे मोठंच नवल घडलं!

एकदा उन्हाळ्यातल्या अवकाळी पावसानं आणि वादळानं खराब झालेली लाइन दुरुस्त करत मध्यरात्रीनंतर आम्ही पाथर्डी तालुक्यातील तिसगाव स्टँडवर पोहोचलो. तिथं विसाव्यासाठी थांबलो. या ठिकाणी तीन रस्त्यांचा तिठा आहे. रोड साइडला टपऱ्या आणि हॉटेलं आहेत. रात्रीची वेळ असल्यानं तिथं सारा शुकशुकाट होता. आमच्या चाहुलीनं रस्त्यावर झोपलेलं एक कुत्रं उठलं आणि कोकलत अंधारात निघून गेलं. तशात कुणाला तरी तहान लागली. एकाला लागली म्हणून सर्वांनाच लागली. गावात ओळखीची घरं होती; पण अशा अपरात्री केवळ पाण्यासाठी कोणाला उठवणं बरं नव्हतं. एका फळकुटांच्या हॉटेलसमोर रस्त्याला लागून काही रांजण जमिनीत अर्धवट पुरलेल्या अवस्थेत होते. त्यावर पत्र्याची झाकणं होती. जीपच्या ड्रायव्हरकडे पत्र्याचं मल्टिपरपज टमरेल होतं. आम्ही रांजणाची झाकणं उघडून पाहिलं, पाणी होतं आणि भरपूर होतं. टमरेलाचा उपयोग करून त्या रांजणातील गार पाण्यानं आम्ही आमची तहान भागवली. चांगल्या ढेकरा दिल्या. काही कारणांमुळे आम्हाला तिथं आणखी काही काळ थांबायचं होतं. मी स्टँडवर जाऊन तिथल्या बाकड्यावर अंग टाकलं. तेवढ्यात बाहेर एकदम हास्यस्फोट झाला. ''अरे गाढवं! गाढवं बघा गाढवं!'' म्हणत कर्मचारी हसत होते. मी कुतूहलानं बाहेर आलो. त्या रात्रीच्या अंधारातून कुठूनतरी दोन-तीन गाढवं आली होती. थोड्या वेळापूर्वी आम्ही ज्या रांजणातलं पाणी प्यायलो त्यावरील झाकणं तोंडानं खाली पाडून त्या रांजणांमध्ये तोंड घालून ती बिचारी त्यांची तहान भागवत होती. एक टग्या लाइनमन म्हणत होता की, ''हा तर गाढवांचा पाणवठा. त्यांचं पाणी आपण प्यायलो. या रांजणातलं पाणी दिवसा माणसं पितात आणि रात्री गाढवं!'' असं म्हणत कधी तो त्या गाढवांकडे तर कधी आमच्या टोळीकडे हात करत मोठमोठ्यानं हसत होता...

या तीसगावहून पाथर्डीकडे जाणाऱ्या रस्त्यावर एक ओढा आहे. त्याचं नाव मानमोडीचा ओढा. ही अपघाती जागा आहे. काहीतरी घडतं, काय घडतं हे समजत नाही; पण अपघात होतो असं वाहनचालकांचं म्हणणं असतं. एकदा रात्री उशिरा जीपनं जात असताना ड्रायव्हरला त्याच्या उजव्या बाजूनं रस्त्यावर जीपच्या वेगानं धावणारी स्त्री दिसली. त्याचा विचित्र आणि घामानं थबथबलेला चेहरा, त्याच्या शरीराचा कंप मला जाणवत होता; मी त्याच्या तब्येतीची चौकशी करीत होतो आणि तो आक्रसलेल्या चेहऱ्यानं गाडी चालवत होता. पुढे बरंच अंतर गेल्यावर त्यानं

गाडी थांबवून ते सारं सांगितलं. त्या वेळी मला काहीही जाणवलं किंवा दिसलं नाही. या ओढ्यातून मी अनेकदा रात्रीबेरात्री मोटारसायकलवरून गेलो आहे. इंदिरा गांधींच्या हत्येनंतरच्या निवडणुकीच्या वेळी माझी मोटारसायकल अचानक या ओढ्याच्या मधोमध पंक्चर झाली. साठ-सत्तरच्या वेगातली गाडी हेलपाटत डाव्या बाजूला खेचली जाऊ लागली. मी फरशीच्या खाली ओढ्यात पडतो की काय असं वाटलं. मी कशीबशी गाडी थांबवली, तेव्हा तिचे समोरचे चाक ओढ्याच्यावर डाव्या बाजूला असलेल्या मैलाच्या दगडावर धडकले होते. अशा वेळी जवळपासच्या वस्तीवर गाडी ढकलत नेऊन लावावी आणि मिळेल त्या वाहनानं गाव जवळ करावं हा राजमार्ग; परंतु कशानं तरी झपाटल्यागत मी गाडी ढकलत राहिलो. मुळातच मी नगरहून रात्री खूप उशिरा निघालो होतो. गाडी पंक्चर झाली तेव्हा बारा वाजत आले होते. त्या वेळी वाहनांना इलेक्ट्रॉनिक हेडलाइट नव्हते. गाडीच्या वेगानुसार गाडीचा उजेड कमी-जास्त होत असे. मी गाडी न्यूट्रलवर चालू करून ढकलत होतो. हेडलाइटचा मंदसा प्रकाश होता. बाकी सर्वत्र अंधार. बुद्धिभ्रष्ट झाल्यागत मी माझी गाडी ढकलत होतो. सुमारे सहा किलोमीटरचं अंतर मी ती गाडी ढकलत पार केलं. पाथर्डीला भाड्यानं राहत होतो त्या बंगल्याच्या आवारात गाडी लावली तेव्हा रात्रीचे अडीच वाजून गेले होते. सारं अंग ठणकत होतं आणि मी घामानं न्हालो होतो. व्हरांड्याच्या जाळीदार गेटचं कुलूप उघडता उघडता घरमालक म्हणाले की –

"असं रात्री-अपरात्री फिरणं बरं नाही. कुठून आलात?"

"नगरहून."

"एवढ्या रात्री!"

"काय करू? गाडी पंक्चर झाली!"

"कुठं?"

"मानमोडीत."

"मग?"

"तिथून ढकलत आणली."

"काय?" असं म्हणत त्यांनी आश्चर्यानं डोळे विस्फारले.

"काय हे अघोरी काम! आणि साहेब, आज अमावास्या आहे. जरा दिवस, काळ पाहून वागत जा."

मी अमावास्येचा उल्लेख ऐकून चमकलो. मनाशी हसलो. विचार आला की, ही अमावास्या माझ्या मागं अशी हात धुवून का लागली आहे?

अमावास्या आणि पौर्णिमा या काळात नेमकं काय वेगळं असं घडत असतं? माझ्या आयुष्यातील अनेक दुर्घटनांचं, विचित्र आणि विलक्षण अशा अनुभवांचं या दोन तिथींशी विशेषतः त्यांच्या रात्रींशी नातं आहे. यामागं एकतर निव्वळ योगायोग

असेल किंवा जे काही आहे ते बुद्धी आणि तर्कापलीकडचं काहीसं अज्ञाताशी संबंधित असं असेल.

असाच एकदा रात्रीच्या वेळी नगरहून पाथर्डीला जाताना करंजी घाटाच्या पहिल्या वळणावर गाडी पंक्चर झाली. या घाटाच्या तोंडाशी एक मारुती मंदिर आहे. तिथं एक अंध बाबा आणि त्याच्या सोबतीला एखाद-दुसरा सेवक असे. कोणत्याही शहाण्या आणि व्यवहारी माणसानं गाडी मागं वळवून फर्लांगभर अंतरावरील त्या मंदिरात लावली असती. माझ्याही मनात हा विचार आला; पण त्यानंतर आलेला दुसरा विचार अधिक प्रबळ ठरला. पंक्चर झालेली गाडी ढकलणं किती कठीण आहे याचा अनुभव मी मागील घटनेच्या वेळी घेतलेला असूनही मी ती गाडी ढकलत नेऊ लागलो. सरळ रस्त्यावर ढकलण्यापेक्षा हे काम अधिक कष्टदायक होतं. उजव्या चाकाचा हँडल ब्रेक सतत लावून धरावा लागत होता. हातांचे तळवे, बोटं, मनगट, खांदे आणि मान यांना थोड्याच वेळात कळ लागू लागली; तरीही मी पुढेच जात होतो. घाटाच्या उतारावरून आणि वळणावरून. गर्द काळोख. आकाशातल्या चांदण्या आणि घाटातून दूरवर दिसणाऱ्या गावांचे दिवे. मला त्यात थ्रिल वाटू लागलं. मी मुद्दाम असा अपरात्री आणि पायी एकटा या घाटातून कधीही जाणार नाही. ''जो हो रहा है होने दो, जिंदगीके मजे लुटो।'' असं म्हणत मी करंजीचा तो पाच-सहा किलोमीटरचा घाट मोटारसायकल ढकलत उतरलो. करंजी गाव जवळ येऊ लागलं तसतसा ताशे, पिपाण्या आणि ढोल अशा वाद्यांचा कल्लोळ कानी येऊ लागला. स्टँडवर पोहोचताना मी रस्त्यात भेटलेल्या माणसाकडे चौकशी केली. ती पोळ्याची मिरवणूक होती; अर्थात ती भाद्रपद अमावास्येची रात्र होती!

त्या काळात केल्या तशा अघोरी गोष्टी आता मला कोणी हजारोंच्या नोटांची बंडलं दिली तरी मी करणार नाही. चाळिशीनंतर माणसाचा नकार खूप प्रबळ होतो. जवानीका जोश कुछ औरही चीज होती है। अशा अघोरी गोष्टी जवानीत नाही करायच्या तर कधी? सुदैवानं मला चहुअंगानं जवानीची मजा घेता आली. त्या काळात मिळेल ते स्वीकारत गेलो; काहीच नाकारलं नाही. दिवस नुसत्या श्रमांचा तसेच व्याप-ताप-कष्टांचा असतो आणि व्याधींचा असतो. दिवस कठोर वास्तवाचा असतो. रात्र स्वप्नांची असते, विश्रामाची, विश्रांतीची आणि अर्थातच भोगांची असते. जवानीचं आणि रात्रीचं खूप एकजीव असं नातं आहे. त्याकाळी हे नातं मी सांभाळलं, जोपासलं आणि जिवापाड जपलं. त्या काळात माझ्या दिवसांचं स्वरूप खूप भयानक आणि कठोर होतं. जाळूनपोळून टाकणारं, पार उद्ध्वस्त करणारं होतं; पण मी भाजलो नाही, करपलो नाही कारण त्या काळातील रात्रींशी मी खूप एकरूपानं राहिलो. अशा कित्येक रात्री! वारं प्यायलेल्या उनाड वासरागत उंडारलो.

झपाटल्यागत, झिंग आल्यागत जगलो! कधी संध्याकाळपासून सकाळपर्यंत पेल्यामागून पेले रिचवीत राहिलो. त्या वेळी माझं हे लहान चणीचं शरीर कणखर होतं आणि त्याचे विशेष काही चोचले नव्हते. रात्र अशी जागवल्यावर सरळ अंघोळ करायची, कपडे बदलायचे आणि कामावर जायचं... पुन्हा रात्रीची वाट बघत दिवस घालवायचा... अशा कित्येक रात्री...!

◆

किशोर आरस

खिडक्या मिटल्या

हरून-अल-रशिदसारखा मी काही रात्रीचा प्रवासी नाही. मी रात्रीची वाट पाहतो ती माझ्या घराच्या बंदिस्त चौकटीतून. ती येते; पण ती येतेच असंही नाही. मला हवीहवीशी वाटणारी मोकळी अलवार रात्र.

आताशा हे फार व्हायला लागलं आहे. रात्रीची ती अनामिक ओढ मला व्हरांड्यात घेऊन जाते. वाकूनवाकून, नजर लांबवून मी रात्र शोधण्याचा प्रयत्न करतो. ती नसतेच. तिच्या जागी असतो तो एक ऐसपैस पसरलेला, लांबच लांब झगमगता प्रकाशाचा लोळ. त्याच्यावरून उलटसुलट दिशेने, वाऱ्याच्या वेगाने सरकत जाणारे लालचुटुक, पिवळसर प्रकाशाचेच ठिपके. मी डोळे वर उचलून बघतो. छायाचित्रात जशी माणसं उभी असतात तशा रस्त्याच्या पलीकडच्या काठावरच्या चारमजली जुन्या इमारती, त्यावर मान उंचावून बघणाऱ्या फॉर्जेट हिलवरच्या उंच इमारती, त्यामागे अल्टमाउंटच्या डोंगर-उतारावरच्या, आकाशाला भिडलेल्या उत्तुंग इमारती. भूमीपासून आभाळापर्यंत ओसंडत असणारी केवळ उजेडाची अक्षय गवाक्षं. सफेद, किरमिजी, क्वचित गुलाबी आणि निळसरसुद्धा!

अस्वस्थपणे कूस बदलून मी माझ्या प्रशस्त जुन्या घराच्या मधल्या दालनात येतो. इथून आढ्यापर्यंत गेलेल्या मोठाल्या खिडक्यांतून रात्रीचा शोध घ्यायला लागतो. तर तिथे असतात पूर्वीच्या बैठ्या भाटिया इस्पितळाच्या वर आकाशाची फक्त किनार दिसावी इथपर्यंत मजले चढविलेल्या रुग्ण खोल्यांच्या प्रकाशाची चौकोनी किंवा त्यांना संगत देणाऱ्या लगतच्या प्रसाधनगृहांची आयताकृती दुधी तावदानं.

या प्रकाशझोताने भरलेल्या रात्रीची आवर्तनं मला असह्य होतात. माझे डोळे

थकतात आणि गात्रंही. आरामखुर्चीवर विसावत मी हलकेच पापण्या घट्ट मिटून घेतो. मला साद घालणाऱ्या रात्रींचा वेध घेऊ लागतो. मुंबईच्या या महानगरातच आता दूरस्थ झालेल्या विलोभनीय रात्री मला आठवू लागतात.

काळाच्या धुक्यातून प्रवास करीत मी पार पासष्ट वर्षं मागं जातो. कांदेवाडीतल्या कानजी खेतसी चाळीच्या लांबलचक गॅलरीत जाऊन उभा राहतो. तिन्हीसांजा झालेल्या असतात. समोर पसरलेल्या अथांग मोकळ्या आकाशातील मावळतीची सुवर्णवर्खी तांबूस किरणं काळवंडायला लागलेली असतात. घुमणारी कबुतरं केव्हाच वळचणीला गेलेली असतात. कावळे परतीला लागलेले असतात. काही एकाकी, काही जोडीजोडीने तर काही टोळ्या-टोळ्यांनी. कमाल म्हणजे कधी हिरवेगार पोपट समोरच्या उतरत्या छपराच्या उंच कडेवर येऊन क्षणभर विसावून पुन्हा काळोखाच्या दिशेने झेपावतात तर कधी बगळ्यांची माळ संथपणे पंख हलवीत क्षितिजापलीकडे नाहीशी होते.

पाखरं अशी परतायला लागली, चाळीतली पुरुषमंडळी कचेरीतून माघारी यायला लागली की, मी वडिलांची वाट बघायला लागतो. कधी त्यांना उशीर होतो तसा माझा धीर सुटत जातो. खोल्याखोल्यांतून एक एक करीत मंद प्रकाश पाझरणारे दिवे लागत जातात तशी आई दपटून-दपटून मला परवचा म्हणायला बसवते. वडील येतात आणि अस्ताव्यस्त पसरलेल्या या प्रचंड चाळीच्या गॅलऱ्यांमधून हुंदडायला मी मोकळा होतो. खोल्यांच्या दारांमधून गॅलरीत सांडलेले दिव्यांचे रुपेरी पट्टे मोजत फिरायला लागतो.

दाराबाहेरच्या पेट्यांवर बसलेली उघडीचिंब पुरुषमंडळी कौतुकाने मला विचारतात, "किती रे?" मी आकडा सांगितल्यावर म्हणतात, "शाबास!" रात्र थोडी वाढली की, चाळ सचेतन व्हायला लागते. आवाज घुमायला लागतात. पोरांच्या अभ्यासाचा आवाज, पेटवलेल्या स्टोचे आवाज, अंथरूण पसरताना झटकलेल्या चादरींचे आवाज तर कुठे लवकर जेवणाऱ्यांच्या भांड्यांच्या घासण्याचे आवाज. आवाजाच्या जोडीला असतात दरवळणारे वास; ऊदबत्त्यांचे, धुपाचे, रटरटणाऱ्या भाताचे आणि आंबट वरणाचेसुद्धा! या रंगगंधनादाच्या लयीत माझं मन हरवत राहतं. जेवणं आटोपतात आणि चाळीतल्या चौकात कोंडाळं करून झिरो पॉवरच्या प्रकाशात रामागडी जेवायला बसतात तेव्हा चाळ स्तब्ध व्हायला लागलेली असते. दिवे विझत जातात. मी शेजारच्या मराठ्यांच्या घरात जातो. ते इलेक्ट्रिसिटी वापरत नाहीत. ब्रह्मचारी दादा मराठे मोठ्या चिमणीच्या प्रकाशात काहीतरी वाचत असतात. हसून, काहीबाही बोलून मला बहिणीच्या स्वाधीन करतात. बालविधवा मनूताई मग गोष्ट सुरू करतात. चाळ जेव्हा काळोखात पूर्ण बुडून जाते तेव्हा मी अंधारातच प्रगटणाऱ्या पऱ्यांच्या पंखांवर बसून यक्ष-किन्नर-गंधर्वांच्या राज्यात पोहोचलेला असतो.

गिरगावातून आम्ही ताडदेवला येऊन राहतो तशी वाडीतल्या पटांगणात सायंकाळी जमून खेळणाऱ्या पन्नास-साठ सवंगड्यांत मला रात्रीची अशी चाहूल लागत नाही. शाळेचा अभ्यास, बहीण-भाऊ, नातेवाईक, पाहुणे यांच्या गराड्यात रात्र संपून जाते. कानजी खेतसीतल्या त्या पूर्वीच्या उजेडाच्या आणि आवाजाच्या रात्रींच्या खुणा लुप्त झालेल्या असतात.

वर्षं मागे पडत जातात आणि अचानक, अगदी अचानक; कालचक्राचा फेरा माझ्या रात्रीच्या जाणिवांपाशी येऊन थबकतो. कानजी खेतसीतल्या त्या विस्मृतीतल्या रात्री, रात्री पडलेल्या स्वप्नासारख्या जिवंत होतात. मी आता या घराच्या व्हरांड्यात अंथरूण टाकून रात्रीचा नवीन अनुभव घ्यायला सज्ज होतो. लक्षात येतं, अरे इथली रात्र अगदीच निराळी आहे. तिला स्तब्धतेची किनार आहे. तिच्या अंधारलेल्या आयुष्यात तिला सोबत करते आहे काळोखाने वेढलेली फक्त एक एकाकी गॅसबत्ती!

अनोख्या अनुभवांच्या, अनोख्या रूपांच्या नवीन प्रतिमा मनावर उमटवत ऋतुचक्र फिरत राहतं. फॉर्जेट हिलपलीकडून, चौपाटीच्या समुद्रावरून येणाऱ्या वाऱ्याच्या झुळका वैशाखातल्या रात्री सुसह्य करीत असताना चांदण्यांनी खच्च भरलेल्या निरभ्र नभतलातून, तारे निखळून माझ्याकडे झेपावतात. रस्त्यापलीकडची आकाशाला टेकलेली डोंगररेषा अधिक हिरवी होते. उतारावरच्या वृक्षराजीतून लोभसवाणे, चुकार दिवे दाट अंधारात लुकलुकताना दिसतात. ऋतू पालटतो, पाऊस येतो. सोसाट्याच्या वाऱ्याबरोबर उडत आलेल्या पाण्याचे रिमझिमते शिंतोडे मला सुखावतात. मुसळधार पावसाच्या कोसळणाऱ्या सरींचा लयबद्ध नाद मला

सुखावतो. ऋतू पुन्हा पालटतो. थंडीच्या लाटा मला जवळून स्पर्श करायला लागल्या की, मी मला स्वतःला दुलईच्या कोषात गुरफटून टाकतो. पहाट होताना कधी जाग आली आणि नजर वर उचलली तर गुलाबी धुक्याने त्या एकाकी गॅसबत्तीला कवेत घेतलेलं दिसतं.

कधी, या महानगरातल्या उजेडातल्या अंधाराच्या रात्रींना मागे टाकून, मी माझ्या आजोळच्या खेड्यातल्या अंधारात न्हाणाऱ्या रात्रींच्या निकट जाऊन पोहोचतो. कोचऱ्याच्या प्रचंड घराच्या लांबलचक पडवीतल्या एकमेव लाकडी खुर्चीवर मी बसलेला असतो. संध्याकाळ सावकाश वितळत जाताना पाहत राहतो. खळ्यात येणाऱ्या चंचल वाऱ्याची शीतलता अंगावर शिरशिरी आणत असते. बांधावरच्या प्रचंड पिंपळाच्या पानांची सळसळ वाढलेली असताना मावळतीचा सोनेरी प्रकाश झिरपत झिरपत जमिनीवर पसरत असतो. अकस्मात हे दृश्य झपाट्याने पालटू लागतं. हिमकणांसारख्या अंधाराच्या विरळ कापसाचे थर उजेडात मिसळण्याची किमया घडायला लागते. अंधाराचे कवडसे रात्री मनाला भिजवत राहतात. काळोख मिट्ट होतो आणि मी भानावर येतो. अनाकलनीय भीतीने गारठून जातो. पळतच घरात परत येतो. माणसांच्या उबदार आवरणाच्या सुरक्षित कवचात स्वतःला लपेटून घेतो.

कोकणातील प्रत्येक रात्र गूढ आणि अद्‌भुततेने घेरलेली असते. कधी जेवणं संपली आणि अंधाररेषा दाट झाल्या की, आजोबा पडवीतल्या खुर्चीवर येऊन बसतात. आम्ही सर्व मावस भावंडं माजघरातून पडवीत उतरणाऱ्या पायऱ्यांवर दाटीदाटीने येऊन बसतो. भुताच्या थरथरवणाऱ्या गोष्टी सुरू होतात. राजद्रोहाच्या आरोपाखाली तुरुंगात असताना एक भूत खोलीत आजोबांच्या छातीवर येऊन बसतं. कधी आमची आई पहाटेच्या अंधारात मागच्या परसात गेलेली असताना तिच्या पायवाटेवर मांजर मोठं होत होत बैलाएवढं होतं. तर कधी मामेभाऊ शंकर आईच्या आजोळहून आलेला असतो आणि जत्रेच्या रात्रीतल्या चांदण्यांच्या प्रकाशात विहिरीजवळ अंघोळ करणाऱ्या सुंदर बायांच्या उलट्या पावलांची कथा कथन करतो. चेंदवणच्या इनामदारांच्या वाड्यात मी राहायला गेलो असताना शंकरने सांगितलेल्या अनेक भयकथा माझ्या कातरलेल्या मनात उलगडत जातात. त्याची आई काकीबाय, त्यांच्या प्रशस्त दिवाणखान्यातल्या पुरुषभर उंच असलेल्या खुंट्यांवरून उड्या मारत जाताना दिसते तर कधी तिचं मुटकुळं माडाच्या उंच शेंड्यावरून पिकलेल्या प्रचंड मोठ्या फणसासारखं बुडाशी येऊन आदळतं. जेवणाची घाण होताना दिसते आणि महत्त्वाचे कागद कसालला नेले जात असताना त्या बैलगाडीलाच आग लागते.

कोचऱ्यातील रात्रच मुळी लवकर सुरू होते. जेवणं भराभर आटोपतात, आम्ही सर्व भावंडं माडीवरच्या मिट्ट काळोखात गाण्याबरोबर झोपाळ्यावर गरगरवणारे झोके घेत राहतो. झोपण्याची वेळ आली की, पटापट उड्या मारून एकमेकांना

चिकटून झोपतो. आम्हाला कोणालाही कडेला झोपायचं नसतं. भुतं नेमकी कडेच्या माणसाला उचलून नेत असतात. आम्ही डोळे मिटून पडलेलो असलो तरी टक्क जागे असतो. आता रात्र त्या अगोचर, अतींद्रिय शक्तीच्या अधीन झालेली असते. रातकिड्यांच्या ओरडण्याची लय वाढते, आसमंत भरून टाकते. कधी विचित्र पक्षी हवेच्या वेगानं त्यांचे अभद्र पंख फडफडवत जातात. कधी एक पक्षी 'ऊठ, ऊठ' अशा आर्त हाका मारत भीतीने थरकाप उडवतो. कुणालातरी वरून बोलावणं आलेलं असतं. कधी भालू भेसूर आवाज काढत ओरडत राहते. आम्ही डोक्यावरचं ल पांघरूण आणखी गच्च ओढून घेत, एकमेकांना आणखी चिकटून झोपतो; पण मनाची थरथर काही संपत नाही. सुरंगीच्या केशरी आणि चाफ्याच्या सफेद परिचित गंधात आता शेजारच्या पडक्या वाड्यात भुतं तळत असलेल्या भज्यांचा वास मिसळायला लागलेला असतो. या उग्र वासातून एक देव चार हातांतल्या चुडीच्या भयाण प्रकाशात त्याची भारदस्त पावलं भूमीवर उमटवत चालत जातो. ते आवाज तर आम्हाला स्पष्ट ऐकू येतो. भीतीने घेरलेल्या आम्हाला केव्हा झोप लागते हे कळतही नाही.

कोचऱ्याच्या बाहेर आजूबाजूला कुठेही गेलो तरी रात्र जमिनीवर उतरत असताना आम्ही आपोआपच एका रहस्यमय वातावरणात शिरू लागतो. बापू नेरूरकराबरोबर वडिलांच्या आजोळी नेरूरला जात असतो. शेवटची घाटी उतरताना अचानक काळोखात गुरफटले जातो. बापूची नेहमीची पायाखालची वाट हरवलेली असते. आम्ही पुनःपुन्हा त्याच जागी यायला लागलेलो असतो. गर्द रानातली ही नवीन गडद अंधारी रात्र रोमांचकारी असली तरी जीवघेणी वाटू लागते.

बापू म्हणतो, "हा चकवा बरं चकवा! घाबरू नको." तो एका उंच खडकावर उभा राहून कुकारे घालायला लागतो. तसे डोंगराखालूनही उलट कुकारे ऐकायला यायला लागतात. माणसं हातात फाणस आणि चुडी घेऊन वर येताना दिसू लागतात. मला तर काही वेळा ती उलट जाताना दिसतात. फक्त पंधरा-वीस मिनिटंच; पण ती कधी संपतील असं झालेलं असतं. अखेर ती येतात, आम्हाला खाली घेऊन जातात. म्हणतात, "बापूंनो, आज तुम्ही बरे चकव्यात सापडलात!"

नेरूरच्या चौपटीतल्या प्रसिद्ध गणपती उत्सवाकरिता आम्ही मुंबईची पुष्कळ पोरं जमलेलो असतो. मध्यरात्री नाटक संपल्यावर सोप्यात बसून नेहमीप्रमाणे भुतांच्या गोष्टी सुरू होतात. आमच्यातला एक लहान मुलगा काहीच बोलत नसतो. शेवटी म्हणतो, "भूत-बीत सब झूट है।" आव्हानं-प्रतिआव्हानं सुरू होतात. आम्ही त्याला विचारतो, "मग तू एकटा आत्ता गणेशकोंडीवर जाऊन दाखवशील?" तो म्हणतो, "हो, पाहिजे तर खुणेची वस्तू द्या. ती तिथे ठेवून येतो." मी एक रुपयाची पैज लावतो. तिथली मुलं म्हणतात, "तू हरणार." ही कोंड दोन फर्लांग दूर तर

असतेच; पण याच दिवसांत तिथल्या पाण्यात उडी घेऊन अनंतनानांनी आत्महत्या केलेली असते. ते तिथे कुणाकुणाला बसलेले दिसतात. मी त्या मुलाला म्हणतो, ‘‘तू असं कर, त्या डोहाच्या कठड्यावर अनंतनानांनी अमूक दिवशी इथे आत्महत्या केली असं लिहून ये.’’ तो उत्साहाने खडू घेऊन जातो. पुष्कळ वेळ झाला तरी येत नाही म्हणून आम्ही घाबरलेलो असताना येऊन म्हणतो, ‘‘चला.’’ आम्ही जातो. तारकांच्या मंद प्रकाशात बसून त्या दहा वर्षांच्या पोरानं ते वाक्य गिरवून गिरवून सुबकपणे लिहिलेलं असतं. तो म्हणतो, ‘‘त्यात काय? आम्ही बैलगाड्यांतून माल घेऊन जातो. त्या रात्रभर थंड वेळेत चालवतो. बऱ्याच वेळा मी गाड्यांमागून पाय मोकळे करायला एकटाच चालत असतो.’’

कोकणातल्या मला वाटणाऱ्या या अवर्णनीय भीतीचा पुसटसासुद्धा स्पर्श मला कुठल्याही शहराच्या नागरी अंधारात होत नसतो; पण एकदा आणि एकदाच तेही घडतं. जयपूरला खासा कोठी हॉटेलमध्ये दुपारी पोहोचल्यावर तसाच फॅक्टरीवर जातो. परस्पर बाहेर जेवून रात्री परत खोलीत शिरल्यानंतर लक्षात येतं की, सीझनमधल्या गर्दीमुळे जयपूरच्या महाराजांच्या या आता हॉटेल झालेल्या मुख्य राजवाड्याच्या एका बाजूला असलेल्या इमारतीत माझी सोय केलेली आहे. मी नेहमी ज्या मुख्य इमारतीत राहायचो तिच्यापासून दूर. अंथरुणावर पडून आणलेलं पुस्तक वाचायला लागतो; नेमकं शेरलॉक होम्स! हळूहळू त्याच्याबरोबर आणि डॉ. वॉट्सनबरोबर एका खेड्यातल्या गॅसबत्तीच्या मिणमिणत्या प्रकाशात रिमझिम पाऊस पडत असलेल्या रेल्वे स्टेशनवर उतरतो. या क्षणी एका चमत्कारिक आणि भयकारक भावनेनं माझं मन भरून येतं. मी खोलीबाहेर जातो तेव्हा माझ्या लक्षात येतं की, या इमारतीत फक्त माझी आणि माझी एकट्याचीच वस्ती आहे. मी झटकन खोलीत परत येतो. जयपूरच्या आल्हाददायक थंडीतही माझा श्वास कोंडायला लागलेला असतो. मी नकळत खिडकी उघडतो, लांबपर्यंत पसरलेल्या महाराजांच्या वृक्षवाटिकेत केवढी तरी प्रचंड झाडं चांदण्यात उभी राहिलेली दिसतात. या वृक्षांच्या वेड्यावाकड्या पसरलेल्या गर्ददाट छाया मला आणखी भीतिदायक वाटतात. मी झटकन खिडकी मिटतो, डोक्यावर रजई ओढून घेतो. भीतीने असेल, दमल्यामुळे असेल; झोप चटकन माझा ताबा घेते.

दुसरा अनुभव, एकदा जयपूरहून परत येत असतानाचा. पावसाळ्याचे दिवस असतात. रात्रीचं विमान अहमदाबादवरून मुंबईकडे संथपणे झेपावत असतं. सहज खिडकीतून खाली नजर जाते तो काय? अधूनमधून उजेडाची छोटी छोटी तळी जमिनीवर पसरलेल्या अंधारात भक्कन लकाकताना दिसतात. असं अद्‌भुत दृश्य मी तर यापूर्वी पाहिलेलं नसतं. केव्हातरी विमान वळतं आणि वर पूर्ण चंद्राचं दर्शन होतं. उलगडा होतो, मी पाहत होतो ते चंद्राचं जमिनीवरच्या डबक्यात उतरणारं पावसातल्या पाण्यातलं प्रतिबिंब.

या मुंबई शहरातच अनुभवलेली एक तरल रात्र माझ्या मनात खोलवर रुजून राहिलेली आहे. पन्नास वर्षांपूर्वीची. साहित्य संघाच्या मरीन ड्राइव्हवरच्या नाट्य महोत्सवावरून परतत असतो. रात्रीचे दोन वाजलेले असतात. अचानक पु. शि. रेगे पुढे चालत असताना दिसतात. आम्ही बरोबर चालायला लागतो. नाना चौकात पोहोचतो. गर्दी मागे पडलेली असते आणि आता रस्त्यावर कुणी नसतं. मी ताडदेवच्या बाजूला आणि ते चौपाटीच्या बाजूला हार्वे रोडवर वळणार असतात. मी त्यांच्याबरोबर पावलं टाकायला लागतो तसं ते म्हणतात, "छे, छे! तू जा कसा, नेहमी नाही का मी एकटा जात?" मी माघारी वळतो; पण पुन्हा थबकतो, वळून अंधारात मिसळत जाणाऱ्या रेग्यांकडे बघायला लागतो. कसं कुणास ठाऊक? रेग्यांना ते कळतं. ते मागे वळतात. माझ्याकडे काही क्षण बघतात आणि पुन्हा झपाट्याने चालायला लागतात. मला ते असह्य होतं. अथांग पसरलेला काळोखाचा हा अवकाश माझ्या या प्रिय कवीला गिळून टाकतो आहे अशा भावनेची दुःसह कळ मनात उमळून येते. मी पुन्हा रेग्यांच्या दिशेने हलकेच पावलं टाकू लागतो. कसं कुणास ठाऊक, त्या नीरव शांततेत रेग्यांना तेही कळतं. ते मागे वळून उभे राहतात. मला म्हणतात, "अरे, खरंच तू जा, अगोदरच खूप उशीर झालाय. तुझ्या घरच्यांना आणखी जागरण." मी म्हणतो, "छे, छे! माझ्याकडे लॅच आहे. मी फक्त दरवाजा उघडणार आणि अंथरुणावर पडणार." आता मात्र आम्ही दोघे निःशब्दपणे चालू लागतो. पाच मिनिटांनी रेग्यांचं लॅबर्नम रोडच्या कोपऱ्यावरचं बिल्वकुंज येतं. रेगे आत जातात, मी रस्त्यावर थांबतो. रस्त्याकडच्या खिडक्या बंद असल्या तरी आत लागलेल्या दिव्याचा प्रकाश खिडक्यांच्या दुधाळ तावदानावर मंदपणे उमटतो. पाठोपाठ दरवाजा उघडल्याचा आणि मिटल्याचा आवाज येतो. कवी सुखरूपपणे आपल्या घरट्याच्या उबदार कवचात परतलेला असतो. मी तृप्त मनाने परतीच्या वाटेला लागतो.

नंतर केव्हातरी असाच एकटा रात्रीचा चौपाटीवरून नाना चौकाच्या दिशेने जात असताना त्या निरांत अवस्थेतला तो लांबलचक निर्मनुष्य रस्ता माझ्या नजरेच्या एका टप्प्यात येतो. रेग्यांनी हा रस्ता असाच पाहिला असेल का? असणारच. उगीच नसेल हा अनुभव बोलका करणारी मध्यरात्रीची कविता त्यांनी लिहिली -

मध्यरात्रीला होळपलेली
घरे पांगुनी बसली ओळित;
टवाळ रस्ता शिष्टपणाने
जरा लांबला-जणू तिऱ्हाइत.
कवायतीच्या आणि मिषाने
उभे दिव्यांचे खांब कडेला;

शुष्क देउनी एक जांभई
छपरांवरती वारा निजला...
मध्यरात्रही उलटून गेली;
शिजली अंगे, गाद्या भिजल्या;
रात्रीच्या अन् धर्मासाठी
हव्यात पुन्हा खिडक्या मिटल्या!

रेग्यांच्या या कवितेने माझ्या अनेक रात्रींना अनुभूतीचं एक निराळंच अलगुजी परिमाण प्राप्त करून दिलं आहे.

असाच आणखी एक अनुभव. माथेरानला दिवाडकरांच्या हॉटेलच्या व्हरांड्यात बसलो असताना रस्त्यावरून डुलतडुलत फिरून परत चाललेले पु. भा. भावे दिसतात. बाबा दिवाडकर त्यांना बोलावतो आणि आमची बैठक सुरू होते. अडीच-तीन तास सहज मागे पडलेले असतात. माथेरानच्या त्या अंधारलेल्या आता ओक्याबोक्या रस्त्यावर आमच्या ध्यानात येतं की, कुणीतरी भावे अण्णांची चौकशी करतोय. आम्ही दचकतो. हॉटेलवर प्रभावतीबाई एकट्या आहेत याचं विस्मरण झाल्याचा कृतघ्नपणा आमच्या हातून घडलेला असतो. आम्ही बैठक आटोपती घेत वृक्षांनी काळी सावली धरलेल्या त्या निवांत, काळोखी धरलेल्या तांबड्या रस्त्यावरून भाव्यांच्या हॉटेलवर पोहोचतो. सगळ्यांना सगळंच विसरवणारी ती रात्र आता मनाच्या तळाशी जाऊन बसलेली असते.

प्रकाश हे वेगाचं प्रतीक असल्यामुळे असेल, रात्रीच्या संथपणाची आस आपल्याला भूल टाकत असेल का? मला अशा एका रात्रीचा अनुभव आठवत राहतो. हृषिकेशला महेश योगींच्या आश्रमात गंगेच्या किनाऱ्यावरील होस्टेलच्या व्हरांड्यात मध्यरात्री उभा असतो. मंद वाहणाऱ्या गंगेतून हातांच्या ओंजळीत नावाड्याने चिमणी धरलेली एक चुकार नाव संथपणे पुढे सरकत जाते. थोडा वेळ तसाच जातो. कुणीतरी पाण्यात सोडलेली मिणमिणत्या दिव्यांची मोहक माळ तशीच संथपणे गंगेच्या प्रवाहाबरोबर तरंगत जाते. रात्रींच्या अशा अनेक अनुभवांत मी चिरंतन गुंतून गेलो आहे.

मात्र निसर्गातलं निरंतर, अविरत चालणारं छाया-प्रकाशाचं, वेग-संथपणाचं खंडित झालेलं चक्र एक लहान मुलगा म्हणून मी कोचऱ्याच्या स्मशानभूमीत पाहिलेलं असतं. त्या रात्रीचा कोवळा अनुभव कधीतरी माझ्या मनाला स्वप्नरंजनाच्या एका आनंददायी कड्यावर घेऊन जातो. तेच कोचऱ्यातलं स्मशान. म्हणजे ते स्मशान आहे की नाही ते कळतही नाही. रस्त्यालगतच्या डोंगराच्या उंचवट्यावरचा सपाट जमिनीवरचा वहिवाटीचा एक तुकडा. चहुबाजूंनी उंच दाट वृक्षांनी वेढलेला. मी तिथं पोहोचलेलो असतो. त्या रमणीय भूभागावर मंद चांदणं अंथरलेलं असतं.

जीवनात एकदाच येणाऱ्या सुंदर मरणोत्सवाचा आनंद साजरा करण्याकरता माणसं जमलेली असतात. माझ्यासाठी सरण रचत असतात. मला माझ्या आवडत्या अंधाराशी एकरूप करण्याकरता. माझे मित्र वृक्षाच्या बुंध्यापाशी शिलाखंडावर कोंडाळं करून बसले आहेत. एकमेकांना कविता ऐकवत आहेत. अकस्मात एक अरसिक पुरुष तिथं अवतीर्ण होतो, बैठक विस्कळीत करतो. हातातल्या पेट्रोमॅक्सच्या बत्तीतल्या जाळाने त्या मंदसर चांदण्याची रया घालवून टाकतो. मी अस्वस्थ होताना म्हणतो मित्रांनो, शेवटची कविता माझी. तुम्हालाही आवडत असलेली मंगेश पाडगावकरांची! कवितेतल्या मला आवडणाऱ्या त्या ओळी मी पुनःपुन्हा आळवत राहतो...

अंधार जरासा
गडद हवा होता
आहे त्याहून

◆

रा. रं. बोराडे

पांगल्या रात्री

माझ्या वृत्तीचं अंधाऱ्या रात्रीशी फार निकटचं नातं आहे. रात्र मला अंतर्मुख करते. रात्र मला माझ्या अस्तित्वाची जाणीव करून देते. रात्र मला माझ्या अंतर्मनात डोकवायला लावते.

रात्रीशी असलेलं माझं हे नातं आजचं नाही तर बालपणापासूनचं आहे. आठवणीतले एक एक प्रसंग याचे साक्षीदार आहेत.

रात्रीशी असलेलं माझं नातं सांगणारा असाच एक प्रसंग.

संध्याकाळ झाली, अंधार गडद होत चालला की, दिवसभर गळ्याला दावं लावून मेखेला जखडलेलं वासरू मोकळं सोडल्यानंतर जसं हुंदडत सुटतं तशी आमच्या मनाची अवस्था व्हायची.

संध्याकाळ झाल्यानंतर आम्ही जे खेळ खेळत असू त्यामध्ये 'धाबडे धाबडे' हा एक खेळ असायचा. ज्या पोरावर राज्य आलेलं असतं तो पोरगा वगळता इतर पोरं एखाद्या पडक्या वाड्यात अथवा अशाच एखाद्या आडसांधीच्या जागी लपून बसायचे आणि ज्याच्यावर राज्य असेल तो त्यांचा शोध घ्यायचा. राज्य आलेल्या पोराला आपला शोध लागत नाही, असं वाटलं की, सगळी पोरं एका सुरात ओरडत 'धाबडे धाबडे'. मुलांच्या ओरडण्यावरून ती पोरं कुठे लपलेली आहेत याचा त्याला अंदाज लागायचा. तो आपल्याला शिवण्यासाठी येणार हे ओळखून लपलेली पोरं सुसाट पळत सुटायची. अशाच दुसऱ्या एखाद्या ठिकाणी लपून बसायची. पुन्हा तो पोरगा त्यांचा शोध घ्यायचा. त्याला आपला शोध लागत नाही, असं दिसलं की, पुन्हा सारी पोरं एका दमात ओरडायची. धाबडे धाबडे...

अशीच एक संध्याकाळ. रात्रीत विरत चाललेली. धाबडे धाबडे... हा आमचा खेळ ऐन रंगात आलेला. आमच्यापैकीच एकावर राज्य आलेलं. तो पोरगा तल्लख, चपळ! आवाजाचा नुसता कानोसा लागला तरी तो आमच्या दिशेनं झेप घ्यायचा. त्याला हुलकावणी देणं आणि पडके वाडे अथवा गुराचे गोठे जवळ करणं अवघड जायचं.

शंकऱ्या हा आमचा म्होरक्या. तो अतिशय धीट. पळण्यात तर अतिशय चपळ. धाबडे-धाबडे असं ओरडून झालं की, शंकऱ्या वेगानं पळत सुटायचा. आम्ही त्याच्या मागं धावत सुटायचो. शंकऱ्या कुठं कुणाच्या पडक्या वाड्यात अथवा गोठ्यात शिरेल याचा आम्हाला अंदाज यायचा नाही. अशा वेळी आम्ही गोंधळायचो. ठेचकळायचो. क्वचित काही प्रसंगी रपकन खाली आपटायचो.

त्या संध्याकाळीही असंच झालं. गुराच्या गोठ्यात दडून आम्हाला बराच वेळ झाला तरी राज्य आलेला तो पोरगा आमच्या जवळपास आल्याची आम्हाला काही

चाहूल लागेना. शंकऱ्यानं आम्हाला खुणावलं. आम्हाला धावण्याच्या तयारीत राहण्याचा इशारा केला. पाठोपाठ ओरडण्याचा त्यानं आम्हाला इशारा केला. आम्ही जोरात ओरडलो, धाबडे... धाबडे... आणि आम्ही शंकऱ्याच्या मागे धावत सुटलो. वाटेत एक पडका वाडा लागला. आम्ही वाड्याजवळून पळू लागलो. आम्ही वाड्याच्या तोंडाशी आलो. शंकऱ्यासह इतर मुलं पुढे पळत होती आणि मी त्यांच्या मागोमाग पळत होतो. एवढ्यात कुणीतरी मला खसकन वाड्यात ओढून घेतलं. हे एवढं अचानक व अनपेक्षितपणे घडलं की, मी घाबरून गेलो. अंधारात काहीच दिसत नव्हतं. खच्चून ओरडावं असं मला वाटू लागलं. अखेर ओरडण्यासाठी मी तोंड उघडलं; पण एवढ्यात माझं तोंड दाबलं गेलं. कोण असेल? मला असं पडक्या वाड्यात का ओढलं असेल? एवढ्यात बांगड्यांचा खळकन आवाज आला. बाप रे! ही तर बाई आहे! कोण असेल ही बाई? तिनं आपल्याला असं वाड्यात का ओढलं असेल? मी मनाशी असा विचार करत असतानाच त्या बाईनं भुईवर उताणं पडत मला आपल्या अंगावर ओढून घेतलं. आणि ती माझी चड्डी फेडू लागली. मी काय समजायचं ते समजलो. वयाच्या मानानं खेड्यात लवकर समज येते. मला ती समज आलेली होती; पण बाईशी तर सोडाच पण कुण्या मुलीशी माझा तसा संबंध आलेला नव्हता. स्वभावतःच मी लाजराबुजरा होतो. बेगुमानपणा, धसमुसळेपणा माझ्या स्वभावातच नव्हता. शिवाय वाडा पडका होता. अंधारात काहीच दिसत नव्हतं. ही बाई कोण आहे, ते ओळखता येत नव्हतं; त्यामुळे त्या बाईला प्रतिसाद द्यायला माझं मन धजत नव्हतं. त्या बाईचं मला जवळ ओढणं, माझी चड्डी फेडणं सुरूच होतं. त्या बाईच्या कचाट्यातून सुटका होणं वरचेवर अवघड होत चाललेलं आहे असं दिसताच मी खसकन तिच्या दंडात दात खुपसले. तिला कडकडून चावलो, चावतच राहिलो. माझं असं चावणं तिला असह्य झालं तेव्हा तिनं सारं बळ एकवटून मला दूर लोटलं. मला दूर लोटता लोटता ती बाई उद्गारली.

''हात मेल्या! तू असा दळगा आसशील आसं मला वाटलं नव्हतं.''

अंधारात ती मला दिसली नाही; पण ती तिथून गेली, हे मला जाणवलं. आवाजावरून ती बाई ओळखीची वाटली; पण तिची ओळख पटली नाही.

'रात्र धुंदीत ही जागवा' असं सांगणारे काही प्रसंग माझ्याही आयुष्यात आले; पण धुंदीत रात्र जागवणं मला कधीही जमलं नाही. त्याला कारण माझी लाजरीबुजरी वृत्ती जशी आहे, त्याप्रमाणे घरातल्या ज्या संस्कारांत मी वाढलो ते संस्कारही कारणीभूत आहेत.

रात्रीची जेवणं झाली की, आम्ही सारे बालसवंगडी एकत्र जमत असू. पत्ते

खेळत असू अथवा इकडच्या तिकडच्या गप्पा मारत असू. आज आमचा पत्ते खेळण्याचा बेत आहे. शंकऱ्या अद्याप आलेला नाही. तो आला की, आमचा पत्त्याचा खेळ रंगणार होता. या खेळात जो हरेल त्यानं इतरांना चहा पाजायचा असं आमचं ठरलेलं होतं.

हुंदडत यावं त्याप्रमाणं शंकऱ्या आला. तो दिसताच आम्ही पत्ते खेळण्याच्या तयारीत बसलो. विहिरीतल्या पाण्यात मुटका मारल्यावानी तो आमच्यात बसणार, 'चला, करा सुरू' असं त्यानं म्हणताच आमचा पत्त्याचा खेळ सुरू होणार असं आम्हाला वाटलं; पण शंकऱ्या आज वेगळ्याच मूडमध्ये होता. तो आमच्याजवळ येताच त्यानं आसपासची चाहूल घेतली. कुणी ऐकत नसल्याची खात्री होताच तो कुजबुजल्यावानी आम्हाला म्हणाला, "साल्यांनो, तुमाला एक कळलं का?"

आम्ही उत्सुकतेनं विचारलं. "काय?"

"आज चिप्याचा तमास्या हाय."

"कुठं?"

"अल्याडल्या जवळ्यात"

"मंग?"

"आज पत्ते बंद. आज तमास्या बघायला जायचं?"

"एवढ्या लांब?"

"व्हय."

मी हबकलो. तमाशा बघायला जायचं? तेही एवढ्या लांब. परत येण्यास पहाट तरी होईल. घरी हे कळलं तर? मी तमाशा बघणं माझ्या वडिलांना आवडत नाही. एवढ्या रात्री, एवढ्या दूर मी तमाशा बघण्यासाठी गेलो असं वडिलांना कळलं तर ते माझ्यावर खूप रागावतील. कदाचित मारतीलदेखील. कोणत्याही परिस्थितीत आपण तमाशा बघायला जायचं नाही. मी शंकऱ्याला म्हणालो, "मला तमाशाला यायला जमायचं न्हाई. तुमाला जायचं आसंल तर जा."

परल्या धमकावल्यावानी मला म्हणाला, "तुला आमच्यासंगं यावंच लागंल."

"म्या तुमच्यासंग आलो न्हाई तर तुमी काय करताल?"

"तुजी चड्डी फेडून घेऊ. तुला भोंगळं फिरावं लागंल."

"म्या तसाच उठून तुज्या घरी जाईन. तुज्या घरातल्या चुलीला पाय लावून बसंन."

"माजी माय चुलीतलं जळकं लाकूड भाईर काढील. मंग तुजी लई वाईट हालत हुईल."

डिग्यानं मध्येच तोंड घातलं. म्हणाला, "लई भितरं हाय ते. त्येच्या नका

नादी लागू. चला, आपुन तिगंच जाऊ.''

शंकऱ्या गरजला.

''ते जमायचं न्हाई. जायचं तर तिगानीबी जायचं.''

''तो यायला नगं म्हनतोय.''

शंकऱ्यानं धमकावल्यावानी मला विचारलं, ''का रं, बऱ्या बोलानं तुला आमच्यासंग यायचं का न्हाई.''

''न्हाई आलो तर काय करशील?''

''उद्यापास्नं तुला आमच्या टुप्प्यातून वगळलं.''

टुप्प्यातून वगळण्याची शिक्षा मी मागं एकदा अनुभवली होती. त्या काळात माझ्याशी आमच्या टुप्प्यातलं कुणी बोललं नव्हतं. खेळात सहभागी करून घेतलं नव्हतं. मी एकाकी पडलो होतो. अखेर मला त्यांच्या हातापाया पडावं लागलं होतं. त्यांच्यापुढे नाक घासावं लागलं होतं. त्यांनी सांगितलेला दंड भरावा लागला होता.

मी नाईलाज झाल्यावानी म्हणालो, ''चला... पर जल्दी वापस यायचं बरं का. झालंच तर आपुन तमाशाला गेलतो म्हनून या कानाचं त्या कानाला कळू द्यायचं न्हाई.''

माझं बोलणं पुरतं ऐकून न घेता शंकऱ्या म्हणाला, ''चला.''

आम्ही तमाशा बघायला जवळ्याला निघालो. शंकऱ्या पुढे चालू लागला आणि आम्ही त्याच्या मागोमाग चालू लागलो. वेशीपर्यंत आम्ही रमत-गमत चालू लागलो. कुणी विचारलंच तर मारुतीच्या देवळाकडे चाललो आहोत असं सांगण्याचा आमचा इरादा होता. वेशीत येईपर्यंत वाटेत कुणी भेटलं नाही; त्यामुळे काही सांगण्याचा प्रश्नच उद्‌भवला नाही.

गाव मागं पडताच त्या तिघांच्याही नाकात वारं शिरल्यावानी झालं. ते हसत-खिदळत चालू लागले. गावात सामसूम झालेली. हवेत किंचित गारवा. रातकिड्यांची किरकिर. दूर कुठं तरी कुत्र्यांच्या भुंकण्याचा आवाज. काळाकुट्ट अंधार. मनात सारखी धाकधूक. समोरून कुणी आलं तर? कुणाचे कोण आहात, कुठं निघालात म्हणून विचारलं तर? माझं नाव त्याला कळलं तर! माझ्या वडिलांना त्यानं हे सांगितलं तर? मी तमाशा बघणं माझ्या वडिलांना पसंत नाही. गावात तमाशा आला तरी ते मला तमाशाला जाऊ देत नाहीत. तमाशा बघणं चांगलं नाही, असं त्यांचं मत आहे.

भीतीनं माझं मन गारठत चाललं. माझ्या पायातलं बळ ओसरत चाललं. पायात पाय अडकून आपण खाली पडू की काय असं मला वाटू लागलं. मी मटकन् खाली बसलो.

तिघंही माझ्याजवळ आले. परल्यानं मला विचारलं, ''काय झालं रे?''

मी निर्धारानं म्हणालो, ''मला तमाशा बघायला यायचं न्हाई. तुमाला जायचं आसंल तर जा.''

परल्यानं मला धमकावलं.

''न्हाई आलास तर...''

त्याला पुरतं न बोलू देता मी त्याच्यावर ओरडलो, ''काय करायचं ते करा.''

तिघांनीही माझ्याकडे हेटाळणीनं बघितलं आणि त्यांनी जवळयाच्या वाटेनं धूम ठोकली. मी उठलो. जीव मुठीत धरून गावाकडच्या वाटेनं धावत सुटलो.

◆

रमेश थोरात

स्टुडिओ

क्षितिजावरच्या निळसर जांभळ्या आभाळात हळूहळू सूर्य दिसेनासा झाला. हलक्याशा सोनेरी छटा छपरांवर, झाडांवर पसरल्या होत्या. मी गळ्यात स्केचबुक अडकवलं नि निघालो! पाय नेतील तिकडे. सोबत रात्री-अपरात्री रानावनांत भटकणाऱ्या अशोकची. गाव मागे सोडून आम्ही शेतामध्ये घुसलो. बरीच शेतं नांगरलेली होती. अंधारामुळे ते सारं सपाट दिसत होतं आणि चालताना अंदाज चुकत होता. बांधावरच्या विहिरीला वळसा घालून पांदीत उतरलो. पायाखालचा पाचोळा तुडवताना मनात आत काहीतरी चुरगळल्यासारखं वाटायचं - अचानक पाचोळ्यातून काहीतरी सळसळायचं. मग पाय आपोआप थबकायचे. अशोक काहीतरी सांगत होता; पण पायाखालच्या पाचोळ्यामुळे काहीच ऐकायला येत नव्हतं. एक छोटीशी झुरी ओलांडून आम्ही आडव्या बांधावर जाऊन बसलो. वर दोन्ही बाजूला डोंगर नि दाट झाडी. त्या गडद निळ्या गूढ काळोखातून विविध ध्वनी कानावर येत होते. अगदी काळोखावर रेघोट्या ओढल्यासारखे. आम्ही निःशब्द झालो होतो. अंधारात दिसणारा प्रत्येक आकार सजीव होऊन बोलत होता. आम्ही बसलो होतो त्याच बांधावर दोन उंच जुनी झाडं वाऱ्याशी कुजबुजत होती. एक पांढरं शुभ्र आणि दुसरं काळंकुट्ट. डोंगर गडद काळ्या-निळ्या धुक्यात अस्पष्ट झाले होते. मी तर मंत्रमुग्ध होऊन कणाकणाचा आस्वाद घेत होतो आणि इतक्यात डोंगरांच्या रांगेतून - अंधाराला चिरत अतिशय गोड आवाजात एक लकेर कानावर आली, मी आवाजाच्या दिशेने कान टवकारले. कसला आवाज असावा? रातराणी तर गात नसेल? मी अशोककडे पाहिलं, तर तोही आवाजाच्या दिशेकडे नजर लावून बसला होता... निःशब्द

शांतता... बऱ्याच वेळाने तो म्हणाला, ''हा ओळखीचा आवाज असल्यासारखं वाटतंय. एकदा रात्री असाच मी आमच्या शेतात आभाळाकडे डोळे लावून पडलो होतो नि डोंगरातून असाच गाण्याचा आवाज आला. मी अंधारातच डोंगरावरून नजर फिरवली; पण काहीच दिसत नव्हतं... कुणीतरी सुरेल सूर आळवत चाललंय... मध्येमध्ये ते सूर खूप दूर गेल्याचा भास व्हायचा... पुन्हा जवळ आल्यासारखं... तिच्या आवाजातली आर्तता तीक्ष्ण बाणासारखी हृदयात घुसत होती. (माझ्या मनात 'सख्या रे...घायाळ मी हरिणी...'चे सूर घुमू लागले.) हे सत्य आहे की भास... माहीत नाही; पण ती संपूर्ण रात्र माझे डोळे त्या आवाजाचा पाठलाग करत होते. पहाटे केव्हातरी ते सुरेल गाणं संवेदनेपलीकडे गडद निळ्या धूसर अंधारात विरून गेलं.'' अशोकचं बोलणं थांबलं. तो स्वप्नात हरवून गेल्यासारखा...त्या गाण्याची वाट पाहत होता...

...स्वप्नातल्या प्रियाचा...स्वप्नीच वेध घ्यावा...ही वाट दूर जाते...

बराच वेळ तो हे गाणं आळवत होता. त्या गाण्याच्या आर्ततेने सारा अंधार हेलावून गेला होता अन् अचानक पुन्हा एकदा ती आर्त लकेर अंधाराला छेदून दूर दूर डोंगरापलीकडे निघून गेली.

हळूहळू मंदगतीने प्रकाश वाढू लागला. चंद्रोदयाची चाहूल लागली ती रातव्याच्या मंद हुंकाराने. या अशा भारावलेल्या गूढ धूसर अंधाराच्या निळ्या गर्भात

हुंकार देणारा रातवा चंद्रोदयापासून चंद्रास्तापर्यंत बहरत जातो. आपण फक्त मंत्रमुग्ध होऊन ऐकत राहावं. हृदयाचं स्पंदन आणि रातव्याचा हुंकार हळुवारपणे एकरूप होऊन जातात आणि मग प्रतिभा चांदण्यासारखी बहरायला लागते. अचानक एखादी चांदणी वेगाने निखळते आणि त्याच वेगाने दिसेनाशी होते. मनातल्या अंधारात मात्र ती रेघ बराच वेळ उमटत राहते.

आणि एका कल्पनेचा जन्म होतो...

एक दिवस मध्यरात्री अशीच जाग आली नि मग झोपच लागेना. काहीतरी वाचत बसावं म्हणून उठलो...बटन दाबलं...लाइटच नव्हती. थोडसं चाचपडत घासलेटचा दिवा लावला. एक पुस्तक घेतलं नि अंथरुणावर पडून वाचू लागलो. सहजच भिंतीवर माझी नजर गेली. मुंग्यांची एक रांग भिंतीवर धावत होती. मध्यरात्री सारं जग गाढ निद्रेत असताना या मुंग्या एवढ्या अस्वस्थपणे का धावताहेत. मी दिवा हातात घेतला नि रात्रभर त्यांची धावपळ बघत बसलो. पहाटे पहाटे डोळे मिटायला लागले.

दिवस भटकण्यात गेला. रात्री लवकरच झोप लागली. मध्यरात्री पुन्हा जाग आली. ठराविक दिवसांनी अमावास्या येते तशी रात्रीची जागही ठराविक वेळेला येते. मी पुन्हा दिवा लावला. भिंतीजवळ गेलो. कालच्यासारखीच मुंग्यांची धावपळ चालू होती. वेगात एक एक कण घेऊन ती अविश्रांत रांग अंधारातही रस्ता चुकत नव्हती. त्या कुठून येतात नि कुठे जातात काही कळत नव्हतं.

मन खूप अस्वस्थ झालं. दुसऱ्या दिवशी सकाळी उठलो. नजर भिंतीकडे गेली. मुंग्यांची धावपळ चालूच! सकाळ-दुपार-संध्याकाळ-रात्रभर कसलं एवढं मोठं काम करताहेत या? विश्रांती अशी नाहीच.

मी रांगेवरून नजर फिरवत गेलो तेव्हा लक्षात आलं माझ्या स्टुडिओमधून टेलिफोनची वायर दोन चाळी सोडून बनियाच्या दुकानावरून पुढे कुठेतरी आणि या मुंग्या दुकानातून एक एक कण घेऊन वायरवरून माझ्या स्टुडिओमध्ये टेबलामागे कुठेतरी...जात होत्या. मध्ये दोन-तीन दिवस असेच गेले.

काहीतरी काम करावं म्हणून कॅनव्हास लावला. ऑइल कलर ब्रश काढले. टेबलामागून एक भांडं काढलं. त्यामध्ये रॉकेल ओतलं... नि... माझ्या डोळ्यांपुढे अंधारून आलं.

रात्र... दिवा... मुंग्या... रांग!

मला काही सुचेना. काय करावं ते कळेना. त्या भांड्यामध्ये मुंग्या होत्या नि मी नकळतपणे त्यात रॉकेल ओतलं होतं. रॉकेलवर तरंगणारे ते निश्चल जीव, त्यांची ती रेस्टलेस रांग मनाच्या अंधारात सारखी धावत होती. आपल्या जवळची व्यक्ती अंधारात विरून गेल्यावर तिच्या आठवणी जशा रात्री-अपरात्री भंडावून सोडतात

तशा असंख्य मुंग्या माझ्या मनाला चावत होत्या. काही सुचत नव्हतं. काय करू या निश्चल जीवांचं. या विमनस्क मनःस्थितीतच एक जुनाट हॅन्डमेड हातात आला. त्याला लांबट आकारात फाडलं आणि त्यावर रांगेत एक एक मुंगी चिकटवत गेलो. मध्येच एखाद-दुसरी रांग मुख्य रांगेला मिळते. कोपऱ्यात एक विचारात गढून गेलेली किंवा शून्यात हरवलेली रेखाकृती. त्यावर ओल्या कागदावर पारदर्शक ओघळ...

'अविश्रांत'

एक कलाकृती पूर्ण

अविश्रांत मुंग्या अन् अविश्रांत मन यांच्यात मला एक साम्य आढळलं...

मुंग्या जशा कुठून कुठून एक एक कण आणून वस्ती बनवतात, जीवन घडवत असतात, तसंच माणसाचं मनही अविश्रांत असतं, ते रात्रंदिवस काहीतरी करत असतं. आपण झोपलो तरी ते मनातलं जुनं ड्रॉवर उघडून त्यातलं सामान चाळत बसतं. एखादी जुनी वस्तू किंवा आठवण बराच वेळ हाताळल्यावर त्याचं स्वप्न होत असावं.

मनाचा वेग प्रचंड आहे; अगदी कशाहीपेक्षा जास्त! या क्षणी मला आईची आठवण झाली तर क्षणाचाही विलंब न लावता सारे कण गोळा करून या मनाच्या कॅनव्हासवर आईची प्रतिमा तयार होते.

अंधाराच्या गर्भातच मला मन आणि मुंग्या यांच्यातलं 'अविश्रांत' साम्य उमगलं.

या काळ्याकुट्ट अंधारातच मन कुठेतरी दडलेलं असावं. अगदी हजारो सूर्यही त्याला शोधू शकणार नाहीत.

माझ्या बालपणापासूनच मला रात्र - अंधाराची मोहिनी आहे. रात्री अंगणात झोपताना दिवसभर उन्हात तापलेली उबदार गोधडी गळ्यापर्यंत ओढून अंधार निरखत राहायचं. चांदण्या मोजता मोजता डोळे थकून जायचे. पापण्या जड व्हायच्या नि नकळत चांदण्यांनी भरलेलं निळं आभाळ पापण्यांत मिटून निजून जायचं.

मध्येच कधीतरी जाग यायची. ओट्यावरून इच्छा नसताना दूर ओढ्याकडे नजर जायची. रात्रीचं तिकडे पाहायला खूप भीती वाटायची. कारण तिथं गावची/वाडीची प्रेतं जाळली जात. ओट्यावरून तो मसणवटा सहजच दिसायचा. त्याच्या जरा पुढे मुंडकी. तिथे तर दिवसासुद्धा भीती वाटायची. कधीकधी तिथे अंधाराला चाटणाऱ्या आगीच्या जिभा दिसायच्या अन् त्या प्रकाशात रेम्ब्रांच्या पेंटिंगसारखं काही दिसू लागायचं.

काळोखात जळणाऱ्या सरणातून उठून तो माणूस आपल्याकडेच येतोय की काय असं वाटत राहायचं. आलाच तर काय करेल - काय विचारेल असे अनेक विचार मनात येत राहायचे.

तो खरोखरच आपल्याकडे जवळ येतोय असं वाटू लागायचं. भीती गळ्यापर्यंत आली की, मी पटकन तोंडावर गोधडी ओढून घ्यायचो. अंधारातल्या अंधारात गडप व्हायचो नि मग असंख्य कल्पनांच्या गर्तेत मी कुठेतरी गोलमोल भरकटतोय. काळोखातल्या चांदण्या आरपार माझा छेद करून जाताहेत अन् सरणातून उठलेला तो माणूस दोन्ही हात पसरून माझ्या दिशेने...हे सारं कितीतरी वेळ चाललेलं असायचं...हळूहळू मला झिंग यायला लागायची...सारं काही धूसर व्हायला लागायचं नि केव्हातरी जडावलेले डोळे हलकेच मिटून जायचे.

अशा असंख्य रात्री, असंख्य कल्पना जन्म घ्यायच्या अन् आसमंतात दिसेनाशा व्हायच्या. रात्री काळ्याभोर आभाळात उठलेल्या कल्पनांच्या वादळात गुरफटून जाण्याची मला सवयच लागली होती. अंधार झाला की, माझ्या संवेदना तीव्र व्हायच्या आणि मग अशावेळी मनाला स्पर्श करणारी घटना मूर्त रूपातून अमूर्ताकडे जायची...

पावसाचे दिवस होते... हवेत गारवा... बराच वेळ लाइट नव्हती. मेणबत्ती लावून आम्ही जेवायला बसलो... इवल्याशा प्रकाशात जेमतेम चेहरे ओळखू येत होते. जेवताना मला थोडं अस्वस्थ, एकाकी वाटू लागलं. कुणीतरी माझ्या हाताला धरून स्टुडिओकडे नेऊ लागलं. जिन्यावर ती बसली होती. रस्त्यावरून येणाऱ्या गाडीचा हेडलाइट क्षणभर जिन्यावरून फिरला...पाण्याने भरलेले डोळे चमकले. आतला स्वर बाहेर यायला असा एकांत - अंधार लागतो.

...कॅनव्हासशी मी बोलतो आहे. तो ऐकतोय डोळे मिटून. तिच्या हृदयातल्या निळ्या छटा अंधारातच कॅनव्हासवर उमटू लागल्यात.

मुक्त होण्याच्या आवेशात ती
घरट्यातला पक्षी तिला साद घालतो आहे
'तू मुक्त हो...
झेप घे या निळ्या आभाळात
....

ब्रश खाली ठेवला तेव्हा उजाडू लागलं होतं.

मी डोळे मिटले... अन् कॅनव्हासवर 'मुक्ता' सूर्यप्रकाशात न्हात बसली.

जाग आली तेव्हा सारं शांत. दरवाजा उघडून मी बाहेर आलो. चांदण्या अंगावर फुलवलेल्या रातराणीच्या गंधाने सारा अंधार दरवळून गेला होता. पहाट होईपर्यंत तिच्याजवळच बसून राहिलो.

तिचा बहर असेपर्यंत रोज रात्री तिच्याजवळ येऊन डोळे मिटून बसायचं... अन् अनामिक विश्वात हरवून जायचं...

त्याची बोटं तबल्यावर फिरत होती. एक रेला दुपटीतून हळूहळू लय वाढवत वाढवत फ्यूजनमध्ये नेऊन नंतर दूर क्षितिजापलीकडे मावळतीच्या गडद तांबूस निळ्या आभाळात सोडून दिला...

'चलो जायेंगे' तबला बाजूला सरकवत शिरीष म्हणाला, 'तुला एक विलक्षण गंमत सांगतो...'

मग त्या दिवशी आम्ही दोघं रात्रभर गव्हर्नमेंट कॉलनी, कलानगरमध्ये भटकत राहिलो. शिरीष म्हणजे सतत सिगारेट ओढणारा अस्सल निशाचर. कॉफी, सिगारेट नि त्याच्या पर्सनल गोष्टी ऐकत ऐकत पहाट झाली. आम्ही एका टपरीवर चहा पीत बसलो अन् अंधारातून एक लांबलचक शीळ कानावर आली. मी चमकलो. काळोखात मी समोरच्या झाडाकडे बघत राहिलो... काहीत दिसत नव्हतं... सारं स्तब्ध... पुन्हा एकदा तशीच शीळ...

माझा माझ्या कानांवर विश्वासच बसेना...'आहे की नाही विलक्षण गंमत' शिरीष म्हणाला. रोज बरोबर चारच्या ठोक्याला हा पक्षी शीळ मारतो ते सहा वाजेपर्यंत. एखादा पक्षी एवढ्या पहाटे अंधारात का शीळ मारत असावा आणि तेही बरोबर चार वाजता. कुणाला साद तर घालत नसेल? की त्याला कुणाची आठवण येत असेल? कदाचित तो तिचं किंवा तिच्यासाठी गाणं गायला या झाडावर येत असेल.

विजेची तीक्ष्ण आर्तता असलेली अन् अंधाराला चिरणारी ती तांबूस शीळ माझ्या काळजात तीक्ष्ण बाणासारखी घुसली. कुठेही वर्दळ नाही फक्त अंधार नि शांतता. मी हळूच त्या झाडाखाली गेलो नि त्याला शोधू लागलो. खूप वेळाने एक पक्षी दिसला. आम्ही त्याला बघतोय हे त्याच्या लक्षात आलं असावं कारण तो या फांदीवरून त्या फांदीवर उडू लागला.

झाडातल्या अंधारातून पुन्हा एकदा ती जीवघेणी शीळ पहाटेच्या गारव्याला चिरत दिसेनाशी झाली. उजाडू लागलं. शीळ अचानक बंद झाली. आम्ही घरी आलो; दिवसभर झोपलो नि पुन्हा रात्रभर भटकून चहाच्या टपरीवर येऊन बसलो नि बरोबर चारला त्याची शीळ...

मी त्या ध्वनीतून उमटणाऱ्या प्रतिमांत हरवून गेलो. आठ दिवस रात्रभर आम्ही भटकायचो आणि शिरीष मला रोज एकच गाणं ऐकवायचा. म्हणायचा, 'लता हे गाणं कधीही गाऊ शकणार नाही' नि गुणगुणायचा

...चाँदनी राते...
सब जग सोये...हम जागे।
तारोसे करे बाते...चाँदनी राते

हे गाणं आणि त्या पक्ष्याची ती आर्त शीळ मनात खूप दिवस रेंगाळत राहिली.

पुढे अनेक दिवसांनी मी कर्जतला ऐजाझच्या व्हरांड्यात बसलो होतो. काळोख वाढू लागला अन् गारवाही! समोरची बरीच झाडं निष्पर्ण होती. अशाच एका निष्पर्ण झाडावर पाखरांनी खूप गर्दी केली होती, जशी काय ती पाखरंच झाडाची पालवी असावी. त्यांचे वेगवेगळे आवाज, किलबिलाट ऐकत मी...शून्यात गेलो...आणि हलकेच एक पल्लेदार शीळ अंधाराला विजेसारखी चिरत अंधारातच विरून गेली.

काळजाला हेलावणारा हा अस्वस्थ आत्मा नेमका कुठे आहे. माझे डोळे वेड्यासारखे त्याला शोधू लागले; पण तो कुठेही दिसेना. पुन्हा तशीच बाणासारखी आर्त शीळ... हा खासच पक्षी नसावा... मग कोण? अश्वत्थाम्यासारखा अतृप्त आत्मा. या विश्वाच्या पसाऱ्यात हरवलेल्या 'ती'चा शोध घेत शीळ घालत भटकणारा वेडा...

...गर तुम न मिले राह पे तो,
स्वर्ग भी मिले धरती पे व्यर्थ है...

केव्हातरी त्याची 'ही' शीळ तिच्या कानावर जाईल का? ठाऊक नाही...

पण कदाचित ती त्याला भेटली तर...

तर... फिर खो न जाओ । तुम कही... दुनिया की भीड में ।

हळूहळू अंधार ओसरू लागलाय. थोडसं उजाडलंय्. सारे पक्षी दूर... दूर... उडून गेलेत.

ऐजाझ अन् मी दूरवर दिसणाऱ्या तांबूस जांभळ्या आभाळाकडे डोळे लावून बसलोय... निःशब्द संधिप्रकाश... दूर डोंगरावरून एक निळसर झोत जवळ येऊ लागलाय. वाऱ्यानं पालापाचोळा आभाळात भिरभिरतोय.

अन् पावसाची एक सर अंगावरून गेली. ...सारा काळोख शहारून गेला...

ऐजाझ एकदा अंधार... की कुणाला म्हणाला होता.

उफ्... ये... अंधेरा
क्या करू... क्या न करू
कुछ समझमें नही आता...?

त्याच्या या ओळी मी पुनःपुन्हा वाचतो... नि मनात विचार येतो.

'ये उजाला... कब खत्म होगा
और कब अंधेरा आएगा?

खरंच... काळ्याकुट्ट अंधारावर ओलेत्या ब्रशने कल्पनेचे आविष्कार रंगवण्याचा धुंद आनंद शब्दांत व्यक्त करणे केवळ अशक्य.

मी कुठेही असलो अन् रात्र झाली की, तोच माझा स्टुडिओ होऊन जातो.

अंधारातले ध्वनी, त्यातून निर्माण होणाऱ्या प्रतिमा, अंधाराच्या तळाशी पहुडलेल्या आठवणी... कॅनव्हासवर उमटू लागतात.

पेंटिंग चालू आहे...
मी अंधाराचा तळ शोधतो आहे
डोळ्यांचे दिवे करून...

एकदा अंधार देवाकडे जातो नि तक्रार करतो, 'देवा, हा सूर्य सकाळपासून संध्याकाळपर्यंत माझ्या मागे लागलेला असतो. धावून धावून माझी दमछाक झाली. हजारो वर्षं मी हे सहन केलं; आता नाही करणार. तुम्ही सूर्याला सांगा की, यापुढे तो मला त्रास देणार नाही.'

'ठीक आहे,' असं म्हणून देव सूर्याकडे गेला अन् त्याला दरडावूनच म्हणाला, 'सूर्या... तू त्या अंधाराला का सतावतोस, त्यानं तुझं काय घोडं मारलंय?'

हे ऐकून सूर्याला मोठं आश्चर्य वाटलं. तो म्हणाला, 'अंधार! कुठला अंधार? मला तर तो आजपर्यंत दिसलासुद्धा नाही. मलाच त्याला भेटायची इच्छा आहे. मी आतुर झालोय त्याच्या भेटीसाठी.'

'देवा! तुम्हाला कुठे अंधार भेटला तर कृपा करून आमची भेट घडवा...' सूर्य आणि अंधार यांची भेट केव्हा कशी होणार? गहन प्रश्न...

देव निरुत्तर...

सूर्याची किरणं पोहोचतात तिथपर्यंत प्रकाश पुढे... पुढे अंधारच अंधार...

या न संपणाऱ्या अंधाराच्या गर्भात काय काय दडलंय ते बघण्यासाठी सूर्यांहूनही तेजस्वी अन् संवेदनशील डोळे लागतात.

रात्री जेव्हा मी कॅनव्हासपुढे बसतो तेव्हा कधीकधी रात्रभर बसूनच राहतो. खरं तर कल्पनांच्या गूढ गुहेत मी गुरफटून जातो.

एक पेंटिंग गेली चार-पाच वर्षं चालू आहे. अंधूक प्रकाशात मी पेंटिंगपुढे बसलोय.

अंधार वाढू लागला की, डोळ्यांना दिसणाऱ्या वस्तूंशी आपोआप नातं तुटू लागतं आणि अंधारातल्या अमूर्ताचा रातराणीसारखा गंध चहूकडे दरवळू लागतो. समोरच्या कॅनव्हासवर मधोमध एक

पृथ्वीसारखा गोल आहे. त्यामध्ये अस्पष्टशी तीन मुलं (मी नि माझे दोन भाऊ). माझी नजर पृथ्वीवर स्थिरावलीय. मी कधी पृथ्वीच्या गर्भात गेलो कळलंच नाही. वेड्यासारखा मी खडकांना भेदत - वृक्षांच्या लांबच्या लांब मुळ्यांच्या जंजाळातून रस्ता काढत भटकतोय. जमिनीखाली मुळं पाण्याच्या शोधात खूप खोलवर पसरली होती. त्यामध्ये काही देह, अवशेष गुरफटले होते.

सारा अंधार अपारदर्शी तरी मला सारं कसं दिसत आहे? या अंधाऱ्या गर्भातूनच जमिनीवरची सारी सजीव सृष्टी. पृथ्वीच्या गर्भातला अंधार आणि तिची सृजनक्षमता खरोखरच माणसाच्या कल्पनाशक्तीपलीकडे आहे.

त्या अंधारात मी हळूहळू मुळांना बाजूला सारत वाट काढतोय. मातीने माखलेला शेक्सपिअर एका दगडाच्या बाजूला पहुडलाय. पुढे ज्ञानेश्वर, मायकेल एन्जेलो, तुकाराम, रेम्ब्रा, गालिब. सारे मातीमध्ये, झाडांच्या मुळ्यांमध्ये, खडकांच्या चिरेत.

मी खूप खूप खोल आलोय. बुद्ध भटकत भटकत शांतपणे ध्यानाला बसलेत... आइनस्टाईनसुद्धा!

बीज सारे

पाऊस पडला की जिथपर्यंत पाणी झिरपत असेल

ते ते उगवत असेल.

व्हॅन गॉगच्या देहातून सूर्यफुलं उगवून जमिनीबाहेर गेली होती.

चीनच्या भिंतीखाली अन् पिरॅमिडखाली असंख्य माणसं मंद आवाजात कण्हत होती. साऱ्यांना मुळांनी वेढलं होतं. कुठूनतरी व्हायोलिनचे सूर कानावर आले. झाडांची मुळं थरथरली. खडकांना तडे गेले. मला वाटलं, यहुदी मेनुहिन असावा म्हणून जरा पुढे गेलो. चार्ली व्हायोलिनवर बो फिरवत होता आणि पृथ्वीचा सारा अंधारमय गर्भ हेलावून गेला होता.

...केव्हातरी मी भानावर आलो. दिवा लावला. कॅनव्हासवरची पृथ्वी तशीच तीन पिलांना घेऊन स्वतःभोवती फिरत होती अन् तिच्या बाजूला एका कोपऱ्यात एक सूर्यफूल उगवलं होतं.

व्हॅनगॉगच्या देहातून बाहेर निघालेलं तर नसावं ना?

अमावास्या आणि तीही गटारी. गावातल्या (घाटला) पोरांचे घोळके अंधारात खंबे घेऊन फिरत होते. वाडीत, गल्लीत, पारावर, टोळको चेकाळली होती. भरतच्या ओसरीबाहेर शेडखाली अक्षरशः काळाकुट्ट अंधार होता. त्याखाली बसलेलं टोळकं हलक्याशा नशेत रंगलं होतं. फक्त आवाजावरून कोण कुठे बसलाय याचा अंदाज येत होता. एक मोठा सिप् मारत सुधीरने माझ्याकडे पाहिलं नि म्हणाला, 'चलो जायेंगे'

'कहाँ?' मी विचारलं.

'बहोत दिनों की ख्वाइश है। एकदा रात्रीच बसमधून पाहिलं होतं. अक्षरशः दिवाळी असते.'

मला काहीच उलगडा होईना. मी पुन्हा विचारलं,

'कुठे?'

'मुजरा देखने।'

माझ्या भुवया वर झाल्या.

थोडा वेळ मी विचार केला नी म्हटलं, 'चलो.'

समोर आलेला प्रसंग टाळायचा नाही. सामोरं जायचं त्याला आणि सिनेमापेक्षा वास्तवातले मुजरे कसे असतात तेही बघायचं होतं... एक ड्रायव्हर, माहीतगार सुधीर, मी, बंड्या सगळे रस्त्यावर आलो अन् एक जोरदार पावसाची सर आली. अंधाराला भिजवून गेली.

गाडीत बसलो. गाडी सुरू झाली अन् ड्रायव्हरच्या तोंडाची टकळीही! आम्हो पाव-बुर्जीची गाडी कुठे दिसते का बघत होतो. भूक लागली होती. टीटीच्यापुढे एका ठिकाणी थांबलो. पाँच पाव-बुर्जी जल्दी लाव।... गाडीवरच्या पोऱ्याला ऑर्डर दिली नि पोलिसांची गाडी आली. आम्ही हळूच सटकलो... नसती झंझट नको म्हणून!

''रुकना मंगताय, भूक लगा है।''

''आपुनको कौन क्या करेगा। आँ.'' बंड्याचे शब्द घरंगळत होते. ''तू चूप बैठ साला... फुकट का पकपक'' ड्रायव्हर खेकसला.

गाडी धावते आहे. कोणत्या एरियात आलोय काहीच कळत नव्हतं; पण रात्री एक वाजतादेखील हॉटेल्स, बार, पानपट्टीच्या टपऱ्या, चाइनिजच्या गाड्यांवर हाउसफुल्ल गर्दी. रंगीबेरंगी कपडे घातलेल्या नि चेहऱ्याला भरपूर मेकअप केलेल्या स्त्रिया –खिडक्यांमध्ये – अंधाऱ्या अरुंद गल्ली-बोळांत फिरत होत्या. एक प्रकारचा कोंदटपणा सगळीकडेच जाणवत होता. बारमधून हेलपाटत बाहेर पडणारी टोळकं फिल्मी स्टाइलमध्ये काहीही बरळत चालली होती.

आम्ही मुजऱ्याची गल्ली शोधत होतो. ड्रायव्हरला काही रस्ता सापडेना. आमची गाडी तिथल्या तिथेच घिरट्या घालत होती. साराच भूलभुलैया! चार-

पाचजणांना विचारल्यावर केव्हाच्या केव्हा आम्ही एका गल्लीत पोहोचलो. रस्त्याच्या कडेला एक लांबच्या लांब माडीची चाळ. वर माडीच्या लाकडी कठड्याला रेलून बऱ्याच बायका रस्त्यावर सूचक नजर फिरवत होत्या... मंद प्रकाशात काहींचे उजळ चेहरे प्रकर्षाने जाणवत होते.

आम्ही एका अंधाऱ्या बोळात घुसलो नि चाचपडत, धडपडत त्या लाकडी जिन्यावरून माडीवर गेलो. तोल सांभाळत, एक एक चेहरा न्याहाळत आम्ही पुढे सरकत होतो. माझ्या हातात टिन नि गळ्यात स्केचबुक... पाहून कुणीतरी कुजबुजलं, ''लगता है, बहोत पीके आये हैं।''

कोपऱ्यामध्ये एक तांबूस, सोनेरी केसांची, उजळ चेहऱ्याची मुलगी आमच्याकडेच बघत होती. खरं म्हणजे तिला पाहूनच आम्ही वर आलो. तिचे पिंगट घारे डोळे तीक्ष्णपणे एक-एकावरून फिरत होते. चेहऱ्यावर मात्र कुठून आली ही ब्याद असेच भाव होते.

''आओ... आओ...''

एक जाडी बाई आमच्याकडे बघत धंदेवाईक आवाजात म्हणाली.

''हमें मुजरा सुनना है ।'' सुधीरने लगेच स्पष्ट केलं.

''हाँ, हाँ!'' तोंडातलं पान सांभाळत ती - ''जरूर सुनवाऐंगे, अंदर तो आओ.'' असं म्हणत तिने दारावरचा पडदा बाजूला सारला. आम्ही चौघे आत घुसलो. खूप गर्दी झाली कारण पाच बाय पाचच्या त्या कोंदट रूममध्ये चारी बाजूला पिशव्या, कपडे, फोटो टांगलेले होते. भिंतीवर एक मोठा आरसा टांगलेला, एका कोपऱ्यात टी.व्ही. त्यावर भरपूर सामान. मायापुरी ठेवलेलं, डोक्यावर एक रंगीबेरंगी झुंबर, चार-पाच चौकोनी हिरवट उशा मांडलेल्या.

आम्ही दाटीवाटीने बसलो. शंभर रुपये गाणं ठरलं. लुंगीवाले वादक आले. आम्हाला एकच गाणं ऐकायचं होतं. मी गाणं सुचवलं, 'थाडे रहियो... पाकिजा'

गाणं सुरू झालं... त्या जाडजूड बाईने तारस्वर लावला अन् ती सुंदर, गोरी-चॉकलेटी सलवार कुर्ता (किचनमध्ये घालतात तसा) घातलेली पोरगी पाय आपटू लागली, स्वतःचे केस मागे-पुढे वळवत आरशात बघू लागली. वादक मध्ये मध्ये पिसाळल्यासारखा तबला नि ढोलकी बडवत होता, तेव्हा वाटलं, केव्हा ही शिक्षा संपणार?

नृत्य नावाचा प्रकार तिला अजिबात ज्ञात नव्हता. तिला बघायचं म्हटलं तरी एक फुटावरून वर डोकं करून काय बघणार? पेटीवाला जांघेत लुंगी कोंबत मध्ये मध्ये सूर लावायचा. त्याच्या तोंडातला पानाचा विडा खाली पडायला येई तेव्हा तो तोंड बंद करायचा.

एक लुक्खा म्हातारा, चट्टेरीपट्टेरी लुंगी घालून दारात बसला होता. हे सारं

बघून काय करावं ते सुचेना. त्यातल्या त्यात गाणारी कधीकधी बरी गायची. मी कोपऱ्यात सरकलो. गळ्यातलं स्केचबुक काढलं नि स्केचिंग्‌ला सुरुवात केली.

गाणं संपतं न संपतं तोच 'लडकीके हाथ में कुछ दोना ।'

एक एक गाणं संपलं की, त्यांचं तुणतुणं सुरू व्हायचं. मला काही रस वाटेना म्हणून मी बाहेर कठड्याजवळ येऊन उभा राहिलो. बंड्याशी गप्पा मारत. एका पोरीनं माझ्याकडे स्केचबुक मागितलं. मी दिलं. सगळ्या बायका स्केचबुक चाळत होत्या. एकीने ती स्केचेस टर्रकन फाडली अन् तुकडेतुकडे करून खाली कचऱ्यात फेकून दिली.

माझा पारा एवढा चढला की, त्या आवेशात मी तिच्या दोन कानाखाली वाजवल्या... असत्या; पण मी कसा माझा हात आवरला मलाच कळलं नाही.

एक म्हातारी तोंडात पानाचा तोबरा सांभाळत माझ्याकडे वळून म्हणाली, "हमारे बच्चों को नोकरी दिलाओ-हम ये काम नही करेंगे... तुम्हारे जैसाही कोई ड्रॉइंग करनेवाला आया था । उसने बहोत प्रॉब्लेम किया था ।"

आम्ही दोघे खाली आलो. "बंड्या... यार क्या जिंदगी है लोगों की । परिस्थिती माणसाला कोणत्या थरापर्यंत नेते की खाण्या नि भोगण्यापलीकडे त्याला काही संवेदनाच शिल्लक राहत नाहीत."

बराच वेळ झाला तरी सुधीर खाली येईना; म्हणून मी वर गेलो. तर प्रकरण म्हणजे मुजरा– 'थाडे रहियो... चलते चलते... इन आँखो की मस्तीपासून बिलन्‌ची नागीन निघाली... नागोबा डुलाया लागला'पर्यंत गेलं होतं. सुधीर त्या पोरीपेक्षा मुक्तपणे आणि लयदार नाचत होता. क्षण क्षण रसिकतेने जगणारा हा माझा मित्र इथेही धुंद झाला होता. व्यवसायानं कला दिग्दर्शक असलेला सुधीर कोणत्या तरी सिनेमात हा सेट लावेल आणि पुन्हा पाहायला मिळेल.

गाणं संपलं. आम्ही खाली आलो. मी हातातला गजरा फेकून दिला; मीच माझ्या हातात बांधला होता. 'ग्रेट अनुभव!', 'क्या जिंदगी है साला ।' असे डायलॉग कानावर येत होते. मी खिडकीतून पहाटेचा गार वारा अंगावर घेत होतो. गाडी भरधाव वेगात जात होती. कुठूनतरी ट्रेनच्या शिटीचा आवाज कानावर आला. मी मीनाकुमारीचा 'पाकिजा', गदिमांचा 'जोगिया' आणि आजचा 'मुजरा' यांचा ताळमेळ घालत होतो.

...सिनेमातला मुजरा सिनेमातच असतो; वास्तव खूपच वेगळं असतं. कदाचित तो काळ संपला असेल. कलेसाठी काही राहिलं नाही. फक्त पोटासाठी दाखवायचा माकडखेळ. डोळ्यांत ही वेदना घेऊन पहाटे पहाटे स्टुडिओवर पोहोचलो.

कधीकधी एखादं पेंटिंग खूप त्रास देतं. कुठेतरी काहीतरी राहून गेलेलं असतं नि मग ते अजिबात स्वस्थ बसू देत नाही.

असंच एक पेंटिंग गेले कित्येक महिने मला सतावत आहे. त्याकडे पाहत पाहत डोळा लागला... आणि पहाटेअगोदरच जाग आली. दार उघडून बाहेर आलो. दिवसभर माशांसारखी भणभण करणारी चाळ अंधारात सुस्त अजगरासारखी पसरली होती. मध्येच घुशी इकडे तिकडे पळत होत्या. समोरच्या उंबऱ्यावर एक कब्रं मांजर ध्यानाला बसल्यासारखं बसलं होतं. माझ्या चाहुलीने त्याने माझ्याकडे नजर फेकली. काजव्यासारखे चमकणारे डोळे मांजराने पुन्हा मिटून घेतले. मी शूज घातले नि निघालो... गेटच्या बाहेर आलो. वाळूच्या ढिगाऱ्यावर कुत्र्यांची मस्ती चालू होती. गॅरेजजवळच्या अरुंद बोळातून बाहेर पडलो. रस्त्यावर कुत्र्यांशिवाय काहीच नाही... आपण खूपच लवकर बाहेर निघालो की काय? रेल्वे पटरीवर आलो तिथेही फक्त दोन लाल सिग्नल अंधारात लाल डोळ्यांच्या काळ्या भुतांसारखे. वाटलं, परत जावं; पण तसाच पुढे गेलो मैदानात. बेडकांचं तालवाद्य चालू होतं. बाकी शांतता.

पावसाचे दिवस असल्याने मैदानात पाणी साठलं होतं. नेहमीसारखंच मी मैदानाभोवती फिरायला सुरुवात केली. अचानक मनात एक विचार आला की, आपण किती दिवस असं कडेकडेनं या लोकांच्या चक्रात फिरत राहणार गोल... गोल...

कधीतरी हे चक्र भेदलं पाहिजे.

मी शूज काढले नि सरळ मैदानात पाय ठेवला. ओल्या गार मातीच्या स्पर्शाने अंग शहारून गेलं. पायांचा तळवा आणि जमीन यामधला पडदा फेकून दिल्यावर मातीचा जो स्पर्श झाला– असं वाटलं, कैक वर्षं या स्पर्शासाठी मी आसुसलो होतो. पहिला पाऊस अंगावर घेताना मोराचं जसं होतं तसं माझं झालं होतं. मी अगदी देहभान विसरून त्या चिखलात अक्षरशः नाचत होतो. गढूळ पाणी, ओला तांबूस चिखल बोटांच्या पेरांतून बाहेर पडताना होणाऱ्या संवेदना...

... मॉर्निंग वॉकला येणारे लोक मैदानाभोवती घिरट्या घालत होते नि मैदानाच्या मध्यभागी मी एकटाच मनसोक्त नि मुक्तपणे... कुंभारासारखा चिखल तुडवत होतो. हळूहळू ऊन वाढू लागलं. मातीतला गारवा कमी झाला. माझे पाय स्टुडिओकडे वळले. त्याच पेंटिंगपुढे बसलो. हात कटरशी चाळवाचाळव करत होते.

शतकांचे सोस सोसलेला कॅनव्हासवरचा तो चेहरा नि त्या बाजूचं ते रिकामं अवकाश मला काही सांगण्याचा प्रयत्न करीत होतं की काही लपवण्याचा... काही कळत नव्हतं. त्याची भाषाच उमगेना. हातातल्या कटरचं पातं कॅनव्हासच्या काळजात घुसलं. सपासप वार झाले. कटर कोपऱ्यात फेकून दिलं नि मग जखमेतून भळभळा रक्त उसळून यावं तसा माझ्या मनाचा उद्रेक झाला.

एवढं चांगलं पेंटिंग मी का फाडलं असेल?

भ्रमिष्टासारखा मी येरझारा घालायला लागलो.

स्वतःचाच प्रचंड राग आला.

मध्यरात्र ढळून गेली. मी व्हायोलिन घेऊन कठड्यावर बसलो नि तारषड्ज लावला. बो सावकाश तारांवरून फिरत होता. वाऱ्याच्या लहरीवर गवत झुलतं तसा. त्या तंद्रीतून हळूच डोळे उघडले. समोरच्या कुंडीतल्या मातीत श्वासासारखी मंद हालचाल झाल्याचा भास झाला. माझी नजर तिकडे स्थिरावली.

कुंडीतल्या मातीतून काही रोपं वर आली होती. काहींनी दोन हात आभाळाकडे पसरले होते. काही बीजांचं डोकं मातीत होतं तर काही ठिकाणी माती उकलली होती. बारीक कोंब दिसत होता. माझ्या चेहऱ्यावर स्मितरेषा उमटली. मनातली अस्वस्थता एकदम गळून गेली.

मातीतल्या अंधारातून रोपं मातीचा पडदा फाडून सावकाश बाहेर येत होती.

कशासाठी?

काय बघायचं असतं त्यांना...?

सूर्य... सत्य की आणि काही...

मलाही या बीजासारखेच माझ्या मनावरचे कित्येक पडदे फाडायचे आहेत. या निळ्या आभाळाला... काळ्याभोर अंधाराला भेदून बघायचं आहे.

पलीकडे काय आहे ते...

काळाचा हा पडदा कधीतरी फाटेल कॅनव्हाससारखा

मग तू भेटशील...

खूप बोलू या...

गप्पा मारू...

मुक्यानेच...

पहाट होईपर्यंत...

◆

यशवंतराव गडाख

रात्रीचा प्रवास

सार्वजनिक जीवनात आणि राजकीय क्षेत्रात काम करत असताना अनेक घटना घडतात. काळाच्या ओघात त्या विस्मृतीतही जातात. तीस-पस्तीस वर्षांचा काळ लोटलेला आहे. या लेखाच्या निमित्तानं मी तो भूतकाळ परत आठवून राहिलेलो आहे. एकेक घटना माझ्या डोळ्यांसमोर येऊ लागली आहे. राजकीय जीवनात अनेक गमती-जमती होत असतात. अनेक प्रसंग असतात. मी तेवीस-चोवीस वर्षांचा होतो. १९६७ मध्ये मी जिल्हा परिषदेची निवडणूक लढवीत होतो. ही माझ्या आयुष्यातील पहिली निवडणूक. लहान वय. कुठलाही राजकीय अनुभव नाही. अशा परिस्थितीत मी असताना माझं सोनई गाव सगळं एक झालं. माझ्या पाठीशी उभं राहिलं. माझा प्रतिस्पर्धी फार मोठा होता. पैसेवाला होता; त्यामुळे आपल्या गावातला माणूस निवडून आला पाहिजे अशी भावना गावात सर्वत्र होती. ती जशी व्यापारी पेठेत होती तशीच दलित आणि हरिजन वस्तीतही होती. निवडणुकीच्या आधी दोन दिवस - मतदानाच्या आधी शेवटचे दोन दिवस सगळं गाव जागं राहिलं. गल्ल्या जाग्या राहिल्या. रात्रभर पहारे सुरू झाले. प्रतिस्पर्धी उमेदवाराने काही नातेवाईक गावात पाठवले. त्यांच्यामार्फत पैसे वाटण्याचा घाट घातला गेला तरी सारं गाव माझ्या बाजूनं एकजूट राहिलं. एकही मत फुटू द्यायचं नाही अशी भावना सगळ्या गावात निर्माण झाली. मोठे गमतीदार प्रसंग घडू लागले. त्या वेळी गावातल्या नदीचं पात्र वाळूनं भरलेलं असे. दोन्ही गावांतली माणसं तिथं एकत्र जमत. तरुण मुलं, म्हातारी-कोतारी माणसं रात्रीच्या वेळी वाळूत बसू लागली. गावात तोपर्यंत वीज आलेली नव्हती. दूरून एखाद्या वाहनाचा, जीपचा

लाइट चमकला की, कोणीतरी सांगायचं... "आले, आले. या गल्लीत आले." त्यासरशी शे-पाचशे लोक तिकडे पळत जात. मधूनच ओरडा होई की, वडारवस्तीत लोक आले; मग माणसं तिकडे पळत सुटत. असं दोन-तीन दिवस रात्रीच्या वेळी सगळ्या गावात पळापळीचं वातावरण होतं. मोठ्या निवडणुकीचा आणि निवडणूक लढवण्याचा अनुभव कोणालाच नव्हता. ना गावाला ना मला!

त्या काळातील आमच्या मनसुखशेठ यांची धावपळ मला अजूनही आठवते. वयानं आणि शरीरानं मोठ्या झालेल्या मनसुखशेठ यांचं मन मात्र बाल्यावस्थेतच होतं. खूप भोळा भाबडा, थोडासा मतिमंद माणूस. प्रेमळ आणि निरागस असे मनसुखशेठ त्या वेळी लहान मुलांना घेऊन साऱ्या गावात फिरत. मोठमोठ्यानं आरडाओरडा करीत माझा प्रचार करीत असत. त्यांची आपली स्वतःची अशी स्वतंत्र प्रचारफेरी सतत गावभर चालू असे. अशा रीतीनं त्या निवडणुकीतील शेवटच्या दोन-तीन रात्री मला चांगल्याच आठवतात.

त्या निवडणुकीत त्या वेळी माझ्या तुलनेने बलाढ्य असलेल्या माझ्या प्रतिस्पर्ध्याचा पराभव करून मी नेवासा पंचायत समितीचा सदस्य म्हणून निवडून आलो. या निवडणुकीत मला काही काँग्रेसनं तिकीट दिलेलं नव्हतं. मी अपक्ष म्हणून निवडून आलो होतो. मी नुकताच कॉलेजमधून बी.ए.,बी.एड्. होऊन बाहेर पडलो होतो. शिक्षकाच्या नोकरीकरिता मुलाखती देत फिरत होतो. माझ्याकडे घराण्याचा राजकीय वारसा नव्हता. माझ्यासारख्या नवख्या मुलाला तिकीट नाकारण्यात काँग्रेसची काही चूक नव्हती. मात्र, निवडणुकीनंतर सगळी गणितं आणि समीकरणं बदलली आणि काँग्रेसनंच मला सभापती केलं. मी काँग्रेसवाला झालो. स्वातंत्र्यप्राप्तीच्या आधीपासून नगर जिल्ह्यातील शेवगाव-नेवासा हा भाग कम्युनिस्टांचा बालेकिल्ला असल्यानं पंचायत समितीत आमचं अगदी काठावरचं बहुमत होतं. पक्षांतर्गत कुरबुरीमुळे

म्हणा किंवा काँग्रेसमधील प्रस्थापितांना माझी सभापती म्हणून झालेली निवड न रुचल्यानं म्हणा अपेक्षेनुसार माझ्यावर अविश्वासाचा ठराव दाखल झाला. मी हबकलो.

त्यामागे दोन कारणं होती. पहिलं, माझ्या कुटुंबाची अर्थिक परिस्थिती. आमची सारी शेती जिरायत. वाटण्या झालेल्या, वडिलांच्या तुटपुंज्या निवृत्तीवेतनावर घर चाललेलं होतं. सभापती म्हणून मला तीनशे रुपये मानधन मिळे. त्यातील शंभर रुपये मी स्वतःसाठी ठेवीत असे. उरलेले दोनशे रुपये माझ्या कुटुंबाचा मोठाच आधार बनून राहिले होते. अशा बिकट परिस्थितीत माध्यमिक शिक्षकाच्या नोकरीचा मार्ग सोडून मी राजकारण हे करिअर म्हणून निवडले होते आणि त्यामुळे त्या अविश्वासाच्या ठरावामुळे मी खूपच अस्वस्थ झालो होतो. त्या प्रकरणाचा निकाल लागेपर्यंतच्या त्या पंचवीस-तीस रात्री म्हणजे माझ्या त्या एकाकी आयुष्यातलं एक भयानक दुःस्वप्नच होतं. मानसिक अस्वस्थतेपायी त्या काळात मला निद्रानाशाचा विकार जडला. डोळ्याला डोळा लागेना, रात्र रात्र मी टक्क जागा असे. बिछान्यावर तळमळत असे. माझ्या भविष्याच्या चिंतेनं मला पार पोखरून टाकलं होतं. हा ठराव मंजूर झाला तर आपलं कसं होणार? या आणि अशा अनेक प्रश्नांनी माझा छळवाद मांडला होता. नंतर तो ठराव फेटाळला गेला. त्या रात्री माझ्या भूतकाळात जमा झाल्या. त्या त्या वेळचे भोग असतात. काळ वेगानं पुढे जात असतो. नवनवीन घडामोडी होत असतात. असं असलं तरी त्या पंचवीस-तीस रात्रींची दुःसह घुसमट मला अजूनही कधीतरी आठवते.

पुढे १९७२ मध्ये विधानसभा निवडणुकीत मला शेवगाव-नेवासा मतदारसंघातून काँग्रेसचं तिकीट मिळालं. मला ही निवडणूक नको होती. माझ्या कायकर्त्यांचीही इच्छा नव्हती. त्या मतदारसंघाची रचना, त्या भागातील कम्युनिस्टांचा जोर आणि माझं तोवर नेवासा पंचायत समितीपुरतंच मर्यादित असलेलं काम ही आणि अशी अनेक कारणं होती. ते काहीही असलं तरी एकदा लढाई अंगावर आली की, ती सर्व ताकदीनिशी लढावीच लागते. मी आणि माझ्या सर्व कार्यकर्त्यांनी अक्षरशः जिवाचं रान केलं; परंतु माझं नवखेपण आड आलं. प्रतिस्पर्धी उमेदवार कम्युनिस्ट पक्षाचा असून माझ्यापेक्षा सीनिअरही असल्याने त्याच्यापुढे माझा पाड लागला नाही. मतमोजणी शेवगावला होती. त्या दिवशी संध्याकाळी सात-आठ वाजता निकाल लागला आणि मी पराभूत झालो. निकालामुळे आमच्या गोटात अर्थातच निराशेचं वातावरण पसरलं. मतमोजणीसाठी आलेले कार्यकर्ते एकेक करून आपापल्या गावाकडे आणि घराकडे परतले. उरलेले आम्ही तिघे शेवगावच्या डाक बंगल्याकडे निघालो होतो.

मी, माझे चुलतबंधू गुलाबराव पाटील आणि आमचे एक स्नेही बाबू शिंदे. आमच्या सोबतीला आमच्या गोटातील चौथा माणूस म्हणून कोणी हजर नव्हता.

आम्ही तिघेही मूकपणे बसून होतो. त्या डाक बंगल्याच्या वातावरणात सर्वत्र सन्नाटा भरून राहिलेला होता. त्या रात्री आम्ही तिघेही जेवलो नाही. तिथं मी बिछान्यावर अंग टाकलं खरं पण झोप येईना. मी मनातल्या मनात तळमळत डोळे मिटून पडून होतो. गावात विजयी उमेदवाराची मिरवणूक चालली होती. माझ्या कानावर ढोल-ताशांचे, फटाक्यांचे आवाज येत होते. समूहातून उठणाऱ्या घोषणांचे ध्वनी येत होते. माझ्या डोळ्यांसमोर माझ्या ठायी साऱ्या आशा एकवटून बसलेलं माझं गाव होतं. माझ्यासाठी रात्रीचा दिवस करून राबलेले कार्यकर्ते होते. माझ्या डोळ्यांसमोर माझ्या विजयासाठी प्रार्थना करत असलेले माझे आई-वडील, माझी पत्नी आणि माझे कुटुंबीय होते. मुलं तर लहान होती. या सर्वांची अवस्था काय झाली असेल या विचारांनी मी हैराण झालो होतो. गावातली विजयी मिरवणूक रात्री उशिरापर्यंत चालू होती आणि मी उगाचच विजयी उमेदवाराच्या जागी स्वतःला पाहत होतो. अशी ती छळवादी रात्र मी जागून काढलेली.

पुढे मी जिल्हा परिषदेचा अध्यक्ष झालो. खासदार झालो. गेल्या तीस वर्षांत त्या रात्रीनंतर मी शेवगावला अनेकदा गेलो. त्याच डाक बंगल्यावर या ना त्या निमित्तानं थांबण्याचे खूप प्रसंग आले. ज्या ज्या वेळी मी तेथे गेलो; त्या त्या वेळी मला ती रात्र प्रकर्षानं आठवली.

सदुसष्ट ते बहात्तर असा पाच वर्षं मी नेवासा पंचायत समितीचा सभापती होतो. त्या वेळी सुरुवातीला पंचायत समितीच्या कर्मचाऱ्यांची आणि पदाधिकाऱ्यांची निवासस्थाने बांधून झालेली नव्हती. मी गावात एका वाड्यात राहत होतो. कुलकर्ण्यांचा तो वाडा भला थोरला, प्रशस्त असा होता. मी एकटाच तिथं असे. रात्रीच्या वेळी अगदी भयाण वाटे. नंतर गावाबाहेर सभापती निवास आणि इतर पदाधिकारी कर्मचारी यांची निवासस्थाने बांधली गेली. त्यापुढे अगदी शेजारी लागून पूर्वीपासून शवविच्छेदनाची खोली होती; त्यामुळे त्या वसाहतीत कोणी राहायला येईना. ती खोलीही अशी

की, तिची पडझड झालेली, खिडक्या पडलेल्या; तिच्या त्या स्थितीमुळे आत ठेवलेलं प्रेत बाहेर दिसायचं. मला हे सारं ठाऊक नव्हतं. मी त्या वाड्यात एकटा राहायला कंटाळलेलो असल्यानं मोठ्या उत्साहानं मी सभापती निवासात स्थलांतर केलं. मी राहायला गेलो आणि नेमकं त्याच दिवशी तिथं एक प्रेत विच्छेदनासाठी आलं. रात्रभर ते प्रेत तिथं ठेवलेलं. माझा तिथं राहण्याचा पहिलाच दिवस. रात्री आठ-साडेआठला शिपायानं डबा आणून दिला. त्या शिपायाला मी परत पाठवलं. मी जेवण केलं आणि बेडरूमध्ये झोपायला गेलो. माझं लक्ष सहज बाहेर गेलं. समोर ती शवविच्छेदनाची खोली, तिथं ते प्रेत. मी प्रयत्न करूनही माझं मन काही तिथून बाजूला होईना. दारं-खिडक्या लावून घेतल्या तरी डोळ्यांसमोर ती खोली आणि ते प्रेत येत होतं. थोडं जरी खुट् झालं की, मला भीती वाटे. शिपायाला ठेवून घेतलं असतं तर बरं झालं असतं असं वाटून गेलं. तिथं अजून फोन नसल्यानं कोणाला बोलावून घेण्याची शक्यता नव्हती. बाहेरही जाता येत नव्हतं. रात्रभर मी जागा होतो. कधीतरी पहाटे पहाटे माझा डोळा लागला. अशी ती नेवाशाची एका प्रेताच्या शेजारी राहून जागून काढलेली रात्र.

नेवासे तालुक्यात खेडले परमानंद नावाचं ऐतिहासिक गाव आहे. परमानंद स्वामींचे हे गाव. गावात मोठमोठे जुने वाडे आहेत. मुळा नदीच्या काठावरील त्या गावात केशवराव पाटील राहत होते. त्यांचं गावात मोठंच प्रस्थ होतं. सारं गाव त्यांच्या ताब्यात होतं. ही तीस-पस्तीस वर्षांपूर्वीची गोष्ट मी सांगतोय. अहमदनगर जिल्हा सहकारी बँकेची निवडणूक होती. बँकेत प्रत्येक तालुक्याचा एक संचालक असतो. तालुक्यात पन्नास-साठ मतं होती आणि त्यांपैकी एक मतदार खेडले

परमानंद गावातील होते. निवडणुकीला आमच्या गटाचे एक कार्यकर्ते उभे होते. शेवटच्या दोन दिवसांत आम्हाला एकेका मतदारासाठी धावपळ करावी लागणार होती. एकेक मत महत्त्वाचं होतं. माझ्या दृष्टीने आमचा उमेदवार निवडून येणं फार महत्त्वाचं होतं; त्यामुळे तालुक्याच्या राजकारणाला वेगळं वळण लागणार होतं. म्हणून आमचा मतदार गोळा करण्याचा आटापिटा चालला होता. मला ती रात्र अजूनही आठवते. त्या दिवशी खूप धुवाधार पाऊस पडत होता. दोन-तीन दिवस सलग पावसाची झड लागली होती. त्या काळात डांबरी रस्ते नव्हते. खेडल्याला जाणारा रस्ताही कच्चा खडीचा होता.

खेडल्याचा मतदार मिळवण्यासाठी आमचे काही लोक आधी जाऊन आले होते; परंतु केशवराव पाटील असं म्हणाले की, मारुतराव पाटील जर आमच्या गावात आले तर मी माझा मतदार तुमच्या ताब्यात देईन. ही त्या केशवराव पाटलांची अट होती. मारुतराव घुले पाटील हे जिल्ह्यातील मोठे नेते.

त्या एका मतदारासाठी खुद्द मारुतरावांना नेणं मला भाग होतं. मग मी मारुतरावांना घेऊन एका जीपनं भर पावसात, त्या कच्च्या रस्त्यानं त्या दिवशी रात्री बारा-साडेबाराला मुळा नदीच्या काठी पोहोचलो. पाऊस चालूच होता. मुळा दुथडी भरून वाहत होती. निरोप देऊन ठेवलेला असल्यानं एक होडीवाला आपली होडी घेऊन आमच्यासाठी थांबला होता. होडीत बसून आम्ही मुळा पार केली आणि नावाड्यानं आम्हाला खेडल्यात नेऊन सोडलं. केशवराव पाटील आणि त्यांचा तो वाडा आमची वाट बघत जागाच होता. त्यांनी आमच्याकरता जेवणाचा मोठा थाट केला होता. तेवढ्या रात्री त्यांनी आम्हाला जेवू घातलं. मग गावातले सगळे लोक बोलावले आणि त्यांना सांगितलं की, त्या इनामदाराला घेऊन या. त्या मतदाराचं नाव इनामदार. ते इनामदार हे जुळे भाऊ होते. दोघेही सारखेच दिसायचे. आमच्यासारख्या बाहेरच्या माणसांचा संभ्रम व्हावा इतकं त्या दोघांमध्ये साम्य होते. गावातले लोक त्यांना ओळखायचे; पण हा मतदार की तो अशी आमची मात्र स्थिती होती. पाटलांनी सांगितल्यानुसार माणसं त्या इनामदाराकडे त्यांच्या मळ्यात गेली आणि गेल्या पावली परत आली. त्यांनी सांगितलं की, विरोधी पक्षाचे उमेदवार त्यांच्या कार्यकर्त्यांसह तिथं बसून आहेत आणि ते काही इनामदारांना येऊ देत नाहीत. केशवराव पाटील मोठ्या चिंतेत पडले. आपण घातलेल्या अटीप्रमाणे स्वतः मारुतराव येथे आले आणि आता आपण दिलेल्या शब्दानुसार मतदार देत नाही. यामुळे सगळ्या गावाची इज्जत जाईल या विचारांनी केशवराव अवघडल्यासारखे दिसत होते. त्यांच्या चेहऱ्यावरील भाव त्यांची तगमग सांगून राहिले होते. तिकडे इनामदारांच्या मळ्यात खुद्द विरोधी उमेदवारच ठाण मांडून बसलेला होता. अशा बिकट परिस्थितीत केशवराव पाटलांना काहीतरी शक्कल सुचली. बाहेर उभा असलेल्या जागल्याला

बोलावून त्याच्या कानात त्यांनी काहीतरी सांगितलं. काय ते इतर लोकांना काही समजलं नाही. जागल्या लगबगीनं वाड्याबाहेर पडला.

दरम्यान, बराच वेळ गेला. पाटलांच्या वाड्याच्या देवडीवर, कंदिलाच्या मिणमिणत्या उजेडात आम्ही सारे अस्वस्थपणे बसून होतो! पाटलांना जास्त काही विचारणं, नेमकं काय घडतंय याची चौकशी करणंही योग्य नव्हतं. तास-दीड तासाचा अवधी गेला आणि जागल्या आला. बरोबर एका स्त्रीला घेऊन आला. आम्ही कोड्यात पडलो. तेवढ्यात त्या स्त्रीनं सर्वांसमोर लुगडं सोडलं. बाईचा वेष धारण करून आलेला आमचा मतदार आमच्यासमोर उभा होता.

इनामदाराच्या मळ्यात जा. मागच्या बाजूनं घरात शिरून मी त्याला बोलावलंय म्हणून सांग. लुगडं नेसवून त्याला बाहेर काढ आणि इकडे घेऊन ये, अशी शक्कल जागल्याला केशवरावांनी सांगितली. इनामदारांच्या अंगावरील लुगडं, त्यांच्या हातातलं पाण्याचं डबडं यामुळे त्या घरातील एखादी स्त्री बहिर्दिशेला चाललीय असा आभास निर्माण झाला. मतदार असलेले इनामदार अशा रीतीनं बाहेर आल्यावर त्यांचा जुळा भाऊ बेमालूमपणे घरातून येऊन बैठकीत बसला. पाहुणे त्यालाच मतदार समजून चालले. अशा रीतीनं विरोधी उमेदवार आणि त्याच्या कार्यकर्त्यांच्या डोळ्यांत धूळ फेकून केशवराव पाटलांनी आमचा मतदार आमच्या ताब्यात दिला. रात्रीचे अडीच-तीन झाले होते. आम्ही मतदाराला घेऊन निघालो. अजूनही पाऊस चालूच होता. आम्हाला निरोप देण्यासाठी, त्या मतदाराच्यामागे तेवढ्या रात्री सारं खेडलं गाव लोटलं. आम्ही तिघेही त्या नावेत बसलो. आम्ही मुळेच्या पैलतीरावर पोहोचलो तोपर्यंत गावाकडच्या थडीला माणसं उभी होती. अशी ती खेडल्याची रात्र!

एका रात्रीतून राजकीय समीकरणं कशी बदलतात, निर्णय कसे फिरतात याच्या दोन आठवणी माझ्या मनात आहेत. आमच्या नगर जिल्ह्यात ऐंशी सालातली जिल्हा परिषद निवडणूक मोठ्या अटीतटीची झाली होती. मी त्या आधी उपाध्यक्ष होतो आणि आता अध्यक्ष म्हणून माझं नाव चर्चेत होतं. विखे आणि खताळ यांचा गट आमच्या विरोधात होता आणि निकालात दोन्हीही गट तुल्यबळ ठरल्याने नवनिर्वाचित सदस्यांच्या पळवापळवीच्या घटना मोठ्या प्रमाणावर घडण्याची शक्यता होती.

जामखेड तालुक्यातील नान्नज येथील सदस्य बाबासाहेब पवार यांना आपलंसं करून घेण्यासाठी स्वतः बाळासाहेब विखे आणि बी.जे. खताळ हे दोघे त्यांच्या वाड्यात सहा-सात तास बसून होते. त्याच दरम्यान मीही बाबासाहेब पवारांना भेटण्यासाठी नान्नजला गेलो असता विखे पाटील आणि खताळ पवारांच्या घरी असल्याचे समजल्याने मी जिल्हा परिषद विश्रामगृहावर थांबून राहिलो. मी आल्याचा निरोप पवारांपर्यंत पोहोचेल अशी व्यवस्था केली. बाबासाहेब म्हणजे जुना जाणता राजकारणी माणूस. विखे आणि खताळ त्यांच्यासमोर अगदी ठाण मांडूनच बसले.

रात्र होत आली तशी पवारांनी त्या पाहुण्यांसाठी रात्रीच्या जेवणाची व्यवस्था केली. शेवटी जेवण झाल्यावर बाबासाहेबांनी मी सकाळी निश्चितपणे येतो, असं सांगितलं तेव्हा ते दोघेजण नाइलाजानं उठले. त्यांच्या गाड्या गेल्या अणि मग बाबासाहेब बॅग घेऊन घरातून निघाले ते तडक विश्रामगृहावर माझ्यासमोर येऊन उभे राहिले आणि म्हणाले, "चला, आता वेळ दवडू नका. लगेच निघा." त्या वेळी पहाटेचे चार वाजले होते!

संख्येच्या दृष्टीनं आमचा गट काकणभर सरस होता. आमच्याकडील आबासाहेब निंबाळकर, मारुतराव धुले, शंकरराव काळे, गोविंदराव आदिक, कि. बा. म्हस्के इत्यादी श्रेष्ठी मंडळी सर्व घडामोडींवर जातीनं लक्ष ठेवून होती. एखादा सदस्य पळवला जाणंही आमच्या दृष्टीनं धोकादायक होतं, म्हणून आमच्या गटातील सर्व सदस्यांना जिल्ह्याबाहेर एखाद्या सुरक्षित ठिकाणी नेऊन ठेवण्याचं ठरलं. औरंगाबाद जिल्ह्यात खुलताबादचं निजामकालीन विश्रामगृह मोठं आणि प्रशस्त आहे. तिथं आम्ही आमच्या गटाचा पडाव टाकला. सर्व सदस्यांना एकत्र करून तिथपर्यंत आणण्यातही बरीच शक्ती गेली. आमच्यातल्या एका सदस्याला गाडीतून उतरवून पळवलं गेलं. असा लढाईचा प्रसंग असल्यानं त्या विश्रामगृहात आम्ही सर्वजण फार सावध होतो. कार्यकर्त्यांचेच पण अगदी कडेकोट पहारे लावले होते. आमच्या गटाचं काठावर का होईना बहुमत होत असल्यानं श्रेष्ठींनी त्या ठिकाणी अध्यक्ष, उपाध्यक्ष, विषय समित्यांचे सभापती आणि सदस्य यासंबंधीचे निर्णय घेण्यास सुरुवात केली. तालुक्यातालुक्यांतून आपापल्या माणसाकरिता मागण्या असत. त्यानुसार सारासार विचार करून श्रेष्ठी निर्णय घेत होते. त्यावेळच्या निवडणुकीत आम्ही वीस-पंचवीस तरुण सदस्य निवडून आलो होतो. त्याआधी दहा वर्षं जिल्ह्यात मी केलेल्या युवक काँग्रेसच्या कामाचं हे फळ होतं. त्या रात्री श्रेष्ठी विश्रामगृहातील एक नंबरच्या सूटची दारं बंद करून एका विषय समितीच्या चेअरमनपदाचा निर्णय घेत होते. हो नाही करता करता काही वयस्कर सदस्यांची नावं त्याकरता निश्चित झाली. श्रेष्ठी ऐनवेळी हा निर्णय जाहीर करणार होते; पण माझं नाव अध्यक्षपदासाठी निश्चित झालेलं असल्यानं मला मात्र तो निर्णय पहाटे चारच्या सुमारास सांगण्यात आला. बाकी सर्व सदस्य झोपेत होते. त्या वयस्कर सदस्यांऐवजी माझ्या जोडीला एखादा तरुण असेल तर बरे असे वाटून मी चार-पाच तरुण सदस्यांना माझ्या खोलीत बोलावलं. त्यांना सांगितलं की, श्रेष्ठींनी असा असा निर्णय घेतला आहे. तुम्ही यावर तुमचा काय तो विचार करा. रात्र संपली. सकाळी सहाच्या सुमारास ही वीस-पंचवीस तरुण मंडळी आपापल्या गाड्या घेऊन विश्रामगृहाबाहेर जाऊ लागली. अगदी आपापल्या बॅगा वगैरे घेऊन; त्यामुळे ती बातमी लगेच श्रेष्ठीपर्यंत पोहोचली. त्यांनी त्या तरुणांना थांबवलं. जाण्याचं कारण

विचारलं. त्यावर मंडळी म्हणाली की, आम्ही जे काही वीस-पंचवीस तरुण सदस्य आहोत, त्यांपैकी एकाला तरी तुम्ही घ्या. आम्ही काही विशिष्ट नावाचा अट्टाहास धरत नाही; पण आम्हालाही संधी मिळाली पाहिजे. मग पुन्हा श्रेष्ठी मंडळी बसली. रात्रभर जागून घेतलेला निर्णय त्यांनी फिरवला आणि एका तरुणाची विषय समितीवर वर्णी लागली. यातली मेख अशी की, सूर्योदयाच्या सुमारास तुम्ही बॅगा वगैरे घेऊन गाड्या काढा, गावाकडे निघा असं मीच त्या तरुणांना सुचवलं होतं! खुलताबादची ती एक रात्र मला आठवते.

खुलताबादचे ते तीन-चार दिवस तसे आनंदात गेले. सर्वजण सुटीचा आनंद अनुभवत होते. कोठे पत्त्याचे डाव रंगलेले असत तर कोठे हास्यविनोदाला बहर आलेला असे. त्या निमित्तानं माणसं जवळ आली. जवळून बघायला मिळाली. परस्परांना जास्त चांगल्या रीतीनं ओळखू लागली. या काळात आम्हाला एकमेकांचे स्वभाव समजले. श्रेष्ठी मंडळी येत-जात होती. बघता बघता पदाधिकाऱ्यांच्या निवडीचा दिवस उद्यावर येऊन ठेपला.

त्या आधीची रात्र उद्या जायचं कसं या प्रश्नानं सुरू झाली. आधी पन्नास-पंचावन्न लोक होतो. आमच्या बारा-पंधरा जीप आणि कार अशा गाड्या होत्या. त्या गाड्यांचा ताफा घेऊन जाण्यातला धोका चर्चेत आला. खुलताबाद ते अहमदनगर हे जवळपास एकशेतीस किलोमीटरचं अंतर कापताना दोन गाड्यांमध्ये अंतर पडणार, कोणी पुढे कोणी मागे असं होणार. ही गोष्ट टाळता येण्याजोगी नव्हती. काहीही केलं तरी अगदी शिस्तबद्ध रीतीने परस्परांत पाच-दहा फुटांचं अंतर राखून ती वाहनं चालवणं आणि नेणं व्यावहारिकदृष्ट्या शक्य नव्हतं. या शक्यतेतच सदस्य पळवले जाण्याचा धोका दडलेला होता. विरोधकांची माणसं सतत आमच्या मागावर होती आणि एखादा सदस्य हातचा जाऊ देणंही आमच्या दृष्टीनं खूप महाग पडणार होतं. त्या दृष्टीनं आमची चर्चा चालू होती आणि रात्री कधीतरी एक कल्पना पुढे आली, ती सर्वांनी उचलून धरली. ती कोणी मांडली हे आता लक्षात नाही; पण तिची साधारण रूपरेषा अशी होती की, सर्व सदस्यांना एकत्रितपणे व सुरक्षित नेण्यासाठी एस.टी.ची बस करावी. आमच्याकडे ज्या काही दहा-पंधरा गाड्या होत्या, त्यातून कार्यकर्ते पाठवावेत, त्यांनी कोठेही न थांबता काचा लावून प्रवास करावा, ज्यायोगे विरोधकांची सर्वच दृष्टींनी दिशाभूल होईल. सर्वानुमते ही योजना मान्य झाली. आता हातात वेळ कमी होता. रात्रीतून बसची व्यवस्था केली. काहीशी तणावात आणि उत्सुकतेत गेलेली ती रात्र अजूनही आठवते. मग ठरल्याप्रमाणे दुसऱ्या दिवशी भल्या पहाटे बस आली. आधी साऱ्या गाड्या, कार्यकर्त्यांना बसवून नगरकडे पाठवल्या आणि उजाडता उजाडता सर्व सदस्यांना घेऊन बस निघाली. ड्रायव्हर शेजारच्या सीटवर पुलोद सरकारमधील मंत्री शंकरराव काळे बसले आणि

कंडक्टरच्या शेजारी दुसरे मंत्री गोविंदराव आदिक बसले होते! नगर शहराबाहेर औरंगाबाद रस्त्यावर ठिकठिकाणी विरोधकांची माणसे गर्दी करून उभी होती. आमच्या साऱ्या गाड्या वेगाने शहरात शिरल्या; त्यामुळे गाड्या अडवण्याचे, सदस्यांना पळवण्याचे त्यांचे मनसुबे धुळीला मिळाले. आमच्या कार्यकर्त्यांच्या गाड्यांपाठोपाठ विरोधकांची माणसं जिल्हा परिषदेकडे पळाली. त्या पाठोपाठ आमची बस जिल्हा परिषदेच्या आवारात शिरली. त्या बसकडे सर्वजण प्रश्नार्थक नजरेनेच पाहत होते. जेव्हा एकेक सदस्य बसमधून उतरू लागला तेव्हा विरोधकांना खरं काय ते समजलं. आमच्या सर्व सदस्यांभोवती आमच्या कार्यकर्त्यांनी कडे केलं. लढाई इतकी काट्याची होती की, मी दोन की तीन मतांच्या आधिक्यानं अध्यक्ष झालो. आमचा उपाध्यक्षपदाचा उमेदवार तर केवळ एका मतानं निवडून आला!

खुलताबादच्याच एका रात्रीचा प्रसंग मला अजूनही आठवतो. कधीकधी कार्यकर्ते मंडळी आज्ञेचं कसं निष्ठेनं आणि कठोरपणानं पालन करतात याचं दर्शन त्या रात्रीच्या प्रसंगातून मला झालं. सोनईचे मच्छिंद्र पाटील टेमक हे आमचे धडाडीचे कार्यकर्ते. माणूस मोठा धिप्पाड आणि निधड्या छातीचा. पुढे आमच्या सोनईच्या मुळा सहकारी साखर कारखान्याचे ते चेअरमनही झाले. ते आमच्याबरोबर खुलताबादला होते. त्यांना मी सांगितलं की, संध्याकाळी सातनंतर त्या विश्रामगृहाच्या आवारात माझ्या परवानगीशिवाय कोणीही येणार नाही अशी व्यवस्था करा. गेटवर जागता पहारा ठेवा. रात्रीची वेळच गाफील असते; त्यामुळे अंधाराचा फायदा घेऊन अनोळखी चार माणसं शिरण्याची आणि एकट्या दुकट्या सदस्याला उचलून पळवून नेण्याची शक्यता नाकारता येत नाही. म्हणून मी मच्छिंद्र पाटलांकडे गेट सांभाळण्याचं काम दिलं. पाटील रात्रभर गेटवर जागता पहारा द्यायचे. तिथंच झोपायचे. त्यांच्या जोडीला चार-दोन माणसं असायची. एका रात्री गेटवर एक गाडी आली आणि त्यातून उतरलेल्या व्यक्तींना मच्छिंद्र पाटलांनी अडवलं. पाहुण्यांनी आपली नावं सांगून ओळख दिली तरीही मच्छिंद्र पाटील काही गेट उघडेनात. मला आतून परवानगी आल्याशिवाय मी काही गेट उघडणार नाही असं ते निग्रहाने सांगत होते. त्यांच्यासमवेत पहाऱ्यावर असलेल्या लोकांनाही मच्छिंद्र पाटलांना काही सांगण्याची हिंमत होईना. त्यातील एकजण पळत पळत माझ्याकडे आला आणि काय घडतंय ते सांगितलं. त्यासरशी मी स्वतः गेटवर गेलो आणि त्या कठीण प्रसंगातून गेटबाहेर ताटकळत उभ्या असलेल्या त्या व्यक्तींची मच्छिंद्र पाटलांच्या तावडीतून सुटका केली. गेटबाहेर ताटकळत उभी असलेली माणसं म्हणजे दस्तूरखुद्द आमचे श्रेष्ठी होते. त्यांची नावं गोविंदराव आदिक आणि शंकरराव काळे! त्या वेळच्या पुलोद सरकारमधील ते मंत्रिद्वय!

खुलताबादचीच आणखी एक आठवण आहे. एका रात्रीतून राजकारणात काय

घडू शकतं यासंबंधीची. शरद पवार मुख्यमंत्री होते आणि शंकरराव कोल्हे यांना विधान परिषदेचं काँग्रेसचं तिकीट मिळालं. ती स्थानिक स्वराज्य मतदारसंघाची जागा होती. टफ फाइट होती. राज्य पुलोदचं होतं. जिल्हा परिषद आणि नगरपरिषदांचे सदस्य हे मतदार होते. पक्षाचा उमेदवार म्हणून आम्हा सगळ्यांना कोल्हे यांना मदत करणं क्रमप्राप्त होतं; परंतु गटबाजीमुळे श्रेष्ठींची बैठक झाली आणि शंकरराव कोल्हे यांना पाडायचा त्यांचा निर्णय झाला. मला बोलावण्यात आलं. मी जिल्हा परिषदेचा अध्यक्ष होतो आणि जिल्हा परिषदेचे सदस्य माझं बरंचसं ऐकायचे. निर्णय सांगण्यात आला. असं करणं बरोबर होणार नाही, हा निर्णय मला पसंत नाही, असं मी त्यांना सांगितलं. चर्चेअंती श्रेष्ठींनी मला असं सांगितलं की, मी गप्प बसावं. सदस्यांना काही सांगू नये. मी मौन पाळावं. सदस्यांना काय सांगायचे ते आम्ही सांगतो. निर्णय मनाविरुद्ध असतानाही काही गोष्टी शिस्त म्हणून पाळाव्या लागतात; आदेश म्हणून ऐकाव्या लागतात. पुन्हा एकदा या कामासाठी पक्षाचे सगळे जिल्हा परिषद सदस्य खुलताबादला नेण्यात आले. आतल्या गोटात काय ठरलंय ते शंकरराव कोल्हे यांना ठाऊक नव्हतं. ज्या अर्थी सर्व सदस्यांना खुलताबादला आणलंय त्या अर्थी ही सर्व मतं आपलीच आहेत, असं कोल्हे समजून होते. तिथं विश्रामगृहावर एका खोलीत मी आणि कोल्हे बसलेलो असताना मतांची बेरीज चालू झाली. जिल्हा परिषदेचे इतके सदस्य, त्या नगरपालिकेचे इतके, तिकडचे तितके अशी बेरीज करत ते म्हणाले की, आपण निवडून येतोय. मी त्यांना म्हणालो की, कोल्हेसाहेब, तुम्ही म्हणता तशी ही बेरीज बरोबर असेल तर तुम्ही निवडून याल; पण काळजी घेण्याची गरज आहे. मी एवढं सूचकपणे त्यांच्याशी बोललो. त्यांनी ते गांभीर्यानं घेतलं नाही. माझं बोलणं त्यांच्या फारसं लक्षात आलं नाही. मग त्या रात्री खुलताबादच्या विश्रामगृहावर रामायण घडलं. प्रमुख सदस्य कोणीही एकमेकांशी बोलले नाहीत. कसलीच चर्चा नाही. प्रत्येक सदस्यामागं कोपरगाव तालुक्यातला त्यांचा एक कार्यकर्ता ठेवलेला होता. कोण काय बोलतं, कोण काय चर्चा करतं, गडाखसाहेब कोणाला काही सांगतात का, असं आमच्यावर लक्ष होतं. काहीही चर्चा नसताना मनोमनी मात्र सर्व जाणून होते; डोळ्यांनी बोलत होते. मग आम्ही सर्वजण नगरला आलो. मतदान झालं आणि अवघ्या एका मतानं शंकरराव कोल्हे पराभूत झाले. असं हे रात्रीच्या वेळचं डावपेचाचं राजकारण.

अरुण कडू पाटील नगर जिल्हा परिषदेचे अध्यक्ष झाले त्या वेळची म्हणजे साधारण दहा वर्षांपूर्वीची ही आठवण आहे. काँग्रेस पक्षाचे निवडून आलेले सर्व सदस्य एकत्र केले गेले आणि आम्ही सर्वजण भंडारदऱ्याला गेलो. तिथं आम्ही दोन दिवस होतो. जिल्ह्याचे राजकीय आणि सुबत्तेच्या दृष्टीनं दक्षिण उत्तर असे दोन भाग मानले जातात आणि दक्षिणेचा अध्यक्ष असावा, असं काही मंडळींचं मत होतं. दादा

पाटील शेळके, शंकरराव कोल्हे अशी मंडळी एका बाजूला होती. निरीक्षकही आले होते. निर्णय होईना. मग रात्रभर भंडारदऱ्याच्या रेस्ट हाउसवर खल चालू होता. त्या वेळी गृहराज्यमंत्री असलेले बबनराव पाचपुतेही तिथं होते. जिल्ह्यातील काँग्रेससमर्थक आमदार, खासदार अशी सर्व प्रमुख माणसं तिथं होती. अध्यक्षपदासंबंधी एकमत होत नसल्याने शेवटी नेतेमंडळी पेंगू लागली. व्हरांड्यात, सोफ्यावर अशी जिथं जागा मिळेल तशी अंग टाकू लागली. गृहराज्यमंत्री पाचपुते यांनी व्हरांड्यातील फरशीवर काहीतरी टाकून पथारी टाकली. निर्णय होत नसल्याने शेवटी दक्षिणेतील काही मंडळी माझ्याकडे आली आणि मी शरद पवारांशी बोलावं असा आग्रह धरू लागली. या बाबतीत गडाखसाहेब जर पवारसाहेबांशी बोलले तर निर्णय दक्षिणेच्या बाजूनं निश्चितपणे होईल असं म्हणू लागली. हे शेवटचं अस्त्र आपल्या हातात आहे; त्याचा वापर केला तर दक्षिणेचा अध्यक्ष होऊ शकतो, असं त्या मंडळींचं मत होतं. आम्ही फोन लावणार हे मधुकरराव पिचड इत्यादी उत्तरेतील नेत्यांना समजलं. त्या वेळी पवारसाहेब दिल्लीत असल्यामुळे आम्ही त्यांना तिकडे फोन लावण्यास सुरुवात केली. वारंवार आणि खूप वेळा प्रयत्न करूनही त्या रात्री आमचा फोन काही लागेना. शेवटी सकाळ होता होता आम्ही तो प्रयत्न सोडून दिला आणि उत्तरेकडील अरुण कडू जिल्हा परिषदेचे अध्यक्ष झाले.

त्या रात्री डाक बंगल्यावरून दिल्लीला फोन का लागला नाही याची नंतर आम्ही चौकशी केली तेव्हा समजलं की, नेते मंडळींनी भंडारदरा डाक बंगल्यावरील सगळे फोन कट करून ठेवले होते आणि आमचा पवारसाहेबांशी दिल्लीशी संपर्कच होऊ नये अशी व्यवस्था केली होती. त्या वेळी मोबाईल फोन नव्हते. म्हणजे त्या रात्री जर आमचा फोन लागला असता तर निर्णय कदाचित आमच्या बाजूनेच होऊ शकला असता. राजकारणात कशा गमती-जमती चालतात, गोष्टी कोणत्या थराला जातात, रात्रभर खलबतं होऊनही निर्णायक क्षणी एकमेकांचे डाव कसे उधळले जातात याचं हे उत्तम चित्र भंडारदऱ्यातल्या त्या रात्री मला पाहायला मिळालं.

विसापूर डाक बंगल्यावरची अशीच एक रात्र मला आठवते. पुलोदचं सरकार होतं. मुख्यमंत्री शरद पवारांचा श्रीगोंदा तालुक्यात दौरा होता. कुंडलिकराव जगताप यांचं गाव असलेल्या पिंपळगाव पिसा येथे त्या दिवशीची शेवटची सभा होती. सभा संपता संपता आभाळ गच्च भरून आलं आणि धुवाधार पाऊस सुरू झाला. शरद पवारांबरोबर त्यांच्या मंत्रिमंडळातील गोविंदराव आदिक आणि बबनराव ढाकणे हे मंत्री होते. पवारांना पुण्याला जायचं होतं. जिल्ह्यातील प्रमुख नेते मंडळी होती. कलेक्टर, डी.एस.पी. आणि शासकीय यंत्रणा होती. त्या सर्वांना नगरकडे जायचं होतं. पाऊस थांबेना. त्या मुसळधार पावसामुळे नदी-नाल्यांना पूर आला आणि मुख्यमंत्र्यांसह आम्ही सारेजण विसापुरात अडकून पडलो. तेथील डाक बंगल्यावर

थांबण्याचा निर्णय झाल्यानं सारा ताफा तिकडे निघाला. विसापूरचा डाक बंगला लहान, दोन सूटचा. तिथं सर्वजण कसेबसे थांबलो. पाऊस थांबण्याचं लक्षण दिसेना. नद्यांचं पाणी उतरेना; त्यामुळे तिथं मुक्काम करायचं ठरलं. आता जेवणाचं काय हा प्रश्न निर्माण झाला. डाक बंगल्यावर विसापूर गावातली अनेक माणसं होती. एकजण माझ्याकडे सर्वजण जेवायला चला, असा सारखा आग्रह करत होता. पवारसाहेबांनी माझ्याकडे जेवावं हा त्याचा सारखा आग्रह चाललेला होता. त्यावर कलेक्टरांनी पवारसाहेबांना असं सांगितलं की, त्या गृहस्थाकडे आपल्याला जेवायला जाता येणार नाही. त्या गृहस्थाचे दोन नंबरचे धंदे वगैरे असल्याचं कारण होतं; त्यामुळे तिथं जेवायला जाऊ नये असा सल्ला कलेक्टरांनी दिला. मग असं ठरलं की, कार्यकर्त्यांनी गावात जायचं आणि लोकांच्या घरी जाऊन भाकरी - अन्न जे काही मिळेल ते गोळा करायचं आणि डाक बंगल्यावर घेऊन यायचं. मग कुंडलिकराव जगताप आणि बाकीचे कार्यकर्ते तशा पावसात गावात गेले आणि त्यांनी दहा-वीस घरांतून जे काही मिळेल ते अन्न– उदा. भाकरी, पोळ्या, पिठलं, भाज्या असे वेगवेगळे पदार्थ गोळा करून जीपमधून डाक बंगल्यावर आणले. रात्रीचे साडेदहा-अकरा वाजलेले. विसापूरला थांबण्यावाचून पर्यायच नसल्याने मुख्यमंत्र्यांसह सर्वांचाच मूड अगदी रिलॅक्स्ड असा होता. निवांतपणे गप्पा मारत आम्ही सर्वांनी ते अन्न मोठ्या चवीनं खाल्लं. हास्यविनोद झाले. एकमेकांना चिडवणं झालं. बबनराव ढाकणे त्या वेळी मंत्री होते. त्यांच्यासमोर त्यांच्याविषयी गमतीनं, थट्टेनं कॉमेंट्स झाल्या. अशी ती सुंदर रात्र आम्ही सर्वांनी आनंदात, हास्यविनोदात व एकमेकांच्या सहवासात घालवली. सकाळपर्यंत पाऊस कमी झाला होता. नद्या-नाल्यांचं पाणी उतरलं होतं. पवारसाहेब पुण्याकडे गेले. आम्ही नगरला आलो. त्या घटनेला सुमारे वीस वर्षं होऊन गेली; पण अजूनही जेव्हा कधी पिंपळगाव पिशाला, विसापूरच्या परिसरात तेथील डाक बंगल्याकडे माझं जाणं होतं तेव्हा ती रात्र आठवते.

त्यानंतरच्या काळात माझ्या पहिल्या लोकसभेच्या निवडणुकीनंतर टी.एन.शेषन यांचा कालखंड सुरू झाला. आचारसंहितेचं कडक पालन होऊ लागलं. निवडणुकीच्या प्रचारासाठी फिरताना मुख्यमंत्री आणि मंत्री इत्यादींना सरकारी डाक बंगल्यावर थांबता येईना; त्यामुळे त्या दरम्यानच्या ज्या काही विधानसभा, लोकसभा किंवा अन्य पोटनिवडणुका जिल्ह्यात झाल्या त्यासाठी नगर जिल्ह्यात दौऱ्यावर असताना पवारसाहेबांचा माझ्या घरी तीन-चार वेळा मुक्काम झाला. माझ्या निवडणूक खटल्याचा निकाल लागला, त्या वेळी ते पहिल्यांदा माझ्या घरी राहिले. मुख्यमंत्री आणि राष्ट्रीय पातळीवरील नेता अशा त्या व्यक्तिमत्त्वाचा मला त्या निमित्तानं तीन-चार दिवस जवळून सहवास लाभला. पवारसाहेब आमच्या घरी मुक्कामास येणार म्हणून आमच्या घरात अगदी लगीनघाई उडाली होती. घराची स्वच्छता, आवराआवर,

खोल्यांतील सामानाची नीटनेटकी मांडामांड अशा कामांमध्ये माझी मुलं आणि पत्नी असं सारं कुटुंब गुंतलं. घरात पहिल्या मजल्यावरील बेडरूममध्ये पवारसाहेबांची झोपण्याची व्यवस्था केली गेली. रात्रीच्या वेळी लागलं तर पिण्याच्या पाण्याचं भांडं, टॉवेल, नॅपकिन्स या आणि अशा बारीकसारीक गोष्टी कुटुंबीयांनी बारकाईने पाहिल्या. त्या रात्री दौऱ्यावरून आल्यावर पवारसाहेबांसमवेत आमचं जेवण झालं आणि त्यानंतर त्यांना मी वर बेडरूममध्ये घेऊन गेलो. तिथं भिंतीवर माझा आणि पत्नीचा एकत्रित फोटो लावलेला त्यांनी पाहिला. त्याबरोबर पवारसाहेब म्हणाले की, ''यशवंतराव, तुमची बेडरूम मला दिलीत. मी दुसऱ्या रूममध्ये झोपलो असतो.'' इतकं त्यांचं आर्जवी व्यक्तिमत्त्व! त्यानंतरही ते दोन-तीनदा माझ्या घरी आले. त्या सर्व दौऱ्यांच्या वेळी मला पवारसाहेबांच्या व्यक्तिमत्त्वातील कणखरपणा, कामाचा प्रचंड उरक आणि त्यांच्या ठायी असणारी जोरदार ऊर्जा मला दिसली. दिवसभरात पंधरा-सोळा सभा, भाषणं, कार्यकर्त्यांशी विचारविनिमय, चर्चा, प्रवास असा मोठा शीण होऊन रात्री अकरा-बाराच्या सुमारास आम्ही घरी परत येत असू त्या वेळीही पवारसाहेब उत्साहात असत. माझ्या घरी तालुक्यातालुक्यांतून, विविध मतदारसंघांतून आलेले कार्यकर्ते, उमेदवार त्यांची वाट बघत असत. यात जिल्ह्यातील माणसं तर असायचीच शिवाय अनेकदा बीड, औरंगाबाद, मराठवाडा या भागांतील, नगर जिल्ह्याच्या हद्दीवरील मतदारसंघांतील कार्यकर्तेही त्यांना भेटायला येत असत. त्यांचे काही प्रश्न असत. कोठे उमेदवार मान्य नसायचा. मग पवारसाहेब त्यांची समजूत घालत असत. त्या सर्वांशी विचारविनिमय, चर्चा करून जेवण उरकता उरकता आम्हाला रात्रीचे दोन-सव्वादोन होत असत. एकदा तर पहाटे चार वाजले. बीड जिल्ह्यातील लोकांचे काही प्रश्न होते. झोपताना ते सांगत की, मी साडेसहाला

बेल वाजवीन त्या वेळी मला वर्तमानपत्रं पाहिजेत. दिवसभर कितीही श्रम, धावपळ होवो; रात्री झोपायला कितीही उशीर होवो सकाळी बरोबर साडेसहाला त्यांची बेल वाजत असे. ज्या दिवशी पवारसाहेब चारला झोपले, त्या दिवशी तास-दोन तासांनंतर परत सकाळच्या तयारीला लागायचे असल्याने आता झोपू नये म्हणून मी आणि कुटुंबीय जागेच राहिलो. पवारसाहेब दमलेले असल्याने आठ-साडेआठपर्यंत उठणार नाहीत, अशी आमची समजूत होती. तथापि, वरून वर्तमानपत्रांसाठी बरोबर साडेसहाला बेल वाजली! ज्याच्यावर मी वर्तमानपत्रं आणण्याचं काम सोपवलं होतं तो माझा धाकटा मुलगा प्रशांतही नेमका वर्तमानपत्रे घेऊन बेडरूमच्या दारात उभा होता. त्यानं बेल वाजवताच पवारसाहेबांनी दार उघडलं. स्नान करून ताजेतवाने असलेले पवारसाहेब समोर उभे! त्याचं प्रशांतलाही आश्चर्य वाटलं.

त्यानंतरच्या त्यांच्या एका मुक्कामाची आठवण. त्या वेळी मुंबईहून त्यांचे स्वीय सचिव टी.एन.धुवाळी यांनी एक यादी पाठवली. पवारसाहेबांना काही पथ्यपाणी असेल म्हणून प्रतिभाताईंकडून तयार करून घेऊन पवारसाहेबांना काय जेवण द्यायचं याची माहितीवजा यादी त्यांनी आमच्याकडे पाठवली होती. त्यात ज्यूस, अर्धा पेला दूध, उकडलेली कोबीची भाजी असे मीठ, मसाला, मिरची यांचा उपयोग न करता करावयाचे पदार्थ होते. मला, माझ्या पत्नीनं त्या यादीविषयी सांगितलं आणि त्यानुसारच जेवण करावं लागेल याची कल्पना दिली. मी पत्नीला म्हणालो की, आधी मी विचारून घेतो आणि नंतर काय ते ठरवू. कर्जतला सभा होती. ती उरकल्यावर मी पवारसाहेबांना जेवायला काय करायचं, मुंबईहून यादी आलीय त्याप्रमाणं करायचं की नॉनव्हेज असं विचारलं. पवारसाहेब मला म्हणाले की, त्या यादीप्रमाणे खाऊन खाऊन कंटाळा आलाय. नॉनव्हेज करा! मग मी घरी तसा निरोप दिला. नेहमीप्रमाणे प्रचाराच्या सभा संपल्यावर रात्री उशिरा जेव्हा आम्ही जेवायला

बसलो तेव्हा मी पथ्यपाणी फार कडक दिसतंय असं त्यांना म्हणालो. त्यावर पवारसाहेब बोलले की, पथ्य वगैरे सारे बरोबरच आहे; पण रोज रोज तेच खाऊन अगदी कंटाळून गेलोय बघा. त्यावर मीही म्हणालो की, असं एखाद्या दिवशी नॉनव्हेज खाऊन नियम मोडायला काही हरकत नाही! अशी ती आठवण.

एखादा मोठा पुढारी जेव्हा असा घरी येतो, जेवतो, मुक्काम करतो तेव्हा इतर नेतेमंडळींच्या मनात त्यामुळे असूया निर्माण होते. अशा प्रसंगी आपण आपल्या धावपळीत असतो. कामात असतो. बाहेर काय घडतंय ते आपल्याला ठाऊक नसतं. आपला त्यात दोषही नसतो; पण कार्यकर्ते मंडळी नाराज होतात; दुखावतात. अशी एक घटना सांगतो. पवारसाहेबांसारखी अतिमहत्त्वाची व्यक्ती जेव्हा घरी येते, जेवते, राहते तेव्हा त्यांच्याबरोबर त्याच दर्जाची सर्व सुरक्षा यंत्रणाही येते. पोलीस येतात, बंगल्याभोवती त्यांचा तंबू येतो. श्वानपथक येते. घराचा व सर्व परिसराचा ताबाच त्यांच्याकडे जातो. घराचा कानाकोपरा तपासला जातो. आवश्यक तेथे पहारे बसतात. या सर्व प्रक्रिया आवश्यक असल्यानं यजमानानं त्यात काही दखल द्यायची नसते. एका रात्री असेच निवडणुकीच्या प्रचार दौऱ्यावर असताना पवारसाहेब घरी आले. आम्ही हॉलमध्ये बसलो असताना एक वयस्कर कार्यकर्ता पवारसाहेबांना भेटण्यासाठी आला. त्याला दारावरच्या पोलिसानं अडवलं आणि आत येऊ दिलं नाही; त्यामुळे त्याला परत जावं लागलं. बाहेर काय घडतंय याची मला काही माहिती नव्हती. गडाखसाहेबांच्या दारात मला अडवलं गेलं. पवारसाहेबांना भेटू दिलं नाही. तो कार्यकर्ता नाराज झाला, दुखावला गेला; त्यामुळे झालं काय की, त्यानं जिथं तिथं माझा उद्धार करायला सुरुवात केली. मला जितक्या म्हणून शिव्या देता येतील तेवढ्या दिल्या. अपमान वाटलाच असेल तर एकदा एखाद्या ठिकाणी मन मोकळं करून, काय ती मळमळ एकदाच बाहेर टाकावी; पण त्या सद्गृहस्थाचं एका ठिकाणी सांगून काही समाधान होईना. माझा होत असलेला उद्धार इकडून तिकडून माझ्या कानावर येत होता. मी शांत राहिलो. नंतर कधीतरी पवारसाहेबांचं असंच काही कामानं नगरला येणं झालं. माझ्या घरी फराळाचा - नाश्त्याचा कार्यक्रम ठरला. लगेच मी त्या कार्यकर्त्याला खास निमंत्रण पाठवलं. नाश्त्याच्या वेळी पवारसाहेबांच्या शेजारच्या खुर्चीवर त्याला बसवलं. तेव्हा कोठे त्या कार्यकर्त्याचा आत्मा शांत झाला!

एक्क्याण्णव सालातल्या लोकसभेच्या माझ्या निवडणुकीच्या वेळची गोष्ट. निवडणूक शेवटच्या टप्प्यात आली होती. मतदानाला तीन-चार दिवस राहिले होते. एका रात्री उशिरा प्रचारानंतर घरी आलो आणि मला पत्रकार महादेव कुलकर्णी यांचा फोन आला. मी जिल्हाधिकाऱ्यांना फोन करून त्या वृत्ताच्या खरेपणाची खात्री करून घेतली. माझा त्या बातमीवर विश्वासच बसत नव्हता. राजीव गांधी नुकतेच माझ्या

नगरच्या प्रचारसभेसाठी येऊन गेले होते. त्या वेळी ते प्रचाराच्या रणधुमाळीनं शिणलेले वाटत होते. राजीवजी नावाप्रमाणंच होते. कमळासारखे. अंतर्बाह्य सुंदर, रसरशीत. सतत नावीन्याचा ध्यास घेतलेले. असा हा तरुण देखणा आणि हुशार माणूस आपल्यात आता नाही. दैवी सौंदर्य लाभलेल्या त्याच्या देहाच्या चिंधड्या झाल्यात यावर विश्वास ठेवायला माझं मन तयार होत नव्हतं. मी सुन्न होऊन खूप वेळ बसून राहिलो. दहशतवादानं त्या उमद्या माणसाचा बळी घेतला होता. मे महिन्यातली ती उकाड्याची रात्र मी जागून, अस्वस्थपणे तळमळत काढली. पहाटे पहाटे केव्हातरी माझा डोळा लागला.

दुसऱ्या दिवशी मी लगेच दिल्लीला अंत्ययात्रेसाठी गेलो. निवडणुकीचं मतदान होणार की नाही याची दिल्लीत सर्वत्र चर्चा होती. निवडणूक आयोगानं निवडणूक पुढे ढकलली. मध्ये जवळपास महिन्याचा अवधी होता. मी दिल्लीतच होतो आणि माझ्या डोक्यात विचारांची गर्दी झाली होती. माझ्या मतदारसंघातील माझा प्रचार बहुतेक संपलेला होता. कार्यकर्त्यांच्या भेटीगाठी, चर्चा आणि विचारविनिमय, प्रचाराचे दौरे, बैठका आणि सभा अशा सर्व दृष्टींनी माझं प्रचाराचं काम पूर्ण झालेलं होतं. माझ्या कार्यकर्त्यांनी आणि यंत्रणेनं अगदी वाड्या-वस्त्यांपर्यंत जाऊन काम केलेलं होतं. स्थानिक राजकारण, देशाचं राजकारण या विषयावर भाषणं देऊन झालेली होती आणि आता पुन्हा महिनाभर ते सारं रिपीट करायचं माझ्या जिवावर आलं होतं. तसं करण्यात काही अर्थही नव्हता आणि त्यातून जादा काही साध्यही होणार नव्हतं. कोणतंही काम असं दोनदा करण्यात, रिपीट करण्यात पहिल्यांदा असतो तो उत्साह राहत नाही. काही न करता तसंच बसण्यातही यंत्रणेच्या शैथिल्याचा आणि जनतेच्या विस्मरणाचा धोका होता. या व्यवहारी अपूर्णांकाचं पूर्णांकात कसं रूपांतर करावं या विचारात मी दिल्लीमध्ये त्या रात्री अस्वस्थपणे जागा होतो आणि उत्तररात्री दोन-अडीचच्या सुमारास मला माझ्या समस्येचं उत्तर सापडलं. तेवढ्या रात्री मी सोनईला माझ्या निवडणूक यंत्रणेच्या प्रमुखाला फोन लावला आणि भराभरा सूचना दिल्या.

मला सातत्यानं मतदारांसमोर जाणं गरजेचं होतं. त्यांच्याशी संपर्क ठेवणंही गरजेचं होतं. त्यांना काहीतरी संदेश देणंही आवश्यक होतं. माझ्या आणि माझ्या पक्षाच्या एवढ्या उमद्या आणि कर्तृत्ववान नेत्यानं देशासाठी बलिदान केलं होतं. त्या बलिदानाव्यतिरिक्त आणखी कोणती महत्त्वाची गोष्ट मी मतदारांना सांगू शकत होतो. मी राजीवजींचा रक्षाकलश माझ्या मतदारसंघात न्यायचं ठरवलं. माझ्या दक्षिण अहमदनगर या लोकसभा मतदारसंघातील सर्व सहा-सात विधानसभा मतदारसंघांतील जनतेच्या दर्शनार्थ तो कलश न्यायचा, सुशोभित केलेल्या गाडीतून संपूर्ण मतदारसंघात पुरेशा गांभीर्यानं त्याची मिरवणूक काढायची असं मी ठरवलं.

त्याप्रमाणं माझ्या यंत्रणेनं ते काम चोखपणे केलं. राजीवजींचा रक्षाकलश गावोगावी गेला. ग्रामीण भागात खेडोपाडी वारकरी संप्रदायाची भजनी मंडळं असतात. ती मंडळं उत्स्फूर्तपणे पुढे आली. टाळांच्या गजरात भजनं म्हणत कलशयात्रेत सामील झाली. माझे कार्यकर्ते मत मागत नसत. माझा प्रचार करत नसत. त्याऐवजी काँग्रेस पक्षाचं आणि राजीवजींचं देशासाठीचं योगदान आपल्या भाषणांमधून मतदारांसमोर मांडत असत. गावोगावी प्रचंड संख्येने महिला कलशाच्या दर्शनासाठी येत असत. आपल्यापर्यंत राजीवजींचा रक्षाकलश आला हे लोकांना भावलं. अनेकांनी तसं मला बोलून दाखवलं. राजीवजींचा रक्षाकलश लोकांपर्यंत नेण्याची ती कल्पना मला दिल्लीमधील त्या रात्रीच्या अस्वस्थपणात सुचली.

एकेकाळी महाराष्ट्रात सहकारी साखर कारखान्याच्या निवडणुका फार गाजत. दहा-पंधरा वर्षांपासून आता ते चित्र पूर्णपणे बदललेलं आहे; पण पूर्वी मात्र बराच गाजावाजा होत असे. दोन पॅनलमधील ती अटीतटीची लढाई असे आणि दोन्ही बाजूंकडून अगदी सर्वशक्तीनिशी ती लढली जायची. आमच्या सोनईच्या मुळा सहकारी साखर कारखान्याची निवडणूक होती. माझ्या पराभवासाठी जिल्ह्यातील आणि बाहेरीलही काही शक्तींनी एकत्र येऊन माझ्याविरुद्ध कंबर कसली होती. मला ते चित्र स्पष्ट होताच मी माझ्या सर्व उमेदवारांच्या आणि कार्यकर्त्यांच्या व्यापक बैठका घेतल्या. विरोधी पॅनलला जिल्ह्याच्या उत्तर भागातून मोठ्या प्रमाणावर कुमक आणि रसद येण्याची शक्यता असल्यानं कारखान्याच्या संपूर्ण कार्यक्षेत्रात शेवटच्या काही रात्री सर्वत्र अगदी जागता पहारा ठेवण्याच्या सूचना दिल्या. आमच्या वापरात असलेल्या सर्व वाहनांच्या क्रमांकाची यादी सर्व कार्यकर्त्यांकडे दिली होती. कार्यक्षेत्रातील इतर गाड्यांचेही क्रमांक होतेच. त्याव्यतिरिक्त एखादी गाडी विशेषतः नगर जिल्ह्याच्या उत्तर भागातून आलेली दिसली की, तिचा पाठलाग करायचा, अहिंसक मार्गाने ती अडवायची असं ठरलं होतं. एका रात्री औरंगाबाद हायवेवरून एका खेड्याकडे

जाणारी एक जीप आमच्या लोकांना दिसली आणि तीन-चार जीपचं आमचं टेहळणी पथक तिच्यामागे लागलं. त्या पथकातील प्रत्येक जीपमध्ये दहा-बारा माणसं बसलेली. आपल्यामागं लागलेल्या त्या जीप आणि त्यातील खच्चून भरलेली माणसं बघून ती आगंतुक जीप जोरात पळू लागली. त्याबरोबर मागच्या पथकानंही वेग वाढवला आणि धरा - पळाचा खेळ सुरू झाला! शेवटी ती आगंतुक जीप त्या गावातील एका वाड्यासमोर थांबली. तिच्यातील माणसं भराभरा उतरली. त्यांनी वाड्यासमोर उभं राहून आवाज दिला. त्यापाठोपाठ टेहळणी पथकातील पाच-पन्नास माणसं अंतर राखून उभी राहिली. मालकानं वाड्याचं दार उघडलं. दारासमोरची माणसं आणि त्यांच्यामागे अंधारात पुन्हा पाच-पन्नास माणसं बघून तो चक्रावला. त्यानं दारासमोरच्या माणसांना आत घेतलं, तशी पथकातील त्या खंद्या वीरांनी दारातून घुसून आत गर्दी केली. त्या वाड्याच्या बैठकीत अशी साठ-सत्तर माणसं दाटीवाटीनं बसली. मालकानं उजेडात सगळ्यांना नीट बघितलं. त्याला काहीच समजेना. कारण कोणी काहीच बोलत नव्हतं. शेवटी त्या आगंतुक वाहनातील म्होरक्यानं मालकाला सांगितलं की, आम्ही लग्नपत्रिका द्यायला आलो आहोत! त्यासरशी वाड्यातलं तंग आणि तणावाचं वातावरण क्षणार्धात निवळलं. हास्याचा स्फोट झाला. वाड्याच्या मालकाची, नगरच्या उत्तर भागातील ती नातेवाईक, सगे-सोयरे मंडळी त्यांच्याकडील विवाहकार्याचे निमंत्रण द्यायला तशा अपरात्री आली होती. मग सारा खुलासा झाला. निवडणूक आणि लग्नसराई असा तो मे महिन्याचा काळ होता. पाहुणे मंडळींना तर आमच्या निवडणुकीविषयी काही ठाऊकही नव्हतं. खऱ्या अर्थानं आगंतुक असलेल्या आमच्या टेहळणी पथकासह सोयरीमंडळी धरून त्या साठ-सत्तर माणसांना यजमानांनी मोठ्या मनानं तेवढ्या रात्री चहापाणी केलं. पाहुणे निघाले. आणखी एखाद्या पथकानं पाहुण्यांच्या जीपला वेढा देऊ नये म्हणून त्या टेहळणी पथकानं त्यांना थेट हायवेपर्यंत एस्कॉर्ट प्रोटेक्शन दिलं!

सगळ्या कार्यकर्त्यांकडे वाहनांचे क्रमांक दिलेले असले तरी ते कागदावर असत. ते सारे मुखोद्गत असणं शक्यही नव्हतं. त्यातून अनेकदा मजेशीर गोंधळ उडे. आमच्याच जीप एकमेकींचा पाठलाग करू लागत. लांबून आमच्याच एखाद्या गाडीचा हेडलाइट चमकून ती एखाद्या वाडी-वस्तीकडे वळली की, जय्यत तयारीतलं पथक तिच्यामागं पळ, पळ पळत सुटे! असेच एक प्रमुख कार्यकर्ते जीपमधून रात्री जात असताना त्यांच्यामागं दोन-तीन गाड्या लागल्या. विरोधी पार्टीच्या गाड्या पाठलाग करताहेत असं त्यांना वाटलं. त्यांचा वेग वाढला. मागच्यांचाही वाढला! शेवटी पुढच्यानं जरा आडमार्गाला गाडी घालून ती थांबवली. तिच्यातली सारी मंडळी उतरली. त्यांना हेडलाइटच्या प्रकाशात पाहून पाठलाग करणाऱ्यांनी डोक्यावर हात मारून घेतला! त्यानंतर मतदानाच्या आधीच्या रात्री विरोधी पॅनलला बळ देणारे

दक्षिणेतीलच पण तालुक्याबाहेरचे एक मोठे पुढारी गावात शिरले असून, अमुक ठिकाणी बसून ते फोडाफोडीचं राजकारण करणार आहेत अशी बातमी हा हा म्हणता गावात पसरली. सगळ्या बाजूनं कार्यकर्त्यांचे लोंढे त्या वस्तीकडे धावू लागले. ते पाहून ते मोठे पुढारी त्या वस्तीजवळील उसात लपून बसले! त्या वस्तीच्या चारी बाजूच्या वाटांना गाड्या उभ्या, जीपचे हेडलाइट लागलेले, कार्यकर्ते सर्वत्र खडा पहारा देत उभे अशा अवस्थेत त्या नेत्याला काही उसातून बाहेर पडता येईना. ती पूर्ण रात्र त्यांनी तशी उसात लपून काढली!

म्हणून कारखान्यांच्या निवडणुका अशा पातळीवर जातात तेव्हा त्या निवडणुका या निवडणुका न राहता त्यांना युद्धाचं स्वरूप येतं. अत्यंत हीन पातळीवर प्रचार चालू राहतो. या गोष्टी होऊ नयेत, परिसरात अशा पद्धतीचं वातावरण निर्माण होऊ नये म्हणून मी विरोधकांना बरोबर घेऊन निवडणुका बिनविरोध करण्याचा प्रयत्न केला. मनाविरुद्ध जाऊन विरोधकांची माणसं पॅनलमध्ये घेतली. परिसरात विशेषतः तरुण वर्गाच्या मनात दुहीचं विष पेरलं जाऊ नये म्हणून निकराचे प्रयत्न केले. बऱ्याच वेळा मला त्यात चांगलं यशही आलं. तीन-चार वेळा आमच्या कारखान्याच्या निवडणुका बिनविरोध करण्यासाठी सातत्याने प्रयत्न केले.

निवडणुकीचे निकाल सहसा रात्रीच लागतात. अगदी अपवादात्मक प्रसंग वगळता ही निर्णयाची प्रक्रिया रात्रीच घडत असते. कोणत्याही निवडणुकीच्या निकालाच्या दिवशीची रात्र ही त्या उमेदवाराच्या घरच्या वातावरणात अनेक ताणतणाव, चढउतार आणि आशा-निराशेचे पट विणून राहिलेली असते. मी माझ्या आयुष्यात अनेक निवडणुका लढवल्या. निकालाच्या दिवशी माझ्या घरातलं वातावरण मी पाहिलेलं आहे. सुरुवातीच्या काळात मुलं लहान होती. पत्नी आणि काही कार्यकर्ते माझ्यासोबत असत. अशा अनेक निकालांच्या रात्रींपैकी एक रात्र माझ्या कायमची स्मरणात आहे. एक्क्याण्णव सालातली लोकसभेची निवडणूक ही माझ्या राजकीय आयुष्यातील सर्वात मोठी निवडणूक होती. बाळासाहेब विखे हे प्रतिस्पर्धी उमेदवार जबरदस्त होते. आमची ती निवडणूक साऱ्या देशात गाजली. मी निवडून येईन की नाही याची खात्री नव्हती. गावोगावचे रिपोर्ट्स गोंधळात टाकणारे होते. मतमोजणीचा दिवस. नगरला सकाळी सुरू झालेली मतमोजणी संध्याकाळनंतर ताणतणाव वाढवू लागली. कधी प्रतिस्पर्धी उमेदवाराला लीड मिळे तर कधी माझं पारडं जड होई. मी घरीच थांबून होतो. माझी पत्नी, मुलं, काही कार्यकर्ते असे आम्ही सारे माझ्या घराच्या बैठकीत बसून होतो. घड्याळाच्या लंबकासारखे मतमोजणीचे आकडे कधी त्या बाजूला तर कधी माझ्या बाजूला जड करत होते.

बैठकीतलं वातावरण तणावपूर्ण होतं. लोकसभेच्या निवडणुकीच्या मानानं अगदी कमी फरकानं, म्हणजे दोन-पाच हजारांच्या लीडनं तो सी-सॉचा खेळ चालू

होता. शेवटी प्रतिस्पर्धी उमेदवारानं निर्णायकपणे लीड तोडून आघाडी घेतल्याचा फोन आला. जवळजवळ आपला पराजय झाल्यातच जमा आहे अशा अर्थाचाच तो संदेश होता. मी केव्हाच माझी मानसिक तयारी केली होती. त्या फोनमुळे माझी पत्नी अस्वस्थ झाली. तिचा रक्तदाब कमी-जास्त होऊ लागला. तीव्र डोकेदुखी सुरू झाल्यानं ती कपाळाला कपड्याची पट्टी बांधून बेडरूममध्ये जाऊन झोपली. मुलांचे चेहरे पडले. केविलवाणे झाले. कार्यकर्ते सुन्नपणे बसून होते. सारं वातावरण गंभीर आणि उदास होऊन गेलं होतं. त्या स्थितीत आम्ही जवळजवळ तासभर बसून होतो. ती मध्यरात्र अगदीच अप्रसन्न वाटत होती. तेवढ्यात मला काहीतरी आठवलं. मी मनावरची सारी जळमटं झटकली आणि विजयी प्रतिस्पर्ध्याचं अभिनंदन करण्यासाठी मतमोजणीच्या ठिकाणी जावं म्हणून उठलो. त्याच वेळी फोन वाजला. मी सुमारे बारा हजार मतांनी निवडून आल्याची बातमी होती! क्षणार्धात सारं वातावरण पालटलं. एखाद्या नाटकातला सीन बदलावा तसं माझ्या घरातील एक तासापूर्वीचं मरगळलेलं, वैफल्याचं वातावरण बदललं. ते आनंदानं, उत्साहानं आणि चैतन्यानं भरून गेलं. मुलं हसू लागली. कार्यकर्त्यांचे चेहरे आनंदले. पत्नीचा रक्तदाब नॉर्मलला आला आणि डोकंही उतरलं. निकाल लागेपर्यंतचे त्या रात्रीतले ते पाच-सहा तास माझ्या घरातील परिस्थिती आशा-निराशेच्या झोक्यावर आंदोलनं घेत होती!

समाजामध्ये राजकारणी माणसांविषयी, या क्षेत्राविषयी असा एक समज आहे की, राजकारणाची पायवाट ही फुले अंथरलेली, वैभवाची आहे... असते. या फुलांच्या वाटेवरून राजकारण्यानं फक्त चालत जायचं असतं. या समजापायी एकूणच राजकारणाशी संबंधित माणसांविषयी, राजकारण्यांविषयी समाजात काही अवास्तव कल्पना असल्याचं दिसून येतं. मी गेली तीस-पस्तीस वर्षं राजकारणात आहे. सर्वसामान्य शेतकरी कुटुंबातला, कोणतीही राजकीय पार्श्वभूमी नसलेला मी या क्षेत्रात उभा राहिलो आणि आजवर चालत आलो आहे. माणसांना फक्त यशस्वी राजकारणी दिसतात. प्रत्यक्षात हा मार्ग अतिशय खडतर, बेभरवशाचा आणि त्यात राहणाऱ्या माणसाची सारी ऊर्जा व शक्ती ओरबाडून घेणारा आहे. ज्यांना यश मिळतं त्यांचच चित्र लोकांच्या डोळ्यांसमोर असतं. मी या क्षेत्रातील दुसऱ्या, तिसऱ्या स्तरावरील अनेक अयशस्वी कार्यकर्ते पाहिलेले आहेत. त्यांच्या घरची कठीण परिस्थितीही मी पाहिलेली आहे.

आपण रात्रीपुरतं बोलून राहिलो आहोत. राजकारण्यांना अनेक रात्री तळमळत काढाव्या लागतात. सतत संघर्ष असतो. आज गळ्यात गळा घालणारा मित्र दुसऱ्या दिवशी आपला राहीलच याची खात्री नसते. रात्रीतून परिस्थिती बदलते. कुठंतरी सुरुंग लागतो. कुठंतरी भगदाड पडतं. सतत असुरक्षिततेचं वातावरण

असतं. नेहमीच लढाई चालू असते. निवडणुकीच्या दरम्यानची स्थिती तर त्याहून कठीण असते.

काळजातले घाव रात्रीच्या अंधारात ठसठसत असतात; ते एकट्याने फक्त एकट्याने भोगायचे असतात. काहीही असलं तरी आपणच आपल्याला धीर द्यायचा असतो. पराभूत होऊन चालत नाही. आत्मविश्वास ढळून चालत नाही. पराभूत मनोवृत्ती ठेवून राजकारण करता येत नाही. राजकारण आणि जबर आत्मविश्वास या परस्परपूरक गोष्टी आहेत. मी पाहिलंय की, समाजात अगदी किरकोळ गोष्टींमुळे माणसं खचून जातात. पराभूत होतात. अशी वृत्ती असेल तर तो राजकारणी माणूस संपला म्हणून समजा!

कौटिलीय अर्थशास्त्रात राजाची दिनचर्या अगदी काटेकोरपणाने आखून देण्यात आली आहे. दिन आणि रात्रीच्या काळाचे चाणक्याने प्रत्येकी आठ भाग पाडले असून आजच्या हिशेबाने हा प्रत्येक भाग दीड तासाचा होतो.

दिवसाच्या कार्यक्रमात राजदरबाराशी आणि सैन्यदळाशी संबंधित कामे सांगितलेली असून रात्रीविषयी चाणक्य म्हणतो की, राजाने रात्रीच्या पहिल्या भागात आलेल्या गुप्तहेरांची भेट घ्यावी. दुसऱ्या भागात स्नान व भोजन करावे आणि काही अभ्यास करावा. तिसऱ्या भागात अंतःपुरात प्रवेश करून गीत व वाद्ये श्रवण करावीत. चौथ्या व पाचव्या भागात शयन करावे. सहाव्या भागात गीत व वाद्यांच्या आवाजाने जागे होऊन शास्त्र व आपले कर्तव्य काय आहे याविषयी चिंतन करावे. सातव्या भागात गुप्त वाटाघाटी कराव्यात व गुप्तहेरांना कामे सांगून त्यांची रवानगी करावी. आठव्या भागात ऋत्विज व आचार्य यांच्याकडून आपले अभीष्टचिंतन करून घ्यावे.

चाणक्याने या प्रमाणित दिनचर्येनुसार राजास शयनगृहातील विश्रामासाठी रात्रीच्या तीन भागांचा म्हणजेच साडेचार तासांचा अवधी दिला असून रात्रीच्या पहिल्या आणि सातव्या भागांचा, तीन तासांचा काळ हा गुप्तहेरांसाठी तसेच गुप्त वाटाघाटींसाठी राखून ठेवला आहे!

राजकीय मसलती, कटकारस्थाने आणि गुप्त खलबतींसाठी रात्रीसारखा उपयुक्त काळ दिवसभरात नाही!

निवडणुकांच्या निमित्तानं, त्यांच्या रात्रींच्या निमित्तानं मी माझे अनुभव सांगितले. गेल्या तीस-पस्तीस वर्षांत मी अनेक निवडणुका लढवल्या. पंचायत समितीपासून तर पार्लमेंटपर्यंतच्या निवडणुकांचा अनुभव माझ्या गाठीशी आहे. पक्षाचं काम करत असताना इतरांच्याही निवडणुकीचं काम मी केलं. दरवेळी या प्रक्रियेतील शेवटच्या दोन-तीन रात्री फार विचित्र असल्याचं मी पाहिलं आहे. होत्याचं नव्हतं आणि

नव्हत्याचं होतं झाल्याचं पाहिलं आहे. हमखास निवडून येणारे पडतात आणि पडण्यासाठीच उभे असलेले निवडून येतात. हे सारे व्यवहार रात्रीतून होतात; त्यामुळे कधीकधी असं वाटतं की, आपल्या या लोकशाही प्रक्रियेत उमेदवाराचा विजय होतो; पण लोकशाहीचा पराभव होतो की काय? हे कधी बदलायचं असेल ते बदलो; पण आहे ते चित्र खेदजनक आहे हे मात्र नक्की!

◆

अली सरदार जाफरी
अनुवाद : सुरेशचंद्र नाडकर्णी

लखनौच्या पाच रात्री

पहिली रात्र

लखनौच्या आसमंतात एक नवीनच अशी स्वातंत्र्याची जाणीव स्फुरत होती. काही वेगळंच चैतन्य जाणवत होतं. १९३७ मध्ये प्रथमच काँग्रेसचं मंत्रिमंडळ अस्तित्वात आलं. खादीच्या पोशाखाचा दबदबा वाढला होता अन् आमच्या मस्तकावरील गांधी टोपी अभिमानाने आणखी तिरकस झाली होती.

मी १९३७ मध्ये दिल्ली सोडून लखनौ येथे वास्तव्यास आलो. तत्पूर्वी मज़ाज केव्हाच येऊन दाखल झाला होता.

आमच्या विद्रोहाचं स्वरूप काहीसं भावनिक आणि (पुष्कळसं) वैयक्तिक होतं. त्याचं सर्वात सुंदर उदाहरण म्हणजे मज़ाज याचं मन हेलावून टाकणारं व्यक्तिमत्त्व. हे त्याचं आकर्षक रूप त्याच्या 'आवारा' आणि 'अंधेरी रात के मुसाफिर' या रचनांमध्ये प्रतीत होते. तशी त्याची इतस्ततः विखुरलेली (लोभसवाणी) रूपे अनेक रात्रींमध्ये दृग्गोचर होतात. त्यांपैकी पाच निवडक रात्री येथे सादर केल्या आहेत.

असंच एक दिवस बोलता बोलता विषय निघाला की, लोक आपल्या कुत्र्याचं नाव 'टिपू' का ठेवतात? मी, सिब्ते-हसन आणि मज़ाज अशा निष्कर्षाप्रत आलो की, इंग्रजांनी टिपू सुलतानविषयीचा आपला तिरस्कार व्यक्त करण्यासाठी हा मार्ग निवडला आहे आणि आमचे काही गुलामी प्रवृत्तीचे हिंदी बांधव काहीही (साधकबाधक) विचार न करताच त्यांचे अनुकरण करतात आणि आपल्या कुत्र्याचे नाव 'टिपू' ठेवतात. इंग्रजांना खरोखरच आपल्या कुत्र्याचे प्रेमभराने नामकरण करावयाचे असते तर त्यांनी व्हिक्टोरिया, नेल्सन किंवा असंच काहीतरी त्यांना प्रिय असणारे नाव ठेवले असते. मग मज़ाजने लागलीच प्रस्ताव मांडला की, आपण सर्वजण एक कुत्रा पाळू या आणि त्याचे नाव नेल्सन ठेवू या. आमचे बोलणे पुढे चालूच होते; पण सिब्ते-हसन मध्येच उठून गेला आणि काही वेळाने तो परत आला तेव्हा त्याच्या मांडीवर एक पांढरे शुभ्र गोजिरवाणे कुत्र्याचे पिल्लू होते. आम्ही सर्वांनी लागलीच त्याचे नाव 'नेल्सन' असे ठेवले. जणू इंग्रजांनी केलेल्या टिपू सुलतानच्या अपमानाचा आम्ही बदलाच घेतला होता.

नेल्सन खरोखरच सुंदर आणि मोठा इमानदार कुत्रा होता. काही महिन्यांतच तो मोठा झाला. तो कुणालाही चावत नसे. सायंकाळी नेल्सनला बरोबर घेऊन हज़रत गंज परिसरात फिरावयास जात असू. सायंकाळी फिरण्यास याच परिसराची निवड करण्याचे एक खास कारण होते. सायंकाळी तो परिसर विद्यापीठीय मुला-मुलींनी फुलून गेलेला असावयाचा. इतकेच नव्हे तर अनेक गोरे 'टॉमीज'देखील तेथे फेरफटका मारण्यास येत असत. साहजिकच त्यांच्या लक्षात येईल अशा बेताने आम्ही आपल्या कुत्र्याला 'नेल्सन, नेल्सन' अशा

हाका मारीत असू आणि आपल्या पुकारण्याच्या 'क्लृप्ती'चा विद्यापीठीय मुला-मुलींवर आणि विषेषतः गोऱ्या टॉमीजवर होणारा परिणाम पाहून बेहद्द खुश होत असू; परंतु काहीही विपरीत प्रसंग घडून येईना.

जे घडावे म्हणून आम्ही सतत अधीर, उत्सुक होतो तो प्रसंग एक दिवस आलाच. 'मे फेअर' सिनेमागृहात कोणतातरी चांगला चित्रपट लागला होता. आता नीट आठवत नाही. बहुधा मेक्सिकन क्रांतिकारकाची भूमिका करणाऱ्या पॉल मुनीचा 'वारेज' किंवा कदाचित झेकोस्लोव्हाकियातील एका बंडखोर शेतकऱ्याची कहाणी असलेला 'नौशिक' असू शकेल. असे चित्रपट पाहण्यासाठी विद्यार्थ्यांचे थवेच्या थवे लोटत असत आणि चित्रपट संपताना जेव्हा इंग्रजांचे राष्ट्रगीत (आम्ही त्याला साम्राज्यशाहीचे गीत म्हणत असू.) 'गॉड सेव्ह द किंग' वाजविले जात असे, त्या वेळी मोठमोठ्याने 'क्रांती'विषयक घोषणा देत असत.

आम्ही तिघेजण मोठ्या डौलात आपल्या कुत्र्याला सोबत घेऊन 'मे फेअर' थिएटरवर पोहोचलो आणि चार तिकिटे काढून आत जाऊ लागलो. नेल्सन माझ्या बगलेतच होता. प्रवेशद्वारावरच आम्हाला अडविण्यात आले आणि खूप बाचाबाची होत राहिली. आमचा हट्ट होता की, नेल्सन चित्रपट पाहणारच. त्यासाठी आम्ही चौथे तिकीट काढले आहे. शिवाय तो कुत्रा नसून आमचा दोस्त आहे वगैरेवगैरे! परंतु मॅनेजर आमचा चांगला परिचित होता. त्याने मध्यस्थी करून आमचे तिकिटाचे पैसा परत करविले आणि वर आम्हाला चहा पाजून परत पाठविले. बाहेर पडलो तर आमच्या काही विद्यापीठीय वर्गमैत्रिणी भेटल्या. काही चित्रपट पाहण्यासाठी चालल्या होत्या तर काही चित्रपट पाहून परत निघाल्या होत्या. आम्ही रस्त्याच्या कडेला घोळका करून नेल्सनच्या पराक्रमाचे रसभरित गुणगान करीत होतो. तेवढ्यात जवळून नेल्सनच्या भुंकण्याचा आवाज आला. पाहिलं तर कुणी एक गोरा टॉमी भरपूर मद्य प्राशन करून बहुधा चित्रपट पाहण्यासाठी आला होता आणि नेल्सनला पाहताच त्याने हातातल्या छडीने नेल्सनला डिवचण्याला सुरुवात केली. आम्ही तिघांनी एकदमच साद घातली; 'नेल्सन, नेल्सन...' तेव्हा तो गोरा कुत्र्याला सोडून आमच्याकडे वळला. इतक्यात 'पायोनिअर' वृत्तपत्रात काम करणारा बलदंड शरीराचा आमचा एक काश्मिरी दोस्त आमच्या शेजारी येऊन उभा राहिला आणि त्या दोघांची गुद्दागुद्दी जुंपली. आमचा काश्मिरी दोस्त 'चक' प्रत्येक वेळी ठोसा मारताना 'नेल्सन' असे मोठ्याने ओरडायचा आणि ते ऐकून अधिकच चेकाळलेला नेल्सन आणखी मोठमोठ्याने भुंकायचा.

आमच्या साऱ्या वर्गमैत्रिणी तो प्रकार पाहताच इतस्ततः विखुरल्या आणि

नाहीशा झाल्या. प्रारंभी आम्हीदेखील मजेने हसतच होतो; परंतु नंतर एकूण मामला गंभीर होता चालला आहे हे लक्षात येताच मी आणि सिब्ते-हसनने मध्ये पडून ते मुष्टियुद्ध थांबविण्याचा प्रयत्न केला; परंतु त्या दोघांपैकी कुणीच माघार घेईना. मज़ाजला मात्र तो सारा प्रकार अत्यंत गमतीशीर असा करमणुकीचा वाटत होता. तो त्यातील ठोसेबाजीची लय पकडून हाताने चुटक्या वाजवीत आपल्या एका अपूर्ण गीताचे चरण तालासुरात घोळवून घोळवून गात होता –

''बोल अरि धरती बोल
राज सिंहासन डाँवा डोल...''

या गीताचा प्रारंभ काही महिन्यांपूर्वी गौहर सुलतानच्या घरी सिब्ते-हसन आणि फरहतुल्लाह यांच्या आपसातील वादंगातून झाला होता.

मज़ाजचे गीत गायन, मुष्टियुद्धाचे पवित्रे आणि हालचाली, कुत्र्याचे भुंकणे, चकने मोठ्या आवाजात नेल्सनला साद घालणे आणि त्यामुळे भुंकण्याचे तीव्रतर होत जाणारे आवाज या सर्व भानगडीत आम्ही 'मे फेअर'पासून जनरल पोस्ट ऑफिसपर्यंत आलो होतो. आमचे नशीबच म्हणायचे की, त्या अर्ध्या तासात त्या दिवशी इतर कुणीही गोरा टॉमी त्या भागात फिरकला नाही आणि कुणी साम्राज्यशाहीचा इमानी पोलीस शिपाईदेखील गोऱ्या चामडीचे रक्षण करण्यासाठी त्या परिसरात फिरकला नाही. शेवटी गोरा मुष्टियोद्धा थकला आणि त्याने स्थगन प्रस्ताव मांडला. शेवटी असे ठरले की, उद्या सायंकाळी याच ठिकाणी उर्वरित सामना निकाली खेळला जाईल.

चकने जमिनीवर पडलेली गोऱ्या टॉमीची चुरगळलेली फेल्ट हॅट उचलली आणि घोषणा केली की, उद्या निकाली सामन्यानंतरच ती परत केली जाईल. आम्ही हसू लागलो अन् थकलेला घायाळ टॉमी लटपटत निघून गेला. सिब्ते-हसनने नेल्सनला उचलून घेतले आणि इतक्या प्रेमभराने कुरवाळण्यास सुरुवात केली की, जणू या कुत्र्यानेच टॉमीला हरविले होते अन् बाजी मारली होती. मज़ाजने चककडून ती हॅट मागून घेतली आणि नेल्सनच्या डोक्यावर ठेवली.

दुसऱ्या दिवशी टॉमी आलाच नाही. आम्ही बराच वेळ वाट पाहून मग कॉफी हाउसला गेलो आणि पुन्हा ती हॅट नेल्सनच्या डोक्यावर घालून त्याला एका खुर्चीवर बसविले.

या प्रसंगानंतर सात-आठ वर्षांनी १५ ऑगस्ट १९४७ रोजी आनंदाने वेडावून गेलेल्या मुंबईकरांसमवेत मी आणि मज़ाज ऑपेरा हाउसच्या चौकात स्वातंत्र्याच्या कल्पनेने बेभान होऊन नाचत होतो. मज़ाजने एकाएकी खिशातून ती जुनी पुराणी चुरगळलेली मळकी फेल्ट हॅट काढली अन् स्वतःच्या मस्तकावर ऐटबाजपणे तिरकस बसविली आणि चुटक्या वाजवून ताल धरीत नाचत गाण्यास प्रारंभ केला -

बोल अरि धरती बोल
राज सिंहासन डाँवा डोल...

गीत आता पूर्ण झाले होते अन् सारा जमाव आमच्या आवाजात आवाज मिसळून धुंदपणे गात होता.

दुसरी रात्र

त्या सर्वच रात्री अगदी तन-मन-धनाने आमच्याशी अगदी पूर्णतः एकरूप होऊन गेल्या होत्या. त्यातल्या काही अगदी कारण नसतानादेखील वादळी ठरलेल्या...पण तरीदेखील त्यांच्यामधूनच आमच्या ध्येय-उद्दिष्टांचे आणि इच्छा-आकांक्षांचे तारे लुकलुकत होते. दिवसाउजेडी बाहेर पडलो तरी त्या रात्री आमच्या समवेत सर्वत्र असायच्या अन् (येणारे-जाणारे) लोक आमच्याकडे वळून आपसांत म्हणत, ''ते पाहा, नव कवी चालले आहेत...''

१९३९च्या उन्हाळ्यातील एक दिवस. सायंकाळ होत आली होती आणि उभ्या दिवसभरात आम्ही काहीही खाल्लं नव्हतं. सिगारेटही मिळाली नव्हती. घरातील नोकर मुहम्मद यालादेखील आमच्यामुळे उपासमारीची सवय झाली होती. कित्येकदा तो आमच्या समोरच आमचे 'नया अदब'चे जुने अंक घेऊन जायचा अन् कुठेतरी, कसेतरी विकून यायचा आणि मग मिळालेल्या पैशातून खाना बनवीत असे. अशा वेळी कुणी गुप्तचरही चुकून आमच्या जवळपास फिरकला तर त्याची धडगत नसे. कारण मुहम्मद त्याच्या हातात कोणतेतरी अंक कोंबून दोन-चार रुपये काढल्याखेरीज राहत नसे; पण आज मात्र तोदेखील काही व्यवस्था करू शकत नव्हता. आजचा एकूण योगायोगच असा होता की, गुप्तचरदेखील आम्हाला विसरून गेले होते. मज़ाजच्या घरून खाण्या-पिण्याची काही व्यवस्था होऊ शकली असती; परंतु त्यात एक मोठा अडचणीचा भाग असा होता की, मज़ाज सुमारे आठवडाभर घराकडे फिरकलाच नव्हता अन् तो कुठे होता याविषयी तो काहीही सांगण्यास कबूल नव्हता.

आम्ही तिघेजण बसून विचारच करीत होतो; इतक्यात प्रेसमधून 'नया अदब'च्या नव्या अंकाच्या प्रती छापून आल्या. आम्ही लागलीच आमच्या दोस्तांची यादी तयार केली आणि त्यांना 'नया अदब'चे वर्गणीदार करून घेण्यासाठी बाहेर पडलो. विचार एकच होता, काही पैसे हाती लागले तर निदान खाण्या-पिण्याची काहीतरी व्यवस्था करता येईल.

सायंकाळी उद्यानाजवळ वाहणारी सुखद शीतल हवा 'शाह नज़फ' पथावरून वाहत होती. तेथून आमचं निवासस्थान फारसं दूर नव्हतं. आम्ही सर्वप्रथम एक पोलीस सुपरिंटेंडेंटच्या निवासस्थानी पोहोचलो. हे सुपरिंटेंडेंटसाहेब मजाज़च्या

शायरीचे मोठेच भोक्ते होते आणि या नव्या अंकात मजाज़ची नवी 'नज़्म' (गीत) छापलेली होती. साहेब घरी नव्हते; परंतु त्यांच्या कनिष्ठ बंधूंनी आमचे यथोचित स्वागत केले. चहापान झाले. मग आम्ही सिगारेटी शिलगावल्या आणि नंतर त्यांना 'नया अदब'चा नवा अंक सादर केला. त्यांनी तो मोठ्या प्रेमाने स्वीकारला आणि खिशातून दहा रुपयांची नोट काढून दिली. आमच्याजवळ परत करण्यासाठी सहा रुपये नव्हते; म्हणून त्यांनी ती नोट परत घेऊन पाच रुपयांची नोट काढून आमच्या समोर धरली; पण आम्हा तिघांच्याही खिशात परत करण्यासाठी एक रुपयाही नव्हता. त्यांनी एकंदर परिस्थिती पाहून ती पाचाची नोटही परत घेतली आणि उद्या नोकराकरवी चार रुपये पाठवून देतो, असे सांगून आम्हाला निरोप दिला. आम्ही एकमेकांची तोंडे पाहत बाहेर आलो. "परत करण्यासाठी तुमच्या तिघांकडे मिळून एक रुपयाही नाही?" हा त्यांनी ऐकविलेला निरोपाचा शेरा कितीतरी वेळ तरी आमच्या कानात घुमत राहिला.

सायंकाळ टळून रात्र पडू लागली होती. रातराणीचा मादक गंध निर्मनुष्य रस्त्यावर पसरत चालला होता. मी आणि सिब्ते-हसन काही न बोलता गप्प चालत होतो; परंतु मजाज़ मात्र ओठातल्या ओठात गुणगुणत होता –

रात हँसहँसकर कहती है की, मयखानेमें चल
फिर किसी शहताज़े-लालारुख के काशानेमें चल
यह नहीं मुमकिन तो फिर ऐ दोस्त! वीरानेमें चल
ऐ ग़मे-दिल क्या करूँ?
ए वहशते-दिल क्या करूँ?

"...रात्र हसून प्रसन्नपणे सुचवीत होती की, चल, हीच वेळ आहे मधुशाळेत जाऊन मौजमस्ती करण्याची आणि त्यानंतर एखाद्या गोऱ्यापान गुलाबी कपोल असलेल्या सौंदर्यवती नववधूच्या बिलोरी महालात जाऊन ऐश कर...अन् यातले काही जमणार नसेल तर सरळ (संन्यास घेऊन) वैराण वाळवंटाचा रस्ता धर... आता तूच सांग, माझ्या मनाच्या वेदने, तूच सांग मी काय करावं?...माझ्या मनाच्या उन्मादावस्थे, तू तरी सांग ना..."

सिब्ते-हसनने दोन-तीन वेळा अर्थपूर्ण दृष्टीने मजाज़कडे दृष्टिक्षेप केला अन् शेवटी वैतागून म्हणाला, "वैराण प्रदेश म्हणून जो काही म्हणतात ना तो आपल्या मनातच असतो...बाहेर कुठेही नसतो...पण (या खुळ्याला) त्याची जाणीव असेल तर ना?"

आणखी सुमारे मैलभर चालून गेल्यानंतर बॅरिस्टर साहेबांचे घर आले. अलिगढमध्ये विद्यार्थीदशेत असताना ते आमचे सहाध्यायीच होते. मात्र, त्यानंतर विलायतेला जाऊन गोरी बायको करून आले होते. त्यांच्या फाटकाजवळ

पोहोचलो तर बाहेर आवारातच गोऱ्या मॅडमसाहिबा हातात टॉर्च धरून उभ्या होत्या. नोकर मोटारगाडी उंच उचलण्याच्या प्रयत्नात होता आणि बॅरिस्टरसाहेब चाक बदलण्याच्या प्रयत्नात होते. आम्हाला पाहताच ते अगदी निःसंकोचपणे उद्गारले, "अरे वा! मित्रांनो, अगदी वेळेवर आलात बघा...जरा गाडी उचलण्यासाठी मदत करा ना...गाडीचा 'जॅक' मोडलाय म्हणून..." त्यांचा नोकर आणि आम्ही तिघे मिळून गाडी उंच उचलली आणि चाक बदलले. मग लगबगीने रुमालाने हात साफ करीत बॅरिस्टरसाहेबांनी गाडीच्या पलीकडे जाऊन तत्परतेने दरवाजा उघडला आणि तिष्ठत असलेल्या गोऱ्या मॅडम गाडीत स्थानापन्न झाल्या. मग इकडे आमच्यासमोर येऊन दरवाजा उघडून चाक हातात घेत साहेब म्हणाले, "आता जरा बाहेर जायचंय...पुन्हा भेटू या केव्हातरी..." संतापाने माझ्या डोक्यात तिडीकच उठली होती; परंतु मजाज़ने अत्यंत संयमाने म्हटले, "आम्ही तुम्हाला 'नया अदब'चे वर्गणीदार सभासद करून घ्यावयाला आलो होतो. हा घ्या अंक."

बॅरिस्टरसाहेबांनी हसून अंक स्वीकारला अन् खिशातून सहा आणे काढून आमच्या हातावर ठेवले. आता मात्र मजाज़चा चेहरा फुलून आला. "तुम्ही काय मोटार उचलण्याची मजुरी देत आहात काय?...ठेवून घ्या ती मजुरी तुमच्याकडेच." बॅरिस्टरसाहेबांनी शांतपणे ते पैसे परत घेतले आणि गाडी स्टार्ट करून निघून गेले. आम्ही काहीसे स्वतःच्या वागणुकीबद्दलच शरमिंदे झालो होतो अन् खरं तर बॅरिस्टरसाहेबांच्या वर्तणुकीबाबत नाराज झालो होतो. इतके की, चालत असताना जणू रक्ताचे आवंढे गिळत होतो. काही न बोलता मनातल्या मनात लाखोली वाहून बॅरिस्टरसाहेबांच्या कित्येक पिढ्यांचा उद्धार करीत होतो.

योगायोगाने समविचारी मंडळींसमवेत गाठ पडते अन् एकवाक्यता होते. दोस्ती जमते. विचार विनिमयानेही ती जमू शकते; पण तेही नसेल तर दोस्ती जमणे अशक्यच! त्या दिवसापासून आम्ही बॅरिस्टरसाहेबांना आमच्या यादीतून वगळले.

लालबाग परिसरात आणि विश्वनाथ रोडवर दोन-तीन घरांचे दरवाजे ठोठावून पाहिले; पण कुणीच भेटले नाही. आता भुकेमुळे परिस्थिती गंभीर होत चालली होती आणि ठावठिकाणा ठाऊक नसलेल्या ध्येयमंदिराप्रत चालत राहणे आवश्यकच होते.

हजरतगंजमधून चालत जाताना एका मद्यालयासमोर बॅरिस्टरसाहेबांची मोटारगाडी उभी असलेली दिसली. तिकडे दुर्लक्ष करून आम्ही एका लेडी डॉक्टरकडे गेलो. तिच्याकडे जाऊन आम्ही अनेकदा तिला आमच्या काव्यरचना ऐकविल्या होत्या; त्यामुळे ती भेटली तर निराशा पदरात पडणार नाही याची खात्री होती.

आम्ही आल्याचे कळताच ती स्वतः बाहेर आली आणि म्हणाली, "आज मात्र क्षमा करा! आज माझ्याकडे एक पार्टी आहे; त्यामुळे..." यावर काही न

बोलता सिब्ते-हसनने तिला 'नया अदब'चा नवा अंक सादर केला. तिने सस्मित त्याचा स्वीकार केला आणि आत निघून गेली. काही क्षण थांबलो. वाटू लागलं होतं की, हा दरवाजादेखील बंद झालाय तेव्हा आता आपण निघावं; तेवढ्यात ती पुन्हा बाहेर आली अन् पंचवीस रुपयांचा चेक आमच्या हातात ठेवला. त्या वेळी इतक्या मोठ्या देणगीऐवजी आम्हाला केवळ सहा रुपये रोख मिळाले असते तर अधिक आनंद झाला असता. आम्ही तिचे तोंडभर आभार मानले आणि उद्या येऊन नवीन रचना ऐकविण्याचे वचन देऊन पुढे निघालो.

खरं तर आता कुठे जायचं अन् काय करायचं? रात्रीचे दहा वाजून गेले होते. हज़रत गंजमधील दिव्यांचा झगमगाट आणि तेथली रेस्टॉरंटस् आम्हाला साद घालीत होती; पण आमच्या खिशात फक्त एक चेक होता पंचवीस रुपयांचा!

हज़रत गंजमधून आमची पावले बनारसी बागेकडे वळली. तेथे आमचे उमद्या मनाचे एक दोस्त डेप्युटी कलेक्टर राहत असत. काही दिवसांसाठी त्यांचा मुक्कामही लखनौमध्येच होता. आम्हाला पाहताच त्यांच्या नोकराने सांगितले की, साहेब घरी नाहीत. आम्ही काही न विचारता परत फिरलो. काही अंतर दूर गेलो असू; तितक्यात त्यांचा नोकर धावत आला आणि सांगू लागला की, साहेब घरी आहेत आणि त्यांनी तुम्हाला बोलावलं आहे. आशेच्या दीपकाची ज्योत जरा मोठी झाल्यासारखी वाटली. तेथे पोहोचलो तर अधिकच निराशा पदरात पडली. डेप्युटी कलेक्टरसाहेबांचे कुणी मित्र त्यांच्या कुणा ओळखीच्या मंडळींची वाट पाहत होते. समजुतीचा घोटाळा झाला होता. त्यांनी आमची आणि आम्ही त्यांची क्षमायाचना केली अन् पुन्हा बाहेर पडलो.

आता भैंसाकुंड येथे परत जाण्यावाचून काही पर्याय उरला नव्हता. भूक आणि थकवा यांमुळे पदरात पडलेले अपयश अधिकच बोचरे वाटत होते. इथून मजाज़च्या घरी जायचं म्हटलं तरी खूपच अंतर चालावं लागणार होतं. फिरंगी महाल तर त्याहून दूर राहिला होता. तेथे फरहतुल्लाह आणि हयातउल्लाह अन्सारी राहत होते. रफीसाहेबांच्या घरी जावं म्हटलं तरी अंतर फार दूरचंच होतं. एक असा विचारही मनात डोकावून गेला की, कुलगुरू शेख हबीबउल्लाह यांच्या घरी जाऊन पोटापाण्याची काहीतरी सोय लावावी. त्यांच्या घरी तर आम्हाला सदैव मुक्तद्वार होते. आता गंमत कशी आहे पाहा, जेव्हा आपल्याकडे खाण्या-पिण्याची भरपूर व्यवस्था असते तेव्हा दुसऱ्याकडे काही मागण्याची आवश्यकताच नसते आणि जेव्हा आवश्यकता असते तेव्हा मात्र दयाळू अन् परोपकारी कुलगुरूंचे घरदेखील परके वाटू लागते. चालता चालता सतत विचार डोकावून जात होता की, कुणीतरी ओळखीचा मोटारवाला दोस्त भेटावा आणि त्याने घरापर्यंत नेऊन सोडावे.

दूरवरून एक टांगावजा घोडागाडी येताना दिसली. आम्ही खिसे चाचपून पाहिले. एकाच्या खिशात चौकोनी चवली - दोन आण्यांचे नाणे मिळाले अन् दुसऱ्याच्या खिशात एक आण्याचे एक खोटे नाणे मिळाले. ही सारी रक्कम जमा होईपर्यंत घोडागाडी जवळ येऊन पोहोचली होती. टांगेवाल्याच्या मांडीवर एक लहान मूल अन् शेजारी दुधाची बाटली ठेवली होती. तो म्हणाला की, मुलाची आई मरून गेली आणि तो दिवसभर मुलाला बरोबर घेऊन फिरत असतो. त्याला विचारलं, "भैंसाकुंडला पोहोचविण्यासाठी काय घेशील?" त्याने तीन आणे मागितले. आम्ही दोन आण्यांचा प्रस्ताव मांडला आणि वर हेही सांगितलं की, उरलेलं एक आण्याचं नाणं खोटं आहे. त्याने घोड्याच्या पाठीवर विसावलेल्या लगामाला हलकेच झटका देत म्हटलं, "मियाँ, का गरिबाची थट्टा करताय?" अन् तो टांगा हाकत निघून गेला.

हज़रत गंजमधील कॉफी हाउसला वळसा घालून आम्ही घराकडे वळलो तेव्हा एकाएकी मध्येच एक ताडीगुत्ता समोर ठाकला. आसपासच्या वातावरणात ताडीचा उन्मादक सुगंध दरवळत होता. त्याचे आकर्षण वाटून आमची पावले थांबली. मजाज़ म्हणाला, "दोस्तांनो, ताडी कधी प्यालो नाही पण काय गंमत असते त्यात?" अर्थात आम्ही कुणीच कधी ताडी प्यायलो नव्हतो; परंतु ताडी हे थकल्या भागल्या गरिबांना लाभलेले वरदान आहे, असे काव्यात्मक प्रशंसेचे उद्गार त्याला ऐकविले. सिब्ते-हसनने आहारातील ताडीचे महत्त्व यावर पांडित्यपूर्ण प्रकाशझोत टाकला. आपल्याजवळ असलेले दोन आण्यांचे नाणे आणि एक खोटी आणेली यात किती ताडी मिळू शकते यावर संशोधनात्मक माहिती गोळा करण्यासाठी मजाज़ आम्हाला तेथे रस्त्यावरच सोडून ताडीगुत्त्यात शिरला अन् नाहीसा झाला. काही क्षणांनंतर मजाज़चा आवाज ऐकू आला. मी आणि सिब्ते-हसन आनंदाने फुलून गेलो; पण आत पाय टाकताच त्या ताडीगुत्त्यावर जणू वीज कोसळली होती. आत बसलेली दोन-तीन गिऱ्हाईके आमच्याकडे संशयाने पाहू लागली. गुत्त्याचा मालक स्वतः हात जोडून आमच्यासमोर उभा राहिला आणि म्हणाला, "वेळ संपली असल्यामुळे मी ताडीविक्री बंद केली आहे. नाइलाज आहे सरकार... पण मी तरी काय करू? हे बसलेले ग्राहक अद्याप उठायचे नाव घेत नाहीत. नाहीतर एव्हाना गुत्ता नक्कीच बंद केला असता. केवळ त्यांच्यासाठीच थांबून राहिलोय..."

खरे तर त्या ताडीगुत्त्याच्या मालकाला टांगेवाल्याप्रमाणेच आमच्या खादीच्या कपड्यांचे भय वाटले होते. आम्ही कुणीतरी सरकारी कर्मचारी आहोत असे वाटून तो क्षमायाचना करीत होता. काँग्रेसचे पहिले मंत्रिमंडळ अधिकारात आल्यापासून

बऱ्याच गुप्तचर पोलिसांनी खादीचा पेहराव धारण करण्यास प्रारंभ केला होता. आम्ही त्या मालकाला समजावण्याचा खूप प्रयत्न केला. त्याची खुशामतदेखील करून झाला; पण व्यर्थ! शेवटी खूप थकले-भागलेले आम्ही कशीबशी पावले टाकीत घरापर्यंत आलो आणि आत पाय टाकताच साक्षात्कार झाला की, नोकर मुहम्मदने काहीतरी चमत्कार घडविला आहे. स्वयंपाकघरातून भूक चाळविणारा खमंग वास दरवळत होता; त्याने आणि कबाब तळण्याच्या अतिसुखद आवाजाने आमचं स्वागत केलं होतं.

मी जवळजवळ ओरडूनच विचारलं, "मुहम्मद, अरे कुणा गुप्तचराचा खून वगैरे तर केला नाहीस ना?" मुहम्मद स्वयंपाकघरातून बाहेर आला आणि त्याने हसतच ड्रॉवरकडे बोट दाखविलं. आम्ही ड्रॉवर उघडला तेव्हा कळलं की, कानपूरहून तीनशे रुपयांची मनीऑर्डर आली होती अन् ती देखील तारेने पाठविण्यात आली होती. आमच्या गैरहजेरीत मुहम्मदने ती आमच्या वतीने स्वीकारली होती. कानपूरच्या विद्यार्थ्यांनी आणि कामगारांनी 'नया अदब'साठी पन्नास वर्गणीदार सभासद नोंदविले होते आणि त्यांच्याकडून काही पैसे इसार म्हणून जमा केले होते.

तिसरी रात्र

एक दिवस विद्यार्थी फेडरेशनच्या एका महत्त्वाच्या मीटिंगसाठी मला विद्यापीठाच्या आवाराबाहेर जावे लागले. सभा आटोपल्यानंतर मी गंगाप्रसाद मेमोरिअल हॉलच्या पायऱ्या उतरून खाली येत होतो तर सी.आय.डी. इन्स्पेक्टरने येऊन मला अटक केली. पोलीस ठाण्यात नेऊन माझी झडती घेण्यात आली, तेव्हा माझ्या खिशातून राजकीय बाबींसंबंधित काही कागदपत्रं मिळण्याऐवजी काही सुरेख युवतींची छायाचित्रे आणि

काही युवतींनी लिहिलेली खासगी पत्रे वगैरे गोष्टी मिळाल्या. माझ्या रदबदलीचा आणि युक्तिवादाचा काहीही फायदा न होता एका मुलीने लिहिलेले प्रेमपत्र आणि तिचा फोटो परत देण्याचे पोलीस इन्स्पेक्टरने नाकारले. मला कैदेची मुळीच भीती नव्हती आणि पर्वाही वाटत नव्हती; परंतु त्या पत्राचं आणि फोटोचं काय? कारण ती एक वेगळीच दुनिया होती... माझ्या एकट्याचीच आणि तेथे इतर कुणालाही प्रवेश करण्यास सक्त मनाई होती.

सायंकाळ होताच मला डिस्ट्रिक्ट जेलमध्ये रवाना करण्यात आले आणि मी आयुष्यात प्रथमच जेलच्या राखी रंगाच्या उदासवाण्या भिंती आणि आजूबाजूला पहारा देत असलेले उर्मट लोखंडी गज पाहिले. त्या रात्री मला उमजले की, गोमती हा किती सुंदर शब्द आहे.

लखनौमध्ये किती कलात्मकता भरून राहिली आहे. त्यातील उपनगरांची नावेदेखील औचित्यपूर्ण आणि भावनेने ओथंबलेली आहेत... कैसरबाग, हज़रत गंज, चाँदबाग, बादशाहनगर, डालीगंज... सारं काही तीव्रतेनं जाणवलं. विद्यापीठातील इमारती, तेथील सुंदर उद्याने, फुलांचे ताटवे अन् फुलाप्रमाणेच सुंदर सुकोमल चेहरे, यौवनसुलभ खळखळून हसणे, चिंतामुक्त जीवन, देशाच्या स्वातंत्र्याची आस आणि त्या अनुरोधाने पूर्वी कधीच न पाहिलेल्या अनोळखी दुनियेचा केवळ कल्पनाशक्तीने घेतलेला मागोवा अन् त्यामुळे भावनाशील होऊन शायरी, राजकारण आणि प्रेम हे सारेच काही एकात एक मिसळून गेलेलं... म्हणूनच कदाचित त्या इन्स्पेक्टरने त्या मुलीचे पत्र व फोटो हिसकावून घेऊन जप्त केला...

जेलर एक सडपातळ परंतु पीळदार, घोटीव शरीराचा माणूस होता. त्याच्या भल्या मोठ्या मिशा सारी जागा व्यापून खालचा ओठदेखील झाकून टाकीत असत. पाणी पिताना त्याला मिशा वर उचलून प्यावे लागे आणि तरीदेखील काही केस पाण्यात बुडतच असत. त्याचे सदासर्वदा एक पालुपद असे. ''मी फार दुःखी आहे, माझी एक विधवा बहीण आहे अन् मुलीचं अद्याप लग्न व्हायचंय...'' आपलं हे दुःख तो प्रत्येक आल्या-गेल्या कैद्याला ऐकवीत असे. कमाल म्हणजे एक दिवस एका खुनी कैद्याला फाशीची शिक्षा द्यावयाची होती, त्या दिवशी त्याने त्या फाशी जाणाऱ्या कैद्यालादेखील थांबवून आपले पालुपद ऐकविले होते; जणू त्याला होणारी फाशीची शिक्षा, बहिणीच्या वैधव्याची अडचण आणि मुलीचे होऊ घातलेले लग्न यांचा काही परस्परसंबंध असावा.

जेलमधली ही माझी पहिलीच रात्र होती. लखनौच्या गुलाबी थंडीच्या शेकडो रात्रींसारखीच एक रात्र. तशीच शीतल, सुखद! डॉ. हुसैन आणि गुप्ता यांना आता येथे राहून सवय झाली होती; त्यामुळे कांबळ्यावर पडल्या पडल्या त्यांना झोप लागली. परंतु मला मात्र तेथील भयानकता जाणवत होती. जणू

काळच अडखळून थांबला होता. इतकी भयाण शांतता की, हृदयाची धडधडदेखील ऐकू येत होती आणि डोळ्यांच्या पापण्यांची उघडझाप केली तरी ऐकू यावी : अचानक त्या भयाण शांततेचा भंग होऊन कुणाची तरी पावले वाजू लागली. बरॅकच्या गजांवर कुणीतरी काठीने ठोकत चालत गेलं आणि विचित्र कर्कश आवाजात ''ताला, जंगला, बेल, लालटेन, सब ठीक है...'' (कुलुपे, कड्या, साखळ्या, कंदील सर्व काही व्यवस्थित जागच्या जागी आहेत.) अशी आरोळी ऐकू आली आणि प्रथमच ध्यानात आलं की, साखळदंडांसाठी 'बेल' हा सुंदर शब्द उपयोगात आणला गेला आहे. माझ्या आठवणीतील प्रणयाच्या कित्येक नाजुक पेचप्रसंगांत प्रेमाच्या हिरव्यागार वेलीवर लालचुटुक फुलांचे दिवे किती वेळ तरी प्रज्वलित झाले होते.

सकाळ केव्हा अन् कशी उगवली ते कळलंच नाही; पण त्या उजळ प्रकाशात साऱ्या स्वप्नगोष्टी अन् भरकटलेले विचार केव्हाच धुऊन, पुसून गेले अन् मग जेलमधील चहा, जेलमधले मित्र अन् जेलचे वॉर्डर...

दहा वाजण्याच्या सुमारास कळलं की, कुणीतरी भेटायला आलंय म्हणून मी गडबडीने तयार झालो आणि फाटकाजवळ पोहोचलो. मज़ाज आणि सिब्ते हसन भेटायला आले होते आणि त्यांच्या समवेत 'ती' मुलगीसुद्धा होती. रात्रभर रडून रडून तिचे डोळे सुजलेले आणि लाललाल झाले होत; पण ओठांवर मात्र मोनालिसाचे स्मितहास्य होते.

तिने वॉर्डरचा डोळा चुकवून एक पाकीट माझ्या हातात कोंबले. नंतर चहाचे डबे, सिगारेटच्या पेट्या वगैरे दिले. मज़ाजने तिचा फोटो आणि पत्र दिले जे त्या इन्स्पेक्टरने हिसकावून घेतले होते. काल सायंकाळी माझा शोध घेत मज़ाज पोलीस स्टेशनमध्ये आला होता आणि जेव्हा तो इन्स्पेक्टर मला जेलमध्ये पोहोचवून पोलीस स्टेशनमध्ये परतला, तेव्हा त्याला शायरी ऐकवून त्याच्या मोबदल्यात ते पत्र आणि फोटो मिळवण्यात तो यशस्वी झाला होता. इतकेच नव्हे तर तो इन्स्पेक्टर आणि मज़ाजने नंतर कोणत्यातरी बारमध्ये जाऊन एकत्र मद्यपान केले होते. त्या मुलीने मोठ्या कृतज्ञतेने मज़ाजकडे पाहिले.

सिब्ते हसन गंभीर झाल्यासारखा वाटत होता. मज़ाजच्या पातळ ओठांवर हलके, पुसटसे स्मितहास्य होते. मी मात्र कमालीचा खुश होतो. त्या उदास, दुःखी मुलीने निरोप घेण्याच्या बहाण्याने माझ्या हातात आपला हात गुंतविला आणि नजरेला नजर देऊन अशा काही नजरेनं पाहिलं की, मला आता कोणतीच शंका उरली नव्हती.

चौथी रात्र

ती भयाण वादळी रात्र होती. डिसेंबर १९४१चा महिना होता. अतिशय

थंड हवेचे झोत सतत वाहत होते. कंधारी लेनमधील आमच्या घरासमोर असलेला उंचच उंच जुनापुराणा चिंचेचा वृक्ष एखाद्या महाभयंकर देहधारी राक्षसासारखा डोलत होता. फांद्या एकमेकांवर आदळत होत्या. सूं-सूं आवाज करीत चिंचेची बारीक पाने पावसाप्रमाणे कोसळत होती. झोताझोताने येणारी हवा तर हजारो पंखांनी उड्डाण घेत होती. रस्त्यामधील खांबांऐवजी तारांवर लटकवलेले विजेचे दिवे मोठमोठे झोके घेत होते. साहजिकच सावल्या झपाटल्यागत इतस्ततः नाचत होत्या. आमच्या स्वतःच्या सावल्यादेखील कधी मागे तर कधी पुढे असा खेळ करीत होत्या. रात्र चढत चालली होती आणि आमच्या हृदयात मिळालेल्या यशाची धुंदी ओतप्रोत भरून राहिली होती. ऑल इंडिया रेडिओ लखनौने प्रक्षेपित केलेल्या नवोदित शायरांच्या मुशायऱ्यात सहभागी होऊन आम्ही परत चाललो होतो.

मुशायरा संपल्यानंतर आम्ही घरी पोहोचलो तेव्हा मध्यरात्र झाली होती आणि वादळाचा जोर वाढलेलाच होता. थंडी तर कडाक्याची होती. घरातील फर्निचर म्हणजे एक टेबल, काही वेताच्या खुर्च्या आणि खाटवजा तीन पलंग. ते भिंतीकडे सारून मोकळ्या जमिनीवर चटया अंथरल्या होत्या. 'फायर प्लेस'मध्ये शेकोटी लावून ठेवलेलीच होती. फायर प्लेसच्या वरच्या बाजूला भिंतीतून थोडासा बाहेर आलेला कट्टा होता. त्या कट्ट्याच्या वर एका रणरागिणी ललनेची खूप मोठी भव्य तसबीर लावलेली होती. तसबिरीतील पोरसवदा युवती युद्धवेषात दाखवली होती. वीरश्रीमुळे छाती ताणलेली, मुठी वळलेल्या, मनातील क्षोभामुळे ओठ मुडपलेले अन् चेहरा आकाशाकडे वळलेला... इंग्रजीत शीर्षक लिहिले होते 'To Death' दोन फुटक्या बादल्यांमध्ये मेणबत्त्या लावून ठेवल्या होत्या. मेणबत्त्यांच्या प्रकाशात ते चित्र केवढे तरी उत्साहवर्धक आणि मन हेलावून टाकणारे वाटत होते. कट्ट्याची सावली चित्राच्या खालील अर्धभागावर म्हणजे त्या वीरांगनेच्या छातीपर्यंत पडली होती आणि असे भासत होते की, मृत्यूच्या अंधारातून उभारी घेऊन, ती जीवनाचा संदेश घेऊन येणारी युवती होती. ती तसबीर म्हणजे एक प्रकारे आमच्या शृंगारविषयक आणि क्रांतीसंबंधी असलेल्या भावनांचा आविष्कारच होता. आम्ही देखील मृत्यूसमवेत लढत देण्यासाठी आमचे बलाबल अजमावून पाहत होतो. स्पेन तर आम्हाला आपलाच देश वाटत होता. कारण स्पेन स्वातंत्र्य आणि मानवता यांच्यासाठी फॅसिझमविरुद्ध लढत होता. साहजिकच स्पेनचे स्वातंत्र्य हे आपलेच स्वातंत्र्य वाटत होते आणि ही पोरसवदा वीरांगना आमच्या मैफलीत सामील होऊन आम्हा भारतीयांचा उत्साह वाढवीत होती.

खोलीत शांतता होती; परंतु शेकोटी होती आणि हृदयात ऊब होती. बाहेर सोसाट्याने वाहणारी वादळी हवा अधूनमधून अगणित हातांनी दरवाजा खडखडवीत होती अन् त्या खडखडाटासमवेत बादल्यांमध्ये प्रकाशणाऱ्या मेणबत्त्या थरथरत

होत्या. आम्ही त्या बादल्यांच्या भोवती वर्तुळाकार बसलो होतो आणि मेणबत्त्यांच्या प्रकाशात एकमेकांच्या चेहऱ्यावर दाटून आलेले प्रेमार्द्र भाव न्याहाळत होतो. जोश मलिहाबादी फार वेळ या जागतिक स्तरावरील नशाबाजांचे नेतृत्व करू शकले नाहीत. रात्रीचे जागरण करण्यात ते नेहमीच जरा कच्चे वाटत असत. जमलेल्या सर्वांनी त्यांना याबद्दल फारच छेडले तेव्हा रात्री जागणे ही घुबडाची खासियत आहे असे म्हणून ते निघून गेले.

मैफल रंगतच गेली. आमचा नशाही वाढतच गेला. चेहरे उजळून गेले होते. आता शायरीचे दौर चालले होते की, मद्यचषकांच्या फेऱ्या झडत होत्या हे निश्चितपणे सांगणे मात्र कठीणच होते. सर्वजण एकाच वर्तुळात बसलेले, नवोदित समवयस्क शायर; परंतु प्रत्येकाचा रंग अगदी वेगळा! वैशिष्ट्यही वेगळं; परंतु एकमेकांच्या रचनांबद्दल जराही असूया अथवा हेवादावा दिसून येत नव्हता. प्रत्येकजण एकमेकांच्या रचनेची मनापासून प्रशंसा करीत होता. अगदी प्रेमी युगुलांचे दिलखुलास बोलणे असते त्याचप्रमाणे मध्येच केव्हातरी फैज म्हणाला, 'मित्रांनो, लाहोरमध्ये केव्हातरी एक फार सुरेख शेर ऐकला होता... कुणाचा आहे कुणास ठाऊक...

जब किश्ती साबितो-सालिम थी,
साहिल की तमन्ना किसको थी?
अब ऐसी शिकस्ता कश्तीपर
साहिलकी तमन्ना कौन करे?

"...जेव्हा नौका धडधाकट अन् मजबूत अवस्थेत होती तेव्हा सुरक्षितपणे किनाऱ्यावर पोहोचावं अशी कुणीच इच्छा केली नव्हती... अन् आता या भग्न अवस्थेतील नौकेवर सुरक्षितपणे किनारा गाठण्याची इच्छा तरी कशी करायची? काय अर्थ आहे भलतीच अपेक्षा करण्यात?..."

जज्बीचा उदासवाणा चेहरा एकदम फुलून आला आणि टवटवीत दिसू लागला. जज्बी लाहोरमध्ये पोहोचण्यापूर्वीच जज्बीचा शेर मात्र जाऊन पोहोचला होता; इतकेच नव्हे तर रसिकमान्य झाला होता. फैजने जज्बीला आलिंगन देऊन त्याचे अभिनंदन केले. फैजला खाली बसण्यासाठी उसंत मिळाली न मिळाली तोच जज्बीने मौजू-ए-सुखन (कवितेचा विषय) ही फैजची नज्म अतिशय गोड आवाजात आणि सुस्वर चालीत म्हणायला प्रारंभ केला –

गुल हुई जाती है अफसुर्दा सुलगती हुई शाम
धुल के निकलेगी अभी चश्म-ए-महताबसे रात
और मुश्ताक निगाहोंकी सुनी जाएगी
और उन हाथोंसे मस होंगे ये तरसे हुए हाथ।

त्या गजल पेशकारीने मैफलीत एक आगळाच रंग निर्माण झाला होता. सुंदर सुकोमल युवतींच्या नावे एखादा प्याला रिचविण्याला कोणता रसिक नाही म्हणू शकेल?

आता मख्दुमच्या आवाजात अनेक सुरेल आणि बेसूर आवाज मिसळले होते आणि हाफिजच्या गजलेचे समूहगान बराच वेळ चालू राहिले. भिंतीवरील स्पेनची वीरांगना मृत्यूचे आमंत्रण देतच होती. बाहेर वादळी हवेचा थयथयाट आणि दरवाजा खडखडवणं सुरूच होतं; पण आम्ही सारेच एव्हाना पूर्णतः बेपर्वा आणि निस्पृह वृत्तीचे होऊन केवळ हाफिज शिराजीच्या कवनातील युवतींच्या नावे प्याले रिचवीत राहिलो, त्यांच्या नावे आरोग्य-अभीष्टचिंतन करीत राहिलो. अर्थात हे सर्व करताना कुणाच्या मनात कोणती सुंदरा डोकावीत होती हे सांगणे कठीण आहे.

आणि हे आतले वादळ थोडे शांत होते न होते तोच जज्बी पुन्हा उठून उभा राहिला आणि इतस्ततः नाचत पावले टाकीत मौजू-ए-सुखन पुन्हा गाऊ लागला -

आज फिर हुस्ने-दिलारा की वही धज होगी
वही ख्वाबिदा सी आँखे, वही काजलकी लकीर
रंगे-रुख्सार पर हलकासा वो गाजेका गुबार
संदली हाथोंपे हलकीसी हिना की तहरीर...

"...आज पुन्हा ते अत्यंत रमणीय सौंदर्य तितकंच आकर्षक असं सजलं असेल... ते अतिसुंदर स्वप्नाळू नेत्र, त्या शोभिवंत काजळरेषा, कपोलांच्या लालसर गुलाबी रंगावर पावडरचा हलकासा हात फिरवलेला, अन् चंदनासारख्या दिसणाऱ्या गोऱ्यापान हातांवर मेंदीने चितारलेली हलकीशी कलाकुसर..."

त्याच्या आवाजाला गाऊन गाऊन एक प्रकारचा शुष्क थकवा आला होता अन् त्यामुळे त्या आवाजातील शब्द आता मनाला अधिकच स्पर्श करून जात होते. अंतःकरणाला भिडत होते. प्रत्येक शब्द तो इतका खेचून म्हणत होता की, त्याचा दमसास तुटत होता. आम्ही मोठ्या मुश्किलीने त्याला पकडून खाली बसविले; परंतु तो पुन्हा उठून उभा राहिला आणि फैजची मौजू-ए-सुखन मैफल भारून टाकायला लागली. काही वेळानंतर जज्बीचा आवाज चालेना; परंतु तरीही तो गाण्याचा प्रयत्न करीतच होता. आतापर्यंत फैजची ही एकच एक नज्म इतक्या वेळा ऐकून झाली होती आणि तीदेखील जज्बीच्याच आवाजात ऐकवली गेली होती की, आम्ही सारेच कंटाळलो होतो तेव्हा बदल घडवून आणण्यासाठी कुणीतरी जज्बीला त्याची मौत (मृत्यू) ही रचना ऐकविण्याची फर्माईश केली आणि जज्बीच्या थकलेल्या आवाजाने थकलेल्या स्वरांनी आगळीच वातावरण निर्मिती केली.

अपनी सोई हुई दुनियाको जगा लूँ तो चलूँ
अपने गमखानेमें इक धूम मचा लूँ तो चलूँ
और इक जामे-मए-तुंद चढा लूँ तो चलूँ
अभी चलता हूँ जरा होशमें आ लूँ तो चलूँ

"... माझ्या या निद्रिस्त (किंकर्तव्यमूढ) दुनियेला जरा जागे करून (कर्तव्यसन्मुख) निघतोच... दुःखाने उदासवाण्या झालेल्या माझ्या घरात (भारतात) जरा गोंधळ माजवून (चैतन्य निर्माण करून) निघतोच... (तसा मी धुंदच आहे; परंतु) कमालीची धुंद अवस्था आणणारा आणखी एक प्याला रिचवतो आणि निघतोच... हा निघालोच मी... जरा अजून थोडं शुद्धीवर येऊ द्या... मग निघतोच..."

असं वाटत होतं की, सरती रात्र त्या वादळाच्या गतीनेच पहाटेकडे वाटचाल करीत असावी आणि त्याच तुफान वेगाने जज्बी सफर करीत असावा. त्याने किती वेळा हा बंद ऐकविला कुणास ठाऊक? फक्त इतकंच आठवतं की, सकाळ उजाडताना वादळ शमलं होतं. जळणाऱ्या मेणबत्त्या वितळून जाऊन बादलीच्या तळाशी त्यांच्या मोठमोठ्या चकत्या तयार झाल्या होत्या आणि थरथरणाऱ्या ज्योती विझत चालल्या होत्या. सकाळचा नाश्ता करण्यासाठी मध्ये चादरी अंथरण्यात आल्या; पण त्यातील मध्यवर्ती चादरीवर उभा राहून जज्बी गात होता -

अपने भीगे हुए दामनको सुखा लूँ तो चलूँ...

"... जरा हे माझं भिजलेलं वस्त्र वाळवतो अन् मग निघतोच..."

मैफलीतील अर्ध्याहून अधिक मंडळी निद्राधीन झाली होती आणि जज्बीच्या थकलेल्या आवाजासमवेत मख्दुमची उदास सुरावट ऐकू येत होती. तो स्वतःशीच गुणगुणत होता -

खिलवते-रंगींमें भी डसता है यूँ दुनियाका हाल
जैसे पीते वक्त भूखे बाल-बच्चोंका खयाल ।

"... ही मानपानाची वस्त्रे परिधान केल्यानंतरसुद्धा दुनियेतील दुःखी जीवांच्या यातना जाणवल्यावाचून राहत नाहीत... जशी कुठेतरी मैफलीत मद्याचा प्याला रिचविताना घरच्या उपाशी मुलाबाळांची आठवण यावी..."

आणखी एक रात्र उलटून गेली... जी आता पुन्हा कधीच परतून येणार नाही. आणखी एक दिवस सुरू झाला आणि भिंतीवरील स्पेनची वीरांगना आम्हाला जीवनकलहात दोन हात करण्यासाठी आवाहन करीत राहिली.

आम्ही तेथून उठून जीवनाच्या प्रांगणाकडे वळलो. या जीवनप्रवासात जज्बीच्या 'मौत' या रचनेतील एक अतिसुंदर चमकदार शेर सतत आमची पाठराखण करीत होता -

मेरी खोयी हुई आवाज कहाँ है लाओ
मेरा टूटा हुआ वो साज कहाँ है, लाओ

"... कुठं हरवलाय तो माझा (सतत अन्यायाविरुद्ध उठणारा) आवाज? ... कुठं गेलं ते माझं (सुखी जीवनाचं गीत वाजविणारं) तुटलेलं वाद्य? - जरा घेऊन या ना... (या परिस्थितीत देखील आपण सावरण्याचा प्रयत्न करू या...) ..."

शेर सतत आपली रूपे बदलत राहिला. प्रत्येक वेळी निराळीच अर्थवाही अभिप्रेत असल्याचं जाणवत राहिलं; परंतु त्याने (जीवनाला) घातलेली साद मात्र कायम राहिली.

पाचवी रात्र

समोर मज़ाज आहे अन् साऱ्या आठवणी मनात एकच गर्दी करीत आहेत... त्याने अनेकदा केलेली वक्रोक्ती, तिरकस शेरेबाजी बाणांचा वर्षाव व्हावा तशी येऊन काळजाला भिडतेय... त्याचं अस्फुट, निरागस स्मितहास्य, अमर्याद निष्कपट भाव आणि निर्व्याज मैत्री यांत गुदमरून गेलोय... बावीस वर्षांच्या कालखंडातील शेकडो रात्री आणि दिवस मला गर्दी करून घेरताहेत...

आणि आज ५ डिसेंबर १९५५ ची रात्र... या हजारो रात्रींपैकी शेवटची रात्र... आणि मज़ाज स्वतःच बुडून गेलाय... मृत्यूच्या खोल नदीत तलवार, मद्यचषक आणि वाद्य वाहत चाललंय; पण मज़ाज मात्र बुडून गेलाय... कायमचा शांत, शांत झालाय... आता तो कधी बहकणार नाही... मृत्यू त्याला कित्येक दिवस आमंत्रण देतच होता. दूर कुठून तरी आकाशातून साद घालीत होता आणि मज़ाज स्वतःच कितीतरी दिवस मृत्यूच्या दिशेने वाटचाल करीत होता.

जईफी महफिले-इशरतमें खिरका पोश आती है
जवानी जब आती है कफन-बरदोश आती है...

"... सुखानंदाच्या, चैनीच्या मैफलीत वृद्धत्व जेव्हा प्रवेश करतं तेव्हा ते एखाद्या साधूच्या वेषात असतं... पण यौवन जेव्हा प्रवेश करतं तेव्हा ते बेदरकारपणे खांद्यावर प्रेतवस्त्र घेऊनच येतं..."

मृत्यूचं आकर्षण हा मज़ाजच्या संवेदनशील स्वभावाचा एक पैलूच होता.

इस्मत चुगताईंनी एकदा सांगितले, गर्ल्स कॉलेजमधील मुली आपसांत चिठ्ठ्या टाकून लॉटरी काढतात आणि त्यात मज़ाज स्वतःच्या वाट्याला आला तर हुरळून जातात.

मज़ाजच्या आयुष्यातील सर्वांत दुर्दैवी अन् दुःखद घटना घडली. त्याचे आयुष्यात फक्त एकाच युवतीवर प्रेम जडले; परंतु ती विवाहित होती. साहजिकच मज़ाजचे प्रेम अबोल, अव्यक्त राहिले; परंतु त्याच्या शेरांमध्ये त्याचे प्रतिबिंब कुठे

कुठे आढळून येते? अर्थातच त्याने प्रेम करताना कधीच वासनेची पातळी गाठली नाही. तरीही एक दिवस त्या घराचा दरवाजा मज़ाजला कायमचा बंद झाला. आता फक्त भंगलेले हृदय आणि बेरोजगारी एवढेच काय ते शिल्लक उरले. बंड करून उठण्याची आग तर हृदयात पेटलेलीच आहे आणि ती शराबने विझू शकत नाही उलट आणखी भडकतेय. मद्याचा पहिला प्याला त्या प्रेयसीच्या सुंदर हातांनी दिला गेला होता; परंतु मज़ाजने त्या सुंदर हातांना स्पर्श करण्याचा कधीच प्रयत्न केला नाही आणि याच मानसिकतेतून त्याची सर्वोत्तम रचना 'आवारा' निर्माण झाली. या रचनेत त्याचे वैयक्तिक दुःख क्रांतीच्या जाणिवेसमवेत एकरूप होऊन गेले आहे -

शहरकी रात और मैं नाशाद-ओ-नाकारा फिरूँ
जगमगाती जागती सडकोंपे आवारा फिरूँ?

"... शहरातील अतीव सुंदर सुखद रात्र; पण मी मात्र असा खिन्न आणि उदासवाणा नादार भटकतोय... काय ही माझी दशा?... झगझगाट असलेल्या रस्त्यामधून साऱ्या रहदारीत मीच तेवढा भणंग..."

कलकत्त्यात आयोजित केलेल्या १९५२ मधील अखिल भारतीय सांस्कृतिक मेळाव्यात सहभागी होण्यासाठी मज़ाज डॉ. किचलूंसमवेत आला होता. त्या वेळी त्याची उन्मादावस्था शिखरावरच होती. तो रोज सायंकाळी दारू पिण्यासाठी माझ्याकडून पाच रुपये मागून घेत असे. अर्थात तेवढ्या पैशात फक्त पहिला एकच प्याला काय तो मिळत असे. त्यानंतर दारूगुत्त्यात येणारे-जाणारे इतरजण बाकीचा खर्च भागवीत असत. एक दिवस त्याने दहा रुपये मागितले. मी त्याला समजावण्याचा प्रयत्न केला. तर तो म्हणाला, "सरदार, तुमची बायका-मुले आहेत, घर आहे... सर्व काही आहे... माझ्याकडे काय आहे? अन् मग मला दारूही पिऊ देत नाही?"

माझ्या मते 'तो स्वतःला सावरू शकत नव्हता का?' हा प्रश्न अगदीच फालतू आणि गैरलागू आहे. प्रत्येकाच्या बाबतीत शारीरिक आणि मानसिक सहनशक्तीच्या मर्यादा वेगवेगळ्या असतात. कुणाची सहनशक्ती पोलादासारखी तर कुणाची हाडामांसाची असते. मज़ाजची मात्र काचेची होती. जरा ठेच लागली की, तो किंचाळत उठे. तो मनाने इतका हळवा होता की, १९४६ मध्ये मुंबईतील एका सांप्रदायिक दंग्यात कुणातरी माणसाला भोसकलेले पाहिले तर हा तीन दिवस जेवलाच नाही. तो शास्त्र शाखेचा विद्यार्थी असताना प्रयोगशाळेत टेबलावर बेडूक पाहिला आणि जो पळाला तो सायन्स शाखेत कधी परत गेलाच नाही.

विद्यार्थ्यांच्या एका साहित्यिक मेळाव्यासाठी आम्ही मुंबईहून निघून ३ डिसेंबर १९५५ रोजी लखनौ येथे येऊन पोहोचलो. त्या वेळी आम्हाला मज़ाजच्या मानसिक आणि शारीरिक स्वास्थ्याची पूर्ण कल्पना होतीच आणि एक अनामिक

भीती आमच्या मनात ठाण मांडून बसली होती. माझ्याबरोबर इस्मत चुगताई आणि साहिर लुधियानवी आले होते. आम्हाला याचीदेखील पूर्ण कल्पना होती की, मज़ाज शराब नाही तर जहर पीत आहे. मी आणि साहिरने ठरविले होते की, निदान दोन-तीन दिवस तरी मज़ाजला त्याच्या लखनवी मित्रांपासून दूर ठेवावयाचे. मज़ाज स्टेशनवर आला नाही. घरीही नव्हता. सायंकाळी पाच वाजण्याच्या सुमारास हज़रत गंजमध्ये भेटला. त्याच प्रेमाने आणि तितक्याच उत्कटतेने!

हमदम यही है रहगुजरे - खुशखराम
गुजरे है लाख बार इसी कहकशाँसे हम

"...मित्रांनो, हीच ती पायवाट की, जिच्यावरून डौलदार हंसगतीने चालणारी माझी प्रिया (किंवा प्रिय मित्र) रमत गमत फिरत असे... अन् याच आकाशगंगेसम अतिसुंदर वाटेने आम्ही लाखो वेळा किती आनंदात फिरलो असू..."

आम्ही दोघे बरोबरच विद्यार्थ्यांच्या साहित्यिक मेळाव्यासाठी कैसरबाग येथील सभागृहात पोहोचलो. लखनवी मित्रांनी मज़ाजला गाठण्याचा आटोकाट प्रयत्न केला; परंतु त्यांना मज़ाजपासून दूर ठेवण्यात मी यशस्वी झालो. रात्री मुशायऱ्यात आपण खूपच धीरगंभीर वृत्तीने वागत असल्याचे मज़ाजने दाखवून दिले. मला वाटले, कित्येक वर्षांनी मला पुन्हा तो पूर्वीचा मज़ाज भेटला. मला म्हणाला, "कुणास ठाऊक आता पुन्हा केव्हा भेट होईल..." आणि त्याने एकामागून एक अशा कितीतरी रचना ऐकविल्या. जमलेले लोक खुश झाले होते आणि काहीसे आश्चर्यचकितही! मज़ाज आपल्याच मस्तीत डोलत होता. जुन्या मित्रांना भेटत होता. त्याने शेवटी एक गजल ऐकविली. त्यातील दोन शेर पुनःपुन्हा ऐकविले.

बहुत मुश्किल है दुनियाका सँवरना
तिरी जुल्फोंका पेचो खम नहीं है ।
ब-ई-सैले-गमो-सैले-हवादिस
मिरा सर है कि अब भी खम नहीं है ।

"... या दुनियेतील सारे पेचप्रसंग सोडवून तिला पुन्हा मार्गावर आणणं हे सोपं नाही... फार फार अवघड गोष्ट आहे या समाजाला सुधारणे... ते काही तुझ्या कुरळ्या केसातील गुंता सोडविण्याइतके (तुझा रुसवा-फुगवा काढण्याइतके) सोपे काम नाही गं...

... आणि या सगळ्या दुःखाच्या आणि एकापाठोपाठ येणाऱ्या संकटांच्या महापुराला सामोरं जातानादेखील मी ताठ मानेनं उभा आहे... माझं मस्तक अद्याप खाली झुकलेलं नाही..."

शेर तर सुंदरच होते; परंतु मज़ाजच्या आताच्या परिस्थितीचा विचार श्रोत्यांच्या मनात असावा; त्यामुळे जबरदस्त दाद मिळाली. तो सकाळपर्यंत

ऐकवीत राहिला असता तरी श्रोते ऐकतच राहिले असते.

दुसऱ्या दिवशी ४ डिसेंबरला आमच्यासमवेत तो हॉटेलमध्ये होता. साहिरने त्याच्यासाठी उंची व्हिस्कीची बाटली खरेदी करून आणली होती. मज़ाजने शब्द दिला होता की, दिवसाउजेडी मद्याला स्पर्श करणार नाही आणि सायंकाळीदेखील त्या लखनवी मित्रांबरोबर जाणार नाही. साहजिकच त्याच्याच सांगण्यानुसार आम्ही बाटली कपाटात बंद करून, कुलुपात ठेवून दिली. दिवसा 'नीयत' खराब होऊ नये म्हणून तो माझ्यासमवेत जुन्या पूर्वीच्या दिवसांच्या गोष्टी करीत राहिला. मग त्याने 'रात्रीचा' विषय काढला. "जास्तीतजास्त वेळ माझ्यासमवेत राहायचं... पुन्हा केव्हा भेट होईल कुणास ठाऊक?..."

दुपारी विद्यार्थी मेळाव्यातर्फे चहापानाचा कार्यक्रम होता. मज़ाज माझ्याच खोलीत झोपला होता. कार्यक्रमानंतर सायंकाळी परतून येण्याला जरा उशीर झाला; परंतु तेवढ्या अवकाशात त्याचे लखनवी दोस्त त्याला गुंडाळून घेऊन गेले होते. मी आणि साहिरने खूप शोधाशोध केली; पण मज़ाज सापडला नाही.

५ डिसेंबरला मेळाव्यातर्फे मुशायरा होता. वाटले होते की, मज़ाज निश्चितच त्यात सहभागी होईल; परंतु त्याचा कुठे पत्ताच नव्हता. आमची अस्वस्थता वाढत गेली. सायंकाळी कुणीतरी बातमी सांगितली. बातमी भयानकच होती. मज़ाज बलरामपूरमधील एका इस्पितळात बेशुद्ध अवस्थेत दाखल केला गेला होता. आम्ही मुशायरा लागलीच बरखास्त केला आणि इस्पितळाकडे धाव घेतली. मज़ाजच्या नाका-तोंडाला नळ्या लावल्या होत्या आणि फारशी आशा नसल्याचे डॉक्टरांनी सांगितले.

खूप प्रयत्न केल्यानंतर काल रात्रीचा तपशील समजला. आमच्या गैरहजेरीत ते लखनवी मित्र मज़ाजला घेऊन लाल बागेतील एका ताडीगुत्त्यात गेले. तेथे ताडीगुत्त्यात छपरावर बसून लखनौची कडाक्याची थंडी अंगावर घेत ताडी प्याले. लखनवी दोस्त आपापल्या मस्तीत घरोघर निघून गेले आणि मज़ाज रात्रभर त्या कडाक्याच्या थंडीत छपरावरच पडून राहिला. सकाळी ताडीगुत्त्याच्या नोकराने पाहिले तो मज़ाज बेशुद्ध पडला होता. त्याने पोलिसांना बोलावले. पोलिसांनी त्याला तातडीने उचलून इस्पितळात दाखल केले होते. तेथे पत्ता लागला की, अतिथंडीने त्याच्या मेंदूतील रक्तवाहिन्या फुटल्या होत्या. त्यात आणखी न्युमोनिया झाला आहे आणि आता काही आशा नाही.

त्या रात्री मज़ाज गेला. त्याच्या उशाशी त्याच्या शायरीवर प्रेम करणारी विद्यार्थिनी बसून होती. त्याच्या प्रेयसीच्याच नावाची.

रात्री घरी न परतणे ही मज़ाजची जुनी खोड होती. त्याची आई त्याचे जेवण वाढून टेबलावर झाकून ठेवीत असे. त्याच्या उशाजवळ एक 'कैची छाप'

सिगारेटची पेटी आणि पन्नास पैशांचे नाणे ठेवीत असे. म्हणजे कोणत्याही परिस्थितीत त्याची अडचण होऊ नये. रिक्षावाल्यांनादेखील सारं काही ठाऊक असल्यामुळे ते रात्री त्याला घरी आणून सोडत आणि त्याच्या उशाजवळचे आठ आण्यांचे नाणे घेऊन जात.

आज आम्ही मज़ाजला घेऊन आलो तेव्हा त्याचा पलंग नेहमीच्या जागेवरून हलवून दूर केला होता. टेबलावर जेवण झाकून ठेवले नव्हते की उशाजवळ 'कैची' छाप सिगारेटची पेटी नव्हती, आठ आण्यांचे नाणेही नव्हते. वृद्ध आई त्याची वाट पाहत जमिनीवर बसून होती. कित्येक वर्षांपूर्वी हरवलेला मुलगा परत आला होता. कायमचा.

अलिगढ विद्यापीठाने आपल्या माजी विद्यार्थी शायराला त्याची एक नज़्म हे 'विद्यापीठ गीत' घोषित करून सन्मानित केले.

मज़ाजच्या कबरीवर त्याचाच एक शेर कोरला आहे -

अब इसके बाद सुबह है और सुबहे-नौ 'मज़ाज'
हम पर है खत्म शामे-गरीबाने-लखनऊ ।

"... आता या (भयाण रात्री) नंतर सकाळच होणार आहे... सुंदर सुखद सुप्रभात... अन् माझ्या (निधना) बद्दल व्यक्त केलेलं दुःख ही दुःखाची कमाल मर्यादा असेल... त्यानंतर लखनौमध्ये कधीच इतकं दुःख केलं जाणार नाही..."

◆

रंगल्या रात्री

संपादन

अरुण शेवते

'रात्र' हेच ज्या कलावंतांचे आयुष्य असते,
त्यांना दररोज भेटणाऱ्या रात्रीविषयी काय वाटते?
रात्र रंगत जाते. आयुष्य पुढे नेते. रंगलेल्या रात्री मनाच्या तळघरात जपून ठेवता
येतात. रंगलेल्या रात्रीबरोबर घडत जाणारे, कलावंतांचे रात्रीत गुंतून
पडलेले वर्तुळाबाहेरचे आयुष्य आपल्याला अस्वस्थ करते.
यमुनाबाई वाईकर, विठाबाई नारायणगावकर,
सुलोचना चव्हाण, सुरेखा पुणेकर, रोशन सातारकर,
मधु कांबीकर, काळू बाळू, माया जाधव
या कलावंतांनी आपल्या सुखदु:खाच्या रात्रींचा
पटच आपल्यासमोर उभा केला आहे.
